செம்பருத்தி

தி. ஜானகிராமனின்
பிற காலச்சுவடு வெளியீடுகள்

நாவல்
- ❖ அமிர்தம்
- ❖ மோக முள்
- ❖ அன்பே ஆரமுதே
- ❖ அம்மா வந்தாள்
- ❖ உயிர்த் தேன்
- ❖ மலர் மஞ்சம்
- ❖ மரப்பசு
- ❖ நளபாகம்

சிறுகதை
- ❖ கொட்டு மேளம்
- ❖ சிவப்பு ரிக்ஷா
- ❖ கச்சேரி
- ❖ சிலிர்ப்பு
- ❖ தி. ஜானகிராமன் சிறுகதைகள் (முழுத் தொகுப்பு)
- ❖ கச்சேரி (தொகுப்படாத கதைகள்)
- ❖ பாயசம் (தேர்ந்தெடுக்கப்பட்ட சிறுகதைகள்)

குறுநாவல்
- ❖ அடி
- ❖ தி. ஜானகிராமன் குறுநாவல்கள் (முழுத் தொகுப்பு)

பயண நூல்
- ❖ நடந்தாய் வாழி காவேரி (சிட்டியுடன்)
- ❖ கருங்கடலும் கலைக்கடலும்
- ❖ உதய சூரியன்
- ❖ அடுத்த வீடு ஐம்பது மைல்

வாழ்வியல் சித்திரம்
- ❖ அபூர்வ மனிதர்கள்

கட்டுரைகள்
- ❖ தி. ஜானகிராமன் கட்டுரைகள்

செம்பருத்தி

தி. ஜானகிராமன் (1921–1982)

தி. ஜானகிராமன் தஞ்சை மாவட்டம் மன்னார்குடியை அடுத்த தேவங்குடியில் பிறந்தவர். பத்து வருடங்கள் பள்ளியாசிரியராகப் பணியாற்றியவர். பின்பு அகில இந்திய வானொலியில் பணியாற்றி ஓய்வுபெற்றார். கர்நாடக இசை அறிவும் வடமொழிப் புலமையும் பெற்றிருந்தவர்.

1943இல் எழுதத் தொடங்கிய தி. ஜானகிராமன் 'மோக முள்', 'அம்மா வந்தாள்', 'மரப்பசு' உள்ளிட்ட ஒன்பது நாவல்கள், நூற்றுக்கும் மேற்பட்ட சிறுகதைகள், மூன்று நாடகங்கள், பயண நூல்கள் ஆகியவற்றை எழுதினார். சிட்டியுடன் இணைந்து எழுதிய 'நடந்தாய் வாழி காவேரி' பயண இலக்கிய வகையில் முக்கியமான நூலாகக் கருதப்படுகிறது.

'மோக முள்', 'நாலு வேலி நிலம்' திரைப்படமாக்கப்பட்டுள்ளன. 'மோக முள்', 'மரப்பசு', 'அம்மா வந்தாள்' ஆகிய நாவல்களும் பல சிறுகதைகளும் இந்திய, ஐரோப்பிய மொழிகளில் மொழிபெயர்க்கப்பட்டிருக்கின்றன.

1979இல் 'சக்தி வைத்தியம்' சிறுகதைத் தொகுப்பிற்கு சாகித்திய அக்காதெமி விருது வழங்கப்பட்டது.

'செம்பருத்தி' முதல் பதிப்பைக் கொடுத்துதவிய ரோஜா முத்தையா ஆராய்ச்சி நூலக இயக்குனர் க. சுந்தர் அவர்களுக்கும் அப்பிரதியில் தவறிய பக்கங்களைக் கொடுத்துதவிய 'ஞானாலயா' கிருஷ்ணமூர்த்தி அவர்களுக்கும் நன்றி.

Unauthorised use of the contents of this published book, whether in e-book or hardcopy format, for any type of Artificial Intelligence (AI) training — including but not limited to Machine Learning, Deep Learning, Natural Language Processing, Computer Vision, Chatbot Training, Image Recognition Systems, Recommendation Engines, and Language Models — is strictly prohibited without prior licensing from the publisher. Any such unauthorised use may result in legal action.

தி. ஜானகிராமன்

செம்பருத்தி

காலச்சுவடு பதிப்பகம்

அன்பார்ந்த வாசகருக்கு,

வணக்கம்.

காலச்சுவடு நூலை வாங்கியமைக்கு நன்றி.

நூலின் உள்ளடக்கம், உருவாக்கம், அட்டைப்படம் இன்ன பிற அம்சங்கள் பற்றிய உங்கள் கருத்துகளையும் ஆலோசனைகளையும் காலச்சுவடு வரவேற்கிறது. தகவல், எழுத்து, வாக்கியப் பிழைகள் தென்பட்டால் அவசியம் தெரிவித்து உதவுங்கள். நூல் தயாரிப்பில் கடும் குறைபாடு இருப்பின் மாற்றுப் பிரதி உங்களுக்குக் கிடைக்கக் காலச்சுவடு ஏற்பாடு செய்யும்.

மின்னஞ்சல்: **publisher@kalachuvadu.com**

காலச்சுவடு நாகர்கோவில் அலுவலகத்திற்குக் கடிதம் அனுப்பலாம்.

தங்கள்
எஸ்.ஆர். சுந்தரம் (கண்ணன்)
பதிப்பாளர் — நிர்வாக இயக்குநர்

செம்பருத்தி ✦ நாவல் ✦ ஆசிரியர்: தி. ஜானகிராமன் ✦ © உமா சங்கரி ✦ முதல் பதிப்பு: 1968 ✦ காலச்சுவடு முதல் பதிப்பு: டிசம்பர் 2013, திருத்தப்பட்ட ஒன்பதாம் பதிப்பு: செப்டம்பர் 2024, பதினொன்றாம் பதிப்பு: செப்டம்பர் 2025 ✦ வெளியீடு: காலச்சுவடு பப்ளிகேஷன்ஸ் (பி) லிட்., 669, கே.பி. சாலை, நாகர்கோவில் 629001

cemparutti ✦ Novel ✦ Author: Thi. Janakiraman ✦ © Uma Shankari ✦ Language: Tamil ✦ First Edition: 1968 ✦ Kalachuvadu First Edition: December 2013, Revised Ninth Edition: September 2024, Eleventh Edition: September 2025 ✦ Size: Demy 1 x 8 ✦ Paper: 18.6 kg maplitho ✦ Pages: 512

Published by Kalachuvadu Publications Pvt. Ltd., 669, K.P. Road, Nagercoil 629001, India ✦ Phone: 91-4652-278525 ✦ e-mail: publications @kalachuvadu.com ✦ Printed at Manipal Technologies Limited, Manipal 576104, Karnataka

ISBN: 978-93-82033-26-4

09/2025/S.No. 560, kcp 6036, 18.6 (11) uss

முதல் பாகம்

1

களஞ்சியம சுவரோரமாக நிறகிறது. ஓரம என்றால் ஒட்டிக்கொண்டிருக்கிற ஓரமில்லை. களஞ்சியத்திற்கும் சுவருக்குமிடையே ஒரு ஆள் தாராளமாக நிற்கலாம். கவனமாக நடந்தால், தோள் இடிக்காமல் நடக்கலாம். சட்டநாதன் நிற்கவில்லை. உட்கார்ந்திருந்தான். படித்துக் கொண்டிருந்தான். களஞ்சியத்தின் சட்டத்தில் சிமினி விளக்கு மஞ்சள் வெள்ளையாக எரிந்தது. சுடரின் சிகை புகையாக நீண்டு எழுந்து இருளில் கலந்தது. சற்றைக்கொரு முறை மண்ணெண்ணெய்ப் புகையின் நெடி மூக்கை உறுத்துகிறது. விளக்கைச் சிறிது பண்ணினால் புகையில்லாமல் எரியும். ஆனால் வெளிச்சம் மங்கிவிடும். விளக்குப் புகை யின் நெடிக்கு மாற்று இல்லாமல் இல்லை. களஞ்சியத்தின் சட்ட இடுக்குகளில் உலர்ந்து வற்றிப் போன காஞ்சான் துளசி, திருநீற்றுப் பச்சை என்று வரப்புப் பூண்டுகள் குச்சிகுச்சியாகச் செருகியிருந் தன. அந்துப் பூச்சிகளுக்கு மாற்று அவை. மண்ணெண்ணெய் நெடிக்கும் மாற்றாக இருந்தன. கால் கடுக்கும்போது நீட்டி உதற வேண்டும் போலிருந்தால், சட்டநாதன் எழுந்து நின்று ஒரு சோம்பல் முறித்து, ஏதாவது ஒரு குச்சியை விரலால் பிடித்து நசுக்கி முகர்ந்து பார்ப்பான். காய்ந்த மணமாகச் சிறிது மூக்கில் ஏறும். இந்த வரப்புப் பூண்டுகளுக்கு எத்தனை மணம்! பிடித்தமான மணம்!

வெகுநேரம் உட்கார்ந்திருந்ததனால் இப் பொழுது எழுந்துகொள்ள வேண்டும் போலிருந்தது

அவனுக்கு. எழுந்தான். இடித்துவிடாமல் இரண்டு முழங்கால்களையும் மாற்றி மாற்றி நீட்டி உதறினான். சிரிப்பு வந்தது. சின்ன அண்ணன் கண்ணில் இது படாமலா இருக்கப் போகிறது? கெட்டிக்காரன் புளுகு எட்டு நாள். இது புளுகு இல்லை. சாமர்த்தியம். சாமர்த்தியமும் இல்லை. பயந்தாங் கொள்ளித்தனம். சின்ன அண்ணனுக்குப் பயந்துதான், அவன் நடுக்கூடத்தை விட்டு அடுக்களைக்குப் பின்னுள்ள இரண்டாம் கட்டில் இந்தக் குதிர் இடுக்கில் படிக்கத் தொடங்கியிருக் கிறான். எத்தனை நாளாக என்று ஞாபகமில்லை. எட்டு ஒன்பது நாளிருக்கும்.

கையை மேலே தூக்கி விறைத்துச் சோம்பல் முறித்தான் சட்டநாதன். நீட்டிக்கொண்டிருந்த பூண்டுக் குச்சிகள் மேலே உராய்ந்தன. சின்ன அண்ணன் இப்படித்தான், வரப்புப் பூண்டுகள் உராய உராய, வயல்களுக்கு நடுவே வந்து கொண்டிருப் பான். கடை கட்டுவதே இரவு எட்டரை மணிக்கு. டவுன் எல்லைக்கு வரப் பதினைந்து, இருபது நிமிஷமாகும். பிறகு இரண்டு கல் நடக்க வேண்டும். முழுவதும் சாலை வழியே வந்தால் மூன்று கல்லுக்கு மேல் பிடிக்கும். அதற்காக மான்தலைப் பாலத்தைக் கடந்ததும், சாலையைவிட்டு, சின்ன அண்ணன் குறுக்குப் பாதையில் இறங்குவான். கட்டுக்கரையோடு நடந்து வயல் வரப்பில் இறங்குவான். பன்னிரண்டு வயல்கடை நடந்தால் ஊர்க் களத்துமேட்டில் ஏறிவிடலாம். பிறகு ஊருக்குள் வண்டிப் பாதை உண்டு. இந்த வழியில் ஒரு கல் தொலைவு மிச்சம். கும்மிருட்டில் அந்தப் பன்னிரண்டு வயல்கடையை அவன் எப்படித்தான் கடக்கிறானோ? கருவேலஞ் செடிகள், வெங்காயப் பூண்டு, தேள் கொடுக்குச் செடி, நாயுருவி, காஞ்சான் பச்சை, நெருஞ்சி – இப்படி முளைத்திருக்கிற வரப்புகள். பூச்சிபொட்டு தான் ஏதாவது இருந்தால் என்ன செய்ய முடியும்? ஒழுங்காக, சாலையோடு வந்தால் என்ன? எத்தனையோ சொல்லியாயிற்று.

“வரப்பா இருந்தா என்னவாம்? ஹ! பூச்சாண்டி காட்றியா! நான் நிழல்லே உட்கார்ந்து ராமாயணம் படிக்கிறவன்னு நெனச்சியா? ராமனும் சீதையும் கல்லிலும் முள்ளிலும் நடந்து போனாங்கன்னு படிக்கிறியே தவிர, நீ எங்கே திண்ணையை விட்டு நகர்றே? நானும் அப்படி இருக்கணுமா? சரி, வரப்பிலே நடந்து போகலே. இருட்டிலே நடக்கலே. முள்ளு மேல நடக்கலே. இங்கேயே குந்தியிருக்கேன். நீ சோறு போடறியா எனக்கு, அண்ணிக்கு, அம்மாளுக்கு, எல்லாருக்கும்? வாலாம்பாளுக்குப் பிள்ளை பெத்துவிடச் செலவு பண்றியா? அலமேலு ஆம்படையானுக்குச் சீட்டாடப் பணம் கொடுக்கிறியா? . . . சொல்லு . . .

மாமியாளுக்கு உலுப்பைக் கொடுக்கிறியா? சொல்லு. இதெல்லாம் செய்யறேன்னு சொல்லு. இப்பவே உக்காந்துக்கறேன் வீட்டோட! இந்த மாதிரி என் தம்பியாண்டான் கவலையும் கரிசனமுமாயிட்டான்னா, அதைவிட எனக்கென்னடா சந்தோசம்?" என்று மூச்சுவிடாமல் சின்ன அண்ணன் பொரிந்து தள்ளுவான். "வா பிச்சைக்காரப் பயலுவ ஒருத்தனுக்கு விடாம அரைக்காப் படி அரிசி போடணும்; சனிக்கிழமை வந்தா பரதேசிக்குச் சோறு போடணும் அம்மாவுக்கு. சிவன் கோவில்லே அன்னாபிஷேகக் கட்டளை வேற வச்சிட்டிருக்கா அம்மா. நாலு தவலை சிறுமணிச் சோறா வடிச்சு லிங்கத்துக்கும் ஆவுடையாருக்கும் அன்னக் காப்பு இடணும். எல்லாத்துக்கும் சம்பாரிச்சுப் போடு. நான் அக்கடான்னு உக்காந்துக்கறேன்."

"இல்லேண்ணா . . ."

"என்ன இல்லேண்ணா . . ."

"வந்து . . ."

"நீ வரவும் வாணாம், போகவும் வாணாம். வாயை மூடிக்கிட்டு ராமாயணம் படி ராமாயணம். அது போதும். வரப்பிலே நடக்கிறேனாம், வாய்க்கால்லே விளுவுறேனாம். அப்படி அக்கறை இருக்கிறவன் கச்சத்தை இழுத்துக் கட்டிக்கிட்டு வேலைக்கில்ல போவணும்? என்னமோ சத்திரத்திலே இருக்கிறாப்பலே நினைப்பு உனக்கு! வேளா வேளைக்குப் பளயது, சாப்பாடு, தோசை, பயத்தங் கஞ்சின்னு சாப்பிடறது. உடனேயே புஸ்தகத்தை வச்சிக்கிட்டு உட்காந்திடறது . . ."

பேச்சு நீள வளர்கிறது. அனுமார் வால்.

"நீ என்ன கண்ணைக் கண்ணைக் காட்றே? தம்பிகிட்டே இப்படிப் பேசறனேன்னா? சரி, அவன் இந்தப் படிப்பை நிறுத்திட்டு, நாலு காசு சம்பாரிக்க வழி பண்ணிக்கட்டும். உனக்கும் ஒரு ஓர்ப்படியாளைக் கொண்டாரட்டும். நான் அப்புறம் பேசாம இருக்கேன்" என்று மனைவியிடம் திரும்பி ஒரு பாட்டம் கத்துவான்.

அவன் கூச்சலைக் கேட்க முடியாமல் அண்ணி ஏதாவது சமிக்ஞை செய்திருக்க வேண்டும். அதைக்கூட நயமாக வாங்கிக் கொண்டு சாய்த்தாற்போல் போகத் தெரியாது முத்துச்சாமிக்கு. நாலு பேருக்கு நடுவில் அதையும் போட்டு உடைத்து . . . முரட்டு முத்துச்சாமி என்று பெயர் வைத்தால் நன்றாக இருக்கும்.

முரடு? அதைப் பார்க்கப் பத்துக் கண்கள் வேண்டும். அதுவும் அண்ணி அதற்கு இலக்காவதைப் பார்க்க வேண்டும். போன மாதம் பெரிய அண்ணன் சிதம்பரத்திலிருந்து ஏதோ காரியமாக வந்திருந்தார். தன் காரியம்தான். குறுவை நெல்லை,

அளந்துவிட்டுக் காசு வாங்கிக்கொண்டு போகத்தான். அவர் வந்த மறுநாள் இரவு, சாப்பிட்டு எழுந்ததும், வாசலுக்குக் கையலம்பப் போனார்கள் அண்ணன் தம்பிகள் மூவரும். பெரியண்ணன் கை கழுவியதும், சின்ன அண்ணன் சொம்பைக் கையில் வாங்கியவன் "சை!" என்று ஒரு கத்துக் கத்தினான். மறுகணம் சொம்பு தண்ணீரோடு பறந்து தெருவில் மொட்டென்று விழுந்து உருண்டது.

"என்னடா முத்து?" என்று பதறினார் பெரிய அண்ணன்.

"ஒண்ணுமில்லேண்ணா . . . யாரங்கே உள்ளார? இது என்ன இது? கையலம்பற சொம்பா, விளக்கெண்ணெய் அளக்கிற சொம்பா?" – பெரிய, கிடுகிடுக்கிற இடிக்கூச்சல்.

பரபரவென்று ஓடி வந்தாள் அண்ணி. பயந்து விழித்து உடல் சிலம்பிற்று.

"என்ன எலிக்குஞ்சு கணக்கா முளியை உருட்டறே? எடுத்தா செம்பை . . . எதுக்கு அதை எண்ணெய் முளுக்குப் போட்டு வச்சிருக்கே?"

சட்டநாதன் சொம்பை எடுக்கப் படியிறங்கினான்.

"நீ நில்றா. அவ போய் எடுத்துக்கிட்டு வரட்டும் . . ."

அண்ணி வாசலில் இறங்கி, இருளில் தெரு மண்ணைத் துழாவி, சொம்பை எடுத்து உள்ளே கொண்டு வைத்துவிட்டு, வேறு எடுத்து வந்த பிறகுதான் கை கழுவல் முடிந்தது. அதுவரையில் பெரிய அண்ணா தலையைக் குனிந்துகொண்டு நின்றார். வாயைத் திறக்கவில்லை. பிறகும் ஒன்றுமே நடக்காதது போல், ஊஞ்சல்மீது உட்கார்ந்து வெற்றிலை போடத் தொடங்கிவிட்டார். முத்துச்சாமியின் வாயை வேறு எப்படித்தான் மூடுகிறது?

சட்டநாதனுக்கு மட்டும் கொதிப்பு அடங்கவில்லை. தானே அந்தச் சிறுமையைச் செய்துவிட்டாற் போலக் கிடந்து புழுங்கினான். அண்ணியைப் பார்க்கக்கூடக் கூசிற்று.

ஒரு பெண்பிள்ளையை எவ்வளவு தூரம் சிறுமைப் படுத்திக்கொண்டே இருப்பது? அதுவும் அண்ணியைப் போன்ற ஒரு பெண்பிள்ளையை? இவன் போடுகிற கூச்சலுக்கும் ஆர்ப்பாட்டத்துக்கும் அங்கு வருவது ஒரு புன்சிரிப்புத்தான். எப்படித்தான் சிரிக்கிறாளோ மகராசி!

"என்னாடி வாசல்லே கூச்சல்?" என்று குப்புறப்படுத்து உறங்கும் பேத்தியின் முதுகைத் தட்டிக்கொண்டே கேட்டாள் அம்மா.

"ஒண்ணுமில்லேம்மா. நான்தான் செம்பைச் சரியாக் களுவாமே வச்சிட்டேன். சாயரட்சை வாச மாடத்துக்கு

விளக்கு வைக்கப் போனேன்ல? அந்தக் கையோட செம்பைத் தொட்டுட்டேன் போலிருக்கு. நாலு அரப்புப் போட்டுக் களுவி யிருக்கணும். நினைப்பு இல்லே."

"அதுக்கா இந்தச் சத்தம் நடு வாசல்லே நின்னுகிட்டு. மூஞ்சியும் மோரக்கட்டையும்! அது கெடக்கு! நீ ஒண்ணும் பதில் பேசாம வந்தீல்ல!"

பெரிய அண்ணனுக்குக் கிராம்பும் ஏலக்காயும் எடுத்து வருவதற்காக அடுக்களைக்குள் வந்த சட்டநாதன் இதைக் கேட்டுக்கொண்டே எடுத்தான். அண்ணியின் இளநகையையும் பார்த்தான். சின்ன அண்ணன்மீது அவனுக்கு இன்னும் கோபம் வந்தது.

அண்ணி இரட்டை நாடியில்லை. நல்ல வளர்த்தி. அதனால் சற்று இரட்டை நாடி மாதிரித் தோன்றும். கறுப்புமில்லாத, மாநிறமுமில்லாத தாமிர நிறம். முதுகில் மயிர் புரள, உயரமும் உருட்சியும் திரட்சியுமாக எடுப்பாகத்தான் இருப்பாள். வாயைத் திறக்காமல் மருண்டும் குன்றியும் நடப்பது கேட்காமல் நடக்கும் அந்த நடைக்கும் உருவ எடுப்புக்கும் பொருத்தமாக இராது. அதைக் காணக்காணச் சட்டநாதனுக்கு வியப்பாக இருக்கும்.

சற்று உயரமான, நீள்சதுர முகம். அசைப்பில் சட்ட நாதனுக்கு இரண்டு ஞாபகம் வரும். முகேசர் கோயிலுக்குப் பொட்டுக் கட்டின கண்ணாமணி இப்படித்தான் உயரமும் வாளிப்புமாக இருப்பாள். பட்டாமணியம் சேண்டப்பிரியரின் வீட்டுக் கூடத்தில் வரிசையாக மாட்டியிருக்கிற படங்களுக்கு நடுவில் தேவலோக தாசி என்று ஒரு படம் இருக்கிறது. அவள் பெயர் என்னவோ? சின்னப் பையனாக இருக்கும் சட்டநாதன் சேண்டப்பிரியரின் வீட்டுக்குப் போய் அந்தப் படங்களைப் பார்த்துக்கொண்டே நிற்பான். "இது என்ன, இது யாரு?" என்று அவரைக் கேட்பான். "தேவலோக தாசி" என்று அந்தப் படத்தைச் சொல்லுவார் அவர். எந்தத் தாசி என்று அவருக்கு இங்கிலீஷ் தெரிந்தால்தானே சொல்ல முடியும்? சட்டநாதனுக்குச் சில சமயம் ஆத்திரமாக வருகிறது – அந்தப் பெண்பிள்ளைகளைப் போல அண்ணியையும் படைத்து விட்டானே என்று. ஆனால் அத்தனைக்கும் மாற்று இருக்கிறது. கண்ணாமணியின் கண்ணும் தேவலோக தாசியின் கண்ணும் அண்ணியின் கண் மாதிரி இருந்தாலும் அந்தக் கண்ணுக்கு இல்லாத, சுழல விழிக்கும் குணம் கொண்டவை. அந்த ஒரு சின்ன மாறுதலால், தரத்தையே, இடத்தையே மாற்றிவிட்டான் படைத்தவன். அண்ணி பிழைத்துவிட்டாள். அந்த நீள அப்பாவிக் கண்ணையும் மனதிலிருந்து வருகிற புன்னகையையும் வைத்துக்

செம்பருத்தி 13

கொண்டு, சின்ன அண்ணனைச் சகித்துக்கொண்டிருக்க முடிகிறது அவளால்.

இவளைப் பார்த்து எப்படி இப்படியெல்லாம் கத்தத் தோன்றுகிறது அவனுக்கு! "நானாயிருந்தால் . . . அவள் காலில் கிடப்பேன் . . . அவள் கால் கட்டை விரலை எடுத்துக் கண் இமைமீது தேய்த்துக்கொள்வேன். உள்ளங்கால் இரண்டையும் உச்சந்தலையில் வைத்து அழுத்தி, இரண்டு கன்னங்களிலும் பதிய வைத்துப் பொத்திக்கொள்வேன் . . ."

அந்தப் படம் மனதில் வந்ததும் 'ஸ்' என்று இழுத்துக் கொண்டது புத்தி. சை . . . என்ன இது! – சட்டநாதன் அவசர அவசரமாகக் கிராம்பையும் ஏலக்காயையும் கூடத்து ஊஞ்சல் மீதிருந்த வெற்றிலைப் பெட்டியில் போட்டுவிட்டு, நழுவி வெளியே நடந்தான். ஏதோ அபிஷேகத் தண்ணீரை மிதித்து விட்டாற்போல் அவன் மேனி முழுவதும் கூசிற்று. தெருவில் இறங்கினான். கும்மிருள். தட்டித் தடவிப் பத்து அடி வைத்து நகர்ந்த பிறகு கண் நட்சத்திர ஒளியை வாங்கிக் கொண்டது. சாதாரணமாக நடக்க முடிந்தது. தெருவெல்லாம் ஒரு பைத்தியக் கார மண். ஊர்க்காரர்கள் ராத்தூக்கத்தில் விழித்துக்கொண்டால், தெரு நடுவைத்தான் உபயோகப்படுத்துவார்கள். காலையில் வாசல் வாசலாகப் பெருக்கும்போது அந்த நடு மண்ணும் ஓர மண்ணும் கலந்துகொள்ளும். காலம் காலமாக இப்படிக் கலந்து தெருவெல்லாம் எரு மண்ணாகிக் கிடக்கிறது. சூரிய பகவான் கிருபையால் அன்றாடம் இந்த விஷம் எல்லாம் எரிந்துவிடுகிறது. மப்பு, மழைக்காலங்களில் இதைக் கண்டு பிடித்துவிடலாம். செருப்பில்லாமல் தெருவில் நடக்கவே மாட்டான் அவன். இப்பொழுது அவசரத்தில் வந்ததும், உள்ளங்கால் மண்ணில் பாவக் கூசிற்று. ஆனால் அவன் மனம், 'மிதித்ததற்கு இது ஒரு பெரிய நரகமில்லை. சீ . . . எப்படி இந்த மாதிரி நினைத்தோம்' என்று மனதிற்குக் குதிரைப் பட்டி போட்டுக்கொண்டு நடந்தான். படுத்துக்கிடந்த தெரு நாய் ஒரு முறை உறுமி, தெரிந்த ஆள்தான் என்று குரைக்காமல் முகத்தைக் கீழே போட்ட மாதிரித் தோன்றிற்று. மேலக் கோடியில் திரும்பி, அக்ரஹாரத்தோடு நடந்து, சிவன் கோயில் எதிரில் போய் நின்றான். முன்னேயிருந்த குளத்தங்கரைப் படியில் உட்கார்ந்து கொண்டான். எதிர்க் கரையில் புளியந்தோப்பில் ஏதோ ஆண் குரலும் பெண் குரலும் பேசுவது கேட்டது. தூங்கி வழிகிற பேச்சு. தவளையும் மீன் குஞ்சுகளும் துள்ளும் அரவங்களும் 'ஜிர் ஜிர்' என்று பூச்சி ஒலிகளும் மெல்லிய காற்றுமாக இருந்தது.

வீட்டை விட்டு, அண்ணியை விட்டு, அண்ணனை விட்டு, அம்மாவை விட்டு இங்கு வந்து உட்கார்ந்ததில் நெஞ்சு சற்று சுதந்திரமாக அலைந்தது. தெருவில் சொம்பைத் தூக்கி விட்டெறிந்து விட்டு, அண்ணியைப் போய்த் தேடி எடுத்து வரச் சொன்னானே சின்ன அண்ணன் – அவள் அந்த நாற்ற மண்ணைத் துருவித் துருவிப் பார்த்து, விரலால் துழாவி எடுத்திருக்க வேண்டும். அப்புறம் தப்பைத் தன்மீது போட்டுக்கொண்டு ... என்ன ஜன்மம்! இது என்ன அப்பாவிப் புன்சிரிப்பு! அப்பாவி நாணம்! இது என்ன பரமார்த்திப் பேதைத்தனம்!

'உனக்கு நன்றாக வேண்டும்!' என்று அண்ணியைக் கறுவினான் சட்டநாதன். "இந்த அப்பாவித்தனம்தானே என் வயிற்றில் மண்ணைப் போட்டது! முடியாது என்று சொல்லத் துணிச்சலில்லாமல், சின்ன அண்ணன் கைமுன் கழுத்தை நீட்டி முடிச்சுப் போட்டுக் கொண்டது இந்த அப்பாவிப் பேதைமை தானே! இந்த முரட்டுத்தனத்தைப் புன்சிரிப்புச் சிரித்துக் கபளீகரம் பண்ணுகிறது பேதமையா, நெஞ்சுரமா! இந்த நெஞ்சுரம் அப்போது எங்கே போயிற்று? 'மூன்று வருஷமாக இவன் தம்பி என்னைப் பார்த்துக்கொண்டிருக்கிறான். நானும் அவனைப் பார்த்துக்கொண்டிருக்கிறேன். என்னமோ எங்களுக்கிடையே முளைத்திருக்கிறது' என்று சொல்லி, ஏன் இந்தச் சின்ன அண்ணனை வேண்டாம் என்று சொல்லவில்லை? இதுதான் அடக்கம். இதுதான் பெண்மை என்றால் நன்றாகப் படு ... உதைபடு ... சிறுமைப்படு ..."

யார்மீது ஆத்திரம் என்று தெளிவுபடாமல் அவன் பொருமிக்கொண்டிருந்தான். அண்ணன் மீதா, அண்ணி மீதா, தன் மீதா?

சொக்கர்மூலையில்தான் அவனும் படித்தான். பெரிய அண்ணனையும் சின்ன அண்ணனையும் போல, பெரிய அண்ணன் படிக்க, சொக்கர்மூலையில் ஒரு வீடு பேசித் தன்னுடைய அக்காளைச் சமைத்துப் போடக் கொண்டு வைத்தார் அப்பா. ஆனால், அவருக்கு ஏழாவதுக்கு மேல் படிக்க வணங்கவில்லை. குடி கலைந்தது. அதே ஏற்பாடு எட்டு வருஷம் கழித்துச் சின்ன அண்ணனுக்கும் தொடங்கிற்று. 'நான் மட்டும் சப்பையா' என்று அதே ஏழாவதோடு நிறுத்திக் கொண்டான் சின்ன அண்ணனும். அப்பாவுக்கு அலுத்து விட்டது. கடைசிப் பிள்ளையை ஒரு உறவுக்காரர் வீட்டில் சாப்பிட்டுக்கொண்டு படி என்று விட்டுவிட்டார். அதற்காக வருஷத்துக்கு ஒரு வண்டி நெல், இரண்டு மரக்கால் உளுந்து, இரண்டு மரக்கால் பயறு, போகும்போது வரும்போது இரண்டு

சீப்பு வாழைக்காய், கத்திரிக்காய், நாரத்தங்காய் என்று பிரதி செய்துகொண்டிருந்தார். சட்டநாதனுக்கு ஏழாவதோடு அலுக்க வில்லை. எட்டாவதையும் தாண்டி, ஒன்பதாவதுக்கும் வந்து விட்டான். இப்போது அலுப்பு வேறு எங்கிருந்தோ பயமுறுத்திற்று. அப்பா செத்துப் போனார். ஒன்பதாவதோடு போதும் என்று அம்மா முடித்துவிடுவாள் போலிருந்தது. சிதம்பரத்துக்குப் போன பெரிய அண்ணனும் அப்படித்தான் எழுதினானாம். சின்ன அண்ணன்கூட மசிந்து விடுவான் போலிருந்தது. அவன் மசியாமல் இருக்கிற புண்ணியத்தைத் தாண்டவ வாத்தியார் கட்டிக்கொண்டார். அம்மாவிடம் உட்கார்ந்து, "அது என்னாது அதிலே; படிப்பு வர்ற புள்ளையை நிறுத்தவாவது அதிலே? இந்தக் காலத்திலே படிப்புங்கறது முக்கியத் தேழ்வையில்லையா அதிலே? நம்ம கூட்டாளியிலே படிப்புக் குதிரைக் கொம்பா யிருக்கு அதிலே, பெரியவனை வீடு என்ன ஜாகை என்ன னென்னு போட்டுப் படிக்க வச்சீங்க அதிலே! முத்துச்சாமிக்கும் அதிலே எல்லாம் அந்த மாதிரியே செஞ்சீங்க அதிலே. வல்லே. குடுத்தனத்தைக் கலைச்சீங்க அதிலே. எங்கியோ தின்னுகிட்டுப் படிடான்னு இவனை விட்டீங்க அதிலே. இவனா சூரப் பயலாப் படிக்கிறான் அதிலே. இப்பப் போய் நிறுத்தவாவது அதிலே! சம்பளம் கட்ட முடியலேன்னா அதிலே. நான் அரைச் சம்பளத்துக்கு ஏற்பாடு பண்றேன் அதிலே" என்று புலம்பத் தொடங்கிவிட்டார்.

"அதுக்குச் சொல்லலய்யா! அவங்களும் இல்லே இப்ப ..! நெலம் நீச்செல்லாம் பார்த்துக்கணும். நீளப் படிச்சு என்னாத்தைச் செய்யப்போறான்னுதான் பார்க்கிறோம்."

"படிப்புக்கு லாபமே இல்லேங்கறாப்பல்ல பேசிறீங்க அதிலே! ரொம்ப நல்லாயிருக்கு அதிலே! இதைப் பாருங்க. நான் ஒண்ணு மட்டும் சொல்லிடறேன் அதிலே. படிப்பு வர்றவங்களை மட்டும் நிறுத்தினீங்களோ அதிலே அது எந்தத் தர்மத்திலேயும் சேத்தியில்லே. ரொம்பப் பாவம்னுகூடச் சொல்லு வேன் அதிலே. முறையில்லாத காரியம்கூட அதிலே..."

அவருடைய 'அதிலே'யின் வெற்றியோ என்னவோ, அவனும் பள்ளிக்கூடத்தில் கடைசி வருடம் வரையில் படித்து விட்டான். தாண்டவ வாத்தியாருக்கு அது ஒரு சொந்த வெற்றி. ஏற்கனவே கெட்டிக்காரப் பையனிடம் வாத்தியாருக்கு இருக்கிற பிரியம் இப்போது ஒரு பாசத்தையும் சேர்த்துக்கொண்டது. மேலும் இரண்டு வருஷப் படிப்புக்குக் காரணமாகி எத்தனையோ வாய்ப்புகளுக்கு வழி திறந்துவிட்ட ஒரு உரிமையோடு, பிணையோடு, சட்டநாதனோடு பழகத் தொடங்கினார். அவனைத் தினமும் வீட்டுக்குக் கூப்பிடுவார். ஏதாவது சொல்லிக்

கொடுப்பார். வேறு புத்தகங்களை வாசிக்கக் கொடுப்பார். தோசை, முறுக்கு என்று நொறுக்குத் தீனிகள் – இப்படி உபசாரம் பண்ணுவார். அவனும் கடை கண்ணி, பள்ளிக்கூடத்துக்கு அவர் திருத்தின நோட்டுப் புத்தகங்களைக் கொண்டு போவது, பகலில் டிபன் கொண்டு கொடுப்பது என்று வழக்கம்போல் எல்லாம் செய்யத் தொடங்கிவிட்டான். அவர் வீட்டுக்கு இரண்டு திண்ணைகள். கீழே சின்னது; மேலே பெரியது. பெரிய திண்ணை யில் அவர் உட்கார்ந்திருப்பார். சின்னத் திண்ணையில் இவன் கையைக் கட்டியோ, தூணைக் கீறிக்கொண்டோ மரியாதை யாகக் குனிந்து நிற்பான். தூர இருந்து பார்க்கிறவர்களுக்குப் பெரிய ராஜாங்க மந்திராலோசனை நடக்கிற மாதிரி இருக்கும்.

தாண்டவ வாத்தியாரின் மகள் குறுக்கும் நெடுக்கும் ஓடுவாள். அவனுக்குத் தோசை பரிமாறுவாள். தண்ணீர் கொண்டு கொடுப்பாள். ஆறாவது வகுப்போடு அவள் பள்ளிக் கூடம் போவதை நிறுத்திவிட்டார் வாத்தியார். வயது வந்து விட்டது. வெற்று உடம்போடு, பிறகு சீட்டிச் சட்டையோடு, மாந்தோப்பிலும் ஆற்றிலும் போய் மாங்காய் அடிப்பதும் நீச்சலடிப்பதும் பாண்டியாடுவதுமாகச் சுற்றிக்கொண்டிருந்த அந்தப் பெண், திடீரென்று உள்ளே அடைபட்டுவிட்டது. கூடத்தைத் தாண்டி அது நடைக்குக்கூட வருவதில்லை. திண்ணையில் பாவாடையைப் பரப்பி உட்கார்ந்து புளியங் கொட்டைகளை எறிந்து புறங்கையில் பிடிக்கிற பரபரப்பு, அமளி எல்லாம் திடீரென்று ஒரு நாள் நின்றுவிட்டது. திண்ணை யும் வாசலும் அவளை ஆனிக்கொருமுறை ஆடிக்கொருமுறை பார்த்தால்தான் உண்டு. வெளி உலகத்திற்கு அவள் இல்லாதது போலவே ஆகிவிட்டது. வீட்டுக்கு வந்து போகிற பந்துக்கள், கொத்துமல்லிக்காரி, அண்டை அயலிலிருந்து பேச வருகிற பெண்கள் – இவர்களைத் தவிர வேறு யாரும் அவளைப் பார்க்க முடியாது. வயது! ஆனால் இதற்கெல்லாம் சட்டநாதன் விலக்காக இருந்தான். அவன் எங்கும் போகலாம். அடுக்களைக் குள்கூடப் போகலாம். தாண்டவ வாத்தியார் மனைவியோடு பேசலாம். அந்த மகளோடும் பேசலாம். தினமும் அவளை ஒரு முப்பது தடவையாவது அவன் பார்க்காமல் இருக்க முடியாது. ஓடுவதில்லையே தவிர, கூடத்தில் குறுக்கும் நெடுக்கும் அவள் நடப்பது நிற்கவில்லை. ஏதாவது அரைத்துக்கொண்டிருப் பாள். படித்துக்கொண்டிருப்பாள். ஈரத்துணிகளைக் கொசுவி உதறிக்கொண்டிருப்பாள். முழங்காலில் மணையை முட்டுக் கொடுத்துச் சாய்த்து, உளுந்து உருட்டிக்கொண்டிருப்பாள். இதையெல்லாம் அவன் பார்ப்பதுகூட இல்லை. கடைக்குப் போய் வந்து அவளிடம் கணக்கு ஒப்பிப்பான். அவள் சாமான் களை எடுத்து வைப்பாள். கூடத்தில் அமர்ந்து பாத்திரங்களில்

அள்ளி வைப்பாள். அப்போதெல்லாம் அவன் அவளைக் கவனித்ததும் இல்லை; உற்றுப் பார்த்ததும் இல்லை. நின்று இரண்டு நிமிஷம், மூன்று நிமிஷம் என்று பேசியதுமில்லை. ஒரு வருஷம், ஒன்றரை வருஷம் அப்படித்தான் போய்க் கொண்டிருந்தது.

ஒரு சனி, ஞாயிறு ஊருக்குப் போய்த் திரும்பி வந்தவன், வழக்கம்போல் திங்களன்று வாத்தியாருக்குப் பகல் பலகாரம் வாங்கி வருவதற்காக அவர் வீட்டுக்கு வந்தபோது, அவர் மகளைக் காணவில்லை. கூடத்தில் காத்திருந்தவனிடம் டிபன் தூக்கைத் தாண்டவ வாத்தியாரின் மனைவி கொண்டு கொடுத்தாள். கிணற்றில் தண்ணீர் மொண்டு குடிக்கப் போவது போல் கொல்லைப் பக்கம் போனான். அங்கும் இல்லை. கதவைத் திறந்து தோட்டத்திற்குப் போனான். அங்கும் இல்லை. அவன் தேடுகிறதை அந்த அம்மாள் புரிந்துகொண்டுவிட்டாள் போலிருக்கிறது. தண்ணீர் குடித்துவிட்டு அரை வேட்டியின் அடித்தலைப்பால் வாயைத் துடைத்துக்கொண்டு வரும்போது, “சார்கிட்ட சொல்லு, ரவா உப்புமா கிண்டித் தரச் சொன்னாங்க. ரவா தீந்து போச்சு. அரிசி உப்புமாதான் பண்ணி வச்சிருக்கேன். குஞ்சம்மா திரும்பி வந்தப்பறம்தான் ரவா உப்புமா கிடைக்கும். குஞ்சம்மா தொப்பம் பார்த்திட்டு வர்றப்ப லங்கர் ரவா இரண்டு படி வாங்கி வான்னு சொல்லி இருக்கேன்” என்றாள் வாத்தியார் மனைவி.

சட்டநாதனுக்குக் குப்பென்று உடம்பு சுட்டது. அவளை நிமிர்ந்து பார்க்க முடியவில்லை. அகப்பட்டுக் கொண்டு விட்டோமே என்று சிறிது வெட்கத்தில் தவித்தான். பிறகு சரிப்படுத்திக்கொண்டு, “எங்கே தெப்பம்?” என்றான்.

“திருவாலூர்லே . . . முந்தாநேத்து அது பெரியப்பா வந்து அழச்சிட்டுப் போனாங்க, தொப்பம் பார்த்திட்டு, நாலஞ்சு நாள்ளே கொண்டாந்து விட்டிடறேன்னு, வர்றப்ப ரண்டு படி லங்கர் ரவா வாங்கியான்னு சொல்லி இருக்கேன்.”

அந்த நாலைந்து நாளும் அவனுக்கு ஏதோ வெறிச்சோடிக் கிடந்தது. படிக்கிறபோது அவள் ஞாபகம் வருகிறதே இல்லை. அவனுக்கு இப்போது அதுதான் முந்திக்கொண்டு வந்து நின்றது. அகலவும் மறுத்தது. படிப்பைத் தள்ளித் தள்ளிவிட்டு வந்து நின்றது. பிடிவாதமாகத் தள்ளத் தள்ள நெஞ்சின் ஒரு மூலையி லிருந்து எட்டிப் பார்க்கும்.

அவள் வந்த பிறகு?

பழைய சுதந்திரம் தொலைந்துவிட்டது. அவள் எதிரே வரும்போதெல்லாம் மனதுக்குள் ஒரு நடுக்கம். மேனியில் ஒரு சூடு. நின்று நிமிர்ந்து பேசக்கூட முடியாத கால் தளர்ச்சி.

அதே நிமிர மறுக்கிற கழுத்து. அவள் தூரப் போனால் அடக்க முடியாமல் திரும்பிப் பார்க்கிற தைரியம். வாத்தியாரோடு பேசவே பயமாயிருந்தது. அவர் மனைவியோடுகூட அவனால் நிமிர்ந்து பார்த்துப் பேசமுடியவில்லை.

இப்பொழுதெல்லாம் வாத்தியார் வீட்டில் உபசாரம் அதிகம். என்றைக்காவது மாலையில் கிடைக்கிற தோசை, புட்டு, ஆப்பம் எல்லாம் இப்பொழுது நித்திய வயணமாகி விட்டது. அவன் கூடத்திற்குள் அடியெடுத்து வைத்ததும், "வா தம்பி!" என்று வாத்தியார் மனைவி கூப்பிடுகிறதில் ஒரு பந்து அபிமானம், திருப்திப்படுத்துகிற ஒரு பரபரப்பு. மலர்ச்சி, சங்கோசம் – எல்லாம் சட்டென்று வெளிச்சம் வீசினாற் போல் முகத்தில் பொலியும்.

குஞ்சம்மாள்கூட இப்பொழுதெல்லாம் அவன் வந்தால் கூடத்தில் நிற்பதில்லை. அடுக்களைக்குள்ளோ, எதிரே இருந்த சாமான் அறைக்குள்ளோ நகர்ந்துவிடுவாள். தற்செயலாக அவன் அடுக்களைப் பக்கமோ, எதிர் அறைப் பக்கமோ திரும்பிப் பார்த்தால், அவள் சற்று மறைந்து நின்று தலையை மட்டும் நீட்டியபடி கூடத்தில் நடக்கும் பேச்சைக் கேட்டுக் கொண்டிருப்பது தெரியும்.

ஒரு இரவு அவனுக்குக் குஞ்சம்மாளோடு கல்யாணம் ஆகிவிட்டாற்போல் கனவு வந்தது.

உறவுக்காரர் வீட்டிற்குப் போகாமலும் இருக்க முடிய வில்லை. அங்குதானே அவன் சாப்பிடுகிறான், தங்கிப் படிக்கிறான், படுக்கிறான், குளிக்கிறான். அதையெல்லாம் தாண்டவ வாத்தியார் வீட்டிலேயே செய்தால் என்ன என்று கூட ஒரு ஏக்கம் நெஞ்சில் பரவிற்று. காரணமில்லாமல் மாற்றிக் கொள்ள முடியாது. எனவே பல்லைக் கடித்துக்கொண்டு இரவு அங்கே சாப்பிட்டுவிட்டுப் படிப்பான், படுப்பான், தூங்குவான். பாதிநாள் தூங்காமலும் போகும். விடிந்ததும் அவசர அவசரமாகக் குளித்துவிட்டு, அவன் தாண்டவ வாத்தியார் வீட்டுக்குப் பறக்கிற வேகம்!

இப்படி ஒரு மூன்று மாதம்! அப்புறம் வேடிக்கையாக ஒன்று நடந்தது. வேடிக்கையா அது! திடீரென்று முகத்தில் ஒரு படித் தண்ணீரை வீசிவிட்டாற்போல் அறைந்தது. கண் கரித்தது. முகம் கரித்தது. உயிர் கரித்தது.

செம்பருத்தி

2

குஞ்சம்மாவுக்குக் கலியாணம் ஆகப் போகிறது என்று சொன்னார்கள். மாப்பிள்ளை? சின்ன அண்ணன்; சட்டநாதனின் தமையன் முத்துச்சாமி!

தகப்பனுக்குப் பிறகு தமையன்தான் தந்தை. முத்துச்சாமி ஒரு மாசம் இரண்டு மாசத்துக்கு ஒரு தடவை தம்பி எப்படிப் படிக்கிறான் என்று பார்க்க வருவான். ஒரு மாதம் பத்து நாளுக்கு ஒருமுறை நான்கு நாளுக்கு ஒருமுறை என்று ஐந்தாறு தடவை வந்தான். தாண்டவ வாத்தியார் வீட்டுக்கு வருவான். பள்ளிக்கூடத்திற்குக்கூட இரண்டு முறை அவரைப் பார்க்க வந்தான்.

"அண்ணனுக்குக் கலியாணமாமே!" என்று சட்டநாதன் சாப்பிட்டுக்கொண்டிருந்த உறவுக்கார வீட்டு அம்மாள் கேட்டாள், ஒரு நாள் இரவு. அப்போதுதான் அவனுக்கு முழு விவரமும் தெரிந்தது.

அதற்குப் பிறகு தாண்டவ வாத்தியார் அவனைப் பகல் டிபன் கொண்டுவர வீட்டுக்கு அனுப்புவதில்லை. திடீரென்று நிற்கக்கூடாதே என்று ஒன்றுவிட்ட ஒரு நாள் காலை, மாலை என்று போவான். திண்ணையைக் கடப்பதில்லை. கூடத்திற்குப் போனாலும் அம்மாவோ குஞ்சம்மாவோ கண்ணில் படுவதில்லை. இப் போதும் உபசாரத்திற்குக் குறைவில்லை. ஆனால் வாத்தியார் மனைவியின் முகத்தில் அந்த வெளிச்சம் இல்லை. அது வேறு வெளிச்சமாகி

விட்டது. மரியாதை. சம்பந்தி வீட்டுப் பையன் மாப்பிள்ளைக்கு நேர் தம்பி. இப்படி ஒரு மரியாதை வெளிச்சம்!

என்ன அநியாயம்! என்ன மனிதர்கள்!

தாண்டவ வாத்தியார் ஒன்றுமே நடக்காதது போல் நடந்துகொண்டாரே! அவர் மனைவி நடந்து கொண்டாளே! அதுதான் வேடிக்கை! ஆனால், உள்ளுக்குள் இரவு முழுவதும் பல இரவுகள் அவர்கள் தங்கள் சிறுமையை நினைத்துத் துடித்திருப்பார்களோ! வெட்கியிருப்பார்களோ!

எப்படி மாற்றத் துணிந்தார்கள்!

ஆனால் உனக்குத்தான் இவள் என்று அவர்கள் எப்போ தாவது வாய்விட்டுச் சொன்னார்களா? இல்லையே! பின் டுவன் நாயாக ட்டின்ஏத்தையோ நினைத்துக்கொண்டு மனதை ஒடித்துக்கொள்ள வேண்டும்! அவர்கள் முதலில் பாசமும் அன்பும் பரபரப்புமாகக் காட்டினது, இவன் அண்ணன் மாப்பிள்ளையாக வரப்போகிறான் என்ற குதூகலத்தினால் தானோ, என்னவோ?

சை! நான் அவ்வளவு பொட்டையா! கண், முகம்கூடத் தெரியாதா என்ன?

தாண்டவ வாத்தியாரின்மீது அவனுக்கு ஒரு அலட்சியம்! வாத்தியார்தான். ஆனால் ரொம்பவும் சின்ன மனிதன்! அவர் மனைவி! சாமர்த்தியமாகக் குடித்தனம் நடத்துகிற, அகமுடையானுக்கு அடங்கிய கற்புக்கரசி என்று பெயர் சூட்டிக்கொள்வதற்காக, நாணயம், வாக்கு (அது வாயால் கொடுக்காத வாக்காக இருந்தாலும்) எதையும் சட்டென்று ஒதுக்கி மறந்துவிடுகிற சாதாரணப் பெண்பிள்ளை!

சின்ன அண்ணனுக்கு இது தெரியுமா, தெரியாதா? தெரியாது என்றுதான் நினைக்க வேண்டும். தெரிந்திருந்தால் இந்தப் பெண், இந்தக் கலியாணம் என்று அந்தப் பக்கம் தலை வைத்துக்கூடப் படுத்திருக்க மாட்டான். பிறகு தெரிந் திருந்தாலும் மனசில் வைத்திருக்க மாட்டான். படபடவென்று ஒரு நாளாவது அந்த வாய் பொரிந்திருக்கும். ஒரு கூடை, கம்பு என்று ஏதாவது சட்டநாதன்மீது பாய்ந்திருக்கும். குஞ்சம்மாளையும் சுருக்சுருக்கென்று அந்த வாய், நினைத்து நினைத்துக் கொதித்திருக்கும்.

சிமினி விளக்கு சுடர் தட்டியிருந்தது. விரலால் தட்டினான் சட்டநாதன். கூடத்தில் அம்மா இருமியவாறே குப்புறப் படுத்திருக் கும் சின்ன அண்ணன் குழந்தையைத் தட்டித் தூங்கப் பண்ணிக்

செம்பருத்தி

கொண்டிருக்கிறாள். மார்கழி மாதக் குளிராலும் ஈரத்தாலும் அம்மாவுக்கு ஆஸ்த்துமா கடுமை. இரண்டு நாளாக இருமல் தாங்கவில்லை. கூட்ஸ் வண்டியின் கதவை மல்லாத்தித் திறந்து போட்டால் இப்படித்தான் க...ல்...க...ல்... கல்கல்லென்று சத்தம் சுருங்கிக்கொண்டேயிருக்கும். இருமி இருமியே அம்மாவுக்கு முதுகு கூனி வளைந்துவிட்டது. நிமிர்ந்து பார்க்க வேண்டும் என்றால் தலையைத்தான் நிமிர்த்தலாம். இடுப்பு நிமிராது. காய்கறி நறுக்குகிறது, கீரை ஆய்கிறது, தென்னை ஓலையைச் சீவி விளக்குமாறு கட்டுவது – அவளால் முடிகிற காரியங்கள் இவைதான். ஆனால் இந்தக் குழந்தையைப் பார்த்துக்கொள்கிற வேலை இரண்டு ஆள் வேலை. பாட்டியோடு சேர்ந்து அதைப் பார்க்கிற போதெல்லாம் அது குப்புறப் படுத்துதானிருக்கும். பாட்டி தட்டிக்கொண்டேயிருக்க வேண்டும். தூங்கினாலும் சரி, தூங்காவிட்டாலும் சரி. பாட்டியின் விரல், கை எல்லாம் சற்றுப் பெரியவை. ஏகப்பட்ட சுருக்கம். வாடல் கத்திரிக் காயாக மெத்து மெத்தென்று விழும் போலிருக்கிறது. பாட்டியோடு இல்லாத சமயங்களில் குழந்தை சட்டநாதன் மடியிலோ கையிலோ சவாரி செய்துகொண்டிருக்கும். திண்ணையிலோ கூடத்திலோ புத்தகத்தை எடுத்துக் கொண்டு உட்கார்ந்தால் உடனே வந்துவிடும். ஆற்றங்கரைப் பக்கம், கோவில் பக்கம் – எங்காவது தூக்கிப் போய்க்கொண்டே இருக்க வேண்டும். கீழே இறக்க விடாது. இறக்கினால் உயிரே போய்விடுகிறாற் போல் ஒரு அழுகை. தூக்கி வைத்துக்கொண்டதும் அந்தக் கணமே பொட்டென்று அது நிற்கிற சுருக்கு! வாயில் நடு விரலையும் மோதிர விரலையும் சேர்த்துக்கொண்டு இடது கைவிரலால் அவன் மார்பு உரோமங்களைத் தடவிக்கொண்டே அது தொலைவில் பார்க்கும்.

“அப்பனைப் போலவே இருக்கு மகளும். அவனுக்கும் நான் புஸ்தகத்தைத் தொட்டா வேம்பு. இதுக்கும் அப்படியே தான் இருக்கு. அவன் கத்தறான். இது ஊளையிடுது!” என்று அண்ணியின் காதில் விழும்படியாகச் சொல்லிக்கொண்டே அடுக்களை வழியாக இரண்டாம் கட்டைப் பார்க்க நடப்பான் அவன். இரண்டாம் கட்டில் ஒரு வேலையுமில்லை. இதைச் சொல்வதற்காகவே அப்படி நடந்து போவான். அண்ணியோடு நேராகப் பேசுகிற வழக்கம் இல்லை. குஞ்சம்மாளோடு பேசின பேச்செல்லாம் தாண்டவ வாத்தியார் வீட்டோடு சரி. அண்ணியாக வந்த பிறகு, அம்மாவை நடுவில் வைத்து, வீடு பெருக்குகிற அம்மணியை வைத்து, பண்ணை ஆளை வைத்து – இப்படி நடுவில் ஒன்று வேண்டும் இருவரும் பேசிக்கொள்ள. அவன் அலுப்பைக் கேட்டு அவளுடைய நாணம் புன்னகை பூக்கும்.

சற்றுக் கழித்து, "இங்கே வாடா கண்ணு, சித்தப்பா வாசிக்கணு மில்லே?" என்று கூப்பிடுவாள்.

"ஹம்," குழந்தை உடம்பை வளைத்து அவனோடு ஒட்டிக்கொள்ளும்.

"கீழே விட்டிரட்டும்."

கீழே விட முடியாது. குழந்தையின் கால் கீழே போவாது. பலவந்தமாக விட்டுவிட்டுப் போனால், கீழே புரண்டு புழுத் துடியாகத் துடித்துக் கதறல்.

"நீ விட்டதுக்கும் சேர்த்து இது ஒட்டிக்குது" என்று மனசில் நினைத்துக்கொண்டே அந்தக் கூடத்தைப் பார்த்துச் சிரித்து விட்டு, "சரி வா. நீதான் எனக்குப் புஸ்தகம்!" என்று தூக்கிக் கொண்டு போவான் அவன்.

சின்ன அண்ணனுக்கு சரஸ்வதி தேவியோடு ஜன்மாந்தர மனஸ்தாபம். புத்தகமும் கையுமாக யாரைப் பார்த்தாலும் பரம முட்டாளை, கையாலாகாதவனைப் பார்க்கிறதுபோல் ஒரு பார்வை. ஒரு அலட்சியம். அவன் பார்க்கிற புத்தகங்கள் மளிகைக் கடைப் பேரேடு, ரோக்காக்கள், கூடத்து ஆணியில் மாட்டியிருக்கிற பாம்புப் பஞ்சாங்கம், சாகுபடிக் கணக்குகள் எழுதியிருக்கிற குட்டை நோட்டுகள், ஐம்பது, நூறு என்று ஆள்களுக்குக் கடன் கொடுத்திருக்கிற புரோ நோட்டுகள். பாம்பு பஞ்சாங்கத்தில் என்னதான் இருக்கிறதோ – ஆணியி லிருந்து அகற்றி, தாழ்வாரத்தில் வந்து, முற்றத்து வெளிச்சத்தில் பிடித்து, நின்றவாக்கில் பார்க்கத் தொடங்கினால், மணிக் கணக்கில் உட்காராமல், திரும்பாமல் பார்த்துக்கொண்டே இருப்பான். வேறு புத்தகங்கள் எதையும் தனக்கோ, பிறருக்கோ அவன் ஒப்புக்கொள்ளவில்லை.

அமாவாசை அன்று கடையடைப்பு. அன்று முழுவதும் வீட்டில்தான் இருப்பான் சின்ன அண்ணன். சட்டநாதன் புத்தகம் வாசிப்பதைப் பார்த்தால் பற்றிக்கொண்டு வரும். அதே மாதிரி அவன் தினமும் கடை கட்டிவிட்டுத் திரும்பி வரும்போது சட்டநாதன் புத்தகத்தை வைத்துக்கொண்டு உட்கார்ந்திருப்பான். (குழந்தை தூங்கிப் போயிருக்கிற சமயம் அது.) ஏதோ மரியாதை இல்லாத காரியத்தைச் செய்கிற மாதிரி என் அண்ணனுக்குத் தோன்றும் போலிருக்கிறது. உள்ளே நுழைந்ததும் தம்பியைப் பார்த்து அவன் முகத்தில் வருகிற உதாசீனம், 'என்ன பிரயோசனம்?' என்று சொல்லாமல் சொல்லுகிற உதட்டின் இறுக்கம் – சட்டநாதன் இரண்டையும் பார்த்துவிட்டு, புத்தகத்தை மூடி வைப்பதா வேண்டாமா

என்று தயங்கிவிட்டுப் பிறகு பயத்துடன் ஒரு அடையாளம் வைத்து மூடி வைப்பான். சில நாட்களில் சின்ன அண்ணனுக்குப் படபடத்துக்கொண்டு வரும். கொல்லையில் கால் கழுவி விட்டுக் கூடத்திற்குத் திரும்பினதும், “அர்ணாயலம் வந்தானா இன்னிக்கு?” என்று யாரைப் பார்த்து என்று இல்லாமல் பொதுவாகக் கேட்டு வைப்பான்.

“அர்ணாயலம் வந்தானாம்மா?” என்று சட்டநாதன் அம்மாவைப் பார்த்துக் கேட்பான்.

“எந்த அர்ணாயலம்?”

“அர்ணாயலம் வந்தானான்னு நான் கேக்கறேன். இவன் அதையே உன்னைக் கேக்கறான். நூறு ரூவா வாங்கிட்டுப் போயிருக்கான். மூணு வருஷம் ஆகப்போவுது. நோட்டு இன்னும் இரண்டு நாளிலே காலாவதி ஆவுது. வட்டிப் பணம்னாவது பத்து அஞ்சைக் கொடுத்து வரவு வச்சிட்டுப் போடான்னு சொல்லியிருக்கேன். அதான் வந்தானான்னு கேட்டேன். இவன் உன்னைக் கேக்கறான்! காலாவதி ஆச்சுன்னா, ஐயான்னா வருமா, அப்பான்னா வருமா? சின்னப் பணமா? சும்மா புஸ்தகத்தை வச்சிட்டே குந்திட்டுக் கிடந்தா? இது என்ன மடமா, வாத்தியார் வீடா ..? ஏய், முதல்லே உன் புஸ்தகத்தை மூட்டை கட்டி வச்சிட்டுக் குடும்பத்தைக் கவனிடா – டேய் சட்டம். உன்னைத்தான்டா!”

“சரிண்ணா.”

“சரிண்ணா, சரிண்ணா – பேருதான் சட்டம். சட்டத்தையும் காணும், சவரனையும் காணும். உனக்கு ஏத்தாப்போல ஒரு குருநாதன் ஆம்பிட்டார் பாரு. போய்க் கேள்டா அவர் கிட்டே. ‘உடையார்வாள்! முப்பதாயிர ரூவா கடன் இருக்கு உங்க குடும்பத்துக்கு. அதைத் தீக்க வழி செஞ்சுகிட்டீங்களா? இப்படிக் கம்ப ராமாயணத்தையும் பஞ்சப் புராணங்களையும் படிச்சிட்டே இருக்கீங்களே! அது கடனைத் தீர்க்குமா’ன்னு கேளுடா. அவரு இந்த மாதிரி புஸ்தகம், புஸ்தகம்னு புஸ்தகத்தைக் கட்டிக்கிட்டே அழுதுதான் இருக்கிறதையெல்லாம் கோட்டை விட்டுக்கிட்டே இருக்காரு. பண்ணையிலே வேலை செய்யற பயலுங்க அவன் அவன் வச்சது சட்டம். பூமி விளைஞ்சாத்தானே அப்பாரு விட்டுப்போன கடனை அடைக்கலாம். எப்ப அடைக்கிறது, புஸ்தகம் படிச்சுக்கிட்டேயிருந்தா? குருவுக்கேத்த சீடப் புள்ளையா நீயும் போய்ச் சேர்ந்துகிட்டிருக்கே. இங்கே நோட்டுக் காலாவதி ஆயிடும் போலிருக்கு.”

இப்படி ஒரு நாள்.

இது மிக மிக அடக்கமான பேச்சு. எத்தனையோ நாளைக்கு அவன் பேசுகிற பேச்சைக் கேட்டு அந்தப் புஸ்தகங்களுக்குச் சுரணை இருந்திருந்தால் தானே அந்த வீட்டைவிட்டு ஓடி யிருக்கும். குறுவை அறுப்பு இந்த வருடம் சற்றுத் தள்ளிப் போய்விட்டது. ஆற்றில் தண்ணீர் வரத் தாமதம். மேற்கே பருவ மழை காலம் தள்ளித் தொடங்கிற்று. விளைச்சல் முற்றும் போது எலி வெட்டுப் பல இடங்களில் ஊர் நிலங்களைச் சொட்டையாக்கிவிட்டது. வழக்கத்திற்கு முக்கால் மேனிக்குத் தான் கண்டு முதல் தேறிற்று. களத்திற்குப் போய்விட்டு வந்த முத்துச்சாமி புகைந்துகொண்டே வந்தான். சட்டநாதனையும் புத்தகத்தையும் பார்த்ததும் ஒரு கணம் நின்றான். “டேய் ரட்டம், இன்னமே இப்படிப் புஸ்தகத்தை வச்சிகிட்டு உக்காந் திருக்காதே. நீ சமயத்தில் கவனிச்சிருந்தே, கண்டு முதல் இவ்வளவு சாவியாகப் போயிருக்காது. எலிப்படை அப்படியே பூந்து சூறையாடியிருக்கு. இது என்ன நியாயத்திலேடா சேத்தி? உன் புஸ்தகத்திலே இப்படி எழுதியிருக்கா? எலி பூச்சி எல்லாம் இஷ்டப்படி கொள்ளையடிக்கட்டும், நீ என்னைப் பார்த்துக் கிட்டே இருன்னு இந்தப் புஸ்தகம் சொல்லுதா . . . சொல்லு தான்னு கேக்கறேன், சொல்லேண்டா – என்னடா நான் கேக்கறேன் பேசாம இருக்கியே. பதில் சொல்லேன்” என்று உடல் நடுங்க நின்றான்.

சட்டநாதனுக்கு என்ன சொல்வதென்று புரியவில்லை. புஸ்தகத்தை மூடிவிட்டு எழுந்து தலைகுனிந்துகொண்டே நின்றான்.

“உன்னைப் படிக்க வாண்டாம்னு என்னைக்காவது சொல்லியிருக்கேனா? செய்ய வேண்டிய காரியத்தைச் செஞ்சிட்டு இதை அப்புறம் செஞ்சா நல்லாருக்கும். இப்படி அறுபது நாழியும் வயித்தெரிச்சலைக் கொட்டிக்கிட்டே இருந்தா யாருடா தாங்கிட்டிருக்க முடியும்? எந்தத் தெய்வம் தான் பொறுத்துக்கிட்டிருக்கும்? இத பாரு – இன்னமே நீ இந்தக் கோலத்தோட என் மூஞ்சியிலே முழிக்காதே. சொல்லி விட்டேன். நாளைக்கும் இந்த மாதிரிப் பார்த்தேன், என்ன செய்வேனோ தெரியாது. புஸ்தகம் விலை ஜாஸ்தியா கொடுத்து வாங்கியிருக்கியோ என்னவோ . . . அனாவசியமா என்னைப் பொல்லாதவனாக்காதே!” என்று வேகமாகக் கொல்லைப் பக்கம் கால் கழுவப் போய்விட்டான்.

இரண்டு பேரும் சேர்ந்துதான் சாப்பிடுவார்கள். சாப்பிடும் போது சின்ன அண்ணன் கற்பனை, கிண்டல் எல்லாம்

சிறகடித்துப் பறக்கும். குறும்பும் வெகண்டையும் நாக்கில் துள்ளும். உறவினர்களைப் பற்றி, வியாபாரத்தைப் பற்றி, ஏதோ கலியாணத்துக்குப் போனபோது அங்கு வந்திருந்த சம்பந்திகளைப் பற்றி – இப்படிப் பேசத் தொடங்குவான். அவர்கள் மாதிரிப் பேசிக் காண்பிப்பான். புரை ஏற – புரை ஏறச் சிரிப்பு வரும். சட்டநாதனுக்குப் புரை ஏறும். வயிறு வலிக்கும். அம்மா சிரித்துச் சிரித்து இருமத் தொடங்கிவிடுவாள். ஓயாத இருமலாக ஓங்கிவிடும். அண்ணி மாமியாரின் காதில் விழாமல் சிரிப்பதற்காக இரண்டாம் கட்டைப் பார்க்கப் போய்விடுவாள். புடவையை வாயில் திணித்துக்கொண்டு சிரித்துத் தீர்த்து விட்டு வருவாள். அவள் திரும்பி வரும்போது கண் ஓரமெல்லாம் நீர் கட்டியிருக்கும். சில சமயம் அவள் திரும்பி வர நேரமாகும்.

"சிரிச்சாச்சா இல்லியா? மோரை ஊத்திட்டுப் போயிட்டியே. ஊறுகா, குளம்பு ஏதாவது போடு தொட்டுக்க... வா," என்று இரண்டாம் கட்டைப் பார்த்துக் கத்துவான் முத்துச்சாமி. பிறகு அவள் கஷ்டப்பட்டுச் சிரிப்பை அடக்கிக்கொண்டே வருவாள். ஊறுகாயைப் போட்டுவிட்டு, மீதியைச் சிரிக்க இரண்டாம் கட்டுக்கே போய்விடுவாள்.

அப்படிப் பேசுகிறவன் அன்று வாயைத் திறக்கவில்லை. தம்பியின்மீது கோபம் தணியவில்லை போலிருக்கிறது. அண்ணனின் கோபத்தைப் பார்த்து உள்ளுக்குள் சிரித்துக்கொண்டிருந்த சட்டநாதனுக்கு இப்போது பயமாகவே இருந்தது. தான் தவறு செய்கிறோமோ என்று சந்தேகம் வந்துவிட்டது.

மறுநாள் அண்ணன் கடைக்குப் போனதும் இரண்டாம் கட்டில் உள்ள களஞ்சியத்தைப் பண்ணை ஆள் குமருவை வைத்துக்கொண்டு சுவரோரத்திலிருந்து மெள்ள மெள்ள இழுத்து ஒரு முழம் தள்ளி நகர்த்தி வைத்தான். படிக்க மிக மிக வசதியான இடமாகக் கிடைத்துவிட்டது. பகல் வேளையில் சுமாரான வெளிச்சமுமிருந்தது. மார்கழி மாதக் குளிருக்கு அடக்கமாகக்கூட இருந்தது. கோடை வந்தால் உடல் வெம்பி வதங்கிவிடும். அதுவரையில் தை, மாசி இறுதிவரை தள்ளி விடலாம். அண்ணியைத் தவிர யாருக்கும் அந்த இடம் படிக்கிற இடமாக மாறியிருந்தது தெரியாது. "தித்தப்பா எங்கே? பாட்டி, தித்தப்பா எங்கே காணும்?" என்று குப்புறப் படுத்திருந்த குழந்தை நினைத்து நினைத்துப் பாட்டியைக் கேட்கும். நல்ல வேளையாக அம்மாவுக்குத் தெரியாது.

இரவு சின்ன அண்ணன் கடையிலிருந்து திரும்பி வருகிற சத்தம் நடையில் கேட்கும். உடனே சட்டநாதன் விளக்கை ஊதி, புத்தகத்தைக் களஞ்சியச் சட்டத்தின் மீதே வைத்துவிட்டு

26 தி. ஜானகிராமன்

கிணற்றங்கரைக்குச் சென்று முகத்தைக் கழுவிக் கொண்டு நிற்பான் . . .

குழந்தை தூங்கிவிட்டாற் போலிருக்கிறது. அம்மாவின் இருமல்தான் கேட்டுக்கொண்டிருக்கிறது. சின்ன அண்ணன் இன்னும் வரவில்லை. பசி எடுக்கிறது.

“அவங்க இன்னும் வரக் காணுமே. இவங்களாவது சாப்பிட லாம்” என்று அம்மாவிடம் ஒரு நாழிக்கு முன்பு சொல்லிக் கொண்டிருந்தாள் அண்ணி.

“சாப்பிடலாம். இருட்டினதிலேர்ந்தே இவனையும் காணுமே. எங்க போயிடறான் தினமும்?” என்று அம்மா பதிலுக்குக் கேட்டாள்.

அண்ணிக்கு அவன் இருக்கிற இடத்தைச் சொல்லவும் தைரியம் இல்லை போலிருக்கிறது. பேசாமலிருந்துவிட்டாள். உனக்குப் பசித்தால் நீ சாப்பிடலாம் என்று அவள் மறைமுக மாகக் கூப்பிட்டுவிட்டாள். சட்டநாதனுக்குத்தான் அண்ணன் இல்லாமல் சாப்பிடத் தோன்றவில்லை. கூட யாராவது இருந்து சாப்பிட்டால்தான் அவன் வாய் துள்ளும். கொஞ்சம் வாய் விட்டுச் சிரிக்கலாம். தனியாக அண்ணனுக்குச் சாப்பிடவும் பிடிக்காது. தனியாக உட்கார நேர்ந்தாலே மனது கலைந்து அண்ணியைப் பார்த்து ஏதாவது கத்த ஆரம்பிப்பான். “இது என்ன குளம்பா? கோந்தா? சும்மா பேசிகிட்டேயிருக்கானே, இதையாவது போட்டு வாயை ஒட்டலாம்னு இப்படிப் பண்ணினாயாக்கும்?” என்று குறுக்கே பாய்வான்.

“இங்கே செட்டும் கிட்டுமா இருக்கணும்னு அவசியமில்லே. இது வாத்தியார் வீடு இல்லே. ஆண்டவன் ஒரு பெரிய முட்டை நெய்யி, வெண்ணெய் எடுக்காத தயிரு, இதெல்லாம் போட்டுக் கிட்டுச் சாப்பிடக் கொடுத்திருக்கான். கொஞ்சம் தாராளமாக இருக்கலாம்” என்று மனைவியைக் குத்துவான். எப்பொழுதும் புன்னகையாகவே எதையும் சமாளித்து விடுகிற அண்ணிக்கு, இந்தச் சமயங்களில் மட்டும் முகம் லேசாகச் சுருங்கும். வாத்தியார் வீடு, அங்கு எல்லோரும் அரை வயிற்றுக்குச் சாப்பிடுகிறார்கள். குறும்பை வாங்கி முட்டையால் தயிர் நெய் போட்டுக்கொள்ளுவார்கள் என்ற தோரணையில் முத்துச்சாமி ஜாடையும் மாடையுமாகக் குத்தும்போது சிவனே என்று கிடக்கிற நாயை அவன் குத்துகிறதுபோல் தோன்றும் சட்டநாதனுக்கு. நல்லவேளை! அண்ணி திரும்பி மேலே விழுந்து பிடுங்குவதில்லை. முகத்தைச் சுருக்கிக்கொள்ளுவ தோடு நிறுத்திக்கொள்வாள். உனக்கு நன்றாக வேணும் என்று நெஞ்சுக்குள் கறுவுவான் சட்டநாதன்.

இப்போது அந்தக் கறுவலில் முந்திய காரமும் கோபமும் இல்லை. நாலைந்து வருடமாகப் பழகிய கறுவலே தவிர எந்தவித அர்த்தமும் உணர்ச்சியும் அதில் இல்லை. குஞ்சம்மா சின்ன அண்ணனைக் கைப்பிடித்து இங்கு வந்த ஒரு வருஷம் வரையில் அது கோபக் கறுவலாகத்தான் புகைகிற வழக்கம். அப்போதெல்லாம் இந்த வீட்டிலேயே இருக்க முடியாது போலிருக்கும். நெஞ்சில் குமைந்து குமைந்து வரும். திண்ணை யில் ஓரமாக ஒரு தூணில் தலையும் இன்னொரு தூணில் காலுமாகப் படுத்துக் குமைந்து குழம்பிக்கொண்டேயிருப் பான். "எப்படி மனசு வந்தது? விரைத்து ஜிலுஜிலுவென்று நாற்றுக் கிளம்பி அலையாடும்போது அப்படியே அதை மிதித்துக் கிள்ளி எறிந்து, வேறு எதையோ நடுகிற மாதிரி இருக்கிறதே!" என்று பெருமூச்சு விடுவான். அவனுக்குக் கோபம் அண்ணன் மீதில்லை; தாண்டவ வாத்தியார்மீது. அவர் மனைவிமீது. குஞ்சம்மாளின் அப்பாவித்தனத்தின்மீது. அண்ணி வந்த இரண்டு வருஷம் வரையில் நினைத்து நினைத்து நெஞ்சில் புயல் வீசும். வயிறு கலங்கும். உலகமே புறக்கணித்து ஒதுக்கிவிட்டாற்போல, யாருக்குமே வேண்டாத ஜன்மமாக ஆகிவிட்டது போல, வயல்கடைக்கு நடுவில் வரப்பில் நின்று சுற்றிலும் வெளியைப் பார்த்துக்கொண்டு தன்மீதே இரக்கப்பட்டுக் கொள்வான். ஆள் நடமாட்டம் இல்லாத சமயங்களில் எல்லாரும் கை விட்டுவிட்ட இந்த உணர்வு அவனைப் போர்த்திக் கவ்விக் கொள்ளும். வரப்புமீது வளர்ந்திருக்கிற நாயுருவிகளை உராய்ந்து உராய்ந்து நடப்பான். தேள் கொடுக்குச் செடிகளைக் கையால் வீசித் தட்டுவான். கொடுக்குத் தோலைக் குத்திக் கடுப்பு எடுக்கும். வரப்பு ஓரங்களில் நீலமும் மஞ்சளும் வெள்ளையும் சிவப்புமாகப் பற்பல வடிவங்களில் படர்ந்து பூத்திருக்கும் சின்னஞ்சிறு குறும்பூக்களைப் பார்த்துக்கொண்டே நிற்பான். குறும்பூக்கள் அவனுடைய தோழர்களாகி விட்டார்கள். எத்தனை வடிவம்! எத்தனை உருவ அமைப்பு! ஆனால் யார் இவற்றைக் கவனிக்கிறார்கள்? குனிந்து பார்க்கிறார்கள்? வரப்பில் நடக்கிற வனுக்குத் தன் கால் அமைந்து பாவுகிற கவலை ஒன்றுதான். அந்தக் காலில் எத்தனை எத்தனை குறும்பூக்கள் மிதிந்து குலைந்து வெம்புகின்றன! சில சமயம் அவன் மெனக்கெட்டு உட்கார்ந்து அவற்றைப் பார்த்துக்கொண்டே இருப்பான். 'பிள்ளையார் பூசைக்கு எருக்கம் பூகூடப் போகிறது! அதற்குக் கூட உங்களை யாரும் தகுதியாக நினைக்கவில்லை. எந்தப் பயலும் பார்க்காமல் பூத்து, மலர்ந்து நசுங்கியோ, நசுங்கா மலோ உங்கள் காலம் தீர்ந்துவிடுகிறது. ஆனால் யாரும் பார்க்கவில்லையே என்று இடிந்துபோக வேண்டாம். நான் இருக்கிறேன் பார்க்க. நானும் வரப்புப் பூதான். தாண்டவ

தி. ஜானகிராமன்

வாத்தியார் கண்ணுக்குக்கூட நான் மட்டமாகிவிட்ட வரப்புப்பூ. நானும் சேர்ந்துகொள்கிறேன். என்னையும் தாண்டவ வாத்தியார், அவர் சம்சாரம், மகள் எல்லோரும் நசுக்கிக் கொண்டே கடந்து போய்விட்டார்கள். இனிமே எனக்கு நீங்கள்தான். நான் உங்களுக்குத்தான் ...” என்று நெஞ்சுக்குள்ளே பேசிக்கொண்டிருப்பான். ஒரு படர்வை விரலால் மெதுவாகத் தூக்கிப் பார்ப்பான். ‘அப்பா! சுண்டு விரல் நக அளவுகூட இல்லை. அதற்குள் எத்தனை வரிசை! எத்தனை வளைவு! எத்தனை நெளிவு! யாருக்காக இதெல்லாம் . . ?’ என்று கேட்டு விட்டுக் குறு மலர்களைப் பார்த்துக்கொண்டே இருப்பான்.

இரண்டு வருஷம் இப்படிப் போயிற்று. இப்பொழுதெல் லாம் அந்தத் தாபம், குமுறல் எல்லாம் இல்லை. ஆனால் தான் வரப்புக் குறும்பூ என்று அவனுக்கு நிச்சயமாகத் தோன்றி விட்டது. கண்ணாடியில் முகம் பார்க்கும்போதெல்லாம் முகம் எல்லாம் வரப்புப் பூக்கள் படர்ந்திருப்பதுபோல் தோன்றுகிறது.

வாசல் கதவை யாரோ தட்டுகிறார்கள். சின்ன அண்ணன் வந்துவிட்டான் போலிருக்கிறது.

சட்டநாதன் விளக்கை ஊதி அணைத்தான். புத்தகத்தைச் சட்டத்தின் மீது வைத்துவிட்டு, முற்றத்திற்கு வருவதற்குள், அண்ணி வாசற் கதவைத் திறந்துவிட்டாள்.

ஆனால், வழக்கம்போல் செருப்புச் சத்தம் நடைக்கு வரவில்லை, கதவும் மூடவில்லை.

“சின்னய்யா இருக்காங்களா?” என்று குரல் கேட்டது.

“யாரு?”

சட்டநாதன் கூடத்திலிருந்த அரிக்கேன் விளக்கை எடுத்துக்கொண்டு வாசலைப் பார்க்க நடந்தான்.

“நான்தாங்க, கோவிந்தசாமி,” என்று குரல் கேட்டது.

கடை ஆள்.

“அண்ணன் வரலே?”

“சொல்லத்தான் வந்திருக்கேன்.”

“ஏன்? வேறே எங்கியாவது போயிருக்காங்களா?”

“இல்லீங்க, கொஞ்சம் உடம்பு சரியில்லாம இருக்கு. அதுக்குத்தான் உங்களை அழைச்சிட்டுப் போகலாம்னு வந்தேன்.

கையோட உங்களை அழைச்சிட்டு வரச் சொன்னாங்க. மணியக் காரர் வீட்டு வண்டியைக் கட்டிக்கிட்டு வரச் சொன்னாங்க உங்களை."

"என்ன உடம்பு?"

"என்னமோ தெரியலீங்க. இருட்டி ஒரு நாளி இருக்கும். ரண்டு மூணு தடவை போக்கா இருந்தது. தாகமா இருக்குடா, நாக்கெல்லாம் உலர்றாப்பல இருக்குன்னாங்க. ஒரு கல்லு உப்பை ஒரு டம்ளர் தண்ணியிலே போட்டுக் கலக்கி ரண்டு, மூணு தடவை கொடுத்தது, நிக்கல்லே. அப்பாலே லோகல் பண்ட் ஆஸ்பத்திரிக்கு அழைச்சிட்டுப் போனோம். டாக்டர் மூலைக் கொட்டகையிலே கட்டில்ல படுக்க வச்சிப் பார்த்தி கிட்டு இருக்காங்க. உடனே தம்பியைக் கூட்டிக்கிட்டு வாடான்னாங்க. ஓடியாந்தேன். உடனே புறப்பட்டாத் தேவலாம்" என்றான்.

குஞ்சம்மா எல்லாவற்றையும் கேட்டுக்கொண்டே நடை நிலையில் நின்றுகொண்டிருந்தாள்.

"சரி வா, வண்டி கேட்டு வரலாம்" என்று சட்டநாதன் வாயிலில் இறங்கினான்.

"கோவிந்தசாமி! சரியாகச் சொல்லேன். நீ சொல்றதைப் பார்த்தா என்னமோ போல இருக்கே!"

"அம்மாகிட்ட, சின்னம்மாகிட்டெல்லாம் சொல்ல வாண்டாம்னுதான் பார்த்தேன்."

"என்ன சொல்லேன்?"

"அதாங்க!"

"எது?"

"மார்கழி மாசத்துச் சீக்குப் போலத்தான் தோணுது. டாக்டரய்யா எல்லாரோடவும் சேர்த்துப் போட வாண்டாம்னு மூலெ வார்டிலே கொண்டு போடச் சொல்லி இருக்காங்களேனு தான் எனக்கும் சந்தேகமாயிருந்தது."

"காலராவா?" என்று நடுங்கிக்கொண்டே குழறினான் சட்டநாதன்.

"அப்படித்தான் தோணுது."

சட்டநாதனுக்கு வயிற்றைக் கலக்கிற்று, கால் ஓய்ந்தது. அந்த ஓய்ச்சலுக்கிடையேயும் கால் தரியாமல் பரபரப்பாக விரைந்தது. சேண்டப்பிரியர் வீட்டுக் கதவைத் தட்டினான்.

கதவைத் திறந்தவரிடம், "நான்தான் சட்டநாதன். அரை வண்டி வேணும். அண்ணனுக்கு உடம்பு சரி இல்லே; அவசரம். கடை ஆளு வந்திருக்கு. நம்ம வீட்டிலே இருக்கிறது கட்டை வண்டி. அதுக்கும் கூண்டு கிடையாது. அண்ணன்தான் உங்ககிட்ட வண்டி கேட்டு ஓட்டிகிட்டு வரச் சொன்னாங்களாம்" என்று குரல் கம்மியும் குழறியும் நடுங்கித் தீர்த்தான்.

அவர் கொல்லைப்பக்கம் ஓடினார், 'கலியா! கலியா! என்று வேலியில் நின்று குரல் கொடுத்தார்.

நாலைந்து குரலுக்குப் பிறகு கொல்லைத் தெருவின் நடுவிலிருந்து, "இதோ வராங்க. சாப்பிட்டுக்கிட்டு இருக்காங்க," என்று ஒரு பெண் குரல் வந்தது.

வேலியைத் திறந்துகொண்டு நடந்தார் சேண்டப்பிரியர். கூடவே இருவரும் நடந்தார்கள்.

"கலியா!"

"ஏங்க இதோ வரேன்னேங்களே."

"சாப்பிட்டது போதும். வா, வந்து சாப்பிட்டுக்கலாம்" என்று கத்தினார்.

அவன் அப்படியே எழுந்து, வாசலில் கையலம்பி விட்டு வந்து நின்றான்.

"அரை வண்டியைக் கட்டு. முத்துச்சாமிக்கு உடம்பு சரி இல்லையாம். சட்டநாதனை ஏத்திக்கிட்டுப் போகணும். வா, சீக்கிரம்!" என்று அவர் குரல் கிடுக்கிப் போட்டது. பதில் பேசவில்லை அவன்.

பின்கொல்லையிலிருந்து மாடுகளை அவிழ்த்து வந்தான். வீட்டுக்குள்ளாகவே ஓட்டி வாசலுக்கு வந்தான்.

உள்ளேயிருந்து வண்டி அரிக்கேனைக் கொண்டுவந்து கொடுத்தார் சேண்டப்பிரியர்.

வண்டி கட்டித் தன் வீட்டு வாசலோடு போகும்போது விளக்கை வைத்துக்கொண்டு அம்மாவின் கூனலும் குஞ்சம்மா வின் இனம் தெரியாத துயரமும் காத்துக்கொண்டிருந்தன.

"என்னடா சட்டம்?"

"அண்ணனுக்கு உடம்பு சரியில்லியாம்மா. நடக்கறது சிரமமாயிருக்கும் போலிருக்கு. காச்சலாம். நான் அழைச்சி கிட்டு வந்திடறேன். ஒண்ணும் கவலைப்படறதுக்கு இல்லை

யம்மா; காய்ச்சல்லே நடக்க முடியல்லே. அவ்வளவுதான். கதவைச் சாத்திக்கிட்டு இருங்க, இதோ வந்திடறேன்."

அம்மாவின் முகத்திலும் அதே இனம் தெரியாத பயம்.

"நானும் வரேனேடா," என்று அவள் குரல் அழ நடுங்கிற்று.

"அட, ஒண்ணுமில்லேம்மா. நீ ஏன் கவலைப்படறே?" என்று அவளை மெதுவாக நடையில் கொண்டுவிட்டு, கதவைத் தாழிடச் சொல்லிவிட்டு, வண்டி ஏறினான் சட்டநாதன்.

வண்டி இருளில் முடுமுடுவென்று உருண்டது. சாலையில் ஏறினதும் தார்க்குச்சியின் வேதனையைத் தாளாமல் காளை இரண்டும் பாய்ந்து பாய்ந்து, வண்டிப்பார் மடக் மடக் என்று குலுங்க ஓடின. ஓட ஓடச் சட்டநாதனைப் பயம் அமுக்கிக் கொண்டே இருந்தது. 'காலனை உதைத்த காலா போற்றி, காலம் தேக்கிய கண்டா போற்றி' என்று திருப்பித் திருப்பி அரற்றிக்கொண்டே வந்தான்.

ஊர் எல்லைக்குள் புகுந்த பின்தான் நாலுகால் பாய்ச்சல் சற்று மட்டுப்பட்டது.

ஆஸ்பத்திரிக்குள் வண்டி நுழைந்தபோது, ஒரு அறையில் தான் பெட்ரோமாக்ஸ் எரிந்தது. நாலைந்து அறையில் அங்கங்கு மண்ணெண்ணெய் விளக்குகள்.

"இதோ, இங்கே . . ." என்று வண்டியை விட்டு இறங்கினதும் பின்புறத்தில் தள்ளியிருந்த ஒரு சின்னக் கட்டடத்தைப் பார்க்க நடந்தான் கோவிந்தசாமி.

வாசலில் குந்தியிருந்தான் தோட்டி. அவர்களைக் கண்டு எழுந்து நின்றான். சட்டநாதன் உள்ளே பார்த்தான்.

"அண்ணா!"

உள்ளே ஜன்னலில் ஒரு அரிக்கேன் புக் புக் என்று குதித்தது.

"இப்பதான் ஒரு டோஸ் மருந்து கொடுத்திருக்கேன்" என்றான் தோட்டி.

"வந்திட்டியா. சட்டம் தானே?" என்று முத்துச்சாமியின் குரல் கம்மி நைந்தது.

"ஆமாண்ணா, இதோ வந்திட்டேன்" என்று தொட்டான் சட்டநாதன். சில்லிட்டுக் கிடந்தது. உள்ளங்காலிரண்டையும் பரபரவென்று கையால் தேய்த்துவிட்டான் அவன். கோவிந்தன் கை இரண்டையும் தேய்த்தான்.

“வண்டி வந்திருக்கா? சேண்டப்பிரியர் கொடுத்தாரா?”

“ஆமாம். அவர் வண்டிதான் வந்திருக்கு.”

“என்னை ஏத்திக்கிட்டுப் போயிடு. இனிமே இங்கே இருக்க மாட்டேன் நான்” என்று மீண்டும் அண்ணனின் குரல் நைந்தது. “அம்மாவைப் பார்க்கணும். குஞ்சத்தைப் பார்க்கணும். குழந்தையைப் பார்க்கணும்.”

சாலைத் திருப்பத்தில் தெருமுக்கில் இருந்த டாக்டரிடம் ஓடினான் சட்டநாதன்.

“நான் செய்யறதெல்லாம் செஞ்சாச்சு – இங்கிலீஷ் வைத்தியத்திலே சொன்னதெல்லாம் செஞ்சாச்சு. நான் என்ன செய்வேன்! நாட்டு வைத்தியத்திலே எனக்கு நம்பிக்கை இல்லாமே இல்லே” என்றார் டாக்டர்.

“அப்ப நான் அழைச்சிக்கிட்டுப் போகலாமா?”

“சரி.”

அவரும் கூடவே வந்தார். எழுதிக்கொடுத்தார்.

நோயாளியைத் தூக்கி வண்டியில் வைத்தார்கள். வைத்திய நாய்க்கருக்கு அவசரமாக வரச்சொல்லி ஆள் அனுப்பிவிட்டுச் சட்டநாதன் வண்டியில் ஏறினான். அண்ணனின் தலையை மடியில் வைத்துக்கொண்டான். புறப்பட்ட அவசரத்தில் வைக்கோல்கூட நிறையப் போட்டுக்கொள்ளவில்லை. நோயாளிக்கு இதைவிட என்ன இடைஞ்சல் வேண்டும்.

“நீ கவலைப்படாதேடா, சட்டம் பயப்படாதே!” என்று தம்பிக்குத் தைரியம் சொல்லிக்கொண்டே வந்தான் முத்துச்சாமி.

“மான் தலைப் பாலம் தாண்டியாச்சா?” என்றான் பாதி வழி வந்ததும்.

“வந்துட்டிருக்கு அண்ணா.”

“இனிமே ஊர் வந்திடும். கொஞ்சம் விரைசா விடச் சொல்லு வண்டியை.”

வீடு வந்தது. உள்ளே கொண்டு போட்டார்கள். உடம்பெல்லாம் கருமை பாய்ந்து கிடந்தது. கைகால் எல்லாம் குறக்களி வாங்கிக் கோணலும் மாணலுமாக மடங்கி விறைத்தன.

“முத்து! முத்து!” – என்று அம்மா அருகில் வந்து மார்பைத் தடவினாள்.

"உங்களை எல்லாம் பார்க்கணும்னுதான் அவசர அவசரமா வந்தேன்," என்றான் முத்து.

"குஞ்சம்மா! அழாதே. குழந்தையைக் கொண்டா" என்றான். தூங்கும் குழந்தையைத் தூக்கி வந்தாள் குஞ்சம்மா.

ஒரு நிமிஷம் பார்த்தான். தலைமயிரை ஒரு தடவை கோதிவிட்டான். முகத்தைத் திருப்பச் சொன்னான். மீண்டும் ஒரு முறை பார்த்தான். "சரி படுக்க வச்சிட்டு வா," என்றான்.

"என்னடா, முத்து?" என்று கிலி படரக் கத்தினாள் அம்மா. "சும்மா அழாதேம்மா. டாக்டர் எல்லாம் நல்லாத்தான் கொடுத்திருக்காரு. நாய்க்கரும் வரட்டும். பார்த்துப்பம், உசிருக்கும் உடையவன் இல்லியே அவரு. குஞ்சம்மா – இத பாரு எனக்கு முன்கோபம் ஜாஸ்தி. நாக்கு நுனியிலே சனி. நிறைய உன்னை அந்தச் சனியாலே குத்தியிருக்கேன். அதெல்லாம் நெனச்சிக் கிட்டிருக்காதே. அப்புறம் நெனச்சு நெனச்சு வருத்தப்படுவேன். என்ன பிரயோசனம்? மறுபடியும் கோபம் வந்தப்ப சனியும் வந்திடும். நீ பொறுமையா கேட்டுக்கிட்டிருந்தே பாரு. அதுக் காகவே நூறு வயசு இருக்கலாம். ஆனா அதுக்குக் கொடுத்து வைக்கலை போலத் தோணுது. இருக்கிறதைப் பார்த்தா . . . சட்டநாதா, உனக்குத்தான் சொல்றேன். சின்ன அண்ணன் கோவிச்சுக்கிட்டதை எல்லாம் நினைச்சுக்கிட்டு இருக்காதே. நீ நல்லாப் படி. உடையார் உன் படிப்பைப் பத்தி அப்படி யெல்லாம் சொல்லியிருக்கார் எங்கிட்ட. நேர காமிச்சிக்கிட்டா கௌரவக் குறைச்சல்னு உன்னை வதைச்சிக்கிட்டே இருந்தேன். அதையெல்லாம் மறந்திடு."

"அண்ணா! அண்ணா!" என்று வாயைப் பொத்திக் கொண்டே விசும்பினான் சட்டநாதன்.

"சரி, அதை விட்டுடறேன். பாப்பாவை நல்ல இடமாப் பார்த்துக் கட்டிக்கொடு. அதைத்தான் சொல்லணும்னு நினைச்சேன். அது இன்னமே உன் குழந்தை. அண்ணியையும் காப்பாத்திடு. உனக்குக் கல்யாணம் பண்ணினப்புறம், உம் பொஞ்சாதிக்கும் அவளுக்கும் எப்பவாவது தாங்கல் வரும். சின்ன வயசிலே இப்படி ஆயிட்டவங்க கொஞ்சம் ஒரு மாதிரி யிருக்கலாம். அதை ஞாபகம் வச்சிக்க. அப்புறம் எப்படிப் பொறுத்துக்கறதுன்னு தெரிஞ்சு போயிடும். அம்மா, மூத்ததும் இருக்கு, கடைசியும் இருக்கு. அதை நினைச்சிகிட்டுத் தைரியமா இரு. பெரியவங்கதான் தைரியம் சொல்லணும் . . . தண்ணி கொண்டாடா!"

உப்புத் தண்ணியாக வாயில் நிரம்பிக்கொண்டே இருந்தது. அதுவும் குமட்டிற்று.

கண் சற்றுச் செருகிற்று. மீண்டும் திறந்தது.

"சட்டம்!"

"சொல்லுண்ணா."

"நாளைக்கே போய் – வாண்டாம் – நாளைக்கு முடியாது. ரண்டு வாரம் கழிச்சாப் போயி, நம்ம கடை இருக்கிற தெருவிலேயே கோடியிலிருந்து நாலாவது வீடு. வடவண்டை சாரிலே. சண்பகவனம் பிள்ளையைப் பாரு. அவரை உனக்குத் தெரியாது. நான் பார்க்கச் சொன்னேன்னு அவர்கிட்ட சொல்லு. நல்லா கேட்டுக்க. வடவண்டை சாரி – கோடியிலிருந்து நாலாவது வீடு. சண்பகவனம். நான் பார்க்கச் சொன்னேன்னு நீ அவர் கிட்ட சொல்லணும்..."

"சரிண்ணா."

வேலு உடையார், மூன்று குப்பிப் புளித்த காடியை எடுத்துக்கொண்டு வண்டியிலிருந்து இறங்கி உடம்பைப் போட்டுக் குலுங்கிக்கொண்டே உள்ளே வந்தார். நாடியைப் பிடித்துப் பார்த்தார். சிறிது நேரம் நின்றார். காடிக் குப்பி களைத் திறக்காமலேயே எடுத்துக்கொண்டு வாசலுக்கு வந்து, இருளில் தூர எறிந்துவிட்டு, வண்டி ஏறிப் போய்விட்டார். வண்டி மறைவதைப் பார்த்துவிட்டு உள்ளே வந்தான் சட்ட நாதன்.

3

பதினேழாவது நாள் காலை, சட்டநாதன் வாசல் ஆளோடியில் நின்று கொண்டிருந்தான். அரையில் மொடமொடவென்று சலவை வேட்டி, மேலே முழுக்கைச் சட்டை, தோளில் ஒரு துண்டு. சண்பகவனத்தைப் போய்ப் பார்க்க வேண்டும். சின்ன அண்ணனின் உத்தரவு. உலகத்தைவிட்டுப் போவதற்குச் சற்றுமுன் கொடுத்த உத்தரவு. "நாளைக்கே போய்ப் பாரு", என்று சொல்லி விட்டு, "நாளைக்கு வாண்டாம். பதினைஞ்சு நாள் கழிச்சுப் போய்ப் பாரு", என்று அண்ணன் திருத்திக் கொண்டான். ஒரு நாள் அதிகப்படியாகி விட்டது. நேற்றே போய்ப் பார்த்திருக்க வேண்டும். ஒழிய வில்லை. வீடு அமளி துமளிப்பட்டது. பெரிய அண்ணன், அவனுடைய இரண்டாவது மனைவி, நான்கு குழந்தைகள், இரண்டு அக்காக்கள், ஒரு தங்கை, அவர்களுடைய கணவன்மார்கள், குழந்தை கள், பெற்றோர்கள், அப்பாவின் கூடப்பிறந்த சகோதரிகள், ஒன்றுவிட்ட அண்ணன்கள், அவர் களுடைய குடும்பங்கள், அவர்களைத் தவிர தூரத்து உறவினர்கள் – அத்தனை பேரும் முந்தா நாள் வரையில் நகரவில்லை. துக்கம் கேட்க வந்த மூன்று தூர உறவுக் குடும்பங்கள் ஐந்தாம் நாள் வந்தவர்கள்; அண்ணனைக் கரையேற்றி விட்டுத்தான் போகிறது என்ற முடிவு கட்டினாற்போலக் கடைசிவரை தங்கிவிட்டார்கள்.

விடிந்ததுமுதல் சாப்பாடுகள், பலகாரங்கள், சிற்றுண்டிகள். நிற்க இடமில்லை. உட்கார இடம் இல்லை. கூடம், அடுக்களை, இரண்டாம் கட்டு,

முற்றம் – எங்கு பார்த்தாலும் கும்பல் கும்பலாகப் பெண்கள் உட்கார்ந்திருந்தார்கள். குழந்தைகளின் இரைச்சல்கள், சிரிப்புகள், விளையாட்டுக்கள் – ஏதோ கலியாண வீடு மாதிரி இருந்தது. கும்பல் கும்பலாகக் கூடி அமர்ந்திருந்த விருந்தாளிகள், சிரிப்பும் கேலியுமாக அரட்டையடித்துக் கொண்டிருப்பார்கள். இடையில் வாசலிலிருந்து யாரோ இதுவரை வராத உள்ளூர்க்காரரோ, அயலூர் உறவோ வந்து எட்டிப் பார்ப்பார்கள். நடை வரையில் சாதாரணமாக வந்தவர்கள், நிலையைக் கடந்ததும், "தர்மாம்பா!" என்று அம்மா பெயரைச் சொல்லிப் பெரிய கூச்சலாகப் போட்டுப் புடவைத் தலைப்பால் வாயை மறைத்துக்கொண்டே இரண்டு எட்டில் அம்மாவிடம் வந்து பாய்வார்கள். அவ்வளவுதான்; அங்கங்கு கலகலத்துக்கொண்டிருந்த சிரிப்புகள் அப்படியே பிலாக்கணமாக உருமாறி, வீடெங்கும் கிழிசல் துணிகளைத் தோரணம் தொங்கவிட்டாற போலப் புலம்பலாக நிரம்பி விடும். ஒரு நாழி கழித்து மீண்டும் அதே சாதாரணப் பேச்சுக்களாக, சிரிப்புகளாக மாறும்.

அத்தனை பேருக்கும் டீத் தண்ணீர், பலகாரங்கள். கொல்லையில் விடியலில் மூட்டிய கோட்டை அடுப்பு இரவு அத்தனை பேரும் உறங்கிய பிறகுதான் உறங்கும். அத்தனை பேருக்கும் ஒரு ஜாமம் முன்பே விழித்து மீண்டும் கனியத் தொடங்கும்.

இரவில் படுக்க, நடக்க இடமில்லை. கூடம் அடுக்களையெல்லாம் பெண்டுகளும் குழந்தைகளும் நீண்டும் சுருண்டும் படுத்துக் கிடந்தார்கள். ஜமக்காளம், கிழிசல் பாய்கள், கோணிகள் – எல்லாம் கீழே விழுந்து கலைந்து கிடந்தன. தரைக்கு மேல் திரும்பின இடமெல்லாம் வெள்ளையும் கறுப்புமாகத் தூளிகள். ஒவ்வொன்றின் கீழும், ஈரமும் நைப்புமாக இருந்தது. திடீரென்று ஒரு தூளி சிணுங்கும். ஒரு தூளி வீல் என்று கத்தும். இன்னொன்று நடுநிசியில் ஏக்கமாகப் புலம்பும்.

திண்ணைகளும் ஆண் பிள்ளைகளாக நிறைந்து கிடந்தன. பகலில் சீட்டாட்டம். இரவு தூக்கம். இவர்கள் எந்தத் துக்கத்தைக் கொண்டாடுகிறார்கள் என்று யோசித்து யோசித்து விழித்தான் சட்டநாதன். அத்தனை பேருக்கும் சமையலுக்குக் கறிகாய் வாங்குவதும் மளிகைச் சாமான்கள் வாங்குவதும் பால் – தயிருக்கு ஆள் அனுப்புவதும் வெற்றிலை பாக்கு புகையிலைக் கத்தை தருவிப்பதுமாகப் பொழுது நிறைந்து நகர்ந்துகொண்டிருந்தது. தவசிப்பிள்ளைகள் சர்க்கரை, வெல்லம், ஏலம், எள் என்று மணிக்கொரு முறை பட்டியல் கொடுத்துக்கொண்டேயிருந்தார்கள். முந்தாநாள்தான் கோட்டை அடுப்பு அணைந்தது. தவசிகள் நகர்ந்தார்கள். உறவினர்கள் அரை மனதும் முழு

மனதுமாக விடைபெற்றுக்கொண்டார்கள். மளிகை, பால், தயிர், கிரியைகளுக்கு ஆன தான தருமங்கள் – எல்லாக் கணக்கு களையும் பார்த்து முடித்தார்கள். சட்டநாதனுக்குக் கண்ணை யும் காதையும் பொத்திக்கொள்ள வேண்டும் போலிருந்தது. இத்தனைக்கும் காரணமாயிருந்த ஆத்மாவை நினைக்க முடிய வில்லையே என்ற சலிப்பும் ஆத்திரமுமாக வந்தது.

கணக்குப் பார்த்துவிட்டு ஈமச் செலவில் தான் பாதி ஏற்றுக்கொள்வதாக ஒப்புக்கொண்டு பெரிய அண்ணன் சிதம்பரம் புறப்பட்டுச் சென்றார். அவருடைய மனைவியும் குழந்தைகளும் இன்னும் இரண்டு மூன்று நாள் சின்ன அண்ணிக்கு ஆறுதலாக இருக்கட்டும் என்று விட்டுவிட்டுப் போயிருக்கிறார்.

சின்ன அண்ணி எங்கே இருக்கிறாள் என்றே தெரிய வில்லை. அந்தக் கூட்டத்திற்குள் அவள் மறைந்து கிடந்தாள். துக்கம் கேட்க வருபவர்களின் சூழலுக்கிடையில் உட்கார்ந்து வற்ற வற்ற அழுவதும் பிரமை பிடித்துக் குத்திட்டிருப்பதுமாக அவள் பொழுது நகர்ந்தது. மற்ற சமயங்களில் அவள் எங்கே இருக்கிறாள் என்றே கண்டுபிடிக்க முடியவில்லை. அடுக்களைக் குள்ளிருந்த சாமான் வைக்கும் பள்ள அறையில்தான் முடங்கிக் கிடந்திருக்க வேண்டும். அந்த அறையில் சுற்றிலும் பானைகளும் பாத்திரங்களும் பெட்டிகளுமாக இருக்கும். ஒரு வளர்ந்த குழந்தை தாராளமாகப் படுக்க முடியாது. குடாப்பு. ஒரு பத்துக் கணம் நின்றாலே உடம்பு வேர்த்துப் பழுத்துவிடும். குளிர் காலமானதால் பிழைத்தாள் சின்ன அண்ணி.

நேற்று இரவுதான் வீடு பழைய நிலைக்கு வந்தது. பெரிய அண்ணன் குடும்பத்தைத் தவிர, மற்ற யாவரும் கிளம்பிப் போய்விட்டார்கள். இரவு சாப்பிட்ட பிறகு திண்ணையில் வந்து படுத்தான் சட்டநாதன். அப்போதுதான் சின்ன அண்ணனை இஷ்டப்படி நினைத்துப் பார்க்க முடிந்தது. அதட்டல், கிண்டல், துணிச்சல், அதிகாரம் எல்லாம் நட்சத்திரங் களை மறைத்துக் கண் முன் ஊர்ந்தன. கடைசியில் "நீ படிக்கிறதிலே எனக்கு ரொம்ப ஆசை!" என்று மன்னிப்புக் கேட்கிற மாதிரிக் கலங்கினானே சின்ன அண்ணன்! விக் விக்கென்று தாங்க முடியாமல் இருட்டில் அழுதான் சட்ட நாதன். ஒவ்வொரு தடுமாறலும் நினைவுக்கு வந்தது. அண்ணி யைக் காப்பாற்ற வேண்டும். பொறுமையாக! எதற்காக அப்படிச் சொன்னான்? இந்த அண்ணியைக் காப்பாற்றப் பொறுமை எதற்கு?.. சண்பகவனத்தைப் போய்ப் பார்க்க வேண்டும். அவர் யார் என்று தெரியவில்லை. கடை இருக்கிற அதே

தெருவில் குடியிருக்கிறாராம். உறவினர்கள், தெரிந்தவர்கள் தவிர, முன்பின் தெரியாத முகங்களாகவே ஒரு இருநூறு பேருக்கு மேல் வந்து துக்கம் கேட்டு, பிறகு தாங்கள் யார் என்று அறிமுகப்படுத்திக் கொண்டு சொல்லிவிட்டுப் போனார்கள். சண்பகவனம் மட்டும் வந்ததாகத் தெரியவில்லை. அதனாலேயே சட்டநாதனுக்கு உடனே அவரைப் போய்ப் பார்க்கவேண்டும் போலிருந்தது.

அதனால்தான் காலையில் எழுந்ததும் எழாததுமாகக் குளித்துச் சட்டையை மாட்டிக்கொண்டான். தலைக்கு எண்ணெய் விடாமல் விரலால் கோதிவிட்டுக் கொண்டான்.

"டவுனுக்குப் போயிட்டு வரேம்மா", என்று அம்மாவிடம் சொல்லிக் கொண்டான்.

"கடையைத் தொறந்து பார்த்து வாடா, சட்டம். கோபாலு உங்கிட்டே ஏதாவது சொன்னானா?"

"எதைப் பத்தி?"

"கடையைப் பத்தி?"

"ஒரு வாரத்திலே மறுபடியும் வந்து எல்லாம் சரி பண்றேன்னு சொன்னாங்க..."

"அப்ப அதுவரைக்கும் கோவிந்தசாமியை வச்சுக்கிட்டு ஒப்பேத்திட்டு வா... மொதல்லே கடையைத் தொறந்து சுத்தம் பண்ணு. கோவிந்தசாமி பார்த்துக்கிட்டு வரதாத்தான் சொல்லி யிருக்கிறான்."

"இப்ப அதுக்குத்தான் போறேன். அப்புறம் யாரோ சண்பகவனம்னு ஒருத்தரைப் போய்ப் பாருன்னு சின்ன அண்ணன் சொல்லிச்சு. ரொம்ப முக்கியமாச் சொல்லிச்சு."

"குஞ்சம்மாகூடச் சொன்னா... அவன் உங்கிட்ட சொல்லி கிட்டிருந்தான்னு. சம்பானூர்ல வீட்டுக்கு ஒரு சண்பகவனம் இருக்காங்க. எந்த சண்பகவனம், எதுக்கு என்னன்னு ஒண்ணும் சொல்லலியா?"

"என்னத்தைச் சொல்லும் அது? உசிரோட மன்னாடறதா! சேதி சொல்லவா தெம்பு இருந்தது! அந்த மட்டும் சொன்னதே பெரிசு."

"என்னவோ உடனே போய்ப் பார்த்துப்பிடு, வேற என்னத்தைச் சொல்லப் போறேன்? உசிரு போறப்ப சொல்லி யிருக்கான், என்னவோ, ஏதோ?" என்று அம்மா அழத்தொடங்கி விட்டாள்.

செம்பருத்தி

வெளியே வந்த சட்டநாதன் ஆளோடியில் நின்றான். பதினைந்து நாளாக வீட்டை விட்டுக் கிளம்பவில்லை. வெளியுலகத் தொடர்புக்காகக் கிளம்பவில்லை. இடுகாட்டிற்கும் ஆற்றங்கரைக்கும் குளத்தங்கரைக்கும் போய்க் கொண்டிருந் ததைத் தவிர, வேறு காரியத்திற்கும் வெளியே கிளம்பவில்லை.

இப்பொழுது திண்ணைக்கருகில் நிற்கும்போது திடீரென்று ஒரு தனிமை கவ்விக்கொண்டது. பெருஞ்சுமையாக நெஞ்சை வந்து அமுக்கிற்று. எந்தப் பொறுப்பும் இல்லாமல் ராமாயணம், பாரதம், கைவல்யம், தாயுமானவர் என்று இந்த உலகில் இல்லாத உலகில் திரிந்துவிட்டு, திடீரென்று மண்ணில் விழுந்து விட்டாற்போலிருந்தது. தெருவைப் பார்த்தான். எதிர்ச்சாரியில் இருந்த வண்டிக் கொட்டகையும் அதன்மேல் குடையாகப் பரந்த பூவரசையும் முருங்கை மரத்தையும் பார்த்தான். தெருவைப் பார்த்தான். பயமாக இருந்தது. சின்ன அண்ணன்தான் போய்ட் டாரே, இப்ப என்மேல் நடவேன் பார்ப்போம் என்று அந்தத் தெருவே அறைகூவிச் சொல்லிக்கொண்டு அழுத்தமாக வேடிக்கை பார்ப்பது போலிருந்தது. நாக்குச் சிறிது உலர்ந்தது. உள்ளே போய்த் தண்ணீர் குடித்துவிட்டு வந்தான். மறுபடியும் ஆளோடிக்கு வந்ததும் கால் இறங்கத் தயங்கிற்று. நின்றான். அன்றிரவு சின்ன அண்ணன் சொம்பைத் தூக்கித் தெரு இருட்டில் எறிந்தானே – அந்த நினைவு வந்து படர்ந்தது. சிரிப்பும் தழதழப்புமாகக் கலந்து வந்தது அவனுக்கு.

“சித்தப்பா!” என்று குரல் கேட்டது.

பெரிய அண்ணனின் மூத்த பெண் வந்து நின்றது, பத்து வயதிருக்கும்.

“என்ன பாக்யம்?”

“நீங்க திரும்பி வரதுக்கு ரொம்ப நேரமாகுமா?”

“சாப்பாட்டுக்கு வந்திடுவேனே, மத்யானம். ஏன்?”

“அம்மா வந்து ... வந்து, நாங்க எப்ப ஊருக்குப் போகலாம்னு கேக்கறாங்க.”

“ஊருக்கா? இப்ப என்ன அவசரம்? அதுதான் அண்ணன் நாலுநாள் இருந்திட்டு அப்புறம் வரலாம்னு சொல்லிட்டுப் போயிருக்காங்களே.”

“திடீரென்று வந்தது அங்கேர்ந்து. எல்லாம் போட்டது போட்டபடி இருக்கு அங்கே. பண்டம் பாடியெல்லாம் எப்படி யிருக்கோ?” என்று நடை நிலையில் எட்டிப் பார்த்துக்கொண்டே சொன்னாள் பெரிய அண்ணி.

“பரவாயில்லே. பதினஞ்சு நாள் இருந்தாப்ல இன்னும் நாலஞ்சு நாள் இருந்திட்டுப் போவுது பண்டமெல்லாம்.”

“எப்படிச் சித்தப்பா இருக்கும்? ஊறுகாயெல்லாம் யாரு கிளறி விடுவாங்க? பூஞ்சக்காளான் பிடிச்சிட்டிருக்கும் இப்பவே,” என்றது பெண்.

“போனாப் போவுது போ. வேறே போட்டுக்கலாம். நல்ல நெல்லிக்காய், கிடாரங்காய், ஜாதி நார்த்தங்காயெல்லாம் வாங்கித் தரேன், நீ புதுசா ஊறுகா போட்டுடு, போடறியா?” என்று சிரித்து, அவள் கன்னத்தைக் கிள்ளிவிட்டு, “சரி, அம்மா கிட்ட சொல்லு – நாலு நாள் இருந்திட்டுப் போகலாம்னு . . . நான் வரேன்,” என்று உள்ளே பார்த்துச் சொல்லிவிட்டுக் கிளம்பினான் சட்டநாதன். பெரிய அண்ணியின் கை வளையல் கள் குலுங்கின. அவள் நகரும்போது மெட்டி, வளையல எல்லாம் ஒலிக்கும்.

எத்தனை நகைகள்! பெரிய அண்ணியின் முன்னங்கையில் ஏழெட்டு ஜதை தங்க வளையல்கள், கழுத்தில் நாலைந்து இரட்டை வடம் சங்கிலிகள், மூக்கில் பேஸரி. அதேபோல் குழந்தைகளுக்கும் நகையாகச் சுமத்தியிருந்தாள். பிள்ளைக் குழந்தைகளுக்குக்கூட.

பெரிய அண்ணனுக்கு நெல் வியாபாரம் நெய் வியாபாரம். இரண்டும் மொத்த வியாபாரமாக நடந்து கொண்டிருந்தவை. இன்னொரு ஆசாமியோடு கூட்டுச் சேர்ந்து பெரிய புள்ளியாகப் பெயர் சொல்லிக்கொண்டிருந்தான். சிதம்பரம் தெருக்கள் வழியாக அவனுடைய ரப்பர் டயர் போட்ட வண்டி இரட்டை ஸ்வரம் பேசும். பெரிய அழுந்து மணி ஒலிக்க, பாரிக் குதிரை குளம்பொலி எழுப்ப, அவன் பெருமையைச் சாற்றிக்கொண்டு போகும். இரண்டு தம்பிகளோடும் அவன் ஐந்து நிமிஷம் சேர்ந்தாற்போல் உட்கார்ந்து பேசியது கிடையாது. பேச முடியாது. நேரம் இல்லை. அத்தனை வேலை. சில்லரை வியாபாரிகள், மிராசுதார்கள், ஏஜெண்டுகள், தரகுக்காரர்கள் இப்படி வளைய வந்துகொண்டே இருப்பார்கள். வீட்டுக்கு வந்தாலும் அதே கூட்டம்.

திண்ணையில் உட்கார்ந்து பெரிய அண்ணன் செய்யும் காரியங்கள் பல. வைரப் பரீட்சை, வழக்கு மத்தியஸ்தங்கள், ஜாதகங்கள் பார்ப்பது – இப்படிக் கோர்ட்டுக்கும் போகாமல் பல குடும்ப வழக்குகள், பாகப்பிரிவினைகள் எல்லாம் கோபால சாமியின் வீட்டுத் திண்ணையிலேயே தீர்ந்துவிடும். இத்தனைக் கும் அவன் சம்பளம் இல்லாத மாஜிஸ்டிரேட்கூட இல்லை.

வீட்டுக்குள் யார் யாரோ வந்துபோய்க்கொண்டே இருப்பார்கள். வருகிறவர்களுக்கெல்லாம் சாப்பாடு. சாப்பிடுகிறவர்கள் தெரிந்தவர்களா, தெரியாதவர்களா என்றுகூடக் கண்டுபிடிக்க முடியாது. பெரிய அண்ணன் பன்னிரண்டு வருஷங்களுக்கு முன்னால் ஏதோ ஒரு கடையில் கணக்கெழுதப் போனான். மூன்று வருடங்களுக்குப் பிறகு முதலாளியோடு என்ன மனத்தாங்கலோ, விலகிக்கொண்டு தனியாக இன்னொரு ஆளைக் கூட்டுச் சேர்த்து, நெல் வியாபாரம் தொடங்கினான். தொடங்கிய நாள் முதல் அவனுக்குத் தாயார், தகப்பனார், தன் மனிதர்கள் என்று எதையும் நினைக்க நேரம் இல்லை. 'திருமஞ்சனத்துக்கு எல்லோரும் வந்து சேரவும்', 'திருவாதிரைக்கு வந்து சேரவும்' என்று திருவிழாக் காலங்களில் கடிதம் வரும். சட்டநாதன் சின்னப்பையனாக இருக்கும்போது இரண்டு மூன்று தடவை பெற்றோர்களோடு போய் வந்ததுண்டு. அப்படி ஒரு தடவை போய் வந்த பிறகு சின்ன அண்ணன் ஒருநாள் சொன்னான்:

"அண்ணன் மாதிரி நானும் ஒருநாள் ஆகத்தானம்மா போறேன். சிதம்பரம் போக வேண்டியதில்லை. இதோ பக்கத்திலேயே சம்பானூரிலேயே ஆகப் போறேன். இந்த மாதிரிக் கடை, குதிரை வண்டி எல்லாம் சம்பாதிக்கப் பிரமாதமா நாளாயிடாது. அதுக்குப் பிரமாத புத்தியும் வேண்டியதில்லே. சில கூச்ச நாச்சம் தயக்கம் எல்லாம் விட்டுப்பிட்டா தானே பணம் ஓடி வரும். எனக்கு அதெல்லாம் விடமுடியாது. அதனாலெ, அண்ணனைவிடக் கொஞ்ச நாள் ஆகும் எனக்கு. ஆனா, அண்ணன் மாதிரி நானும் இருப்பேன்னு நினைக்காதே. உன்னையும் அப்பாவையும் எங்கிட்டதான் வச்சுப்பேன். ரண்டு மணி நேரம் உங்களோடு பேசக் கொள்ள ஒதுக்கி வச்சுப்பேன். நம்ம வீட்டிலேயும் இலை போட்ட வண்ணமாகத்தான் இருக்கும். சாப்பிட்ட வண்ணமாகத்தான் இருக்கும். ஆனா, அண்ணன் வீடு மாதிரிப் பேய் மேஞ்ச காடா இருக்காது. அண்ணனுக்கு என்ன சொத்து இருக்கு – நிலம் எத்தனை வாங்கியிருக்கான், வீடு எத்தனை வாங்கியிருக்கான்னு ஒண்ணும் நமக்குத் தெரியலியே. நம்மகிட்ட அப்படி இராது. உங்களுக்குத் தெரியாமெ ஒண்ணும் நடக்காது. அண்ணனுக்கு ஊருக்கெல்லாம் சாப்பாடு போட முடியறது. ஊரிலே இருக்கிறவங்களோட எல்லாம் பேச முடியறது. சிரிக்க முடியறது. யோசிக்க முடியறது. ஆனா, தன்னோட ஜனங்களோட மட்டும் இதெல்லாம் செய்யிறதுக்கு அவருக்கு நேரமில்லை. மனசு வல்லே. அப்படி எல்லாம் நான் இருப்பேன்னு நினைக்காதே." என்று முத்துச்சாமி பிளந்து கொண்டிருந்தான். குரல், கனமும் அழுத்தமுமாக ஏறிக்கொண்டிருந்தது.

அப்போது முத்துச்சாமிக்குப் பதினேழு, பதினெட்டு வயதிருக்குமோ என்னவோ, எதற்காக இப்படிக் கிளம்பினான் என்று புரியவில்லை. ஒரு வேளை அம்மாவுக்குப் பெரிய மகனிடம் அப்படி ஒரு குறை இருக்கும் என்று நினைத்துக் கொண்டானோ என்னவோ, அம்மா தனக்கு ஒன்று அப்படி இருப்பதாக வாயைத் திறந்து சொன்னது இல்லை. இவனாக அவள் முகத்தைப் பார்த்துக் கண்டுகொண்டு கத்தினான் போலிருக்கிறது.

“சரி சரி, நல்லா இரேண்டா, யாரு வாண்டாம்னாங்க? அதுக்கு அவன் மாதிரி இருக்க மாட்டேன், மாட்டேன்னு சொல்லுவானேன்!”

“அதுக்கில்லேம்மா – அண்ணன் மாதிரி நானும் இருந்திடுவேன் எலலாதத்திலேயும்னு நீ நெனச்சுக்காதேன்னு சொன்னேன்.”

அதைச் சொல்லும்பொழுது கண்ட சின்ன அண்ணனின் முகம் இந்தக் கணத்தில், எத்தனையோ வருடங்களுக்குப் பிறகு கருக்காகத் தெரிகிறது. முத்துச்சாமி அந்தச் சமயம் குழந்தையைப் போலுமிருந்தான்; வளர்ந்த இளைஞன் போலுமிருந்தான். எல்லாம் தெரிந்துவிட்ட கிழவன் மாதிரியும் இருந்தான். முத்துச்சாமியின் நடை, உடை, பாவனைகளில் அந்த ஒரு விசேஷம் உண்டு. பதினைந்து வயதில் அவன் பேசுவதுகூட உலகத்தில் எல்லாம் கண்டு தெரிந்து வாழ்ந்து அனுபவித்தவன் பேசுவது மாதிரி ஒரு முதிர்ந்த தோரணை, நிச்சயம், வக்கணை எல்லாம் தனியாகத் தொனிக்கும். அப்பா, பட்டாமணியம் சேண்டப்பிரியர் இருவரும் கிராம விஷயமாக, குடும்ப விஷய மாக அவனைப் பெரிய மனிதன் மாதிரிக் கூப்பிட்டு வைத்துக் கொண்டு அந்தக் காலத்திலேயே யோசனை கேட்பதுண்டு. அவனும், அவர்களுக்குச் சமமாகப் பேசிக்கொண்டு, முன்கோபம், படபடப்பை எல்லாம் மூட்டை கட்டி வைத்துவிட்டு, ஆர அமரப் பேசிக்கொண்டிருப்பான்.

இப்பொழுது! அத்தனையும் போய்விட்டது. முத்துச்சாமியே கனவு மாதிரி ஆகிவிட்டான். அந்தக் கனவு உந்த உந்த, வரப்பின் மீது நடந்துகொண்டிருந்தான் சட்டநாதன்.

குறும்பூக்கள் சிலிர்த்துக் கொண்டிருந்தன. சட்டநாதனுக்கு அங்கு நிற்கவோ, குந்திப் பார்க்கவோ தோன்றவில்லை. தாண்டித் தாண்டி நடந்தான். சாலையில் ஏறினான்.

சம்பானூர் பெரிய கோவிலின் வடக்கு மாட வீதி ஹோவென்று அகலமாகக் கிடந்தது. அதனால் எத்தனை வேகமாக நடந்தாலும் அவனுக்கு எறும்பு ஊர்வதுபோல்

தோன்றிற்று. கிழக்கு மாட வீதியில் பாதியில் திரும்பிக் கடை வீதியைக் கடந்தான். பக்கத்துத் தெருவில் திரும்பிச் சின்ன அண்ணனின் மளிகைக் கடையைப் பார்த்துக்கொண்டே போனான். அங்கு யாரும் இல்லை. கீற்றுச் சார்ப்புக்கூட ஓலைகள் நைந்து மடிந்து காய்ந்த ஈர்க்குச்சிகளும் பொத்தல் களுமாக அழுவது போலிருந்தது. 1, 2, 3 என்று தாரில் எண் போட்ட கதவுகள் கடையை அடைத்தபடி நின்றுகொண்டிருந்தன. நாளை எண்ணுவது போலிருந்தது சட்டநாதனுக்கு. சிறிது நின்றான். சாவியைத் தொட்டான். தயங்கினான். பிறகு வந்து திறந்துகொள்ளலாம் என்று மேலே நடந்தான்.

வடவண்டைச் சாரியில் கோடியிலிருந்து நாலாவது வீடு.

வாசல் கதவு திறந்துதானிருந்தது. மேல் திண்ணை வழவழ வென்று சிவப்பு நிறத்தில் பளபளத்தது. வாசலிலிருந்தே உள் முற்றத்தில் அவரைப் பந்தல் பூத்தும் காய்த்தும் மண்டியிருப்பது தெரிந்தது. கொல்லையும் தெரிந்தது. அங்கேயும் ஒரு பசுமையாக, மரமும் கொடியுமாக நிழல் படர்ந்து கிடந்தது. நீள வீடு, கொல்லையில் யாரோ நடுவயதுப் பெண் பிள்ளை, கிணற்றுக் கயிற்றை இழுத்து நீர் மொள்வது தெரிந்தது.

“ஐயா! ஐயா!” என்று கூப்பிட்டான் சட்டநாதன்.

இரண்டு மூன்று முறை கூப்பிட்டான். கதவை லேசாக ஓசைப் படுத்தினான். கொல்லையிலிருந்த பெண் பிள்ளை அவனைப் பார்த்து, உள்ளே பார்த்துக் குரல் கொடுத்தாள். சரியாகக் கேட்கவில்லை.

உள்ளேயிருந்து இன்னொரு உருவம் வந்தது. பெண்தான். நடுவயதில்லை. அதற்குப் பெண் வயது. சட்டென்று அவளுடைய பெரிய கண்ணும், மேனியின் மஞ்சள் பூத்த வெண்ணிறமும் தான் பளிச்சென்று கண்ணுக்குப் பட்டன. சட்டநாதன் தன்னறியாமல் கண்ணைத் திருப்பிக் கொண்டான். கால் கை எல்லாம் மஞ்சளை அப்பிப் பூசிய சுவடு அப்படியே தெரிந்தது. வெள்ளை நிறத்தை மறைத்துக் கொண்டு தெரிந்தது. லேசாக மஞ்சள் வாசனையே வீசுவது போலிருந்தது. பூலாங் கிழங்கு, கஸ்தூரி மஞ்சள் எல்லாம் கலந்து அரைத்திருக்கிற வாசனைக் குளியல் பொடியின் மணமும் லேசாக வீசிற்று.

“யாரு?”

“சண்பகவனம் பிள்ளை இருக்காங்களா?”

“இருக்காங்க... பூசையிலே இருக்காங்க.”

“வரட்டும்.”

“இன்னும் கொஞ்ச நேரத்திலே எழுந்திடுவாங்க. உள்ளே வந்து உட்காரலாம்.”

“இருக்கட்டும்.”

“உள்ளே வந்து உட்காரலாம்,” என்று அவன் எழுந்து கொள்வதற்காக அவள் காத்துக்கொண்டு நிற்பது போலிருந்தது. செருப்பைக் கழற்றிவிட்டு உள்ளே நடந்தான் சட்டநாதன். முற்றத்து ஓரத்தில் இருந்த பெஞ்சைக் காட்டிவிட்டு உள்ளே நடந்தாள் அந்தப் பெண்.

உள்ளேயிருந்து குரல் கேட்டது. அர்ச்சனை செய்கிற குரல். குழைந்து இனிக்கிற குரல். இரண்டு பேர் சேர்ந்து பாடுவதுபோல் கேட்டது. கவனித்துக் கேட்டான் ஒற்றைக் குரல்தான். இரட்டைக் குரல் போலிருந்தது அதன் பரவல். முதலில் கேட்க என்னவோ போலிருந்தது. பத்துக் கணம் கழித்து ஒரு தனி இனிமை அதில் ஓடிற்று. தேனீ அந்தரத்தில் பறக்கிற குரல்.

யார் இது?

கூடத்துச் சுவரைப் பார்த்தான் சட்டநாதன். நீளமான கூடம். சுவர் முழுவதும் ஒரு குறுகிய சட்டத்தைத் தைத்து அதன் நீளமனைத்தும் ஒரே படங்களாக மாட்டி இருந்தது. ஒவ்வொன்றிலும், கை கையாக, ரத்தச் சிவப்பாகச் செம்பருத்திப் பூ ஒன்று செருகியிருந்தது இப்பொழுது ஞாபகம் வந்தது. அந்தப் பெண் திரும்பிப் போகும்போதுகூட அதன் தலையில் ஒரு பெரிய அடுக்குச் செம்பருத்தி ஒன்று செருகியிருந்தது. செம்பருத்தியை யாராவது தலையில் வைத்துக்கொள்வார்களா? இதைப் பார்த்ததும் வைத்துக்கொள்ளலாம் போலிருக்கிறது. ஏன் எல்லோரும் சும்மா இருக்கிறார்கள்?

அவரைப் பந்தலைத் திரும்பிப் பார்த்தான். நீலமும் வெள்ளையுமாகப் பூக்கள் குலுகுலுத்திருக்கின்றன. குதிரை, ஆட்டுக் குப்பை எல்லாம் போட்டு வளர்த்த கொடி போலிருக்கிறது.

4

கிணுகிணுவென்று உள்ளே மணிச் சத்தம் கேட்கிறது. எழுந்து போய்ப் பார்க்கலாமா என்று நினைத்துவிட்டுக் கூச்சத்தில் பெஞ்சோடு பெஞ்சாக ஒட்டிக்கொண்டான் சட்டநாதன்.

மணியொலியோடு நெய்யில் ஏதோ பொரியும் மணமும் வந்தது. உடையார் மாதிரியே இவரும் பூஜை புனஸ்காரம் என்று ஆசாரசீலர் போலிருக் கிறது.

மீண்டும் அவரைப் பந்தலின் மதாளிப்பைப் பார்த்தான் சட்டநாதன். சின்னச் சின்னக் கத்தியாக அவரைப் பிஞ்சுகள் அங்கங்கு எட்டிப் பார்த்தன. காய்ப்புத் தொடக்கம்.

"சட்டநாதப் பிள்ளையல்லவா? நான் யாரோன்னில்ல நினைச்சேன்! வாங்க வாங்க!" என்று குரல் வந்தது. சட்டநாதன் அவரைப் பார்த்துக்கொண்டே எழுந்து நின்றான்.

பெரிய கோவிலில் இரண்டு முறை அவரைப் பார்த்ததுண்டு. துக்கம் கேட்கக்கூட அவர் வந்திருந் தார் என்று இப்பொழுது ஞாபகம் வந்தது. நாலைந்து பேரோடு வந்திருந்தார் அவர். பெரிய அண்ணனையும் அம்மாவையும் பார்த்துவிட்டுப் போனார். யார் என்று தெரிந்துகொள்ள அப்போது இயலவில்லை. கிரியைக்குப் புறப்பட்டுக்கொண் டிருந்த சமயமாக இருந்தது. பிறகு அண்ணனை யும் அம்மாவையும் கேட்ட ஞாபகம்கூட இருக்கிறது. அவர்கள் என்ன சொன்னார்களோ, ஞாபகமில்லை. இந்த மாதிரி முகம் தெரியாதவர்கள் எத்தனையோ

பேர் வந்து போனார்கள். சின்ன அண்ணனுக்கு வேண்டியவர்கள் –அவ்வளவுக்கு மேல் தெரிந்துகொள்ள ஓய்வும் இல்லை!

“வணக்கம்,” என்றான் சட்டநாதன்.

“உட்காருங்க, உட்காருங்க,” என்று அவரும் பக்கத்தில் உட்கார்ந்தார். அவரிடமிருந்து சந்தன மணம் வீசிற்று.

“ரொம்ப அநியாயம். இப்படி அவருக்கு வரக்கூடாது!” என்று குனிந்துகொண்டார் அவர்.

பெரிய உடம்பு. மாநிறம். உடம்புக்கேற்ற பெரிய தலை. மொட்டைத் தலை. உடம்பெல்லாம் விபூதிப் பட்டை. கழுத்தில் ஒரு ருத்திராட்ச மாலை. இடையில் செங்கல் பார்டரில் ஒரு ஜரிகை வெண்பட்டால் கச்சம். ஒரு கட்டம் போட்ட சிவப்புப் பட்டை இடையில் சுற்றியிருந்தது. வெறும் உடம்பு, ரோமம், மச்சம் ஏதுமின்றித் திருநீறும் சந்தனமுமாகச் சுருக்கமின்றிப் பளபளத்தது. நடு வயதைக் கடந்ததாலோ என்னவோ தசை மட்டும் சற்று எலும்பை விட்டுக் கட்டுக் கழன்றிருந்தது. லேசாகத் தொந்தி. காலிலும் கையிலும் நீள நீளமாக விரல்கள். பெரிய நகங்கள்.

“நான் அன்னிக்குச் சாயங்காலம்தான் ஏதோ சாமான் வாங்கப் போனேன். பேசிட்டிருந்தேன். மறுநாள் காலமே தெருவோட போனேன். கடை அடைச்சிருந்தது. உடம்பு கிடம்பு சரியில்லையோ, இல்லே சரக்குப் போடத்தான் திருவாலூறு, கும்பகோணம்னு போயிருக்காங்களோன்னு நினைச்சேன். சாயரட்சை மறுபடியும் அந்தப் பக்கம் போனேன். இரண்டு மூணு பொம்பிள்ளை மண்ணெண்ணெய் பாட்டிலை வச்சுக்கிட்டுப் பேசிக்கிட்டிருந்தது. என்னமோ போல இருந்திச்சு. சமாசாரம் இப்படின்னு அதுகதான் சொல்லிச்சு . . . என்ன அநியாயம்! அதுவும் அவருக்கா! கடையைப் . . . பெரிசு பண்ணணும், உங்களையும் கொண்டு வைக்கணும், மொத்த வியாபாரமா ஆரம்பிக்கணும்னு என்னென்னமோல்லாம் சொல்லிட்டிருந்தாரு . . . என்னமோ திடீர்னு குறக்களியிலே பண்டம் மறைஞ்சு போறாப்ல – ஒரே மாயமால்ல இருக்குது!”

சட்டநாதன் பேசாமல் உட்கார்ந்திருந்தான். அழுகை வரும் போலிருந்தது. மூச்சைப் பிடித்து அடக்கிக்கொண்டான். பேசாமலிருந்தால் சரியாகிவிடும் என்று உதட்டை மூடிக் கொண்டான்.

இருவரும் ஒரு இரண்டு நிமிஷம் ஒன்றுமே பேசவில்லை. அவர் தலை மேலும் கீழுமாக ஆடிற்று. கண், தரையில் குறிப்பில்லாமல் பார்த்துக்கொண்டிருந்தது.

"அண்ணன் என்னென்னல்லாம் மனசிலே கோட்டை கட்டிக்கிட்டிருந்தாங்களோ – தெரியாது. எனக்கும் அவருக்கும் எட்டு வயசு வித்தியாசம். பேசிக்கொள்ளக் கூச்சமாயிருக்கும் எனக்கு. நான் சிறிசு சிறிசுன்னே அவர் என் காதிலே ஒண்ணையும் போட மாட்டாரு. அதைக் கவனிக்கிறதில்ல, இதைக் கவனிக்கிறதில்லேன்னு எப்பவாவது கோச்சுப்பாங்க. ஆனா நான் என்ன செய்யப் போனாலும் தொடங்கினவுடனே, அவரே வந்து என் கையிலேர்ந்து காரியத்தைப் பிடுங்கிச் செய்யத் தொடங்கற வழக்கம். ஆனா, பிராணன் போறப்ப, ஒண்ணு ரண்டு சமாசாரம் சொன்னாங்க. திருப்பித் திருப்பி ஒண்ணு சொன்னாங்க. உங்க பேரைச் சொல்லி, வீட்டை அடையாளம் சொல்லி, 'நாளைக்கே போய் அவங்களைப் பாரு'ன்னாங்க. அப்புறம் உடனே 'பதினைஞ்சு நாள் கழிச்சுப் பார்க்கலாம்'னு திருப்பித் திருப்பிச் சொன்னாங்க."

'அப்படியா சொன்னாரு! அப்படியா!" என்று கண்ணை அகட்டிக்கொண்டு கேட்டார் சண்பகவனம்.

"ஆமாம், திருப்பித் திருப்பிச் சொன்னாங்க."

"என்ன சொன்னாங்க?"

"ஒண்ணும் சொல்லலெ. அவங்களைப் போய்ப் பாரு பாருன்னு சொன்னாங்க. ஏது என்னன்னு நான் கேக்கலெ. மேலே மேலே பேசினா என்ன ஆகுமோன்னு பயந்து போயிட்டேன்."

"கடேசி நிமிஷத்திலே என் நினைவா! ஹூம்... ஆண்டவா! புவனேச்வரி!" என்று பெருமூச்செறிந்தார் அவர். மூக்கு மலர, கண்ணிலிருந்து கரகரவென்று பெருகிற்று.

அரை நிமிடத்திற்குள் துடைத்துச் சமாளித்துக்கொண்டு சொன்னார்: "உசந்த ஆத்மா! ஒரு சொல்லுக்கு என்ன மதிப்பு! ஒரு தடவை வந்து போனதுக்கு எத்தனை மரியாதை. இங்கே ஒரே ஒரு தடவைதான் வந்திருக்காங்க உங்க அண்ணன். அன்னிக்கு வெள்ளிக்கிழமை. அம்பாளுக்குப் பூஜை பண்ணி, வடை பாயசம் நிவேதனம் பண்ணியிருந்துது. புவனம் கொண்டு வந்து ஒரு டம்ளர் வச்சது, சாப்பிட்டாங்க. அப்புறம் ஒரு பதினைஞ்சு நாள் கழிச்சு நான் உங்ககிட்ட ஒண்ணு சொல்லணும்னு தயங்கித் தயங்கிச் சொன்னாங்க. என்னன்னேன். சொல்றதுக்குக் கூச்சமாகத்தான் இருக்கு. உங்க படிப்பு, ஆசாரம் எல்லாம் பார்த்தா கேக்கறதுக்கு சங்கோசமாயிருக்கு. நாங்க பரம்பரை பரம்பரையா நிலத்திலே பாடுபடறதும் கணக்கு எழுதறதுமா இருந்துக்கிட்டு வரோம். படிப்பு,

பக்தின்னெல்லாம் வாசனைகூட வீசினதில்லை. இருந்தாலும் என் தம்பிக்கு யார் புண்யமோ, கொஞ்சம் படிக்கணும் பேசணும்னு ஆசைப்படறான். நல்லாயிருப்பான். பள்ளிக்கூடம் முடிச்சிட்டுச் சேந்தமங்கலம் உடையார்கிட்ட என்னன்னமோ படிச்சிட்டிருக்கான். அவரும் அவனைப் பத்தி நல்லாப் பேசறாரு. அவன் ஐயாவோட மருமவனா ஆனான்னா எங்க குடும்பத்துக்கே பெரிய அதிர்ஷ்டம் வந்த மாதிரி இருக்கும்னு தயங்கித் தயங்கி இழுத்தாங்க. என்ன மரியாதை! என்ன நயம்! ஒரு பொண்ணு கேக்கறதை எவ்வளவு ஆசையா, பிரியமா என்னமோ கிடைக்கக் கொடுத்து வைக்கணுமேங்கறாப்பலே அவரு கேட்டப்ப எனக்கு உள்ளெல்லாம் உருகிப்போச்சு. அதுக்கென்ன? ஈச்வரி கிருபை பண்ணினா, தானே நடக்குதுன்னு சொன்னேன். அவ்வளவுதான் பேச்சு நடந்தது. அப்புறம் பார்க்கறப்பல்லாம் இதைப் பத்திப் பேசவே இல்லே. ஏதோ ஒரு நாளைக்கு என்னமோ தாயிமானவர் பாட்டு ஒண்ணைச் சொல்லிட்டே ஒரு சிநேகிதரோட பேசிட்டே இருந்தேன் – கருட மண்டபத்துக் கிட்ட, அப்ப இவங்க காப்பி சாப்பிடக் கடைத் தெருவுக்குப் போனாங்க போலிருக்கு. என்னைக் கண்டுட்டு நின்னாங்க. பேசறதைக் கேட்டுக்கிட்டே இருந்தாங்க. அப்புறம் சிநேகிதர் போயிட்டாரு. இவங்க மாத்திரம் நின்னுக்கிட்டிருந்தாங்க. கடைசியிலே பிரியறப்ப, 'எனக்கு ஒரு ஆசைய! என் தம்பி உங்ககிட்டே வந்து இதெல்லாம் படிச்சான்னா, எனக்குப் பெரிய கிரீடம் வச்சாப்ல இருக்கும்'னிட்டுப் போனாங்க. நாலஞ்சு தடவை கொஞ்சம் விஸ்தாரமாப் பேசியிருக்கேன் அவங்களோட. எப்பப் பார்த்தாலும் கடைசியிலே, 'என் தம்பி என் தம்பி'ன்னு தம்பியைப் பத்தி ஒரு ஆசையைச் சொல்லாமப் போனதே இல்லை . . . என்ன செய்யிறது? நீங்களும் கொடுத்து வைக்கல்லே, அவரும் கொடுத்து வைக்காம போயிட்டாரு . . . யாரு அங்கே?" என்று உள்ளே பார்த்துக் குரல் கொடுத்தார் சண்பகவனம்.

அவர் மனைவி அடுக்களையிலிருந்து வெளிப்பட்டாள்.

"புவனாவையும் கூப்பிடு", என்றார்.

அந்தப் பெண்ணும் வந்து நின்றது.

"மளிகைக் கடை முத்துச்சாமிப் பிள்ளை தம்பி இவங்க. அவர் அநியாயமாப் போயிட்டாரு. பட்டை தீட்டாத வைரம். தம்பின்னா உசிரு அவருக்கு."

"தெரியுமே தெருவே படை படைச்சுப் போச்சு அன்னிக்கி."

சண்பகவனம் கையை விரித்தார். "என்ன பண்றது? எந்தப் படை வந்து என்ன? கடைசியா வர்றவனைத் தடுக்க முடியுமா?"

என்றார். சற்றுக் கழித்துச் சொன்னார்: "அவருக்கு என்னென் னமோ ஆசை! பிராணன் போறப்போ என்னை நினைச்சிக் கிட்டிருந்தாராம். ரண்டு மூணு தடவை என்னைப் போய்ப் பாரு பாருன்னு சொன்னாராம் தம்பிகிட்ட. யாருக்குக் கிடைக்கும்? எனக்கு அதை நினைக்கறப்பவே மயிர்க்காம்பு சிலுக்குது ... புவனா, ஐயாவைக் கும்பிடு."

"அடேடே!" என்று பரபரத்தான் சட்டநாதன்.

"இருக்கட்டும். அண்ணன் வந்து என்னை எதுக்குப் பார்க்கச் சொன்னாங்க? புவனேச்வரிதான் அவங்க நாக்கிலே விளையாடி யிருக்கா."

அந்தப் பெண் வந்து இருவருக்கும் வணங்கிவிட்டு நகர்ந்தாள். அவள் தலையில் இரண்டு செம்பருத்திகள் மலர்ந்து அடர்ந்து தெரிந்தன. மினுமினுவென்று தலைக்கு முன் வைத்த கை விரல்களும் முன்னங்கைகளும் தெரிந்தன. தந்தையைப் பிறகு வணங்கி அவர் காலைத் தொட்டுக் கண்ணில் ஒற்றிக் கொண்டு போனாள் பெண். வாசனைப் பொடிக் காற்றுத் தவழ்ந்தது.

"இதுக்குப் படிப்பு கிடையாது. எங்கிட்ட படிக்கறதுதான். புத்தி மட்டுன்னு சொல்ல மாட்டேன். செம்பரத்தம் பூன்னா உசிரு. பாருங்க. கூடம் முளுக்க – படத்துக்கெல்லாம் அந்தப் பூதான். தலையிலேயும் அந்தப் பூதான். அம்பாளுக்கு ரொம்ப பிடிச்ச பூ அது. ஜபாகுசுமம். அவளுக்குப் பிடிச்சிருக்கிறதுதான் எல்லாருக்கும் பிடிக்கணும். மத்தவங்களுக்கு எப்படியோ, செம்பரத்தம் பூ ஒருபோதுகூடப் புவனா தலையிலே இல்லாம இராது. அதை மட்டும் நீங்க சொன்னாலும் கேக்காது" என்று சிரித்தார்.

"கொல்லையிலே பதினஞ்சு இருபது செம்பரத்தம் செடிகளை இவ கையாலேயே பதியம் போட்டு ஆளாப் பண்ணி வச்சிருக்குறாரு. இவ கையாலேதான் தண்ணி ஊத்தணும். கொத்தி விடணும். எரு மக்குப் போடணும். தேனபிஷேகம், பாலாபிஷேகம்தான் பண்ணலே. மீதி எல்லா உபசாரமும் நடக்குது. இவ தாயாரு சொல்லிப் பார்த்தாச்சு. என்னாத்துக்கு இத்தனை செடி. இத்தனை பூ? – ஏதோ நாலு அஞ்சு இருந்தாச் சரி; மிச்சத்துக்கு நாலு வெண்டை, நாலு கத்திரி, ரண்டு கர்ணக்கிளங்கு ஊனி வச்சாலாவது உபயோகமா இருக்கும்னு சொல்லிப் பார்த்துட்டா. நடக்கல்லே, அத்தனை செடியும் பூத்துக் குலுங்க ஆரம்பிச்சது. அம்பாளோட கை மாதிரி ஒவ்வொரு பூவும் மலர்ந்து செக்கச் செவேல்னு அசையறதைப் பார்த்தா. அப்புறம் கத்திரிக்கா, கோவக்கா

பேச்செல்லாம் நிறுத்திட்டா ... அப்புறம் நான் ஒண்ணும் அதிகமா சொல்றதுக்கு இல்லே. நல்லா சமைக்கத் தெரியும். பண்டம் பாடியெல்லாம் நருவிசா வச்சுக்கத் தெரியும். எண்சுவடி வாய்ப்பாடு தெரியும், முக்கால் அரை வாய்ப்பாடுலேர்ந்து புடிச்சா காணி முந்திரி வரைக்கும் தலைபாடமாத் தெரியும். ராமாயணம், பாரதம், குறள், கொஞ்சம் திருமுறை இதெல்லாம் கொஞ்சம் சொல்லி வச்சிருக்கேன். இதுக்கு மேலே ஒண்ணும் சொல்றதுக்கில்லே. வீட்டு வேலையும் சரியாயிருக்குன்னு வச்சுக்குங்க. தாயாருக்கு இப்பல்லாம் நாலு நடை கிணத்து வரைக்கும் நடந்தா மூச்சு வாங்குது. நான் பாதி செய்யறேன்னு இது வாங்கிக்கிட்டிருக்கு. அப்புறம் என்னாத்தைப் படிக்கிறது?" என்று தரையைப் பார்த்துக்கொண்டே தனக்கே பேசிக் கொள்வதுபோல் சொல்லிக்கொண்டு வந்தார் சண்பகவனம்.

ஒன்றும் பேசாமல் புன்னகையோடு உட்கார்ந்திருந்தான், சட்டநாதன். மனது மட்டும் எங்கெங்கோவெல்லாம் போய்ப் போய் வந்தது. இங்கு எல்லாமே புதிதாக இருக்கிறது. இப்படிக் கூடம் முழுவதும் படங்கள் மாட்டின வீடு இல்லை அவன் வீடு. இப்படி சாங்கோபாங்கமாகத் தினந்தோறும் தெய்வ பூஜை நடக்கிற வீடுமல்ல. அவன் அம்மாவுக்கோ, அப்பாவுக்கோ, அண்ணிக்கோ முந்திரி வாய்ப்பாடும் தெரியாது. பாரதமும் தெரியாது. ராமாயணமும் தெரியாது. இந்த மாதிரிச் சந்தன வாசனையும் வீசுகிற வீடில்லை அது. வாசனைப் பொடியும் மணக்காது. ஏதோ பூச்செடிகளை வைத்து, அந்தப் பூ அம்பாளுக் கும் பிடித்த பூவென்று அதை நினைத்து நினைத்து யாரும் உருகுவதோ நெகிழ்வதோ நெஞ்சில் வைத்துத் தடவிக் கொடுப்பதோ அங்கு கிடையாது. இந்த மாதிரி குளிர்ச்சி யாகவோ உலகத்தில் இல்லாத விஷயங்களைப் பற்றியோ அவன் வீட்டில் யாரும் பேசுகிறதுமில்லை. சின்ன அண்ணன் உள்ளே நுழையும்போது அவனோடு கூடவே வருகிற ஆர்ப்பாட்டம், கண்டிப்பு, காய்தா, அதட்டல்கள், நெல் களஞ்சியம், பிண்ணாக்கு, பருத்திக்கொட்டை, மாடு, விலை, வண்டிகள், அம்மாவின் இருமல், அவள் சொல்லுகிற முரட்டுப் பட்டிக்காட்டுக் கதைகள், பெரிய அண்ணனின் மொத்த வியாபாரங்கள், அவள் வீட்டு வாசலிலேயே நடக்கிற வியாஜ்யங் கள், அந்த அண்ணியின் மீது சுமந்து கிடக்கின்ற நகைகள், காஞ்சீபுரம் புடவைகள் – இப்படி எண்ணி எண்ணிப் பார்க்கும் பொழுது இந்தச் சண்பகவனத்தின் வீடே ஒரு புதிய உலகமாக – ஒரு புதிய அனுபவமாக இருந்தது. மனதில் மட்டுமன்றி, உடம்பிலேயே அது உறைப்பது போலிருந்தது. இங்கு எல்லாமே ஏதோ இனிமையாக இருக்கிறது. யாரும் நடக்கிற காலோசை கூடக் கேட்கவில்லை. அடுக்களைக்குள்ளிருந்து பாத்திரங்களை

எடுக்கும் வைக்கும் ஓசை கேட்கவில்லை. கதவுகூட ஓசையின்றி மூடிக்கொள்ளும் போலிருக்கிறது. இந்த மனிதர்களின் மென்மை அவரைப் பந்தலைக்கூடத் தொற்றிவிட்டது போலிருந்தது. அந்தக் கொடிகூட ஓசையை அடக்கிக்கொண்டு காற்றில் அசைகிறது.

"புவனம், சாப்பிடறதுக்கு ஏதாவது கொண்டாம்மா" என்றார் சண்பகவனம்.

"நான் வீட்டுக்குச் சாப்பிட வரேன்னு சொல்லியிருக்கேன்" என்றான் சட்டநாதன்.

"கொஞ்சம்தான். அம்பாளுக்கு நிவேதனம் பண்ணினது. ரண்டே ரண்டு வெள்ளையப்பம்."

சட்டநாதன் மறுத்துப் பேச முடியாமல் உட்கார்ந்திருந் தான். வீட்டை நோக்கி மனது ஓடிற்று. இரண்டு நாட்களுக்கு முன்பு வரையில் அப்பமும் வெள்ளையப்பமுமாகக் கோட்டை அடுப்பில் வெந்துகொண்டிருந்தன. அந்த எண்ணெய்ப் பிசுக்கு இன்னும் கையைவிட்டு முற்றிலும் நீங்காததற்குமுன் கலியாணப் பேச்சு, கலியாண அப்பம்! என்ன இது!

வெள்ளையப்பம் வந்தே விட்டது. புவனம்தான் அந்தத் தட்டையும் பயத்தம் கஞ்சியையும் கொண்டு வைத்துவிட்டுப் போனாள்.

சட்டநாதன் தயங்கித் தயங்கி உட்கார்ந்திருந்தான்.

"உங்க சங்கடம் எனக்குத் தெரியாமல் இல்லை. ஆனா முதல் தடவையா வந்திருக்கீங்க. வெறுமே அனுப்ப வேண்டாம்னு எனக்குத் தோணிச்சு. பரவாயில்லே, சாப்பிடலாம்," என்றார் சண்பகவனம்.

மறுபேச்சுப் பேசாமல் சாப்பிட்டுவிட்டான் சட்டநாதன்.

"நான் எதுக்கும் அவசரப்பட மாட்டேன். அதது அந்த அந்தக் காலத்திலே நடக்கும். மாசி பங்குனி போகட்டும். அப்புறமா நான் வந்து உங்க தாயாரைப் பார்க்கிறேன். உங்க பெரிய அண்ணனையும் பார்க்கிறேன். சின்ன அண்ணன் சொன்னது உங்களுக்கு மட்டும் இல்லெ. எனக்கும் போட்ட உத்தரவுதான். அதனாலெ அவங்கதான் வந்து கேட்கணும்னு உட்கார்ந்திருக்கமாட்டேன். இப்ப நீங்க வந்ததே, உங்க தாயார், அண்ணன் எல்லோரும் வந்தாப் போலத்தான் எனக்கு. சின்ன அண்ணன் கடைசியிலே இந்த ஞாபகமா என்னுடைய ஞாபக மாவே இருந்தாருன்னு சொன்னா, அது அம்பாள் உத்தரவு மாதிரிதான் என் சம்பந்தப்பட்ட வரைக்கும்... ஆனால் நான்

என்னென்னமோ பேசிட்டேயிருக்கேன். இந்த விஷயத்திலே உங்க மனசு என்ன, உங்க நோக்கம் எப்படியிருக்குன்னே தெரியாம பேசிக்கிட்டு இருக்கேன்..."

அதைக் கேட்டதும் சட்டநாதனுக்கு ஒரு பயம் படர்ந்தது. 'அவ்வளவாகப் பிடிக்கவில்லை என்பது போல் முகத்தைச் சிணுக்கிக் கிணுக்கி விட்டோமோ?' என்று தனக்குள்ளே கேட்டுக் கொண்டான். அந்தச் செம்பருத்தி மலர்களும் மஞ்சள் பூச்சும் வாசனைப் பொடி மணமும் அவனை விட்டு உதறி ஓடுவது போல் ஓர் அச்சம் புகுந்தது. ஒரு நொடிப் பொழுது யாரும் சட்டை செய்யாத அநாதையாக, தன்னந்தனியாக நிற்பது போல ஓர் ஏக்கம்.

"என்னைச் சோதிச்சிப் பார்க்கணும்னு தோணுதா உங்களுக்கு?" என்று பதிலுக்கு ஒரு கேள்வி கேட்டான். அதைக் கூடச் சரியாகக் கேட்க முடியாமல் உதடு, கன்னம் எல்லாம் கோணி இழுப்பது போலிருந்தது.

"இல்லெ இல்லெ..."

"சின்ன அண்ணன் இவ்வளவு சொன்ன பிறகு, உங்ககிட்டவும் அவர் இவ்வளவு சொன்ன பிறகு, நான் என்ன சொல்ல இருக்கு? எனக்கு முழுச் சம்மதம்னு சொல்ல எனக்கும் ஒரு கூச்சமிருக்காதா?" என்றான். என்னடா உளறுகிறோம் என்று தான் அவனுக்குத் தோன்றிற்று. "மனசிலே உள்ளதைச் சட்டுனு அப்படியே சொல்ற பழக்கமில்லை எனக்கு. சுத்திச் சுத்திதான் சொல்லத் தெரியும்" என்றான் பிறகு. சின்ன அண்ணனின் கோபம், அதட்டல் எல்லாம் ஒரு கணம் ஞாபகம் வந்தது. அதற்குப் பயந்து பயந்து தான் நினைத்ததை அப்படியே உடனே சொல்லுகிற பழக்கம் நசுங்கிக் குறுகிப் போய்விட்டதா?

"சரி சரி. நீங்க இவ்வளவு சொன்னதே எனக்குப் பெரிய ஆறுதல். நீங்க இப்படிப் பேசறதுதான் சரி" என்று சொல்லி, உடனே எழுந்து உள்ளே போனார் சண்பகவனம்.

ஒரு நிமிஷம் கழித்து மறுபடியும் வந்தார்.

"ஒண்ணுமில்லே. அம்பாள்கிட்டே சொல்லி விழுந்து கும்பிட்டு வந்தேன். எனக்கு அத்தனை ஆனந்தமா இருந்தது. 'சம்மதம்னு சொல்லிட்டார், அதையும் நான் கேட்டுப் பெருமைப் படறாப்பல, ரொம்ப இங்கிதமா, உணர்ச்சியோட தெரிவிச்சார்; 'நல்ல உசந்த மருமவனாத்தான் கொடுத்திருக்கே நீ'ன்னு மனசு நெறையச் சொல்லி எழுந்து வந்தேன்" என்று கூறி மீண்டும் பெஞ்சுமீது உட்கார்ந்துகொண்டார்.

செம்பருத்தி

ஒவ்வொரு சொல்லும் புளகித்து நடுங்குவதைக் கேட்டுச் சட்டநாதனுக்கு உள்ளெல்லாம் பாய்ந்து நிரம்பிற்று. அசாதாரண மான முயற்சியோடு அதை அடக்கிக் கண் கலங்குவதைத் தவிர்த்துக்கொண்டான். என்னமோ அவனுக்கு அந்தக் கணம் விடியற்காலை போல் தோன்றிற்று. நாகணவாய், வலியன் போன்ற சின்னப் பட்சிகள் எல்லாம் எழுந்து கூட்டமாக ஆனால் மென்மையோடு இரையும் காலை போலிருந்தது. சேவல் எங்கேயோ தலையை நிமிர்த்திக் கூவும் காலை போலிருந்தது. செம்பானூர் பெரிய கோவிலிலிருந்து விச்வரூப தீபாராதனைக்கான நாகஸ்வர நாதம் காற்றில் தவழ்ந்து ஊரில் திண்ணையில் படுத்திருக்கும் அவன் காதில் தவழ்ந்து வந்து சேருமே... அந்த விடியற்காலைபோல் இருந்தது.

நிமிர்ந்து அசைப்பில் பார்த்தபொழுது அடுக்களையி லிருந்து சண்பகவனம் பிள்ளையின் மனைவியும் பின்னால் அவர் பெண்ணும் நின்று, கூடத்திலிருந்த அவர்களைப் பார்ப்பது தெரிந்தது. திடீரென்று வந்து பூஜைக்கு முன் விழுந்து வணங்கி விட்டுப் போகிறாரே என்று வியப்பும் அதே சமயம் செய்தி புரிந்த பரவசமுமாக அவர்கள் நின்றுகொண்டிருந்தார்கள். சட்டநாதன் கண்ணைக் கீழே போட்டான். அவர்களும் சற்று விலகி மறைந்துகொண்டார்கள்.

சிறிது நேரம் மௌனமாகக் கழிந்தது.

கண்ணை மூடிக்கொண்டு அப்படியே உட்கார்ந்திருக்க வேண்டும் போலிருந்தது சட்டநாதனுக்கு. மூடிக்கொண்டான். செம்பருத்திப்பூ, தலைவளைந்து தரையைத் தொட்டு வணங்கு கிறது. தலைக்கு முன் மினுமினுவென்று மஞ்சள் பூசிய விரல்கள் நிலத்தில் அமைந்து பதிகின்றன. சண்பகவனம் நெடிய உடம்பைக் கீழே கிடத்தி அம்மன் முன் நீள வணங்குகிறார். சின்ன அண்ணன் முகம் மலர்ந்து என்னமோ பேசுவது போலிருக் கிறது. அவன் சந்தோஷமாகச் சிரிக்கும்போது முகம் மிக மிக அழகாக இருக்கும். வாசலில் கோலம்போட்டாற் போலக் கவலையும் கண்டிப்பும் கோபமும் அதிகாரமுமாக எப்போதும் முறுக்கேறியுள்ள ஒரு முகம் தளர்ந்து, மலர்ந்து சிரிக்கும்போது மற்ற முகங்களைவிட அழகாகத்தானே இருக்கும்?

‘கடை இன்னமேத்தான் திறக்கணும் போலிருக்கு’, என்று குரல் வந்து, அந்தப் படங்களை எல்லாம் கலைத்தது. சட்ட நாதன் விழித்துக்கொண்டான். சற்று யோசித்த பிறகுதான் கேள்வி என்ன என்று புரிந்தது.

“ஆமாம், அப்பவே பிடிச்சுத் திறக்கலே. சாமான் எல்லாம் எப்படி இருக்கோ? போறப்போ பார்க்கலாம்னு இருக்கேன்.”

“தொடர்ந்து நடத்தறதாகத்தானே . . ?”

“நடத்தணும்னுதான் யோசனை. பெரிய அண்ணன்கூடச் சொன்னாங்க. ஒரு வாரம் கழிச்சு ஏற்பாடெல்லாம் பண்றேன்னு.”

“அப்படியா? பெரிய அண்ணன் மனசு வச்சா கவலையே இல்லை. போன வருஷம் சிதம்பரம் போயிருந்தப்ப, அவரு கடை வாசலோட போனேன். ரொம்ப வாஹினியான ஆத்மா. இருந்த இடத்திலேர்ந்து எதையும் நடத்தக் கூடிய செல்வாக்கு, செலாவணி . . . ஏ அப்பா! அசகாய சூரராச்சே! அதெல்லாம் ஒரு அம்சம். எல்லாருக்கும் வந்திடுதா? அவங்க செஞ்சா அது நல்லாத்தான் இருக்கும்.”

“அதுதான் ஒரு வாரம் பத்து நாளிலே வரதாகச் சொல்லிட்டுப் போயிருக்காங்க.”

“வரட்டும், வரட்டும். அவங்களுக்கும் போது கிடைச்சுத் தானே வரணும்? சின்ன வியாபாரமா அவங்களுக்கு? லேசில் கிளம்ப முடியுமா?”

சட்டநாதன் எழுந்துகொண்டான். “வர்றேன்” என்று விடைபெற்றுக்கொண்டான்.

“வாங்க . . . நான் சீக்கிரமாவே வர்றேன். அம்மாவை வந்து பார்க்கிறேன். பெரிய அண்ணன் வந்ததும் தகவல் சொல்லி அனுப்பணும் நீங்க. நான் வந்து அவங்களைப் பார்க்கிறேன் . . . யாரங்கே? புவனம்! . . போய்ட்டு வரேன்னு சொல்லிக்கிறாங்க.”

“வரேம்மா.”

“சரி . . . அவங்க சொல்றதுக்கு மேல எனக்கு ஒண்ணும் சொல்லத் தெரியாது. புவனேச்வரி கடாட்சம் நல்லா நடத்தி வைக்கணும்” என்று அவனைப் பார்ப்பதும் பாராததுமாகச் சொன்னாள் சண்பகவனத்தின் மனைவி.

5

கோவிந்தசாமியின் வீட்டைத் தேடிக் கண்டுபிடித்து அவனை அழைத்து வந்து கடையைத் திறக்க ஒரு மணி நேரமாகிவிட்டது. 12 இலக்கம் இட்ட கதவை நகர்த்தி வெளியே எடுத்ததும் ஒரு பெருச்சாளி விழுந்து அடித்துக்கொண்டு வெளியே பாய்ந்து ஓடிற்று. தெருவில் படுத்திருந்த வாலறுந்த நாய் அதைத் துரத்திப் பாய்ந்தது. அதற்குள் பெருச்சாளி தெருவோரமாக இருந்த பள்ளச் சாக்கடைக்குள் விழுந்துவிட்டது. அதைப் பிடித்து விடலாம் என்று நாய் மோப்பம் பிடித்துப் பரபர வென்று வேட்டையாடத் தொடங்கிற்று.

பலகைகளை எடுத்துக் கீழே வைத்ததும் சட்ட நாதன் கடைக்குள் ஏறினான். எல்லாம் வைத்தது வைத்தபடி இருந்தாலும் இரண்டு வாரத் தூசியும் தூசி நெடியும் மூக்கை அறுவின. கொத்துக் கடலை யும் மரிக்கன் மாவும் இறைந்து கிடந்தன. சற்று உள்ளே தள்ளி அலமாரியில் வைத்திருந்த ஒரு தேன் குப்பியும் தைலக்குப்பியும் கீழே விழுந்து உடைந்து கிடந்தன. இப்பொழுதுதான் விழுந் தனவோ என்னவோ, எறும்பு ஒன்றையும் காண வில்லை. நவ்வாலாக அடுக்கியிருந்த மூட்டைகளுக் கிடையில் சிலந்தி கூடுகட்டி இருந்தது. சின்ன அலமாரியைத் திறந்ததும் கரப்புப் புழுக்கையின் வாடை வெதுவெதுவென்று அடித்தது. மூச்சை அடக்கி இந்தண்டை வந்தான் அவன்.

"நான் எல்லாத்தையும் பங்கீடு பண்றேன். நீங்க உட்காருங்க குளந்தே!" என்று கோவிந்தசாமி ஒரு ஸ்டூலை எடுத்துக் கடைக்கு வெளியே கீழே

தி. ஜானகிராமன்

போட்டு அவனை உட்கார்த்தி வைத்துவிட்டு வாருகோலால் தட்டிக்கொட்டிச் சுத்தம் செய்யத் தொடங்கினான்.

சண்பகவனத்தின் வீட்டைவிட்டு இந்தக் சுந்தர கோளத்திற்கு எதிரே வந்து உட்கார்ந்திருப்பது முதலில் என்னமோபோல்தானிருந்தது. ஆனால், சின்ன அண்ணனை நினைவூட்டி நினைவூட்டிச் சிறிது நேரத்திலேயே கடை தன்னை ஸ்தாபித்துக்கொண்டது. அண்ணியைப் போல, அவளுடைய குழந்தையைப் போல அநாதையாகக் கிடக்கிற அதன் குப்பையும் தூசு நெடியும் சட்டநாதனைச் சற்றைக்கொருமுறை உலுக்கிக் கொண்டே இருந்தது. சின்ன அண்ணன் ஆளப்பிறந்தவன் மாதிரிதான் வாழ்ந்து வந்தான். வாய் வீச்சு, நடை, பார்வை, தோரணை எல்லாம் ஆளப்பிறந்தவனுடையவை. ஆனால் அத்தனையும் இந்த மூளி மளிகைக் கடைக்கு மேலே உயராமல் கரளைப்பட்டுவிட்டதே. ஏன்? ஏன்? விரும்பினால் பெரிது பெரிதாக வளைத்துக் கட்டக் கூடியவன் ஏன் இப்படி ஒரு பாமர, ஏழைக் கடைக்காரனாக மட்கிக் கிடந்தான்? இந்த வாய் வீச்சும் ஆர்ப்பாட்டமும் செய்துகொண்டு வாழ்ந்தவன் எதற்காக வாழ்ந்தான்? இப்படி அல்பாயுசில் செத்துப் போவதற் காகவா இத்தனை அதட்டல், இத்தனை கோபம், இத்தனை திறமை, இத்தனை செல்வாக்கு, இத்தனை சிநேகங்கள்!

இது என்ன அக்ரமம்! இப்படித் திடீரென்று அவன் உயிரைப் பறித்துக்கொண்டு போனதன் நோக்கம் என்ன?

"எந்தப் பேச்சுப் பேசினாலும் தம்பியைப் பத்தி ஒரு வார்த்தை சொல்லாம, அவனுக்கு இது செய்யணும் அது செய்யணும்னு முடிக்காம இருக்கிறதில்லே!" என்று சண்பகவனம் பிள்ளை கூறியதை நினைத்துப் பார்த்தபோது, இத்தனை நாளாக வராத ஒரு அழுகையும் கேவலுமாக வந்து கண்டத்தை அமுக்கிற்று. கடையைப் பார்த்து ஸ்டூல் மீது உட்கார்ந்திருந்தவன் சட்டென்று உள்ளே ஏறினான். உள்ளே போய்த் தேம்பினான்.

வாருகோல் குத்திட்டு நிற்க, கோவிந்தசாமி அவனைப் பார்த்து நின்றான்.

"கொழந்தே கொஞ்சம் பேசாமெ இருங்களேன். நீங்க இப்படி நிக்கறதைப் பார்த்தா, என் கை கால்லாம் துவளுது. நிக்க முடியாது போலிருக்கு."

பிரிக்காமலிருந்த ஒரு மூட்டைமீது உட்கார்ந்துகொண்டு சட்டநாதன் கண்ணைத் துடைத்து அடக்கிக்கொண்டான்.

"தைரியமா இருங்க, கொழந்தே."

“இல்லே, கோவிந்தசாமி. அண்ணன் என்மேல் சாதாரணப் பிரியம் வைக்கலே. நான் பதிலுக்கு என்ன செஞ்சேன்? அவன் கோபக்காரன், தம்பியைக் கண்ணிலே விரலைக் கொடுத்து ஆட்டுறது ஒண்ணுதான் அவனுக்கு ஜோலி, சந்தோஷம்னு வெறும் மட்டித்தனமா நெனச்சுக்கிட்டே இருந்திட்டேன். நான் அவன் மனசைப் புரிஞ்சுக்கிட்டேன்னு ஒரு கண நேரம் காமிச்சிருந்தா அவன் தலை கால் தெரியாம சந்தோஷப்பட்டிருப்பான். இந்த அல்ப புத்திக்கு அது படவே படாம போயிடிச்சு,” என்று சூடாக மூச்செறிந்தான் சட்டநாதன்.

“அப்படி நினைக்காதீங்க, தம்பி. நீங்க வெளிப்படையாகக் காட்டலேன்னா, அவங்களுக்கு அது புரியாதா என்ன? காட்டணும்னு அவங்க நினைச்சிருக்கவும் மாட்டாங்க. அது அப்படிப்பட்ட பெரும்போக்கு . . . சும்மா என்னத்துக்கு இல்லாததை நினைச்சிகிட்டே நொந்துக்கிறீங்க? அண்ணியை நீங்கதான் காப்பாத்தியாகணும். அந்தக் குழந்தை இன்னமே உங்க கொழந்தை. நீங்கதான் எல்லாம் செய்யப் போறீங்க. செத்துப் போயிட்டார்னா முழுக்கவா செத்துப் போய்ட்டாரு? நீங்க செய்யப் போறது எல்லாம் பார்த்துக்கிட்டுதான் இருப்பாங்க, எங்கிருந்தோ.”

“என் கலியாணத்தைக்கூட நிச்சயம் பண்ணிட்டுப் போயிருக்காங்க அவங்க.”

“எப்படீ! எங்கே?”

“இதே தெருவிலே – கோடிலேர்ந்து நாலாவது வீடு. சண்பகவனம் பிள்ளை . . .”

“அ!”

“சாறப்போ, அவரைப் போய்ப் பாரு பாருன்னு, பன்னிப் பன்னிப் புலம்பினாரு. இப்பத்தான் பார்த்தேன். எதுக்குன்னு இப்பதான் புரிஞ்சுது.”

கோவிந்தசாமி வியந்துகொண்டே மௌனமாகி நின்றான். ஒரு நிமிஷம் கழித்து, “சாதாரணமாக் கிடைக்கக் கூடிய இடமா? அந்தக் குழந்தைதான் சாதாரணக் குழந்தையா? எங்க முதலாளி முதலாளிதான். அவங்க எப்படிச் செத்துப் போக முடியும்? இப்படியெல்லாம் ஒவ்வொரு காரியத்தையும் மறக்க முடியாம பார்த்துப் பார்த்துச் செய்றவங்க எப்படிச் செத்துப் போக முடியும்? அவங்க செத்துப் போகலெ தம்பி. இருந்துகிட்டே இருக்காப்லேதான் தோணுது எனக்கு.”

சிறிது பிரமித்தாற்போல் நின்றுவிட்டு மீண்டும் வாரு கோலால் முழுதையும் பெருக்கித் துப்புரவாகச் செய்தான் கோவிந்தசாமி.

கடை திறந்திருப்பதைப் பார்த்து, வாடிக்கைகள் வரத் தொடங்கின. சட்டநாதனைப் பார்த்துத் துக்கம் விசாரித்தன. உச்சிப் பொழுதிற்குக் கடையைக் கட்டச் சொன்னான் சட்ட நாதன். "இன்னிக்குப் போதும் நாளையிலேந்து பார்த்துக்கலாம்," என்று கீழே இறங்கினான். நம்பர் போட்ட பலகைகள் மீண்டும் கடையைச் சாத்தி நின்றன.

ஒரு வாரம், இரண்டு வாரமாகி, மூன்றாகி, நாலாயிற்று. இன்னும் சிதம்பரத்திலிருந்து பெரிய அண்ணன் வரவில்லை. சட்டநாதன் முதல் இரண்டு வாரங்களுக்குச் சாமான் கொள்முதல் ஒன்றும் செய்யாமல், இருக்கிறதை விற்றுப் பணத்தை எண்ணி, வீட்டுக்குத் திரும்பிவந்துகொண்டிருந்தான். கடிதம் எழுதி, மேலே என்ன செய்யலாம் என்று கேட்டதற்கு, நாலைந்து நாட்களுக்குப் பிறகு, இன்னும் இரண்டு நாட்களில் வந்து சேர்வதாகவும், கடையை விசாலமாக நடத்த ஏற்பாடு செய்வதாகவும் பதில் வந்து சேர்ந்தது. பிறகு ஒரு வாரமாகியும் ஆளைக் காணவில்லை. அவன் வரும்வரையில் கடை ஓடுவதற் காகக் கொஞ்சம் பணத்தைப் போட்டு உள்ளூரிலேயே ஒரு மொத்த வியாபாரியிடம் இரண்டு மூன்று வாரத்துக்குக் காணும் படியாகச் சாமான்களை வாங்கிக் கடையில் அடுக்கிவைத்தான்.

ஒவ்வொரு நாளும் பொழுது விடிந்ததும் படுக்கப் போகும் போதும் ஊருக்குப் போக வேண்டும், போக வேண்டும் என்று ஒரு முறை பெரிய அண்ணி சொல்லிக்கொண்டே இருந்தாள். உண்மையில் அவளுக்குப் பரபரப்பு இல்லை. ஊர் பேர் தெரியாத விருந்துகளுக்கு எல்லாம் சமைத்துப் போடுவதும் காபி போடுவதும்தான் இருக்கவே இருக்கிறது. கொஞ்ச நாளைக்கு ஓர்ப்படியாளை வேலை வாங்கிக்கொண்டும் நடுநடுவே அவளை அழவிட்டுக்கொண்டும் கிராமத்தில் இருப்பது அக்கடா என்றிருந்தது. ஆனால், தினம் ஒரு தடவை ஊருக்குப் போவதைப் பற்றிப் பேச்செடுக்காமல் இருக்கவும் மாட்டாள். உடனே வரச் சொல்லி அவள் கணவனிடமிருந்து அடித்துப் பிடித்துக்கொண்டு கடிதமும் வரவில்லை.

"நான் என்னத்தைச் சொல்லுவேன்? ஒரு வாரத்திலே வரப் போறான். தம்பிக்குப் பெரிசா ஏதோ பண்ணி வெட்டி முறிக்கப் போறான், அப்புறம் உன்னையும் அழைச்சிட்டுப் போகப் போறான்னு பொழுதன்னிக்கும் வாசலை வாசலைப் பார்த்துக்கிட்டிருக்கேன். அலை ஓஞ்சு முளுகலாம்னு அவன்

காத்திட்டிருக்கான் போலிருக்கு" என்று ஒருநாள் அம்மா சூடாகக் கிளம்பினாள்.

"என்னம்மா அப்படிச் சொல்லிட்டீங்க?" என்றாள் பெரிய அண்ணி.

சட்டநாதன் அப்போதுதான் கடையிலிருந்து திரும்பி வந்து சாப்பிட்டுவிட்டுப் பெரிய அண்ணியின் சின்ன மகனுக்குக் கதை சொல்லிக்கொண்டிருந்தான். அம்மா சொல்வது காதில் விழுந்தது. பெரிய அண்ணி இன்னும் சூடாகப் பதிலுக்குக் கேட்ட கேள்வி கதையை நிறுத்திவிட்டது.

"என்ன?" என்றாள் அம்மா, சின்ன அண்ணனின் குழந்தையைத் தட்டிக்கொண்டே. குப்புறப் படுத்திருந்த அந்தக் குழந்தை கண் அயருகிற சமயம்.

"வெட்டி முறிக்கப் போறான், அப்படி இப்படின்னு என்னென்னமோ சொல்றீங்களே."

"ஆமா; ஒரு வாரத்திலே வரேன்னுட்டுப் போனான். இன்னும் வரான். நெசம்மா உடன்பிறப்புங்க மேலே ஒரு பாசம் கரிசனம்னு இருந்தா இப்படியா உக்காந்திருப்பான்? இவன் பொஸ்தகம் படிக்கிற புள்ளை. இவனுக்குக் கடை தெரியுமா, கண்ணி தெரியுமா? அண்ணன் பெரிசாச் சொல்லிட்டுப் போயிருக்கானேன்னு மூடவும் முடியாம தொறக்கவும் முடியாம உக்காந்திட்டிருக்கான்."

"அவங்க மட்டும் என்ன சும்மா உக்காந்திருக்காங்களா அங்கே? கண்ணைப் புட்டுக்கிட்டதிலேர்ந்து மூடற வரைக்கும் வேலையும் சனமுமா வந்து மொய்க்குது அவங்களை. ஒரு வா நிம்மதியா சாப்பிடக்கூடப் போது இல்லெ. வாயிலே ஈப்பூந்தது தெரியாம மல்லுக்கு நிக்கறாங்க."

"யாருக்காக நிக்கிறான்? ஊரு உலகம் எல்லாம் சேமமா இருக்கணும்னா? தெரியாமத்தான் கேக்கறேன்."

"அவங்களும் செஞ்சிக்கிட்டுத்தான் இருக்கிறாங்க ஊரு உலகத்துக்கு எல்லாம்."

"அப்படியா? இங்கே இருக்கிறவங்களெல்லாம் ஊரு உலகம் இல்லெ போலிருக்கு. உடன்பொறப்புக்கு வந்து ஒரு வார்த்தை சொல்ல முடியலே. ஊருக்கு வெட்டி முறிக்கிறானாம். என்னமோ பெரிசா சொல்ல வந்திட்டா."

"நான் ஒண்ணும் பெரிசாச் சொல்லிட்டு உட்கார்ந்திருக்கலே. எனக்கு உட்கார்ந்திருக்கவும் ஆசை இல்லெ. எளவு

வீட்டுக்கு வந்து எத்தினை நாளு குந்திக் கிடக்கிறது? உடனே சொல்லிக்காம புறப்பட்டுப் போகணும்னுதான் சொல்லுவாங்க. எனக்குத்தான் கேக்கலே. என்னால முடிஞ்சதைச் செஞ்சு போடலாம்னு தங்கினேன். வாங்கிக் கட்டிக்கிறேன்."

"வாங்கிக் கட்டிக்கிறியா? நான் என்னத்தைச் சொல்லிட்டேன் இப்ப? என்னாத்துக்கு இப்படி அடி பாரம் போடறே? வரேன்னு முளங்கிட்டுப் போனவன் திரும்பிக்கூடப் பார்க்கலியேன்னு அவனையல்ல சொல்லிட்டிருக்கேன். உன்னை என்னமோ சொல்லிட்டாப்பலல்ல கிடந்து குதிக்கிறே?"

"நான் என்ன குதிச்சிட்டேன் இப்ப?"

"என்னாலானதைச் செஞ்சு போடலாம்னு உக்காந்துகிட்டு இருக்கேங்கிறே? எளவு வீட்டுக்கு வந்து தங்கப் படாதுங்கறே. இது அந்நியா, அசலா? உன் கொழுந்தன்தானே செத்துப் போயிருக்கான்? என்னமோ, எங்கியோ இருக்கிற பங்காளி ஜனத்தைப் பேசறாப்லல்ல பேசறே. நீ உன்னால ஆனதை என்ன செஞ்சுகிட்டு இருக்கே இங்கே? அதுவும்தான் புரியலே எனக்கு. பூந்திக் கொட்டையும் சவுக்காரமும் போட்டுத் தினம் போது விடிஞ்சா சங்கிலி, வளை, கொலுசு மொதக்கொண்டு கழுவித் துடைச்சு வைச்சுக்கிறதுக்கே போது சரியா இருக்கு உனக்கு."

"கொளந்தை காப்பு கொலுசைக் கழுவறதுகூட உங்க கண்ணை உறுத்துதா? நானும் சூடு சொரணை எல்லாம் விட்டுட்டு இங்கேயே குந்தி இருக்கேனே – என்னைல்ல சொல்லணும் . . . அம்மா, அம்மா, அம்மா . . !" என்று மண்டையில் ஓங்கி ஓங்கி ஆறேழு தடவை போட்டுக்கொண்டாள் பெரிய அண்ணி.

அதைப் பார்த்துவிட்டு, அவளுடைய இரண்டாவது பெண், அரண்டு போய், "அம்மா! அம்மா!" என்று இரண்டு முறை கத்திவிட்டு, அவளருகே வந்து அவளைத் தொட்டுக் கொண்டே, ஊ என்று அழத் தொடங்கிற்று. "என்னாத்துக்கு ஒப்பாரி வைக்கிறே பொணமே!" என்று அதை முதுகில் ஓங்கி ஒரு அறை அறைந்தாள் அவள். வலி தாங்க முடியாமல் அது வீல் என்று கீழ் உதட்டை உள்ளே மடித்துப் பெரிதாக அழத் தொடங்கிற்று.

"அம்மா! அம்மா!" என்று கூப்பிட்டான் சட்டநாதன். பதில் இல்லை.

"அம்மா! உன்னைத்தாம்மா" என்று மீண்டும் கத்தினான்.

"ஏண்டா!"

"இங்கே வா, சொல்றேன் . . . வான்னா வரணும்."

அம்மா கூனியபடியே கூடத்திற்கு வந்தாள்.

"என்னடா?"

"உட்காரு இப்படி."

"என்னத்துக்கு?"

"உட்காருன்னா உட்காரணும்."

அம்மா உட்கார்ந்தாள் ஊஞ்சலில்.

"வயசானதுக்கு உனக்கும் பொறுமை வேணும்."

"எத்தனையோ பொறுத்துக்கிட்டாச்சு. ஊரை விட்டுப் போனான். பதினைஞ்சு வருஷமாச்சு. ஒரு கால் காசு, அன்பா அம்மா தம்பின்னு ஒரு வார்த்தை ஒண்ணும் கிடையாது. செத்துப் போனானே இந்தப் பாவி மகன். அவன் கலியாணம் பண்ணிகிட்டு வந்தான். ஒரு தடவை அவனைக் கூப்பிடணும். நாலு நாளைக்கு வச்சிருந்து அனுப்பணும்னு தோணிச்சா? குஞ்சம்மா இங்க வந்து பூந்தவதான். ஒரு அடி எடுத்து வெளியிலே வைக்கலே. அவளைத்தான் கூப்பிட்டு ஒரு நாலஞ்சு நாளு வச்சுக்கலாம்னு தோணிச்சா இவளுக்கு? நான் என்னமோ சொல்லிட்டாப்லே கிடந்து குதிக்கிறா. இனிமே முத்துச்சாமி, ஐயான்னா வரப் போறானா, அம்மான்னா வரப் போறானா? கயிறு பொட்டு எல்லாத்தையும் காத்திலே விட்டுப்பட்டு குஞ்சம்மா தான் இனிமே அங்க போக முடியுமா? என்னமோ ஊருக்கெல் லாம் ஆக்கிப்போடறோம் மாஞ்சு போறோம்னு இவ அலமாந்து போறாளே. நான் என்னமோ பொறுமையா இருக்கணும்ங்கறே! இந்த நொடிவரைக்கும் நான் இதெல்லாம் உங்க பெரிய அண்ணிகிட்டதான் சொன்னேனா, இல்ல உன்கிட்டேதான் சொல்லியிருக்கேனா? நானும் இத்தனை காலமா வாயைத் தைச்சுப் போட்டுகிட்டுத்தான் கிடந்தேன். அட, உசிரோட இருக்கிறப்பதான் இல்லே, செத்துப் போனப்பறமாவது ஆதரவா ஒரு வார்த்தை, ஒரு கடுதாசி? ஒரு வாரத்திலே வரேன்னு சொல்லிட்டுப் போவானேன்! ஊரு மெய்க்கச் சொல்லிட்டுப் போனானா? எல்லாத்தையும் நினைச்சுப் பார்த்தேன். தாங்கலே, சொல்றேன். இவ என்னமோ . . ."

"அம்மா . . . கொஞ்சம் பேசாம இரும்மா" என்று இடைமறித் தான் சட்டநாதன். யாராவது இரைந்து வாக்குவாதம் செய்யத் தொடங்கினால் அவனுக்கு உடம்பெல்லாம் அதிரும். வயிற்றைப் புரட்டும்.

அதுவும் இப்படி ‘ஆத்திரமும் ஆங்கார’முமாகக் குமையும் போது நிம்மதி இழந்து கலவரப்பட்டுப் போவான். ‘பேசாம இரும்மா, பேசாம இரும்மா’ என்று புருவத்தைச் சுளித்தும் கெஞ்சியும் தாயாரை வேண்டுவது ஒன்றுதான் அவனால் முடிந்தது.

“பேசாம இரு இருன்னுதானே சொல்லத் தெரியுது. நான் சொல்றது நியாயம்தான்னு சொல்லத் தெரியலியேடா உனக்கு? நான் இல்லாததைச் சொல்றனா, தப்பாச் சொல்றனா?”

“நியாயம், தப்பு அந்தப் பேச்சே வேண்டாம். இப்ப சண்டை இந்த வாக்குவாதம் எல்லாம் நிறுத்திரணும்.”

“நானா சண்டை போடறேன் இப்ப? இருக்கறதைச் சொன்னா அது சண்டை ஆயிடுமா?”

அதைக் கேட்டுப் பெரிய அண்ணியின் குரல் குப்பென்று தீயாக உயர்ந்தது.

“நானா சண்டை போட வந்திருக்கேன் பின்னே? இல்லெ, இது பெரிய சொர்க்க வாசம்னு வந்து ஆசையாக் குந்தியிருக் கேன்னு நெனைச்சீங்களா? என்ன வார்த்தையெல்லாம் சொல்றீங்க? குஞ்சம்மாளையும் அவரையும் நாங்களா கூப்பிடலே? கூப்பிடத்தான் கூப்பிட்டோம். உங்க பொச்சரிப்பும் ஆங்காரமும்தான் அவங்களை வந்து இருக்கவிடலியோ என்னமோ? என்னாத்தை நெனச்சிட்டு, யார் மண்டையை உருட்றீங்க? அவங்க என்ன, ஊரை ஏமாத்திச் சம்பாதிக்கிறாங் களா? கொள்ளையடிக்கிறாங்களா? அவங்களும் ரத்தம் சுண்டச் சுண்டத்தான் வேலை செய்யிறாங்க. வருது வருதுன்னு சௌகரியம் பண்ணிட்டிருக்காங்க. அரை ஜாமம் சௌகரியமா இருந்தாத்தான் ஆறு ஜாமம் வேலை செய்யலாம். அதுக்காகத் தான் குதிரை வண்டி காடின்னு ஏதோ வச்சிட்டிருக்காங்க. நான் மவராசான்னு தம்பட்டம் அடிச்சுக்கிறதுக்காகவா? தெனம் ஊர் மேலே கோலம் போறத்துக்காகவா? ஏ அப்பா! இதுகூடப் பொறுத்துக்க முடியலியா? வயித்திலே பொறந்தவங்க இப்படி இருந்தா பெருமைப் பட்டுப்பாங்க! இந்த வயிறானா குமையுது. சங்கடப்படுது . . . இதப்பாருங்க, நான் இப்பவே புறப்படப் போறேன். இன்னமே இந்தக் கணப்பிலே இமைக்கிற நேரம்கூடத் தங்க மாட்டேன்,” என்று சொல்லிக்கொண்டே இரண்டாம் கட்டைப் பார்க்கப் போய்விட்டாள் பெரிய அண்ணி.

சட்டநாதன் மண்டையில் அடித்தாற்போல் உட்கார்ந்திருந் தான். அம்மா அவள் போன திக்கைப் பார்த்து, சட்டநாதனை ஒருமுறை பார்த்துவிட்டு, தரையை வெறித்துப் பார்த்தாள்.

இருவரும் பேசவில்லை. பத்து நிமிஷம் வீடே எங்கோ ஆழப் பள்ளத்தில் வைத்தாற் போல மூச்சுப் பேச்சின்றி மௌனமாகக் கிடந்தது. ஒரு குழந்தை உறங்கும் மூச்சு மட்டும் கேட்டது. சின்ன அண்ணி சாப்பிட்டாளோ என்னவோ தெரியவில்லை. இரண்டாம் கட்டில் சத்தம் ஒன்றும் இல்லை.

சட்டநாதன் எழுந்து வாசல் திண்ணையில் போய்த் துண்டை விரித்து உட்கார்ந்துகொண்டான். அதையும் தாண்டித் தை மாதச் சிலுசிலுப்புத் தொடையில் படர்ந்தது. எதிரே வயலும் தோப்புமாக, கறுப்புக் கறுப்பாக இரவு படம் எழுதி யிருந்தது. நட்சத்திரங்கள் அலம்பிவைத்த நகைகளைப்போல் பளிச்சென்று துலங்கின. இன்னும் ஒரு ஜாமம் போனால் பின் பனி படர்ந்து மிதந்து தொங்கும் மூட்டத்தில் இதே நட்சத்திரங்கள் சோர்ந்து மங்கிவிடும்.

வீட்டுக்கு வந்தவர்கள் துளி மனங்கோணக் கூடாது என்று தவித்தான். வாக்குவாதத்தை முதலிலேயே நிறுத்திவிடத் துடித்தான் அவன். ஆனால், பெரிய அண்ணி பேசியதை நினைக்கும்பொழுது அவனுக்கு வயிறு கலங்கிற்று. சற்றுக் கோபம் வந்தது. மனது தொய்ந்தது. இப்படியுமா பெண்களுக்குப் பேசத் தோன்றும்? கடைசியாக அவள் வந்து நின்றதைப் பார்க்கவே பயமாயிருந்தது. முகம் சிவந்து, கையை வீசியும் சைகை காட்டியும் அவள் பேசும்போது ஆவேசம் வந்து குதிப்பதுபோல் இருந்தது. மூளைக் கொதிப்பா? சங்கா தோஷம் என்று சொல்லுகிறார்களே, அதுவா? பெரிய அண்ணிக்கு ஒரு சின்ன வார்த்தையைக்கூட அதற்கேற்ற கை ஆட்டல் இல்லாமல் பேசத் தெரியாது. அந்த ஆட்டல்களும் என்னமோ வார்த்தையோடு இசையாமல், தப்புத் தாளம் போடுவதுபோல் இருக்கும். அப்பொழுதெல்லாம் முகத்தை அப்பால் திருப்பிக் கொள்வான் அவன். பெரிய அண்ணிக்கு பெரிய உடம்பு. நூறு பெண்களுக்கு நடுவில் அவள் உடம்பு பெரிது என்று தனியாகத் தெரியும். சொல்பமான கழுத்து, தலைக்குக் கீழ் தோளும் மார்பும் உடனே ஆரம்பித்து விடுகிறது போன்ற அமைப்பு. உரிக்காத தேங்காயை நிறுத்திவைத்த வடிவம். உடலின் மத்தியம் அத்தனை அகலம். ஆனால், மற்றவர்கள் அந்த மாதிரி இருந்தால், சற்று விகாரமாக இருக்கலாம். பெரிய அண்ணி அப்படித் தோன்றுவதில்லை. பருமன் ஒரு பாந்தமான, கண்ணை உறுத்தாத பருமனாக அமைந்திருந்தது அவளுக்கு. புடவையையும் அந்த மாதிரி உடுத்திக்கொண்டிருப்பாள். அத்தனை பெரிய உடம்பு முழுவதும் நகைகள், வைரத் தோடுகள், வைர மூக்குத்திகள், பேசரிகள், கழுத்தில் ஒரு வைர அட்டிகை, நாலைந்து மோதிரங்கள், இத்தோடு கண்ணில், விழியில் ஒரு

பளபளப்பு. பளபளப்பா, ஜொலிப்பா என்று மனதில் கேட்டுப் பார்த்தான் சட்டநாதன். அந்த ஜொலிப்பு எதனால்? ஒரு நிரந்தரமான கோபமா? கர்வமா? அலட்சியமா? என்னவென்று புரியாது. ஆனால், பார்ப்பவர்கள் முதலிலேயே பேசத் தயங்கு வார்கள். தங்களை ஜாக்ரதைப் படுத்திக்கொள்வார்கள். லேசாக ஒரு பயத்தைப் பார்த்த மாத்திரத்தில் ஊட்டும் ஒரு பளபளப்பு அது. என்ன சௌக்யமா, எப்ப வந்தீங்க என்ற சாதாரணக் கேள்விகளைக்கூடச் சற்றுத் தயங்கி தயங்கித்தான் அவளிடம் கேட்கத் தோன்றும். பதில் என்ன வருமோ என்ற பயம். அவள் முகத்தில் ஒரு களை உண்டு. அழகும் அமைப்புமாக இல்லாததை அந்தக் களைதான் ஈடு செய்திருக்கிறது. பயமுறுத்து கிற அந்தக் கண் ஜொலிப்புக்கூட இந்தக் களை இல்லாவிட்டால் தாள முடியாததாக இருந்திருக்கும்.

அரிக்கேன் வெளிச்சத்தில் கூடத்தில் நின்று கைகளை வீசியும் ஆட்டியும் கண் ஜொலிக்க அவள் புகைந்து கத்தினது விகாரமாக இருந்தது. யாருக்கு அழுக்காறு என்று புரியவில்லை. இந்த எளிமைக்கு நடுவில் இத்தனை நகைகளைச் சுமந்து கொண்டு உறுத்துகிறோமே என்று அவள் உடம்பேதான் ஆத்திரப்பட்டதோ என்னவோ! உண்மையில் இந்த வீட்டில் யாரும் பெரிய அண்ணனைப் பற்றிக் குறைப்பட்டுக் கொண்டு பேசினது இல்லை. முத்துச்சாமியோ, அம்மாவோகூட, அஜாக்கிரதையாகக்கூட, அவனைப் பற்றி அலுத்துக் கொண்டோ ஆயாசமாகவோ பேசினதில்லை. பணக்காரர் களுக்கே இது சகஜமான வியாதி போலிருக்கிறது. சுற்றி இருக்கிறவர்கள், ஊரார்கள் எல்லோருமே தங்களைப் பார்த்து அசூயைப்படுவது போலவும் குழியில் இறக்கிவிடச் சமயம் வராதா என்று காத்திருப்பது போலவும் அவர்களுக்குத் தோன்றும் போலிருக்கிறது.

செம்பருத்தி

6

செம்பானூர்க் கோவிலின் கண்டாமணி அந்த இரவின் நிசப்தத்தில் கேட்டது. அர்த்த ஜாம மணிதான். பளிச்சென்று பொன் பொன்னாகப் பூத்திருக்கும் நட்சத்திரங்கள். சந்தடியின்றிக் குட்டிக் கரணம் போட்டுப் பறக்கும் வௌவால்கள். அங்கு மிங்குமாக வரும் மணி ஓசை – எல்லாம் சேர்ந்து அவன் நினைவைத் திருப்பிவிட்டன. வேறு ஒன்றையும் நினைக்காமல் அந்த ஒலிகளிலும் இரவின் கிசுகிசுப்பிலும் ஆழத்திலும் அவன் கண்ணும் காதும் தத்தித் தத்தி நகர்ந்துகொண்டிருந்தன.

மணியும் நின்றுவிட்டது. எப்பொழுதோ நின்று விட்டது. எதிரே சற்றுத் தொலைவில் நீலப் பூக்களாகப் பூத்து, தண்ணீரே தெரியாமல் பூண்டு மண்டிக் கிடந்த கீழக் குளத்திலிருந்து பூண்டின் கற்பூர வாசனை விட்டுவிட்டு வந்துகொண்டிருந்தது.

நடுநிசி ஆகியிருக்கும் போலிருக்கிறது. நடையில் மெள்ள மெள்ள வரும் காலோசை.

"சட்டம்! சட்டம்!"

"ஏம்மா?"

"இன்னும் படுக்கலே நீ?"

"படுக்கத்தாம்மா போறேன்."

"குளுருதேடா. ரொம்ப நேரமா வாடையிலே குந்திட்டிருக்கியே. படுக்க நேரமாகலே?" என்று சொல்லிக்கொண்டே அம்மா உட்கார்ந்துவிட்டாள்.

பேச்சு இல்லை. பல்லி முச்சுக் கொட்டுவதும் பூச்சிகள் அதிர்வதும்தான் சத்தம்.

“அந்த அராமி ஏதோ சொல்லிச்சுன்னா இங்கியே படுத்துக் கிடக்கே? அது பொறந்த வேளை. அது அப்படித்தான் பேசும். நீ பாட்டுக்கு வந்து படுப்பியா?”

இப்பொழுது சட்டநாதனுக்கு உண்மையாக அலுப்பாக இருந்தது.

“நான் ஒண்ணுமே நினைக்கலியே. சும்மாத்தான் உட்கார்றதும் ஒருக்களிக்கறதுமா இருக்கேன். தூக்கம் வல்லெ. மானத்தைப் பார்க்கப் பார்க்க ஆசையா இருக்கு. நம்ம வீடு இப்படி கோடி வீடா இல்லாம தெருவுக்கு நடுவிலே இருந்திருந்தா எதிரக்க, இப்படிக் கண்ணுக்கு எட்டின மட்டும் வயலும் குளமும் தெரியுமா? எதிரக்கவும் வீடுப்பாம ஒரு தோப்பா இருக்கு பாரு. இப்படியே உட்கார்ந்து இத்தனையும் பார்த்துக் கிட்டே இருந்தா தேவலாம் போலிருக்கு” என்றான் அவன்.

“நான் எத்தனியோ தடவை இப்படி உட்கார்ந்திருக்கி றேண்டா. கதவைத் தொறந்துகிட்டு வருவேன் ராத்திரி. வாசப்படி இறங்கி அண்ணாந்து பார்ப்பேன். நட்சத்திரத்தைப் பார்த்து எத்தனையாவது ஜாமம்னு சொல்லிடுவேன். பால் கறக்கிற நேரமாச்சா, செம்பானூர்க் கோவில்லெ விச்வரூப பூசை பண்ண எத்தனை நேரமிருக்கு – சாணி தெளிக்கலாமா வாண்டாமா – எல்லாம் மானத்தைப் பார்த்தே சொல்லிடுவேன். இப்பத்தான் நிமிரவே முடியலியே அண்ணாந்தாவது பார்க்கவா வது! அதுவும் நெட்டுக்குத்தா நிமிர்ந்து பாருன்னா நடக்குமா? இப்பத்தான் எல்லாம் போச்சே! இவ பாஞ்சு பாஞ்சு இல்லாததை யும் பொல்லாததையும் கத்திக்கிட்டுக் கிடந்தாளே. அதெல்லாம் கேட்டுக்கிட்டுச் சும்மா உட்கார்ந்திருப்பேனா இப்படி? அப்படியே வாயிலே பதிலுக்கு நாலு போட்டிருக்க மாட்டேன்? இவ என்னவோ உலகத்தையே தலைப்பிலே முடிஞ்சு வச்சிருக் காப்பலே பேசிட்டுக் கிடந்தாளே! பேசறதையும் பேசிட்டு வெக்கம் சுரணை இல்லாம தூங்கறாளே! தூங்க முடிஞ்சிருக் குமா இப்படி, நான் பழையபடி இருந்திருந்தா?”

“ரொம்பக் குளுருதேம்மா. திண்ணை வேற ஒரே சில்லுனு இருக்கு. உனக்கு இரைப்பும் ஈளையும் ஜாஸ்தியா போயிடும். உள்ள போய்ப் படுத்துக்கவேன்”, என்று குறுக்கிட்டான் சட்டநாதன்.

“படுத்துக்காம நான் என்ன செய்யப் போகிறேன்? வேற எதுக்குத் தெம்பு இருக்கு? அதானே எதுவானாலும் சொல்ல லாம் இந்தக் கடைப்படாத கட்டையைப் பார்த்துன்னு உன்

பெரிய அண்ணிக்குத் துணிச்சல் வந்தது. நீயும் கேட்டுக்கிட்டுத் தானே இருந்தே, ஏதாவது ஒரு வார்த்தை சொன்னியா? அவ சொல்றதை எல்லாம் ஒப்புக்கறாப்பல பேசாமதானே குந்திகிட்டுக் கிடந்தே!"

"பிடிக்காம பேசாம இருந்தா, ஒப்புக்றதாக அர்த்தமா? நீ என்னம்மா பேசறே?" என்று அடித்தொண்டையில் மெதுவாக அரற்றினான் சட்டநாதன். அந்த நடுநிசியில், மௌனத்தில், திண்ணையில் உட்கார்ந்து வீட்டுச் சேதியைப் பேசுவது ஊரறிய புலம்புவது போலிருந்தது அவனுக்கு.

"நீ ஒப்புக்கலே. இருந்தாலும் ஆம்பிளையா இருக்கறவன் நறுக்குன்னு ஒண்ணு சொல்லிக் கிள்ளி எறிய வேண்டாம்? என்னமோ எல்லாருக்கும் செஞ்சிக்கிட்டுத்தான் வரான் உன் பெரிய அண்ணன்னு மாரை மாரைத் தட்டிக்கிறாளே இவ, என்ன செஞ்சான் அவன்? உன்னைச் சிதம்பரத்திலே படிக்க வைக்கலாம்னு சொன்னாங்க உங்கப்பா. கடுதாசிக்கே பதில் போடலே அவன். அப்புறம் நீ படிச்சு முடிச்சப்பறம், மேலே அங்கு வந்து படிக்கட்டும் சிதம்பரத்திலே இருந்துக்கிட்டும்ன்னு முத்துச்சாமி சொல்லி அனுப்பிச்சான்; அதுக்கும் ஒரு வார்த்தை போடலே. முடியும் முடியாதுன்னாவது சொல்லலாம்ல?"

"நெசம்மாவா?"

"நெசம்மாவான்னா? பெரியசாமி அப்ப சிதம்பரம் போனான் சொல்லி அனுப்புச்சானே. உனக்குத் தெரியவே தெரியாதே."

"பெரியசாமியா? பன்னீர் மரத்துப் பெரியசாமியா?"

"ஆமாம்."

"எனக்குத் தெரியாதே."

"சொல்லி அனுப்பிச்சான். நானும் கூடத்தான் இருந்தேன். எனக்குக்கூட இஷ்டமில்லே... அவன்தான் பிடிவாதமா சொல்லி அனுப்பிச்சான். பெரியசாமி போய்ச் சொன்னதுக்கு, சரி நான் எழுதறேன்னு சொன்னானாம் கோபாலு, அவ்வளவு தான். ஒரு எழுத்தையும் காணும். ஒரு மாசமாச்சு அப்பறம் பேசாம இருந்திட்டான் முத்துச்சாமி."

சட்டநாதன் சற்று நிமிர்ந்து உட்கார்ந்துகொண்டான் சம்பானூரில் நவநீதம்பிள்ளை பி.ஏ., பி.எல். என்று மடவிளாகத் தெருவில் ஒரு வீட்டின் முன்பு தொங்கும் பலகை நினைவில் வந்தது. பொன்னம்பலம், விவசாய அதிகாரி – திருவேங்கிடம், கல்லூரி ஆசிரியர் – இப்படி ஏழெட்டு முகங்கள் – தூரத்து

உறவினர்கள். அவர்கள் மாதிரி நாமும் ஆகியிருக்க வேண்டிய வனா? எட்டாம் வகுப்பைத் தாண்டுவதே வம்சத்தில் நடக்காத காரியம் என்றுதான் இந்த வீடே சொல்வது போலிருக்கும். அதைத் தாண்டினதே பெரிய வியப்பு. ஆனால், சின்ன அண்ணனுக்குத் தன்னை இன்னும் உயரப் பார்க்க வேண்டு மென்று ஆசையா இருந்தது? ஏன் இருக்கிறவரையில் வாயைத் திறக்காமலே இருந்துவிட்டான்?

மறுநாள் காலையில் சம்பானூர்க் கடைத்தெருவுக்குப் போக வேண்டும் என்று பொழுது விடிந்ததுமே சொல்லி விட்டாள் பெரிய அண்ணி; ஒரு அரை வண்டியை இரவல் வாங்கி, இரண்டு குழந்தைகளையும் ஏற்றி அழைத்துப் போனான் சட்டநாதன். கடையில் இறங்கிக்கொண்டு அவர்களை மட்டும் கடைத்தெருவில் கொண்டுவிடச் சொன்னான். ஐந்தாறு நாழிகைக்குப் பிறகு வண்டி திரும்பி வந்தது. அண்ணி பெரிய கோவிலுக்குப் போய்விட்டு வீட்டுக்குப் போவதாகச் சொல்லி விடைபெற்றுக்கொண்டாள்.

மாலை நான்கு மணி சுமாருக்குச் சண்பகவனம் வந்து ஒரு சாமான் பட்டியலைக் கொடுத்தார்.

"என்ன, அண்ணி வந்தாங்க, ஒரு வா காபிகூடச் சாப்பிடாம போயிட்டாங்க," என்றார்.

"அண்ணி வந்தாங்களா?"

"ஆமாம், உங்க பெரிய அண்ணி, காலமே வந்தாங்க."

"காலமேயா! எனக்குத் தெரியவே தெரியாதே!"

"அப்படியா?" என்று சற்று யோசித்துவிட்டு, "வந்தாங்க யாரோ தெரியலேயின்னு வாங்கன்னு சொல்லிக்கிட்டே நின்னா வீட்டிலே. அப்புறம் அவங்களை அறிமுகப்படுத்திக்கிட்டுச் சும்மா பார்த்திட்டுப் போகலாம்னு வந்தேன்னாங்க. ஒண்ணும் சாப்பிட மாட்டேன்னிட்டாங்க. புவனத்தோடவும் வீட்டிலே யும் கொஞ்ச நேரம் பேசிட்டிருந்தாங்க. அப்பறம் போயிட்டு வரேன்னு திப்புனு புறப்பட்டுட்டாங்க. ஏதாவது சாப்பிட்டுப் போகணும்னு ஆன மட்டும் சொல்லிப் பார்த்தோம். கேக்கலே," என்றார் சண்பகவனம். "பெரிய அண்ணனுக்கு ரொம்ப வேலைத் தொந்தரவா இருக்கும், வர முடிஞ்சிருக்காதுன்னு சொன்னாங்க. நாளைக்கு ஊருக்குப் போகப் போறாங்களாமே?"

"வந்து நாளாச்சில்லே? போகணும் போகணும்னு ரண்டு வாரமா சொல்லிக்கிட்டே இருக்கறாங்க. நாங்கதான் பிடிச்சு நிறுத்தி வச்சிருக்கிறோம்."

அவர் சாமான்களை வாங்கிக்கொண்டு கிளம்பிச் சற்றுத் தூரம் நடந்ததும் ஏதோ மறந்து போனாற் போலச் சட்டென்று எழுந்து கடையை விட்டு இறங்கி, அவர் பின்னால் நடந்து போனான் சட்டநாதன்.

"அண்ணி வேற ஒண்ணும் சொல்லலியா?" என்றான்.

"ஓகோ . . . வாங்க," என்று திரும்பினார் சண்பகவனம். தெருவோரமாக இருந்த ஒரு சரக்கொன்றை மரத்து நிழலில் ஒதுங்கினார்கள் இருவரும்.

"ஒண்ணும் சொல்லலியே."

"எனக்குக்கூடத் தெரியாது அவங்க வந்தது."

"அதனால என்ன? . . . சமாச்சாரம் அவங்களுக்குத் தெரியும் இல்ல?"

"தெரியும்."

"அதான் பார்க்க வந்திருப்பாங்க. யாரு, என்ன, பொண்ணு எப்படி இருக்கான்னு தெரிஞ்சுக்க ஆவலா இருந்திருக்கும். கடைத் தெருவுக்கு வந்ததுதான் வந்தோம். எட்டிப் பார்த்து விட்டுப் போகலாம்னு நினைச்சிருப்பாங்க. புவனத்தையும் நல்லாப் பார்த்தாங்களாம். ஆனா, கலியாணம் கார்த்தின்னு ஒரு வார்த்தைகூடப் பேசலே. எங்களுக்கும் எடுக்கத் தோணலெ. நான்கூட ஆரமிக்கலாமா, எப்படி ஆரமிக்கலாம்னு நெனச்சிட்டே இருந்தேன் கூடத்திலே உட்கார்ந்து. சட்டுனு, 'போய்ட்டு வரேன்'னு கிளம்பிட்டாங்க. அதுக்குள்ளாறவான்னு கேக்கத் தோணிச்சே ஒழிய எனக்கு மனசிலே இருந்ததைச் சொல்லவும் வரலெ. நேரமும் இல்லெ. அதுக்குள்ளாற அவங்க கிளம்பிட்டாங்க."

சட்டநாதனுக்கு அந்தக் கண்ணின் பளபளப்பு கண் முன் வந்தது. சண்பகவனத்தையும் பயமுறுத்திவிட்டதோ என்னவோ அது!

"அதான் கேக்கணும்னு வந்தேன் . . . உங்களைத் தெரியாதே அவங்களுக்கு, எப்படி வந்தாங்கன்னு கேக்கலாம்னு வந்தேன்," என்றான் சட்டநாதன்.

"அவங்க தானே தேடி வந்ததே ரொம்ப சந்தோஷம்; எனக்கும் சரி, வீட்டிலேயும் சரி. ஆனா ஒண்ணும் பேச முடியாம அவசர அவசரமாகக் கிளம்பிட்டாங்களேன்னு தான் இருந்தது."

சற்றுப் பேசாமலிருந்து விட்டுச் சட்டநாதன் விடைபெற்றுக் கொண்டு, மீண்டும் கல்லாவிற்கு முன் வந்து உட்கார்ந்து கொண்டான்.

இரவு வீட்டுக்குப் போய்ச் சாப்பிடும்பொழுது, "நாளைக்குப் பெரிய அண்ணி ஊருக்குப் போகணும்னு சொல்லுது" என்றாள் அம்மா.

"என்னாத்துக்கு நாளைக்கே?"

"நான் நாளைக்கே புறப்பட்டுப் போறேன். நான் போகாத வரைக்கும் அவங்க கிளம்பி வர மாட்டாங்க போலிருக்கு. நான் போய் உடனே வரச் சொல்றேன். எனக்கும் என்னமோ போல்தானிருக்கு. ஒரு வாரம் ரண்டு வாரம்னு சொல்லிட்டு எத்தினி நாள் பண்ணுறாங்க? அப்புறம் ஆசையே ஆறிப்போயிடும்", என்றாள் பெரிய அண்ணி.

"அதுக்குத்தான் இன்னிக்கி வந்து சாமான்லாம் வாங்கிட்டு வந்தீங்களா?"

"அது மட்டும் இல்லே, அந்தப் பொண்ணையும் பார்த்து வரலாம்னு வந்தேன்."

"சின்ன அண்ணன் சொல்லிட்டுப் போனாங்கன்னீங்களே?"

"நீ பார்த்திட்டு வந்தியா?" என்றாள் அம்மா.

"வந்தேன்."

"இத்தினி நேரம் எங்கிட்ட சொல்லலியே."

"குஞ்சம்மா கிட்டே சொல்லிக்கிட்டு இருந்தேன். இவங்க வந்தவுடனே சேர்த்து உங்ககிட்ட பேசிக்கலாம்னு இருந்தேன்."

"அப்படியா? சரி... உனக்கு அவங்களைத் தெரியுமா முன்னாலே?"

"தெரியுமாவானேன்? நானா சொல்லிக்கிட்டேன் இன்னாருன்னு."

"பாத்தியா?"

"பார்த்தேன்."

"எப்படி இருக்கு பொண்ணு?"

"லட்சணமா இருக்கு."

"உனக்குப் பிடிச்சிருக்கில்ல!"

"லட்சணமான பொண்ணுன்னு பிடிச்சிருக்கு. ஆனா நம்ப வீட்டுக்கு, நமக்கு ஏத்ததாவும் பார்த்துக்கணுமில்ல?" என்றாள் பெரிய அண்ணி.

சட்டநாதனுக்கு வயிற்றில் நமநமவென்றது.

"நல்லாச் சொல்லேன்" என்றாள் அம்மா.

"நல்ல லட்சணமா இருக்கு. நிறமா நல்லா இருக்கு. அமந்த குணமாயிருக்கு. கெட்டிக்காரப் பொண்ணாகவும் இருக்கு. படிச்சிருக்கு. எனக்கு என்னவோ, இங்கே நமக்குச் சரியா இருக்கும்னு தோணலே."

"ஏன் அப்படிச் சொல்றே?"

"என்னமோ எனக்குத் தோணுது. சொல்றேன்."

"அவங்களும் நல்ல மனுஷங்களாத்தானே இருக்குறாங்க" என்று தயங்கிக்கொண்டே சொன்னான் சட்டநாதன்.

"இல்லேன்னு சொல்லலியே நான்!"

"பின்ன லட்சணமாயிருக்கு, படிப்பு இருக்கு, குணம் இருக்கு. அப்புறம் என்ன?"

"திரும்பித் திரும்பி என்னைக் கேட்டா நான் என்னாத்தைச் சொல்லுவேன்? எனக்கு என்னமோ சரியா வராதுன்னு தோணுது. டவுன்லியே வளர்ந்த பொண்ணு. செல்லமா வளந்து கிட்டு வர்ற பொண்ணு."

"நாமளும் செல்லமா வச்சிகிட்டுப் போறது," என்றான் சட்டநாதன், ஒரு வறட்டுச் சிரிப்புடன்.

"நீங்க வச்சுக்க மாட்டேள்னு சொல்லலியே," என்று அவனைப் பார்த்துக்கொண்டு 'நீங்க'வை மட்டும் அழுத்திக் கொண்டே சொன்னாள் பெரிய அண்ணி.

சட்டநாதன் தாயாரை நினைத்து வருந்தினான். முதல்நாளிரவு நடந்த வாக்குவாதம் மீண்டும் நடந்துவிடப் போகிறதே என்று மருண்டான்.

"சரி, என்னமோ இந்தச் சம்பந்தம் உங்களுக்குச் சரியா வராதுன்னு தோணுது. அவ்வளவுதானே?"

"எனக்குப் பட்டதைச் சொன்னேன்."

"சரி, அப்புறம் பார்த்துக்கலாம்."

"ஆனா, உங்க இஷ்டப்படி செய்யுங்க. நான் என்னமோ குறுக்க விளுந்து கெடுத்தேன்னு வாண்டாம்."

“நான்தான் அப்புறம் பாத்துக்கலாம்னு சொல்லிட்டேனே, அண்ணி!”

“அப்புறம் நீங்க எல்லாம் என்னைக் கேப்பீங்களேன்னு என் மனசிலே பட்டதைச் சொன்னேன். ஒரு பொண்ணு ஒரு வீட்டுக்கு வந்தா, அதுவும் சந்தோசமாயிருக்கணும். கட்டுனவங்க சந்தோசமா இருக்கணும். மத்தவங்களும் சந்தோசமாயிருக்கணும். குடும்பம்னா புருஷன் பொஞ்சாதி – ரண்டு பேர்தானா? மாமரம் நல்லாருக்குன்னு வச்சுப்புட்டு அப்புறம் நிழல்லே மத்தது ஒண்ணுமே பொழைக்க மாட்டேங்குதேன்னு திணறப்படாது, பெரிய கொல்லையா இருந்தாச் சரி.”

“புரிஞ்சுபோச்சு அண்ணி. நான்தான் அப்புறம் யோசிச்சுக்கலாம்னு சொல்லிட்டேனே.”

“நான் ஏதோ சொன்னேன்னு சொல்லப்படாதில்ல? அதுக்காகச் சொன்னேன்.”

அம்மா குறுக்கிட்டாள், “நீ போகப் போறே, பார்க்கப் போறேன்னு யாருக்கும் தெரியாது. நீயாத்தான் போய்ப் பார்த்தே. நீயேதான் வந்து சொல்றே சரியா இருக்காதுன்னு. அவனும் உன் அபிப்ராயத்தைத் தெரிஞ்சுக்கிட்டான். சரி அப்புறம் யோசிக்கலாம்னு சொல்லிட்டான். நீ ஏன் மறுபடியும் மறுபடியும் சொல்லிட்டே இருக்கே! உன்னை ஒருத்தரும் ஒண்ணும் சொல்லலே இப்ப. அவன் அவனுக்கு இட்டது நடக்குது. நீ சொன்னதிலியா வந்திடப் போவுது?”

“அதுவே பேச்சில்லை. அதைப் பத்தி இப்ப பேசவே வாண்டாம்னு சொன்னேன்.”

“நான் பத்து மனுசங்களைப் பார்த்திருக்கேன். ஏதோ அனுபவத்திலே சொன்னேன். அவ்வளவுதான்” என்றாள் பெரிய அண்ணி.

“சரி அண்ணி. நீங்க சொன்னது நல்லாப் போச்சு.”

“நல்லதாச்சின்னா..? வாண்டாம்னு சொல்லிடப் போறீங்களா? சின்ன அண்ணன் ஆசையாச் சொல்லிட்டுப் போயிருக்காங்க.”

“அவங்க ஆசையா ஏதும் சொல்லலியே. போய் அவரைப் பாருன்னு சொன்னாங்க. அவ்வளவுதானே? பாருன்னு சொன்னா, கட்டிக்கன்னு அர்த்தமா?”

“பின்னே என்னவாம்?” என்று சின்ன அண்ணியைப் பார்த்துக்கொண்டே சொன்னாள் அண்ணி.

சட்டநாதனுக்கு உடம்பைப் பிய்த்துக்கொள்ள வேண்டும் போலிருந்தது. அவள் கண்ணின் பளபளப்பு. புலிக் கண்ணாக அந்த மங்கிய வெளிச்சத்தில் காது நகையோடு, மூக்கு நகையோடு, கண்ணுக்கும் நகையாக மின்னிற்று.

"சரி, அண்ணன் மனசு அப்படி, உங்க மனசு இப்படி. ரண்டும் தெரிஞ்சு போச்சு. கொஞ்ச நாள் கழிச்சு அதைப் பத்தி யோசிக்கறது. இப்ப என்ன அவசரம்? ஒரு உசிரு போன களையே இன்னும் வீட்டை விட்டுப் போகலே, அதுக்குள்ளார என்னாத்துக்கு இந்தப் பேச்சு?"

"எனக்கு ஒண்ணும் அவசரமில்லே. நாளைக்கே, இல்லே. ரண்டு வாரம் களிச்சே போய்ப் பாருன்னு சின்ன அண்ணனே சொல்லிட்டுப் போச்சுன்னீங்களேன்னு, நானும் ஏதோ பேசிட்டேன். எனக்கு என்ன இப்ப அவசரம்?"

நல்ல வேளையாக மோர்ச்சாதமாக இருந்தது அப்பொழுது சாப்பிடுவது. மீதியிருந்த நாலைந்து கவளங்களைச் சடசட வென்று சாப்பிட்டுவிட்டு, இலையை விட்டு எழுந்தான் சட்ட நாதன். கையைக் கழுவிவிட்டு வழக்கம்போலத் திண்ணைக்குப் போய்விட்டான்.

மறுநாள் காலையில் பெரிய அண்ணி நாலு குழந்தை களையும் அழைத்துக்கொண்டு வண்டி ஏறினாள். செம்பானூர் வழியாகச் சென்று மேலும் இரண்டு மைலுக்கு அப்பால் உள்ள ரயிலடியில் கொண்டு அவளை ரயில் ஏற்றிவிட்டு வந்தான் சட்டநாதன். வண்டியில் ஓரமாக உட்கார்ந்து போகும் போதும் ரயிலில் ஏற்றுகிறவரையிலும் அவன் இந்தக் கலியாணப் பேச்சு வராமல் அடக்கிக்கொண்டான். அவளைப் பேச விடாமல் குழந்தைகளுக்கு வயல்களையும் பட்சிகளையும் காட்டிக் காட்டிக் கதைசொல்லிக்கொண்டே போனான். ஒரு சின்ன இடுக்கு, பேச்சுக்கு நடுவில் வந்தால்கூட அவள் அதைப் பிடித்துக் கொண்டு விடப் போகிறாளே என்று பயந்து, தானே குழந்தை களைச் சத்தம்போட்டுச் செல்லம் கொஞ்சியும், பாடிக் கொண்டும் இடுக்கை நிரப்பிக்கொண்டே போனான்.

ரயிலடி வந்து டிக்கெட்டை வாங்கிக் கொடுத்த பிறகு, யாரோ தெரிந்தவர்கள் இரண்டுபேர் நிற்பதைக் கண்டு, அவர்களோடு வலுவில் பேசிக்கொண்டே நின்றான். ஸ்டேஷனுக்குள் ரயில் வந்த பிறகுதான் அண்ணியிடம் சென்றான். மூட்டைகளைத் தூக்கி உள்ளே ஏற்றினான். உட்கார வைத்தான். குழந்தைகளைக் கொஞ்சினான். விடை பெற்றுக்கொண்டான்.

"அண்ணனைச் சீக்கிரமா வரச் சொல்லுங்க," என்று எங்கோ பார்த்துக்கொண்டு நின்றான்.

"சொல்றேன்."

வண்டி நகர்ந்துவிட்டது.

கடையைக்கூடத் திறக்கப் போகவில்லை. ஒரு வண்டியை அமர்த்திக்கொண்டு ஊருக்கே திரும்பி வந்தான்.

"ஏத்திட்டு வந்தியாடாப்பா?" என்றாள், அம்மா.

"வந்தேம்மா."

"நிம்மதியா இரு பின்னே."

சட்டநாதனுக்குச் சிரிப்பு வரவில்லை.

"ஏம்மா!"

"முதக் காரியமா, சண்பகவனத்துக்கிட்ட போயி, உங்க மவளைத்தான் கட்டிக்கப் போறேன்னு நிச்சயமாச் சொல்லிட்டு வா. பெரிய அண்ணி கண்ணைப் பார்த்தீல்ல?"

"என்னம்மா?"

"கண் போடறதைச் சொல்லலேடா. அவளுக்கு வந்த கோபத்தைப் பார்த்தீல்ல? அவளுக்குத் தன்னைவிட யாரும் அழகா இருக்கப்படாது. அடக்கமா இருக்கப்படாது. கெட்டிக்காரத் தனமா இருக்கப்படாது... குஞ்சம்மா, நீ என்ன சொல்றே?"

குஞ்சம்மா, "என்னமோ சிலபேர் அப்படி ஆயிடறாங்க" என்ற சுருக்கமாகச் சொன்னாள்.

சட்டநாதன் அதைக் கேட்டுச் சற்று யோசித்தான். "பெரிய அண்ணியை நினைச்சா சில சமயம் வருத்தமா இருக்கு" என்றான்.

"பெரியண்ணனை நினைச்சா?" என்று இடைமறித்தாள் அம்மா. சட்டநாதன் அம்மாவைப் பார்த்தான். அவள் கல்லு கல்லென்று இருமத் தொடங்கினாள், குப்புறப்படுத்திருந்த பேத்தியைத் தட்டிக்கொண்டே.

7

பெரிய அண்ணி புறப்பட்டுப் போன மூன்றாவது நாள் காலை கடைச் சாவியையும் சில்லறைகள் போட்ட துணிப்பையையும் எடுத்துக் கொண்டு, சட்டநாதன் வரப்பின் மீது நடந்து கொண்டிருந்தான். வயல்வெளி எங்கும் பச்சை முற்றிப் பழுப்பாகி, அந்தப் பழுப்பும் மறைந்து கொண்டிருந்தது. அறுவடைக் காலம். அறுப்பு முக்கால்வாசி முடிந்துவிட்டது. அங்குமிங்குமாக நாலைந்து வயல்கள் கதிரும் தாளுமாகப் படுத்துக் கிடந்தன. கூப்பிடு தூரத்தில் ஒரு வயலில் ஏழெட்டு ஆட்கள் அறுத்துக்கொண்டிருந்தார்கள். வயல் வரப்பில் தாழங் குடையை நட்டு, வெயில் படாமல் சாய்த்து நிழலில் உட்கார்ந்திருந்த உடைமைக் காரனும் அறுப்பாட்களும் பேசுவது லேசாகக் கேட்கிறது. அறுத்துக் கிடந்த வயல்களை மொடுக் மொடுக்கென்று எருமைகளும் மேய்ச்சல் பசுக் களும் காளைகளும் கடித்துக்கொண்டிருந்தன. உலர்ந்த வரப்புச் செடிகளின் குச்சிகளின் மீது வால் பிளந்த வலியன்கள் பற்றுவதும் எழுவதும் கத்துவதுமாகத் தத்திக் கொண்டிருந்தன. ட்ரூவ் ட்ரூவ் என்று காட்டுப் புறா நாவல் மரத்திலிருந்து உருகிக்கொண்டிருக்கிறது. ஊசிவால் குருவி ஒரு ஜோடி நீ நீ என்று ஊசிக் கூவல் கூவிக்கொண்டே பறக்கிறது. வேறு ஒலியே இல்லை!

வயல்வெளியும் வானவெளியும் இத்தனை சத்தங்களையும் அந்தக் கணமே விழுங்கிவிடுவது போலிருக்கிறது. வெளிச்சத்தினால் சத்தம் போலிருந் ததே தவிர உண்மையில் அது மௌனம்தான்.

தி. ஜானகிராமன்

எங்கேயோ வண்டிச் சலங்கைகூடக் கேட்கிறது. சட்டநாதனுக்கு இத்தனையும் கேட்டதும் கேட்காததுமாகத்தான் இருக்கிறது. அவன் சண்பகவனம் பிள்ளையின் வீட்டுக் கூடத்துப் பெஞ்சு மீது, அவரைப் பந்தலின் குளிர்ச்சியில் உட்கார்ந்துகொண்டிருந் தான். செம்பருத்தி மலர் குனிவதையும் வணங்குவதையும் பார்த்துக்கொண்டிருந்தான். அம்மாவும் அவள் பின்னால் புவனாவும் அடுக்களையில் நின்று எட்டிப் பார்ப்பதைப் பார்த்துக் கொண்டிருந்தான். புவனேச்வரி இங்குமங்கும் நடக்கும்பொழுது வீசும் வாசனைக் குளியல் பொடியின் மூச்சை நுகர்ந்து கொண்டிருந்தான்.

அம்மா அன்று சொன்னவுடனேயே சண்பகவனம் பிள்ளை யைப் பார்த்து உறுதிப்படுத்த வேணும்போல் இருந்தது. ஆனால், கடையைத் திறந்து, கல்லாவில் உட்கார்ந்தவுடன், தயங்கித் தயங்கிப் பொழுது கழிந்தது. இரண்டு மூன்று தடவை புறப்பட்டு விடுவது என்று கீழே இறங்கி நின்றான். ஆனால் இறங்கிய மாத்திரத்தில் ஏதோ கூச்சம் பற்றிக்கொள்ளும். சண்பகவனம் பிள்ளையைப் பார்க்கிற சாக்கில் அந்த உருவத்தையும் பார்க்க லாம். அந்த உருவமே விசித்திரமாக இருக்கிறது. இப்பொழுது ஞாபகம் வருகிறது. நடுத்தர உயரம். பிடித்து இறுக்கிக் கட்டினாற் போல் ஓர் அடக்கம் – உடலமைப்பில். தகப்பனைக் கொண்டிருக் கிறாளா என்று புரியாத உருவம். தகப்பனார் ஆஜானுபாகு. தலையே பெரிது. தாய் அதே உயரமில்லை! அவருக்கு ஏற்ற உயரம். பெண்ணின் உயரம் இரண்டுபேரையும் கொள்ளாமல் கீழே நின்றுவிட்டது. இரண்டுபேருக்கும் இந்த மஞ்சள் நிறமில்லை. இரண்டுபேருக்கும் பெரிய உடம்பு. இவள் மட்டும் அழுத்தி மூடின பெட்டி மாதிரி இருக்கிறாள். ஜாடை சாயல்கூட அவ்வளவாக இல்லை. வளர்ப்புப் பெண்ணா சொந்தப் பெண்ணா என்று சந்தேகம் எழுப்புகிற வேற்றுமை. மைத்துனி மகள், ஒன்றுவிட்ட அத்தை – மாமன் குழந்தை என்று சில வீட்டில் வளருமே அந்த மாதிரியோ என்று நினைக்கும்படியாக இருக்கிறது. ஒரு சமயம் பாட்டியின் பாட்டி என்று ஒரு படி தள்ளி யாரையோ கொண்டிருக்கிறாளோ என்னமோ! இந்த வேடிக்கையை நினைத்துப் பார்ப்பான் சட்டநாதன்.

இன்னும் எத்தனையோ வகையில் அவள் விசித்திரமாகத் தான் இருக்கிறாள். அவள் அழுதேயிருக்க மாட்டாள். கீழே விழுந்து காயமே பட்டுக்கொண்டிருக்க மாட்டாள். கலகல வென்று இரைந்து சிரிக்க மாட்டாள். வருத்தமும் படமாட்டாள். வேலை செய்துகொண்டே இருப்பாள். களைத்துப் போகவே மாட்டாள். களைத்தாலும் காண்பித்துக்கொள்ளத் தெரியாது.

அவள் தலை கலையவே கலையாது. எப்போதும் இந்தச் செம்பருத்திப் பூ அப்படியே அப்போதுதான் வைத்துக் கொண்டாற் போலிருக்கும். அப்படி ஒரு சமயம் வாடத் தொடங்குவது மாதிரித் தோன்றினால், உடனே வேறு இரண்டைப் பறித்துத் தலையில் வைத்துக்கொண்டு விடுவாள். அவள் முகமும் வாடாது. வேகமாக நடக்க மாட்டாள். ஓடவே மாட்டாள். எந்தப் பெரிய குடத்திலும் நீர் மொண்டு தூக்கி நடப்பாள். எந்தக் கனமும் கனமென்று தோன்றாமல் நடப்பாள். வியர்க்கவே வியர்க்காது. இப்படி ஒரு தனி வடிவம் அவன் நெஞ்சில் வளர்ந்து வருகிறது.

புவனேச்வரி என்ற பெயருக்குத்தான் எத்தனை பொருத்தம். அந்தப் பெயரே மஞ்சள் கலந்த வெள்ளை நிறம். அந்த நிறமே இந்த வம்சத்திற்குப் புதியது. கோபாலுவும் முத்துச்சாமியும் சட்டநாதனும் அவர்கள் அம்மாவும் அப்பாவும் பாட்டனும் பாட்டியும் முப்பாட்டன்களும் காணாத நிறம். எல்லாக் கறுப்பையும் கழுவி வெள்ளையாக்குகிற வெள்ளை. எல்லாக் கோணல்களையும் திருத்தி நேராக்கப் போகிற வடிவு. எல்லாக் கோபங்களையும் நீக்கி மனிதத் தன்மையைக் கொண்டு வரப் போகிற அமைதி. அம்மாவின் பாரபட்சம், முத்துச்சாமியின் முன்கோபம், பெரிய அண்ணியின் சன்னதம், சின்ன அண்ணி யின் மண்முடக்கம் – எல்லாவற்றையும் கட்டியாளப் போகிற பொறுமையின், திறமையின் அரசாணை...

சட்டநாதனுக்கே சிரிப்பு வந்தது. தன் மனதில் வருகிற இந்தத் தோற்றம் எல்லாம் தானே சொற்களாக மாறி அம்மா வின் காதில் விழுந்தால் 'பெண்டாட்டி ஆத்தாள் பெரிய ஆத்தாள்' என்று குப்புறப்படுத்திருந்த அந்தக் குழந்தையை இன்னும் ஓங்கித் தட்டுவாள். தட்டட்டும், தட்டட்டும். வயதிலே பெரியவர்கள் வயதைக் கழுதை மாதிரிதான் சுமந்து கொண்டிக்கிறார்கள். வயது ஆகிவிட்டதற்காக யாருக்குப் பெருமை வந்தது? யாருக்குப் புத்தி வந்தது? யாருக்கு உயரத் தெரிந்தது? ஆயிரம் வருஷத்துக்கு முன்னால்கூடக் கழுதைகள், ஆடுகள் எல்லாம் இருந்தன...

வரப்பைக் கடந்து சாலைமீது ஏறும்பொழுது நினைவு தடைப்பட்டது. மான்தலைப் பாலம் வந்துகொண்டிருக்கிறது. மாடுகள்... சேரப் புலத்து மாடுகளை மேய்ச்சலுக்கு ஓட்டி வந்துகொண்டிருக்கிறான், ஒரு குச்சிப் பையன்.

மான்தலைப் பாலத்தின் அந்தப் பக்கத்து இறக்கத்தில் வண்டிச் சலங்கை கேட்கிறது. போகிற வண்டியோ, வருகிற வண்டியோ, இறக்கம் முழங்கை மடித்த சாய்வு. வைக்கோல் போர் வண்டிகூட இந்தண்டைப் பக்கத்திலிருந்து தெரியாது.

தி. ஜானகிராமன்

வருகிற வண்டிதான். சலங்கைச் சத்தம் நெருங்குகிறது. லொங் லொங் என்று சத்தம் முந்துகிறது. ஜட்கா வண்டியாகத்தான் இருக்க வேண்டும். இந்த மாதிரி லொங் – லொங் – லொங் லொங்கென்று விட்டுவிட்டு இரட்டை ஒலி எழுப்புகிற பசிக் குதிரைகள் சம்பானூர் ரயிலடிக்கும் டவுனுக்கும் சுற்று வட்ட ஊர்களுக்கும் அடிக்கிற வண்டிகளுக்கே சொந்தம். யார் வருகிறார்கள்? ஆவலாகச் சற்று நடையை எட்டிப் போட்டு இரண்டு அடி நடந்ததும், வண்டி சுய் சுய் என்று சாட்டை ஒலியுடன் பாலத்தின் முதுகுக்கு வந்துவிட்டது. ‘உள்ளே யார்? அட! பெரிய அண்ணன் மாதிரி இருக்கிறதே!’ அதற்குள் பின்பக்கம் பார்த்துக்கொண்டிருந்த தலை முன்னால் திரும்பிற்று. பெரிய அண்ணனேதான்.

“அண்ணா!” என்று தன்னறியாமல் முகம் மலரக் கத்தினான் சட்டநாதன். அந்த முகத்தைப் பார்த்ததும் அம்மா, பெரிய அண்ணி, வருத்தம் எல்லாம் காற்றில் போய்விட்டன.

“சட்டமா!” என்று வண்டிக்குள்ளிருந்தே கூவினார் பெரிய அண்ணன். சின்ன அண்ணன் இந்த மாதிரி ஒரு நாள்கூடச் சிரித்து அவனைக் கூப்பிட்டதில்லை. இலையில் உட்கார்ந்து சாப்பிடும்போது சிரிக்க அடிக்கிறவன், சட்டநாதனைப் பார்க்கிற போது மட்டும் இந்தப் பிரியத்தோடு சிரிக்க மாட்டான். ஏதோ உதட்டையும் கன்னச் சதைகளையும் வந்து இழுத்து விடும் பெரிய அண்ணன் முகத்தில் ஒரு தனிக்களை. சிரிக்கிற போது அது இன்னும் கூடும். சிரிப்பும் எகத்தாளமில்லாத சுத்தச் சிரிப்பு. சின்ன அண்ணனைப் போல நமுட்டுச் சிரிப்பு, ஓரச் சிரிப்பு, சூட்டுச் சிரிப்பு இதெல்லாம் பெரிய அண்ணன் முகத்தில் வராது. சிரித்தால் வயிறார, உடம்பு குலுங்கக் குழந்தை மாதிரி சிரிப்பார். இல்லாவிட்டால் சிரிக்க மாட்டார். ஆத்திரம் வந்து கத்துவாரே ஒழிய அஹ என்று அலட்சியச் சிரிப்புச் சிரிக்க மாட்டார். அவர் முகத்தைப் பார்த்ததும் துளியிருந்த தாங்கலும் எங்கோ போய்விட்டது சட்டநாதனுக்கு.

“எப்பண்ணா வந்தீங்க?” என்று கேட்டுக்கொண்டே அவரைப் பார்த்தான். என்ன களை! என்ன அமைப்பு! பெரிய அண்ணன் அட்டைக் கரி மாதிரி. வயதானதாலோ அல்லது பணத்தாலோ கரி அவ்வளவாகத் தெரியவில்லை. முகம் பளபளப்பில்லாத முகம். இப்போதுதான் குளித்துவிட்டு வந்தாற்போல ஒரு துடைப்பு எப்போதும் இருக்கும். அப்படி ஒரு தோல்வாகு, சாதாரண உயரம். சிரிக்கும்பொழுது பல் வரிசை அடுக்காக அழகாகத் தெரியும். கண் சதைகள் சுருங்கும். கபடர்கள் இப்படிச் சிரிக்க முடியாது.

"காலை வண்டியிலேதாண்டா, வண்டியிலே உக்காந்துக்குவேன் . . ."

"பரவால்லேண்ணா."

"உட்காந்துக்க, சொல்றேன்."

சட்டநாதன் உட்கார்ந்துகொண்டான்.

"கடைக்கா கிளம்பிட்டிருக்கே?"

"ஆமாண்ணா . . . அண்ணி சௌகர்யமா வந்து சேர்ந்தாங்களா?"

"சௌகர்யமா வந்தா. எனக்கு அந்தண்டை இந்தண்டை நகர முடியலே. எப்படியாவது இன்னிக்கிப் புறப்பட்டுப் போயிட்டு வந்திடறதுன்னு கிளம்பி வந்தேன்."

சட்டநாதனுக்குக் கோபாலுவைப் பார்த்துக்கொண்டே இருக்க வேண்டும் போலிருந்தது. அந்தக் கறுப்பு உடம்பு, முகம் எல்லாம் எத்தனை அமைச்சல். அந்த முகத்தின் களை. சிரிக்கும்போது மட்டுமில்லை; எந்தச் செய்தியைக் கேட்டாலும், ஏதோ ஆச்சரியப்படுவது போல லேசாகப் புருவத்தைத் தூக்கிக் கொண்டே கேட்கும். சின்ன விஷயத்தைக் கூட ஆதரவாக உணர்வோடு கேட்கிற ஓர் உன்னிப்பு அது. காலர் இல்லாமல் கழுத்தை ஒட்டிப் பித்தான் போட்ட ஒரு சட்டை. சட்டையின் கை முழுசும் இல்லை; பாதியும் இல்லை. முழங்கைக்கும் மணிக்கட்டுக்கும் நடுவில் நின்றிருக்கும். டையில் கச்சக் கட்டு, உடலில் ஒரு சின்ன மோதிரம்கூட இல்லை. பித்தான்கூடச் சாதாரணத் தந்தப் பித்தான். சட்டநாதன் அவருக்குப் பிள்ளை மாதிரிதான். கிட்டதட்டப் பதினாறு பதினேழு வயது. ஆனால் சின்ன அண்ணன் மாதிரி, அண்ணன் அண்ணன் என்று பேச்சோ முகமோ தூரமோ காட்டிக்கொண்டே இராது. தாராளமாக இருப்பார். நமக்கும் தாராளமாகத்தான் இருக்கத் தோன்றுகிறது.

அம்மா, அண்ணி, குழந்தை எல்லோரையும் பற்றி விசாரித்தார் அவர்.

"அண்ணி எப்படியிருக்கு?"

"இருக்கிறாங்க."

"ம்ஹூம்," என்று மூச்சுவிட்டு, தூரத்தில் பார்த்தார் பெரிய அண்ணன். அப்படியே வெறித்துக்கொண்டிருந்த கண் கலங்கிற்று. நீர் கட்டிற்று. மேல் துண்டால் துடைத்துக் கொண்டார். "இப்படி ஏமாத்திட்டுப் போயிட்டானே. பாவிப் பய மகன்!" என்று சொல்ல முடியாத இரண்டு வெசவும்

தி. ஜானகிராமன்

வெய்தார் அவர். பேச்சுக்குப் பேச்சு இந்த மாதிரி வெசவு இல்லாது பேசத் தெரியாது அவருக்கு. அந்த வெசவுகளைக் கேட்கும்போது சிரிப்பாக வரும். அதற்கு ஆளாகாதவர்களே கிடையாது. வெசவு வருகிற தோரணையும் வேடிக்கை. பாடகன் மிகவும் அனுபவித்துப் பாடுகிற சங்கீதம் மாதிரி – ஒரு தனி ஏற்ற இறக்கத்துடன் வரும். தாயார், தகப்பனார், தமக்கை, மனைவி முக்கியமாக, இந்த உறவுகளில் ஒருவரைச் சொல்லி வருகிற வெசவு. சின்ன அண்ணன் செத்துப் போன கையோடு துக்கம் விசாரிக்க வந்தவர்களிடம், "போய்ட்டான் – பய!", "இப்படிப் போயிடுவான் களவாணிப்பயன்னு நினைக்கல்லே," "போய்ச் சேர்ந்துட்டான் – மவன்!" என்று பெரிய அண்ணன் சொல்கிற ஒவ்வொரு விடையிலும் ஒரு வெசவு, செத்த ஆத்மாவுக்கு விழுந்துகொண்டே இருந்தது. முத்துச்சாமி காற்று உருவத்தில் அருகே இருந்திருந்தால கட்டாயமாக இதைக் கேட்டுச் சிரித்திருப்பான்.

பெரிய அண்ணனுக்கு இன்னும் நினைவு கரையவில்லை. தொலைவில் பார்த்துக்கொண்டே இருந்தார்.

"– மவன் இப்படிப் பறக்க விட்டுட்டுப் போயிட்டானே!" என்றார். சட்டநாதன் உள்ளுக்குள் சிரித்துக்கொண்டான்.

"எங்கிட்ட ஒண்ணும் கேக்காமியே போயிட்டாண்டா அவன். நானும் எங்கேயோ நினைச்சுக்கிட்டு அவனைக் கவனிக்காமலேயே இருந்திட்டேன்," என்றார் அவர்.

பிறகு ஒன்றும் பேசவில்லை.

வீட்டுக்குள் நுழைந்ததும், "பெரிய அண்ணன் வந்திருக்கும்மா," என்று முதலில் போய்த் தெரிவித்தான் சட்டநாதன்.

"கோபாலுவா?"

"ஆமாம்மா!"

"நான்தாம்மா," என்று சொல்லிக்கொண்டே உள்ளே வந்தார் கோபாலு.

"கோபாலுவா? வா," என்றாள் அம்மா. குரலில் எத்தனை வறட்சி! முகத்தில் மருந்துக்குக்கூட ஒரு புன்சிரிப்பு இல்லை. பெரிய அண்ணன் விழுந்து வணங்கினார்.

"தீர்க்காயுசா நல்லபடியா பொன்னும் பேறுமாகக் கொளிச்சிட்டு இருக்கணும்."

"எனக்கு வரவே முடியாமப் போயிடிச்சம்மா. எனக்கு என்ன செய்யறது, சொல்றதுன்னே புரியலே. இன்னிக்குப் புறப்படறது, காலையிலே புறப்படறதுன்னு நினைச்சிக்கிட்டே

கடுதாசும் போடாம இருந்திருவேன். மறுநாளைக்கு ஏதாவது சனியன் வேலை வந்து தொலைக்கும். காமாட்சியும் சொன்னா, நீ ரொம்ப வருத்தப்படறேன்னு.”

“ம்!”

“அப்புறம்தான் எப்படியாவது புறப்பட்டு வந்திடறதுன்னு வந்தேன்.”

“வந்தவரைக்கும் சரி. காமாச்சியைக்கூட இன்னும் ரண்டு நா இருந்திட்டுப் போகலாமே, நீயும் வருவே, சேர்ந்து போகலாமேன்னேன். கேக்கலெ.”

“அவ வந்ததும் நல்லதாப் போச்சின்னு வச்சிக்க, இல்லாட்டி நான் எங்கே இப்படிக் கிளம்ப முடியப் போவுது?”

“சரிதான்!”

அம்மா இப்படி நறுக்கி நறுக்கிப் பேசுவது சட்டநாதனுக்குப் பிடிக்கவில்லை. அந்த இடத்திலே நிற்க வேண்டாம் போலிருந்தது.

“அவ எல்லாம் சொன்னா ... நானும் கடை, கலியாணம் எல்லாத்தையும் பத்தி யோசிட்டுத்தான் இருக்கேன்,” என்று சட்டைப் பையிலிருந்து ஒரு காகித மடிப்பை எடுத்தார் பெரிய அண்ணன். பிரித்தார். இதை வச்சுக்கம்மா. இதிலே ஒரு ஆயிர ரூபா இருக்கு. இப்ப இதை வச்சிக்கிட்டுக் கடையை நடத்தட்டும். நீயே உன் கையால கொடு அவன் கையிலே, ஆசிர்வாதம் பண்ணி.”

“நான் என்னத்துக்குடா கொடுக்கணும்? உனக்குத்தான் ஆகி வந்த கையி. தொட்டதெல்லாம் வைரமும் அட்டிகையுமா, வண்டியும் காடியுமா, கடையும் கண்ணியுமா பெருகிக்கிட்டே வருது. அந்தக் கையாலே கொடுப்பியா? புள்ளையைக்கூட முளுங்கிப்பிட்டு உட்கார்ந்திருக்கேன் நான். நான் எதுக்காகக் கொடுக்கணும், நீயே கொடு.”

“இதெல்லாம் என்னாம்மா பேச்சு? இந்தா, நீ கொடு சொல்றேன்.”

“வாண்டாம் ... நீயே கொடு.”

பெரிய அண்ணன் சட்டநாதனைத் திரும்பிப் பார்த்தார். சட்டநாதன், ‘அம்மா’ என்று குரலைச் சற்று உயர்த்தினாற் போல் சொன்னான்.

“என்னடா?”

“வாங்கிக் கொடும்மா.”

அம்மா அவனை ஒரு ஏழெட்டுக் கணம் வெறித்துப் பார்த்தாள். முதலில் அவனும் பதிலுக்கு வெறித்தான். பிறகு

பெரிய அண்ணன் சிதம்பரம் போனதுமுதல், இதுவரை ஓடின அத்தனை வருடங்களும் நாலு கணங்களுக்குள் சிக்கிக் குறுகி அம்மாவின் முன்னால் நிற்பது போலிருந்தது. அப்போது அவன் மனசுக்குள் ஒருபேச்சு.

"வந்தவர்களைப் புண்படுத்தாதே. தவறுகளை நினைத்து வருந்துகிறவர்களைப் பேசுவது பேடித்தனம். மனிதனாகப் பிறந்தவர்கள் இதைச் செய்ய மாட்டார்கள்!" என்று அவன் சொல்லுகிறான்.

"வந்தவனா? அவன் என்ன அன்னியா அசலாடா? இந்த வீட்டிலே பொறந்தவந்தானே! இவனைக் கோவிச்சுக்கக் கூடாதா?" என்று அம்மா பதில் சொல்லுகிறாள்.

"இந்த வீட்டில் பிறந்தால் என்ன? ஆடுமாடு ஒரு வருஷத்திற் குள் அம்மாவை விட்டு – பிறந்த இடத்தை விட்டுப் பிரிந்து தனியாகப் போய்த் தானும் மனைவி பிள்ளை என்று பண்ணிக் கொள்ளும்; நமக்குக் கொஞ்சம் நாளாகிறது. அவ்வளவுதான்."

"ஆடு மாடுகளுக்கு உள்ளதுதானா நமக்கும்?" என்று புகைகிறாள் அம்மா.

'அப்படியிருந்திருந்தால் மனுஷன் எவ்வளவோ சந்தோஷ மாக இருந்திருப்பான். இத்தனை கந்தரகோளமும் வந்திருக்காது.'

சட்டநாதனின் உள்ளுக்குள் கேட்ட பேச்சு.

"வாங்கிக்கம்மா."

அம்மா அதை வாங்கிக்கொண்டாள்.

"அவன்கிட்ட கொடும்மா," என்றார் பெரிய அண்ணன்.

"நான் எடுத்துக்கிலே, மருமவங்க கிட்டவும் கொடுத்திர மாட்டேன்," என்று சட்டநாதனின் கையில் அதை நொக்கென்று வைத்தாள் அம்மா.

மனிதர்கள் கடவுளின் படைப்பாம் – அந்தக் கடவுளுக்கும் இந்த அசட்டுத்தனம் எல்லாம் இருக்குமோ – இல்லை, மனுஷன் உடம்பு மாதிரி அவனுக்கும் ஒரு உடம்பு இருந்து, இதெல்லாம் அந்த உடம்பில் புறப்படுகிற பேனோ, வேர்வையோ – உலகத் தாயாகக் கடவுளை வேஷம் போட்டுப் பார்க்கிறார்களே – இந்தக் கோபம்தான் அவள் வாயில் தித்திப்பல்லும் வாய்க்கடை யில் வழியும் கள்ளாகவும் பெருக்கு எடுத்திருக்கிறதோ – சட்ட நாதனுக்கு என்னென்னமோ வேஷங்கள் எல்லாம் உள்ளே தெரிந்தன. பெரிய அண்ணனைக் கட்டிக்கொண்டு தேற்ற வேண்டும் போலிருந்தது!

செம்பருத்தி

பெரிய அண்ணன் குளித்துவிட்டு வந்து பலகாரம் சாப்பிட்டார். காப்பி சாப்பிட்டார்.

"காமாச்சி ஏதாவது சொன்னாளாடா?" என்றாள் அம்மா.

"எதைப் பத்தி?"

"சட்டம் கலியாணத்தைப் பத்தி."

"சொன்னாளே."

"என்ன சொன்னாள்."

"அவ சொல்றபடி சொன்னா."

"அப்படின்னா?"

"இஞ்ச சொன்னதைத்தான், அவளுக்கு வேறே எப்படிப் பேசத் தெரியும்?"

"ஏன் அவளுக்குப் பிடிக்கலையாம்?"

பதில் பேசாமல் சாப்பிடுகிற கையையும் இடது கையையும் விரித்தார் அவர்.

"காரணம் சொல்லாமலா பிடிக்கலேம்பா ஒருத்தி?"

"நல்லாத் தெரிஞ்சவங்களைப் பத்தி சும்மா சும்மா எதுக்குப் பேசணும்மா?" என்று குனிந்துகொண்டே சொன்னார் அவர்.

"அப்படின்னா?"

"அவளைத்தான் உனக்கு நல்லாத் தெரியுமேன்னு சொல்றேன்."

அம்மா பேசாமலெ இருந்துவிட்டாள். சட்டநாதனுக்கு ஆச்சரியமாக இருந்தது. குளிர் விட்டாற்போலிருந்தது. மான் தலைப் பிள்ளையாருக்குச் சிதறுகாய் உடைக்க வேண்டும் போல்கூட இருந்தது.

பலகாரம் ஆனதும் இருவரும் சம்பானூருக்குப் புறப்பட்டார்கள்.

"நான் சேண்டப்பிரியர் வீட்டு வண்டியை எடுத்துகிட்டு வரட்டுமா?"

"வாண்டாம்டா, வா, பேசிக்கிட்டே போகலாம். இப்ப என்ன அவசரம்?"

"உங்களுக்கு நடக்க முடியுமா? வெயில் வேற ஏறிக்கிட்டு இருக்கு."

"இது என்னடா வெயில் – மாசி வெயில். வா, சொல்றேன்." வரப்பு வந்ததும் சொன்னார் அவர்.

"அம்மாவுக்குக் கோபம் என் மேலே. அதனாலெ என் மனசும் சரியால்லெ. பொண்ணு ரொம்ப லட்சணமா இருக்காமே?"

"ஆமாண்ணா."

"உனக்கு ரொம்பப் பிடிச்சிருக்காமே."

"..."

"அப்ப அண்ணிகிட்ட சொல்றதுக்கு என்ன நீ. நான் அதைத்தான் பண்ணிக்கப் போறேன்னு... அவன் அவன் மனசுக்குச் சரியாப் பட்டதைச் செய்ய வேண்டியது. அந்தப் பஞ்சாங்கம் எல்லாம் என்ன சொல்றதுன்னு வருத்தப்பட்டு கிட்டு இருக்கிறதா?"

"பெரிய அண்ணி தனக்குப் பட்டதைச் சொன்னாங்க. அதையும் மனசை விட்டுத்தானே சொன்னாங்க. ஒளிக்கலியே."

"தொறந்து சொன்னா, துக்கரி வார்த்தை நல்ல வார்த்தையா ஆயிடுமா?"

"..."

"சட்டம், நான் இப்ப அம்மாவைப் பாக்கிறதுக்கு வரலெ, கடை கண்ணியைப் பெரிசு பண்ணணும்னு அவசரப்பட்டு கிட்டு வரலே. இவ வந்து இஞ்ச நடந்தது எல்லாம் சொன்னா. உடனே உன்னை வந்து பார்க்கணும்போல் இருந்தது. உன் இஷ்டப்படி செஞ்சிக்கிறதைத் தடுக்கவோ, ஆட்சேபணை சொல்லவோ யாருக்கும் பாத்தியதை கிடையாதுன்னு சொல்லிட்டுப் போகணும்னுதான் வந்தேன்," என்று யாரையும் விட்டுக் கொடுக்க முடியாதது போல, மென்று மென்று சொன்னார் பெரிய அண்ணன்.

"அண்ணா!" என்றான். அவன் புளகித்ததுதான் அப்படிக் கூப்பாடாக எழுந்தது. வெயில், நிழல், மரம், இலைகள். வயலில் கிடந்த அறுத்த தாளின் மிச்சங்கள், வரப்பு, தேள் கொடுக்குக் காய்கள், நெருஞ்சிப் பூ எல்லாம் அழகாய்த் தோன்றுகின்றன. காலை லேசாகக் குத்தி அறுவின புல்கூடத் தடவிக் கொடுக்கிறது போலிருந்தது. உலகத்தில் எல்லாம் ஒன்றைப் பார்த்தாற்போல் ஒன்று நல்லதாகத்தான் இருக்கிறது.

பெரிய அண்ணனை மூன்றாம் மனிதன் மாதிரி நினைத்தோமே! ஏன், அம்மாவும் சின்ன அண்ணனும் சொல்லிச் சொல்லியா! சட்டநாதனைக் கழிவிரக்கமும் வெட்கமும் சிறிது நேரம் பிடுங்கித் தின்பதுபோல் இருந்தது.

8

பெரிய அண்ணனோடு இத்தனை நேரம் பேசுவதே இதுதான் முதல் தடவை. பதினேழு பதினெட்டு ஆண்டு வித்தியாசத்தினாலோ என்னவோ, அவரோடு நின்று பேசியதும் இல்லை. பழகினதும் இல்லை. சட்டநாதன் கைக்குழந்தை யாய் இருக்கும்போது, மூத்த பையன் என்கிற முறையில் அம்மாவுக்கு உதவியாக, தூக்கிக் கீக்கி வைத்துக்கொண்டிருக்கலாம். அதற்கு மேல் அவரோடு நெருங்கிப் பழகிய நினைவோ, பாத்திய மாகப் பேசிய நினைவோ இல்லை. சின்ன வயதில் இரண்டு முறை சிதம்பரத்திற்குப் போனதுண்டு. அப்போதெல்லாம் அவருக்குப் பேச நேரமிராது. சாப்பிட வருவார். "என்னடா சட்டம், சாப்பிட் டாச்சா," என்பார், கோயிலுக்குப் போய் வந்தியா! இப்படிப் போகிற போக்கில் ஒரு கேள்வி. அவரைப் பற்றி ஏற்பட்ட அபிப்ராயங்கள் எல்லாம் முத்துச் சாமி, அம்மா இந்த இரண்டுபேரும் பேசிக் கொள்வதிலிருந்து ஏற்பட்டதுதான். இரண்டு பேரும் அவரைப் பற்றி அப்படி அதிகமாகவும் பேசுகிற வழக்கம் இல்லை. ஆனால், அவ்வப் பொழுது பேசுகிற கொஞ்சத்தாலேயே தங்களை அவர் கவனிக்கவில்லை என்ற குறை மட்டும் பிதுங்கிக்கொண்டேயிருக்கும். ஆனால், வருஷத் திற்கு ஒரு முறை, ஏழெட்டு மாதங்களுக்கு ஒரு முறை என்று பெரிய அண்ணன் வரும்பொழுது எல்லாவற்றையும் சுருட்டிவைத்துக்கொண்டு விடுவார்கள். பணக்காரர் என்ற பாவனையில்

உபசாரம் சற்றுப் பலமாகவே நடக்கும், முத்துச்சாமி பேசுவதைக் கேட்டு அவர் விழுந்து விழுந்து சிரிப்பார். வாயைவிட்டு – மனம் விட்டுச் சிரிப்பார்.

ஞாபகம் இருக்கிறது. ஒரு தடவை இரவு நேரம் முத்துச்சாமி சாப்பிடும்போது வழக்கம்போல் விகடம் பண்ணிக்கொண்டே சாப்பிட்டான். பெரிய அண்ணனும் சட்டநாதனும் கூட உட்கார்ந்துகொண்டு சாப்பிட்டுக்கொண்டிருந்தார்கள். உள்ளூரில் ஆரம்பப் பாடசாலை நடத்துகிற புஜங்கராயரைப் போல, உதட்டை விரித்து, கண்ணை அகட்டி ஏறக்குறைய அதே கம்மல் குரலையும் வரவழைத்துக்கொண்டு அவர் பேசுகிறது போல நாலு வார்த்தை சொன்னான் முத்துச்சாமி. நாலு வார்த்தைதான். அது அப்படியே அவரையே விண்டு வைத்தாற்போல் இருந்தது. பெரிய அண்ணனுக்குத் தாங்கவே இல்லை. கொல்லென்று சிரிக்கத் தொடங்கியவர் வயிற்றைப் பிடித்துக்கொண்டு இலையில் விழுந்துவிடுகிறது போலக் குலுங்கி னார். சற்றுக் கழித்து இருமினார். இருமல் ஓயவில்லை. மூக்கில் பருக்கை புகுந்து புரை ஏறிவிட்டது. படார் படார் என்று மண்டையில் ஐந்தாறு தடவை தட்டிக் கொட்டி சாதாரண நிலைக்கு வர வேண்டியிருந்தது. அதற்குள் கண் எல்லாம் நீராகி, முகம் பளபளத்து அமளியாகிவிட்டது.

“போதும்டா முத்து இன்னக்கி, சாப்பிட்டு முடியட்டும். இன்னமே இந்த விகடம் எல்லாம் சாப்பிட்டு முடிஞ்சு கை களுவினதுக்கு அப்பறமா வச்சுக்க. ஒரு நேரம்போல இருக்காது,” என்று சிரித்துக்கொண்டே எச்சரித்தாள் அம்மா.

பெரிய அண்ணன் அத்துடன் விடவில்லை. சாப்பிட்டு முடிகிறவரையில் நினைத்து நினைத்துச் சிரித்துக் கொண்டிருந் தார். கண்ணைத் துடைத்துக்கொண்டு இருந்தார். பிறகு ஊஞ்சலில் வந்து உட்கார்ந்தும் விடவில்லை.

“டேய், நம்ம ஜவுளிக்கடை துரைசாமிப் பிள்ளை பேசுவா ரில்ல, மூக்காலே. எப்படி?” என்று வேறு யாரையோ பிடித்துக் கொண்டார்.

“போதும்டா, கோபாலு, சோறு திங்கறப்ப பொரை ஏறினது போதும். இப்ப சீவலையும் வெத்திலையையும் போட்டுகிட்டுப் பொரை ஏறினா தாங்க முடியாது” என்றாள் அம்மா.

“நீ சும்மா இரம்மா,” என்று மீண்டும் அதைக் கேட்கத் தான் கேட்டார் பெரிய அண்ணன். முத்துச்சாமியும் துரைசாமிப் பிள்ளை வேஷத்தைச் சற்று நேரம் போட்டுப் பேசத்தான் பேசினான். குப்புற விழுந்து சிரிக்கத்தான் சிரித்தார் அவரும்.

இவ்வளவு ஆன பிறகு அவர் ஊருக்குப் போனதும் அம்மா, முத்துச்சாமி – இரண்டு பேர் மனதிலும் ஒளிந்திருந்த குறை தலை எடுக்கும்.

"உளுந்து உளுந்து சிரிச்சிட்டு உன் குடுமியிலே பூச் சுத்திட்டுப் போனான். ஏண்டா, ஒரு அஞ்சு ரூவாக் காசு உங்க ஆத்தாளுக்கு அனுப்பக் கூடாதான்னு எனக்கும் கேக்கத் தெரியலெ; உனக்கும் கேக்க வாய் வர மாட்டேங்குது" என்பாள் அம்மா.

"அடுத்த தடவை அண்ணன் வர்றப்ப ஞாபகப்படுத்து. நமக்கு மறந்து போச்சு. அவன் என் குடுமியிலே பூச்சுத்திட்டான்னு அவன் மேல பழியைப் போடுவானேன்" என்று சொல்லிக்கொண்டே வெளியே போனான் முத்துச்சாமி. அதுதான் அம்மாவுக்கும் அவனுக்கும் வித்தியாசம். அம்மா எப்பொழுதுமே பெரிய பிள்ளையைப் பற்றிக் குறைப்பட்டுக் கொண்டிருப்பாள். சின்ன அண்ணன் எப்போதாவது அவளுக்கு எதிர்க்கட்சியும் பேசுவான். பொதுவாக இரண்டுபேருக்கும் திருப்தி இல்லை.

சட்டநாதனுக்குப் பல சமயங்களில் பெரிய அண்ணனை நினைத்தால் பரிதாபமாக இருக்கும். நேரே வந்தால் வாலைச் சுருட்டிக்கொள்கிறார்கள். அப்பால் போனால் குமைகிறார்கள். ஒரு தடவை எல்லாவற்றையும் அவர்கள் உடைத்துப் பேசினால் தான் என்ன?

இந்தக் கணத்தில் அவரோடு நடந்து போகும்பொழுது அவன் நெஞ்சமெல்லாம் அவரிடம் உருகிக் கொட்டிக்கொண்டு இருந்தது. இந்த மாதிரி அவரோடு நடந்து போனதே இல்லை. தனித்து இருந்ததும் இல்லை. அவரும் தனக்குச் சமமாக அவனை வைத்து இன்று மாதிரிப் பேசியதும் இல்லை. அவர் மீது ஒரு இரக்கம்! ஒரு தயவு! ஏன் என்றுதான் புரியவில்லை. ஒளிவு மறைவில்லாமல் எதையும் பேசுகிறவர்போல் அவர் சிரிக்கிற பொழுதும், எடுத்ததற்கெல்லாம் கண்ணை அகட்டுகிற பொழுதும் தெரிகிறது. சிக்கல் இல்லாத சாதாரண மனம் மாதிரி இருக்கிறது. எதிலும் மனசைப் போட்டு ஆழ உளையாத எளிய மனிதராகத் தோன்றுகிறது ... வியப்பாக இருக்கிறது! கூடப்பிறந்த ஒரு அண்ணனை இத்தனை காலம் கழித்துப் புரிந்துகொள்ள முயலுவதும் அவர் எப்பேர்ப்பட்டவர் என்று தீர்மானம் செய்ய முடியாமல் தயங்குவதும்...

அவனுடைய இரக்கம் இன்னும் வலுப்படத்தான் செய்தது. ஒரு சமயம் அண்ணியை நினைக்கும்போதுதான் இந்த இரக்கம்

வலுக்கிறதோ என்னவோ. பெரிய அண்ணி வந்தது இரண்டாம் தாரமாக. முதல் தாரம் உயிரோடு இருந்தது இரண்டு வருடம் தான். அம்மா அவளைப் பற்றிப் பல தடவை பேசிக் கேட்டதுண்டு. பேசும்போதெல்லாம் ஒரு பெருமூச்சு. எல்லாம் போய்விட்டாற்போல விதியை நொந்துகொள்கிற ஒரு கை விரிப்பு. "ஹ்ம்! ரொம்ப நல்லதாயிருந்தது. அதான் சாமிக்குப் பொறுக்கலே. உனக்காவது இத்தினி நல்ல பண்டம் கிடைக்கவா வது! அப்படிக் கொடுத்து வக்கிறவங்கள்ளாம் வேறன்னு சொல்லி லவுக்குன்னு பிடுங்கிட்டுப் போயிட்டான். அப்புறம் இது தாண்டி உனக்குத் தோதுன்னு பொன்னு இருந்த இடத்திலே எதையோ கொண்டு வச்சிட்டுப் போய்ட்டான்..." என்று இரண்டு தடவை புகைந்திருக்கிறாள் அம்மா. அதை நினைத்துக்கொண்டே நடந்து வந்தான் சட்டநாதன்.

பெரிய அண்ணன் வியாபாரம், ஊர் விவகாரங்கள் என்று என்னென்னமோ கேட்டுக்கொண்டே வந்தார். அதெல்லாம் பாதியும் முக்காலுமாகத்தான் அவன் மனதில் ஏறிக்கொண்டிருந்தது. செம்பானூர்க் கடைத் தெரு நிலவரங் களைப் பற்றிக் கேட்டார். கடைக்காரர்களைப் பற்றிக் கேட்டார். சண்பகவனம் பிள்ளையைப் பற்றிக் கேட்டார். மறுபடியும் அந்தப் பெண்ணைப் பற்றிக் கேட்டார்.

"முத்துச்சாமியை இதிலெல்லாம் நம்பலாம். மனுஷங் களைத் தராதரம் பார்க்கிறது கொள்றதெல்லாம் அவனுக்கு அத்துப்படி. வியாபாரத்திலே ரொம்ப தாட்சிண்யப்படுவான். இரக்கப்படுவான். சூதுவாது பண்ண மாட்டான். பொய் சொல்ல மாட்டான். மனசிலே பட்டதை மூஞ்சியிலே அறையறாப்பல சொல்லிக்கிட்டே இருப்பான். வியாபாரத் திலே இதெல்லாம் அப்படி நெனச்சது நெனைச்சாப்போலச் சொல்றதுக்கு இல்லே. இல்லாட்டி பெரிசா ஆளாயிருக்கலாம். போவுது இப்பவும் ஒண்ணும் குறைஞ்சு போயிடலே. இஷ்டப்படி இருந்துட்டுப் போயிட்டான். நிம்மதியா, இஷ்டப் படி இருக்கறதுதானே எல்லோரும் விரும்பறது. கடை கிடைன்னு பெரிசா பண்ணிக்கலே. ஆனா மனுஷங்களை நல்லாப் புரிஞ்சிக்குவான். அதனாலெ அவன் சொல்றது புள்ளிப் பிசகா இருக்காது. உன் மனசுக்குப் பிடிச்சிருந்தா அதையே பண்றதுதான் சரி," என்றார். "உனக்குப் பெண்ணைப் பிடிச்சிருக்கில்ல?"

சட்டநாதன் தலையாட்டினான்.

"சரி, முடிவு பண்ணிடுவோம். கடை கண்ணி நடத்தறது பெரிய காரியம் இல்லெ, குடும்பம் நடத்தறதுதான் பெரிய

காரியம். தன் இஷ்டத்துக்கும் விரோதமில்லாம தன்னோட நிம்மதியையும் கெடுத்துக்காம குடும்பம் நடத்தறதுதான் பெரிய வித்தை. உனக்கு எப்படித் தோணுது இவங்களைப் பார்த்தா?"

"எனக்கு ரொம்பப் பிடிச்சிருக்கு. ஆனா மனுஷங்க எப்படின்னு எனக்கு எப்படித் தெரியும்? நான் எத்தனை பேரைப் பார்த்திருக்கேன்?"

"அவசியமில்லே. நம்ம முத்துச்சாமி சொன்னா நம்பலாம். அதுவும் உனக்குப் பத்தலேன்னா, இப்ப அவசரமில்லே, மெதுவா பார்த்துப் பழகி அப்பறம் செஞ்சுக்கிறது."

செம்பானூர்க் கடைத்தெரு வந்துவிட்டது.

"கடைக்குத்தானே போகணும்?" என்று கேட்டான் சட்டநாதன்.

"அவங்களைப் பார்த்துட்டு வருவமே."

"சரி."

இப்பொழுதும் அந்தப் பெண்தான் வரவேற்றாள். அன்று மாதிரி இன்றும். பூஜையில்தான் இருந்தார், சண்பகவனம் பிள்ளை.

சட்டநாதனுக்கு அவளைப் பார்த்த கணம் முதல் உடம்பு இருப்பாக இருக்கவில்லை. உள்ளுக்குள்ளே ஒரு கவலையும் அநிச்சயமுமாக அதிர்ந்தது. ஒரு சிவப்புப் புடவையும் தலையில் இரண்டு செம்பருத்தியுமாக அவள் வரவேற்றுக் கூடத்துப் பெஞ்சியில் உட்கார்த்திவிட்டுத்தான் போனாள். அடக்கிக் கட்டின உடம்பு. இழைய வாரிப் பின்னி, பின்கட்டுப் போட்டிருந்த தலை. நடக்கும்பொழுது அதிகம் வீசாத கை, விசிறாமல், வீசாமல், அதோடு உடம்போடு வரிந்தும் விடாத புடவைக் கொசுவல். எல்லாவற்றையும் அவளே தன் கைக்குள் அடக்கிக்கொண்டிருப்பதுபோல் தோன்றிற்று.

பெரியண்ணன் சுவர்ப் படங்களைப் பார்த்துக்கொண்டிருந் தார். உள்ளேயிருந்து 'போற்றி' கேட்டது. அதே இரட்டைக் குரல் இனிமை.

சண்பகவனம் வெளியே வந்ததும் பெரியண்ணன் வாரிச் சுருட்டிக்கொண்டு நின்றார்.

"வணக்கம்!" என்று தோளிலிருந்து துண்டைக் கையில் எடுத்துக்கொண்டு நின்றார்.

"கோபாலசாமிப் பிள்ளைவாள்னா! வரணும் வரணும்!"

அன்று போலவே இன்றும் நடந்தது. புவனேச்வரி வந்து எல்லோரையும் உள்ளங்கை தரையில் பட வணங்கினாள். பாயச நிவேதனம் வந்தது. சாப்பிட்டார்கள்.

"இந்தச் சம்பந்தம் கிடைச்சா கிடைக்கக் கூடாத பேறு கிடைச்சாப்ல!" என்றார் பெரிய அண்ணன்.

"அப்படித்தான் என் ஆசையும். கிடைக்கக் கூடாத அதிர்ஷ்டம்னு ரண்டுபேரும் நினைக்கிறதுதான் முக்கியம். தம்பியைப் பார்த்ததிலேர்ந்து எனக்கும் அந்த மாதிரி ஒரு பரபரப்பும் நிறைவும் வந்திருக்கு. நல்ல காரியங்களைச் சீக்கிரமாச் செய்திடணும்பாங்க. அந்தக் கவலைதான் எனக்கும். வீட்டுக்குப் பெரியவங்க நீங்க வந்தப்புறம் எனக்கு முக்காலும் முடிஞ்சாப்பல இருக்கு."

"எனக்கும் அந்த மாதிரிதான் இருக்கு. சீக்கிரமா முடிக்கிறது தான் நல்லது. முடிச்சிடணும்னு எனக்கும் அவசரமாகத்தான் இருக்கு."

"எனக்கு எந்த ஆட்சேபணையுமில்லே. உங்க தாயாரையும் கேட்டுக்கணும். தம்பி சம்சாரத்தோட மனசையும் தெரிஞ்சுக்க ணும். முகூர்த்தம் வைக்கறதைப் பத்திச் சொல்றேன்."

"எல்லார் மனசும் ஒப்பித்தான் செய்யணும்; அவங்களையும் கேட்டுக்கறேன்."

"அதான்."

விடைபெற்றுக்கொண்டு வந்ததும் சட்டநாதன் கடையைத் திறந்து கூட்டினான். அவனைப் போலவே பெரிய அண்ணன் சிறிது நேரம் வெறித்து நின்றார். கண்ணீர் வடித்தார். அவருக்கு இவன் சமாதானம் சொல்ல வேண்டி இருந்தது. கண்ணைத் துடைத்துக்கொண்டு சொன்னார் அவர். அப்போது கோவிந்த சாமி காப்பி வாங்கி வருவதாகப் போயிருந்தான்.

"என் இஷ்டப்படி நான் இருந்திருந்தா, இவன் இப்படியா இருந்திருப்பான்? இந்த மாதிரி தெருவிலே தனிக்கடையா, இப்படிக் குச்சாவா இருக்கும்? கடைத் தெருவிலே மொத்தக் கடையா வண்டியும் சரக்குமா நடமாடியிருக்கும். சட்டம், இதைப் பாரு! கலியாணம் பண்ணிக்க. பொண்ணு நல்ல பொண்ணு. தங்கம் மாதிரி இருக்கு. ஆனா, அவங்க குடும்பம் நடத்தறவங்க. அவங்ககிட்டே போய் உன்னோட விருப்பங் களை நிறைவேத்தறதா வாண்டாமானு யோசனை கேக்காதே. சண்பகவனம் பிள்ளை மக வேற தினுசா இருக்கலாம். உனக்கு நல்ல யோசனைதான் சொல்லும்னு நம்பிக்கை, இருந்தாலும்

வீட்டிலே இதை எல்லாம் கலக்கறதுன்னா, ரொம்ப ஜாக்ரதையா ஒரு அளவோட செஞ்சா நல்லது. என் அனுபவத்திலே சொல்றேன்", என்று எங்கோ பார்த்துக்கொண்டு சொன்னார் பெரிய அண்ணன். ஏமாற்றமும் ஒரு ஏக்கமும் அவர் முகத்தை அப்படித் திருப்பிவிட்டாற் போலிருந்தது. என்ன ஏமாற்றம்? என்ன ஏக்கம்?

இன்னொரு ஆயிரம் ரூபாயை அவனிடம் கொடுத்தார் அவர். வீட்டுக்காரரோடு பேசினார். அகலமான அந்தத் திண்ணையின் இன்னொரு அங்கணத்தையும் சேர்த்துக் கடையைப் பெரிது படுத்திக்கொள்ள அனுமதி வாங்கிக் கொண்டார். கோவிந்தசாமியை விட்டுக் கொத்து மேஸ்தரிக்குச் சொல்லி அனுப்பினார். மறுநாளே வேலையைத் தொடங்கி விட்டுச் சிதம்பரம் போனார். ஒரு வாரம் கழித்துக் கட்டடம் தயாரானதும் மீண்டும் வந்து கடையைப் பார்வையாக அடுக்கிக் கொடுத்தார். உயரமும் அகலமும் கூடியதும், கடை நாலு கடைகளைச் சேர்த்து ஒன்றாக்கியது போல, மருந்து போட்ட செடிபோல மதாளித்து நின்றது. கடை அகலத்தை அடைத்து மேலே விளம்பரப் பலகை, உள்ளே புதிதாக நாலைந்து அலமாரி கள், இரண்டு கண்ணாடி பீரோக்கள். சட்டநாதனுக்கு அதைப் பார்த்தபொழுது மூச்சு முட்டிற்று. பெரிய அண்ணன் நின்ற இடத்திலிருந்தே அத்தனையையும் செய்துகொண்டிருந்தார். இந்தத் தடவை அவருடைய காரியஸ்தரையும் அழைத்து வந்திருந் தார் அவர். உட்கார நேரமில்லாமல் அலைந்துகொண்டிருந்த அந்தக் காரியஸ்தரும், குரலை உயர்த்தாமல், பேசுவது கேட்காமல், காரியங்களைச் செய்துகொண்டிருந்தார்.

சட்டநாதனுக்கு மூச்சு முட்டியது. பெரிய அண்ணன் வந்து கடையைப் பற்றி விசாரித்துப் பணம் கொடுத்து முழுசாகப் பன்னிரண்டு நாள்தான் ஆகி இருந்தது. அதற்குள் கடையின் சொரூபமே மாறிவிட்டது. கொடுத்த இரண்டாயிரத்துக்கு மேல் அவரும் கையை விட்டு இரண்டு மூவாயிரம் போட்டு இருப்பார்போல் இருந்தது. அவர் பணம் கொடுத்து உதவியிரா விட்டால் வீட்டுக்காரனும் கடையை உயர்த்திச் சுவர் எழுப்பி இவ்வளவு பெரிது பண்ணியிருக்க மாட்டான்.

பன்னிரண்டாம் நாள் புதிய கடை தொடங்கிற்று. அன்று முழுவதும் கடையிலேயே உட்கார்ந்து இருந்தார் பெரிய அண்ணன். கோவிந்தசாமியோடு இன்னும் இரண்டு ஆட்களை யும் ஒரு பையனையும் வேலைக்கு அமர்த்தி இருந்தார் அவர். காலையில் கடையைத் திறந்ததும் சண்பகவனத்தைப் போய் அழைத்து வந்தார். அரை மணி தியானத்தில் அமர்ந்து பூஜை

தி. ஜானகிராமன்

எல்லாம் செய்து, தெய்வத்தின் ஆசியை வேண்டினார் அவர். “எல்லாம் அமோகமா நடக்கணும். மத்த எல்லாத்துக்கும் இருக்காப்ல வியாபாரத்துக்கும் நேர்மை, கருணை, மனச்சாட்சி எல்லாம் உண்டு. தர்மத்துக்காக நீங்க கடை வைக்கலை, நீங்களும் பிழைக்கணும், சாப்பிடணும்னு வச்சிருக்கீங்க. இருந்தாலும் ஊரிலே இருக்கிறவங்களை எல்லாம் கடைப்படாதவங்கன்னு நினைச்சிட்டுத்தான் காரியம் பண்ணணும். கடைப்படாதவங்க சாமான்களைத் தேடிப் பெத்துக்க முடியாது. அதுக்காக நீங்க கொண்டாந்து வச்சு அவங்களுக்குக் கொடுக்குறீங்க. வேலைக்காரன் வீட்டிலே கொண்டு வந்து வைப்பான். நீங்க எல்லா சாமான்களையும் ஒருமிக்க வச்சுட்டிருக்கீங்க. அதுதான் வித்தியாசம். நாம சும்மா வேலைக்காரங்க என்கிறது எப்பவும் ஞாபகம் இருக்கணும்ங்கிறதுக்காகச் சொன்னேன். வசதி இருக்கிறதினாலே மத்தவங்களுக்காகச் சாமான்களை வாங்கி வேணுங்கறப்ப எடுத்துக் கொடுக்கிற பொறுப்புன்னு நினைச்சுக்கிட்டுக் காரியம் செஞ்சா, ஜனங்க அத்தனைபேரும் அன்பாகச் சொரிவாங்க. அன்பு சொரிகிறவங்கதான் தெய்வம். அவங்க திருப்தியாயிட்டா, தெய்வம் திருப்தி அடைஞ்ச மாதிரி!” என்று சொல்லிச் சிறிது நேரம் பேசாமல் கண்ணை மூடிக் கொண்டு உட்கார்ந்திருந்தார் சண்பகவனம். பிறகு விடை பெற்றுக்கொண்டு நகர்ந்தார்.

பின்னாலேயே சென்ற பெரிய அண்ணன் தழைந்த குரலில் சொன்னார். “நீங்க வந்து ஆரம்பிச்சதுதான் பெரிய அதிர்ஷ்டம். உங்க ஆசீர்வாதம் தம்பிக்கு எல்லாம் அமோகமா நடக்கும்னு நிச்சயம். கடையை உங்க கையாலே ஆரம்பிச்சு வைச்சாப்லே, தம்பி மனையையும் உங்க பிறப்பு வந்து நடத்தி வைக்கணும். அது வரப் போறதுக்கு முன்னமே கடை வளர்ந்திடுத்து, வீடும் நிச்சயமா வளரத்தான் போவுது.”

“எல்லாம் புவனேச்வரி நடத்திவைப்பா.”

அன்று இரவு வீட்டுக்குப் போகும்போது சட்டநாதன் சொன்னான்: “சின்ன அண்ணனுக்குக் கடையை இப்படித்தான் பெரிசு பண்ணிப் பார்க்கணும்னு ஆசை. கடைசியிலே எனக்கு வரணும்னு இருக்கு அது.”

“உனக்கு மட்டும் இல்லே; வரப்போற பொண்ணுக்கு வரணும்னு இருக்கு. மணியோசை முன்னாலேயே வராப்ல வந்திருக்கு,” என்றார் அவர்.

வரும்போது பேசிக்கொண்டு நடந்தேதான் வந்தார்கள். வண்டி வேண்டாம் என்று சொல்லித்தான் நடந்து வந்தார்

அவர். அவனுக்குப் பதில் சொன்னவர் பின்னர் ஒரு மைல் தூரம் பேசவே இல்லை. சாலை மரங்களில் சிள்வண்டுகளின் இரைச்சல் தோரணம் கட்டினாற்போல வரிசையாக எழுந்து கொண்டிருந்தது.

சாலையில் இருமருங்கும் வரிசையாகப் புளிய மரங்களாக அடர்ந்து கிடந்தன. வழி நெடுக வளைவு போட்டாற்போல இரு ஓரத்து மரங்களின் கிளைகளும் மேலே கூடியிருந்தன. ஒவ்வொரு மரத்தை நெருங்கும்பொழுதும் சிள்வண்டு நொய் என்று இரைவது ஓங்கித் தேயும். சற்றைக்கொரு முறை கூஹூ என்று கோட்டான் கூவும்.

வெகுநேரம் பெரிய அண்ணன் பேசவில்லை. சட்டென்று ஒரு இரண்டு பர்லாங் தூரத்திற்கு மரமே இல்லை. ஓரிரண்டு நொச்சிச் செடிகளே அங்குமிங்குமாக வளர்ந்திருந்தன. நட்சத்திரங்கள் இப்பொழுது ஏதோ கையெட்டில் இருப்பது போல் தொங்கிக்கொண்டிருந்தன. அவற்றின் ஒளியில் நொச்சி யிலைகளின் பின்புறச் சாம்பல் நிறம்கூடத் தெரிவது போலிருந் தது. மருந்து மணம்போல ஒரு லேசான நெடியுடன் அந்த இலைகளின் மணம் நாசியில் புகுகிறது.

“தினமுமா இப்படி ஒண்டியா வரே – இந்த இருட்டிலே?” என்று பெரிய அண்ணன் இத்தனை நேரம் கழித்துக் கேட்டார்.

“ஒண்டி என்ன அண்ணா, ஒண்டி!”

“இது ஒண்டியில்லையா? புளிய மரமுமா, ஆல மரமுமா ஒரே கும்மிருட்டா பந்தல் போட்டிருக்கு வழி நெடுக.”

“சின்ன அண்ணன் குறுக்கே விழுந்து இந்தக் கும்மிருட்டிலே ஒரே வரப்பிலே நடந்துதானே வந்துகிட்டிருந்தாங்க, மாசக் கணக்கிலே, வருஷக்கணக்கிலே?”

“அவன் போக்கு வேறடா! அவன் மாதிரியே எல்லாரும் இருக்க முடியுமா? ஒண்ணு, ஒரு அரை வண்டி வாங்கி வச்சுக்க; இல்லே, செம்பானூரிலே ஒரு வீட்டைப் பார்த்தாவது குடி வந்திடணும். இந்த மாதிரிப் போக மூணு மைலும் வர மூணு மைலும் நடக்கவாவது? கடையும் பெரிசு பண்ணியாச்சு, இன்னமே கிட்ட இருந்து கவனிச்சாத்தான் நல்லது. கலியாணம் ஆனா, டவுன்லேர்ந்து அந்தப் பொண்ணை இந்தப் பட்டிக் காட்டுக்குக் கொண்டு போறதா? அம்மா இருக்கிறவரைக்கும் சரி. அவங்களுக்கானா இருமலுமா ஈளையுமா பொழுதன்னிக் கும் இழுத்துக்கிட்டே கிடக்கு. செம்பானூர்லே இருந்தாலும் சிங்கு டாக்டர்கிட்டே மருந்து வாங்கிக் கொடுத்து அப்ப

அப்ப சமனம் பண்ணிக்கலாம். எனக்கு அங்கே ஜாகை மாத்திக்கிறதுதான் தேவலாம்னு படுது. குஞ்சம்மாளையும் நெனச்சுப் பார்க்கணும். ஒரு குழந்தையையும் அவளையும் விட்டுப் போட்டான் அவன். அந்தக் குழந்தையை நல்ல இடத்திலே கொடுக்கணும்னு ஆசைப்படுவா. அவ அப்பா வாத்யாரு. படிக்க வைக்கணும்னு சொல்லுவாரு. அப்புறம் சண்பகவனம் பிள்ளைக்கு ஒத்தைப் பொண்ணு அது. ஆசையா வளர்த்திருக்காப் போல இருக்கு. அதை என்னாத்துக்கு இந்தக் குக்கிராமத்திலே கொண்டு வச்சுக்கணும்?"

சட்டநாதன் அந்த இருட்டில் லேசாகச் சிரித்துக் கொண்டான். கலியாணம் ஆகிவிட்டாற் போலவே பேசிக் கொண்டு வருகிறார் அண்ணன். அவர் சொல்வதற்கு ஏதாவது பதில் சொல்லியாக வேண்டும்.

"நீங்க எப்படிச் சொன்னாலும் சரிண்ணா."

"நான் சொல்றதுக்காவா? நீ இதை எல்லாம் யோசிச்சுப் பார்க்க வாண்டாமா?"

"யோசிச்சுத்தான் சொல்றேன்."

சொன்னால் அவருக்குப் புரியுமோ என்னவோ, இந்தச் சாலையில் மூன்று மைல் நடந்து போவதும் வருவதும் எனக்குப் பெரிய ஆறுதலாக இருக்கிறது! சாலையில் நடந்து போகும் பொழுது இந்த மரங்கள் பரந்து மேலே சேர்ந்து வளைவு போடுகிற அழகு! எத்தனை பறவைகள்! எத்தனை ஒலிகள்! காக்கை, பருந்து, வலியன், ஊசிவால் குருவிகள், தினைக் குருவிகள், கிளி, கொடிவால் குருவிகள் – எல்லாம் ஆங்காங்கு வயல்வெளிக்கே குரல் வந்து விட்டாற்போல, புல்லுக்கும் முள்ளுக்கும் பட்டைக்கும் பூவுக்கும் காய்க்கும் இலைக்கும் குரல் வந்துவிட்டாற்போல, கரகரப்பும் இனிமையுமாகக் கத்துகின்றன. அண்ணி அன்று கையை வீசிக் கத்தினதைக் கேட்டு, அம்மா காயக் காயக் குமைந்ததைக் கேட்டு, இரவு முழுவதும் வயிற்றில் கனத்தது. காலையில் இந்தச் சாலையில் வரும் பொழுதுதான் அந்த அச்சமும் கலக்கமும் தெளிந்து மனது ஒரு நிலைக்கு வந்தது. இப்போதெல்லாம் கடை திறந்து உட்கார்வதைவிட, கடைக்குப் போகிற இந்த நடைதான் அனுபவிக்கக் கூடியதாக இருக்கிறது. இதை எப்படிப் பெரிய அண்ணனிடம் சொல்லுகிறது! சொன்னால் பச்சைப் பிள்ளை என்று நினைப்பாரா? சோம்பேறி என்று நினைப்பாரா..?

மறுபடியும் இருளில் பெரிய அண்ணனின் குரல் வந்தது.

"கலியாணத்தை வர்ற சித்திரை மாசம் பண்ணிடலாம்னு எனக்குத் தோணுது. என்ன நினைக்கிறே?"

"அதுக்குள்ளவா?"

"அதுக்குள்ளன்னா?"

"அண்ணன் காரியம் நடந்து ரண்டு மாசம்தானே ஆயிருக்கு?"

"சரி, கலியாணம் பண்றதினாலே அவன் ஞாபகம் மறந்து போயிட்டதாக அர்த்தமாகாதே. கடசீலேகூட அவன் உன் கலியாண நினைவாத்தானே இருந்தான்! குறைஞ்ச வயசிலே போனாலும் சரி, தொண்டு கிழமாப் போனாலும் சரி, மனுஷங்க போயிட்டேதான் இருக்காங்க. அதுக்காக மத்தவங்க எல்லாரும் தாங்களும் போயிட்டாப்பலவே இருக்கிறதா? எத்தனை நாளு அப்படி இருக்கிறது?"

மறுபடியும் மௌனம்.

பெரிய அண்ணன் சொல்வது ஏதோ பெரிய ஞானியின் வாக்குப் போலிருந்தது. அந்த இருளில் அந்தப் பரந்த வெளியைப் பார்க்கும்போது ஆயிரக்கணக்கில் ஒலித்துக்கொண்டே இருக்கும் சிள் வண்டுகளையும் சுவர்க்கோழிகளையும் கேட்கும்பொழுது, அவர் சொல்வது இயற்கையின் வாக்கு, தொல்லறிவின் வாக்கு என்று அத்தனையும் சொல்வது போலிருக்கிறது. இந்தச் சாலை இப்படியே இருக்கும்; இந்த மண் இப்படியே இருக்கும். இந்த மரங்கள் இருக்கும்; இந்த ஒலிகள் எழுந்துகொண்டே இருக்கும்; உயிர்கள் வரும்போது ஒலிப்பதுபோல் போகும்போதும் ஒலிக்கும்.

வீட்டுக்குப் போய்ச் சாப்பிடுவதற்கு முன் பெரிய அண்ணன் அம்மாவின் முன் நெடுங்கிடையாக விழுந்து கும்பிட்டார்.

"அம்மா, நீயும் வந்து கடையைப் பாரு. இப்ப பார்த்தா உனக்கு அடையாளமே புரியாது. காலமே சண்பகவனம் பிள்ளைதான் வந்து பூஜை நடத்தித் துவக்கி வச்சாங்க. நீயும் ஆசீர்வாதம் பண்ணு. தம்பி பெரிசா வளரட்டும்."

"ஆண்டவன் காப்பாத்தணும் எல்லோரையும். முத்துச்சாமி இது பொறந்தவுடனே வள்ளுவன்கிட்டே போய் நேரம் சொல்லி ஜாதகம் போட்டுகிட்டு வந்தானாம். நாலு வயசுக்கப்புறம் அதுக்கு அமோகமாகப் பெருகப் போவுதுன்னா னாம். ரொம்பப் பெரிய இடமா வாக்கப்படப் போவுதுன்னும்

சொன்னானாம். அவ்வளவு ஒசத்தியான ஜாதகம், அவ்வளவு ஒசத்தியான வேளையாம் இது பொறந்த வேளை," என்று முதுகைத் தட்டிக்கொண்டிருந்த பேத்தியை ஒரு தடவை தலை மயிரிலிருந்து கால்வரை வருடி, கையை முத்தமிட்டுக் கொண்டாள் அம்மா.

பெரிய அண்ணன் லேசாகத் திரும்பிச் சட்டநாதனைப் பார்த்தார். சட்டநாதன் புன்முறுவல் பூத்தான்.

"ரொம்ப ஒஸ்தியான ஜாதகமாம்மா. விரலுக்குத் தகுந்த வீக்கமில்லே. ரொம்ப யோகமா அடிக்குமாம்," என்றாள் குஞ்சம்மாள். அடுக்களை நிலையில் நின்றதும் நில்லாததுமாகச் சட்டநாதனுக்குத் திகைப்பாக இருந்தது. சின்ன அண்ணி இதுவரை இவ்வளவு துணிவாகப் பேசினதில்லை. கூப்பிட்டுக் கேட்டால்தான் பேசுகிற வழக்கம். பெரிய அண்ணன் மீண்டும் சட்டநாதனைப் பார்த்தார். அவன் அம்மாவையும் குழந்தையையும் பார்த்துப் புன்முறுவல் செய்துகொண்டிருந்தான்.

9

கடையில் கல்லா முன் உட்கார்ந்திருக்கிறான் சட்டநாதன். நல்ல கடும் கோடையாகப் பறக்கிறது. ஆனால், அது இந்தக் கடைக்கும் அல்ல, அவனுக்கும் அல்ல. கடை வாசலில் தெருவை அடைத்து உயர மாகப் பந்தல் போட்டிருக்கிறது, கடை வீதியில் போட்டிருப்பதைப் போல. அவன் கடை இருக்கிற தெருவுக்கு இணையாக அடுத்த தெருதான் கடை வீதி. அந்த வீதியின் நீளம் கிட்டத்தட்ட ஒன்றரை மைல். அதோடு நடந்து போனால் பெரிய கோவில் என்கிற சண்பகவனேசர் கோவில் வாசலில் கொண்டு விட்டுவிடும். கோவில் பெரிய கோவில் தான். ஆசார வாசல் ஹோவென்று அகலமும் விசாலமுமாக சர்வேச்வரனின் திருவாயே திறந்தாற் போல நிற்கிறது. இரண்டு பக்கமும் கருங்கல்லால் ஆன விசாலமான பாரிசங்கள். அத்தனை அகலமாக இருந்தது தெரு. சந்நிதி வீதி, ராஜ வீதி என்று இஷ்டம்போல் பேர் சொல்வார்கள். இந்தச் சாரி வீட்டிலிருந்து எதிர்ச்சாரி வீட்டுத் திண்ணையில் இருப்பவரைக் கூப்பிடக் கழுத்துப் புடைக்கக் கத்த வேண்டும்.

இந்த அகலம் வீதியின் ஒன்றரை மைல் நீளம் முடிகிறவரையில் குறையாமல் கொள்ளாமல் இருந்தது. அந்த வீதியின் பாதியில் கடை வீதி ஆரம்பம். சுமார் அரை மைலுக்கு நீண்டிருக்கிறது கடைத் தெரு. அந்த அரை மைல் தூரத்தையும் அத்தனை அகலத்தையும் அடைத்துக் கடைக்காரர் கள் உயரமாகப் பந்தல் போட்டிருப்பார்கள்.

கோடைக் காலம் தொடங்கும்பொழுதே பந்தலும் வந்துவிடும். கடைத் தெருக்காரர்கள் கூட்டுப் பணம் போட்டுப் போடுகிற பந்தல். பதைபதைக்கிற அக்னி நட்சத்திரத்தில் செம்பானூர்க் கடை வீதி மட்டும் நிழலும் குளிர்ச்சியுமாக இளவேனில் படர்ந்து மென்காற்று வீசும். அதுவும் போதாதென்று வீதியெல்லாம் சதும்பச் சதும்ப நீர் தெளித்துக் காற்றில் ஒரு ஜிலுஜிலுப்பையும் ஏற்றி விட்டிருப்பார்கள். உச்சி வேளையில் பந்தல் கீற்றில் விழும் வெயில் கீழே தெருத்தரையில் பொன் காசு பொன் காசாக வட்டக் கோலம் போட்டிருக்கும். பத்துக் கடைக்கு ஒரு கடை வாசலிலிலாவது இரண்டு பெரிய சால்கள், ஒன்றில் தண்ணீர்; ஒன்றில் மாங்காய் போட்டுக் கடுகு தாளித்த நீர் மோர். பூக்கடை வாசனை, நிழல், நீர் மோர் – இத்தனையும் இருக்கும்போது செம்பானூர்காரர்களில் பாதி ஆண் பிள்ளைகள் கடை வீதியையே சுற்றிக்கொண்டிருப்பார்கள்.

இந்தப் பெரிய வீதியில் இத்தனை நடமாட்டத்தில் கடை வைக்காமல் குடும்பஸ்தர்கள் குடியிருக்கிற பக்கத்துத் தெருவில் முத்துச்சாமி ஏன் கடை வைத்தான் என்று தெரியவில்லை. அதனால்தான் பெரிய அண்ணன் ஊருக்குப் போவதற்கு முன் சட்டநாதனின் கடை வாசலில் தெருவை அடைத்து உயரமாக ஒரு பந்தலைப் போட்டுவிட்டுப் போனார். கடை வீதியில் இருப்பது போலவே தினமும் தண்ணீர் தெளித்திருக் கிறது. காற்று குளிர்ந்து தொடுகிறது. பகல் பொழுதில் வெயில் தலையில் அங்கும் இங்கும் வட்டம் போடுகிறது. பந்தலுக் குள்ளாகவே, இங்கும் கடையோரமாக இரண்டு பானைகளில் தண்ணீரும் நீர் மோரும் புனா டம்பளரும் தகரக் குவளையும் வைத்திருந்தன. எதிர் வீட்டுத் திண்ணை ஓரமாகப் பந்தல் நிழலில் ஒரு வில் வண்டி பெண்கள் வணங்குவதுபோல் சாய்ந்திருக்கிறது. நுகத்தடியில் ஒரு வெப்பாளை மேற்கத்தி மாடு. பந்தல் மட்டும் போடாமல், போகிற போக்கில் இந்த வண்டியையும் மாட்டையும் தம்பிக்கு வாங்கிக் கொடுத்து விட்டுப் போனார் பெரிய அண்ணன். கடைத்தெருவாக இல்லாமல் ஒற்றைக் கடையாக இருந்தாலும் அத்தனை சம்பிரமங் களும் அங்கே இருக்கத்தான் வேண்டும் என்று அவர் எண்ணி யிருக்க வேண்டும். தொழில் தெரிந்தவர் அவர்.

அது ஒவ்வொரு நாளும் கண்கூடாகத் தெரிகிறது. கடையைப் பெரிது பண்ணினது முதலே வாசல் கலகலத்து விட்டிருக்கிறது. கடை இரண்டு மடங்கானது போல் அன்றாடம் வியாபார மும் மூன்று மடங்குக்குக் குறைவில்லை. புதிது புதிதாக வாடிக்கைகள். வாசலில் இரண்டு பெஞ்சு வேறு போட்டிருந்

தான் சட்டநாதன். இரண்டுமே வெறுமே இருப்பதில்லை. இரண்டுபேராவது உட்கார்ந்தவண்ணம் இருந்தார்கள். மணிக்கு ஒரு முறை தெருச் சிறுவர்களின் கும்பல் ஒன்று வரும். அரைக் குவளை நீர் மோரை மேலெல்லாம்வழியக் குடித்துவிட்டுப் போகும். ஒரு வாண்டு மோரைக் குடித்துவிட்டு வந்து, "வெல்லம், மாமா" என்று கையை நீட்டும். சட்டநாதன் அதற்காகப் பக்கத்திலேயே கறுப்பு டப்பாவுக்குள் கையை விட்டு ஒரு அரை பாக்கு விள்ளல் வெல்லத்தை எடுத்துக் கொடுப்பான். இப்போதுகூட ஒரு பயல் கேட்கிறான்.

"மாமா, வெல்லம் மாமா."

சட்டநாதன் எடுத்துக் கொடுத்தான்.

"ஓய்! சட்டநாதப் பிள்ளை! அவன் இளவரசய்யா! எலிக் குஞ்சுக்கு நீட்ற மாதிரி என்னமோ அரைக்கோலியாப் பொறுக்கிக் கொடுக்கிறீமே. இளைய ராஜா கேட்டா ஒரு முழு அச்சாத்தான் கொடுத்தா என்ன? எனக்கு முன்னாலேயே இப்படி அகௌரவப் படுத்துறதுன்னா, நான் இல்லாதபோது எப்படியோ? கப்பிக் கல்லு, மண்ணாங்கட்டி, அப்படிக் கொடுப்பீரோ?" என்று சத்தம் போட்டார் அண்ணாக்குட்டி.

சட்டநாதன் புரியாமல், "என்ன சொல்றீங்க? புரியலையே," என்றான், பெஞ்சில் இருந்த அண்ணாக் குட்டியைப் பார்த்து.

"பாரும்யா, சந்தானம், சட்டநாதனுக்குப் புரியலியாமே! நாமே அதை விஸ்தாரம் பண்ணிச் சொல்லணுமா? நீர் எல்லாம் பிரஜையா இருந்து என்ன பிரயோசனம்? நீர் சொல்லப் படாதோ? முத்துச்சாமின்னா இப்படி இருப்பானான்னேன்?" என்று எலும்பும் தோலும் இரைக்கக் குரலை உயர்த்தினார் அண்ணாக் குட்டி. "சொல்லு மேன், இப்படிச் சும்மா வாயை மூடிண்டு உக்காந்திருந்தா, உமக்கு திவான் வேலை கிடைக்காதுன்னேன்."

"இந்தப் பையன் அவருடைய மூணாவது பிள்ளை," என்று சட்டநாதனைப் பார்த்து வாயைத் திறந்தார் சந்தானம் என்கிறவர். அவரும் சாமான் வாங்க வந்தவர்.

"மூணாவது பிள்ளையா இருந்தா என்ன? நான் இவனைத் தானே ப்ரின்ஸ் ஆப் வேல்ஸா வச்சிருக்கேன்! முதரண்டு பிள்ளைதான் தத்தாறியாப் போயிட்டுதுன்னு டிஸ்பொஸெஸ் பண்ணிப்ட்டேனே, என் மூஞ்சியிலே முழிக்கப் படாதுன்னு. நட்டுக்குத்தான் இந்தப் பட்டம்னேன். இப்ப அந்த ரண்டு

பசங்களும் வெல்லம் கேட்டா விஷத்தைக் கொடுன்னு நானே சொல்லுவேன். ராஜாங்கத்திலே இதெல்லாம் சகஜம். அவுரங்கசீப் என்ன பண்ணினான்? மூத்த அண்ணாவைக் கழுதை மேலே ஏத்தி ஊர்கோலம் விட்டான். அக்பரே ஸ்லோ பாய்சன்லே செத்துப் போனார்."

"கொடுத்தாச்சு, கொடுத்தாச்சு" என்று சட்டநாதன் ஒரு முழு அச்சு வெல்லத்தை எடுத்துப் பையன் கையில் கொடுத்தான். பையன் அப்பாவிடம் காட்டிக்கொண்டே ஓடினான். 'ஜமாயி, போ!' என்றார் அண்ணாக்குட்டி.

அண்ணாக்குட்டிக்கு முத்திரை ஸ்டாம்பு விற்று ஜீவனம். ஒல்லி ஒடம்பு. எலும்பை எண்ணக்கூடிய உடம்பு. தலை, முகம், கை, கால் எல்லாம் நரைத்த ரோமமாக மண்டிக் கிடந்தது. ஆஸ்துமா இருமல். அதனால் பேச்சு கோழையில நனைந்து கொளகொளத்துக் கொண்டே வரும். கணீர்க் குரல். ஆனால் பசியாலோ, தெம்புக் குறைவாலோ கிணற்றுக்குள் ளிருந்து குரல் கொடுக்கிறாற்போல் கூடுச் சத்தமாகக் கேட்கும். கீழே கிழிசல் பஞ்ச கச்சம், மேலே அழுக்குப் பூணூல், கழுத்தி லிருந்து மாலை போட்டாற்போல் ஓர் அழுக்கு ஆறு முழம். எப்பொழுதும் மாலை போட்டாற்போலத்தான் இருக்கும் அதுவும். அந்த மாலையின் பக்கங்களைக் கைக்கு ஒன்றாகப் பிடித்துக்கொண்டுதான் பேசுவார் அண்ணாக்குட்டி. வழக்கு வியாஜ்யங்கள் தலைகீழ்ப் பாடம்; செய்திப் பத்திரிகை தலை கீழ்ப்பாடம்; விலைவாசி, புராணக்கதைகள், கடைத் தெரு வியாபாரிகளின் உள் விவரங்கள், செம்பானூர் மிராசுதாரர் களின் சொத்து விவரங்கள் – எல்லாம் கரதலப் பாடம். சாதாரண மாக, ஸ்வாதீனமாக, விவேகமாகத்தான் எல்லாம் பேச்சு வரும். ஒரே ஒரு இடம் மட்டும் மூளையில் அளிந்து நொந்து கிடந்தது. தன்னைப் பற்றி ஏதோ ஒரு அபிப்பிராயம். தான் ஏதோ சக்ரவர்த்தி என்ற எண்ணம். இல்லை, இன்னும் சக்ரவர்த்தி ஆகவில்லை அவர். அந்தப் பதவிக்கு வாரிசு. முந்திய சக்ரவர்த்தி இறந்துவிட்டார். வாரிசான இவர் போய் ஏற்றுக்கொள்ள வேண்டும். வந்து ஏற்றுக்கொள்ளுமாறு பார்லிமெண்டிடமிருந்து வேண்டுகோளும் வந்துவிட்டது. அவர் இனிமேல்தான் புறப்பட வேண்டும். இப்படிப் புறப்படு கிற கட்டத்தில்தான் அண்ணாக்குட்டிக்கு முப்பது வருடங் களாக ஒவ்வொரு நாளும் கழிந்து கொண்டிருக்கிறது. இன்னும் ஏன் புறப்படவில்லை என்று யாருக்கும் புரியவில்லை.

சில நாட்களில் அந்த மாலை ஆறு முழத்தைத் தலைப்பாகை யாகச் சுற்றி ஒரு காக்கி ப்ளானல் முழுக்கைச் சட்டையுடன்

கையில் கம்பும், காலில் மோட்டார் டயர் செருப்புமாக, "நான் போய்ட்டு வரேன், நாளைக்கே கப்பல்லே ஏறியாகணும். காரனேஷன் இப்ப வாண்டாம். நிலைமை சரியானப்புறம் வச்சுக்குவோம்னா பார்லிமெண்ட் கேட்க மாட்டேங்கறது," என்று ஒரு பெரிய சிரிப்புச் சிரித்துவிட்டு, ரயிலடி வரையில் போய்விட்டு வருவார்.

பந்தல் போட்டதிலிருந்து தினமும் நாலைந்து மணி நேரம் கடை வாசலில் வந்து உட்கார்ந்திருக்கிறார் அவர். கடுக்காய் மசியில் சிறிது சிவப்புக் கலந்து தம் வலது உள்ளங்கையில் சங்கும் இடது உள்ளங்கையில் சக்கரமும் வரைந்து வைத்திருக் கிறார். பெஞ்சியில் உட்கார்ந்து அந்தச் சங்கு சக்கரங்களைப் பார்த்துக்கொண்டே மணிக்கணக்கில் உட்கார்ந்திருப்பார். யாராவது செய்தித்தாளைக் கொண்டு வந்தாலோ, "இன்னும் புறப்படவில்லையா?" என்று கேட்டு வைத்தாலோ, ஒரே கத்தலும் சிரிப்புமாக ஆரம்பித்துவிடும் அவர் குரல்.

"நீங்க புறப்படறேன் புறப்படறேன்னு சொல்லிக்கிட்டே இருக்கீங்களே தவிர, எங்க புறப்படறீங்க? நீங்க போய்ச் சேர்றதுக்குள்ளவும் அவங்க எட்வர்டைத் தூக்கி வைச்சு முடிசூட்டிடரப் போறாங்க!" என்பார் ஒருவர்.

"யாரு எட்வர்டா? முடி சூட்டிடுவனோ? கிரீடம்னா என்ன வீரப்பன் முண்டாசுன்னு நெனச்சியா? இதைப் பாரு ராஜலட்சணம் இங்கே இருக்கே! இதை விட்டுப்ட்டு எட்வர்டு, எருமைக் கன்னுக்குட்டின்னு எதையாவது பிடிச்சு அபிஷேகம் பண்ணிடுவானோ? அது என்ன, பார்லிமெண்டா பண்டார மடமா? பித்துக்குளி மாதிரிப் பேசறியே. இதைப் பாரு," என்று இரண்டு கைகளையும் அவர் முகத்திற்கு நேராக நீட்டி, உள்ளங்கைச் சங்கு சக்கரங்களை மூக்கில் இடிக்கிறாற்போலக் காண்பித்து ஒரு இடிச் சிரிப்புச் சிரிப்பார் அண்ணாக்குட்டி.

சட்டநாதன் சில சமயம் அவரையே பார்த்துக்கொண் டிருப்பான். இந்த மாதிரித் தீவிரமாக நினைத்து நினைத்து அவர் எப்பொழுதோ ஒரு நாள் ராஜாவாக ஆகிவிடுவாரோ என்ற சந்தேகம்கூடச் சில சமயம் தோன்றும்.

இந்த மாதிரி எத்தனையோ பேர் கடைக்கு வாடிக்கைக் காரர்கள். காமாட்சிப் பாட்டி, சைக்கிள் பாகவதர், போகால் நாயக்கர், மிஷன் பள்ளி வாத்தியார், பரமானுகூலம் – இந்த மாதிரி ஆசாமிகள் வரும்பொழுது திடீர் என்று களை கட்டும், வியாபாரத்தோடு பேச்சும் சிரிப்பும் கலகலக்கும்.

மூன்று மாதமாகிவிட்டது. பொழுது போவது தெரியாமல் போய்க் கொண்டிருக்கிறது. பெரிய அண்ணன் எல்லாவற்றை யும் வைத்துக் கொடுத்துவிட்டுப் போனவர் போனவர்தான். ஒரு கடிதம்கூடப் போடவில்லை. தன் வேலை உண்டு, தான் உண்டு என்று ஆழ்ந்துவிட்டார்போல் இருக்கிறது. வியாபாரம் கூடுவதை எல்லாம் தெரிவித்து அவருக்கு மூன்று கடிதங்கள் போட்டான் அவன். பதில் இல்லை. எழுத மாட்டார் போலும். திடீரென்று ஒரு நாள் அந்தக் களை முகமும் புன்சிரிப்பும் வியக்கும் கண்ணுமாக வந்து நிற்பாரோ என்னவோ!

பகல் ஒரு மணி அடித்ததும் கடையைக் கட்டி, ஆட்களைச் சாப்பாட்டிற்கு அனுப்பி காமேச்வரய்யர் ஹோட்டலில் சாப்பிட்டுவிட்டு நேராகச் சண்பகவனத்தின் வீட்டுக்குப் போவான் சட்டநாதன். மூன்றுமணிவரையில் அவரிடம் பாடம் நடக்கும். பாடம் என்பது அவர் இஷ்டம். அவருக்கு என்ன தோன்றுகிறதோ அதுதான் பாடம். ஒருநாள் கம்பர், ஒருநாள் பிரபுலிங்க லீலை, ஒருநாள் யோகவாசிட்டம், ஒருநாள் மணிமேகலை என்று அவருக்கு இஷ்டப்பட்டதைச் சொல்லிக் கொண்டிருப்பார். அவனும் இன்னதுதான் வேண்டும் என்று கேட்பதில்லை.

பாடம் நடக்கும்போது கூடத்துக்கும் அடுக்களைக்கும் இடையேயுள்ள அறையின் ஒரு கதவு சற்று ஒருக்களித்திருக்கும். அதன் மறைவில் புவனேச்வரி உட்கார்ந்திருப்பது ஒரு மோப்ப மாக அவனுக்குத் தெரியும். பெஞ்சுமீது உட்கார்ந்திருக்கிற சண்பகவனத்திற்கு நேராகவே தெரியும் போலிருக்கிறது. ஏதாவது ஹாஸ்யமாகச் சொல்லும்போது அவர் அவனையே பார்க்கா மல் நடு அறையைப் பார்ப்பார், அப்பொழுது அங்கே இருந்து நலுக்கென்று ஒரு சிரிப்பு கேட்கும். அல்லது அவளே சற்று எட்டி ஒருமுறைப் பார்த்துவிட்டு, முகத்தை இழுத்துக் கொள்வாள். அதை அவன் அடிக்கடி பார்க்கிறதுண்டு.

சில சமயம் மனது அலை பாயும். பாடம் கேட்கிறோமா, கதவுக்கப்பாலிருப்பதை நினைக்கிறோமா என்ற சந்தேகம் வரும்பொழுது மனதைப் பலாத்காரமாகக் கட்டி இழுத்து அவரிடம் திருப்பிவிடுவான். ஓரிரண்டு நாளைக்குப் புவனேச்வரி புடவை தோய்க்கவோ, தவிட்டை அள்ளி வைக்கவோ, அப்பா வின் வேட்டியைப் பிழிந்து கட்டவோ, காரணமில்லாமல் துள்ளி மருள்கிற பசும் கன்றை என்ன ஏது என்று பார்க்கவோ கொல்லைப் பக்கம் போயிருப்பாள். அவன் நெஞ்சும் தொடர்ந்து போய்விடும். பாடம் கேட்கிறாற்போலவே இராது. வார்த்தை கள் மட்டும் காதில் விழுந்து, மேல் காதோடயே நின்று

கொண்டிருக்கும். எழுந்து கடைக்குப் போய்விடலாமா என்று தோன்றும். இது என்ன மட்டித்தனம் என்று மேல் காதை உள் காதோடு சேர்த்து மனதோடு ஒட்டப் படாதபாடு படுவான்.

குறிப்பிட்ட நேரத்திற்கு இரண்டு டம்ளரில் தேநீர் வரும். மணி இரண்டே முக்கால் என்று அர்த்தம். அது வந்தவுடனேயே பாடத்தையோ பேச்சையோ வளைத்துக் குளுக்கி முடித்து விடுவார் சண்பகவனம். தேநீரை அருந்திவிட்டு விடைபெற்றுக் கொண்டு வெளியே வந்து கடையைத் திறக்கும்போது முக்கால் வாசி நாள் சரியாக மூன்று மணி அடிக்கும். ஐந்து நிமிஷம் முன்னே பின்னே இருப்பதும் உண்டு. அது அபூர்வம். இரண்டரை மாதம் முன்பு பாடம் படிக்கத் தொடங்கிய அன்று, மூன்று மணிக்குக் கடை திறக்க வேண்டும் என்று சொன்ன ஞாபகம். புவனேச்வரியை நினைக்க நினைக்க ... கடிகாரம் மாதிரிதான் அந்த விருப்பத்தை உத்தரவாக நிறைவேற்றிக்கொண்டு வந்தாள் அவள். அவள் இரண்டு டம்ளரையும் கொண்டு வரும்போது மணி சரியாக இரண்டே முக்கால்தான். மூன்று மணிக்கு முந்தியோ பிந்தியோ கடை திறக்க நேர்ந்தால் அது அவன் அவரோடு பேச்சுக் கொடுத்துக்கொண்டு நிற்கிற குறைதான். ‘சின்ன அண்ணன் எப்படி இதை எல்லாம் பார்க்காமல் போய்விட்டான் ... இந்தப் பெரிய அதிருஷ்டத்தில் கொண்டு என்னைச் சேர்த்ததற்கு அவனுக்கு நான் என்ன செய்யப் போகிறேன்? கையும் காலும் குறக்களி வாங்க உயிரைப் பாசக்கயிறு இறுக்கித் திருகிக் கட்டி இழுக்கிற கணத்திலும் மறந்துபோய் விடாமல் மூச்சைக் கையில் பிடித்துக்கொண்டு இந்த அதிருஷ்டம் இருக்கிற இடத்தைக் காட்டிவிட்டுப் போனானே ...’

வழக்கம்போல் தேநீர் வருகிறது. புவனா டம்ளர்களை வைத்துவிட்டு நகரும்போது, “புவனா இன்னிக்கிக் கடுதாசி வந்துதே, அதைக் கொண்டா,” என்றார் சண்பகவனம்.

கிழித்த கவர் ஒன்று வந்தது.

“நீயே எடுத்து வாசியேன். அண்ணன்தான் எழுதியிருக்கி றாங்க.”

பெரிய அண்ணன் முகம் மாதிரி அவர் கையெழுத்து தனி அழகு. அடித்தல் திருத்தல் இல்லாமல், வரி கோணாமல், நூல் பிடித்த எழுத்து, ஒவ்வொரு எழுத்துக்கும் ஏதோ உடம்பும் உயிரும் இருக்கிறாற் போல இருக்கும், ‘அ’னாவும் ‘உ’னாவும் கம்பீரமாக விழிப்பதுபோல இருக்கிறது, பக்தர் பண்ணுகிற தங்கச் சங்கிலி மாதிரி ஒரு கோவை, ஒழுங்கு, நயம், நிச்சயம்.

எழுத்துக்களின் தோற்றமே ஏதோ உத்தரவு மாதிரி இருக்கும். ஒவ்வொரு எழுத்துக்கும் அந்த மாதிரி ஒரு உறுதி, நிமிர்வு, அதிகாரம். சும்மா அந்த வெறும் எழுத்தைப் பார்த்தே சட்ட நாதன் மாய்ந்துபோய் நிற்கிற வழக்கம். இன்று அந்த உத்தரவு பக்தியும் வாஞ்சையுமாகக் கலந்து வற்புறுத்திற்று, "... தம்பியின் கலியாணத்தை இந்த ஆவணியிலாவது நடத்திவிட்டால் நல்லது என்றே நினைக்கிறேன். தம்பிக்கு இன்று கடிதம் எழுதியிருக் கிறேன். நல்ல காரியங்களைச் சீக்கிரம் முடித்துப் பார்ப்பது தான் நியாயமல்லவா? இது சம்பந்தமாகத் தம்பியைத் தாங்கள் கலக்க வேணும். என் தாயார் அபிப்பிராயத்தையும் கேட்டு ஒரு நல்ல முகூர்த்தத்தைத் தாங்கள் குறித்து அனுப்ப வேண்டும். தவிர ஊரிலிருந்துகொண்டு நாள்தோறும் கடைக்கு வந்து போவதைவிட, செம்பானூரிலேயே ஜாகை இருப்பதே சரியானது என்று தம்பியிடம் வற்புறுத்திச் சொல்லி வந்தேன். அவன் இதைப் பற்றி நடவடிக்கை எடுத்துக்கொண்டிருப்பதைப் பற்றி ஒன்றும் தெரியவில்லை. தாங்கள் இதைப் பற்றியும் அவனிடம் பேசி, தாங்களே ஒரு நல்ல வீடாக வாடகைக்கு அமர்த்தி ஏற்பாடு செய்ய வேணும். தாங்கள் பூஜை செய்து தொடங்கி வைத்த முகூர்த்தம் தெய்வாம்சம் பொருந்தியது என்று தம்பியின் கடிதங்களிலிருந்து தெரிகிறது. எனக்கு மனதில் எல்லையில்லாத பரவசம். சிறியேனும் படிப்பறிவும் அற்றவனான நான் என்ன சொல்ல இருக்கிறது? தங்களைப் போன்ற பெரியவர்கள் நினைத்தால் யாருக்கும் மங்களத்தை உண்டு பண்ண முடியும். தங்கள் நட்பும் ஆசியும் கிடைத்ததே பெரும் பேறாகக் கருது கிறேன். வேறு ஏதும் எனக்கு எழுதத் தோன்றவில்லை."

படித்து முடித்து நிமிர்ந்தான் அவன்.

"தாயாரைக் கலந்து ஏற்பாடு பண்ணணும், நான் இப்பவே நடத்தத் தயார், நாளைக் காலையிலே வந்து உங்க தாயாரைப் பார்க்கிறேன்," என்றார் சண்பகவனம்.

இப்பொழுதெல்லாம் 'நீ' என்றுதான் அவர் பேசுகிறார். அவனாகக் கேட்டுக் கொண்டது அது. வற்புறுத்தியது. ஆனால், அவருக்குத்தான் முழுவதும் வரவில்லை. ஒரு சமயம் நீ என்பார், நீங்கள் என்பார். நீ என்னும்பொழுது அவனுக்கு இத்தனை நெருங்கிவிட்டோமோ என்று உடம்பெல்லாம் என்னமோ புகுந்து நிறையும். முதுகுத்தண்டு ஊர்ந்து கொடுக்கும். அவருக்கானால், திக்கித் திக்கித் தயங்கும். 'நீங்க' என்று சொல்லும் போது வருகிற யோசனையில்லாத வேகமும் தாராளமும் தடுக்கித் தள்ளாடி வரும். வெளியே போய் அதை நினைத்துச் சிரித்துக்கொள்வான் சட்டநாதன்.

இரவு வீட்டுக்கு வரும்பொழுதுகூட அன்று அதை நினைத்துச் சிரித்துக்கொண்டே வந்தான். அவனைப் பார்த்த மாத்திரத்திலேயே சண்பகவனம், அவர் மனைவி இரண்டு பேர் முகத்திலும் படர்கிற பரவசம்! வயிற்றில் பிறந்த பிள்ளை வந்துவிட்டாற் போல அவர் முகத்தில் கன்னத் தோலுக்குக் கீழ், கண்ணுக்குள் ஓடுகிற சொந்தம்! நாளைக்கு வரப்போகிறார். புவனேச்வரியே செம்பருத்திப் பூவை அணிந்துகொண்டு வரப் போவதுபோல் அவனுக்கு நெஞ்சு கொள்ளாமல் பறந்தது. அம்மாவுக்கு முன் அவரிடம் எப்படி நடந்துகொள்வது? மாணவன் என்கிற முறையிலா? மரியாதையோடு பயபக்தி யோடு? மாப்பிள்ளையாகப் போகிறவன் இப்படியா குழைந்து கொட்ட வேண்டும் என்றுதான் அம்மாவுக்குத் தோன்றும், 'இப்பவே இப்படிக் குழைஞ்சு கூத்தாடறான். இனிமே மூணு முடிச்சு விழுந்து அவளும் வந்திட்டா எப்படி எல்லாம் ஆடறதுக்கு இருக்கானோ' என்று அம்மா சொல்வது போல் கேட்கிறது.

10

வண்டியை அவிழ்த்து வீட்டுக்குள் சட்டநாதன் நுழையும்போது அம்மா கூடத்துத் தாழ்வாரத்தின் முற்றத்து ஓரமாக உட்கார்ந்து ஜெபமாலையை உருட்டிக்கொண்டிருந்தாள். மாட்டைக் கொல்லையில் கட்ட ஓட்டும்போதே சின்ன அண்ணன் மகள், "சித்தப்பா வந்தாச்சு!" என்று எச்சில் கையோடு உள்ளே ஓடிவந்து பாட்டியைக் கட்டிக்கொண்டது.

"சித்தப்பா, கடுதாசி வந்திருக்கு, தபால்காரன் குடுத்தான்," என்று கத்திற்று. உள்ளே நுழையும் போதே ஏதாவது செய்தி சொல்லத் தொடங்குகிற குழந்தை, "இன்னிக்கி அம்மா என்ன அடிச்சா", "சித்தப்பா இன்னிக்கி மரத்திலே ஏறித் தொபீர் தொபீர் தொபீர்னு தேங்கா பறிச்சுப் போட்டாரு. அம்மா சாட்டான் கூடையிலே எடுத்து வச்சிருக்கா. நான்கூடப் பெரிய பெரிய தேங்காயெல்லாம் தூக்கிக் கூடையிலே வச்சேன்", "இன்னிக்கி சித்தப்பா, பாட்டி கால்கிட்ட ஒரு தேளு வந்திச்சு. அம்மா ஓடியாந்து சொன்னா, பாட்டி ஏந்துகிட்டுப் போச்சு, அம்மா வந்து தோசை திருப்பியாலே அதோட வாலை நறுக்கினா. அப்புறம் அது வாலில்லாம சுவரோரமா, மொள்ள மொள்ளப் போயி மூலையிலே தூங்கிப்போயிடிச்சு."

இன்று அது கடிதம் வந்த செய்தியைச் சொல்லிற்று. "யாரு எழுதியிருக்கா?" என்றான் அவன்.

"யாரு பாட்டி எழுதி இருக்கா?"

“பெரியப்பா.”

“பெரீப்பா.”

“என்ன எழுதியிருக்காங்க பெரியப்பா?”

“என்ன எழுதியிருக்காங்க பாட்டி பெரீப்பா?”

அது கேட்கும்பொழுதே சின்ன அண்ணி ஒரு கடிதத்தைக் கொண்டுவந்து குழந்தையிடம் கொடுத்து, “சித்தப்பாட்ட கொடு,” என்று சொல்லிவிட்டு மெதுவாக நகர்ந்து அடுக்களை நிலைக்கருகில் போய் நின்றாள்.

கடிதத்தைக் கொடுக்கும்பொழுதே வெளிச்சத்தில் தெரிந்தது. குஞ்சம்மாவின் தலை இழைய வாரி முடிந்திருந்தது. சோப்புப் போட்டுக் கழுவியதோ என்னவோ. முகம் துடைத்து மினுமினு என்றிருந்தது. இடையில் கரும்சிவப்பில் ஒரு புடவை, ஒரு வெள்ளை ரவிக்கை. அப்பொழுதுதான் உடுத்திக்கொண்டது போலக் கலையாமல் நலுங்காமல். இரண்டும் திரண்ட உடலை ஒட்டிக்கொண்டிருந்தன. கையில் மட்டும் வளையலில்லை. மூக்கில் மூக்குத்தி இல்லை. காதில் எண்ணெய் இறங்கின ரங்கூன் தோடு அரிக்கேன் ஒளியில் மங்கியும் பழுத்தும் திரும்பும் பொழுதும் நடக்கும்பொழுதும் சுட்டி வெள்ளையாகப் பளபளக் கிறது. முகத்தில் ஒரு புன்முறுவல்.

என்ன இது! இத்தனை நாளாக எண்ணெய் காணாமல், கோதாமல் வாராமல் இருந்த தலை, கிழிசலும் சாயம் போனது மான ஒரு ரோஜாச் சீலையை அணிந்த உடம்பு ஈர்க்குச்சி செருகியிருந்த காது, முகத்தில் பொலிவு! உடம்பு முழுவதும் துடைத்துவிட்ட துப்புரவு. பழைய குஞ்சம்மாள்!

ஒரு பெரிய கவலை விட்டாற்போல இருந்தது சட்டநாத னுக்கு. உள்ளுக்குள்ளே எத்தனை இருந்தாலும் இப்படி வெளியி லாவது துக்கத்தைப் பாராட்டாமல் இருக்க வேண்டும் என்று அவளுக்குத் தோன்றிற்றே. துக்ககோலம் போட்டுக்கொண்டு சுற்றியுள்ளவர்களின் முகத்தையும் தொங்கவைத்து, சாதாரண மாக இருப்பதையே குற்றம் என்று அவர்களையும் நினைக்க வைத்துக்கொண்டு ... இத்தனை நாளும் இப்படித்தான் இருந்தாள் குஞ்சம்மாள். வீட்டுக்குள் வரும்பொழுதே வெகு நாள் யாரும் குடியில்லாமல் ஒட்டடையும் தூசு நெடியுமாகக் காய்கிற வெதுவெதுப்பில் புகுந்த மாதிரி இருக்கும் தினமும். அதனால்தான் வண்டி வேண்டாம் என்று சொன்னானோ என்னவோ. மூன்று மைலும் அந்த இருட்டில் நடந்து வர நினைத்ததும் அதனால்தானோ என்னவோ! இப்பொழுது

குஞ்சம்மாளைப் பார்த்ததும், வீட்டையே பெருக்கிக் கழுவி வாழும் இடமாகச் செய்துவிட்டாற் போலிருக்கிறது.

சின்ன அண்ணனின் நினைவு வந்தது. செத்துப் போனவர்களுக்கு மனதில் வாழத்தான் உரிமை. உடம்பிலும் துணியிலும் அழுக்கும் சூன்யமுமாக அவர்கள் எத்தனை நாள்தான் ஒட்டிக் கொண்டிருக்க முடியும்? ஒருவகையில் பார்த்தால் வருத்தமாகத் தான் இருக்கிறது. ஆனால் . . . ஆனால் . . .

"கோவாலு எழுதி இருக்கான், பார்த்தீல்ல?" என்றாள் அம்மா.

நின்றுகொண்டே வாசித்தான் சட்டநாதன். இன்னும் கை கால் கழுவவில்லை. மாட்டுக்கு வைக்கோல் போடவில்லை.

பெரிய அண்ணன் சண்பகவனத்திற்கு எழுதி இருந்தைத் தான் இங்கும் எழுதியிருந்தார். ஆவணியில் கலியாணம் செய்ய வேண்டும். செம்பானூருக்கு ஜாகை மாற்ற வேண்டும்.

ஜாகை மாற வேண்டும் என்றுதான் குஞ்சம்மாள் இப்படிச் சோர்விலிருந்து எழுந்து உட்கார்ந்துவிட்டாளோ என்று நினைத்துக்கொண்டே கடைசிவரையில் படித்தான் சட்டநாதன்.

"இந்தா," என்று குழந்தையிடம் காகிதத்தைக் கொடுத்தான்.

"என்ன பதில் போடறதாக உத்தேசம்?' என்றாள் அம்மா.

"நீதானேம்மா சொல்லணும்."

அம்மா இன்னும் யோசிக்கட்டும் என்று மாட்டுக்கு வைக்கோல் போடுவதற்காகக் கொல்லைப் பக்கம் நடந்தான். "இன்னொரு அரிக்கேன் எங்கே?" என்று கேட்டுக்கொண்டே போனான். விளக்கு இல்லாமலேயே கொல்லைக் கதவைத் திறந்து வைக்கோலைப் பிடுங்கிப் போடுகிற வழக்கம்தான். இன்று நட்சத்திரங்கள் அவ்வளவு தெளிவாக இல்லை. சற்று இருளாக இருந்தது. மாட்டைக் கட்டிவிட்டு வரும்பொழுதே சற்றுத் தட்டித் தடவிக்கொண்டுதான் வரவேண்டி இருந்தது. மாட்டுக்குத் தீனி வேறு வைக்க வேண்டும்.

வைக்கோலைப் பிடுங்கும்பொழுது அரிக்கேன் விளக்கை ஒரு கையிலும், இன்னொரு கையில் பருத்திக் கொட்டையும் தவிடும் கலந்த தீவனப் பக்கெட்டையும் எடுத்துக்கொண்டு வந்தாள் குஞ்சம்மாள்.

பக்கெட்டை வைத்ததும் மாடு அவசர அவசரமாகத் தலையைவிட்டு விழுங்கத் தொடங்கியது.

விளக்கு வழக்கம்போல் பளிச்சென்று இல்லை. கண்ணாடியில் மேல்பகுதி கரியாகப் படர்ந்திருந்தது.

"விளக்கைத் துடைச்சு வைக்கலியா குமரு?" என்று கேட்டான். குஞ்சம்மாள் பதில் சொல்லவில்லை.

திரும்பி அவள் முகத்தைப் பார்த்தான் சட்டநாதன். அவன் கண்ணையே உற்றுப்பார்த்துக் கொண்டிருந்தாள் அவள். உதட்டில் தெரிந்தும் தெரியாமலும் ஒரு புன்னகை. அவன் கேட்ட கேள்விக்கும் இதற்கும் சம்பந்தமே இல்லை. குழப்பமாக இருந்தது. என்ன இது?

"சாயங்காலம் வல்லையா?" என்று கேட்டான் அவன். அதற்கும் அதே பார்வை, புன்னகை, என்ன இது? புரியாமல் விழித்தான்.

"வல்லையா குமரு?" என்று மறுபடியும் கேள்வி. மறுபடியும் அதே பார்வை.

சட்டநாதனுக்கு வயிற்றில் ஒரு கணம் விழுந்தது. கால் லேசாக நடுங்கிற்று. நடந்து அப்பால் நகரவேண்டும் போலிருக்கிறது.

வைக்கோலை இழுத்துக் கவணையில் திணித்தான். மாடு அடிவரையில் தின்றுவிட்டு நாக்கால் பக்கெட்டின் அடி மட்டத்தைச் சுரண்டும் சத்தம் கேட்டது.

பக்கெட்டைக் கையில் எடுத்தான்.

"லைட்டை எடுத்துக்கிட்டு வாங்க," என்றான்.

அவள் பேசாமல் அங்கேயே நின்று கொண்டு இருந்தாள். மறுபடியும் அதே புன்னகை.

உள்ளே போவதா வேண்டாமா என்று புரியாமல், காலும் தரிக்காமல் நின்றான் அவன்.

"லைட்டை எடுத்துகிட்டு வரீங்களா?" என்றான் மெதுவாக.

". . ."

"என்ன?"

"எனக்கு ரொம்ப வயசு ஆயிடிச்சு, வரீங்களான்னுதான் கேக்கணும்," என்றாள் அவள்.

சட்டநாதனுக்கு ஒரு திகைப்பு அடித்தது. அவளை வா போ என்று கூப்பிட்டதெல்லாம் தாண்டவ வாத்தியார் வீட்டில்

தான். அந்தக் காலத்தில் கல்யாணமாகி அவள் வீட்டில் காலடி எடுத்து வைத்த கணம் முதல் அவளோடு பேசுவதே நின்று விட்டது. இலை மறைவு காய் மறைவாக நடுவில் குழந்தை யையோ அம்மாவையோ வைத்துத்தான் பேசுகிற வழக்கம். அதுவும் சின்ன அண்ணன் வீட்டில் இல்லாதபோது அவளோடு பேச வேண்டிய நிர்ப்பந்தம் நேர்ந்தால். அப்பொழுதெல்லாம் 'நீங்கள் உங்கள்' என்று பண்மையில்தான் பேச்சு வரும். அண்ணன் செத்துப்போன பிறகு இப்பொழுது அதிகம் பேசுகிற வாய்ப்பு . . .

பதில் பேசத் தெரியாமல் நின்றான் அவன்.

"ஆவணிக்கு அப்புறம் அதுவும் நின்னு போயிடும்!" என்றாள் அவள்.

தலையைக் குனிந்து காலால் தரையைக் கீறத்தான் முடிந்தது.

மௌனம் ஒரு கணம், இரண்டு கணம், மூன்று கணம் . . . பத்து . . . இருபது . . . எத்தனை நேரம் இங்கு இப்படித் தனியாக நிற்பது?

"என்னை வா போன்னு கூப்பிடலாம். நீ நீன்னே சொல்லலாம்."

". . ."

"அப்புறம்தான் பேசவே போறதில்லே. அதுவரைக்கும் இப்படியே கூப்பிடலாம்."

". . ."

"நீ, நீன்னு தொடங்கி, நீங்கவிலே வந்து, அதுவும் இல்லாம அடியோடு மறந்து போகப் போவுது. மறந்து போறதுக்கு முன்னாலே தொடங்கின மாதிரியே இருந்திட்டுப் போகட்டும் . . ." என்று சிறிது நேரம் அவனைப் பார்த்துக்கொண்டே நின்றாள் அவள். பிறகு, "தொடங்கினதே மறந்து போச்சு போலிருக்கு?" என்றாள்.

சட்டநாதனுக்கு வயிற்றில் புரண்டுகொண்டிருந்தது. இதை முடித்துக்கொண்டு ஓட வேண்டும். கிலி அப்படி ஆட்டுவிக்கிறது.

"பதில் சொல்லப் பிடிக்கலையாக்கும்?"

சற்று யோசித்து, "இதெல்லாம் அப்ப பேசியிருக்கணும்," என்றான். இப்போது கிலி மட்டும் இல்லை, ஒரு ஆற்றாமையும் கோபமும் நெஞ்சில் கரகரத்தன.

“நாங்க இஷ்டப்படி நடக்க முடியுதா?.. நீங்க ஏன் சொல்லலே! பெத்தவங்களை நம்பறது எல்லாத்துக்கும் இல்லே. இதிலே நான் அவங்களை நம்பலே. என்னை வந்து யாரோ காப்பாத்தப் போறாங்கன்னு நம்பிக்கிட்டே இருந்தேன். அப்புறம் தான் தெரிஞ்சுது, அவங்க அவங்க நல்ல பேரு வாங்கிட்டுப் போறதிலேதான் குறியா இருப்பாங்கன்னு. கடைசியிலே எல்லாம் பொய்யாய்ப் போயிடுத்து.”

சட்டநாதன் பேசாமல் நின்றான். அந்த இடத்தைவிட்டு நகரவேண்டும் என்ற கிலி, அவசரம் எல்லாம் அவிந்துவிட்டாற் போல் இருக்கிறது.

அரிக்கேன் விளக்கின் சுடர் புகையாக எழும்பிக் கண்ணாடியைத் தீய்த்துக்கொண்டு இருக்கிறது.

விளக்கைத் தூக்கிப் பிடித்தாள் அவள். “கண்ணாடி சரியாப் பொருத்தல்லே போல்ருக்கு” என்று இடது கையால் கம்பியைப் பிடித்து, வலது கையால் கண்ணாடியைப் பிடித்தாள். மறுகணம் ‘ஸ்’ என்று கத்தினாள். விளக்குத் துள்ளிக்கொண்டு கீழே விழுந்து படுத்தது. சட்டநாதன் பக்கெட்டை வைத்துவிட்டு விளக்கைத் தூக்குவதற்குள் பக்பக்கென்று இரண்டு தடவை குதித்துவிட்டு அணைந்தது.

அவள் கையைப் பிடிக்கவும் துணியவில்லை, “கையை ரொம்ப சுட்டிடிச்சா?”

அவள் பதில் சொல்லவில்லை. பக்கத்தில் இருந்த கழுநீர்த் தொட்டியில் சுட்ட கையைவிட்டு நாலைந்து தடவை அசைத்தாள். “தண்ணியிலே கையை விடக்கூடாது. தேனை யாவது, எழுதற மசியையாவது சதும்பப் பூசணும்,” என்றான். அவள் கையைப் பிடுங்கி வேட்டியால் உள்ளங்கை ஈரத்தைத் துடைத்தான். “சட்டுன்னு போய்த் தேனைத் தடவுங்க,” என்று சொல்லிவிட்டு, பக்கெட்டை எடுத்துக்கொண்டு உள்ளே போய் விட்டான்.

“அம்மா, அண்ணி கையைச் சுட்டிக்கிச்சு விளக்கிலெ. கொஞ்சம் தேனு, தேங்காண்ணே – ஏதாவது தடவிக்கச் சொல்லு,” என்றான்.

அம்மா விசாரிப்பதற்காக உள்ளே போனாள்.

சாதம் போடும்போது, “சண்பகவனம் பிள்ளைக்குப் பெரிய அண்ணன் லெட்டர் எழுதி இருக்கு,” என்றான் சட்டநாதன்.

“என்ன?”

"இங்க எழுதினதுதான்."

"என்ன பதில் எழுதப்போறே?" என்றாள் அம்மா.

"ஆவணி மாசம் முகூர்த்தம் வச்சிக்குவோம்னு எழுதப் போறேன். காலையிலே சண்பகவனம் உன்னைப் பார்க்க வரேன்னு சொல்லி இருக்காங்க."

"நான் என்ன சொல்லணும்?" என்றாள் அம்மா.

"அண்ணன் சொல்றாப்பல ஆவணியிலே முகூர்த்தம் வச்சிடலாம்னு சொல்லிடேன்."

"அண்ணன் சொல்றதுதான் இருக்கவே இருக்கே. நீ என்ன சொல்றே?"

"நான் மட்டும் வேற எப்படிச் சொல்றது?" என்றான்.

அம்மா மோரை ஊற்றிவிட்டுக் கூடத்திற்குப் போனாள். கையலம்பிவிட்டுத் திரும்பி வரும்போது குஞ்சம்மா சென்று அவன் முன்னால் ஒரு சின்னத் தட்டை வைப்பது போலிருந்தது; குனிந்து பார்த்தான். இரண்டு முட்டை சர்க்கரை.

சிரிப்பு வருகிறது. கோபமும் வருகிறது. விரலால் ஒரு சிட்டிகை எடுத்து வாயில் போட்டான். அவளும் அவனைப் பார்த்துக்கொண்டே ஒரு சிட்டிகை எடுத்து வாயில் போட்டுக் கொண்டாள். சின்ன அண்ணன் உருட்டி விழிப்பது போலிருந் தது அவனுக்கு அந்த மங்கல் வெளிச்சத்தில். துண்டால் வாயைத் துடைத்துக்கொண்டு வாசல் பக்கம் போனான்.

"சித்தப்பா, சித்தப்பா – நானும் சித்தப்பா!" என்று குழந்தை கத்திற்று. அதற்குள் வாசல் கதவைச் சாத்திக்கொண்டு தெருவில் இறங்கிவிட்டான்.

11

இரவு எப்பொழுதும் போல்தான் இருந்தது. தெருமுனைக்கப்பால் உள்ள மூங்கில் தோப்பு கிர்கிர் என்று முனகிக்கொண்டிருக்கிறது. மேல் காற்று நாலைந்து நாளாகத் தொடங்கிவிட்டது. இன்னும் இரண்டு மூன்று நாட்களில் ஆற்றில் தண்ணீர் வந்துவிடும். காற்று மரங்களுடே புகுந்து சலசலத்து வீசுகிறது. இரவு முழுவதும் இந்தச் சலசலப்பு ஓயவில்லை. கடல் அலை போலவே அந்தச் சத்தம் அடங்குவதும் உடனே ஓங்குவது மாக மாறி மாறி எழுந்துகொண்டிருக்கிறது. சாலை சற்று எட்டித்தானிருக்கிறது. ஆனால் அந்த இரவின் மௌனத்தில் எப்பொழுதாவது போகிற ஒன்றி ரண்டு பார வண்டிகள் கடகடப்பும் கடையாணி உராய்கிற கீச்சொலியும், வண்டி திண்ணைக்குப் பக்கத்தில் போவதுபோலப் பெரிதாகக் கேட்கும். இந்த நடு நிசியில் மூங்கில் தோப்பிலிருந்து காக்காய் வேறு கத்துகிறது. காக்கை காலையில் கத்த வேண்டும். அண்ணியைப் போலக் காலம் தவறி அதுவும் கத்துவது போல் இருந்தது சட்டநாதனுக்கு.

அண்ணியின் நாணமும் புன்முறுவலும் . . .

பெண்களுக்கு மட்டும் ஒளிந்துகொள்ள எங்கா வது இடம் கிடைத்துவிடுகிறது. எதற்கும் சமாதானம் கொள்ள முடிகிறது. அப்பா அம்மாவுக்குப் பணிந்து போவது அவள் கடமையாம் – அண்ணியின் சமாதானம் அதுதான். தன் மனது யாரிடமோ இருக்கிறது என்று அவள் வாயைத் திறந்து சொல்ல மாட்டாளாம். அதை அவர்களே கண்டுபிடித்துக் கொள்ள வேண்டும். தாண்டவ வாத்தியாருக்கும்

அவர் மனைவிக்கும் அது தெரியும். அவர்களுக்குத் தெரியும் என்று இவளுக்கும் தெரியும். ஆனால், திடீரென்று முத்துச் சாமியைப் பார்த்து, அவர்கள் மனம் மாறியபொழுது, இவள் ஏன் என்று கேட்க மாட்டாளாம். கேட்காமல் இருப்பதுதான் அப்பா அம்மாவுக்குச் செய்கிற கடமையாம்! கடமை! எப்பேர்ப் பட்ட வார்த்தை – வாழைநார் மாதிரி – நம்முடைய கபோதித் தனத்தில், கோழைத்தனத்தில், விருப்பத்தில் சிறிது நேரம் நனைத்து ஊறப் போட்டுவிட்டால், எப்படியும் வளைந்து கொடுக்கும்; விள்ளாமல், அறுகாமல் வளைந்து கொடுத்துக் கொண்டே இருக்கும்.

ஒரு சமயம் அண்ணி சொல்வதுதான் சரியோ என்னவோ! பெண் வெளியே வர முடிகிறதா? எவன் காப்பிலோ வாழ வேண்டி இருக்கிறது – அப்பனோ – கட்டினவனோ, மகனோ – எவனோ வந்து அவளைக் காப்பாற்றிக்கொண்டே இருக்க வேண்டும். வேலை செய்ய மாட்டாள். மாங்குமாங்கென்று வீட்டு வேலையைச் செய்வாளே ஒழிய வெளியே போய்த் தானே தன் வயிற்றுக்குத் தேடிக்கொள்கிற வேலையைச் செய்ய மாட்டாள். செய்யப் போனால் ஆண்பிள்ளைகள் வந்து கழுகு மாதிரி நாலுபக்கமும் காத்துக்கொண்டிருப்பார்கள்! உடம்பை, மனதை, எதையோ அவள் காப்பாற்றிக்கொள்ள வேண்டும்... அண்ணி சொல்வது சரிதான். நான் மட்டும் ஏன் அப்பொழுது சும்மா இருந்தேன்? முத்துச்சாமி தெரியாமல் குறுக்கே வந்து விழுந்ததும், நானும் அவனிடம் போய்ச் சொல்லி இருக்கலாமே. நானும் அவனுக்குப் பயந்துகொண்டு வாயைத் தைத்துத்தானே போட்டுக்கொண்டேன்!

சின்ன அண்ணி சொன்னது தவறு இல்லை. ஆனால் அண்ணியாகவா நின்றாள் அவள்? அவள் பட்ட நாணமும் புன்முறுவலும் இத்தனை நாளாகக் கண்டவை இல்லை. தலையை இழையச் சீவி மினுமினு என்று குளித்து, கிழிசல் கலைசல் இல்லாமல் உடுத்திக் காட்டிய நாணம், புன்முறுவல்.

சட்டநாதனுக்கு உடம்பு சுட்டது.

மேல் காற்று ஹோவென்று வீசிற்று. சின்ன அண்ணா! நீ எப்பொழுதும் என் முன்னால் நின்றுகொண்டிருக்கிறாய். நான் உனக்கு ஒன்றும் செய்துவிட மாட்டேன். நீ கைப் பிடித்தவளைக் காப்பேன். உன் பெண்ணைக் காப்பேன். உன் நினைவைக் காப்பேன். நீ புலி மாதிரி உறுமி என்னை நேசித்துக் கொண்டிருந்தாய்! நீ போன பிறகுதான் எனக்கு அது புரிந்தது. நான் நிச்சயமாக உன் நினைவைப் போட்டு மிதித்துவிட மாட்டேன். நீ எப்போதும் என் முன்னால் நின்றுகொண் டிருப்பாய். உன் சிரிப்பும் கோபமும் என்னை அதட்டிக்

கொண்டே இருக்கும். ஜாக்ரதைப்படுத்திக்கொண்டே இருக்கும். அந்த நிச்சயத்திற்குப் பிறகு, நிறைய தண்ணீர் குடித்துத் தாகத்தைத் தீர்த்துக்கொண்டாற் போலிருந்தது அவனுக்கு.

எழுந்து உட்கார்ந்துகொண்டான். கண்ணை மூடிக் கொண்டு ஜபம் செய்தான். திருக்களர்ப் பதிகத்தைத் திருப்பித் திருப்பிப் பத்துத் தடவை மனதுக்குள் சொல்லி விடுவது என்று முடிவு செய்துகொண்டு தொடங்கினான். ஐந்தாறு சொல்வதற்குள் சுழலில் செருகுவதுபோல் செருகிற்று. அயர்ந்து விட்டான்.

கண்விழித்தபொழுது லேசாக வானத்தில் நரை கண்டிருந் தது. கண்ணை மீண்டும் மூடினான். நீட்டி நீட்டித் தேன் கட்டியை எறிவதுபோல் இரண்டு குயில்கள் எங்கெங்கோ கத்தின. ஊர் வெளியெல்லாம் வெள்ளிக் கம்பிகளைத் துண்டு துண்டாக இறைப்பதுபோல வலியன், ஊசிவாலி, நாகணவாய் என்று நூற்றுக்கணக்கில் புட்கள் கூவி இரைந்துகொண்டிருந்தன. இத்தனை சத்தங்களையும் கண்ணை மூடிக் கேட்கையில் கடை ஸ்லேட்டுப் பலகையில் வெள்ளையும் சிகப்பும் நீலமுமாகச் சற்றுச் சாய்த்துச் சாய்த்துக் கோடுகளாக இழுப்பதுபோல் இருந்தது. கண்ணைத் திறக்காமல் அதைக் கேட்டவண்ணம் படுத்து இருந்தான் அவன். மனவெளி முழுவதும் ஒரே வண்ணக் கோடுகளாகப் படர்ந்துகொண்டிருந்தன. கலப்பில்லாத தூய ஆனந்தமாக இருந்தது. கண்ணைத் திறக்க மனம் இல்லை. திறந்தாலும் சுகமாகத்தான் இருக்கும். வானம் முழுவதும் திருநீறு பூசினாற்போல் தூய நரையாக இருக்கும். என் மனதிலும் திருநீற்றின் தூய நரைதான் படர்ந்திருக்கிறது.

இப்போது சிறு பட்சிகளின் ஓசை அதிகமாக இல்லை. காக்கைதான் அதிகமாகக் கத்திற்று. சம்போத்து ஒரு இரண்டு நிமிடம் கத்தி நிறுத்திவிட்டது. சேவல் எங்கோ சற்றைக்கொரு தடவை குரல் கொடுக்கிறது. மேல்காற்று மட்டும் நிற்கவில்லை.

கண்ணை விழித்தவனுக்குக் களைப்புத் தெரியவில்லை. தூக்கம் பற்றாததால் கண் மட்டும் ஜிவுஜிவு என்றது. எழுந்து பாயைச் சுருட்டி நடையிலுள்ள ஒட்டுத் திண்ணையில் வைத்து விட்டு வெளியே வந்தான். வழியிலேயே ஒரு மாவிலையை ஒடித்துச் சுருட்டிப் பல் தேய்த்துக்கொண்டே சிவன் கோயிலுக்கு எதிரே திருக்குளத்தில் இறங்கிக் கொப்பளித்துவிட்டு, மூக்கையும் காதையும் பொத்திக்கொண்டு பதினைந்து இருபது முழுக்குப் போட்டான். தண்ணீர் வெதுவெதுவென்று இருந்தது. கண்ணும் உடலும் சூடு நீங்கி நன்றாகக் குளிர்ந்து மொரமொரவென்று ஆகிவிட்டன. தெரு முழுவதும் பெருக்கி நீர் தெளித்துக் கோலம்

போட்டிருந்தது. வீட்டுக்குள் வரும்பொழுது சூரியன் எழுந்து மூங்கில் தோப்பினூடே கம்பி கம்பியாகத் தெரிந்தது. வெகு நேரம் தண்ணீரில் நின்று குளித்திருக்கிறோம் என்று இப்போது தான் புரிந்தது. கோயிலுக்குப் போய்க் கும்பிட்டு, ஒரு சுற்றுச் சுற்றி வந்ததால், நேரம் சற்றுக் கடந்துவிட்டது போலிருந்தது. இல்லாவிட்டால் தெருவுக்குள் வரும்போது, வாசல் வாசலாக நின்று பெண்டுகள் கோலம் போடுவதைப் பார்த்துக்கொண்டே கடந்திருக்க வேண்டும். காலில் ஈரத்தோடு தெரு மண்ணை வாசல் படியில் ஏறுகல்லில் தட்டி உதறிவிட்டு உள்ளே நுழைந்தான் அவன்.

கூடத்திற்குள் நுழையும்பொழுதே ஏதோ புதுக் குரலாகக் கேட்டது. சண்பகவனம் ஊஞ்சலில் உட்கார்ந்திருந்தார். அவருக்கு முன்னால் கால்களுக்கிடையே சின்ன அண்ணன் மகள் பாப்பா நின்றுகொண்டு அவர் மார்பில் தொங்கிய படிக மாலையின் மணிகளை வருடிக்கொண்டே அவரோடு ஏதோ பேசிக்கொண் டிருந்தது.

சட்டநாதன் வியந்துகொண்டே, "எப்ப வந்தாப்பல?" என்று அருகே நின்றான்.

"நான் வந்து ஒரு நாளி ஆச்சு, குளிக்கப் போயிருந்தீங்களா?"

"ஆமாம்... எப்படி இத்தினி சுருக்கா?"

"விடிய காலமே எழுந்தேன். குளிச்சேன். பூஜையை முடிச்சேன். விறுவிறுன்னு நடந்து வந்திட்டேன்."

"நடந்தா?"

"ஆமா, ஜிலுஜிலுன்னு காத்து சுகமா இருந்தது."

"நான் வண்டியையாவது விட்டு இருக்கலாம், இத்தினி சீக்கிரமா வரது தெரிஞ்சிருந்தா."

"நடந்து வந்தா என்ன?...நீங்க வேஷ்டியைக் கட்டிக் கிட்டு வாங்க..."

பரபரவென்று கொடியிலிருந்து கம்பால் வேஷ்டியைத் தள்ளிக் கட்டிக்கொண்டான் சட்டநாதன். உள்ளே போனான். அம்மாவும் அண்ணியும் அடுப்படியில் முனைந்திருந்தார்கள்.

"குளிச்சாச்சா, சட்டம்?"

"ஆச்சும்மா."

"பலகாரம் தயாராயிடுச்சி. இலை போடலாமா கேளு? பாவம் நடந்து வந்திருக்காங்கடா காலமே எழுந்திரிச்சு."

அண்ணி சட்னி அரைத்துக்கொண்டிருந்தாள்.

“எனக்குச் சட்டுனு யாருனு தெரியலே. அப்புறந்தான் நீ ராத்திரி சொன்னது ஞாபகம் வந்தது. உட்காரச் சொல்லி ரண்டு வார்த்தை பேசறதுக்குள்ளார பாப்பா போயி ரொம்ப சொந்தமா அவரைத் தொட்டுக்கிட்டே பேசக் கிளம்பிடுச்சி. அவரும் அதை என்னென்னல்லாமோ கேட்டுக்கிட்டு வேடிக்கை பண்ணிக்கிட்டே இருந்தாரு. பலகாரத்தைப் பாக்கலாம்னு உள்ளே வந்தேன்.”

அரிசிப் பெட்டிமீது பெரிய சீப்பாக இரண்டு ரஸ்தாளிச் சீப்புகள் வைத்திருந்தன.

வெளியே வந்தான் சட்டநாதன். திருநீற்றை இட்டுக் கொண்டான். ஊஞ்சல் அருகில் வந்து அவர்முன் விழுந்து வணங்கி எழுந்தான்.

“புவனேச்வரி அருள் எப்பவும் இருக்கணும். வந்து கொஞ்ச நேரத்துக்கெல்லாம் பாப்பா என்னைப் பிடிச்சிக்கிட்டுது.”

“தாத்தா வந்து எனக்குத் தாச்சை பயம் கொண்டு கொடுத்தாங்க. பாட்டிக்கும் அம்மாவுக்கும் வாயப்பயம் கொடுத்தாங்க.”

“திராட்சை பழமா?”

“ஆமாம், இத்தினி கொண்டாரேன் பாரு” என்று உள்ளே ஓடிற்று குழந்தை.

“சித்தப்பா எங்கேனு கேட்டேன். தூங்கறாங்கன்னு சொல்லி வாசல்லே போய் பார்த்தது. காணமேன்னு வந்தது. அப்பறம் உள்ளே போய், சித்தப்பா எங்கே எங்கேன்னு தொளைச்சு எடுத்திடுத்து. அப்புறம் கிட்டக்க வந்து பேசிகிட்டே இருந்தது! பேர் கேட்டுகிட்டே இருந்தேன். ஒவ்வொருத்தர் பேராகச் சொல்லிட்டு, எங்கப்பா முத்து, அப்பா இப்ப இல்லே, மேலே போயிட்டாங்கன்னு கூரைக்கும் மேலே நிமிர்ந்து பார்த்துக் கையைக் காமிச்சுது . . . ம் . . . புவனேஸ்வரி இத்தினியூண்டு பிஞ்சை ஏமாத்திப் பெத்தவரைப் பறிச்சிட்டுப் போயிட்டா. என்னமோ அவ விளையாட்டு அப்படியிருக்கு. உங்களுக்குத் தான் பெரிய பொறுப்பா விழுந்திருக்கு . . .”

குழந்தை ஓடி வந்தது, கையில் ஒரு கூம்புப் பொட்டலத்தை எடுத்துக்கொண்டு.

“பாத்தியா, இதுதான்! இந்தா எடுத்துக்க, நீயும் தின்னு.”

சட்டநாதன் பொட்டலத்தைப் பிரித்து நாலைந்து காய்ந்த திராட்சைகளை எடுத்துக்கொண்டான்.

“தாத்தாவுக்குக் கொடு,” என்று குழந்தையின் கையில் ஒரு பிடி கொடுத்தான்.

பிறகு மடித்து, "உள்ளே கொண்டு கொடு" என்று குழந்தையிடம் கொடுத்தான். அது உள்ளே ஓடிற்று.

அப்பொழுது குரலைத் தாழ்த்திக்கொண்டு அவரிடம் சொன்னான்.

"ஆவணி மாசமே தேதி வச்சுக்கலாம்னு அம்மாகிட்ட சொல்லிட்டேன், அண்ணன் சொல்றாப்லதான் செய்யணும்னு தோணுது எனக்கு" என்றான்.

அவரும் அதற்கேற்பக் குரலைத் தாழ்த்திக்கொண்டே "நானும் அப்படியே சொல்றேன். அவங்க அபிப்பிராயமும் அதுதானே?" என்று அடுக்களைப் பக்கம் பார்த்துக்கொண்டே கேட்டார்.

"நான்தான் அம்மாகிட்ட அப்படிச் சொன்னேன். அவங்க ஒண்ணும் சொல்லலே. அவங்களும் இதே மாதிரி முடிவு செய்யறாப்பல நீங்க சொல்லிடணும்," என்றான் சட்டநாதன்.

அப்போது அவனுக்குத் தன்மீதே பரிதாபமாக இருந்தது. எதிலிருந்தோ காப்பாற்ற வேண்டும் என்று தானே அவரிடம் கெஞ்சுவதுபோல் அவன் குரல் அவனுக்கு ஒலித்தது.

புவனாவோடு வெகுகாலமாகப் பழகிவிட்டதுபோல, அவனோடு அவள் ஒன்றிவிட்டதுபோல இருந்தது அவன் கெஞ்சுவதைப் பார்க்கும்பொழுது. குழந்தை மீண்டும் ஓடி வந்தது.

"இலை போட்டாச்சு" என்று கத்திற்று.

கூனிக்கொண்டே அம்மா அடுக்களையிலிருந்து வந்து, "ரொம்ப தூரம் நடந்து வந்திருக்கீங்க. கொஞ்சம் ஏதாவது சாப்பிட்டுப் போனாத்தான் என் மனசு திருப்தியா இருக்கும்," என்று நிமிர முடியாமல் நின்றாள்.

"சம்பந்தம் ஆறதுக்கு முன்னாலே இதெல்லாம் வச்சுக்கறது பழக்கம் இல்லேம்பாங்க. நீங்களே சொல்றப்ப என்ன!" என்று எழுந்தார் சண்பகவனம்.

சாப்பிடும்போது, "ஆவணி மாசத்திலே முகூர்த்தம் வச்சுக்கலாம்னு கேட்டுக்கணும்னுதான் வந்தேன். உங்க பெரிய பிள்ளை எழுதியிருக்கிறாங்க. நல்ல காரியங்களைச் சீக்கிரம் முடிக்கணும்னு சொல்வதுண்டு," என்று அம்மாவைப் பார்த்தார் அவர்.

அம்மா பேசாமல் உட்கார்ந்திருந்தாள். இரண்டு கணம் கழித்துக் குஞ்சம்மாளைப் பார்த்தாள். குஞ்சம்மாள் அப்போது இரண்டாம் கட்டில் கதவை ஒருக்களித்து, வந்தவர் கண்ணில் படாமல் இருப்பதற்காக நின்றுகொண்டிருந்தாள். பாட்டி அவளைப் பார்ப்பதைப் பார்த்துக் குழந்தையும் அங்கே பார்த்தது.

"யம்மா, உள்ள வாம்மா," என்று கத்திற்று. யாருமே பேசாமல் நாலைந்து கணம்.

"உள்ளே வாம்மான்னா."

"தேதி, முகூர்த்தம் எல்லாம் எப்பவும் வச்சுக்கலாம். நான் இந்த வீட்டுக்குச் சம்பந்தம் உள்ளவங்களிலே ஒருத்தனா ஆயிட்டேன். எனக்கு முன்னாலே சங்கோஜமோ தயக்கமோ யாரும் படக்கூடாது. இதெல்லாம் கஷ்டப்படறவங்களைச் சும்மா சும்மா ரணத்திலே கோதித் தொந்தரவு பண்றாப்பல... யம்மா, உங்களுக்குத்தான் சொல்றேன்," என்றார் சண்பகவனம்.

"என்னமோ பழக்கம் வழக்கம்னு வச்சிருந்தாங்களே," என்றாள் அம்மா.

"அதுதான், அவங்ககிட்டே பார்க்க வாண்டாம்னு சொல்றாங்க!" என்று சட்டென்று குறுக்கிட்டான் சட்டநாதன்.

அம்மா எழுந்து இரண்டாம் கட்டிற்குப் போனாள்.

சட்டநாதனுக்கு இந்தக் கல்யாணம் நிச்சயம் வேடிக்கையாக இருந்தது. யார் சம்மதத்திற்காக அது காத்திருக்கிறது என்று புரியாமல் விழித்தான். ஒரு கணம் ஒன்றுமே வேண்டாம் போலிருந்தது. முத்துச்சாமி எதற்காக இப்படி எல்லாம் மாட்டிவிட்டான் என்று ஒரு சிறிய அலுப்புக்கூட வந்துவிட்டது. குழந்தை இரண்டாம் கட்டிற்கு எழுந்து போயிற்று.

"புவனேச்வரி!" என்று தோசையை விண்டு வாயில் போட்டுக்கொண்டார் சண்பகவனம்.

அம்மா வந்துவிட்டாள். குழந்தை வந்தது. பின்னால் குஞ்சம்மாளும் தலையைக் குனிந்துகொண்டே வந்தாள். ஒரு தடவை அவளைப் பார்த்துவிட்டுக் குனிந்துகொண்டார் சண்பகவனம்.

"யம்மா, தம்பிக்கு அம்மா எப்படியோ, அப்படியேதான் நீங்களும். நீங்கள்தான் எல்லாம் நடத்தி வைக்கணும்" என்றார் அவர் மீண்டும், அவளைப் பார்த்து. குஞ்சம்மாளின் முகத்தில் தெரிவது புன்முறுவலா இல்லையா என்று கண்டுபிடிக்க முடியவில்லை.

"உங்க அபிப்பிராயத்தையும் தெரிஞ்சுக்கணும்தான் வந்தேன். அம்மாவுக்குத் தள்ளாமையா இருக்கு. கடைசிப் பிள்ளைக்கும் கலியாணத்தைப் பண்ணிப் பார்க்கணும்னு அவங்க அவசரப்படறது சகஜம். நீங்கதானே வீட்டுக்குப் பெரியவங்களா இருக்கிறவங்க. நீங்க சரின்னு சொன்னாத் தான் எதுவும் நடக்கும். நடக்கணும். நீங்க எந்தத் தயக்கமும் இல்லாம சொல்லலாம். ஆவணி மாதம் தம்பிக்குக் கல்யாணம்

வச்சுக்கலாமானு பெரிய மச்சினன் எனக்கு எழுதி இருந்தாங்க. உங்களைக் கேட்டு முடிவு பண்ணணும்னு எனக்கு அபிப்பிராயம்.”

இப்பொழுது குஞ்சம்மாள் அம்மாவைப் பார்த்தாள்.

“ஆவணி மாசம் வச்சுக்கலாமாம்மா?” என்று அம்மாவைப் பார்த்துக் கேட்டாள்.

“சரி” என்ற பாவனையில் அம்மாவின் முகம் அசைந்து கொடுத்தது.

“அம்மா சரிங்கிறாங்க.”

“நீங்க சொல்லலியே.”

“அம்மா சொல்றதுதான் எனக்கு.”

சண்பகவனம் லேசாகப் புன்னகை பூத்தார்.

“அப்ப இந்த வெள்ளிக்கிழமை நல்ல வேளையாக இருக்கு. சிதம்பரத்துக்கு எழுதி அவங்களையும் வரவழைச்சு, நிச்சயம் பண்ணிவிடலாமா?”

அண்ணியின் தலை அசைந்தது.

“அப்ப இன்னிக்கே நான் அண்ணனுக்கு எழுதிப் போட்டுடறேன், வரச் சொல்லி.”

காபியைச் சாப்பிட்டவுடன் அவசர அவசரமாகக் கிளம்பு வதற்கு ஏற்பாடு செய்தான் சட்டநாதன். மீண்டும் கல்யாணப் பேச்சுக்கே இடம் கொடுக்காமல் ஊர் விவகாரங்களைப் பற்றி மூச்சு விடாமல் பேசிக்கொண்டே இருந்தான். குமருவை அழைத்து வண்டியைக் கட்டச் சொன்னான். பூட்டியானதும், “நேரமாச்சும்மா வரேன்,” என்று சொல்லிக்கொண்டே கிளம்பி விட்டான்.

வண்டியில் ஏறித் தெருமுனை திரும்பிச் சாலை ஏறுகிற வரையில் அந்த அவசரம் தணியவில்லை. சண்பகவனத்திடம் கூட அதைப் பற்றிப் பேசத் துணிவு வரவில்லை அவனுக்கு.

சண்பகவனம், குஞ்சம்மாளிடமும் அம்மாவிடமும் சம்மதம் பெற்ற காட்சியை நினைத்துக்கொண்டே வந்தான். வியப்பாகவும் இருந்தது. லேசாகச் சிரிப்பும் வந்தது. வயதுக்கு அறிவு கூடுதல் என்றுதான் தோன்றிற்று. வயதின் அனுபவமா கபடமா என்று சொல்ல முடியாமல், அவர் இரண்டுபேரையும் நெருங்கிச் சம்மதம் பெற்றதை நினைத்து அவனுக்கு வியப்பாக இருந்தது. தனக்காகத்தானே செய்தார் என்று எண்ணும்போது சிறுமை யாக ஏதோ செய்துவிட்டதுபோல மனம் குன்றிற்று. கலியாணமே வேண்டாம் என்று ஒரு கசப்பு உறுத்தி உறுத்தி வதைத்தது. வெகுநேரம்வரையில் அதிலேயே உழன்றுகொண்டிருந்தான்.

கடையில் இருக்கும்போதும் கணக்கு ஓடவில்லை. ஒன்று கிடக்க ஒன்று பதில் சொல்லிக்கொண்டிருந்தான். உச்சிப் பொழுதுக்குக் கடையைக் கட்டிவிட்டுச் சண்பகவனத்தின் வீட்டுக்குப் போன பிறகுதான் மனம் சற்று மப்பு நீங்கித் தெளிந்தது.

பாடம் கேட்கும்பொழுது புவனாவின் முகம் அடுக்களைக்குச் செல்லும் நடையுள்ளில் தெரியவில்லை. அடுக்களை முற்றத்தில் நின்று நாலைந்து பாத்திரங்களைக் கழுவிக்கொண்டே அவனைப் பார்ப்பதும் குனிவதுமாக அவள் முகம் இலையில் மறைந்து மறைந்து அசையும் பழமாகச் சிவந்துகொண்டிருந்தது. நாணம் எத்தனை அழகாக இருக்கிறது! அதற்கு ஈடாக நதி, மலர், மலை என்று எதையுமே சொல்ல முடியாது போலிருக்கிறது.

பூவையும் பழத்தையும் காட்டிக் காட்டி அசையும் செடி போல அது அவன் கண்முன் அசைந்துகொண்டே இருந்தது. மாலையில் அசைந்தது. கடையில் அசைந்தது. வீட்டுக்குத் திரும்பி வண்டியில் போகும்போது, சாப்பிடும்போது அசைந்தது. இரவு திண்ணையில் படுக்கும்போது அசைந்தது. கண் அயர்ந்து தூங்குகிறவரையில் அசைந்தது.

கண் அயரும் முன் சற்று அலுப்பாக இருந்தது. ஆடி மாதம் ஏன் கலியாணம் செய்யக் கூடாது என்று வைத்திருக் கிறார்கள்? மற்ற எந்தக் காரியங்களையும் செய்யாது வருகிறார் களா? சாப்பிடவில்லையா? குளிக்கவில்லையா? சம்பாதிக்க வில்லையா?

தூங்கிக்கொண்டே இருந்தவனுக்கு என்னவோ விழிப்புக் கொடுத்தது. கண் திறந்து பார்த்தான். மேல்காற்றுச் சலசல வென்று தோப்புகளில் ஓசையிட்டுக் கொண்டிருந்தது. மூங்கில் கொத்து முனகுகிறது. வௌவால் பறக்கிறது. கடகடவென்று தெரு நாய் கழுத்தைத் திருகிச் சொடுக்குகிறது.

திரும்பிப்படுத்துக் கண்ணை மூடிக்கொண்டான். ஏதோ உருவம் மாதிரி – இரண்டு திண்ணைகளுக்கும் நடுவில். கண்ணை மூடிக்கொண்டான்.

மீண்டும் லேசாகத் திறந்தான். உருவம்தான். குஞ்சம்மாள் மாதிரி இருந்தது. குஞ்சம்மாள்தான். சின்ன அண்ணிதான். அவனையே பார்த்துக்கொண்டு நின்றுகொண்டிருந்தாள் அவள். ‘நான் கண் திறந்திருப்பது அவள் கண்ணுக்குத் தெரியுமா?’ வயிற்றில் சட்டென்று கனத்தது. எழுந்து உட்கார்ந்துகொண்டான்.

“யாரு?”

பதில் இல்லை.

“அண்ணி!”

அவன் கையும் காலும் நடுங்கத் தொடங்கிவிட்டன.

“அண்ணி!”

“ஏன்?”

“ஏன் இங்கே வந்து... அம்மா தூங்கறாங்களா?”

“ஆமாம்!”

“நீங்க தூங்கலே?”

“...”

அவனையே பார்த்துக்கொண்டு நிற்கிறாள் – கண் எடுக்காமல், வெறித்துப் பார்ப்பது போல்தான் தெரிகிறது. அந்த இருளிலும் தன்னை வெறித்துப் பார்ப்பது நன்றாகத் தெரிகிறது. கண்ணுக்குத் தெரியாவிட்டாலும் தோல் உணர்கிறது. அப்படி வெறித்த பார்வைதான் தன்னை ஊடுருவி விழிக்கச் செய்திருக்க வேண்டும்.

“நீங்க போய்ப் படுங்க அண்ணி. நான் இப்படிக் குளத்தங் கரைப் பக்கம் போயிட்டு வரப் போறேன்...”

“எனக்காகப் போக வேண்டாம், நான் உள்ளே போயிட றேன். நான் ஒண்ணே ஒண்ணு கேட்டுக்கிட்டுப் போகணும்னு தான் வந்தேன். நாளன்னிக்குப் பாக்கு வெத்திலை மாத்திக்கப் போவுது இல்லையா?”

“நீங்கதானே சரின்னு சொன்னீங்க.”

“ஆமா. நீங்க உருகறதைப் பார்த்தா இன்னிக்கே மாத்த லாம்னு சொல்லணும் போல இருந்தது எனக்கு... அது அத்தனை அழகா இருக்குமா?”

“புவனாவா?”

“புவனாதான்!”

“அழகுலே சேர்த்திதான்.”

“இல்லாட்டா இப்படியா உருக முடியும்? என்னாலே தானே இத்தனை தாமதமாவது எல்லாம்? என் தலை எழுத்துச் சரியா இருந்தா என்னிக்கோ முடிஞ்சிருக்க வேண்டியதுதானே.”

"எனக்குக் கலியாணமே பண்ணிக்க வேண்டாம் போலே இருக்கு."

"அப்படியெல்லாம் சொல்ல வேண்டாம். ஆனா ஒண்ணே ஒண்ணு கேக்றேன். புவனா இங்க வந்தப்புறம் நான் இங்கே இருக்கலாம்ல?"

"என்ன அண்ணி இது?" என்று பதறினான்.

"என்னைக் கைவிட மாட்டீங்களே?"

"ஏன் இப்படி எல்லாம் சொல்றீங்க?"

"நான் பார்த்துக்கிட்டாவது இருக்கணும்... சாகிற வரைக்கும் பார்த்துக்கிட்டுத்தான் இருக்கணும். நாம் நினைச்சப்ப உசிரு போகமாட்டேங்குது. அது நினைக்கிறப்பதான் போகும். அதுவரையில் நான் ஒரு மூலையிலே இருந்து பார்த்துக்கிட்டே இருக்கலாம்ல?"

"நீங்கதான் எங்களை எல்லாம் பார்த்துக்கணும்."

"அதைச் சொல்லலே; நான் உங்களைப் பார்த்துக்கிட்டே இருக்கணும்."

தலையை அசைத்தான் அவன்.

சிறிது நேரம் அவனையே பார்த்துக்கொண்டு நின்றாள். கண்ணைத் துடைத்துக்கொண்டாள். மேல் காற்றின் ஓசைக்கு நடுவே 'ஹ' என்று உருவமில்லாத ஓசையாக வந்தது.

அவள்தான் அழுதுகொண்டிருந்தாள்.

"நான் யாருக்கும் தப்பு பண்ண நினைக்கலே. உடம்பாலே. ஆனா, என் உள்ளுக்குள்ளாக இருக்கிறதை என்ன பண்ணுவேன்? பார்த்துக்கிட்டே இருந்தாப் போதும்."

அவள் கையைப் பற்றிச் 'சரி' என்று சொல்ல வேண்டும் போல் இருந்தது அவனுக்கு. அதற்குள் அவள் கண்ணைத் துடைத்துக்கொண்டு நிலையைக் கடந்து உள்ளே நகர்ந்தாள். கதவு மெள்ள மெள்ள மூடுவது தெரிந்தது. இருள் இருந்த இடத்தில் கதவின் நரை தெரிகிறது. தாழ் நாதாங்கியில் மெதுவாக உட்காரும் ஓசை கேட்டது.

சட்டநாதன் வாயைத் திறந்துகொண்டான். உருவமில்லாத ஓசையாக அழுகை வந்துகொண்டிருந்தது. நெஞ்சு வலித்தது.

12

கலியாணம் நிச்சயமாகிவிட்டது. சட்டநாதன் கடையில் இரண்டு ஆளாக உட்கார்ந்திருக்கிறான். கடையில் உடம்பு இருக்கிறது. இன்னொரு ஆள் சண்பகவனத்தின் வீட்டுக்குள் நடமாடிக் கொண்டிருக்கிறான். அந்த ஆள் நிரந்தரமாக அங்கேயே குடிபோய் விட்டாற்போலிருக்கிறது. பட்டியல் போடும்போதும் யாராவது வந்து பேச்சுக் கொடுக்கும்போதும் அவனைச் சண்பகவனத்தின் வீட்டிலிருந்து கட்டி இழுத்து வர வேண்டியிருக் கிறது. நினைக்கும்பொழுது சில சமயம் வெட்க மாக இருக்கிறது. புளி பருப்புக் கணக்கிற்கும் இதற்கும் காத தூரம். மனசு, புத்தி எல்லாவற்றை யும் எங்கேயோ அனுப்பிவிட்டு உடம்பால் மட்டும் வியாபாரம் செய்ய முடியாது. கூட்டல் தப்புகிறது. மீதிச் சில்லறை குறைந்தோ கூடியோ தவறிவிடு கிறது. கலியாணம் ஆகிறவரையில் கடையைப் பூட்டித்தான் வைத்தால் என்ன என்று தோன்றி விடுகிறது. நிச்சயமான மூன்று வாரங்களாக இதே கதையாகத்தான் ஓடிக்கொண்டிருக்கிறது. சிதம்பரத் திற்குப் போய் கலியாணத்தை நிச்சயம் செய்து கொண்டு வந்து சண்பகவனம் பெரிய அண்ணனைப் பற்றி, அவர் செய்த உபசாரம், அவர் காட்டிய மரியாதைகளைப் பற்றி நெகிழாத குறையாகச் சொல்லிக்கொண்டிருந்தார். உலகம் எத்தனை ஆனந்த மயமாக இருக்கிறது!

ஆடிக்காற்று பந்தலைப் பிய்த்துக்கொண் டிருக்கிறது. கடைத் தெருவில் அடைத்துப் போட்டிருந்த பந்தலைப் பிரித்துவிட்டார்கள்.

சட்டநாதனுக்கு மட்டும் பந்தலைப் பிரிக்க மனமில்லை. கலியாணப் பந்தலாக அது மாறிவிட்டாற் போல் இருக்கிறது.

அண்ணாக்குட்டி ஏழெட்டு நாள் வெள்ளைத் தாடியும் வழுக்கைத் தலையில் வெள்ளை முடிச்சும் எலும்பும் தோலும் இரப்புமான மார்பில் மாலைபோட்ட அழுக்கு வேட்டியும் கிழிசல் கச்சமுமாக வந்து கடைமுன் நின்று தினம் ஒரு தடவை கலியாணம் விசாரிக்கிறார் – உரத்த குரலும் சிரிப்பு மாகக் கலியாணத்திற்கு நாலு குதிரை பீட்டனில் வேல்ஸ் இளவரசனுடன் கலியாணப் பந்தலுக்கு முன் வந்து இறங்கப் போகிறாராம். “ஜோரா வெல்வெட்டுலே சேப்பு நடை பாவாடை போட்டு வைடா சட்டநாதா. யாருக்கும் கிடைக்காத அதிர்ஷ்டம் உனக்குக் கிடைச்சிருக்கு. ஒரு சக்ரவர்த்தி இந்த மாதிரி எந்தக் கலியாணத்துக்கும் வர மாட்டாண்டா. ஏமாந்து போயிடாதே. ஜாக்ரதையா நடந்துக்கோ. உங்களுக்கும்தாண்டா! எம்ப்ரெர் வந்திறங்கறபோது ஈன்னு மோளக்காரனைப் பார்த்து இளிச்சிண் டிருக்காதிங்கோ!” என்று எதிர் பெஞ்சில் உட்கார்ந்திருந்த வாடிக்கைக்காரர்களையும் பார்த்து முழங்கிக்கொண்டிருந் தார் அண்ணாக்குட்டி.

“உம்ம படை, பட்டாளத்தை எல்லாம் அழைச்சிண்டு வந்தீர்னா எங்க உக்காத்தி வச்சு சோறு போடறது?” என்கிறார் சாம்பமூர்த்தி.

“சோறா! அட முசாபிரி பிஸாத்து! சோத்தை நினைச்சிண்டா வருவா ராயல்ட்டி எல்லாம்! நான் வந்து தட்டிலே மோகரா மோகராவா வச்சு பொண்ணு மாப்பிளேட்ட கொடுத்துட்டு உடனே பீடன்லே ஏறிடுவேன், ஹும்! இத்தனை நாள் பழகியும் பிச்சக்காரப் புத்தி போக மாட்டேங்கிறது உனக்கு.”

சாம்பமூர்த்திக்கு விழுந்த அடியைக் கேட்டு எல்லோருக்கும் சந்தோஷம்.

“ஒரு வெல்லம் கொடேன்,” என்றார் அண்ணாக்குட்டி. எடுத்துக்கொடுத்தான் சட்டநாதன். வெல்ல அச்சை விரலில் பிடித்து நீட்டிக்கொண்டே, “சட்டநாதா! எனக்கு இதுதான் காணிக்கை மாதிரி. தர்பார்லேயே வந்து நீ என்னை அழச்சுட்ட தாக நான் பாவிச்சுன்னுட்டேன்; கவலைப்படாதே. எல்லாம் மங்களமா – ஜோரா நடக்கப் போறது. நான் வர்றேன். இன்னிக்கு ஆர்மியை எல்லாம் ஒரு தடவை பார்த்துட்டு வந்துடறேன்” என்று வெல்ல அச்சை அப்படியே வாயில் போட்டுக்கொண்டு நகர்ந்தார். அவர் நகர்வதற்குள், “சௌக்கியமா சாமி!” என்று கேட்டுக்கொண்டே வந்தான் தந்திச் சேவகன்.

“சௌக்கியம்தான்! என்ன தந்தியா? யாருக்கு?”

“உங்களுக்கு இல்லே.”

“அதானே பார்த்தேன். சட்டநாதனுக்கா?”

“ஆமாங்க.”

“என்ன சமாச்சாரம்?”

“அவங்கல்ல பார்க்கணும், இன்னும் உறையையே பிரிக்கலியே.”

“அவனே பிரிச்சுப் பார்த்துக்கட்டும். நான் போறேன். ஜெனரல்லாம் காத்திண்டிருப்பன்!” என்று வேகமாக நகர்ந்தார் அண்ணாக்குட்டி.

“எனக்கா?” என்று தந்தியை வாங்கிக்கொண்டு கையெழுத்துப் போடும்போது சட்டநாதனின் முகத்தில் ஈயாட வில்லை. அத்தனை பேருக்கு நடுவில் காட்டிக்கொள்ளக் கூடாது என்று சாதாரணமாக முகத்தை வைத்துக்கொண்டு கையெழுத்துப் போட்டுக் கொடுத்தான். பிரித்தான். “உடனே புறப்பட்டு வரவும். அவசரம். கோபாலு” என்று எழுதி இருந்தது. சிதம்பரத்திலிருந்து வந்த தந்தி. கலியாண ஏற்பாடுகள் செய்வதற் காக நாலைந்து நாட்களில் புறப்பட்டு வருவதாகச் சண்பகவனத் திடம் சொல்லி அனுப்பியதோடு கடிதமும் எழுதி இருந்தார் பெரிய அண்ணன். தந்தியைப் பார்த்துச் சற்றுக் கலங்கி விழித்தான் சட்டநாதன். “உடனே புறப்பட்டு வரவும். அவசரம்” தந்தி அடிக்கிறவர்கள் செய்தியை ஒரு கோடி காட்டினால் தான் என்ன? மனிதர்களைக் கலக்குவதற்காகவே இப்படி ஒரு கருவி, அதற்கு ஒரு இலாகா, அதற்கு இத்தனை ஆட்கள்!

மணி பத்தடித்துச் சிறிது நேரம் ஆகி இருந்தது. பன்னிரண்டு இருபதுக்குத்தான் வண்டி.

“கவலைப்படாதீங்க கொழந்தே, கலியாண சமாசாரமாத் தான் ஏதாவது பேசும்படியா இருக்கும். அடிச்சிருப்பாங்க,” என்று தேற்றினான் கோவிந்தசாமி.

“கவலைப்பட்டு என்ன ஆகப் போவுது இப்ப? நான் போய் ஐயாவைப் பார்த்துட்டுப் புறப்படறேன். நீ கடையைப் பார்த்துக்க. ராத்திரி சுருக்க கடையைக் கட்டிட்டு ஊரிலே போய்ச் சொல்லிடு இந்த மாதிரி சமாச்சாரம்னு.”

“சரி, கொழந்தே. ஒண்ணும் கவலைப்படாம போய்ட்டு வாங்க.”

சண்பகவனத்தின் வீட்டுக்குள் செய்தியைச் சொன்ன பொழுது அவர் முகத்தில் சிறிது முகில் ஓடிக் கடப்பது போல நிழல் படர்ந்து மறுகணம் தெளிந்தது. “புவனேச்வரி காப்பாத்துவாள். நிம்மதியாப் போயிட்டு வா,” என்றார். புவனா வின் தாயின் புருவத்தைக் கவலை உயர்த்திற்று. புவனாவின் கண்ணில் பளிச்சென்று பயம் உருண்டு ஒரு கணம் விழித்து, அவன் கண் வழியே பாய்ந்தது. அந்த ஒரு கணம் தீய்த்துப் பதித்தாற்போல் அவன் மனதில் பதிந்துவிட்டது. இனம் தெரியா மல் அரித்துக்கொண்டிருந்த வேதனைக்கும் கலக்கத்திற்கும் இடையில் அந்த விழியின் பதிவைக் கண்டு அவன் நெஞ்சில் ஒரு பூரிப்பு, ஒரு ஆறுதல். பிய்க்க முடியாத ஒட்டாக இருந்தால் தான் இப்படி ஒரு பயம் விழியில் மருளும்... எத்தனை உரிமை! எத்தனை உறவு! ஒன்றிப்பு!

சிதம்பரம் போகிறவரையில் அடிக்கடி புவனாவின் அந்த ஒரு கண அச்சம்தான் அவனைப் பரவசப்படுத்திக் கொண்டிருந்தது.

கொள்ளிடம் ரயிலடியில் எதற்கும் இருக்கட்டும் என்று இரண்டு பத்தை வெட்டிவேர் வாங்கி வைத்துக்கொண்டான். அண்ணன் குழந்தைகளுக்கு, அண்ணிக்குக் கொடுக்கலாம். ஒரு பத்தையைக் கிள்ளி முகர்ந்து பார்த்தான். செம்பருத்தி யோடு வெட்டிவேரும் சேர்ந்து தெரிந்தது. செம்பருத்திக்கு இல்லாத மணத்தைக் கூட்டிக்கொண்டு புவனாவின் தலை கமழ்கிறது. ரயில் ஊதிற்று, சற்று மனதைத் தூக்கிப் போட்டது. “உடனே புறப்பட்டு வரவும், அவசரம்” மீண்டும் வயிறு கனத்தது. வேதனை பாசியாகக் கூடிக்கொண்டது.

சிதம்பரம் ஸ்டேஷனில் இறங்கியதும் கால் தரிக்கவில்லை. அவசர அவசரமாக டிக்கெட்டைக் கொடுத்துவிட்டு வெளியே நடந்தான். மாட்டு வண்டிகள் நடக்கிற மசமசப்பைப் பார்த்ததும், காலே தேவலை என விறுவிறுவென்று நடந்தான். நெடிய நின்ற தில்லைக் கோபுரங்களையும் தெருவையும் மாறி மாறிப் பார்த்துக்கொண்டே நடந்தான். கோபுரம் இதமாக இருந்தது. ‘என் காலில் விழுந்து ஒப்படைத்துவிட்டு உலுஉலுப்பாக நட’ என்று சொல்வது போலிருக்கிறது. ஒரு நாலு கணம் அப்படியே செய்துவிட்டான் அவன். இருந்த மன உளைச்ச லிலும் நொந்த செம்மையிலும் அப்படி மனம், புத்தி எல்லா வற்றையும் கிடையாகப் போட்டுவிட்டது. பெரிய பாரத்தை இறக்கிவிட்டாற் போலிருந்தது. கிட்டதட்ட மண்டிக்குப் போகிற வரையில் அந்த நிலை நீடித்துக்கொண்டேதான் இருந்தது.

பயம் முழுவதும் நீங்கிவிடாவிட்டாலும் ஒரு நம்பிக்கை முதுகைப் பிடித்துத் தள்ளிச் சென்றது.

மண்டியைப் பார்த்த பிறகுதான் அந்த நம்பிக்கை கிலியாக மாறி முதுகில் அடித்தது.

மண்டி பூட்டிக் கிடந்தது.

ஏன்? ஏன்?

வழக்கம்போல் பார வண்டிகள் அங்கு நிற்கவில்லை. முன் கொட்டகை வெறிச்சென்று கிடக்கிறது. வெற்றிலை பாக்கு தட்டைச் சுற்றி ஒரு கூட்டம், மூட்டை மூட்டை மூட்டையாக அடுக்கிய அரிசி, ஒரு கையால் நெல் மூட்டையை இடையில் இடுக்கி இறுக்கி வண்டியில் ஏற்றும் மனிதக் காளைகள் — மார்பு பட்டம் பட்டமாக அகன்று இடை சிறுத்து, கண்டு கண்டாகத் தசையும் வேர்வை பளபளக்கும் கறுப்பு மென் தோலுமான ஆணழகன்கள், கொம்பிரண்டும் வளைந்து கூம்பும் வெள்ளைக் காளைகள், தரகர்கள், இத்தனைக்கும் நடுவில் பெரியண்ணன் ஒன்றையும் காணவில்லை.

முன் கொட்டகை உறங்குகிறது. அடைத்துக் கிடந்த கதவு களுக்கு முன் பலகையில் யாரோ தூங்கிக்கொண்டிருக்கிறான். அவன் காலடிக்குச் சற்று தள்ளி ஒரு பரதேசி காவிச் சட்டையும் வேட்டியுமாக, ஆடுசதையைச் சொறிந்து அங்கு தோன்றும் வெள்ளைக் கீறலைப் பார்த்துக்கொண்டிருக்கிறான்.

ஏன் இப்படி என்று கேட்கக்கூட ஆளில்லை. கதவுப் பலகைகளை நோட்டம் விட்டபொழுது மூன்று பூட்டுகளுக்குத் துணி கட்டி முத்திரை வைத்திருந்தது. அதைப் பார்த்ததும் சட்டநாதனுக்கு வயிற்றில் ஏதோ இறங்குகிறது.

இன்னும் சிறிது நின்றால் பண்டாரத்தை ஏதாவது கேட்கத் தோன்றும். அவன் என்ன சொல்லிவிடுவானோ! பக்கத்துக் கடைக்காரர் தன்னைக் கவனிப்பதுபோல் இருக்கிறது. கூப்பிட்டு அவர் ஏதாவது விசாரித்தால்?

சட்டநாதன் வேகமாகப் பெரிய அண்ணன் வீட்டை நோக்கி நடந்தான். வீட்டு வாசல் கடைக்கு மேலிருந்தது. திண்ணை காலியாகக் கிடக்கிறது. ஒரு ஆள் பின்பக்கமாகக் கையை உயர்த்தித் தூணைக் கட்டிக்கொண்டு உட்கார்ந்திருந் தான். மற்றபடி வழக்கும் வியாபாரமும் விருந்துமாகத் தேய்கிற திண்ணை சூன்யமாக உறங்கி வழிகிறது.

செம்பருத்தி

உள்ளே நுழையும்போது நடையில் பெரிய அண்ணி எதிர்ப் பட்டாள்.

"வாங்க" என்றாள்.

புன்சிரிப்போடு வந்த வரவேற்பு இல்லை. கண்ணில் அந்த ஜொலிப்பு. ஒரு வெளுப்பும் சேர்ந்திருந்தது. அந்த வெளுப்புக்கிடையே அந்தக் கண்ணைப் பார்க்க இன்னும் பயமாக இருந்தது.

நடையைக் கடந்ததும் "சித்தப்பா சித்தப்பா" என்று கூச்சல். பெரிய அண்ணனின் கடைசிப் பெண் வந்து கட்டிக் கொண்டது.

"அப்பா, சித்தப்பா வந்திருக்காங்க" என்று இடது பக்கம் இருந்த முன் அறைக்குள் ஓடிற்று.

அறைக்குள் நுழைந்தான் சட்டநாதன்.

"வா, சட்டம்" என்று ஜுரம் அடித்த குரலில் பெரிய அண்ணன் அழைத்தார்.

மெத்தையைப் போட்டு, பின் பக்கம் நான்கு தலையணை களை அடுக்கிச் சாய்ந்திருந்தார் அவர்.

"என்னண்ணா உடம்புக்கு?" என்று அருகில் வந்து நின்றான் அவன்.

"உக்காரு."

"என்ன உடம்புக்கு?"

"உடம்புக்கு ஒண்ணுமில்லே, உக்காரு."

உட்கார்ந்தான் அவன்.

"பத்து மணி சுமாருக்குத் தந்தி கிடைச்சுது அண்ணா, வண்டி பன்னண்டு மணிக்கப்புறம்தான்."

"உடனே வந்தியே, அதுவே எனக்குப் போன உசிரு வந்தாப்ல!" அவர் குரல் நெகிழ்ந்தது. "சாப்பிடலியே இன்னும்?"

"புறப்படறப்ப கடைத் தெருவிலே சாப்பிட்டுத்தாண்ணா ரயிலுக்கு வந்தேன்" என்று அவர் நெகிழ்வதைக் கவனித்தான். துவண்டு கிழித்த நாராகக் கிடந்தார் அவர். என்ன, ஏன் என்று கிண்டிக் கேட்பதற்கும் பயமாயிருந்தது.

எங்கோ கொல்லைப் பக்கம் இருந்த மற்றக் குழந்தைகளும் சித்தப்பாவைக் காண ஓடி வந்தன. முகத்தில் எல்லாவற்றுக் கும் சிரிப்பு தெரிந்தது. அதோடு ஒரு கலக்கமும் கண்ணில்

ஒட்டியிருந்தது. சிரிப்பை ஒரு அளவோடு நிறுத்தித்தான் வந்து முன் நின்றது அந்தக் கலக்கம். சிறிது நின்று குழந்தைகள் அந்த இடத்தைவிட்டு அகல்வது தெரியாமல் அகன்றதைக் கண்டு சட்டநாதனுக்குப் பிரமிப்பாக இருந்தது. கடைசியில் போகிற பயலைப் பார்த்து, “ஏண்டா, சித்தப்பாவைப் பார்த்து ‘பாட்டி சௌக்கியமா, சின்னம்மா சௌக்கியமா, பாப்பா சௌக்கியமா’ன்னு ஒண்ணும் கேக்கலே? நீ பாட்டுக்குப் போறியே?” என்றார் பெரிய அண்ணன்.

“பாப்பா சௌக்கியமா!” என்று வெட்கமும் வெறும் சிரிப்புமாகக் கேட்டுவிட்டு விடுவித்துக்கொண்டு போனான் அந்தப் பையன்.

“உடம்பு சரியில்லேன்னு அவங்ககூடச் சொல்லலையே யண்ணா!” என்றான் சட்டநாதன்.

“யாரு? சண்பகவனம் பிள்ளையா?”

“ம் . . .”

“அவரு வந்தப்ப எல்லாம் சரியாத்தான் இருந்தது. உடம்புக்கு ஒண்ணுமில்லே இப்பவும். ஒடம்பு என்ன பண்ணும்? உள்ளே இருக்காப்பல அதுவும் இருக்கும்.”

“என்ன அண்ணா?”

“சொல்றேன்; தந்தி கொடுத்து அலற வச்சிருக்கேன். சொல்லாமலா இருக்கப் போறேன்? சுப்பையா . . . சுப்பையா . . .”

“ஏம்பா . . ?”

“சித்தப்பாவுக்கு ஏதாவது சாப்பிடக் கொண்டா.”

“இதோ வந்திட்டே இருக்கேனே” என்று பெரிய அண்ணி ஒரு தட்டில் உப்புமாவும் வெள்ளித் தம்ளரில் தண்ணீருமாக உள்ளே வந்தாள்.

“எனக்குக் கொஞ்சம் காபி கொண்டா” என்றார் பெரிய அண்ணன், நகர்ந்தவளைப் பார்த்து.

காபியைக் கொண்டு வைத்த அண்ணி அவன் சாப்பிட்டு முடிந்ததும் ஊர் சௌக்கியங்களைப் பற்றிச் சுருக்கமாக விசாரித்துவிட்டு நகர்ந்தாள்.

“சண்பகவனம், அவங்க வீட்டிலே எல்லாரும் சௌக்கியம் தானே?”

“சௌக்கியம்தான். வர்றப்பகூடப் பார்த்துத்தான் வந்தேன்.”

“கலியாணம், ரட்டை ஜதை நாயனம், சதிரு, பாட்டு கச்சேரி, நாலு குதிரை சாரட்டு – இப்படி அமக்களமா நடக்கப் போவுதுன்னுதான் அவர் நினைச்சுக்கிட்டிருப்பாரு. அப்படித் தான் நடக்கப் போவுதுன்னு நான் சொன்னேன். நான் செலவு பண்ணி இந்தக் கலியாணத்தை அப்படிப் பார்க்கணும்னு ஆசைப்பட்டேன். எந்த அகம்பாவத்திலே சொல்லி இருப்பேனோ – எந்தத் தெய்வம் கேட்டுக்கிட்டிருந்ததோ . . . ம்ஹ” என்று பெருமூச்சு விட்டார் பெரிய அண்ணன்.

சட்டநாதனுக்குக் குறுக்கிட மனம் இல்லை. என்ன சொல்வது என்றும் புரியாமல் அவர் முகத்தையே பார்த்துக் கொண்டிருந்தான்.

அவர் தரையைப் பார்த்துக்கொண்டிருந்தார்.

“சண்பகவனம் பிள்ளை சுபாவம் எப்படி?”

“என்ன அண்ணா?”

“மாறமாட்டாரே? பாக்கு வெத்திலை மாத்தறப்ப சீமானா இருந்தான், பந்தல்கால் நடறப்ப பரதேசியாயிட்டான்னு நிச்சயத்தை மாத்தமாட்டாரே? மனசு மார்றது தப்புனு நான் சொல்ல மாட்டேன்.”

“என்னண்ணா ஆச்சு?”

“நான்தான் சொன்னேனே. மண்டி, வண்டி, குதிரை, செலாவணி எல்லாம் ஆத்தோட போயிடும் போலிருக்கு சட்டநாதா!”

“விவரமா சொல்லுங்கண்ணா.”

“விவரம் ஒண்ணும் இல்லே. கூட்டாளி ஒருத்தனைச் சேத்துக்கிட்டு வியாபாரத்தைக் கொஞ்சம் விரிவு பண்ணினேன், நல்லவருதான், அன்னியோன்னியமாகப் பழகியவர்தான். அறுபதாயிரம் ரூபாய் கடன் வாங்கினாரு. மேலொப்பம் போட்டேன் நான் அவருக்காக. பெரிய கை; கடைத் தெருவிலே பெரிய கூட்டு அவருக்கு. பயறு, உளுந்து, மிளகா எல்லாம் மொத்தமா பிடிச்சு வியாபாரம். சீசன்லே கடன் வாங்க வேண்டி இருந்தது. நல்ல புள்ளியா மேலோப்பம் போட்டாத் தான் தருவேன்னான் கடன் கொடுக்கிறவன். எங்கிட்ட வந்தாரு. போட்டுக் கொடுத்தேன். பத்து நாள் முன்னாடி திடீர்னு மாரடைப்பிலே போயிட்டாரு மனுஷன்! இந்த மாதிரி நாலஞ்சு இடத்திலே கடன் வாங்கியிருக்கார்னு இப்பத்தான் தெரிஞ்சுது. நாணயம் உள்ள ஆள்தான். ஆனா வேற எப்படியோ ஏகத்தாறா பணத்தைச் செலவழிச்சிருக்காருன்னு தெரிஞ்சுது.”

"வேறன்ன? வியாபாரத்துக்கு வெளியிலேயா?"

"ம்."

"என்ன அப்படி?"

"பொம்மனாட்டி விஷயம்."

"பொம்மனாட்டி என்ன? என்னமோ பெரிய கண்ணகி அருந்ததி பேரைச் சொல்ற மாதிரி பயப்படறீங்களே! தேவடியாள்னு நல்லாச் சொல்லுங்களேன்! என்னமோ தன் முகத்தைக் கண்ணாடியிலே பார்த்துக்றாப்பலல்ல சொல்லவே கூச்சப்படறீங்க!" என்றாள் பெரிய அண்ணி. அறையின் நிலைக்கருகில் பாதி தெரிந்தும் தெரியாததுமாக நின்றாள் அவள்.

பெரிய அண்ணன் நிமிர்ந்து அவளைப் பார்த்தார்.

"காசு பிடுங்கறவளாகட்டும், சாமிநாதன் பெரிசுன்னு சொல்றவளாகட்டும்; வேசி வேசிதானே, தைரியமாகச் சொல்றது தானே, முக்குத்தெரு ஆண்டாளைக் கேட்டா உங்களைப் பத்தி நல்லாச் சொல்லுவா, சந்நிதித் தெருவிலே போய்க் கேட்டா மூணு நாலு தேவடியா அவரைப் பத்திச் சொல்லப் போறா" என்று கண் பளபளக்கக் குரலை உயர்த்தாமல், சூடு தெறிக்க அரற்றினாள் பெரிய அண்ணி.

அவளை ஒரு நிமிஷம் அசையாமல் பார்த்தார் பெரிய அண்ணன். பிறகு "சொல்லியாச்சா?" என்று கேட்டார்.

". . ."

"என் தம்பி தெரிஞ்சுக்காம இருந்திடப் போறானேன்னு சொல்லியாச்சு. திருப்திதானே?"

". . ."

"உன் வேலை ஆயிடிச்சு, நீ போகலாம்."

பெரிய அண்ணி உதட்டை ஓரமாகக் குறுக்கிக் காட்டி விட்டு நகர்ந்தாள். சட்டநாதன் தலையைக் குனிந்துகொண்டான்.

சிறிது நேரம் அசட்டு மௌனமாக நிலவிற்று. பிறகு பெரிய அண்ணனே தொடங்கினார். "உங்க அண்ணிதான் சொல்லிட்டா. இனிமே என்னத்துக்கு மறைக்கணும்? அவ சொல்லாவிட்டாலும் வேற யாராவது சொல்லத்தான் சொல்லி யிருப்பாங்க. எல்லாருக்கும் தெரிஞ்ச விஷயம். ஆனா, நான் என் சம்பாத்தியத்தையும் அழிக்கலே, கடனும் வாங்கலே, இந்த மாதிரி சீரழியறதுக்கு. அதுக்காக நான் பண்ணினது

சரின்னு சொல்ல வரல்லே; ஏதோ சகவாசத்திலே நேர்ந்து போச்சு" என்று தலையைத் தொங்கப் போட்டுக்கொண்டே சொன்னார்.

"மேலொப்பம்..?" என்று பேச்சை மாற்றினான் சட்டநாதன்.

"கடன்காரன் உடனே வந்து அம்மிட்டான். அவர்கிட்டே ஒண்ணும் வகையில்லே என்னை பிடிச்சிருக்கான். கன அவசரமா, ராவோட ராவா, பகலோடு பகலா முனைஞ்சு அமுக்கிட்டான். கடையைச் சீல் பண்ணியாச்சு. ஒண்ணும் யோசிக்கிறதுக்கு இல்லே சட்டம். நான் இப்ப பாப்பராயிட்டேன். கணக்கெல்லாம் பார்த்தாச்சு, இருப்பு செலவெல்லாம் பார்த்தாச்சு. நகை நட்டு நிலம் நீச்செல்லாம் வித்து வெளியிலே வர வேண்டியதும் பைசா மாறா வந்தாலும் பாதிக் கடனைக் கூடத் தரதுக்கு முடியாது. அதுதான் நிலைமை. அதுக்குத்தான் உன்னை வரவழைச்சேன். மேலொப்பம் போட்டதுதான். கடன் வாங்கினது இன்னொருத்தன்தான். ஆனா அவனுக்கு நான் முட்டுக்கல்லா நின்னு வாங்கிக்கொடுத்திருக்கேன். யாரையும் ஏமாத்த விரும்பலே. எனக்கு மனசு இடம் கொடுக்கலே. எதிர்பாராத இடத்திலேர்ந்து ஒரு நாலாயிரம் வந்து இருக்கு. கையிலே இருக்கிற சொத்தேதான் அவங்களுக்கு. கடைப்படாத காலத்துக்காக வச்சிருந்ததையும் கொண்டுவந்து முந்தா நா கொடுத்திட்டாங்க இதோ..." என்று பனியனைச் சற்றுத் தூக்கி மடியிலிருந்த ஒரு நோட்டுப் பொட்டணத்தைக் காண்பித் தார். "ஒரு நோட்டு, ஒரு முறி, ஒரு கீறல் இல்லாம கொடுத்த பணம்."

"யாருண்ணா?"

"இப்ப கேக்கலியா நீ... முக்குத் தெருவுன்னு" என்று அந்த வார்த்தையை மாத்திரம் அடித் தொண்டையில் சொன்னார் அவர். "பேசிட்டா ஆயிடுமா? எல்லாரும் இப்படி ஊனுகாலைக் கொடுத்திருவாங்களா என்ன?" என்று அவனுக்கு மட்டும் காதில் விழும்படியாக முணுமுணுத்தார்.

"எதுவானாலும் வரட்டும் அண்ணா, முடிஞ்ச வரையில் கொடுத்திருவோம். இல்லாட்டி நான் உழைச்சு முழுக்கவும் அடைச்சிடறேன். நீங்க இதுக்காக அதிர்ந்து உட்கார்ந்திடப் படாது. நான் எல்லாம் பார்த்துக்கறேன்" என்று ஒரு படபடப் புடன் உடம்பு முழுதும் ஒவ்வொரு மயிர்க்காலும் சேர்ந்து பேசுவது போல் சொன்னான் சட்டநாதன். சொல்லும்போதே உடம்பு கொள்ளாமல் சற்று நடுங்கிற்று, சற்றுமுன் நகர்ந்து அவர் தோளைத் தடவிக் கொடுத்து அந்த வார்த்தைகளைச் சொல்ல வேண்டும் போலிருந்தது அவனுக்கு. கூச்சமும் ஒரு

134 தி. ஜானகிராமன்

மரியாதையும் கையை அசையவிடாமல் நிறுத்திவிட்டாற் போலிருந்தது.

அவர் நிமிர்ந்து பார்த்தார். அவ்வளவுதான். விசித்து விசித்து அழத் தொடங்கிவிட்டார்.

"அண்ணா!" என்று அடித் தொண்டையில் அழைத்தான் சட்டநாதன். நகர்ந்து அவர் தோளைப் பிடித்துத் தடவினான்.

"வாண்டாண்ணா, நான் இருக்கேண்ணா. எனக்கும் வயசும் தெம்பும் இருக்கு. கவலைப்படாதீங்கண்ணா. மனசை இப்படி விட்டுடக் கூடாதுண்ணா, நாம உண்மையா இருந்தா ஆண்டவன் கை கொடுத்துக்கிட்டே இருப்பாண்ணா. நீங்க தைரியமா, பழைய மாதிரி இருங்களேன் எனக்காக. அண்ணா! அண்ணா! அண்ணா!" என்று தோளை லேசாக உலுக்கினான் இவன்.

கண்ணைத் துடைத்துக்கொண்டு தலையை ஆட்டிப் பெருமூச்செறிந்தார் பெரிய அண்ணன். பழைய நிலைமைக்கு வந்தார்.

"நீங்க இப்படி இருந்தாப் போதும் அண்ணா."

"இந்தச் சமயத்திலே இந்த மாதிரி ஆறுதல் சொல்ல உரிமைப்பட்டவங்க சொல்லலயடா சட்டம்."

சட்டநாதன் புரிந்துகொண்டான், "சும்மா இருங்கண்ணா... அவங்க அவங்களுக்கு வருத்தம் இருக்கும். அதை என்னமோ வெறுப்பு, அலட்சியம்னு நாம நினைச்சிட்டுக் கஷ்டப்படக் கூடாது. நான் கவனிச்சுக்கறேண்ணா. நீங்க முதல்லே எழுந்து இந்தப் படுக்கையைச் சுருட்டி வையுங்க, இப்படிப் படுத்தா. மனசும் படுத்துப் போயிடும் அண்ணா. உடம்புக்குச் சிரம மில்லேன்னா எழுந்திருங்க."

"நான் உன் கலியாணத்தை நினைச்சு வேற உட்கார்ந்து போயிட்டேன். என்னென்னல்லாம் எண்ணிக்கிட்டிருந்தேன். சண்பகவனம் எப்படி இருக்கப் போறாரோ..!"

"அதைப் பத்தி நீங்க கவலைப்பட வேண்டாம், அண்ணா. நான் பழகினவரைக்கும் அவங்க ரொம்ப பெரியவங்களாகத் தான் நின்னுக்கிட்டு இருக்காங்க. அப்படியே மாறினாலும் நாம என்ன செய்ய முடியும்?"

அதைக் கேட்டு அவர் முகத்தில் படரும் அச்சத்தைப் பார்த்து, "அவங்க மாறுகிற ஆள் இல்லை. குட்டிச் சாத்தான் மாத்தினாத்தான் உண்டு. அதுக்கு இடம் கொடுக்கவே மாட்டாங்க அவங்க!" என்று அடித்துச் சொன்னான்.

செம்பருத்தி

"நடராஜாதான் காப்பாத்தணும்!" என்று உள்ளங்கைகளை மேலே திருப்பினார் பெரிய அண்ணன்.

"முடிஞ்சா நீங்க எழுந்திருங்கண்ணா... இப்படிக் காத்தாடக் கொஞ்சம் போயிட்டு வரலாம். இல்லாட்டி வேற எங்காவது உட்கார்ந்து பேசலாம்."

அவர் குழந்தை மாதிரி எழுந்துகொண்டார். மெத்தையைச் சுருட்டி வைத்தான் அவன்.

"வா, வெளியே போயிட்டு வருவம்... கோயில் பக்கமாவது போயிட்டு வரலாம். இனிமே என்னை யார் பார்த்தா என்ன? தலைக்கு மேலே போனப்பறம் சாண் என்ன முழம் என்ன? நான் ஒருத்தரையும் ஏமாத்தி விழுந்து விடலையே," என்றார். சட்டையை எடுத்து மாட்டிக்கொண்டார். துண்டைத் தோளில் போட்டுக்கொண்டார். செருப்பை மாட்டிக்கொண்டார்.

திண்ணைக்கு வந்ததும், "அஞ்சு நாளாச்சுரா வெளியிலே கிளம்பி, அப்பாடா..." என்று கீழே இறங்கினார்.

மேல்காற்றுதான் வீசிற்று. ஆனால் புழுதியைக் கிளப்புகிற காற்றாக இல்லை.

"கோவிலுக்கே போகலாமேண்ணா."

"சரி," என்றார் பெரியண்ணன்.

13

போகும் வழியில் ஒரு முப்பது பேராவது பெரிய அண்ணனைப் பார்த்து நமஸ்காரம் போட்டிருப்பார்கள். ஒவ்வொரு முகத்தையும் சற்று ஊன்றிப் பார்த்துக்கொண்டேதான் போனான் சட்டநாதன். எல்லா முகங்களிலும் புன்சிரிப்பு. காதுவரையிலும் அகல வேண்டிய புன்சிரிப்புகள் தொடங்கின மாத்திரத்தில் தடைப்பட்டு, சற்று வேதனையோடு உற்றுப் பார்க்கும். பேச உதட்டை அசைப்பது போலிருக்கும். உடனே மூடிக்கொண்டு கடந்துவிடும். கடந்துபோன பிறகு நிமிர்ந்து பார்க்கிறார்களா என்று பார்க்க வேண்டும் போலிருந்தது அவனுக்கு. திரும்பத் துணியாமல் மேலே நடந்தான். இரக்கமும் அச்சமுமாக இப்படிக் குன்றிப் பின்வாங்குகிறதை அண்ணன் பார்க்கும் படியாக ஆகிவிட்டதே என்று நொந்துகொண்டான் அவன். பேசாமல் உள்ளே கிடந்தவரை ஏன் வெளியே இழுத்து வந்தோம்?

ஆனால் எத்தனை நாள்தான் உள்ளே கிடப்பது? தண்ணீர் காலிலேயே படாமல் ஒரே தாண்டாகத் தாண்டும்படியாகவா வந்திருக்கிறது கஷ்டகாலம்? பெரிய வாய்க்காலாக, ஆறாக வந்து நிற்கிறது. நனைந்துதானாக வேண்டும்.

ஆனால் அவன்தான் அப்படி மனிதர்களைப் பார்த்து உள்ளுக்குள் அரற்றிக்கொண்டிருந்தான். பெரியண்ணன் அப்படியே முகத்தை வேறு பக்கம் சாய்த்துக்கொண்டுவிடுகிறார்.

கோவிலுக்குள் போகுமுன் பூஜை சாமான் கடையில் செருப்பைக் கழற்றிவிட்டார்கள்.

செம்பருத்தி

"முதலாளிக்கு அர்ச்சனைக்கு எடுத்து வைக்க வாண்டாமா?" என்றான் சின்ன ஆள்.

"கேட்டா எடுத்துக் கொடுடா போதும். முதலாளி கேட்டாங்களா உன்னை..? நீங்க தரிசனம் பண்ணிட்டு வாங்க. செருப்பு இங்கியே இருக்கட்டும்; பார்த்துக்கிறேன்."

ஒரு கணம் பெரியண்ணன் நின்றார்.

"அர்ச்சனைக்கும்தான் இருக்கட்டுமே. ரண்டு தட்டு வை?"

கடைக்காரன் சின்னவனை ஒரு இரண்டு கணம் கண் கொட்டாமல் பார்த்துவிட்டுச் "சீக்கிரமா எடுத்துக் கொடு" என்றான்.

தேங்காய்ப் பழத் தட்டுக்களை வாங்கிக்கொண்டு இருவரும் நடந்தார்கள்.

"கோவில் பக்கம் எனக்கு வர ஒழிஞ்சதே இல்லை. இன்னிக்கு வந்தவனும் எல்லாத்தையும் பறிகொடுத்திட்டு வந்திருக்கானேன்னு அவனுக்குத் தாங்கலே," என்று சொல்லிக் கொண்டே வந்தார் பெரிய அண்ணன்.

'பேசாம வாங்கண்ணா,' என்று சட்டநாதனுக்குச் சொல்ல வேண்டும்போல் இருந்தது. சொல்லாமல் தலையைக் குனிந்து கொண்டே நடந்தான்.

ஒவ்வொரு சந்நிதியிலும் கையைக் கட்டித் தலையைத் தொங்கவிட்டு வெகுநேரம் நின்றுகொண்டிருந்தார் பெரியண்ணன். இருவரும் வெளிச்சுவரில் ஒரு ஓரமாக உட்கார்ந்துகொண்டார்கள் – தனியாகப் பார்த்து. ஆடி அமாவாசைக்கு ராமேச்வரம் போகும் வடக்கத்திய யாத்ரீகர்கள் கூட்டம். மூக்கு நகைகளும் கால் காப்பும் முட்டாக்கும் மூட்டைகளுமாக நாள்பட்ட வெண்ணெய் வாடையைக் காற்றில் மிதக்கவிட்டுக்கொண்டே சோர்ந்த நடையுடன் கடந்து சென்றது.

சிறிது நேரம் ஒன்றும் பேசாமல் இருவரும் வானையும் தரையையும் சூன்யத்தையும் பார்த்துக்கொண்டே உட்கார்ந ்திருந்தார்கள். கோவிலுக்கு வெளியே சிறிது தூரத்தில் ஒரு பெரிய மரத்தை உச்சிப் பக்கம் வெட்டி, வெட்டின துண்டைக் கயிற்றால் இறக்க முயன்றுகொண்டிருந்தார்கள். துண்டு அப்படியே அந்தரத்தில் கயிற்றில் கட்டுண்டு நின்றது. எத்தனை பெரிய மரம்? இதை வெட்டும்போது ஒரு சின்னக் கிளை யாவது குச்சியாவது யார் தலையிலாவது விழாமல் போகுமா? ஒரு சின்னக் காயமாவது படாமல் மரத்தை முழுவதும் வெட்டி, கட்டையும் குச்சியுமாக அடுக்கிவிடுவார்களா?

தி. ஜானகிராமன்

சட்டநாதன் அதையே பார்த்துக்கொண்டிருந்தான். அண்ணன் மனத்தைத் திருப்புவதற்காகத்தான் அவன் மனம் என்னென்னமோ பாடுபட்டுக்கொண்டிருந்தது.

அவர் திரும்பிப் பார்த்தார் "என்னது?" என்று. "இலவ மரமா, ஒதிய மரமா அது?"

பெரிய அண்ணன் சற்று உற்றுப் பார்த்தார், "இலவு மாதிரிதான் இருக்கு. பெரிய குடை பிடிச்சாப்பல இருக்கும். தீத்துக் கட்டிட்டாங்களே ... இடமே வெறிச்சுனு கிடக்கே" என்று அங்கேயே பார்த்து வெறித்தார். "நான் இந்த ஊருக்கு வந்த நாள்லேர்ந்து அதைப் பார்த்துகிட்டுத்தான் வரேன். கோவிலுக்கு வர்றப்பல்லாம் அது கண்ணிலே படும். இனிமே தெரியாது. விறகுக்கும் ஆகாது. தட்டுமுட்டுக்கும் ஆகாதுன்னு வெட்டிட்டான் போலிருக்கு."

சட்டநாதன் வேறு எப்படியோ எண்ணமிட்டுக் கொண்டிருந்தான். அண்ணன் வந்த நாளாகப் பார்த்துக்கொண்டிருக்கிற மரம் – ஒவ்வொரு தூற்றலுக்கும் மழைக்கும் ஒரு நூல் நூலாகப் பருத்துக் கொண்டு, விடேன் தொடேன் என்று கோபுரத்தின் கலசங்களைக் குனிந்து பார்க்க ஆசைப்படுவதுபோல வளர்ந்து கொண்டிருந்த மரம் – ஒரே நாளில் தலையை இழந்து குனிந்து விட்டது. பயமாக இருந்தது அவனுக்கு.

"நமக்கு உபயோகமில்லாதது எல்லாம் இருக்கக்கூடாது போலிருக்கு," என்று முகத்தை இந்தண்டைப் பக்கம் திருப்பிக் கொண்டார் பெரிய அண்ணன். அவர் முகம் வேறு எங்கேயோ போய்விட்டாற் போலிருந்தது. சிறிது நேரம் அப்படியே உட்கார்ந்துவிட்டுப் பெருமூச்சு விட்டார். "நான் கூடியவரையில் யாருக்காவது உபயோகமா இருக்கணும்னு நினைச்சது உண்டுடா சட்டம்" என்று சம்பந்தமில்லாமல் சொல்லி நிறுத்தினார். அவர் எதைப் பார்த்தாலும் தன்னோடு சம்பந்தப்படுத்திக் கொண்டுதான் பேசுவார்போல் இருந்தது. உடனே வீட்டுக்கு அழைத்துக்கொண்டு போக வேண்டும் என்று தன்னைத் தயார் செய்துகொண்டான் சட்டநாதன்.

ஒரு ஆள் அப்பொழுது அவர்களை நோக்கி வந்து கொண்டிருந்தான். அரையில் ஒரு நாலு முழம். மேலே மார்பைப் போர்த்தி ஒரு துண்டு. நெற்றியில் நீர் கலக்காமல் பூசியிருந்த திருநீறு. குடுமியைப் பின்னால் சுற்றி முடியாமல் பெண்பிள்ளை மாதிரி சொருக்கு முடிச்சாகப் போட்டிருந்தது. அருகே வந்ததும் கால் இடுக்கில் அரை வேட்டியை இடுக்கி நின்று கும்பிட்டான். "எங்கே இப்படி?" என்று தழைந்த குரலில் வியப்புடன் கேட்டான்.

"சும்மாத்தான்," என்றார் பெரியண்ணன்.

"பார்த்தேன். முதலாளி மாதிரி இருந்தது. ஆனா இப்படி வந்து உட்கார்ற பளக்கம் இல்லியேன்னு கொஞ்சம் சந்தேகமா நின்னுக்கிட்டு இருந்தேன். முதலாளிதாண்டான்னு கூட வந்தவங்க அடிச்சுச் சொன்னாங்க. சரி, பார்த்திட்டு வரலான்னு வந்தேன்."

"முதலாளியும் இந்தப் பக்கம் திரும்பிட்டாங்களேன்னு ஆச்சரியமாகப் போயிட்டுது உனக்கு ... ம்? உனக்கு இது நல்ல பழக்கமாத்தானே படுது?"

'பார்த்தீங்களா பேசறதை...!' என்று சொல்வது போல ஒரு சொந்தத்துடன் சட்டநாதனைப் பார்த்தான் அவன். அந்தப் பார்வையில் 'நீங்கள் யார், புரியவில்லையே?' என்று ஒரு கேள்வியும் சிந்திற்று.

"அப்ப நீ தனியா வல்லையா?" என்றார் பெரியண்ணன். "இது என் தம்பி; ஊர்லேர்ந்து சாயங்காலம்தான் வந்தாரு."

"அப்படீங்களா? நமஸ்காரங்க! நான் பார்த்ததே இல்லெ. ஊர்ல கடையெல்லாம் நல்லா நடக்குதுங்களா?"

"ம்."

"கலியாணம் ஐயாவுக்குத்தானே ..."

"ஆமாம் இவருக்குத்தான்," என்றார் பெரிய அண்ணன்.

"வர்ற ஆவணியிலேதான் நடத்தணும்னு சொன்னாப்பல இருக்கு."

"ம்க்கும்."

பிறகு ஒரு நிமிஷம் யாரும் பேசவில்லை. அவன் காலில் இடுக்கிய வேட்டியுடன் நின்றுகொண்டிருந்தான். வானில் மேகங்கள் பொன் மறைந்து கறுத்த நரையாகிவிட்டன. அந்தி மயக்கம் இருளாகக் கரைந்துகொண்டு இருந்தது.

அவன் இன்னும் நின்றுகொண்டிருந்தான். அண்ணன் விடை கொடுத்தால்தான் நகருவான் போல் இருந்தது. யார் என்று அண்ணன் சொல்லவும் இல்லை.

"அப்ப நீ போயிட்டு வா."

"சரி" என்று நின்றான் அவன். சற்று கழித்து, "வீட்டுக்குப் போறப்போ முதலாளி எங்க வீட்டிலே சித்தெ நேரம் எட்டிப்

பார்க்கணும்னு ... பையனைப் பள்ளிக்கூடத்திலே போட்டேன் ஒரு மாசம் முன்னாலே. முதலாளிக்கிட்டே சொன்னேன். இப்ப வந்து ஆசீர்வாதம் பண்ணினா நல்லாருக்கும்."

"நீ கூப்பிட்டியா என்னை ..?"

"ஆமாங்க."

"நினைவே இல்லை எனக்கு. வர்றப்ப வரேன்."

"சரிங்க," என்று சட்டநாதனிடமும் சொல்லிக்கொண்டே நடந்தான் அவன்.

"நான் இப்ப அந்தக் குழந்தையை ஆசீர்வாதம் பண்ணலாம்னுதான் தோணுது. சட்டம், இத்தினி நாளா நான் இப்படிச் சாமி முன்னாடி நின்னதே இல்லை. இன்னிக்கு ஒவ்வொரு சந்நிதியிலே ரொம்ப நேரம் நின்னேன். 'நீதாண்டா இனிமே'ன்னு ஓஞ்சு போயி நின்னேன். கொஞ்ச நேரம் ஒண்ணுமே இல்லாம ஆயிடுத்து. நானே சாமியா ஆயிட்டாப்பல ஒரு கணம் தூக்கிப் போட்டுது. சாமியே உடம்பெல்லாம் வந்து பூந்துகிட்டாப்பல ஆயிட்டுது. கையையும் காலையும் வீசிக் குதிக்கணும்போல ஆயிட்டுது. வேற யார் யாரோ நிக்கிறாங்களேன்னுதான் அடக்கிக்கிட்டு இருந்தேன். இரைஞ்சு கத்தணும் போலக்கூட இருந்தது. கத்தியிருந்தேன், நீ என்னைக் கட்டிப் பிடிச்சிருப்பே. முகத்திலே தண்ணியை வாரித் தெளிச்சுருப்பே. கொஞ்சம் விபூதியும் இட்டிருப்பே. நெத்தி யிலே கொண்ணாந்து அப்படிப் பூந்து ஒரு நிமிஷம் ஆட்டி விட்டுட்டுது. அது தாங்காமதான் இப்படி வந்து உட்காரலாம்னு வந்தேன்," என்றார் பெரியண்ணன்.

இப்போது அதைச் சொல்லும்பொழுது அவர் முகத்தில் ஒரு குழந்தைக் களை படர்ந்து கிடந்தது. குழந்தைத்தனமான வெறியா, சித்த பிரமையா என்று சொல்ல முடியாதது போல ஒரு முகத் தோற்றம். பதில் சொல்லப் பயமாக இருந்தது அவனுக்கு.

"எல்லாம் தொலைஞ்சு போனப்பறம்தான் இந்த மாதிரி ஆண்டவன் நினைவு வருமா?" என்று கேட்டார் பெரிய அண்ணன்.

விடையை எதிர்பார்க்கிற கேள்வியாகத் தோன்றவில்லை.

"இப்பதான் உடம்பு கட்டுக்கு வந்திருக்கு. இத்தினி நேரம் வரைக்கும் எப்படியோ தானிருந்தேன். இவன் வந்து நின்னு பேச்சுக் கொடுத்தப்பறம்தான் ஒரு தினுசா அடங்கிச்சு. ஒரு

நிமிஷம் அவன்கூடச் சாமிதானோன்னு ஒரு பிரமை அடிச்சது பாரு... அதாவது நல்லது கெட்டதுன்னு இல்லாம, கெட்டதுன்னு நாம நினைக்கிறதுகூட ஆகாசம் மாதிரி சுத்தமா ஆயிடுது."

சட்டநாதன் விழித்தான்.

அவர் சிறிது யோசித்துவிட்டு, "ஆமாம், நல்லது கெட்டதுன்னு பிரிச்சுப் பார்க்க முடியாமதான் ஆயிடுது. இவன் யாருன்னு பிரிச்சுப் பார்க்க முடியாமதான் ஆயிடுது. இவன் யாருன்னு சொல்லலே உனக்கு இன்னும். அண்ணி முதல் முடிச்சை அவுத்தப்பறம் நானேதான் சொல்ல ஆரமிச்சிட்டேனே. இவன் வந்து அவ தம்பி. அவளுக்குக் கூடப் பிறந்தவங்க மூணு பேரு. ரண்டு தம்பி, ஒரு தங்கை. தங்கையைக் கல்யாணம் பண்ணிக் கொடுத்தாச்சு. இவளுக்குப் பொட்டுக் கட்டிட்டாங்க. சீகாழியிலே இருந்தாங்க எல்லாரும். பத்து வருஷமாச்சு, இங்கே வந்திட்டாங்க. இவன் சின்னதா ஒரு கடை வச்சிட்டிருக்கான். இன்னொரு தம்பி ரெவன்யூலே குமாஸ்தாவாக இருக்கான் தஞ்சாவூர்லே. இவனுக்குப் படிப்பு ரொம்ப இல்லெ. கடை வச்சிட்டான். வெத்திலை பாக்கு, பள்ளிக்கூடத்துக்குப் புஸ்தகம், நோட்டு, மிட்டாய்... இப்படி உதிரியா என்னென்னவோ வச்சு நடத்தறான். புல்லாங்குழல் வாசிப்பான் சுமாரா. பாட்டு கீட்டு சொல்லிக் கொடுக்கறான் நாலஞ்சு பேருக்கு. அதிலே ஏதோ கொஞ்சம் வருது."

வார்த்தைகள் என்னமோ மூன்றாம் மனிதர்களைப் பற்றிப் பேசுகிறாற்போல் இருந்தாலும், குரலும் பரிவும், உடன் பிறப்புக் களைப் பற்றிப் பேசுகிற பாசமும் நைப்பும் ஏறித் தொனித்ததை உணர்ந்தான் சட்டநாதன்.

நட்சத்திரங்கள் ஒவ்வொன்றாக முளைத்துக்கொண்டிருந்தன.

"புறப்படலாமா?" என்று எழுந்தார் பெரிய அண்ணன்.

சந்நிதியைக் கடந்து இரண்டு மூன்று தெருக்களில் திரும்பி நடந்துகொண்டிருந்தார்கள்.

"வா பஞ்சநாதம் வீட்டுக்குள்ள கொஞ்சம் போய்ட்டு வந்திடுவோம். அவன் சொல்லிட்டுப் போனானே" என்று பாதித் தெரு வந்ததும் ஒரு வீட்டின் வாசல்படி ஏறினார் பெரிய அண்ணன்.

நடையில் செருப்பைக் கழற்றிவிட்டு உள்ளே போகும்போது ஜமக்காளத்தை விரித்து அவரை வரவேற்க ஏற்பாடு செய்து கொண்டிருந்தான் பஞ்சநாதம்.

தி. ஜானகிராமன்

"வாங்க வாங்க!" என்று அரிக்கேன் விளக்கை எடுத்து வந்து பரபரவென்று வரவேற்றான் அவன். உட்கார வைத்தான். குழந்தையைக் கூப்பிட்டான். கும்பிடச்சொன்னான். மனைவியை யும் கூப்பிட்டுக் கும்பிடச் சொன்னான். வெற்றிலைத் தட்டை எடுத்து வரச் சொல்லி இரண்டு ரூபாய்ப் பணத்தை வைத்துக் குழந்தையிடம் கொடுத்தார் பெரிய அண்ணன்.

அப்போது வாசலிலிருந்து யாரோ வருவது தெரிந்தது.

"வா அக்கா!" என்று அழைத்தான் பஞ்சநாதம்.

"ஆண்டாளுவா?" என்று ஒரு தடவை நிமிர்ந்து பார்த்தார் பெரிய அண்ணன், கண்ணை இடுக்கி.

"ஆமா."

"கோவிலுக்கு வந்திருந்தியா நீயும்?"

"ஆமாம்... இதுதான் தம்பியா?"

"ம்."

"வாங்க."

சட்டநாதன் நிமிர்ந்து ஒரு முறை பார்த்தான். கும்பிட்டு விட்டுக் குனிந்தான். மீண்டும் பார்க்க வேண்டும் போல் இருந்தது. பார்த்தான். குனிந்துகொண்டான். மறுபடியும் பார்க்கத் துடித்தது.

ஆண்டாள் பளபளவென்று பழ வர்ணமாக நின்றாள். சற்று அகல முகம். நடுத்தர உயரம். உடல் வர்ணம் போலவே ஒரு மாம்பழப் பட்டுப் புடவை. காதில் ஒரு சிவப்புத் தோடு. மூக்கில் மட்டும் வைரம் பூரித்தது. கையில் நான்கு ஜோடி வளையல்கள். கழுத்தை ஒட்டிக்கொண்டிருந்த ரவிக்கை.

குனிந்து அண்ணன் முகத்தைப் பார்த்துக்கொண்டிருந்த சட்டநாதன் அவர் முகத்திலும் அவளைத்தான் பார்த்துக் கொண்டிருந்தான்.

பழைய காலத்துப் பெண்பிள்ளை மாதிரி இருந்தாள் அவள். ஏன் இந்த மாதிரி தோன்றுகிறது என்று தெரியவில்லை. விக்கிரமாதித்தன் கதை, பாரதக் கதை இந்த மாதிரி புத்தகங் களில் கோட்டுப் படமாகப் போட்டிருக்கிற திரௌபதை, கௌசல்யை, மேனகை, குந்தி மாதிரி இருந்தன அந்த முகமும் களையும். வெகு காலத்திற்கு முன்னால் பிறந்து, ஒரு நாற்பது

வயது வாக்கில் மேலே வளராமல், குன்றாமல், மூப்பெய்தாமல் நின்றுவிட்டாற்போல் இருந்தது. அகல முகம், பெரிய மூக்கு, பெரிய காது, பெரிய கன்ன எலும்பு, பெரிய விரல்கள், செம்பானூர் நாலாம் தெருவில் குடியிருக்கிற சின்னப் பண்ணையார் உடையார் மனைவி மாதிரி இருக்கிறது – சாயல், பாவனை எல்லாம். இவளா தேவடியாள்?

திரும்பி மீண்டும் ஒருமுறை பார்த்தான் சட்டநாதன்.

பெரிய அண்ணனைவிட இரண்டு மூன்று வயது கூட இருக்குமோ என்று தோன்றிற்று. முகத்தில் அப்படி ஒரு லேசாக முற்றல்.

"வாங்க!" என்று சட்டநாதனைப் பார்த்து அவள் முதலில் அழைக்கையில் புன்சிரிப்பு கள்ளம் கபடமில்லாத பெண் பிள்ளை இது என்று சொல்வது போல் இருந்தது.

இவளா தேவடியாள்?

குறும்புச் சிரிப்பைக் காணவில்லை. கண் அழகாக இருந்தது. ஆனால் அதுவும் மேலே ஒரு பார்வையும் அதற்கடியில் இன்னொரு பார்வையுமாகப் பார்க்கவில்லை.

"பிராகாரத்திலே உட்கார்ந்திருக்கிறதைப் பார்த்ததும் எனக்கும் ஒண்ணும் புரியலே. அப்புறம்தான் பஞ்சநாதத்தைப் பார்த்துட்டு வா தம்பின்னேன்."

"தம்பி வந்தான். மெத்தையைப் போட்டு ஒரு தலைகாணியை முட்டுக் கொடுத்துகிட்டு உட்கார்ந்திருந்தேன். 'முதல்லே படுக்கையை விட்டு எழுங்கண்ணா, அப்புறம் தான் மனசும் படுக்காம இருக்கும்'னான். ரொம்ப சரியா இருந்தது அவன் சொன்னது. தெம்பு இல்லாட்டா படுக்கணும் போலத்தான் இருக்கு. இருக்கிற தெம்பையும் படுக்கை உறிஞ்சிகிட்டு விட்டுடுது. என்னமோ ரிஷி சொல்றாப்பல சொன்னான் அவன். யார் இப்படிச் சொல்லப் போறாங்கன்னு சடார்னு எழுந்தேன். அவனே படுக்கையைச் சுருட்டி வச்சான். கோவிலுக்குப் போவம்னான். வந்தேன். வேலை கிடையாது. வெட்டியா உட்கார்றதை, பண்டாரம் மாதிரி கோவில்லதான் உட்காருவமேன்னு உட்கார்ந்தேன்."

"என்னாத்துக்குப் பண்டாரம், வெட்டி இந்த மாதிரி யெல்லாம் பேசணும்? ஏதோ வேளைக் கோளாறு. அதுக்காக இப்படி எல்லாம் பேசினால், எங்களுக்கு அதைரியமாப்போயிடுது. பஞ்சநாதம், ஏதாவது சாப்பிடக் கொடுக்கப்போறியா?"

“ஒண்ணும் வேண்டாம். இப்ப போய்ச் சாப்பிடற நேரம்.”

“எல்லாரும் சாப்பிடத்தான் போறாங்க . . . தம்பி!”

“கொண்டு வருதுக்கா,” என்று உள்ளே போனான் பஞ்சநாதம்.

இரண்டு டம்ளர்களில் பாலைக் கொடுத்துவிட்டு, அவர்கள் சாப்பிட்டதும், “நீங்க கொஞ்சம் பேசிட்டிருங்க கோவிலுக்குப் போகணுங்குது, அழச்சிட்டுப் போய் வந்திடறேன்” என்று மனைவியையும் குழந்தையையும் அழைத்துக்கொண்டு வெளியே போனான் பஞ்சநாதம்.

“கலியாணம் எப்ப வச்சிருக்குத் தம்பிக்கி?” என்று ஆண்டாள் தொடங்கினாள்.

“ஆவணியிலே நடக்கணும்.”

“நடக்கணும்னா? நடக்கத்தானே போவுது!”

“அது சரி. என்னை இப்படித் திடீர்னு இடிச்சுத் தள்ளி உட்கார்த்தி வச்சிருக்கே . . .”

“இதுக்கும் அதுக்கும் என்ன?”

“என்னமோ பெரிசா நடத்தணும்னு நெனச்சிருந்தேன். கச்சேரி, ஊர்வலம், அப்படி இப்படின்னு. எங்களுக்குத்தான் எல்லாம் கழிச்சாப்பல நடந்தது. இவனுக்காவது கொஞ்சம் சத்தம் போடலாம்னு பார்த்தேன். குரல்வளையையே அம்மிட்டுது வந்து.”

“சும்மா இது என்ன பேச்சு? பணம் போயிட்டால் எல்லாம் போயிடுமா, என்ன? மனுஷங்க போயிடுவாங்களா? சிநேகம் போயிடுமா? நினைவு போயிடுமா? மனுஷத்தனம் போயிடுமா? உலகம் முழுக்க பணத்தினாலேயே நடக்கறாப்பலல்ல பேசியாவுது? தம்பி கல்யாணம் பெரிசாத்தான் நடக்கப் போவுது. எங்க சின்னம்மா மக வந்து சதிராடப் போவுது. எங்க சித்தப்பா வந்து சேவகம் பண்ணப் போறாரு. எங்க சித்தப்பாவைப் பாட்டுக் கச்சேரிக்கும் சொல்லப் போறாங்க. அப்புறம் என்ன?”

“எல்லோருக்கும் வெறுங் கையை முழம் போடணும் நான். ‘இன்சால்வெண்ட்’ கொடுக்கப் போகிறேன். இருந்தாலும் ஒண்ணும் நினைச்சுக்காதீங்க. பழசை நினைச்சுக்கிட்டு ரயில் சார்ஜ், வண்டி சார்ஜ், கச்சேரி ரேட் எல்லாம் நீங்களே போட்டுக்கங்கன்னு சொல்லணும் நான்.”

“பாரேன் . . !” என்று கலகலவென்று சிரித்தாள் அவள். “பேச்சுக்குப் பேச்சு இப்படியே பேசிட்டிருந்தா என்ன செய்யறதாம்? நாம்பளா செஞ்சிக்கிறதா தம்பி? இல்லையே. என்னமோ

திடீர்னு வந்திருக்கு. அதுக்காக என்ன செஞ்சிக்க முடியும்? நமக்கென்ன, புத்தி இல்லையா? தைரியம் இல்லையா? கொஞ்சம் நாள் போனா மறுபடியும் எழுந்து நின்னுகிட்டா போவுது. அவங்க தூங்கறப்பக்கூட ஒருத்தருக்கு ஒரு தப்புக்கூட நினைச்ச தில்லே. ஜன்மாந்தரத்திலே செஞ்ச வினையோ, இல்லெ கெரகக் கோளாறோ, இப்படிக் கொஞ்ச நேரம் போட்டு ஆட்டுது. அவன் அவன் வேலையைச் செய்யணும்னு சனி, செவ்வாய்னு ஒவ்வொருத்தனுக்கா ஒரு வேலை வச்சிருக்காரு நடராஜா. அவன் அவன் செஞ்சிக்கிட்டுத்தான் இருப்பான். கடிகார முள்ளு ஒரு நம்பரையேவா குத்திட்டிருக்கும்? ஒரு நொடி நேரம்தான் குத்தும். அப்புறம் தாண்டி எட்டு எட்டரை ஒன்பது ஒன்பதரைன்னு வேற நம்பருங்களைக் குத்தப் போயிடுது. நம்ம கிட்டவெ நிக்கப் போறாப்பல இடிஞ்சி உட்கார்ந்திருந்தா?" என்றாள் அவள்.

சட்டநாதனுக்குச் சிரிப்பு வந்துவிட்டது. ஏழரை மணி அடித்ததைக் கேட்டுத்தான் அவள் கடிகார முள்ளைப் பற்றிப் பேசினாள்.

பெரிய அண்ணன்கூட அவளைப் பார்த்து லேசாகச் சிரித்தார். 'எப்பேர்ப்பட்டவள் பார்த்தாயா?' என்று. அந்தச் சிரிப்புப் பெருமையும் உரிமையுமாகச் சொல்லிக்கொள்வது போல் இருந்தது.

பேச்சை மாற்றுவதற்காக ஆண்டாள் செம்பானூரைப் பற்றி, சட்டநாதன் கடை வியாபாரம் பற்றி, தாயார், சின்ன அண்ணன் மனைவி, சண்பகவனம், அவர் குடும்பம் எல்லா வற்றையும் பற்றி விசாரித்துக்கொண்டிருந்தாள்.

"சொன்னாங்க, பொண்ணு ரொம்ப லட்சணமாயிருக்கும்னு. லட்சணம் இருந்தாலும் சரி இல்லாட்டியும் சரி, மனசிலே பாசம் வைக்கத் தெரியணும். கூடப் பிணைச்சுப் போட்டவங்க – அது ஆமடையானாகட்டும், பொண்டாட்டியாகட்டும் – ஒரே மாதிரியா இருக்க மாட்டாங்க. ஒண்ணு ரண்டு தவறுதலாகப் பேசலாம், நடக்கலாம். ஆனா எது நடந்தாலும் செஞ்சது நம்ப மனுஷி, நம்ப மனுஷன்னு நினைக்கிற பாசமும் பிரியமும் தான் தம்பி முக்கியம். எது நடந்தாலும் பெரிசா என்னமோ அவமானம், கௌரவக் குறைச்சல் நடந்திட்டாப்பல பாராட்டி கிட்டே உட்கார்ந்து இருக்காமெ, பெருந்தன்மையா மன்னிச்சிட்டு, நம்ம பிரியம்தான் பெரிசின்னு போய்ட்டிருக்க ணும். பெண்டாட்டி லட்சணமாயும், ஆமடையான் லட்சணமா யும் இருக்கிறதா பெரிசு? எது வந்தாலும் எங்களைப் பிரிக்க முடியாதுன்னு ஒட்டித் தைச்சுப் போட்டாப்பில பிடிச்சுக்

கிட்டு நிக்கணும். அது இல்லாட்டி ஒண்ணும் சுகமில்லே. அம்பாரத்துலே நின்னாலும், ஆத்தோட போனாலும், சேர்ந்து தான் போகணும். நீ வேறே நான் வேறேன்னு பிரிச்சிக்கிட்டாத் தான் சங்கடம் வரும். நாம் மனசார ஒப்படைச்சாத்தான் பிறத்தியாரும் மனசார ஒப்படைப்பாங்க. தம்பிக்கு ஒண்ணும் தெரியாது போலல்ல நான் பாட்டுக்குச் சொல்லிகிட்டுப் போறேன்..! தம்பிகூட நினைச்சுக்கும், பெரிய வாயாடியா இருக்கும் போலிருக்கேன்னு" என்று நிறுத்தினாள் ஆண்டாள்.

சட்டநாதன் அவள் பேசும்போது கண் கொட்டாமல் தன்னைறியாமல் அவளைப் பார்த்துக்கொண்டிருந்தான். பெரிய அண்ணியும் இவளும் ஏன் இப்படி இடம் மாறினார்கள்? ஒரு கணம் நினைத்தான். ஒவ்வொரு வார்த்தையும் பூச்சு மெழுகல் இல்லாமல் உள்ளே இருந்து வந்துகொண்டிருந்தது. தாசிக்குக் குடும்பத்தைப் பற்றி என்ன தெரியும் என்று ஒரு சந்தேகம் வந்தபோது, அவள் தம்பிகளை நினைத்துப் பார்த்தான். மறுகணம் தம்பிகளே வேண்டாம், அவளே அவளுக்கு உதாரணம் என்று தோன்றிற்று.

பெரிய அண்ணனை நினைத்துப் பெருமையாக இருந்தது. பரிதாபமாகவும் இருந்தது. ஆண்டாளும் பெரிய அண்ணியும் எதிரும் புதிருமாக நிற்பதுபோல் இருந்தது.

14

அடுத்து இரண்டு வாரமும் சட்டநாதன் அலையாக அலைந்துகொண்டிருந்தான். வேதக்குடி தாவுத் பாச்சா வீட்டுக்கும் ஊருக்குமாக அலைந் தான். செம்பானூர் ராமுப் பத்தர் வீட்டுக்கும் சிதம்பரத்துக்கும் அலைந்தான். சப்ரிஜிஸ்டிரார் ஆபீசுக்கும் ஸ்டாம்ப் வெண்டர் வீட்டுக்கும் அலைந்தான். கடைத் தெரு மொத்த வியாபாரம் வேணுகோபால செட்டியார் மண்டிக்கும் தன் கடைக்குமாக அலைந்தான். கணக்குப் பிள்ளை வீட்டுக்கும் பட்டா மணியத்தின் வீட்டுக்கும் அலைந்தான்.

நடுநடுவே செம்பானூர்க் கோவிலுக்குள் புகுந்து லிங்கத்தின் பட்டைகளையும் இரண்டு விளக்கைச் சக்கர விளக்குகளாகக் காட்டிய கண்ணாடி வட்டத்தையும் பார்த்துக்கொண்டு நிற்பான். ஒருவர் கண்ணிலும் படாமல் தூண் மறைவில் சற்று உட்கார்ந்துகொண்டிருப்பான். சிதம்பரத்தில் நடராஜா சந்நிதியில் நிற்பான். ஊருக்கு வந்ததும் சின்ன அண்ணனின் குழந்தை குப்புறப் படுத்துப் பாட்டியின் தட்டலில் தூங்குவதைப் பார்த்துக்கொண்டு நிற்பான்.

அலைந்து அலைந்து, வழி தேடித் தேடிக் களைத்த நெஞ்சு மரத்துக் கிடக்கிறது.

மேலக் குளத்தில் எருமைகள் கடன்காரர்கள் பயமில்லாமல், எந்த நிலத்தை யார் குறைத்துக் கேட்பார்களோ என்று கவலையில்லாமல், தண்ணீரில் தலையைச் சற்றைக்கொரு முறை

தி. ஜானகிராமன்

முழுக்கி முழுக்கி, உடம்பை எல்லாம் மறைத்துக்கொண்டு கிடக்கின்றன. விற்க நகைகள் இல்லை. நிலமில்லை, வீடில்லை, பயப்படக் கடன்காரர்கள் இல்லை, தலைவலியை மண்டையில் எங்கோ ஒரு இடத்தில் செருகி பைத்தியங்களைப்போல் தன்னை யறியாமல் கத்தவிடும் சிந்தனை இல்லை, தடி விழுந்தாலும், வண்டி இடித்தாலும், நகர்ந்து கொடுக்கிற சுரணை இல்லை. வெயிலும், காற்றும் மழையும், சேறும் அசைக்க முடியாத அசட்டை.

சட்டநாதன் அரை நாழிகை அந்தப் பாவனையில் நின்றான். 'என்ன அமைதி! என்ன மோனம்! என்ன சுகம்! சில நாளைக்கு ஜபம் செய்யும்போது வரும் நிலை போலிருக் கிறது! இந்தப் பிராணிக்கு எப்படி மகிஷாசுரப் பட்டம் கிடைத்தது? அதை ஏன் கொன்று போட்டார்கள்? நகரும் மேகங்களையும் நீல வானையும் நான் அழகென்று நினைக கிறதை, அது மட்டும் நினைக்கவில்லையா? நினைக்காவிட்டால் என்ன? கடைசிப் பலனான மயக்கமும் மந்தமும் கிடைக்கிறதா இல்லையா..?"

காற்றில் அரச மரத்து இலைகள் சலசலக்கின்றன.

"என்ன பார்த்துக்கிட்டே நிற்கிறே?" என்று தண்ணீரில் கிடக்கிற எருமை, தலையை ஒரு வாகாகச் சாய்த்துக்கொண்டே கேட்கிறது. என்ன தோரணை! என்ன அலட்சியம்! இரண்டு மூன்று தடவை அப்படிப் பார்த்துவிட்டது. "குளிக்கிற இடத்தில் என்னடா வேலை உனக்கு?" என்று நாலாம் தடவையாக ஒரு பார்வை பார்த்தது. சட்டநாதன் சிரித்துக்கொண்டு குளத்தங் கரையைவிட்டு நகர்ந்து கோவிலுக்குள் நுழைந்தான். பிராகாரத் தில் இருக்கிற ஒற்றைப் பன்னீர் மரம் ஸ்வாமி மணம் வீசுகிறது. துண்டில் அத்தர் தடவி முகத்திற்கு முன் ஒரு தடவை அசைக்கிறாற்போல அசைத்து இழுத்துக்கொள்கிறது. வேதக்குடி தாவுத் பாச்சா இன்றைக்குச் சாசனம் எழுத வரச் சொல்லி இருக்கிறார். முதல் முதலில் போய்ச் சந்தித்தபொழுது பேசிக் கொண்டே இருந்தவர், ஸ்வாக் அத்தர் குப்பி ஒன்றைப் பெல்ட்டிலிருந்து எடுத்து, அவன் துண்டில் ஒரு பொட்டை இழுத்துத் தடவி, துண்டை அவன் மூக்கின் முன் இரண்டு தடவை அசைத்து, "எப்படி?" என்று அவனிடம் கொடுத்தார். "நேத்துத்தான் லக்னோவிலேர்ந்து வந்திச்சு," என்றார்.

"தம்பி, அகவிலை தலை குப்புற விளுந்து கிடக்கு. நேத்து ஒரு வண்டி நிறைய அரிசியைப் போட்டு வித்துட்டு வாடான் னேன். நாலு மூட்டை அரிசியை ஏழரை ரூபாய் மேனிக்குப் போட்டுட்டு, மீதியை வெலை போகலேன்னு ஓட்டி வந்துட் டான். இந்தச் சமயத்திலே ஐம்பதாயிரம் அறுபதாயிரத்துக்கு

மேலொப்பம் போட்டாரா உங்க அண்ணன்? அவரு என்ன வியாபாரியா? திருப்பணி பண்ற சாமியாரா? ஒண்ணும் புரியல எனக்கு? அறுபதாயிரம்னா பதினைஞ்சு வேலி நிலம். இல்லேன்னா நாகப்பட்டணத்திலே ரட்டை மாடி வீடா பன்னண்டு வீடு! யாரை நம்பி மேலோப்பம் போட்டாங்க? எத்தை நம்பி மேலொப்பம் போட்டாங்க தம்பி..! என்ன மயங்கிக் குந்திட்டீங்க? அத்தர் வாசனையா! அண்ணன் சமத்தை நினைச்சா..! எனக்கு என்ன வெலை போட்டு வாங்கலான்னு தெரியலெ. ஒரு பக்கம் நப்பாசை அடிக்குது! ஒரு பக்கம் அகவிலை பயமுறுத்துது! ஒரு பக்கம் கண்ராவியா இருக்கு! நான் காப்பி குடிக்க மாட்டேன். வீட்டிலேயும் கிடையாது. சாயாதான். ஆனா பரங்கிப்பேட்டை போயிட்டு – நாலஞ்சு வருஷமாயிடுச்சு – சிதம்பரம் வந்தேன். உங்க அண்ணன் என்னைப் பார்த்ததும் தலைகால் தெரியாம குதிச்சாங்க. ஊட்டுக்கு அளச்சிட்டுப் போனாங்க. என்னா காப்பி. என்னா காப்பி! பெனாங்கில குடிக்காத காப்பி! சிங்கப்பூர்லே குடிக்காத காப்பி! ரங்கூன்லே குடிக்காத காப்பி! அப்புறம் சிவபுரிக்கு ஒரு ஆளை அனுப்பிச்சு பாடம் பண்ண புகையில நாலு கட்டு வரவளைச்சாங்க. எடுத்துப் போங்க ராவுத்தரேன்னு ஒரு ஆள் தலையிலே வச்சு விட்டாங்க. ஸ்டேஷன்ல ரயில்லெ கொண்டு ஏத்திட்டுப் போனான் அவன். பெனாங்குக்கு ஒரு தடவை வாங்களேன்னு கூப்பிட்டேன். வாரேன்னாங்க. இப்ப கூடப்போயி அவங்க நம்ம கடையையும் பார்த்துக்கிடலாம், ஆனா நான் எப்படிச் சொல்லுவேன்? சொல்லலாமா? நூறு கணக்கப் பிள்ளைக்குச் சம்பளம் கொடுக்கிற கையாச்சே? ம்... தம்பி! எனக்குச் சடார்னு என்ன சொல்றதுன்னு புரியலெ. நான் இந்த நிலத்தை நம்பிக் குந்தியிருக்கலெ. ஆண்டவன் கடல் கடலா அளச்சிட்டுப் போயி வாரிக்கச் சொல்லி இருக்கான். குறைவா இல்லெ. ஆனா கொஞ்சம் யோசிக்க டயம் கொடுக்க ணும் நீங்க! ரண்டே ரண்டு நாள் போதும். நாளானிக்கிக் காலையிலேயே வாங்க. முடிவாச் சொல்லிடறேன். வாங்கிக்கத் தான் போறேன். வெலையைப் பத்தித்தான் கொஞ்சம் யோசிக்க ணும். நீங்க வேற எங்கியும் போக வாணாம், யாரையும் கேக்க வாணாம்...”

நீளக் கயிற்றால் முளையில் கட்டிய ஆடுபோல், பாச்சா வின் பேச்சு சின்ன எல்லையும் பெரிய எல்லையுமாக இல்லா மல் நடுத்தரமாக மேய்ந்துகொண்டிருந்தது.

“என்னை நம்புங்க தம்பி! நாளானிக்குக் கட்டாயம் முடிவு சொல்லிடறேன்” என்றார் கடைசி முறையாக விடைகொடுக்கும் போது.

அந்த 'நாளன்னிக்கிக்குள்' ஒரு தடவை சிதம்பரம் போய் விட்டு வந்தான்.

நாளானிக்கி மனதுக்கு நிம்மதியாக விடிந்தது. குழி இரண்டு ரூபாய் என்று போகிற விலைக்குச் சரியாக நிற்காமல், மூன்று ரூபாய் போட்டு, இருக்கிற நிலத்தை எல்லாம் சாசனம் எழுதி வாங்கிக்கொண்டார் தாவுத் பாச்சா. சின்ன அண்ணன் பங்கைத் தவிர, மற்ற இரண்டு பங்குகளும் பெரிய அண்ணன் பங்கும் அவன் பங்கும் புன்செய் நன்செய் ஒரு குழி மிச்சமில்லாமல் கைமாறிவிட்டன.

அம்மாவின் சிவப்பு ஓலை, காரை, நாகநத்து, ராக்கொடி, இரண்டு இரண்டு வடம் சங்கிலிகள், கழுத்தைப் பிடிக்கிற அட்டிகை, அதன் நடுவே சிவப்புக்கல் பதக்கம், புல்லாக்கு – எல்லாம்; பெரிய அண்ணியின் வைரத் தோடு, வைர மூக்குத்தி, பழுக்கா டப்பாவில் வைத்து இருந்த எட்டுச் சங்கிலிகள் ஆறு ஜோடி வளையல்கள் – எல்லாம் ராமுப் பத்தரிடம் போய்ப் பணமாக மாறி வந்தன. அரை வண்டி மிட்டாய்க் கடை சுப்பராயர் கைக்கு மாறிற்று. மளிகைக் கடையை அப்படியே மொத்தமாக விலை போட்டு மேலே ஒரு ஐந்நூறையும் கொடுத்து எடுத்துக் கொண்டார் வேணுகோபால செட்டியார். என்ன தோன்றிற்றோ, கடை நடுவில் மாட்டி இருந்த ரவி வர்மா, லட்சுமி, சரஸ்வதி படங்களை மட்டும் கழற்றி சட்டநாதனிடம் கொடுத்துவிட்டார். அவர் கிராமத்து வீட்டை மட்டும் யாரும் வாங்க முன் வரவில்லை. சேண்டப்பிரியர் வீட்டின் மீது ஐந்நூறு ரூபாயாகக் கடனாகக் கொடுத்து, ஸ்டாம்பு இல்லாத கடன் பத்திரம் ஒன்றை எழுதி வாங்கிக்கொண்டார்.

அதே சமயத்தில் சிதம்பரத்துக் குதிரை வண்டி, வீடு, கடையிலுள்ள அரிசி மூட்டைகள், நெய் மண்டியிலிருந்த நெய் டின்கள் – எல்லாம் பணமாக மாறிக் கடனை அடைக்கக் கிளம்பின. ஆண்டாளுவின் நாலாயிரம் ரூபாயுமாகச் சேர்ந்து முக்கால் கடனுக்கு விடை கிடைத்துவிட்டது. மீதிப் பதினாலாயிரத்துக்குப் பெரிய அண்ணன் சொன்னார், 'ரெட்டியார்வாள், ஐ.பி. கொடுத்துவிடலாம்; வாண்டாம்னு நினைக்கிறேன். இத்தனாம் பெரிய தொகையை நீங்கள் தள்ளியும் கொடுக்க வாணாம். நான் முன்னாலே போய்ட்டாலும், என் தம்பியைச் செத்துப் போறதுக்குள்ளார கொடுத்திடச் சொல்றேன். இருக்கிறதை எல்லாம் ஒட்டக் கொடுத்தாச்சு. அம்மா மட்டும் இரண்டு சங்கிலியும் இருநூறு ரூபாய்ப் பணமும் வச்சுக்கிட்டு இருக்காங்க. ஒரு சங்கிலியைப் பேத்திக்குக் கொடுக்கப் போறா ளாம். இன்னொரு சங்கிலியை இவனுக்குப் பொஞ்சாதியா வரப்போறவளுக்குக் கொடுக்கணும்னு ஆசையாம். ரூவாயைத்

தனக்குக் கிருத்தியம் பண்ற செலவுக்காக ஒதுக்கி வச்சிருக்கிறாளாம். அதைப் பிடுங்கிட்டா ஒண்ணும் சொல்லமாட்டா. வாண்டாம்னு பார்க்கிறேன். நான் மறந்தாலும் என் தம்பி மறக்க மாட்டான். உங்களுக்கு அடிமையா இருந்தாவது தீர்த்துப் பிடுவான். அவனை நல்லாத் தெரியும் எனக்கு," என்று சொல்லிக் கொண்டே ரெட்டியாரைப் பார்த்தார்.

ரெட்டியார் லேசாகச் சிரித்தார். பிறகு உதட்டைக் கடித்துக் கொண்டே எங்கேயோ பார்த்துக்கொண்டு உட்கார்ந்து இருந்தார். விரல் தாளம் போட்டது. ஒரு தடவை மூக்கைச் சொரிந்து கொண்டது. இரண்டு மூன்று முறை எழுந்து எழுந்து புகையிலைச் சாற்றை உமிழ்ந்துவிட்டு வந்தார்.

"சரிங்க, நாளைக்கி வந்து ஒரு நோட்டு எழுதிக் கொடுத்திடுங்க," என்றார். காபி கிளப்பிலிருந்து அல்வாவும் காராபூந்தியும் காபியும் வாங்கி வரச் சொன்னார். அவரும் சாப்பிட்டார். அண்ணன் தம்பியையும் சாப்பிடச் சொன்னார். விடை கொடுத்தார்.

கையை வீசிக்கொண்டு சட்டநாதனும் கோபால பிள்ளையும் தெருவில் நடந்தார்கள். வீட்டுக்குப் போனார்கள். கோவிலுக்குப் போனார்கள். மறுநாள் போக மறுநாள் பாத்திரம் பண்டங்களை இரண்டு சாக்கில் கட்டி, ரயிலில் போட்டுச் செம்பானூர் ஸ்டேஷனுக்கு டிக்கெட் வாங்கிக்கொண்டு வண்டி ஏறினார்கள்.

நாலு குழந்தைகள், பெரிய அண்ணி, பெரிய அண்ணன் – இந்தப் புதிய சொத்துக்களை இட்டுக் கொண்டு வீட்டிற்குள் நுழைந்தான் சட்டநாதன்.

குழந்தைகள் பாட்டியைச் சூழ்ந்து கொண்டன. சின்ன அண்ணனின் மகள் ஒவ்வொரு குழந்தையையும் கட்டிக் கொண்டு சிரித்தது. பாட்டி சிரித்தாள். சின்ன அண்ணி சிரித்தாள்; பெரிய அண்ணி பாட்டியை விழுந்து வணங்கினாள்.

"திருப்பதி மரப்பாச்சி மாதிரி ஆயிட்டமேன்னு நினைச்சுக்காதே. எம் புள்ளை எல்லாம் இப்படியெல்லாம் பண்ணமாட்டான். வேளைக்காரன் ஆட்டி வைக்கிறான். எல்லாம் சரியாப் போயிடும். நகை எல்லாம் இன்னிக்குப் போகும், நாளைக்கு வரும். அவன் பொளச்சானே, அதுவே பெரிசு. கழுத்திலே கவுறு இருக்கிறது ஒண்ணுதான் பெரிய நகை. பெரிய சொத்து," என்று அம்மா எழுந்து நின்ற பெரிய அண்ணியை ஏற இறங்கப் பார்த்தாள்.

தி. ஜானகிராமன்

"ஏன் இப்படி இளைச்சுப் போயிட்டே? கவலைப்பட்டு என்ன? புத்தியில்லாத ஆமடையானா? இன்னிக்கு விட்டதை நாளைக்குச் சம்பாரிச்சிட்டுப் போறான்... கோவாலு, கோவாலு!"

"என்னம்மா?"

"நான் சொல்றது சரிதானே?"

"உன் ஆசீர்வாதம்."

"நான் இருந்துப் பார்க்கப் போறேனோ என்னமோ? நீ மறுபடியும் முந்தி மாதிரி ஆவத்தாண்டா போறே."

"ஆறேனோ ஆகலியோ! உன்னைக் கொண்டு வச்சிக்கிற துக்குப் பதிலா நீ என்னை வச்சுக் காப்பாத்தும் படியா வந்திருக்கேன்."

"எப்படியாச்சும் இருந்திட்டுப் போகட்டும். உன் மடியில தலை வைச்சு நான் கண்ணை மூடினாப் போதும். அதுக்காக ஆண்டவன் உன்னைக் கொண்டு விட்டுட்டான். எனக்கு அது போதும். பணக்காரனா இருந்தா என்ன, பரதேசியா இருந்தா என்ன! என் புள்ளை புள்ளைதானே!" என்று பெரிய அண்ணியைப் பார்த்துக்கொண்டே சொன்னாள்.

சட்டநாதன் அதைப் பார்த்துக்கொண்டே நின்றான். 'என் புள்ளை ஆண்டியாப் போனா என்ன? உன்னை அடியோடு உருவி, உன் கொட்டம் திமிரெல்லாம் அடக்கி இங்க கொண்டு வந்து தள்ளியாச்சா இல்லியா?' என்றுதான் அந்தப் பார்வைக்கு அவனால் அர்த்தம் செய்துகொள்ள முடிந்தது.

"எப்ப வந்தாப்பல?" என்று குரல் கேட்டுத் திரும்பினான். சேண்டப்பிரியர் வெள்ளை மீசை தொங்க, மார்புப் பள்ளத்தில் கட்டிய வேட்டியும் கையில் கம்புமாக வந்து நின்றார்.

"வாங்க வாங்க!" என்று அவரை வரவேற்க வந்தார் கோபாலு.

"எட்டரையிலே வந்தீங்களா?"

"ஆமாம், உட்காருங்க."

"மலை போல வந்திருச்சி, பனி போலப் போயிரும். வேற என்னத்தை நான் சொல்லப் போறேன்? எவனுக்கோ பிணையா நின்னதுக்கு இப்படி ரத்தம் சுண்டச் சுண்டக் கொடுத்திட்டீங்க. யாரு செய்வாங்க? அதனாலெதான் சொல்றேன், பனி போலப் போயிடும்னு."

"போகுதோ போகலியோ, நாம ஏமாத்திட்டோம்னு பேர் வரக்கூடாது. இப்ப எனக்கு நிம்மதியா இருக்கு. ஆனா என்னமோ

தம்பி கல்யாணத்துக்கு அப்புறம் வந்திருக்கலாம். அதுதான் எனக்கு ஆறலே, நினைக்க நினைக்க."

"தம்பி கலியாணம் நிக்கப் போறதில்லையே, சண்பகவனம் பிள்ளை எங்க வீட்டுக்கு வந்திட்டுப் போயிட்டாங்க. கலியாணத்தை இந்த ஆவணிக்குள்ளாற நடத்தத்தான் போறாங்க. நீங்க வந்தவுடனே எனக்குத் தகவல் சொல்லியனுப்பணும்னு படிச்சுப் படிச்சு சொல்லிட்டுப் போயிருக்காங்க. அதுக்குத்தான் வந்திருக்கேன் நான். எப்ப வரச் சொல்லலாம், சொல்லுங்க?"

"நெசம்மாவா?"

"அவங்களுக்கு . . . ரொம்ப வருத்தம் – தம்பி அவங்களைப் போய்ப் பார்க்கலெ, சமாச்சாரம் ஒண்ணும் சொல்லலேன்னு. கடையை வித்தாச்சாமே. நிலத்தை வித்தாச்சாமேன்னு திகைச்சு திகைச்சு எங்கிட்ட வந்து கேட்டாங்க. எங்கிட்ட சொல்லக் கூடாதான்னாங்க. நான் என்னத்தைச் சொல்றது? தம்பி ஒரு தடவை பார்த்திருக்கலாம்."

சட்டநாதன் சற்றுத் தலையைக் குனிந்துகொண்டு நின்றான்.

"ஏன் பார்க்கலை தம்பி அவங்களை?"

"என்னமோ."

"என்னமோன்னா! உங்களுக்குக் கஷ்டம் வந்திரிச்சேன்னு கதவைச் சாத்திட்டு உள்ளே போயிடுவாங்களா . . ? சொல்லுங் களேன்."

"என்னமோங்க. அவங்களைப் போய்ப் பார்க்கத் தைரியம் இல்லே," என்று தைரியத்தை வரவழைத்துக்கொண்டு சொல்லி விட்டான் சட்டநாதன்.

"நான் இப்ப சொல்லி அனுப்பப்போறேன், வருவாங்க. அப்பவும் அவங்களைப் பார்க்க பயந்துகிட்டுக் கொல்லப் பக்கமா போயிடுவீங்களா? ம் . . . சரி பெரியம்மா ஆவணி இருப்பத்திரண்டாம் தேதி கலியாணம் நடக்கப் போவுது. அவங்க சொல்லிட்டாங்க. பத்திரிக்கை அடிக்கிறதுதான் கேட்டுக்கிட்டுச் செய்யணும்னு மூணு தடவை எங்க வீட்டுக்கு அலைஞ்சாங்க."

❍

சின்ன அண்ணி கொண்டுவந்து வைத்த தேநீரை அருந்தி விட்டுச் சேண்டப்பிரியர் விடைபெற்றுக்கொண்டார். பிற்பகலில் அவர் மீண்டும் வரும்போது சண்பகவனத்தின் நெடிய உருவமும் சந்தன மணமும் கூடவே வந்தன.

❍

ஆவணி இருப்பத்திரண்டாம் தேதி, சண்பகவனம் சொன்னபடி பத்திரிகையில் அச்சிட்டபடி, கல்யாணம் செம்பானூரில் நடந்துவிட்டது. பெரிய அண்ணன் நினைத்த படி நடக்கவில்லை. ஆண்டாள் நினைத்தபடி நடந்தது. அவளுடைய இரண்டு தம்பிகளும் வந்திருந்தார்கள். கடைக்கும் கண்ணிக்கும் அலைந்தார்கள். அவளுடைய சித்தப்பா கணேச பிள்ளை ஐந்நூறு, அறுநூறு வருகிற கச்சேரிகளை விட்டுவிட்டு, மாலை மாற்றித் தாலி முடிகிறதற்கும் ஊர்வலத்திற்கும் மட்டும் இன்றி, நலங்கு, ஊஞ்சல், பாலி கரைத்தல் என்று ஒன்றைக்கூட விடாமல் தானே ஐந்து நாளும் நாகஸ்வரத்தில் பொழிந்து கொண்டிருந்தார். எனவே வீட்டுக்குள் நடக்கும் நலங்குக்குக் கூடத் தெருவெல்லாம் கூடிவிட்டது. கணேச பிள்ளையே ஒரு விகடக் கச்சேரி, வாய்ப்பாட்டு, புல்லாங்குழல் என்று நான்கு நாளைக்குப் பெரிய வித்வான்களைக் கூட்டி வந்து நிறைத்துவிட்டார். எல்லோருக்கும் ஒரு ஜரிகைச் சீர்த்துணுக் கும் எட்டு முழம் சரிகைச் சீரும்தான். அண்ணாக்குட்டி ஐந்து நாட்களும் பந்தலை விட்டு அசையவில்லை. கலியாணத் தன்று வெயில் சிவக்கிறவரையில் பந்தி ஓயவில்லை.

கலியாணம் முடிந்து உறவினர் கூட்டம் கலைந்து சண்பகவனத்தின் வீடு வெறிக்க இரண்டு வாரம் ஆயிற்று.

பெரிய அண்ணன், அவர் மனைவி, குழந்தைகள், அம்மா, சின்ன அண்ணி, குழந்தை – எல்லோரும் கிராமத்திற்குப் போய் விட்டார்கள்.

சட்டநாதன் மட்டும் மாமனார் வீட்டில் அவரைப் பந்தலைப் பார்த்துக்கொண்டு உட்கார்ந்திருந்தான். இலைகள் நரைத்து உதிர்ந்து வலையிட்டிருந்தன. பிடுங்கிவிட்டு வேறு விதை நடவேண்டும்.

“குட்மார்னிங் ஐயா – நமஸ்காரம்!” என்று குரல் கேட்டது. நரைத்த தலையும் கழுத்தில் பவழ மாலையுமாக, கட்டை குட்டையாக கிஷ்டம்மாக் கிழவி நின்று கொண்டிருந்தாள். “காலை டிபன் ஆஷ்ச்சா? காஃபி ஆஷ்ச்சா?” என்று சிரித்தாள். “பாஷ்ட்டு பாடினேனே தெரக்ஷி உள்ளூ வாசல்லே. மாப்ளே ப்ரசெண்டு கொடுக்க வாணாமா?” என்று சிரித்தாள்.

சட்டநாதனுக்குச் சிரிப்பு வந்துவிட்டது.

படுக்கை அறையில் அன்று அவனையும் புவனாவையும் விட்டுவிட்டு ஒரு பெண் கூட்டம் வெளியே பாடிக்கொண்டிருந் தது. கட்டைக் குரலில் ஒரு குறும்பும் கோணலுமாக ஒரு தனிக் குரல் அரை மணி நேரம் பாடிற்று. எல்லோரும் ஒவ்வொரு அடிக்கும் சிரித்துக்கொண்டிருந்தது கேட்டது.

"நவரத்ன கஷ்டலு மேலே
நாயிகி சாஞ்சிருக்க,
நாயகன் கைபஷ்ட்டுது சா அ அ அ மீ இஇஇ
நாஷ்க்கெல்லாம் உலந்து போச்சு சா அ அ அமீஇஇஇ
பவஷக்கால் கஷ்ட்லு மேலே
புவனாவும் குந்திருக்க
பாலாலே காலலம்பி சா அஅ மீஇஇஇ
பஷ்ட்டாலே துடைச்சு போஷ்ட்டார்
சாஅஅமீஇஇஇ"

நெட்ருப் போட்ட பாட்டாக இல்லை. புதிது புதிதாகக் கட்டைக் குரல் படைத்துக் கொண்டே இருந்தது. சுற்றி இருந்தவர்கள் சிரிக்கச் சிரிக்க அந்த விஷமமும் குட்டிப் போட்டுக்கொண்டே வந்தது. ஓரிரண்டு வார்த்தைகள் பச்சையாகவே விழுந்தன.

புவனாவின் தாயார், "போதும் கிஷ்டம்மா, ரொம்ப நேரமா சிரமப்படறியே," என்று ஜாடையாக அவள் வாயை மூட முயல்வது கதவுக்கு வெளியே கேட்டது.

"கிஷ்டம்மா பாஷ்ட்டைக்
கேஷ்ட்டா கஷ்டங்கள் ஓடியே போயிடும்.
இஷ்டமாய் நிஷ்டைப்படு சாஅ அ மீ இஇஇ
நிஷ்டையில் முங்கிப் போலாம் சாஅமீஇஇஇ"

என்று பதிலுக்கும் ஒரு பாட்டு கேட்டது.

கிழவி தானாக ஓய்ந்து போக இன்னும் பத்து நிமிஷமாயிற்று.

அந்த கிஷ்டம்மாதான் இப்பொழுது சன்மானம் வாங்க வந்து இருக்கிறாள். இடைவழியில் உட்கார்ந்து அவள் உளுந்து பயறு புடைப்பதைச் சட்டநாதன் இரண்டு மூன்று முறை பார்த்திருக்கிறான். சித்தத்தின் மூலையில் எங்கோ ஒரு இடத்தில் பழுதுபட்டுக்கிடந்தது. இதுதான் இந்தக் கோணல் குறும்புக்கெல்லாம் ஆதாரம்.

"ஷார் பேச மாஷ்டாங்க போல்ருக்கு. யம்மா புவனாம்மா, சின்னம்மா" என்று குரல் கொடுத்தாள் கிஷ்டம்மாள்.

புவனா செம்பருத்தித் தலையுடன் வெளியே வந்தாள். வாசல் திண்ணைக்குப் போய் என்னமோ கொடுத்து அனுப்பி விட்டு வந்தாள்.

சாப்பிடுவதற்கு முன் சண்பகவனம் பிள்ளை ஏதோ காரியமாக வெளியே போயிருந்தார். அவர் வர நேரமாகுமோ என்னவோ, புவனா ஒரு டம்ளர் பாயசத்தைக் கொண்டு கொடுத்தாள்.

"அப்பா எப்ப வராங்களோ, சாப்பிடறவரைக்கும் இது . . ." என்று பெஞ்சுமீது வைத்தாள்.

அவள் கையைப் பார்த்தான். தலையில் உள்ள பூக்களைப் பார்த்தான். சிக்கென்ற வடிவத்தைப் பார்த்தான்.

வீட்டு நினைவு வந்தது. பெரிய அண்ணன் என்ன சாப்பிடு கிறாரோ, குழந்தைகள் என்ன சாப்பிடுகின்றனவோ ... களஞ்சியத் தில் ஆறு மாதத்திற்குச் சாப்பாட்டுக்கு இருக்கிறது. கொல்லை யில் பாகல் காய்க்கிறது. புடல், வெண்டையெல்லாம் காய்க்கத் தொடங்கிவிடும். ஆனால் அரிசியும் காயுமா சாப்பாடு? அண்ணன் எப்படி உட்கார்ந்திருக்கிறாரோ?

"எப்ப ஊருக்குப் போகலாம்?" என்றான் அவன்.

புவனா சிரித்தாள், "எப்ப வேணும்னாலும்," என்று குனிந்து சிவந்தாள் அவள்.

"அண்ணனைப் பார்த்து வரணும் போலிருக்கு,"

"நான் வரவாண்டாமா?"

"நீயும்தான் ..." என்று இழுத்தான் சட்டநாதன். பெரிய அண்ணன், சின்ன அண்ணி, அம்மா, குழந்தைகளின் கூட்டம் எல்லாம் முன்னே வந்து நின்றன.

நீந்தத் தெரியாதவன் நீரில் மூழ்கி இரண்டு வாய் நீர் குடித்த மாதிரி இருக்கிறது.

"என்ன?" என்றாள் புவனா.

"ஒண்ணுமில்லே ... இங்கே வா," என்று முன் அறையில் நுழைந்தான். அவளும் தொடர்ந்தாள்.

"நான் பரம ஏழை தெரியுமா?" என்றான்.

"இல்லை," என்பதுபோல் தலையசைத்து அவன் தோளைத் தொட்டாள் அவள்.

இறுக இறுக அவளை அணைத்துக்கொண்டான் அவன். அவள் தலையில் கழுத்தை வைத்துத் தடவினான், வாசனைப் பொடி கமழ்கிறது.

"செடியிலே இருக்கிற பூவைப் பறிச்சு, நீ தலையிலே வைச்சுக்கறாப்போல, உன்னையும் நான் எங்க வீட்டிலே கொண்டு வைக்கப் போறேன்," என்றான்.

புவனா புன்சிரிப்புச் சிரித்தாள். என்ன புரிந்துகொண்டு சிரித்தாள் என்று அவனுக்குத் தெரியவில்லை.

செம்பருத்தி

15

அணைப்பில் இருந்தவளை ஒரே கணத்தில் கிட்டவும் எட்டியும் நின்று அவனால் பார்க்க முடிந்தது. மூக்கிற்கு இத்தனை அருகே கமழ்கிற வாசனைப்பொடி மணம், இடையில் கலியாணத் திற்கு வாங்கிய புடவைகளில் ஒன்று, காலில் இன்னும் சிவப்பு மாறாமல் கோணலும் மாணலு மான நலுங்குக் காவி, அதைவிட நகங்களிலும் உள்ளங்கையிலும் கப்பென்று பற்றியிருந்த மருதாணி – அவளைப் பார்த்தாலே ஏதோ புதிதாகச் செய்த பொருள் மாதிரி இருந்தது. புதிதாகச் செய்த கூடை, மண்ணிலிருந்து சற்றுமுன் தோண்டிக் கழுவித் துப்புரவான முள்ளங்கி, இப்போதுதான் பறித்துக் குவித்த கத்திரிக்காய் – இந்த மாதிரி, கையில் மங்கலச் சரடு. கழுத்தில் அழுக்கு, வேர்வை பட்டுப் பொலிவு மாறாமல் இன்னும் கப்பு மஞ்சளாகவே இருந்த தாலிச்சரடு – எல்லாம் அவளுடைய புதுமையை இன்னும் துடைத்துப் பளிச்சென்று காட்டுகின்றன. இத்தனையும் தனதாகிவிட்டது – மனைவி என்ற பெயரில் தன்னோடு ஒண்டிவிட்டது என்று ஒரு பரவசத்துடன் மிருதுவாக அவள் புஜங்களைச் சற்றுப் பிடித்தாற்போல அணைத்துத் தன்னோடு சாய்த்துக்கொண்டான். ஆனால், இதே புதுமை, மென்மை எல்லாம் ஊருக்கு வந்து, தன் வீட்டுக்குள் ஏறி மங்கியாக வேண்டும். அம்மா அண்ணிகள் அவர்கள் வயதையும் வீட்டுக்கு மூத்தவர்களாகிவிட்டதையும் காட்டுகிறாற்போல உட்கார்ந்துகொண்டே வேலை வாங்குகிற உரிமை,

அதிகாரம் என்று குரலில் காட்டாமல் மென்மையாகவே உத்தரவிடுகிறது. பழையது, சாப்பாட்டிலும் தீனியிலும் புகுந்து கொள்ளவிருக்கிற புதிதாக வந்த வறுமை – இத்தனையிலும் அவள் புகுந்து புறப்பட்டாக வேண்டும் அப்படி வெளிப்படும் போது . . .

“என்ன யோசிச்சுக்கிட்டே இருக்கு?” என்று அவன் மார்பைத் தொட்டுக்கொண்டே கேட்டாள் புவனா.

“ஒண்ணுமில்லே. தஞ்சாவூர் ஸ்டேஷன்லே தலையாட்டிப் பொம்மை விக்கிறான் பாரு. அவன்கிட்ட ஒரு தடவை ரோல்ட் கோல்ட் பொத்தான் வாங்கினேன். நிஜ ரோல்ட் கோல்ட் மாதிரியே இருந்தது. பாதி விலைக்குத் தரேன்னான். வாங்கிப் போட்டுக்கிட்டேன். மறு நா மத்தியானத்துக்குள்றவே நல்லா கறுத்து மங்கி, அந்த எழுத்துக்கூடக் கொஞ்ச நாள் கழிச்சுத் தேஞ்சு போச்சு.”

“அரையணா பொத்தானுக்கு அரை ரூவாயா? தெருவிலே தங்கத்தை விப்பாங்களா யாராவது?” என்று திரும்பி, சுவரைப் பார்த்து, சற்று ஒதுங்கித் தலையைக் குனிந்துகொண்டாள் புவனா.

“இந்த மாதிரின்னு நினைச்சு வாங்கிச்சாக்கும்?” என்று ஒரு ரோல்ட் கோல்ட் பொத்தானை அவனிடம் நீட்டினாள் அவள்.

அவன் வாங்கிப் பார்த்தான். “ஆமாம்” என்றான்.

“இது வாங்கி ஏழு வருஷமாச்சு. கடையிலே வாங்கினது. ஸ்டேஷன்ல கொண்டாரவன் இதே மாதிரி அச்சடிச்சுக் கொண்டாந்து மயக்கிடுவான்.”

“ஆமா இதே அச்சாத்தான் இருந்தது” என்று அவளிடம் நீட்டினான்.

அதை வாங்கி அவன் சட்டைப் பையிலே மாட்டிவிட்டாள் அவள்.

“எனக்கு எதுக்கு?” என்று அவன் கழற்றுவதற்குள் சரடு பொலியும் கை தடுத்தது.

“நான் இதைப் பார்த்தே சொல்லலே, வேற என்னமோ ஞாபகம் வந்தது; சொன்னேன்,” என்று சொல்ல, மெல்ல முடியாமல் நின்றான் அவன்.

“சொன்னா என்னவாம்? . . . இருக்கட்டும்” என்று கையை எடுத்தாள் அவள்.

"இப்ப சொல்லட்டும், திடீர்னு எங்கே தஞ்சாவூர் ஸ்டேஷன், போலிப் பொத்தான் எல்லாம் ஞாபகம் வந்தது?"

இத்தனை வேர்வைக்கு நடுவில் அவள் போலிப் பொத்தான் ஆகிவிட மாட்டாள் என்றுதான் அவனுக்குத் தோன்றிற்று. ஆனால், அவள் கேட்டதற்கு, "என்னமோ போன மாசம் அலைஞ்சதெல்லாம் ஞாபகம் வந்தது; சொன்னேன்," என்று மாற்றிக்கொண்டான்.

"அப்பா சொன்னாங்க, கொஞ்சமா அலையலேன்னு."

"சொத்துத் தேட அலைவாங்க எல்லாரும், நான் விக்கிறதுக் காக அலைஞ்சேன்."

'இல்லை' என்ற பாவனையில், தலையை அசைத்தாள் புவனா.

"ஏன்?"

சொத்தை வித்ததாகவா அர்த்தம் இது? நம்ம மானம், நிம்மதி ரண்டையும் நம்மகிட்டேயே இருத்திக்கிறதுக்காகத் தானே அலைஞ்சது... இனிமே இந்த ஞாபகமே வரவேண்டாமே. அலைஞ்சதை எல்லாம் நினைக்கிறதைவிட இனிமே மறுபடியும் பெரிசா ஆறதுக்காக அலையப் போறதை நினைச்சிட்டிருந்தாப் போவுது... இனிமே அதை எல்லாம் நினைச்சு வருத்தப்பட மாட்டேன்னு சொல்லட்டும் எனக்கு. சொல்லட்டும்... சொல்லப் படாதா?" என்று லேசாக அவன் மார்பை அசைத்தாள் அவள்.

"இல்லே."

"என்ன இல்லே?"

"பழசை நினைக்கிறதில்லை. வருத்தமும் படறதில்லை," என்று உறுதி அளிப்பதுபோல் சென்னான் அவன்.

"பசிக்குதுன்னா சாப்பிடலாமே. அப்பா எப்ப வருவாங் களோ?"

"பசியே இல்லே."

"முகத்தைப் பார்த்தா அப்படித் தெரியலே."

அவனுக்கு உண்மையாகவே பசிக்கவில்லை. கலியாணம் ஆன நாளிலிருந்தே பசியில்லை. அவள் கூட இருப்பது, அவள் நினைவு இரண்டுமே பசி நினைவே இல்லாமல் அடித்து விட்டிருந்தன. மோக வேகத்தில் பசி மந்தித்துக் கிடந்தது. அதனால் உடல் சற்று வாட்டம்கூடக் கண்டு இருந்தது, கண் லேசாகப் பொங்குகிறது. சாப்பிட உட்கார்ந்தால் மட்டும்

சுவைத்துச் சாப்பிட முடிந்தது. ஆனால், சாப்பாடு வேண்டும் என்ற நினைவு மட்டும் இல்லை.

அவளைப் பார்த்தவாறே நின்றுகொண்டிருந்தான் அவன். ஆண்டாளு சொன்னது நினைவுக்கு வந்தது. 'எது வந்தாலும், யார் வந்தாலும் எனக்கு நீதான், உனக்கு நான்தான்னு கெட்டியாக ஒட்டிக்கிட்டு இருக்கணும். என்ன நேர்ந்தாலும் சரி, என்ன தப்பு நடந்தாலும் சரி, இந்த ரெண்டு பேருக்கும் நடுவிலே மூணாவது ஒன்றும் புகவே கூடாது. அப்படி இடுக்கே இல்லாம ஒட்டிக்கிட்டிருக்கணும்" என்ற அர்த்தத்தில் அவள் முனிவன் மனைவிபோல் சொல்லிக்கொண்டிருந்தாள் அன்று. பெரிய ஆசியாக அது இப்பொழுது காதில் ஒலிக்கிறது.

"ஐயா!" என்று வாசலில் குரல் கேட்டது. ஜன்னல் வழியாகப் பார்த்தான். கோவிந்தசாமியின் குரல் போல் இருந்தது.

என்ன இது!

மண்டையில் பிளாஸ்திரி. கையில் சிம்பு வைத்துக்கட்டி, கழுத்திலிருந்து தூளியாகத் தொங்கவிட்டு இருந்தது.

"யாரு?"

"நான்தான் கொழந்தே, கோயின்சாமி."

பரபரவென்று வாசலுக்கு வந்தான் சட்டநாதன்.

"என்ன கோயிந்து – என்ன இது கட்டு, காயம்லாம்?"

"ஒண்ணுமில்லே கொழந்தே, மறியல்லே அடிச்சுப் போட்டுட்டானுவ."

"என்னது! மறியலா?"

"ஆமாம், கொழந்தே! சீமைத் துணிக் கடையிலே மறியல் பண்ணினேன். அதிலே ஒண்ணும் நடக்கலே. கள்ளுக் கடை மறியலுக்குப் போனேன். கம்பாலே ரெண்டு போடு போட்டான் பாருங்க, கை உடைஞ்சு போச்சு."

"என்னக்கி?"

"அது ஆச்சு, நாலு நாளு."

"எனக்குத் தெரியவேல்லியே?"

"நீங்க தெரிஞ்சுக்கிட்டு என்னா பண்ணப் போறீங்க? கல்யாணம் கட்டிக்கிட்ட கையோட இதைத் தெரிஞ்சுக்கிட்டு என்ன ஆகணுமாம்?" என்று சிரித்தான் கோவிந்தசாமி.

செம்பருத்தி 161

சட்டநாதன் பேசாமல் இருந்தான். அந்தக் காயத்திற்கும் கட்டுக்கும் எதிரில்தான் கல்யாணம் செய்துகொண்டு, கோடியும் ஜரிகையுமாகப் புதுமை கொசகொசக்க நிற்பதே குற்றம் மாதிரி இருந்தது.

சற்றுக் கழித்து, "நீ கொடுத்து வச்சவன்ப்பா" என்றான்.

"என்ன கொழந்தே?"

"இந்த வயசிலே இப்படிப் போய் துணியணும்னு தோணிச்சு பாரு உனக்கு!"

"இது என்னாங்க! லட்சப் பிரபு, கோடீச்வரங்கள்ளாம் அடிபட்டு இருக்காங்க."

"எங்க திடீர்னு இப்படித் திரும்பிச்சு உனக்கு மனசு?"

"திடீர்னு என்ன கொழந்தே? ரொம்ப நாளாவே இருக்கிறது தான். பத்துப் பன்னண்டு வருஷத்துக்கு முன்னாலேயே காந்தி கூப்பிட்டார்னு நம்ம ஊர்லே மூணு வக்கீலுங்க தொழிலை விட்டாங்க. உடையார் வீட்டுப் பையங்கள்ளாம், காலேஜை விட்டுட்டு வந்தாங்க. நான் எதை விட்டுட்டு வரது? எனக்கு என்ன படிப்பா, உத்தியோகமா? மளிகைக் கடையிலே சாமான் கட்டிக் கொடுக்கிற உத்தியோகம்தானே. ஒரு பத்து நாளைக்கு அதை விட்டுட்டுக் கூட்டத்துக்கு எல்லாம் போயிட்டிருந்தேன். மறுபடியும் எல்லாம் ஒஞ்சப்பறம் கடைக்கே போயிட்டேன். வேதாரண்யத்துக்குப் போச்சு உப்பு சத்யாக்ரகம். கடைத் தெருவோடதான் போனாங்க. விடிய விடியப் போட்டிருந் தாங்க. நான் அப்ப வீட்டிலே அரைத் தூக்கமாப் படுத்துக்கிட்டு இருந்தேன். ஏதோ கனவுலே கேக்ற மாதிரி ஏதோ சத்தம் கேட்டுது. அப்புறம் பெருத்துக்கிட்டே வந்தது. அப்புறம் உடம்பெல்லாம் அதிர ஆரம்பிச்சுது. பார்ப்பம். என்னமோ ஏதோன்னு பயந்திட்டேன். அப்புறம் ஓடிப் போய்ப் பார்த்தா இவங்க கூட்டம். சரி, நாமளும் போறதுன்னு வீட்டிலே சொல்லிட்டுப் போயிடலாம்னு ஓடி வந்தேன். நானும் போகப் போறேன்னு சொன்னேன்.

"தம்பியையும் அழைச்சிட்டுப் போங்க ஊருக்குப் போயி'ன்னுது அது. தம்பியான்னு பார்த்தேன். எனக்கு ஒண்ணும் புரியலெ. 'ஆமா, உங்க முதலாளி பையனைத்தான் சொல்றேன்'னுது அது. முதலாளி தம்பி என்னாத்துக்கு இதுக்குன்னு கேட்டேன். ஆமாம், அவங்க அண்ணன் – உங்களை எல்லாம் நம்பி கடையெல்லாம் பெரிசு கிரிசு பண்ணிக் கொடுத்து, நீங்கள்ளாம் பார்த்துப்பீங்கன்னு விட்டுட்டுப்

போயிருக்காங்க. நீங்க அவங்ககிட்ட சொல்லாமகூடப் புறப்பட்டுட்டீங்களே'ன்னு சொல்லிச்சு அது. அப்புறம் நான் கேட்டேன் இதுக்கெல்லாம் நேரம் எங்கே இருக்கு இப்ப? ஊருக்குப் போயி அவங்ககிட்ட சொல்லிக்கவாவது வரவாவது. அதுக்குள்ளார ஊர்வலம் போயே போய்டுமின்னேன்.' 'சொல்லிக்கிறதுக்காகப் போகச் சொல்லலே. உங்களை நம்பி ஒரு சிறிசை விட்டுட்டுப் போயிருக்காங்க. அவங்க சின்ன அண்ணன் உசிரோட இருந்தாலும் சரிங்கலாம். அவங்க எதையும் சமாளிச்சுப்பாங்க... உங்களுக்கு முன்னாலே அவங்களே ஊர்கோலத்துலே இடிச்சுத் தள்ளிகிட்டுப் போவாங்க. தம்பி என்ன செய்யும்? அது தலையிலே ஒரு தாயாரு, அண்ணி, குழந்தை எல்லாம் சுமந்திருக்கு இப்ப, அதுக்காகத்தான் கடையைப் பெரிசு பண்ணினாங்க பெரியவரு. உங்களை எல்லாம் நம்பித்தானே பெரிசு பண்ணினாங்க...'ன்னு சொல்லிக்கிட்டே இருந்தது. கொஞ்ச நேரம் யோசிச்சேன். யோசிச்சிக்கிட்டே இருந்தேன். ஊர்வலம் போயிரிச்சு, இப்பதான் வேலையில்லே. தம்பி கலியாணமும் ஆயிரிச்சி, நீங்க கொடுத்த பணத்தை வச்சிகிட்டு இன்னும் ஆறு மாசம் பொளப்பு ஓடும். நல்ல வேளையா இந்த மறியல் வந்து சேர்ந்தது, இறங்கிட்டேன்."

சட்டநாதனுக்கு அதைக் கேட்டதும் ஒரு இரண்டு நிமிஷ நேரம் நினைவே மரத்துவிட்டது.

"எனக்காகவா! எனக்காகவா!" என்று உள்ளுக்குள் கேட்டுக் கொண்டே இருந்தது.

"இத்தனை நாளா ஒண்ணுமே சொல்லலியே எங்கிட்ட நீ?"

"என்னாத்தை சொல்றது?" என்று வழக்கம் போல ஒரு சிரிப்புச் சிரித்தான் கோவிந்தசாமி. சற்றுக் கழித்துச் சொன்னான். "தம்பியைப் பார்த்துக்கறது முக்கியம்னு சொல்லிச்சு வீட்டிலே. சரின்னாச்சு, என்ன பிரயோசனம்? என் கையிதான் தெறக்காத போயிடுச்சே; எப்படிக் கிடுகிடுன்னு உசந்துக்கிட்டே இருந்தது! சடார்னு யாரோ ஓடறவன் காலைத் தட்டி விடறாப்பலல்ல தட்டி விட்டிடிச்சு!" – என்று அசைப்பில் திரும்பித் தெருப் பக்கம் பார்த்தவன், "ஐயா வந்திட்டாங்களே," என்று நின்றான்.

சட்டநாதன் இறங்கிப் பார்த்தான். சண்பகவனம் ஏழெட்டு வீடுதள்ளி வந்துகொண்டிருந்தார்.

கோவிந்தசாமியைக் கண்டதும் அவருக்கும் திகைப்பாகத் தான் இருந்தது. அவருக்கும் செய்தி இதுவரை தெரியாது. கோவிந்தசாமி அவரிடம் ஒருமுறை கேட்டுக்கொண்டு இருந்து

விட்டு, "நல்ல காரியம்தான் ஆனா, எல்லாத்துக்கும் வயசுன்னு ஒண்ணு இருக்கு," என்றார் அவர்.

"என்ன அப்படிச் சொல்லிட்டீங்க?"

"நீங்க மறியல் செய்யறதைச் சொல்லலே. அடிபடறதைச் சொன்னேன். நல்ல காரியத்துக்கு வயசு கிடையாது. எப்பவும் செய்யலாம். ஆனா வர கஷ்டங்களைத் தாங்கிக்கிறதுக்கும் உடம்பு தெம்பா இருக்க வேண்டி இருக்கேன்னு சொல்ல வந்தேன். கை எலும்பு உடைஞ்சு போச்சு இப்ப. சின்ன வயசா இருந்தா உடனே சேர்ந்துடும். சட்டுப்புட்டுன்னு குணமாகிக் காரியம் செய்ய வசதியாயிருக்கும். இந்த வயசிலே தாமதமாகுமேன்னு சொன்னேன்."

"அது சரிங்க."

"எப்படி இப்படி முன்னங்கையிலே உடைஞ்சது?"

"கீழ்ப்படியாத்ததினாலெ தாங்க அதுவும்!"

"என்னது?"

"ஆமாங்க சத்யாக்கிரகம் பண்றவங்க பேசாமெ அடியோ உதையோ பட்டுக்கணும்னு சொல்லியிருக்காங்க. ஆனா நான் என்ன பண்ணினேன்? தடியை ஓங்கினவுடனேயே கையை ஓங்கி, அடிமேலே விழாம தடுத்துக்கப் பார்த்தேன். விழுந்தது அடி கையிலே, உடஞ்சது!"

சண்பகவனத்திற்கு இப்பொழுதுதான் புன்சிரிப்பு மீண்டது. "நீயா தடுத்ததா அது? கண்ணிலே தூசு விழுந்தா தானா இமை மூடிக்குது. அந்த மாதிரி யாராவது அடிக்க ஓங்கினா, கை தானே தடுக்குது. அப்படித் தடுக்காத கை, பழைய கால வழியிலே வந்த நல்ல பொண்டாட்டிக் கையாகத்தான் இருக்கும்."

கோவிந்தசாமி அதைக் கேட்டு ஒரு தடவை பெரிதாகச் சிரித்தான்.

"அது என்னங்க அப்படி? அப்படி இயற்கைக்கு முரணா இருக்க முடியுங்களா?" என்றான்.

"நீ பொஞ்சாதியை அடிக்கிற பழக்கமில்லே போலிருக்கு."

"ரொம்ப நாளைக்கு முன்னாலே ஒரு தடவை அடிச்சிருக்கிறேங்க. கன்னத்திலே ஒரு அறை வச்சேன். ஏதோ சாமான் கெட்டுப் போயிரிச்சு. கோவத்திலே ஒரு அடி வச்சேன். அதுதான் இப்ப கை உடைஞ்சிட்டாப்பலே இருக்கு."

அதற்கும் ஒரு புன்னகை பூத்தார் சண்பகவனம்.

"ஆனா என் தம்பி இருந்தானே, அவன் பெஞ்சாதியை அடிச்ச அடிக்கு ஒரு நகம்கூட வில்ளாம செத்துப் போயிட்டான். அவளும் சும்மா இருக்க மாட்டா. எந்தக் கேள்விக்கும் நேர பதில் சொல்ல மாட்டா. கோணப் பதில்தான். பேச்சுக்குப் பேச்சு எதிர்த்துப் பேசிக்கிட்டே இருப்பா. அதாவது கடாசி வார்த்தை அவளுதா இருக்கணும். ரண்டு பேரும் பேசிக்கிறதைப் பார்த்தா அப்படி இருக்கும். மூணா மனுஷன் நான் கேட்டுக்கிட்டிருக்கேனே. எனக்கே அவளை ஓங்கி ஒரு அறை விட்டாத் தேவலாம் போலிருக்கும். அப்படி ஒரு எடக்குப் பேச்சுப் பேசிட்டே இருப்பா. அவன் ரொம்ப தாங்கமுடியாமல் ஓங்கி ஓங்கி நாலு சாத்திடுவான். ஆனா, அவகிட்டே அவன் எவ்வளவு ஆசையா இருந்தாங்கறீங்க! உசிரா இருப்பான். நாலுபேருக்கு நடுவிலே நம்மகிட்ட மரியாதை இல்லாத எதிர்த்துப் பேசறா பார்த்தியான்னுதான் அவனுக்கு ஆத்திரம். அந்த ரண்டும் கெட்டான் முண்டமும் அப்படியே பேசிப் பேசி அவனுக்குக் கெட்ட பெயர் வாங்கி வச்சுது. கடாசியிலே போகவும் போயிட்டான். இப்பவும் பரதேவதை எல்லாருக்கும் எதிர்த்துப் பேசிக்கிட்டு இருக்கா."

"கொஞ்சம் புத்தி மட்டமாக்கும்."

"பின்னே என்ன? புத்தி மட்டங்கதான் இப்படிக் கட்சி சாதிச்சுக்கிட்டே இருக்கும். இதிலே கொஞ்சம் அடக்கமா இருக்கிற பொம்பளைங்களைக் கண்டா அதுக்கு வேற ஆத்திரம் வரும். சூன்யம், வினை பிடிச்சவள்னு வெசுகிட்டே இருக்கும். என்னமோ போங்க, அவனும் அவளைக் கட்டி இத்தினி வருஷமா மாரடிச்சிக்கிட்டுச் செத்தும் போயிட்டான். அவளும் அவன் மேலே உசிராத்தான் இருந்தா. இருந்தாலும் தன் அசட்டுத்தனத்தை அவன் புத்திசாலித்தனம்னு நெனச்சுக்கலியேன்னு ஆத்திரம் அதுக்கு."

சிறிது நேரம் இதைச் சுவாரஸ்யமாகக் கேட்டுக் கொண்டிருந்த சட்டநாதனுக்குச் சட்டென்று என்னமோ தோன்றிற்று – கோவிந்தசாமியும் மாமனாரும் நமக்குத்தான் பாடம் நடத்துகிறார்களா என்று பெரிய அண்ணி, சின்ன அண்ணி, புவனா மூவரையும் சேர்த்து நிறுத்திப் பார்த்தான். மனதுக்குள் நிறுத்தி என்ன, நேராக நிறுத்தினால் அல்லவா தெரியப் போகிறது?

"டாக்டர் என்ன சொன்னாங்க? எப்பச் சரியாப் போகுமாம்?" என்றார் சண்பகவனம்.

“நாலுமாசம் ஆகும்னாங்க. நல்லா நீட்டி மடக்கி வேலை செய்ய. அப்பவும் கனம் சாஸ்தி தூக்கக் கூடாதாம்.”

“நாலு மாசம் ஆகட்டும். ஆறு மாசம் ஆகட்டும் எப்ப வந்தாலும் வேலையிருக்கும், கவலைப்பட வாணாம்.”

“எங்க வேலை?”

“எங்கியாவது.”

“கடைங்களா?”

“அப்பறம் சொல்றேனே. இன்னும் ரண்டு நாள்ல வந்து பாரேன்,” என்றார் சண்பகவனம்.

“தினமும் வந்து பார்க்கிறேன். எனக்கு என்ன இப்ப தலைக்கு மேலே வேலை?”

“இப்ப வந்த விஷயம் என்ன? கேட்கவே மறந்திட்டேன்.”

“ஒண்ணுமில்லீங்க, சும்மாத்தான் பார்த்துப் போகலாம்னு வந்தேன். ஐயா இங்கதான் இருக்குறாங்கன்னு தெரிஞ்சுது.”

கோவிந்தசாமி ஒரு லோட்டா மோர் சாப்பிட்டு விட்டு விடைபெற்றுக்கொண்டு போனான்.

சாப்பாடு முடிந்ததும் சண்பகவனம் சொன்னார், “சின்ன அண்ணன் எப்ப சொன்னாங்களோ அப்பவே இந்த உறவு தொடங்கிட்டுதுன்னுதான் நான் அர்த்தம் பண்ணிக்கிட்டேன். அவ்வளவு உறுதியா ஆயிட்டுது எனக்கு. அதனாலேதான் நிலம், கடையெல்லாம் விக்கிறப்ப, எங்கிட்ட ஒரு வார்த்தை சொல்லலியேன்னு எனக்கு இருந்தது. நான் குறை சொல்லணும்னு சொல்லலே. கடையையாவது வித்திருக்க வாண்டாமேன்னு ஒரு எண்ணம். அதனாலே சொன்னேன். சரி, நடந்தது நடந்து போச்சு. அதே மாதிரி ஒரு கடையைத் தொடங்கிடலாமானு ஒரு யோசனை வந்திருக்கு எனக்கு . . .” என்று சட்டநாதனின் முகத்தைப் பார்த்தார் அவர்.

“கடை புதிசா ஆரமிக்கிற நிலையிலே . . .”

“நான் முதல் போடறேன், நீங்கதான் பார்த்துக்கணும். எனக்கு வேற யாரு இருக்காங்க?”

“மறுபடியும் அதே வியாபாரமான்னுதான் யோசனையா இருக்கு.”

“அனுபவம் இருக்கிறதனாலெ சொன்னேன். எதை நடத்தினா என்ன? நாணயம், ஜனங்களுக்கு ஏதோ நம்மால்

முடிஞ்சதைச் செய்யறோம்கிற ஒரு எண்ணம் – ரண்டும் இருந்தா எந்த வியாபாரமா இருந்தா என்ன? – ஆட்டை மாட்டை அடிச்சு விக்கலே. அப்படி விக்கிறவன்கூட ஏதோ நாலு ஜனங்களுக்குத் தேவைப்படுது அதுன்னுதான் செய்யறான் ... இல்லே. மளிகைக் கடை வாண்டாம், வேற ஏதாவது புதுசா தொடங்கணும்னு நினைச்சாலும் சரிதான். அதிலே ஏதோ கொஞ்சம் அனுபவம் இருக்கேன்னு சொன்னேன். பெரிய அண்ணனும் அதுலே அனுபவம் பட்டவங்க."

"பெரிய அண்ணன் அனுபவமா?"

"ஏன்?"

"அது கலியாண சமையக்காரன் மாதிரி. ரண்டு பேருக்குச் சமைன்னா முழி பிதுங்கும் பெரிய தவசிக்கு."

"வாஸ்தவம்தான். பின்னே யோசிச்சு பாருங்க."

"அண்ணனையும் கேட்டுக்கறேனே. ஊருக்குப்போய் ஒரு தடவை பார்த்து வந்தாத்தான் தேவலாம். கலியாணத்தோட கலியாணமா அவளை வீட்டுக்கு அழைக்கிற முறையிலே போயிட்டு வந்ததுதானே. அப்புறம் போகவே இல்லே. போய் ஒரு வாரம் இருந்து யோசனை பண்ணி அப்பறம் பார்த்துக்கலாமே," என்றான்.

அன்று மாலையே சட்டநாதன் ஒரு வண்டி பேசி, புவனாவை அழைத்துக்கொண்டு ஊருக்குப் புறப்பட்டான். திண்ணைக் குறட்டில் நின்று முதல்முதலாகப் பெண்ணைப் பிரியும் புவனாவின் தாயாரைப் பார்க்கும்போது, வண்டியை அவிழ்த்து, தான் மட்டும் புறப்பட்டுப் போகலாமா என்று தோன்றிவிட்டது சட்டநாதனுக்கு. சண்பகவனம் கூடவே வந்துகொண்டிருந்தார். அவரைக் கீழே விட்டு, வண்டியில் உட்கார்ந்திருந்தவனுக்கு உடல் குன்றிக் குறுகிக்கொண்டே இருந்தது. நிற்க மாட்டாரா என்று உள்ளுக்குள்ளேயே சொல்லிக் கொண்டு வந்தான்.

பெரிய கோவில் வடக்கு வீதிக் கோடி வரும் வரையில் அவர் நிற்கவில்லை. கோவிலின் தெப்பக்குளக்கரை வந்ததும், "தண்ணீருக்கு அப்புறம் கொண்டுவிடக் கூடாதும்பாங்க. நான் வரட்டுமா?" என்று நின்றார்.

"குளத்தைப் பார்த்தா கோவமா வருது எனக்கு. இல்லாட்டி நீங்களும் ஊருக்கு வந்திட்டுப் போயிருக்கலாம்," என்றான் சட்டநாதன்.

அவர் போனதும், "பாவம்!" என்றான்.

"சொன்னா கேக்கவே மாட்டாங்க அப்பா" என்று அவர் போகும் திசையைப் பார்த்துக்கொண்டே சொன்னாள் புவனா. குரலில் அவளுக்கு நெகிழ்ச்சி வந்ததா, வந்ததைத்தான் நெஞ்சை இரும்பாக்கி மறைத்துக்கொண்டாளா – ஒன்றும் புரியவில்லை. பிறகு அவளைத்தான் சற்றைக்கொரு முறை திரும்பிப் பார்த்துக் கொண்டே இருந்தான்.

பேசவும் இல்லை. ஒருவருக்குள் ஒருவர் புகுந்துகொண்டு விட முடியவில்லையே என்று ஒரு நோவும் நிறைவுமாக இரண்டு நெஞ்சங்களும் உடல்களும் தவித்துக்கொண்டிருந்தன. சாலை நிழலில் நாகணவாய்கள் மஞ்சள் மூக்கும் அசை நடையுமாகக் கொத்திக்கொண்டிருந்தன. பச்சையாகக் கண்ணுக்கெட்டியவரை வயல்கள் அலையோடுகின்றன. சம்பா நாற்றங்கால்கள் வெளிர் பச்சையாகச் சிலிர்க்கின்றன.

நிறைவு ஏதோ சொல்லாக வழிந்தது. "பெரிய அண்ணா என்ன செய்துகிட்டு இருக்காங்களோ?" என்று சட்டநாதன் தூரத்தில் பார்த்துக்கொண்டே சொன்னான். "அண்ணனுக்குச் சும்மா உட்கார்ந்தே பழக்கமில்லை. வாயிலே ஈ பூந்தது தெரியாம வேலை செஞ்சுக்கிட்டு இருந்தவங்க. போது விடிஞ்சா பார்க்க வரவங்களோட பேசறதுக்கே போது சரியாப் போயிடும். அவரைக் கொண்டு தனியா ஊர்லே உட்கார்த்தி வச்சுருக்கு. என்ன செய்யறாங்களோ?"

"இத்தினி காலம்தான் உழைச்சாச்சு. வீட்டோடதான் உக்காந்திருக்கட்டுமே" என்று சற்று யோசித்துவிட்டு மெதுவாகச் சொன்னாள் புவனா.

"எனக்கும் அதுதான் ஆசை. அவங்க கேக்கணும், சும்மா உட்கார்ந்திருக்க முடியலேன்னா, என்னத்தைச் செய்யப் போறாங்க? அதுவும் புரியலெ," என்று கவலையில் அமிழ்ந்தான் அவன்.

வண்டி தெருவுக்குள் நுழைந்தபோது பெரிய அண்ணி வாசல் தூணில் சாய்ந்து தெருவைப் பார்த்து நின்றுகொண்டிருந்தாள். கோலம், காவி ஏதுமின்றி வீட்டு வாசல் சின்ன அண்ணனுக்காகத் துக்கம் கொண்டாடிக்கொண்டிருந்தது.

வண்டி நின்று இருவரும் இறங்கியதும் பெரிய அண்ணி, "வாங்க, வாங்க!" என்றாள். "இங்கேயே இருங்க" என்று ஓடினாள். குழந்தைகள் ஓடி வந்தன. சின்ன அண்ணி வந்து இடைவழியில் நின்றாள். அம்மா கூனிக்கொண்டே வந்து கொண்டிருந்தாள்.

"சித்தப்பா!"

"போடா, எங்க சித்தப்பா!"

"எங்க சின்னம்மா."

"போடி, எங்க சின்னம்மா!"

"சித்தப்பா, எனக்கு தாச்சைப் பளம்!"

"தாச்சைப் பழம் என்ன? பேரிச்சம் பழமே தரேன், வா."

"எனக்குத்தான் சித்தப்பா."

"சித்தி, என்னைத் தூக்கு, பார்ப்பம்."

புவனா பெரிய அண்ணன் குழந்தையைத் தூக்கி வைத்துக் கொண்டாள்.

ஆரத்தி வந்தது. சுற்றிக்காட்டி, "வலது காலை வச்சு வாங்க" என்று சொல்லிக்கொண்டே ஒதுங்கினாள் பெரிய அண்ணி.

"அண்ணன் எங்கே?"

"பட்டாமணியம் வீட்டுக்குப் போயிருக்காங்க பிரிட்ஜ் ஆட" என்றாள் பெரிய அண்ணி.

"பிரிட்ஜா? அண்ணனா?"

"பிரிட்ஜிலே புலி பெரியண்ணா! தென்னாற்காடு சாம்பியன்," என்று சொல்லிக்கொண்டே, "போய் அப்பாவைக் கூட்டியாடா" என்று பிள்ளையை அனுப்பினாள்.

"யம்மா, இன்னிக்கிச் சோறு சமைச்சு, கறி குளம்பெல்லாம் போடணும், சித்தி சித்தப்பால்லாம் வந்திருக்காங்கள்ள? தெனக்கிம் போட்றாப்பல நீர் கொட்டின சோறும் மாங்காயும் போட்டா இன்னிக்குத் திங்க மாட்டேன் நான்" என்று பயமுறுத்தினான் அண்ணியின் இரண்டாவது பையன்.

16

பெரிய அண்ணன் வீட்டிலேயே இருப்பதில்லை. காலைப் பலகாரம் ஆனதும் சேண்டப்பிரியர் வீட்டுக்குப் போய்விடுவார். முந்நூற்று நாலும் கழுதையாட்டமும் தவிர எதையும் கண்டு அறியாத சேண்டப்பிரியருக்கு இப்பொழுது காண்ட்ராக்ட் பிரிட்ஜூம் ஆக்ஷன் பிரிட்ஜூம் தலைகீழ்ப் பாடமாகக் கற்றுக் கொடுத்துவிட்டார் பெரிய அண்ணன். பிறகு குளத்திலோ ஆற்றிலோ குளித்துவிட்டுக் கோவிலுக்குப் போவார். சாப்பாட்டுக்கு வருவார். சிறிது நேரம் குறட்டை விட்டுத் தூங்குவார். மீண்டும் சேண்டப்பிரியர் வீட்டில் பிரிட்ஜ் ஜமா கூடுகிறது. நாலரை ஐந்து மணிவரையில் ஆட்டம் போய்க்கொண்டே இருக்கிறது. பிறகு சேண்டப்பிரியர் வயலுக்குப் போவார். பெரிய அண்ணனும் அவரோடு போவார். இல்லாவிடில் வீட்டுக்கு வந்து திண்ணையில் யாருடனும் பேசாமல், எதிரே இருந்த முருங்கை, பூவரசுகளையும் சற்றுத் தொலைவில் தெரியும் குப்பையையும் மூங்கில் தோப்புக்கு நடுவில் தெரியும் கீழத்தெரு குடிசைகளையும் பார்த்துக் கொண்டே உட்கார்ந்திருப்பார். அந்தி மயங்கியதும் கோவிலுக்குப் போவார். மறுபடியும் சேண்டப்பிரியர் வீட்டு வாசல் கொட்டகையில் உட்கார்ந்து இருவரும் பேசிக்கொண்டே இருப்பார்கள். இரவு சாப்பாடு ஆனதும் திண்ணையில் படுக்கை.

சட்டநாதனுக்கு அவரைப் பார்க்க ஒன்றும் தோன்றவில்லை. ஜடமாகப் பார்த்துக்கொண்டே இருந்தான். அவர் இந்த உலகத்தில் இருக்கிறாரா

என்று சிலசமயம் சந்தேகம் வந்துவிடுகிறது. அவர் பேச்செல் லாம் எதை எதையோ பற்றி வளைந்து கொண்டு இருக்கிறது.

"பட்டிக்காட்டு ஜனங்களெல்லாம் நுட்பமா கவனிக்க மாட்டாங்க. ரொம்ப ஸாப்பானவங்க, சூதுவாது தெரியாது அப்படி இப்படின்னெல்லாம் ரொம்ப பேர் நினைக்கிறாங்க. நாகரிகம் ஒண்ணும் வராது அப்படி இப்படின்னெல்லாம் நாம் நினைக்கிறோம். சேண்டப்பிரியர் பிரிட்ஜ் ஆடறதைப் பார்த்தீன்னா, நாமல்லாம் எத்தனை புத்தி கட்டையாக இருக்கோம்னு தெரியும். சொல்லிக் கொடுத்து நாலு நாளாச்சு. என்ன தந்திரம்! என்ன யுக்தி! என்ன ஞாபகம்! அவரோட இப்ப ஆடறதுன்னாலே பயமாயிருக்கு. பயம் இல்லை. எதிர்த்துச் சண்டை போடறவன் பலசாலியா இருந்தான்னா, சூக்ஷ்மக் காரனா இருந்தான்னா நமக்கும் அப்பதான் ரோசம் வருது. ஒரு ஊக்கம், சந்தோஷம் வருது. புதுசு புதுசா எல்லாம் தோணுது. இத்தனை வயசிலே என்ன ஞாபகம்! என்ன அமுக்கம்! என்ன தீர்மானம்! கூட ஆடறாங்களே தர்மாவும் பலராமனும் – அவங்க மட்டும் என்னாங்கறே அடேயப்பா – தலை கொண்டுபோற பயலால்ல இருக்கான் ரண்டு பேரும்! அதுவும் பலராமன் இருக்கான் பாரு. அவன் மனசிலே இருப்பதை என்னான்னு கண்டுபிடிக்க முடியுதா என்ன? என்னமோ கையிலே கோடி ரூபாய்க்குச் சீட்டுப் பேசறாப்பல மூஞ்சியை வச்சுக்கறான். உதட்டைக் கடிச்சுக்கறான். மெரட்றான், சிரிக்கிறான், தலையைத் தலையை ஆட்றான்."

பெரிய அண்ணன் அந்த மூன்றுபேரிடமும் அப்படி நெஞ்சைப் பறிகொடுத்து விட்டிருக்கிறார். சட்டநாதனுக்கு ஒன்றும் புரிகிறதில்லை. பல தடவை போய் அவர்கள் ஆடும் பொழுது நின்று பார்த்துக்கொண்டிருக்கிறான். ஆனால் திக்கு திசை புரியவில்லை. எல்லாச் சீட்டுக்களும் அவன் கண்ணுக்கு ஒன்றாகத்தான் படுகின்றன. இதில் என்ன இவ்வளவு உற்சாகப் பட இருக்கிறது! சீட்டைப் போட்டு சேண்டப்பிரியர் சிரிக்கிற கள்ளச் சிரிப்பு, வெற்றிச் சிரிப்பு; பலராமன் திடீரென்று போடுகிற 'ஆகா' – தர்மா அலுத்துக்கொண்டு சீட்டை எறிகிற தோல்வி – என்ன இது! இது என்ன உலகம்!

அந்த உலகம்தான் பெரிய அண்ணனுக்கு உலகமாக இருந்தது. சேண்டப்பிரியர் வீட்டுத் திண்ணையிலும் உள் கூடத்துத் தாழ்வாரத்தின் நடு அங்கணத்திற்குள்ளும் எல்லைப் பட்டுக் கிடந்த அந்த உலகம்தான் அவருக்கு உலகமாக இருக்கிறது. சாப்பிட, தூங்கத்தான் அவர் வீட்டுக்கு வருகிறார். குழந்தைகள் வரும். காலைக்கட்டிக்கொள்ளும். "ஓகோகோ" என்பார்.

ஒன்றுக்கு முத்தம் கொடுப்பார். ஒன்றைத் தட்டிக் கொடுப்பார். "சாப்பிட்டாச்சா?" என்பார்.

"ஆச்சு."

"என்ன சாப்பிட்டே?"

"குளம்பு."

"என்ன குளம்பு?"

"கத்திரிக்காய் குளம்பு."

"பருப்பு சாதம்?"

"ம்,"

"ரசம்?"

"ம்."

அவ்வளவுதான். இந்தச் சிரிப்பு, விளையாட்டு விசாரணை எல்லாவற்றையும் கடமைக்காகச் செய்வது போலிருக்கிறது. தேநீர் வருகிறவரையில் உட்கார்ந்திருப்பார். இலைபோடுகிற வரையில் காத்துக்கொண்டு இருப்பார். இந்த வேளையில் சின்ன அண்ணனின் குழந்தை வந்து பேச்சுக் கொடுக்கும்.

"பெரீப்பா – ஒரு கதை சொல்லு பெரீப்பா."

"சொல்றேன். கதை."

"ம், சொல்லு."

"அதுதான் சொன்னேனே."

"எங்கே சொன்னே?"

"அதுதான் கதைன்னு சொன்னேனே."

"அது இல்லே, பெரீப்பா, வேற சொல்லு."

"கதை."

"அப்படி இல்லே, பெரீப்பா, ஒரே ஒரு ஊர்லேன்னு..."

"ஒரே ஒரு ஊர்லே."

"ம்."

"அதுதான் சொன்னேனே."

"அப்புறம்."

தி. ஜானகிராமன்

"அதான் சொல்லியாச்சே. ஒரே ஒரு ஊர்லேன்னுட்டு..." இப்படிச் சிறிது நேரம் அதை அழுகிறவரையில் கொண்டு விட்டு, பிறகு சிங்கம், புலி ஏதாவது சொல்லுவார். அதற்குள் இலை போட்டாகிவிடும். "மீதியை நாளைக்குச் சொல்கிறேன்", என்று எழுந்து சாப்பிட்டுவிட்டு, நேராகச் சேண்டப்பிரியர் வீட்டைப் பார்க்க ஒரு நடை.

அம்மாவோடு, மனைவியோடு, சட்டநாதனோடுகூட அவர் தானாகப் பேசுவதில்லை. கேட்டால் கேட்ட கேள்விக்குப் பதில், 'ஆமா, இல்லை, ம், ஆமாமா' என்று எல்லாமே ஒற்றைச் சொல் விடைகளாகத்தான் இருக்கும். சாப்பிடும்போதுகூட ஒன்றும் சொல்வதில்லை. போட்டதைச் சாப்பிட்டுவிட்டுப் போய்விடுவார். இரவுச் சாப்பாடு அவருக்குப் பழக்கமான சாப்பாடு இல்லை. யாருக்குமே பழக்கமான சாப்பாடு இல்லை. பகலிலேயே இரவுக்காக வடித்து நீர் கொட்டி வைத்த புழுங்கலரிசிச் சோறு. அதில் அத்தனை பேருக்குமாக ஒரு ஆழாக்கு மோரை விட்டுப் பிசைந்து, ஒரு பெரிய ஈயப் பேலாவில் வைத்திருக்கும். அதன்மேல் ஒரு ஆழாக்கு அலுமினியக் கிண்ணம் உட்கார்ந்திருக்கிறது. கிண்ணத்தினால் அம்மாவோ, சின்ன அண்ணியோ சாதத்தை மொண்டு மொண்டு போடுவார்கள். புழுங்கலரிசி மணம் கமழும். அதை அப்படியே ஊறுகாய்கூட இல்லாமல் சாப்பிட்டுவிட்டுக் கை கழுவி, ஒரு வெற்றிலை பாக்கை அரைத்துக்கொண்டே பெரிய அண்ணன் வெளியே போய்விடுகிறார்.

அவர் மேலே என்ன செய்யப் போகிறார்? என்ன நினைத்துக்கொண்டிருக்கிறார்?

அண்ணா, நீங்கள் இனி என்ன செய்வதாக உத்தேசம்? ஏன் இப்படி வீட்டிலேயே பொழுதைப் போக்குகிறீர்கள்? ஏன் இப்படி பேசிப் பேசி பொழுதைத் தள்ளுகிறீர்கள்? அப்படி அண்டை அயலில் பேசுகிற பேச்சு எல்லாம் ஏன் வீட்டிற்குள் வரவில்லை? இங்கு ஏன் என்னோடு பேசவில்லை? ஏன் அம்மாவோடு பேசவில்லை? பெரிய அண்ணியோடு பேச வில்லை? நான் என்ன செய்யப் போகிறேன் என்று ஏன் என்னை ஒன்றுமே கேட்கவில்லை? இதை எல்லாம் சட்டநாதன் அவரைப் பார்த்து நேராகக் கேட்கவில்லை. குளத்தங்கரை யிலே இருட்டுகிற நேரத்தில் உட்கார்ந்து, மீன் துள்ளும் அலை களையும் ஊமை விண்மீன்களையும் பார்த்து, அவர் முகத்தை அவற்றிற்கிடையே வைத்துக் கேட்டுக்கொண்டிருந்தான்.

அண்ணா! தினசரியைக்கூட நீங்கள் ஏன் படிக்கிறது இல்லையாம்?

சேண்டப்பிரியர் வீட்டில்கூட நீங்கள் ஏன் பேசக் காணோமே! அவர்கள்தான் பேசுகிறார்கள்! நீங்கள் கேட்டதும் கேட்காததும் போல், பட்டதும் படாததும் போல்தானே உட்கார்ந்திருக்கிறீர்கள்! அக்காள், அம்மாள், அத்தான் எல்லார் பெயரையுமே இழுத்துத் தஞ்சாவூர் மிராசுகளின் ராகத்தோடும் குழைவோடும் திட்டு வசவு எல்லாம் கொப்பளித்துக்கொண்டு வருமே! ஏன் இப்பொழுது மருந்துக்குக்கூட அதை ஒன்றும் கேட்க முடியவில்லை?

அண்ணா! ஏன் இப்படி ஜடமாகி விட்டீர்கள்? உங்கள் புத்தி மழுங்கிவிட்டதா? இல்லை. சிறிது காலத்திற்கு இப்படித் தான் இருக்கட்டும் என்று அதற்குக் கொப்பி போட்டு வைத்து இருக்கிறீர்களா?

அவரை நேராகக் கேட்கத் தைரியமில்லாமல் சூன்யத்தை யும் குளத்தையும் பார்த்து ஒவ்வொரு கேள்வியாகக் கேட்டுக் கொண்டு இருக்கிறான் சட்டநாதன்.

வீட்டிற்குள்?

பெரிய அண்ணி தன் குழந்தைகளின் சட்டை, கவுன், பாவாடைகளையே தோய்த்துக் கொண்டிருக்கிறாள். காலைப் பொழுது அனைத்தும் அவளுக்குக் கிணற்றடியிலும் தோய்க்கிற கல்லண்டையுமே கழிந்து கொண்டிருக்கிறது. தன் குழந்தைகளின் உடைகள், தன் புடவை, ரவிக்கைகள், பெரிய அண்ணன் வேட்டி, துண்டு – இத்தனையையும் சவுக்காரம் போட்டுத் தோய்த்து உலர்த்திவிட்டு, அவற்றையே பார்த்துக்கொண்டு கொல்லைத் தாழ்வாரத்தில் உட்கார்ந்துகொண்டிருக்கிறாள். உலர்கிறவரையில் நகர்வதில்லை. உலர்ந்த பிறகு ஒவ்வொன்றாக உருவி மடித்து அலமாரியில் வைத்துவிட்டுத் தூணோரமாக வந்து உட்கார்ந்துகொள்வாள். நெட்டுக் குத்தலாக எங்கோ பார்த்துக்கொண்டு யோசனை. சாப்பிடக் கூப்பிட்டால் எழுந்து வந்து சாப்பாடு. பகலில் தூங்குவது கிடையாது. தன் குடும்பத்துத் துணிகளைத் தோய்ப்பதைவிட வேறு வேலை அவள் செய்வதாகத் தெரியவில்லை.

சமையல் வேலைகள், வீட்டைப் பெருக்குவது, வாசலில் சாணம் தெளித்துப் பெருக்குவது – எல்லாவற்றையும் புவனா வும் சின்ன அண்ணியும் சுமந்துகொண்டிருக்கிறார்கள். பெரிய அண்ணி தூணில் சாய்ந்து அத்தனையையும் பார்த்துக்கொண்டே உட்கார்ந்திருப்பாள்.

அவளுக்காகத் தோன்றினால் பேசுவாள். கலகலவென்று சிரிப்பாள். மாமியாரோடும் ஓரகத்திகளோடும் பேசுவாள்.

குழந்தையைக் கூப்பிட்டு வாய்ப்பாடு சொல்லச் சொல்லுவாள். திருத்துவாள். "நான் நறுக்கித் தாரேன், கொண்டா இப்படி," என்று அரைப் பூசணியையும் அரிவாள்மணையையும் கொண்டு கொடுக்கச் சொல்லி நறுக்கிக் கொடுப்பாள். எல்லாமே அவளுக்காகத் தோன்றினால்தான். பிறர் வந்து கேட்டதற்காகச் செய்துவிட மாட்டாள். இன்று தானே கூப்பிட்டுக் கூப்பிட்டுச் சிரித்துப் பேசுகிறாளே என்று நாளைக்கு அவளோடு அதே தோரணையில் பேச்சுக் கொடுக்க முடியாது. கொடுத்தால் வெடுக்கென்று ஏதாவது பதில் வரும். வருகிற உற்சாகத்தை எல்லாம் ஒரே சொல்லில் அணைத்து விரட்டிவிடுவாள். குழந்தைகள் உள்ளே வரும்பொழுதே அவள் முகத்தைத் தூரத்தி லிருந்தே பார்த்துக்கொண்டுதான் வரும். மெதுவாக நடக்கும். பேசலாமா கூடாதா என்று தயங்கித் தயங்கி ஒரு தீர்மானத் திற்கு வரத் தத்தளிப்பது தெரியும். முற்றத்தில் நடந்து போகிற ஒரு குழந்தையை "இங்கு வா," என்று கூப்பிடுவாள். அருகில் வந்ததும், "இப்பதானே தலையை வாரிப் பின்னிவிட்டேன். அதுக்குள்ளாக ஏன் இப்படிப் பிச்சைகாரத் தலையாச்சு!" என்று விருட்டென்று ஒரு அறை விடுவாள். எதிர்பாராமல் விழுந்த அந்த அறையை வாங்கிக்கொண்டு, பீறி வரும் அழுகையை அடக்கி அடக்கி வெறும் விசிப்பாக ஒடித்து விழுங்கப் படாத பாடுபடும் அந்தக் குழந்தை.

குழந்தைகள் மட்டுமில்லை; மற்றவர்களும் கூடத்தில் அவள் இருப்பதைப் பார்த்துச் சிரிக்கிறதா, கலகலக்கிறதா என்று யோசித்துக்கொண்டு முடிவு செய்வதுபோல் இருக்கும். எங்கோ ஒரு ஓரத்தில் உட்கார்ந்தவண்ணம் வீடு முழுவதும் இத்தனை புழுக்கத்தை ஏற்படுத்தக்கூடிய ஒரு ஆத்மாவைப் பார்த்துச் சட்டநாதனுக்கு வியப்பாக இருந்தது. மார்கழி மாதத் தில் முன் அறையில் ஜன்னல் கதவைச் சாத்தி ஒரு மூலையில் அம்மா வைத்துக்கொள்கிற கணப்பு மாதிரி இருக்கிறது, தூணோர மாக அமர்ந்திருக்கிற உருவத்தைப் பார்த்தால் சில சமயம் அம்மாவும் அவளும் சேர்ந்து உட்கார்ந்து இருப்பார்கள். பெரிய மருமகள், மற்றவர்களைவிட வயதில் பெரியவள் என்று அம்மா தான் சமமாக உட்கார்ந்து பேசுகிற அந்தஸ்தைக் கொடுத்தாளா, இவளாக எடுத்துக்கொண்டாளா என்று தெரியவில்லை. அது என்னமோ தானாகக் கூடிவிட்டது. அம்மா உறவினர்களைப் பற்றி, ஊர் விவகாரங்களைப் பற்றியெல்லாம் ஏற்ற இறக்கம் இல்லாத குரலில் முணுமுணுவென்று ஏதோ சொல்லிக் கொண்டே இருப்பாள். நடுநடுவே ஒரு சிரிப்போ, 'ஆமாமோ' அண்ணியிடமிருந்து பதிலாக வரும். இந்தப் பேச்சில் புவனா வும் சின்ன அண்ணியும் கலந்துகொள்ள மாட்டார்கள்.

பெரியவர்கள் நாங்கள் ஏதோ பேசிக்கொண்டிருக்கிறோம் என்று தூரத்திலேயே எல்லை வட்டம் போட்டுக் கொண்டாற் போல அதிலும் ஒரு விலக்கு யாரும் சொல்லாமலேயே படர்ந்து நிற்கும்.

அந்த எல்லைக்குள் குழந்தைகள்கூட வரவில்லை. எல்லாம் சமையலறைக்குப் பின்னிருந்த இரண்டாம் கட்டைப் பிடித்துக் கொண்டன. அங்கிருந்து சிரிப்புக் கேட்கும். இரைச்சல் கேட்கும். கூப்பாடு கேட்கும். எப்போதாவது புவனாவும் சின்ன அண்ணியும் அந்தச் சிரிப்புகளுக்கு இடையில் தங்கள் சிரிப்பையும் தெளித்துக் கலப்பது கேட்கும். குழந்தைகள் சுற்றிச் சுற்றி வருவது அடுக்களையையும் இரண்டாம் கட்டையும்தான். கொல்லையில் அவை கத்தும் சத்தம் கேட்டால் அங்கு புவனா இருப்பதாக அர்த்தம். களைக்கொட்டை எடுத்து அவள் ஒவ்வொரு செடிக்கு அருகில் கொத்திக் கொண்டிருப்பாள். நாலு செம்பருத்திப் பதியன்கள் சென்ற வாரம் சண்பகவனத்தின் வீட்டிலிருந்து வந்தன. அவற்றை நட்ட பிறகு குழந்தைகள் அவற்றிற்கு ஆசார உபச்சாரம் எல்லாம் செய்து கொண்டிருக்கிறார்கள். காலையில் எழுந்ததும் எழாததுமாக ஒவ்வொரு செடிக்கு முன் ஒவ்வொன்றாக உட்கார்ந்து பார்த்துக் கொண்டிருக்கிறார்கள். புவனா முழங்கால் தெரியும்படியாகப் புடவையை இடுக்கிக் கொத்தி விடுவதும் தண்ணீர் விடுவதுமாகச் சுற்றிக்கொண்டிருக்கிறாள். கொல்லைப் பக்கம் போன சட்டநாதன், அந்தக் காலைப் பார்த்துவிட்டு முகத்தைச் சற்று அப்பால் திருப்பிக் கூசிக்கொண்டு நிற்கிறான். சற்றுக் கழித்துக் குழந்தைகள் உள்ளே ஓடுகின்றன.

பேச்சுத் தொடர்கிறது.

சட்டநாதன் களைக்கொட்டை வாங்கிக் கொத்துகிறான்.

“ஏன் இப்படி நகந்து நகந்து நிக்கறே? கிட்ட வந்து இந்தக் களையை எல்லாம் பொறுக்கி எறியேன்.”

“இந்தப் பக்கத்தை முடிச்சிட்டு வரேன்.”

“முதல்லே இங்கே இருக்கிறதைத்தான் எடேன்.”

“–”

“ஏன், கிட்ட வரதுக்குப் பயமா இருக்கா?”

“ஆமா.”

“ஆமாவா! பகல்லெகூட உன்னைத் தொட்டுருவேன்னு பயமா? அதுவும் இப்படித் திறந்த இடத்திலே?”

"அப்படித்தான் பிறத்தியார் கண்ணுக்குப் படும்..."

"இங்கே ஒருத்தரும் இல்லையே."

"யாராவது இருந்தாங்கன்னா?"

சட்டநாதன் திரும்பினான். கொல்லை நிலையில் நாதாங்கி மீது வலது கையை வைத்துக்கொண்டு ஒரு உருவம் நிற்கிறது. சின்ன அண்ணிதான்.

"ஆமாம்" என்றான் அவன். "ரொம்ப நாழியா நிக்கிறாங் களா?"

"இப்பதான் வந்தாங்க போலிருக்கு. குழந்தைங்க உள்ளே போன உடனேயே யாராவது வருவாங்கன்னு நினைச்சேன். அதனாலெதான்."

"நாம பேசினதெல்லாம் காதில விழுந்திருக்குமா?"

"அத்தனை கிட்ட இல்லெ. காதாலே கேக்க முடியாத சேதியா ஒண்ணும் பேசிடலையே இப்ப."

பேசாமல் தோட்ட வேலை நடந்தது. இரண்டு நிமிஷம் கழித்துத் திரும்பிப் பார்த்தபொழுது, நிலையில் யாரும் இல்லை. வாசல்வரையில் பார்க்க முடிகிறது.

"சின்ன அண்ணியை நினைச்சாத்தான் என்ன செய்யற துன்னு புரியலெ," என்றாள் புவனா.

"என்ன?"

"நான் காலமே எழுந்துகிட்டு வர்றப்பவெல்லாம் அவங் களைப் பார்த்தா கஷ்டமாயிருக்கு."

சட்டநாதன் பேசாமல் உட்கார்ந்திருந்தான்.

"இங்கியும் சொன்னாத் தெரிய மாட்டேங்குது. தினம் தினம் தண்ணியைக் கொண்டா, வெத்திலையைக் கொண்டான்னு சொல்லி, கொண்டு வந்தப்பறம் அங்கியே இழுத்து மறிச்சா என்ன செய்யறதாம்? பெரிய அண்ணி மட்டும் இருந்தாப் பரவாயில்லே."

சட்டநாதன் அதற்கும் பதில் பேசவில்லை.

"சுத்தியிருக்கப் பட்டவங்க நிலையைப் பார்த்துக் கொஞ்சம் ஜாக்கிரதையா இருக்கணும்."

"நல்லாச் சொல்லேன், அவங்க ஏதாவது சொன்னாங்களா?"

"ஒண்ணும் சொல்லலே. அடிக்கடி 'உனக்கென்ன புவனம், உனக்கென்ன புவனம்'ன்னு சொல்றாங்க. அதைக் கேக்கறப்ப எனக்குப் பாவமாயிருக்கு. அவங்களை நான் ஒண்ணும் சொல்லலெ. இந்த நிலைமையிலே அப்படித்தான் இருக்கும். நாமதான் ஜாக்ரதையா இருக்கணும்னு சொல்றேன்."

"அப்ப இனிமே பஞ்சாங்கத்தைப் பார்த்து வச்சுக்கறேன். என்னிக்கு சம்சாரத்தோட பேசலாம். எந்தக் கிழமையிலே பேசக் கூடாது, எந்த நட்சத்திரம், எந்தத் திதியிலெல்லாம் பேசக்கூடாதுன்னெல்லாம் போட்டிருக்கும். அப்படியே நடந்துகிட்டாப் போவுது."

புவனா 'குப்'பென்று சிரித்தாள். "பேசறதுன்னா சாதாரணமாப் பேசிக்கிறதுக்குக் கூடவா?"

"பேசாம பேசறதுக்குத்தான். இதான் சாக்குன்னு நீயே வாயே திறக்காம இருந்திர வாண்டாம்."

சற்றுக் கழித்துச் சொன்னான் அவன். "சின்ன அண்ணி உங்கிட்டே உசிரா இருக்காளே. வாயே திறக்க மாட்டா. உன் கிட்டத்தான் கொட்டிக் கொட்டிப் பேசறா. உன்னை கட்டிக்கிறா. அன்னிக்கு நீ என்னமோ சொன்னப்போ சடார்னு உன்னை ஒரு அணை அணைச்சு உன் கன்னத்திலே முத்தம் கொடுக்கிறதைக்கூடப் பார்த்தேனே," என்றான் சட்டநாதன்.

"அப்பதான் எனக்கு என்னமோ போல ஆயிடுது", என்று புவனா தலையை இன்னும் நன்றாகக் குனிந்துகொண்டாள்.

மீண்டும் நிமிர்ந்த பொழுது அவள் முகம் சற்று இருண்டிருந் தது.

"ஏன், புவனா?"

புவனா பதில் சொல்லவில்லை.

'உங்களைத் தழுவிக்கொள்ள முடியாமல்தான் என்னிடம் இந்த ஆர்ப்பாட்டம் அமர்க்களம் எல்லாம்!' என்று அவள் கண் சொல்வதுபோல் இருக்கிறது. அந்த ஒரு கணம் படர்ந்த நிழலில் வேதனை, குறும்பு, இரக்கம், துயரம் என்று பல திரண்டு நிற்கிறாற் போலிருக்கிறது.

சட்டநாதன் ஒரு கணம் குழம்பித் தடுமாறிவிட்டான்.

17

அப்பொழுதே அவனுக்குச் செம்பானூர் புறப்பட்டுப் போக வேண்டும் போல் இருந்தது. புவனாவின் பார்வைக்கு அதுதான் அர்த்தமாக இருக்க வேண்டும் என்றால், இனி என்ன செய்யப் போகிறோம்? குழம்பிக்கொண்டே வழி தானாகப் பிறக்கட்டும் என்று காலத்தை நம்பி தள்ளிப் போடுவதில் என்ன பயன்...?

சாப்பிடும்பொழுது பெரிய அண்ணனைப் பார்த்தான். அவருக்கும் ஏதாவது வழி கண்டு தானாக வேண்டும். ஜடமாக உட்கார்ந்துவிட்ட அவருக்குத் தூங்குகிறவன் தலையில் தண்ணீரைக் கொட்டுகிறது போல, ஒரு அடி அடித்து விழிப் பூட்டுவதுபோல் கூட எதையாவது செய்து தானாக வேண்டும்...

சாப்பிட்டு எழுந்ததும், ஒரு வெற்றிலையை அரைத்துக்கொண்டு, பெரிய அண்ணன் சேண்டப் பிரியர் வீட்டைப் பார்க்க நடந்தார். குழந்தைகள் கொல்லையைப் பார்க்க ஓடின. சட்டநாதன் புவனா விடம் மட்டும் சொல்லிக்கொண்டான். செருப்பை மாட்டிக்கொண்டு வெளியே புறப்பட்டான்.

வழக்கம்போல் வரப்பையும் வயலையும் கடந்து குறுக்கு வழியில் சாலைமீது ஏறி விறுவிறுவென்று நடந்தான். செம்பானூர்ப் பெரிய கோவில் வாசலில் நிற்கிற கோபால் நாயக்கரின் ஞாபகம் வந்தது.

கோபால் நாயக்கர் செய்து கொடுக்காத காரியம் இல்லை. நிலம் வாங்க வேண்டுமா? வீடு வாங்க வேண்டுமா? வெறும் கருவேல விறகாக நூறு வண்டி வேண்டுமா? கொத்து வேலைக்குச் சிற்றாட்கள் வேண்டுமா? கறவை மாடு வேண்டுமா? வண்டி மாட்டு ஜோடியை மாற்ற வேண்டுமா? எது எது எங்கே இருக்கிறது என்று அவருக்குத் தெரியும். யார் யார் செம்பானூரில் என்ன ஜீவனம் நடத்துகிறார்கள், எப்படி முன்னுக்கு வந்திருக்கிறார்கள், ஏன் பலர் மண்ணுளிப் பாம்பாக உயிரில்லாத வாழ்க்கை நடத்துகிறார்கள் என்று அவரைக் கேட்டால் தெரியும்.

அவரைப் பல பேருக்குத் தெரியாது, ஏதோ கோவில் வாசலை நம்பிப் பிழைக்கிற சுகவாசி என்றுதான் அவரைப் பற்றிப் பொதுவாகப் பல பேர் கருத்து. ஆனால் அவருக்குச் சின்னது பெரியது என்று பேதம் பாராட்டாமல் எல்லா ஜாதகங்களும் பாடம். உஷார் கமிட்டியில் உறுப்பினராக இருந்துகொண்டு போலீஸ்காரர்களுக்குக்கூட அவர் உதவி செய்து வருவதாகப் பேசிக்கொள்வார்கள். செம்பானூரில் எந்த வீட்டிலாவது வெந்நீர் அண்டாவோ, கைக்கடிகாரமோ, நெல் மூட்டையோ திருடு போய்விட்டால், கோபால் நாயக்கரால் தடயம் சொல்ல முடியும். சேதியை அவர் காதில் போட்டு விட்டால் அவர் மூக்கு மோப்பம் பிடிக்கத் தொடங்கும். ஒரு நாலைந்து பயல்களைச் சொல்லும். போலீஸ்காரர்கள் அவர்களைப் பிடித்துக் கொட்டடியில் போடுவார்கள். சில சமயம் விசாரணை தொடங்கும்முன்பே உண்மை வந்துவிடும். சில சமயம் அடியோ அடி என்று அடித்து உண்மையைப் பிடுங்கிவிடுவார்கள். எப்படியும் வந்த நாலைந்துபேருக்கு அப்பால் உண்மை கிடைத்துவிடாது.

சாலையில் நடந்துகொண்டிருக்கிற சட்டநாதனுக்கு அவரை நினைக்கும்போது வியப்பாக இருந்தது. ஒவ்வொரு ஊரிலும் ஒவ்வொரு கோபால் நாய்க்கர் இருக்கத்தான் வேண்டும். ஒரு கடையா, ஒரு வீடா, குழி நிலமா, நிரந்தரமாக ஒரு வேலையா என்று ஒன்றுமே இல்லாமல் பொழுது விடிவதையே நம்பிக்கொண்டு – துணிச்சலையே நம்பிக்கொண்டு – நிமிர்ந்த தலையும் அதிகாரக் குரலுமாக நடுத்தெருவில் நின்றுகொண்டே வாழ்க்கை நடத்துகிற கோபால் நாய்க்கர்கள் ஒவ்வொரு ஊரிலும் ஓரிரண்டுபேர் இருப்பார்கள். மற்றவர்களுக்குப் பாடமாகப் படைத்திருக்கிற மாதிரிகள்.

அவரை நினைக்கும்போது சிரிப்பு வந்தது. தெம்பு வந்தது. அவர் பெரிய மனிதனும் இல்லை, சின்ன மனிதனும் இல்லை. நல்லவரும் இல்லை, அயோக்கியனும் இல்லை. பணக்காரனும்

இல்லை, ஏழையாகவும் இல்லை. ஒரு குழியிலும் விழாமல், குறிப்பிட்ட எந்த அந்தஸ்துமில்லாமல் அவர் வெகுகாலமாக இருந்து வருகிறார். வாகைக் கதவுபோல் மார்பும் மீசையும் வஸ்தாதின் உடல் கட்டும் – வயசினால் சிறிது தொந்தி மட்டும் விழுந்திருக்கிறது. எப்போதுமே அதிகாரம் செய்யும் குரலுமாகக் கோவில் வாசலில் நடமாடிக்கொண்டிருக்கிறார். அந்தப் பக்கம் போகும்பொழுதெல்லாம் வேண்டுமென்றே அவரைப் பார்க்காமல் போகிற வழக்கம் சட்டநாதனுக்கு. அவரைப் பார்த்துப் பேசுவதும் அடையாளம் கண்டுகொள்வதும்கூட ஏதோ கௌரவக் குறைவு என்று பலபேரைப் போல அவனும் நினைக்கிறதுண்டு. இப்பொழுது அவரைப் பற்றிச் சற்று ஆர அமர நினைத்துப் பார்க்கையில், அப்படி அவர் என்ன பாவம் செய்துவிட்டார் என்று தோன்றுகிறது. உட்கார ஒரு இடமில் லாமல் பிழைப்பு நடத்துகிறவன் மனிதன் இல்லையா? பொழுது விடிவதை மட்டும் நம்பிப் பிழைக்கிறவன் மனிதன் இல்லையா? நான் இப்பொழுது என்ன செய்துகொண்டிருக்கிறேன்? பெரிய அண்ணன் என்ன செய்துகொண்டிருக்கிறார்? என்னென் னமோ இருந்த இடம் என்ற ஒரு நினைவில்தானே கௌரவ மான மனிதன், நாய்க்கர் மாதிரி இல்லை என்றெல்லாம் காலம் கடத்த முடிகிறது..?

சட்டநாதன் இப்பொழுது கோவில் வாசலுக்கே வந்து விட்டான். பிற்பகல் வேளை. கோவில் வாசல்கூடச் சாப்பாட்டுத் தூக்கம் போடுகிறாற் போலிருக்கிறது. மதிலை ஒட்டியிருந்த வண்டிப்பேட்டையில் வாடகை வண்டிகள் நாலைந்து, குழந்தைகளைப் போல நுகத்தடியைத் தரையில் கிடத்தி உறங்கின. காலையில் வந்தால் பிரப்பம் கூடை, மண்வெட்டி, கோடரி – இப்படி ஒரு ஆளுக்கு ஒரு கருவியுடன் அக்கம் பக்கத்து ஊர்களிலிருந்து ஒரு ஐம்பது அறுபது ஆட்கள் வேலைக் காகக் காத்துக்கொண்டிருப்பார்கள். ஏழெட்டுப் பரியாரிகள், விபூதியும் தர்ப்பையுமாக நாலைந்து புரோகிதர்கள், பிணம் தூக்குகிற அய்யர்கள் இரண்டுபேர் – இப்படி ஒரு கூட்டம் உலகத்தை இயக்கத் தயாராகக் காத்துக்கிடக்கும். இப்போது யாருமே இல்லை. கோவில் பூக்காரர்கள் இரண்டுபேர் மட்டும் ஆசார வாசலின் நிழலில் குடலைகளுக்கு நடுவில் அமர்ந்து பூத்தொடுத்துக்கொண்டிருக்கிறார்கள். நாயக்கர் வெள்ளிப் பூண் போட்ட கைத்தடியை அக்குளில் இடுக்கி, அரை வேட்டியை இடுக்கியவாறு, அவர்களுடன் ஏதோ சொல்லிச் சிரித்துக்கொண்டிருக்கிறார்.

சட்டநாதன் முதலில் நாய்க்கரோடு பேசத் தயங்கிக் கொண்டே சற்று நின்றான்.

“என்னாங்க வேணும்?” என்றார் சற்று நாழி கழித்து ஒரு பூக்காரர்.

“ஒண்ணுமில்லே. வாடகைக்கு வீடு ஒன்றுக்காகச் சொல்லியிருந்தேன். ஒரு ஆளு வரேன்னு சொல்லியிருந்தார். அதுக்காகத்தான் நிக்கிறேன்.”

“வாடகைக்கா வூடு?” என்றார் நாய்க்கர்.

“ஆமாம்.”

இதுவரை அவரோடு பேசியே இராத சட்டநாதனுக்கு உடம்பு என்னமோ செய்தது. ‘வலிய அழைக்கிற வேசிக்குப் பதில் சொல்வது போலல்லவா கூச்சப்படுகிறோம்?’

“யார் அழைச்சிட்டுப் போய் காமிக்கிறேன்னாங்க?” என்று நாய்க்கர் சற்று வியப்புத் தொனிக்கிற குரலில் கேட்டார். நம்மை விட்டால் யார்? நம்மை விட்டால் யார் இங்கே இருக்கிறார்கள்? அப்படி ஒருவன் கண்ணுக்குத் தெரியாத போட்டியாகக் கிளம்பியிருக்கிறானா? – இவ்வளவும் அந்தக் குரலிலும் பார்வையிலும் கேட்டது.

சட்டநாதனுக்கு வெட்கமாக இருந்தது.

“யாரோ ஒரு ஆள் சொன்னார்,” என்றான் மீண்டும்.

“வாடகைக்கு வீடு வேணுமா?”

“ஆமா.”

“பெரிசா இருக்கலாமா? சின்னதாப் போதுமா?”

“சுமாரா இருக்கலாம்.”

“இப்பவே பார்க்கிறீங்களா?”

“ம்.”

“வாங்க என்னோட.”

போகும்போது “ஐயாவைச் சும்மா சும்மா பார்க்கறேன். இப்பதான் கொஞ்ச நாளாப் பார்க்கலெ. யாரு என்னன்னு சடார்னு நிகாப்பட மாட்டேங்குது.”

“கடையிலே பார்த்திருக்கலாம் – கடைத் தெருவுக்குப் பக்கத்து தெருவிலே – மன்னையார் தெருவிலே.”

“ப்ஸ . . . அப்பாடா!” என்று ஒரு பெரிய பாரம் இறங்கி விட்டாற்போல மூச்சக் கொட்டினார் நாய்க்கர். “நம்ப

முத்துச்சாமிப் பிள்ளைவாள் தம்பீல்லியா? நம்ம பெரியய்யா மருமவன்!”

சட்டநாதன் புரியாமல் திரும்பினான்.

“சண்பகவனம் பிள்ளையை நாங்க பெரியய்யான்னுதான் சொல்ற பளக்கம்,” என்று அவன் சந்தேகத்தைத் தீர்த்தார் நாய்க்கர். “யாரோ, என்னமோன்னு சித்தெ நேரம் புரியாமலே போயிட்டுதே எனக்கு. அஞ்சாறுமாசம் முன்னாலே ஒரு காச்சலாப் படுத்தேன். அதிலேர்ந்து பாருங்க, சட்சட்டுனு ஒரு ஞாபக மறதி. நெஞ்சிலே இருக்கும், பேர் வராது, முகம் ஞாபகம் வராது, இப்படி சில சமயம் என்ன இடைஞ்சலா இருக்குங்கிறீங்க இது? பேசிட்டே வர்றப்ப, திடீர்னு ஆள் பேர் மறந்து போச்சின்னா! நடக்கட்டும்... நடக்கட்டும்... ம் தனி வீடா வேணுமா! இல்லே, பெரிய வீடா இருந்து ஒரு குடியிருக்கிற வீடா, ரண்டாம் கட்டு, முதல் கட்டு அப்படி இருக்கலாமா?”

“தனி வீடா இருந்தா நல்லது.”

“அதுதான் கேட்டுக்கிட்டேன்.”

நாய்க்கரோடு தெருவில் நடப்பது ஒரு புது அனுபவமாக இருந்தது. ‘நாய்க்கரைப் போன்றவர்களைவிட எந்தவிதத்திலும் நான் உயர்ந்தவனல்ல, கௌரவப்பட்டவனுமல்ல’ என்று தன்னைச் சீர்படுத்திக்கொண்டான் அவன். ஏதோ ஒரு போலி மேட்டில் இருந்து இறங்கிவிட்டாற் போலிருந்தது.

இருவருமாக நாலைந்து தெருவில் சுற்றினார்கள். தனி வீடாக ஏதும் கிடைக்கவில்லை. ஒண்டுக்குடி வீடுகளாகப் பார்த்தார்கள். ரகுராயர் தெருவில் ஒரு வீட்டின் முன் நிறுத்தினார் நாய்க்கர். வாசலில் பந்தல். முழங்கால் உயரத்தில் திண்ணை. ஓட்டிலேயே கம்பி போட்டு அடைத்திருந்தது. அதனால் அதைப் பார்த்தால் திண்ணைபோல் தோன்றவில்லை. பெரிய கூடம்போல் இருந்தது. உள்ளே பெரிய கூடம். பெரிய தாழ்வாரம். முன்னால் இரண்டு அறைகள். பெரிய சத்திரம் போலிருக்கிறது. சமையலறைக்குப் பின்னால் தாழ்வாரம், கிணற்றடி. கிணற்றடியைக் கடந்து ஒரு நிலையைக் கடந்ததும் மறுபடியும் ஒரு வீடு மாதிரித் தொடங்கிற்று. அங்கு எதிரும் புதிருமாக ஒரு அறை – நடுவில் கூடம், ஒரு சின்னக் கிணறு. திண்ணையில் உட்கார்ந்திருந்தவர் கொண்டு காண்பித்தார். முன்கட்டு முழுவதும் காலியாக இருந்தது. பின் கட்டில்தான் காண்பித்தவர் இருக்கிறார். அவர்தான் வீட்டுக்காரராம்.

அத்தனை பெரிய முன் கட்டையும் இருபது ரூபாய் வாடகைக் குத் தருவதாகச் சொன்னார். உள்ளே போய் மீண்டும் சம்சாரத்தை அழைத்து வருவதாகப் போனார்.

வீட்டின் விசாலத்தையும் வெளிச்சத்தையும் பார்த்து மலைத்து நின்றான் சட்டநாதன். வீட்டின் அமைப்பு அவனுடைய கிராமத்து வீடு மாதிரி இருந்தது. இடம்தான் இன்னும் அரை மடங்கு அதிகம். இன்னும் காற்றோட்டம், வெளிச்சம்.

"இருபது ரூபா சாஸ்தின்னு நெனைக்காதீங்க. முன்சீப் கோர்ட்டிலே குமாஸ்தாவா இருந்தாரு. வயசாயிடிச்சு, ரிட்டையர் ஆயிட்டாங்க. இன்னமே பாதிச் சம்பளந்தானாமே. அதிலே கூட கடனொடடன் வாங்கியிருப்பாங்க போலிருக்கு. அதுக்குத் தான் முன்கட்டை விடறாங்க."

சட்டநாதன் பெரியண்ணனை நினைத்துக்கொண்டிருந் தான். அவருக்கு இந்த மாதிரித்தான் வேண்டும். வாசல் திண்ணை அமைப்பே அழகாக இருக்கிறது. ஏக அகலம், பெரிய அண்ணன் உட்கார்ந்து நாலு பேரோடு பேசலாம். வழக்குகள் தீர்க்கலாம். வைரப் பரீட்சை பண்ணலாம். அந்தத் திண்ணை மீதே வழவழவென்று சாய்மானம் வைத்த ஒரு குட்டித் திண்ணை வைத்திருக்கிறது. அதற்குப் பக்கத்தில் ஒரு சாய்வு நாற்காலியையும் போட்டுவிட்டால் அவருக்கு அந்த இடமே அத்தாணி மண்டபமாக இருக்கும். அவர் இஷ்டப்படி இருக்கலாம். அந்த இடத்தைப் பார்த்ததுமே பெரிய அண்ண னுக்கு நல்ல காலம் பிறந்துவிட்டாற் போலிருந்தது.

"நல்லா வாழ்ந்த வீடுங்க. குடும்பமும் சாதாரணக் குடும்பம் இல்லெ. பதினொரு வேலிக் குடித்தனம் இவங்க அப்பாரு நாளிலே. இவங்க அப்பாருக்கு ஒரு நாள் வெறி பிடிச்சுது. தெய்வம் கெடுக்க ஆரம்பிச்சா அதுக்குக் காரணமா சொல்ல முடியும்? ஒரு நாளைக்குக் குடும்ப ரிக்கார்டெல்லாம் எடுத்துக் கிளறியிருக்காரு. ஏதோ ஒரு பழைய புரோ நோட்டுக் கிடைச்சுது. வடவாயிரம் பண்ணையிலே ஏதோ கடன் வாங்கியிருந்தாங்க, ரொம்ப காலத்துக்கு முன்னாடி. இவரு அதை எடுத்துக்கிட்டு ஒரு வக்யல் குமாஸ்தாகிட்டே போனாரு. அவர் வியாஜ்யம் ஆடிப் பார்க்கலாம்னிருக்காரு. ரண்டு பேருமா நோட்டை எடுத்துக்கிட்டு, நோட்டு எழுதிக் கொடுத்தவரோட பேரன் கிட்டே போயிருக்காங்க. அவன் கொஞ்சம் பயந்தவன். பார்த்தான். பயந்திட்டான். அம்பதாயிரம் கொடுத்துத் தீத்துப்பிடறேன்னான். 'அதெல்லாம் முடியாது. வட்டியும்

முதலுமா லட்சத்துப் பதினாயிரம் ரூவாயைக் கீழே வச்சாதான் ஆச்சு'னு பயமுறுத்தியிருக்காங்க ரண்டுபேரும். ஒரு ஐயாயிரம் கூட்டினான் அவன் அப்பறம். அதுக்கும் மசியலே இவங்க. கோர்ட்டிலே பார்த்துக்கிறோம்னு வந்தாங்க. அஞ்சு வருஷம் கேஸ் நடந்தது. நிலத்தையெல்லாம் வித்து வியாஜ்யம் ஆடினாங்க. கடைசியிலே நோட்டுக் காலாவதின்னு கேஸைத் தள்ளிட்டான். ஐக்கோர்ட்டுக்குப் போனாங்க. கீழ்க்கோர்ட்டுத் தீர்ப்பு நின்னுது. சொச்சம் இருக்கிற ரண்டு வேலியிலே ஒரு வேலி போச்சு. இல்லாட்டி இவரு முன்சீப்பு கோர்ட்டுக்குப் போயா உத்யோகம் பார்க்கணும்! அப்பன் பண்ணின ஏடாகோடம் பிள்ளை தலையிலே வந்து உட்கார்ந்துது. நல்ல வேளையா கடன் வைக்காம பன்னண்டு மா நிலத்தை வச்சுட்டுப் போனாரே. அதைச் சொல்லுங்கோ. இவருக்குக் கல்யாணம் ஆனப்பறம் கொல்லைக் கட்டை வாடகைக்கு விட்டாரு. இப்ப ரிட்டேர் ஆனப்பறம் பின் கட்டுக்குப் போயிட்டாங்க. நல்லா வாழ்ந்த வீடுதான். ரூபாயைப் பார்க்காதீங்க," என்று சொல்லி முடித்தார் நாய்க்கர்.

உள்ளே போன வீட்டுக்காரர் வர இன்னும் ஐந்து நிமிஷ மாயிற்று. "கொஞ்சம் செலவு இருக்கு. ரண்டு மாசத்து அட்வான்ஸ் கொடுத்தாத் தேவலாம்னு வீட்டிலே நினைக்கி றாங்க. எனக்கு அட்வான்ஸூம் வாணாம். அத்தாட்சியும் வாணாம். உங்களைப் பார்த்தாலே போதும் எனக்கு. வீட்டிலே அப்படி அபிப்பிராயம். முடிஞ்சாப் பாருங்க," என்று விழுங்கி முடித்தார் வீட்டுக்காரர்.

சட்டநாதனுக்கு வழக்கம் போல் தழதழத்துவிட்டது. சட்டென்று அதை விழுங்கிச் சமாளித்துக்கொண்டான்.

"ரண்டு மாசம் அட்வான்ஸை நீங்க அதிகாரத்தோட கேட்கலாம். ஏன் இவ்வளவு தயங்கணும்?" என்றான்.

"ஒரு அதிகாரமும் வாண்டாம். அமர்க்களமும் வாணாம். இருக்கிறது நின்னால் போதும். இதுவும் நான் கேக்கலே. வீட்டிலெ சொல்லுது. நான் என்னப் பண்ணப் போறேன் அதை வச்சுகிட்டு? கொல்லைக்கட்டுக் கிணத்து மோடை மூளியாக் கிடக்கு உசரமும் பத்தலெ. அதுக்கு என்னமோ செய்யணும்னு நினைக்குது."

சட்டநாதன் உடனே பணத்தை எடுத்துக் கொடுத்தான். பெரிய அண்ணனுக்கு நல்லகாலத்தை வாங்குவதைப் போலிருந் தது. கைகூடச் சிறிது நடுங்கிற்று. அதேசமயம் மிச்சம் வீட்டி

லிருந்த எண்பது ரூபாயும் ஞாபகத்துக்கு வந்தது. அதுதான் இருக்கிற கடைசி ரொக்கம். அதையே வைத்துக்கொண்டு அம்மா, பெரிய அண்ணன், அவர் குடும்பம், புவனா – இத்தனை பேரையும் காப்பாற்ற முடியாது. சின்ன அண்ணிக்கும் குழந்தைக்கும் இருக்கிற பங்கைத் தொட முடியாது. அது அவர்கள் சாப்பாட்டுக்கும் துணிமணிக்கும்தான் இழுத்துக்கொண்டு நிற்கும்.

பெரிய அண்ணனை, பழைய பெரிய அண்ணனாக, சிரிக்கிற பெரிய அண்ணனாக, திட்டுகிற பெரிய அண்ணனாகப் பார்த்தால் போதும் போலிருந்தது அவனுக்கு. இப்படி மந்தித்து மண் மனிதனாக இருப்பதுதான் நெஞ்சை அருவுகிறது. பட்டிக்காட்டு மண்தான் அவருக்கு ஒத்துவரவில்லை. கலகல வென்று பட்டண வாசத்தில் சிரித்தவருக்குத் திடீரென்று பூண்டுகளுக்கும் அமைதிக்கும் நடுவே கொண்டுவிட்டது, புத்தியை, ஊக்கத்தை எல்லாவற்றையும் மழுக்கிவிட்டது. எப்படி யாவது அவரைக் கிளப்பி இங்கே கொண்டு வைத்தால் போதும்.

பணத்தைக் கொடுத்து விடைபெற்றுக்கொள்ளும்போது, ஒரு புதிய உயிரும் ஊட்டமும் வந்துவிட்டாற் போலிருந்தது. நாய்க்கர் ஒரு ரூபாயை வாங்கிக்கொண்டு தலைகால் தெரியாத நன்றியுடன் – மலர்ச்சியுடன் விடைபெற்றுக்கொண்டார்.

நேராக மாமனார் வீட்டை நோக்கி நடந்தான் சட்டநாதன்.

செய்தியைக் கேட்டதும் அவரும் குதிக்காத குறையாகப் பூரித்துப் போய்விட்டார். “பேஷ்! பேஷ்! புவனேச்வரீ! பேஷ்! பேஷ்!” என்றார். விறுவிறுவென்று உள்ளே போனார்.

“யாரங்கே?.. மாப்ளே, புவனா, அவங்க அண்ணன், அண்ணி, அம்மா, சின்ன அண்ணி, – எல்லாருமே நம்ம ஊருக்கே ஜாகை வந்திடப் போறாங்க. சுப்பராயன் மகன் வைத்தியநாதன் இல்லே? அந்த வீடுதானாம்! முன் கட்டாம். இன்னமே உம் மகளுக்கு அரமனை வாசம். உனக்கும் மனுஷப் பஞ்சம் தீர்ந்தது,” என்று சொல்லும்போது ஏற்கெனவே பெரியதாக இருக்கிற அவர் முகம் இன்னும் பருப்பது போலிருக்கிறது.

ஒரு வாரத்திற்குள் கிராமத்திலிருந்து சட்டநாதனின் குடும்பம் செம்பானூருக்குக் குடி மாறிற்று. கடை வீதியிலேயே சண்பகவனத்தின் பணத்தை முதல் போட்டு ஒரு மளிகைக் கடை எழுந்தது. சட்டநாதன் கல்லாவில் உட்கார்ந்துகொண்டான். உட்காரும்முன் பெரிய அண்ணனுக்காக எல்லோரிடமும் – அவரைப் பற்றிக் கடைத்தெருவில் பரிச்சியமானவர்கள் எல்லோரிடமும் – சொல்லிவிட்டு வந்தான். பெரிய அண்ணனுக்குத்

திண்ணையில் ஒரு சாய்வு நாற்காலியையும் வாங்கி வைத்தான். அவரும் அதில் சாய்ந்துகொண்டார்.

முளைவிடும்போதே கடை களைகட்டிக்கொண்டே விட்டது. பழைய கடை வாடிக்கைகள் திரும்பி வந்தன. அண்ணாக்குட்டி வந்து வாசலில் உட்கார்ந்துகொண்டார். கடைத்தெரு மையத்தில் இருந்ததால் வியாபாரம் நாளுக்கு ஐந்து ரூபாயாகக் கூடிக்கொண்டே போயிற்று. சட்டநாதன் எதிர்காலத்தைப் பார்த்துக்கொண்டே உட்கார்ந்திருந்தான். பதினாலாயிரம் கடன் அடைய வேண்டும். கடைத் தெருவின் இரைச்சலும் நடமாட்டமும் அவன் உள்ளத்தில் புகுந்து கொண்டன. இது பழைய கடை இல்லை. ஜன வெள்ளத்திற்கு நட்ட நடுவில், நட்டாற்றுப் பாறை போலிருந்தது. போகிற வெள்ளத்தைத் தடுத்துத் தடுத்து நிறுத்திவிடும் கல்லாக நிலை கொண்டிருந்தது. முதலாளியின் இளமையும் மெல்லிய தோலும் வயதைக் காட்டாத முற்றாத முகமும் அடக்கமும் மென் குரலும் புதிது புதிதாக மனிதர்களைக் கொண்டுவந்தவண்ணம் இருந்தன.

கடையைக் கட்டிக்கொண்டு இரவில் வீடு திரும்பும் போது பெரிய அண்ணன் வாசலில் உட்கார்ந்திருப்பதைப் பார்க்கிறான் அவன்.

பெரிய அண்ணன் சாய்வு நாற்காலியில் சாய்ந்து கொண்டேயிருக்கிறார். புத்தகம் படிக்கிறார். செய்தித்தாள் படிக்கிறார். பல சமயங்களில் நாற்காலியைத் திருப்பிச் சுவரைப் பார்க்கப்போட்டுச் சட்டத்தின் மீது காலை நீட்டி, சுவரைப் பார்த்தவாறு சாய்ந்திருக்கிறார். வெகுநேரமாக அதே நிலையில் இருப்பதுபோல் தெரிகிறது. அவர் தீர்த்துவைக்கிற வியாஜ்யங் கள் ஒன்றும் வரவில்லை. வைரப் பரீட்சை தெரியும் என்று ராமுப்பத்தர் கடையில் சொல்லி ஒரு ஜதை வைரத்தோடு களை ஒருநாள் பெரிய அண்ணனிடம் கொண்டு நீட்டினான். பெரிய அண்ணன் உள்ளே எழுந்துபோய்ப் பூதக் கண்ணாடியை எடுத்து வந்தார். அதைக் கண்முன் வைத்துக்கொண்டு தோட்டை விரலால் பிடித்து வட்டமாக நகர்த்தி நகர்த்தி ஒரு மணி நேரம் பார்த்தார். சட்டநாதன் பேசாமல் காத்துக்கொண்டிருந் தான்.

ஒரு மணி நேரம் பார்ப்பதற்கு என்ன இருக்கிறது? பெரிய அண்ணன் பூதக் கண்ணாடியை மடக்கி வைத்தார். கண்ணை யும் முகத்தையும் துடைத்துக்கொண்டார். தோட்டைப் பெட்டி யில் வைத்துச் சட்டநாதனிடம் நீட்டினார்.

"எனக்கு ஒண்ணும் தெரியலே, சட்டம், இன்னொரு நாளைக்குப் பார்த்துச் சொல்றேன்," என்றார்.

"என்னண்ணாது? ரொம்ப நேரமாப் பார்த்தீங்களே, சுத்தமானதா, ஈக்காலு, கறுப்புன்னு ஏதாவது தோஷமிருக்கான்னு சுமாராக் கூடவா தெரியலெ?"

"ரொம்ப நேரமாப் பார்த்துக்கிட்டு இருந்தேனா?" என்று பதிலுக்கு ஒரு கேள்வி கேட்டார்.

"ஒரு மணி நேரத்துக்கு மேலே ஆயிடிச்சேண்ணா!"

"நான் எங்கியோ யோசிச்சிட்டிருந்திட்டேன் போலிருக்கு," என்று லேசாகச் சிரித்தார் அவர்.

அந்தச் சிரிப்பைக் கேட்டு அவனுக்கு இன்னும் பயமாகி விட்டது. உள்ளே போய்ப் பீரோவில் தோட்டுப் பெட்டியை வைத்துப் பூட்டிவிட்டு, அங்குமிங்குமாக அறைக்குள்ளேயே நடந்தான். அரை நாழிகை கழித்து என்னமோ பளிச்சிட்டது. செருப்பை மாட்டிக்கொண்டு அவன் தபால் ஆபீசை நோக்கி வேகமாக நடந்தான்.

18

கடையில் உட்கார்ந்திருந்த சட்டநாதனுக்கு நினைவு மட்டும் முழுவதும் அங்கு இல்லை. தபாலாபீசுக்கும் சிதம்பரத்துக்குமாகப் பாய்ந்து கொண்டிருந்தது. தபாலாபீசின் முன் சுவரில், விழுகிற கடிதங்களை எல்லாம் சரித்து விழுங்கியும் பசி ஆறாததுபோல் திறந்து விழித்துக் கொண்டிருக்கும் நீளச் சதுர வாயை நினைத்துக்கொண்டிருந்தான். கடிதத்தை அதற்குள் போட்டுவிட்டுச் சிறிது இப்பால் நடந்து வந்ததுமே கடிதம் ஆண்டாளின் கையில் கிடைத்துவிட்டாற் போலவும், கடிதம் எழுதுவது போலவும், மூட்டை கட்டுவது போலவும், அவள் வாசிப்பது போலவும், தம்பியைக் கூப்பிட்டு உடனே புறப்பட்டு வருவதாகத் தந்தி அடிப்பது போலவும், மாம்பழ நிறத்தில் பட்டுப்புடவையுடன் ரயிலில் ஏறி வருவது போலவும், வெற்றிலையைக் குதப்பிக்கொண்டு ரயில் ஜன்னலோரமாக உட்கார்ந்து எதிர்த்து வளைந்து வரும் வயல்களை அவள் பார்ப்பது போலவும், எங்கோ நினைவாக உட்கார்ந்திருப்பது போலவும் – இத்தனையும் கடைக்கு வந்து சேர்வதற்குள் மனதில் ஒரு சுழலாகச் சுழன்றுவிட்டன. செருப்பைக் கழற்றி மேலே உட்கார்ந்து, உள்ளங்கால்களைத் தட்டிவிட்டுச் சப்பணம் கொட்டிய பிறகுதான், மாலை நாலு மணிக்கே கட்டு எடுப்பார்கள் என்ற உணர்வு வருகிறது. கடிதம் இன்னும் அந்த வயிற்றுக்குள் தானிருக்கும்.

ஆண்டாளை ஒரு முறை பார்த்துவிட்டால் பெரிய அண்ணன் பழைய பெரிய அண்ணனாக மலர்வார் என்று நிச்சயமாகத் தோன்றிற்று.

ஒன்றும் இரண்டுமாக வாடிக்கைகள் வரத் தொடங்கு கின்றன. சட்டநாதன் மனதைப் பிடித்து வைத்து ரோக்கா எழுத ஆரம்பித்தான். துவரம் பருப்பு படி இரண்டு, கடுகு படி கால், ந. எண்ணெய் செம்பு இரண்டு ... மனசு பலசரக்கில் விழுந்துவிட்டது. ரோக்கா எழுதத் தொடங்கிய கை நிற்கவில்லை.

கடைக்கு முன்னுள்ள சார்ப்பில் பன்னிரண்டு பேர் உட்கார்ந்திருக்கிறார்கள்.

மணி பதினொன்று பத்து, வரும்பொழுது எட்டு இருபது. இரண்டு மணி நேரத்திற்கு மேலாக ரோக்கா போட்டுக் கொண்டே இருக்கிறான். கல்லா டிராயரை இழுத்து இழுத்து மூடுகிறபோதெல்லாம் காகிதம் காகிதமாகப் பணம் கூடுகிறது. மணி பதினொன்றே கால். சற்று மூச்சுவிட நேரம் கிடைத்தது. புதியதும் பழையதும் களாமுளாவென்று கிடந்த நோட்டுகளை அடுக்கி உள்ளே தள்ளினான் அவன். மாமனாரின் உயர்ந்த வடிவமும் மாநிறமும் அடங்கிய இனிமையும் முன் வந்து நிற்கின்றன. ராசியுள்ள கைதான் என்று கடைத்தெருப் பேச்சில் சொல்லாமலிருக்க முடியவில்லை. ராசி வந்த கை, ஆகி வந்த கை – இதெல்லாம் உண்மையோ என்னவோ, தெரியவில்லை. பல சமயம் நினைத்தால் சிரிப்பாக வருகிறது. மனிதர்களுக்கு எத்தனை கர்வம்! எத்தனை அற்பத்தனம்! ஆகி வந்த கை கடவுள் ஒருவன்தான்! அவன்தான் தூயவன். ஆனால், மனிதர் களுடைய கைக்கெல்லாம் 'ஆகி'யும் 'ராசி'யும் கூட்டிப் பார்க்கிறார்கள். தான் என்னவோ தூய்மையே வடிவம் மாதிரி, பிறரைப் பார்த்துக் கயவன், தீயவன் என்று கத்துகிறார்களே – எத்தனை சின்னத்தனம்! ஆனால் கல்லா நிரம்புகிற வேகத்தைப் பார்த்தால் என்ன சொல்லுகிறது என்று தெரியவில்லை. மனிதர் களுக்கும் அணுவுக்குள் அணுவளவு கடவுளின் தூய்மையும் 'ராசி'யும் பாய்ந்துவிடுகிறதோ என்னவோ! சண்பகவனம் தன்னறியாமலின்றி அறிவோடு, உணர்வோடு, தூய்மையைக் கடைப்பிடித்து வருகிறவர் ... முடிவாக எதைப் பற்றித்தான் என்ன சொல்ல இருக்கிறது? பேசாமல் பார்த்துக்கொண்டிருப் பதைத் தவிர நமக்கு வேறு போதமும் அறிவும் என்ன இருக்க முடியும் . . .

சண்பகவனம் கடை தொடங்கிய அன்று வந்தவர்தான். பிறகு கடைப் பக்கம் வரவில்லை. வந்தால் தான் உதவி செய்ததைக் காட்டிக்கொள்வதாக ஆகிவிடுமோ என்று கூச்சப் படுகிறவர் அவர்.

அண்ணாக்குட்டி முந்தாநாள் இதைப் பற்றிச் சொன்ன போதுதான் அப்படி ஒருவர் இருக்க முடியும் என்று யோசிக்கவே முடிந்தது.

“என்னடா சட்டம்! எங்க உங்க மாமனாரைக் காணவே காணும்? எங்க மாமனார் கைலாசம் உசிரோடு இருந்து எனக்கு ஒரு அரையணாவுக்குக் காராபூந்தி வாங்கிக் கொடுத்திருந்தாரோ, இந்தக் கடைத்தெரு முழுக்கப் போயி, என்னமோ அசைப்பிலே சொல்றாப்பல ‘சும்மாதான் இப்படி வந்தேன் . . . மாப்ளே டிபன் பண்ணினாரோ என்னவோ, பட்சணம் கொஞ்சம் வாங்கிக் கொடுத்துட்டு வந்தேன்’ அப்படீன்னு மெதுவாச் சொல்லிட்டு நகர்ந்திடுவார். யாராவது தெரிஞ்சுக்காத போயிட்டான்னா? தலை தீபாவளிக்கப்பறம் பத்து வருஷம் கழித்து ஒரு ஜோடி எட்டு முழம் வாங்கிக் கொடுத்தார். அதே மாதிரி தானும் ஒரு வேட்டி எடுத்துக் கிண்டார். ஊர் முழுக்க வீடு வீடாப் போயி, ‘மாப்ளைக்கு வாங்கிக் கொடுத்த மாதிரியே நானும் எடுத்துனூட்டேன், நாம அவாத்திலே வந்து வைத்தியம் பண்ணிக்கிறோமகிறதுக் காக இந்தச் செலவு வேற அவருக்கு வைக்கிறது நியாயமில்லை பாருங்கோ அப்படீன்னு எல்லார் கிட்டவும் தான் வாங்கிண்ட வேட்டியை ஒரு தடவை காண்பிச்சி வந்துட்டார். உன் மாமனாருக்கு அப்படியெல்லாம் இருக்கத் தெரியலியோடா! இந்தப் பக்கமே தலை காட்ட மாட்டேங்கறாரே. இன்னிக்கித் தர்பாருக்கு வரச் சொல்லு, தட்டு நிறைய மோகராவா வச்சு அனுப்பிச்சுடறேன். சொல்றியா? மறந்துடப்படாது,” என்று கடைசியில் தன் சொந்தப் பரணியில் உட்கார்ந்து, ஒரு வெல்ல அச்சை வாங்கிக்கொண்டு நடையைக் கட்டினார். இது என்ன பைத்தியம்? பைத்தியங்கள் எல்லாமே வேஷம்தானோ என்று தோன்றுகிறது. கையாலாகாததுகள் காரியப் பைத்தியங்களாகி விடுகிறதுகளா!

சட்டநாதனுக்குத் தூக்கிவாரிப் போட்டது. “குட்மார்னிங் மாப்ளே ஷார், நமஸ்காரம்!” என்று கிஷ்டம்மாள் வந்து நின்றாள்.

“நமஸ்காரம்!” என்றான் அவன்.

“பெரியம்மா அரை வீசை அஷ்கா சீனி வாங்கிஷ்ட்டு வான்னு ஆடர் போஷ்டாங்க வந்தேன்” என்று சில்லறையைக் கொடுத்தாள் கிஷ்டம்மா. “சம்பரத்தங் குஞ்சைப் பார்த்து நாளாச்சு. சாயரச்சை ஊஷ்டுக்கு வரலாமா! பர்மிஸன் கிடைக்குமா?” என்று கண்ணை விழித்து, வாய் திறந்த லேசான புன்சிரிப்புடன் அப்புறம் ஒரு கேள்வி.

“நீங்கதான் வரவே இல்லியே.”

“கூப்பிடாம வரலாமா, அதுவும் கிஷ்டம்மா!”

“கட்டாயம் இன்னிக்கி வரணும்.”

“கஷ்டாயம் வாரேன். பெரிய அண்ணி கூப்பிடலே. மாப்ளை கூப்பிட்டா வரத்தான் ஒணும்.”

“பெரிய அண்ணி என்னாத்துக்குக் கூப்பிடணும்?”

“ஏன் கூப்பிடக் கூடாது? எங்க பெரியம்மாவோட ரண்டு மணி நேரம் பேசிட்டு இப்பத்தான் வீட்டுக்குத் திரும்பினாங்க. போறப்ப, வா கிஷ்டம்மா நம்ம ஊஷ்டுக்குன்னு ஒரு கூப்பாடு போட்டா என்னவாம்? கிஷ்டம்மான்னா கிள்ளுக்கீரையா? அட நீ போம்மா நான் மாப்ளையைக் கூப்பிட்டுச் சொல்லிட்டு வந்துக்கறேன்னு நெனச்சுக்கிட்டேன்.”

“பெரியண்ணி வந்திருந்தாங்களா, அய்யா ஊட்டுக்கு?”

“பின்னே நான் இந்துஸ்தானியிலியா பேசினேன்? எங்க பெரியம்மாவோட ஒரு மணி நேரம் போல்தா ஹை!”

“இந்தா சீனி,” என்று ஆள் சர்க்கரையை நீட்டினான்.

“என்னா வெரட்றே! கபர்தார்! காந்தி கை பாணம், நம்மை காக்கும் ஷ்வதேசீய ராஷ்டீனமே ... மாப்ளே உத்தரவு – சாயரட்சை – டிபன் காப்பி தரணும்,” என்று பாடிக்கொண்டே நடந்தாள் கிஷ்டம்மா.

இத்தோடு இல்லை. செம்பானூர்க் கடை வீதியில் இன்னும் ஏழெட்டுப் பைத்தியங்கள் நடமாடுகிற வழக்கம். நல்ல சோறாக் கொடுத்தால் அதை வீசி எறிந்துவிட்டுக் குப்பைத் தொட்டியைக் கிளறித் தின்னுகிற ரங்கா பைத்தியம், சதா வாயாலேயே தவுல் வாசிக்கிற வைத்தியநாதப் பைத்தியம், அடிக்கடி அரைச் சீலையை விட்டுவிட்டு நடுக்கடை வீதியில் நின்று கத்துகிற வாத்யார்ச்சி கோமளப் பைத்தியம், உடலெல்லாம் திருநீற்றைப் பூசி, புழுத்த நாய் குறுக்கே போக முடியாதவாறு கேட்க முடியாத வெசவுகளைப் பொழிகிற கோவணாண்டி பழனியப்பப் பைத்தியம், யாரைக் கண்டாலும் புகையிலே கேட்கிற கிச்சுமூச்சி பைத்தியம், காசு கேட்க வந்து கையெழுத்துப் போடு என்று சொன்னதும் விடுவிடுவென்று ஓடுகிற மாரிமுத்துப் பைத்தியம் – இன்னும் நாலைந்து உண்டு. ஒரே ஊரில், அதுவும் ஒரே கடை வீதியில் இத்தனை பைத்தியங்கள் நடமாடுவது இங்கு தான். ஊர் வாசியா? தண்ணீரில், வெயிலில், மண்ணில் ஏதாவது தோஷமா?

பெரிய அண்ணனை நினைத்துப் பார்த்தான் சை, என்ன இது என்று அந்த நினைவை ஒதுக்கிவிட்டான். ‘ஆண்டாள்

வருவாள் – இல்லை, கடிதமாவது வரும். பழைய ஆள், உயிர் எல்லாம் வந்துவிடும். பெரிய அண்ணனுக்குச் சித்த ஸ்வாதீனத்தை இழக்கிற அவலம் நேராது. அந்த மாதிரி மன அமைப்பே கிடையாது அவருக்கு! இங்கே வந்து நாலைந்து நாள் உட்கார்ந்து கடை வீதியைப் பார்த்துக்கொண்டு இருந்தாலே கட்டை போட்டிருக்கிற மனம் சாதாரணமாக இயங்கத் தொடங்கிவிடும். இந்தக் களையைப் பார்த்தாலே ஒரு வேகமும் மண்ணாசையும் பிறக்கத்தான் செய்யும்!'

பெரியண்ணன் பார்ப்பது மாதிரி நினைத்துக்கொண்டு கடை வீதியைப் பார்த்தான் அவன். இப்படி ஒரு களை கட்டின வீதியை வேறு எங்கும் பார்த்திருக்கிற நினைவே வரவில்லை. மதுரையில், கும்பகோணத்தில், திருச்சியில் என்று பெரிய ஊர்களில் இன்னும் பெரிய கடை வீதிகள் உண்டு. ஆனால் இதன் அமைப்பு தனி. அங்கெல்லாம் இல்லாத ஒரு நிறைவு, உயிரோட்டம் இரண்டும் இங்கிருந்தன. அத்துடன் ஒரு அடக்கமும் இருந்தது. அடைத்தாற்போல் ஒரே வீதியில் முந்நூறு கடைகள். ஹோவென்று ஒரு அகலம். இந்த ஊருக்கு இத்தனை பெரிய கடைத்தெரு தேவை இல்லை. ஆனால் சுற்று வட்டத்திலுள்ள பணம் பெருத்த ஊர்களின் ஆதரவி லேயே அது வளர்ந்துவிட்டது. சண்பகவனேசர் கோவில், நடுத்தரமும் சிறியதுமாக இன்னும் ஒரு பத்துக் கோவில்கள், மூன்று பெரிய மாதா கோவில்களைச் சார்ந்திருக்கிற கிறிஸ்தவர் கள் தெரு நான்கு, ஆறு பெரிய அரிசி மில்கள், பினாங்குக்கும் கோலாலம்பூருக்கும் போய்வந்து அதே மாதிரிக் கடை வைக்கிற நாகரிகத்தை இங்கும் விதைத்த பதினைந்து முஸ்லிம்களின் ஷாப்புக் கடைகள் எல்லாம் செம்பானூர்க் கடை வீதியில் தெரியும்.

கடை வீதி, எழுந்து ஒரு மணி நேரத்திற்குள் சுற்று வட்டத்திலுள்ள அறுபது எழுபது கிராமங்களிலிருந்தும் பார வண்டிகளும் அரை வண்டிகளுமாக வந்து மொய்க்கத் தொடங்கி விடும். ரயிலடிக்குப் போகிற குதிரை வண்டிகளின் குளம்பொலி கள் வேறு. மலாயில் கடை வைத்திருக்கிற அஸிஸ் பாச்சாவின் மகன் தினமும் காலையில் கிராமத்திலிருந்து குதிரைமீதுதான் பள்ளிக்கூடம் போவான். சவாரி பூட்ஸ் உடைகளை அணிந்து அந்தப் பையன், செம்புள்ளி கரும்புள்ளி தெளித்த வெள்ளைக் குதிரைமீது கடைத்தெரு வழியாகச் சவாரி போகிற காட்சியை வேறு எந்த ஊரில் பார்க்க முடியும்? திடீர் திடீர் என்று ஹோட்டல் காமேச்வரய்யருக்குக் குஷி பிறந்துவிடும். அவருக்குக் குதிரைப் பைத்தியம். இரண்டு மூன்று குதிரை வண்டிகள்

செம்பருத்தி

வைத்திருக்கிறார். குதிரைகளை இரண்டு மூன்று மாதங்களுக்கு ஒருமுறை மாற்றிக்கொண்டே இருப்பார். புதுக் குதிரைகள் பழகியவுடன் நடுக் கடைவீதியிலேயே வண்டியில் பூட்டி வெள்ளோட்டம் விடுவார். வெள்ளோட்டம் இல்லை; வெறி ஓட்டம். பெரிய கோவில் வாசலில் தொடங்கி, கடை வீதி வழியாக, இழுக்கிற வண்டி, நடுவே வருகிற மனிதர்கள், வண்டிகள், தடைகள் எல்லாவற்றையும் உடைத்து நொறுக்கப் போவது போல் அந்த வண்டி சீறிக்கொண்டு வருவது கடை வீதியே அதற்கு இடம்விட்டு ஒண்டி நிற்பது வாரம் தவறினாலும் மாறாத காட்சி. பெரிய கோவில் சண்பகவனேசருக்கும் நித்யோற்சவர் என்றும் பெயர் உண்டு. மாதம் நான்கு முறைக்குக் குறையாமல் கடை வீதி வழியாகப் பவனி போகாமல் இருப்பதில்லை. அவருக்கு முன்னால் வருகிற யானைக் குட்டி, தமுக்குச் சுமக்கிற கோவில் காளை, காளம், நாகஸ்வரம், மிட்டாய்க்காரர்கள் – அந்தி வேளையானால் 'முன்னால் வருகிற' பொட்டுக் கட்டின தாசி; அவளோடு வருகிற புல்லாங்குழல், மிருதங்கம், துருத்தி . . .

தபால்காரன் கடுதாசு கொடுத்துவிட்டுப் போகிறான். பிரித்துப் பார்த்தான் சட்டநாதன். சிதம்பரத்திலிருந்து இல்லை. ஏதோ தெற்குச் சீமையிலிருந்து. மிளகு, ஏலம் விற்கிற மொத்த வியாபாரியிடமிருந்து.

ஆண்டாளுக்குப் போட்ட கடிதம் இன்று சாயங்கால ரயிலில்தான் போகும்.

மணி ஒன்று. கடையைக் கட்டிக்கொண்டு வீட்டுக்குப் புறப்பட்டான் சட்டநாதன். பெரிய அண்ணன் கடையில் வந்து உட்கார்ந்துகொண்டால், கடையைக் கட்டாமலேயே சாப்பாட்டுக்குப் போய் வந்துவிடலாம். அவரைக் கேட்கவும் தைரியம் இல்லை. தானாகக் கேட்பது, அவருடைய சுயேச்சையில் குறுக்கிடுமோ என்று ஒரு பயம். அவராக ஒருநாள் விசாரிக்கட்டுமே.

கடிதத்தைப் பற்றின வேகம் சிறிது அடங்கிற்று. மறுநாள் மீண்டும் நச்சரிக்கத் தொடங்கிற்று. இன்று மாலை தந்தி வர வேண்டும். ஆளாவது வர வேண்டும். இல்லையேல் தானே சிதம்பரம் புறப்பட்டுப் போய்விடுவது என்று தீர்மானம் செய்துகொண்டான். அப்பொழுது மாலை மணி நான்கிருக்கும். புரட்டாசி வெயில் வெதுவெது என்று காய்ந்துகொண்டிருந்தது. சிறிது மூச்சை முட்டிற்று. அப்பாடா என்று ஒரு கூடைப் பொம்மையுடன் சார்ப்பில் வந்து நின்று, கூடையைக் கீழே இறக்கினான் ஒருவன். வேர்வையைத் துடைத்துக்கொண்டான்.

கடை வீதியை நெடுகிலும் ஒரு நோட்டம் விட்டான். சட்ட நாதனையும் கடையையும் ஒரு தடவை பார்த்தான்.

"ஐயாவுக்குத்தானே!" என்றான்.

"என்னப்பா?"

"நவராத்திரி வருது. பெரிய கடையாப் பரப்பிடலே. சார்ப்போரமா ரண்டே ரண்டு கூடை பொம்மையை வச்சு கிட்டு உட்கார்ந்துக்கலாமான்னு கேக்க நினைச்சேன்," என்றான்.

சட்டநாதன் கூடையைப் பார்த்தான். பொம்மைகளைப் பார்த்தான்.

"கடைக்கு வார வாடிக்கை எல்லாம் எங்கய்யா உட்காரு வாங்க?", என்றான் கடையாள் சிங்காரம்.

ஏதோ பார்த்துச் சொல்லுங்க. துளி இடம்தான் என்று உள்ளங்கையை மல்லாத்தி, கட்டை விரலை மடக்கி அவ்வளவு இடம்தான் வேண்டும் என்பது போல் காண்பித்துக் கொண்டே சட்டநாதனிடம் சொன்னான் பொம்மைக்காரன்.

அதற்குள் எதிர்த்த தையல் கடையிலிருந்து ஒரு பையன், பள்ளிக்கூடம் விட்டுப் போகிற இருபது குழந்தைகள் எல்லாம் அங்கு கூடிவிட்டன. வீதியோடு போகிற இரண்டு மூன்று பெண்கள் ஆண்கள் வேறு வந்து பொம்மைக் கூடைக்கருகில் நின்றார்கள்.

"எடம் வாசியா இருக்குங்க. எண்ணிப் பதினஞ்சு நாள்தான். ஆயுத பூஜைக்கு அப்புறம் உக்காந்திருந்தேன்னா ஏண்டான்னு கேளுங்க," என்றான் அவன்.

சட்டநாதன் ஒன்றும் பேசவில்லை. அவனாகவே வளவள வென்று என்னவோ சட்டநாதன் மறுப்பதுபோலத் திருப்பித் திருப்பிக் கெஞ்சிக்கொண்டிருந்தான். வேறு இடங்கள் ஏன் தனக்கு வசதியாக இராது என்று வேறு சொல்லத் தொடங்கினான்.

பொம்மைகளைத் தொடவும் கையில் எடுத்துப் பார்க்க வும் தொடங்கிவிட்டார்கள் சுற்றி நின்றவர்கள். அப்போதே வியாபாரம் தொடங்கிவிட்டது. சட்டநாதன் வேடிக்கை பார்த்துக் கொண்டிருந்தான். "இது யார் தெரிந்த ஆள் மாதிரி இருக்கிறதே? மாணிக்கம் மாதிரி இருக்கிறதே?"

சட்டநாதன் அவனைப் பார்த்துச் சட்டென்று அடையாளம் கண்டு சிரித்தான். அவனும் சிரித்தான். கும்பிட்டான்.

"எப்ப வந்தீங்க?" என்று வியப்புடன் கேட்டான் சட்டநாதன்.

"நான் வந்து அஞ்சு நிமிஷமாச்சுங்க. நீங்க ஏதோ பேசிகிட்டு இருக்கீங்களேன்னுதான் சும்மா நானும் வேடிக்கை பார்த்துக்கிட்டு இருந்தேன்."

"எப்ப வந்தீங்க?"

"வந்து ஒரு மணியாச்சு. கடுதாசு கிடைச்சுது. உடனே சொல்லியனுப்பிச்சுது. போனேன். அப்படியே புறப்பட்டு வந்துட்டோம். நல்ல வேளையா வண்டி இருந்திச்சு அரை மணிக்குள்ளார."

"எங்கே...?"

"சொந்தக்காரங்க வீட்டிலே தங்கியிருக்கோம்... உடனே போய்ப் பார்த்திட்டு வா தம்பீன்னாங்க. வந்தேன்..."

சட்டநாதன் கல்லாவைப் பூட்டி, சிறிது நேரத்தில் வந்து விடுவதாகக் கடையாட்களிடம் சொல்லிவிட்டு வீதியில் இறங்கினான். சிறிது தூரம் சென்றதும் பெரிய அண்ணனுக்கு உடனே சொல்ல வேண்டும் என்று தோன்றிற்று. வந்தவனிடம் விலாசத்தைக் கேட்டுக்கொண்டு வீட்டைப் பார்க்க நடந்தான்.

வாசலில் குட்டித் திண்ணையில் சாய்மானத்தில் தலைக்கு மேல் கை கோத்துச் சாய்ந்து, புகையிலையைக் குதப்பிக் கொண்டிருந்தார் பெரிய அண்ணன். பெரிய அண்ணி திண்ணைக்கு நடுவில் வாசலுக்கு இறங்கும் ஒரே படியில் உட்கார்ந்து தெரு மண்ணைப் பார்த்துக்கொண்டிருந்தாள். சட்டநாதன் வந்ததும் மரியாதையாக எழுந்து இடைகழியில் ஒதுங்கி நின்றாள்.

இந்த நேரத்தில் அவன் வருகிற வழக்கமில்லை.

"என்ன சட்டம்?"

"உங்களைத்தான் பார்க்க வந்தேன். கொஞ்சம் அவசர மாக வெளியே போக வேண்டியிருக்கு ஒரு... ஒரு மணி ரெண்டு மணி நேரம் கடையை வந்து பார்த்துக்கிட்டா தேவலாம்," என்றான்.

"எங்க போகணும்?"

"போகணும்..."

சற்று யோசித்துவிட்டுச் "சரி, போகலாம் வா," என்று அப்படியே நடை மாடத்திலிருந்து செருப்பைப் போட்டுக் கொண்டு கிளம்பினார் அவர்.

தி. ஜானகிராமன்

போகும் வழியில் ஆண்டாளும் அவள் தம்பியும் வந்திருக்கும் செய்தியைச் சொல்லி இப்பொழுது அங்குதான் போவதாக அறிவித்தான் சட்டநாதன். தலையை இன்னும் குனிந்துகொண்டார் பெரிய அண்ணன்.

"ம்" என்றார்.

"அவங்க தம்பி வந்து சொன்னாரு சித்தெ முன்னாலே."

"எதுக்கு வந்திருக்காங்களாம்?"

"யாரோ சொந்தக்காரங்களைப் பார்க்க வந்திருக்காப்போல இருக்கு."

பெரிய அண்ணன் யோசித்துக்கொண்டே வந்தார்.

விலாசம் கொடுத்த வீட்டுக்குள் நுழைந்ததும் "வாங்க தம்பி!" என்று ஆண்டாள் அவர்களை வரவேற்றாள்.

"லெட்டர் ..." என்று அவள் தொடங்கியதும் சட்டநாதன் கடைக் கண்ணால் பெரிய அண்ணனைப் பார்த்தவாறே, 'வேண்டாம்' என்பது போல் ஆண்டாளைப் பார்த்துத் தலை யசைத்தான்.

சட்டென்று பேச்சு நின்றது. பெரிய அண்ணன் நிமிர்ந்தார்.

"லெட்டர் கிட்டர் ஒண்ணுமே போட வேண்டாம்னு முடிவா தீர்மானம் பண்ணிட்டாப்பல இருக்கு" என்று மாற்றிக் கொண்டாள் ஆண்டாள். "அண்ணன் உடம்பு ஏன் இப்படி இளைச்சுக் கிடக்கு..? ம்..? சொல்லக் கூடாதா..?"

"இளைப்பு என்ன? சாதாரணமாத்தான் இருக்குறேன்!" என்று வாயைத் திறந்தார் பெரிய அண்ணன்.

புதிய கடையைப் பற்றி விசாரித்தாள் ஆண்டாள். சட்ட நாதனின் மனைவி, மாமனார், மாமியார் பற்றி விசாரித்தாள்.

பேசிக்கொண்டே இருக்கையில் பெரிய அண்ணன், "இதோ வந்திட்டேன்," என்று புகையிலை துப்பும் அவசரமான காரியம் எதையோ செயயப்போவது போல வாசலைப் பார்க்க விரைந்து சென்றார்.

19

"அண்ணனுக்குத் தெரியாது நான் லெட்டர் போட்டது. வந்ததே பிடிச்சு ஒரு வேலை செய்யலே. பிரமை பிடிச்சாப்பல உட்கார்ந்திருக்கார். பிரமை ஒண்ணும் இல்லெ. மூளையைப் போட்டு எங்கேயோ பூட்டி வச்சிருக்காப்பல சும்மா உட்கார்ந்துகிட்டே இருக்காங்க. பேசறதில்லை. சிரிக்கிறதில்லை. சாப்பாடு முதக்கொண்டு கடமைக்குச் செய்யறாப் பல இருக்கு. யோசிச்சு யோசிச்சுப் பார்த்துட்டு அப்புறம்தான் எழுதினேன்," என்று வாசலை வாசலைப் பார்த்துக்கொண்டே தணிந்த குரலில் சொன்னான் சட்டநாதன்.

வாசலிலிருந்து பெரிய அண்ணன் வருவதாகத் தெரியவில்லை.

மூன்று நிமிஷமாயிற்று. ஐந்து நிமிஷமாயிற்று.

ஆண்டாளின் தம்பி வாசல் பக்கம் போனான். சற்றுக் கழித்துத் திரும்பி வந்தான். "ஐயாவை வாசல்லெயே காணுமே!" என்றான்.

"கடைத்தெருப் பக்கம் போயிருப்பாங்களோ என்னவோ" என்றான் சட்டநாதன். வெறும் கையோடு ஆண்டாளைப் பார்க்க வந்ததை நினைத்துக்கொண்டு கடைக்கு ஏதாவது வாங்கப் போயிருப்பார் என்று தோன்றிற்று.

கடையைப் பற்றிச் சொன்னான் அவன். மாமனாரைப் பற்றி, புவனாவைப் பற்றி எல்லாம் சொன்னான். நடுநடுவே அண்ணன் வருகிறாரா என்று வாசலைப் பார்த்துக்கொண்டான்.

தி. ஜானகிராமன்

அண்ணன் வரவில்லை. அரை மணி, ஒரு மணி ஆயிற்று. கடையில் போய்ப் பார்த்து வரச் சொல்லித் தம்பியை அனுப்பினாள் ஆண்டாள். கால் மணி நேரத்திற்குள் அவன் திரும்பி வந்துவிட்டான் – கையை விரித்துக்கொண்டு.

சட்டநாதனுக்கு ஒன்றும் புரியவில்லை, "இப்ப புரிஞ்சு தில்ல?" என்றான். "ஆளே இனம் புரியாம மாறிப் போயிட்டாங்க, இப்ப போனா நாற்காலியைச் சுவரைப் பார்க்கப் போட்டு கிட்டுக் குருட்டு யோசனை பண்ணிக்கிட்டு உட்கார்ந்திருப் பாங்க. நீங்க வந்து பார்த்தா சரியாகுமேன்னுதான் லெட்டர் போட்டேன்" என்று மெதுவாகச் சொன்னான்.

ஆண்டாளின் உதட்டில் அதைக் கேட்டு ஒரு புன்னகை ஊர்ந்தது. ஆனால் புருவம் சற்று உயர்ந்துகொண்டது. கண் குளமாக நிரம்பிவிட்டது. புடவைத் தலைப்பால் வாயை மறைத்துக்கொண்டாள் அவள்.

நிதானப்படுத்திக்கொள்ளச் சிறிது நேரம் பிடித்தது அவளுக்கு.

"நல்லா கவனிச்சுக்குங்க. எனக்குப் பார்த்தவரையிலும் சந்தோஷம். நான் நாளைக்கு ஊருக்குப் போயிட்டு வரேன்" என்றாள்.

"ஊருக்கா! இதைச் சொல்றதுக்கா இத்தனை தூரம் வரவழைச்சிருக்கேன்..? நீங்க அவங்களைப் பார்த்துத் தைரியமா நாலுவார்த்தை சொல்லிட்டுத்தான் போகணும். ரண்டுநாள் இருந்து பார்த்துக்கிட்டுப் போகலாம்," என்று கெஞ்சாத குறையாகச் சொன்னான் அவன்.

ஆண்டாள் தலைகுனிந்து மௌனமாக நின்றாள்.

"நாளைக்கே போகும்படியா அவசரக் காரியம் ஒண்ணும் இல்லியே?"

"எனக்கு இதைவிட அவசர வேலை என்ன?"

"பின்னே ஏன் இப்படிச் சொன்னீங்க."

"..."

"ம்?"

"ஏதோ தோணுச்சு. சொல்லிட்டேன்."

சிறிதுநேரம் கழித்து விடைபெற்றுக்கொண்டான் அவன். என்கிட்ட சொல்லிக்காம ஊருக்குப் போகப்படாது, அவ்வளவு தான்" என்று கோடு கட்டிவிட்டு வெளியே வந்தான்.

கடைக்கு வந்தான். "பெரிய அண்ணன் வந்தாங்களா இங்க?"

"இல்லீங்களே, பெரிய அண்ணிதான் வந்தாங்க" என்றான் சிங்காரம்.

"எதுக்காக?"

"சனீச்சரன் கோவிலுக்குப் போறாங்களாம். ஒரு வில்லை சூடம் கொடுன்னு வாங்கிட்டுப் போனாங்க..."

"எப்ப?"

"இப்பதான். ஒரு நாழி இருக்கும்."

"அண்ணன் வீட்டுக்கு வந்திட்டாங்களாமா?"

"நான் கேக்கலியே."

உட்காராமல் சிறிது மேற்கும் கிழக்குமாகப் பார்த்துக் கொண்டே நின்றான்.

"பெரியண்ணி கோவிலுக்கா போனாங்க?"

"ஆமாம்; எண்ணெய் உழக்குக் கையிலே இருந்திச்சு. பெரியம்மா வந்திருப்பாங்க. அவங்க கையாலே வியாபாரம் பண்ணலாம்னு நினைச்சேன். ரண்டு அய்யாவையும் காணமேன்னு சிரிச்சிக்கிட்டே போயிட்டாங்க," என்றான் சிங்காரம்.

சட்டநாதனுக்கு அதைக் கேட்டதும் வயிற்றுக்குள் ஒரு கல் விழுந்து உட்கார்ந்துகொண்டது. லேசாக ரத்தம் தலைக்கு ஏறுவது போலிருந்தது.

"சித்தே பாத்துக்க. வீட்டுக்குப் போய்ட்டு வந்திடறேன்" என்று நகர்ந்தான். மாமனாரின் வீட்டுக்குப் போனான். அங்கும் அவர் வரவில்லை என்று தெரிந்தது. வீட்டுக்குப் போனான். பெரிய அண்ணன் உட்காரும் ஒட்டுத் திண்ணையில் பெரிய அண்ணி உட்கார்ந்திருந்தாள்.

"அண்ணன் வல்லே?" என்று உள் பக்கம் பார்த்துக் கேட்டுக்கொண்டே நின்றான்.

"இல்லியே. உங்களோடதான் வந்தாங்க!"

"ஒரு சிநேகிதர் வீட்டிலே பேசிட்டே இருந்தோம். நடுவிலே இதோ வர்றேன்னு எழுந்து போனாங்க. வரவே இல்லை. அதான் கேட்டேன்."

"எந்த சிநேகிதரு?"

"உங்களுக்குத் தெரியாது."

தி. ஜானகிராமன்

"அதுக்கென்ன, வந்திடறாங்க. பெரிய கோவில் பக்கம் போயிருப்பாங்களோ என்னவோ. கடையிலே உட்காரணும்னு அழைச்சிட்டுப் போனீங்களே நீங்க. நீங்க வந்திருப்பீங்க. நான் அவங்களோட பெரிய கோயில் பக்கம் போய்ட்டு வரலாம்னு தான் கடைப் பக்கம் வந்தேன். ரண்டுபேரையும் காணும். அப்புறம்தான் அம்மையப்பன் கோவிலுக்குப் போயிட்டு வந்தேன்."

"கடையிலே இருக்கச் சொல்லிட்டுப் போவோம்னுதான் கூப்பிட்டுகிட்டுப் போனேன். போறப்ப வியாபார விஷயம். ஆளும் புதுசு. அண்ணனும் கூட இருக்கட்டுமேன்னு அழைச்சிட்டுப் போனேன். திடீர்னு எழுந்து போனாங்க..."

"அதுக்கென்ன வந்திடறாங்க கொஞ்ச நேரத்திலே," என்று குறுக்கிட்டாள் பெரிய அண்ணி.

அநாவசியமாக ஒரு பயத்தையும் கவலையையும் வெளிப் படுத்திக்கொண்டு விட்டோமோ என்று நிதானப்படுத்திக் கொண்டான் சட்டநாதன். உள்ளே போனான். ஒரு டம்ளர் மோர் வாங்கிக் குடித்துவிட்டு மீண்டும் கடைக்குப் போனான்.

கடை கட்டி வந்த பிறகு சேர்ந்து சாப்பிட அண்ணன் இல்லை. காத்திருந்து பத்துமணிக்குச் சாப்பிட்டான். கோவில் பக்கம் போய்ப் பார்த்தான். அங்கே கோபால் நாய்க்கரைக் கூடக் காணவில்லை. அர்த்த ஜாமம் ஆகிவிட்டது. அவன் போகும்போது, "தேசாந்திரிகள்ளாம் வரலாம்," என்று சோற்றுப் பட்டைகளைக் கொடுக்க ஏழைகளை அறைகூவி அழைத்துக் கொண்டிருந்தார் மடைப்பள்ளிச் சமையற்காரர்.

"பிரிட்ஜ் ஆடி நாளாகிவிட்டது. கிராமத்திற்குப் போய்ச் சேண்டப்பிரியர் வீட்டில் உட்கார்ந்திருப்பார்!" என்று சமாதானம் செய்துகொண்டு வீட்டுக்குத் திரும்பி வந்தான் சட்டநாதன்.

இரவு தூக்கம் வரவில்லை.

புவனாவிடம் நடந்ததை எல்லாம் சொன்னான்.

"பெரிய அண்ணி கண்ணு இன்னிக்கி ரொம்ப பளபளன்னு இருக்கு. எனக்குப் பயமாயிருக்கு!" என்றாள் புவனா. அவள் தலையில் ஜாதிப்பூ கமழ்ந்தது. அதை எடுத்து அவன் மூக்கில் வைத்துவிட்டு, கழுத்தில் கட்டிவிட்டாள் அவள் – செம்பருத்தி பூ கசங்கிற்று. நடுநிசி தாண்டி வெகுநேரம் வரையில் பெரிய அண்ணனைப் பற்றிய கவலை வரவில்லை. ஜாதி மணமும் புவனாவின் கழுத்தின் வாசனைப் பொடி மணமும் மனம் உடல் எல்லாம் பரவிப் புகுந்து நிறைந்துகொண்டிருந்தன.

செம்பருத்தி

இருவரும் தூங்கும்போது தேய்பிறை நிலவு எழுந்தது. காக்கை
கள் ஒன்றிரண்டு அங்குமிங்குமாகக் கத்திக்கொண்டிருந்தன.

கங்கையையும் பார்த்ததில்லை, யமுனையையும் பார்த்த
தில்லை சட்டநாதன். ஆனால் பார்த்ததுதான் கனவில் வர
வேண்டும் என்றில்லை. கங்கையும் யமுனையும் சேரும் சங்கமம்
இரண்டு தண்ணீர்ப் பரப்பாகக் கனவில் வந்தது. வெள்ளை
நீரும் கறுப்பு நீரும் சேரும் இடம் கத்திரித்துக் கோடு போட்டாற்
போலக் கருக்காத் தெரிகிறது; கறுப்பு நீர் கர்கர்ரென்று காரக்
குரலில் கத்துகிறது. அதைத் தொடர்ந்து வெள்ளை நீர் ஒரு
குழந்தை இனிமையுடன் கூவுகிறது. தண்ணீர் கத்துகிறது!
சட்டநாதன் வியந்துகொண்டே நின்றான். எங்கு நிற்கிறோம்
என்று புரியவில்லை. ஆனால் சங்கமம் மட்டும் கோடாகத்
தெரிகிறது. காரலும் இனிமையுமாகக் கத்துகிறது.

சற்றுக் கழித்துத்தான் கனவு என்றே தெரிந்தது. கனவு
தெளிந்து மறைகிற தறுவாயில் கத்தினது வெள்ளை நீரும்
இல்லை, கறுப்பு நீருமில்லை; எங்கோ ஒற்றை வலியனின்
கூவல். காகா வென்று தொடங்கிப் பின்பு குழைந்து முடிகிறது.
திருப்பித் திருப்பி அது கத்திக்கொண்டிருக்கிறது. விடியற்
காலையில் இத்தனை அமைதியில் இருளில் கொஞ்சமும்
ஒளியில் கொஞ்சமுமாக அலகை மாற்றி மாற்றித் தோய்த்து
வலியன் உமிழ்வது போலிருந்தது அந்தக் கரகரப்பும் குழைவும்.
அதையே கேட்டுக்கொண்டு கண்ணை மூடிப் படுத்திருந்த
வனுக்குக் கரையற்ற பரவசமும் அமைதியும் உடலையும் மனதை
யும் தழுவிக்கொள்கின்றன.

கிராமத்தின் நினைவு வந்தது. புவனா பகலில் ஆழ்ந்த
குழந்தைத் துயிலில் துயிலுகையில் வலியன்கள் கத்தும் அமைதி
யும் குளிர்ச்சியும் எத்தனை முறை வந்து அவன் உடலிலெல்
லாம் புகுந்து குளிர வைத்திருக்கிறது! அங்கு ஒற்றை வலியன்
களாக இராது. கொல்லையிலும் வாசலிலும் தோப்பிலும்
ஜோடி ஜோடியாக மாற்றி மாற்றிக் கூவிக்கொண்டிருக்கும்.
அதை நினைக்கும்போது மீண்டும் கிராமத்து வீட்டிற்குத்
திரும்பிப் போய்விடலாம் போலிருக்கிறது. இந்த வீட்டுக்கும்
ஒன்றும் குறைவில்லை. உயரமுமாக அகலமுமாகக் கட்டியிருப்ப
தால் ஒரு தனிக் குளிர்ச்சி எப்போதும் விரவியிருக்கிறது.
கொல்லையில் ஒரு சிறிய தோட்டம். வாசலில் நாலைந்து
வீடு தள்ளி ஒரு படிக்கட்டுக் குளம். சுற்றியுள்ள நாலு தெருக்களும்
இன்னும் இரண்டு மூன்று தெருக்களும் அங்கேதான் குளிக்கும்.
ஓயாமல் துணி துவைக்கிற சத்தம். இப்போதுகூட ஒரு ஒற்றைச்
சத்தம் கல்லை அறைவது கேட்கிறது. கிராமத்து வீட்டைவிட

தி. ஜானகிராமன்

வசதியான குடியிருப்புதான். ஆனால் காலையில் மட்டும் அவ்வளவு புள்ளரவம் இல்லை.

கண்ணைத் திறந்து பார்த்தான் அவன். இருள் இன்னும் பிரியவில்லை. இன்னும் சிறிது நேரம் தூங்கலாம். காலைத் தூக்கம் எவ்வளவு இதமாக இருக்கிறது! மோனத்தின் பஞ்சு மடியில் படுத்திருக்கிற சுகம்! திரும்பிப் பார்த்தான். அந்த இருளிலும் புவனாவின் முகம் தெரிகிறது. முகத்தோல் – குழந்தையின் மெல்லிய தோல். வயதுக்கு மீறிய மன முதிர்ச்சி. வயதில் பாதி தோல் மென்மை. இந்த வயதில் இருக்க வேண்டிய சிரிப்பு படபடப்பு, அவசரம் ஒன்றும் அவளிடம் இல்லை. அனுபவத்தில் வருகிற அழுத்தமும் அமைதியும் அவளிடம் குடி புகுந்திருக்கின்றன. முகம் மட்டும் பதினான்கு, பதினைந்து வயது. அவளைப் பார்க்கும்போது ஏன் இப்படி இரக்கம் பிறக்கிறதோ தெரியவில்லை. பெரிய பெரிய அல்லல்கள் அவளுக்காகக் காத்திருப்பது போலவும் அவள் அதைச் சிறிது கூட எதிர்பார்க்காதது போலவும் அவனுக்குத் தன்னயறியாத ஒரு நினைப்பு. சந்து முனையில் பதுங்கி நின்று, ஏதுமறியாமல் வருபவள்மீது ஏதோ பாய்ந்துவிடப் போகிறது என்று ஒரு இலைப் படபடப்பு அவனுக்குள்.

ஒருமுறை அவள் கன்னத்தைத் தடவிக் கொடுத்தான். அவள் துயில் அசையவில்லை. மீண்டும் இரண்டு நிமிஷம் கழித்துக் காதின் முன்னுள்ள மயிரை வருடினான். அவள் தூக்கத்திலேயே அவன் விரலைப் பிடித்துக்கொண்டாள். ஒரு புன்சிரிப்பு கூடிற்று. நாலு விநாடிக்கெல்லாம் பிடி தளர்ந்து மீண்டும் துயிலில் நழுவிற்று. ஒரு நிமிஷம் கழித்துக் கண்ணை மூடிக்கொண்டே, "விடிஞ்சிடுத்தா?" என்று கேள்வி வந்தது.

"ம்ஹ்ம்."

கண்ணைத் திறந்தாள் அவள்.

"அண்ணன் வந்தாச்சா?" என்றாள்.

அவனுக்கு வயிறு சட்டென்று கனத்தது.

"இல்லையே!"

ஒரு கணத்தில் தூக்கக் கலக்கம் சுடுகல் நீராகச் சுண்டி மறைந்தது. வாரிக்கொண்டு எழுந்தான் அவன். அறையை விட்டு வெளியே வந்தான். கூடத்தில் பெரிய அண்ணி, குழந்தைகள், தாயார், சின்ன அண்ணி, குழந்தை எல்லாம் ஆழ்ந்து உறங்கிக்கொண்டிருந்தது, பெட்ரூம் விளக்கொளியில் தெரிகிறது. பெரிய அண்ணனின் கடைசிப் பெண் தலைமாட்டுத் தலையணையைக் கடந்து தரையில் கிடந்தது. யாரைக்

கேட்கிறது? அடுத்த அறையில் போய்ப் பார்த்தான். இடைகழியில் பார்த்தான். வாசல் முகப்பில் பார்த்தான். அண்ணனைக் காணவில்லை.

அதற்குள் புவனா அறையைவிட்டு முகப்பிற்கு வந்து நின்றாள்.

“எங்கே போயிருப்பாங்க?”

“ம்?” என்று முகப்புக் கம்பியைப் பிடித்தவாறு வாசலைப் பார்த்தான் அவன். காலைக் கறவைக்குப் பசுவை ஓட்டிக் கொண்டு போனாள் ஒரு பெண்பிள்ளை.

தூக்க முடியாத கறிகாய்க் கூடையைத் தலையில் ஏந்தி, பக்கத்து ஊர் ஆள் ஒருவன் மார்க்கெட்டுக்குப் போய்க் கொண்டிருக்கிறான். அந்தக் கனத்தின் கீழ் மார்பும் இடுப்பும் அசையாமல் இரு கைகள் மட்டும் அசைந்துகொண்டே சென்றன.

“நீ கதவைச் சாத்திக்க. நான் ஊருக்குப் போய்ப் பார்த்திட்டு வந்திடறேன், சேண்டப்பிரியர் வீட்டிலே,” என்றான்.

“இருட்டா இருக்கே, கொஞ்சம் வெளுத்தப்பறம் போனா . . ?”

“பரவாயில்லே . . . நீ சாத்திக்க,” என்று, இடைகழிக்குப் போய்ச் செருப்பைத் தட்டித் தடவி மாட்டிக்கொண்டு மேல் துண்டுடனேயே வெளியே கிளம்பினான் அவன்.

இலை அசங்கவில்லை. ஆனால், வானம் குளிர்ந்திருந்தது. திண்ணை திண்ணையாக அரை வேட்டியைப் போர்வையாக மாற்றித் துயின்ற சுகவாசிகளைப் பார்த்துக்கொண்டே போனான் அவன். இந்த மாதிரி இந்த ஊரிலேயே எங்காவது திண்ணையில் தூங்கிட்டு எழுந்துவர மாட்டீர்களா அண்ணா என்று தனக்குள் கரைந்துகொண்டே நடந்தான்.

பெரிய அண்ணனுக்கு எத்தனையோ நண்பர்கள். யார் வீட்டில் போய் உட்கார்ந்திருக்கிறார்? ஊருக்கு வந்தது முதலே சேண்டப்பிரியரோடு நெடுங்கால உறவுபோல் பிணைந்து கொண்டார் அவர். அவர் மட்டுமில்லை; ஊரில் யாரும் அவரைத் தெருவில் பார்த்தால், சற்று நின்று விசாரித்துவிட்டுப் போவார்கள் . . .

சட்டநாதனுக்குச் சட்டென்று தன்னைப் பற்றிய ஞாபகமும் வந்தது. ‘எனக்கு ஏன் நண்பர்களே இல்லை? தெருவில் பார்க்கிற ஊரார்கள்கூட முக்கால் வாசிப்பேர் அவனைப் பார்த்துப் பேசாமல் போய்விடுகிற வழக்கம். பேசுகிற ஓரிரண்டு பேரும் ஒரே புன்சிரிப்போடு போய்விடுவார்கள். அதே சமயத்தில் பக்கத்தில் நிற்கிற தன்னை, ஏதோ கூட இருப்பதாக மனதில்

போட்டுக்கொள்வார்களே தவிர, ஒரு கேள்வி, ஒரு விசாரணை? நம்மைப் பார்த்தால் விசாரிக்க வேண்டும் என்று தோன்ற வில்லையா? வசீகரமாக ஏதுமில்லையா? கர்வம் பிடித்தவன் என்ற ஒரு எண்ணத்தை உண்டாக்குகிற நடை உடையா? இல்லை, வீட்டுக்குக் கடைப்பிள்ளை, ஏதும் தெரியாது. சிறு பிள்ளை என்று அசட்டையா?

பெரிய அண்ணன் முகத்தில் முதுமை இருந்தது. வயதிருந் தது, பல சுமைகளைத் தாங்குகிற பொறுப்புக் களை பரவிக் கிடக்கிறது. அதனால்தான் அப்படி நின்று நின்று விசாரிக்கிறார் களா? அப்படியெல்லாம் நிறுத்துகிற முகம் ஏன் இப்படிச் சொல்லாமல் கொள்ளாமல் மறைந்து வாட்டுகிறது? இந்த மாதிரி திகில் படுத்தித்தான் கடைப்பிள்ளைக்குப் பொறுப்புக் கற்பிக்க வேண்டுமா அண்ணா?

பெரிய கோவிலைக் கடந்து, தெப்பத் தடாகத்தைக் கடந்து, ஊர் எல்லை வந்துவிட்டது. இருள் லேசாகப் பிரியத் தொடங்கிற்று. முதல்முதலாக மெல்லிய காற்று குளிர்ந்து உடலைத் தொடுகிறது. எதிரே மார்க்கெட்டுக்குப் போகிற நாலைந்து தலைச் சுமைகள் வந்தன. மான் பாலத்தில் குறுக்கே இறங்கி வயல் வரப்பில் நடக்கும்பொழுது நீலமும் வெள்ளையு மாகப் பூண்டுப் பூக்கள் அடர்ந்துகிடந்தன. பழைய நினைவு வந்தது. சற்று நின்றான். நானும் வரப்புப் பூதான். ‘உங்கள் தம்பி – உங்கள் குடும்பம். நானும் இப்படி யாரும் பாராமல் வரப்பில் பூவாக முளைத்துச் சுகமாக இருந்து வாடிப்போயிருக்க வேண்டியவன். என்னமோ கை தவறி இந்த உயிரை மனித உடம்பிற்குள் போட்டுவிட்டான். இப்போதே இந்தச் சதை, எலும்பு, வடிவம் எல்லாம் சுருங்கி மாறி, ஒரு நீலப் பூவாக மாறிவிட்டால், மென்காற்றையும் இந்த அந்தி நரையையும் குடித்துக்கொண்டே கிடந்துவிடலாம். ஒரு தவழ் காற்றில் பூக்கள் உள்ள காம்பெல்லாம் ஒரு ஆட்டம் ஆடிற்று. அதைப் பார்த்ததும் சட்டென்று கவலை அச்சம் எல்லாம் ஓடிவிட்டாற் போலிருந்தது. விறுவிறுவென்று நடந்தான்.

கோவிலுக்கு எதிரே குளத்தங்கரையிலேயே வெள்ளை மீசையும் வேட்டியும் தெரிந்தன. சேண்டப்பிரியர்தான், முண்டாசும், கறுத்த வாட்ட சாட்டமான உடம்பும், மூப்புமாகப் பல் விளக்கிக் கொண்டிருக்கிறார். எவ்வளவு அழகு! வழவழ வென்று மயிர் அதிகமில்லாத அந்தத் தோலுக்கும் அந்தக் கறுப்பு மேனிக்கும் எத்தனை பொருத்தம், இணைப்பு!

அவன் நெருங்கி வருவதை அசைப்பில் பார்த்தார் அவர்.

“யாரு சட்டமா? இப்பதான் வறியா?” என்றார்.

“வந்துகிட்டே இருக்கேன். சௌக்யம்தானே?”

“ம்... எங்கே இப்படி இந்தக் கருக்கல்லே?”

“சும்மாத்தான் – பெரிய அண்ணன் ராத்திரி வந்தாங்களா இங்கே? ராத்திரி வீட்டுக்கு வல்லெ, வெளியே போனவங்க.”

“வீட்டுக்கு வல்லியா – ராத்திரி முச்சூடுமா?”

“ஆமாம்.”

“எங்கே போறேன்னு சொல்லவும் இல்லியா?”

“என்னோட ஒரு சிநேகிதர் வீட்டுக்கு வந்தாங்க. நடுவிலே இதோ வரேன்னு எழுந்து போனாங்க. அவ்வளவுதான். அப்பவே பிடிச்சுக் காணும்.”

“எப்ப?”

“நேத்து சாயங்காலம் – அஞ்சு அஞ்சே கால் மணியிருக்கும்... கோவில்லே பார்த்தேன். ஆத்தங்கரையிலே பார்த்தேன். எங்கியும் காணல்லே.”

“பயாஸ்கோப் கொட்டகையிலே பார்த்தியா?”

“சரி, போனாலும் அங்கியேவா தூங்கிடுவாங்க?

“வீட்டுக்குத்தானே வரணும்? அதுதான் ராத்திரி ஒரு மணிக்கு முடிஞ்சு போயிடுதே!”

“அண்ணிகிட்டகூடச் சொல்லலியா?”

“என்னோடதான் வந்தாங்க. அண்ணிகிட்ட நான்தானே அழச்சிட்டுப் போறேன்னு சொன்னேன்... ராத்திரி வல்லியா, பிரிட்ஜ் ஆடி நாளாயிடுச்சே – ஒரு வேளை இங்கதான் வந்திருப்பாங்களோன்னு நினைச்சேன்.”

சேண்டப்பிரியர் சிரித்தார்.

“வாஸ்தவம்தான். எனக்கே ஒரு மணி நேரம் ஆடாட்டிப் புகையிலை ராத்திரி தீந்து போயிட்டாப்பல ஏக்கம் தந்திடுது. உங்க அண்ணன் அங்க வந்தது இப்ப எனக்குக் கை ஒடிஞ்சாப்பல போச்சு,” என்று சொல்லிக்கொண்டே வாயைக் கொப்பளித்தார் சேண்டப்பிரியர். முகத்தைக் கழுவிக் கொண்டார். வேட்டித் தலைப்பில் இருந்த திருநீற்றை அவிழ்த்துப் பூசிக்கொண்டார். “நீயும் பல் விளக்கேன்,” என்று படிக்கட்டின் ஓரத்தில் இருந்த சாம்பலைக் காட்டினார். சட்டநாதன் பல் விளக்கி அவர் மிச்சம் வைத்திருந்த திருநீற்றை நெற்றியில் இழுத்துத் தேய்த்துக்கொண்டான்.

20

சட்டநாதனும் சேண்டப்பிரியரும் நடந்தார்கள். அண்ணன் அங்கு வரவில்லை. நேரத்தை ஏன் வீணாக அடிக்கிறோம் என்றுகொண்டே, விடைபெற்றுக்கொள்ளவும் துணியாமல், அவருடன் நடந்தான் அவன்.

"குடும்பத்திலே எத்தனையோ இருக்கும். அதை யெல்லாம் பத்திப் பேசக்கூடாது. என்னமோ எங்கியாவது போயிருப்பாரு, வந்திடுவாரு. ஆனா, நீ தேடி வந்திருக்கிற அவசரத்தையும் கவலையையும் பார்த்தா, எனக்கு என்னமோ சொல்லத் தோணுது. உங்க அண்ணன் குடும்ப விஷயம் ஒண்ணும் பேசறதில்லே எங்கிட்ட. ஆனா எப்பவாவது ஒரு நாலஞ்சு தடவை பேசியதுண்டு. அதெல்லாம் மூத்த சம்சாரத்தைப் பத்தித்தான். அந்த அம்மாளை நான் ஒரே தடவை பார்த்திருக்கேன். விளக்கேற்றி வச்சாப்பல இருப்பாங்க. ஒரு வருஷமோ இரண்டு வருஷமோதான் அவளோடு வாழ்ந்த நினைப்பு. அவங்க இருக்கறப்ப ரொம்ப சாதாரண நிலைமை. கணக்கு எழுதற வேலை தானாம். செத்துப் போறப்ப சொன்னாங்களாம்: 'நான் கொடுத்து வைக்கலே. ஆனா நான் போனப்பறம் தனிக்கட்டையா நிக்கப்படாது. கல்யாணம் பண்ணிக்கணும். பணமும் பத்துமா நிறைஞ்சு கிடக்கணும்'னு சொன்னாங்களாம். "மகராஜி வாக்கு, பணம் வந்தது. வேற ஒண்ணும்

வந்ததாத் தெரியலெ. இப்ப பணமும் போயிட்டுது'ன்னு ஒரு நாள் ரொம்ப தைரியமாச் சொல்லிக்கிட்டிருந்தாரு. ஆனா, வாயைத் தொறந்து இப்ப இருக்கிற அண்ணியைப் பத்தி ஒரு வார்த்தை சொன்னதில்லே. நல்லதும் சொல்லலே, பொல்லாததும் சொல்லலே. சொல்லும்படியா ஒண்ணும் இல்லை போலிருக்குன்னு நானும் நினைச்சு சும்மா இருந்திட்டேன். அதனாலதான் வேற ஏதோ சேருமானம்கூட ...," என்று திரும்பிச் சட்டநாதனைக் கடைக்கண்ணால் பார்த்தார் அவர்.

சட்டநாதன் மேலும் கீழும் தலையை அசைத்தான்.

"உனக்கும் காதில் விழுந்திருக்குமோ என்னவோ ... ம்!"

"நீங்க சொல்றது அத்தனையும் சரின்னு தோணுது. திடீர்னு கடையைச் சீல் பண்ணிக் கடன்காரன் டிக்ரி வாங்கினப்ப, அவங்கதான் கையிலே இருந்ததை எல்லாம் கொடுத்தாங்க, மாமா."

"அதையும் எங்கிட்ட சொன்னாரு உங்க அண்ணன் ... இது ரொம்ப புதுசான சேதியில்லே. நான் இந்த மாதிரி நாலஞ்சு கேள்விப்பட்டு இருக்கேன். என்னாத்தைச் சொல்லறது? தாலி கட்டிக்கிட்டவங்களையும்தான் பார்க்கிறோம். இந்த உடம்பு மட்டும் ஒருத்தனுக்குத்தான் உரிமை, மனசையும் தான் சேர்த்துப்போமே – ரண்டும் ஒருத்தனுக்குச் சொந்தம்னு தான் இருக்காங்க. ரொம்ப சுத்தம்தான். ஆனா அது மாத்திரம் இருந்தால் போதும்னுதான் ரொம்ப பேர் நினைக்கிறாங்க. உழைச்சுக் கொண்டு கொட்றவனுக்கு இன்னும் எத்தனையோ கொடுக்கணும். சந்தோஷம், சாமர்த்யம், விளையாட்டு, புத்தி – எல்லாம் கொடுத்தா நல்லது. ஒரு பயகூட என்னைப் பார்த்ததில்லே, நானும் ஒரு பயலைப் பார்த்ததில்லே, நினைச்சதில்லேன்னு ஒண்ணை மாத்திரம் சொல்லிகிட்டு இருந்து என்ன பிரயோசனம்? நம்ம முத்தா ஐயரு பூணல் போட்டிருந்தாப்பலதான். கட்டைக்கோவிந்தனோட சேர்ந்துகிட்டு எத்தனையோ தீவட்டிக் கொள்ளைக்கெல்லாம் போயிருக்காரு அவரு. மனுசனைத் தவிர மீதி எதையும் திம்பாரு. விஷத்தை தவிர மைத்தது எதையும் குடிப்பாரு. ஆனா, பூணலை மாத்திரம் கடாசிவரைக்கும் விடாம மாட்டிக்கிட்டுத்தான் இருந்தாரு. அந்த மாதிரிதான் 'உடம்பு உனக்கு மட்டும்தான்'னு இவங்க சொல்லிகிட்டிருக்காங்க. நான் யாரையும் குறிப்பிட்டுப் பேசறேன்னு நெனைச்சிடாதே. சட்டம்! முத்தா அய்யரு, நம்ம பொம்பிளைங்க – இவங்களை நினைக்கிறப்ப எல்லாம் பொதுவா அப்படித் தோணும். நீ ஒண்ணும் நெனைச்சுக்காதே,

என்னமோ காலையிலே இப்படி குளுமையா, ஜிலுஜிலுன்னு இருக்கறப்ப எனக்கு என்னென்னமோ தோணுது. ஆக, அண்ணன் அப்படியேதான் இருக்காங்கன்னு சொல்லு."

"மாமா, நான் உண்மையைச் சொல்லிடறேன். அண்ணன் இப்படி இருக்காங்களேன்னு நான்தான் சிதம்பரத்திலேர்ந்து அவங்களை ரகசியமா லெட்டர் போட்டு வரச் சொன்னேன்."

சேண்டப்பிரியர் வியப்புடன் அவனைத் திரும்பிப் பார்த்தார்.

"அவங்களைப் பார்க்கத்தான் அண்ணனை இட்டுக்கிட்டுப் போனேன். அங்கேர்ந்துதான் திடுதிப்புன்னு அண்ணன் எழுந்து போயிட்டாங்க."

சேண்டப்பிரியரின் புன்சிரிப்பு வேதனைப் புன்சிரிப்புப் போல் ஒரு நெல் நீளத்திற்கு விரிந்து நின்றுவிட்டது.

"திடுதிப்புனு ஏந்து போனாரா?" என்று மறுபடியும் வியக்கிற மாதிரியான குரலில் கேட்டார் அவர்.

சட்டநாதன் மீண்டும் நடந்ததையெல்லாம் விவரமாகச் சொன்னான்.

அவர் பேசாமல் கேட்டுக்கொண்டிருந்தார். கடைசியில் சொன்னார்: "என்னமோ – நீ யாரைன்னு காப்பாத்தப் போறே? ரண்டு அண்ணன் குடும்பம் – அப்பறம் கலியாணம் வேறே பண்ணிக்கிட்டாச்சு. ஆனா உனக்கொண்ணும் இடைஞ்சல் வராது. நல்லவங்களா இருந்தா மட்டும் பத்தாது. கொஞ்சம் கெட்டிக்காரத்தனமா, நீக்குப் போக்குமா இருந்தாத்தான் நல்லவங்களா இருக்கிறதுக்கும் பிரயோஜனமுண்டு. என்னமோ அண்ணன் ஒரு வேளை இங்க வந்தாருன்னா, நானே கொண்டு உங்க ஊட்லே சேத்திடறேன் கையைப் பிடிச்சு, கவலைப் படாதே. ஒண்ணும் செய்யாமெ உட்கார்ந்திருக்கமேன்னு கொஞ்ச நேரம் முனைப்பா நொந்துகிட்டிருப்பாரே. கால் போன வாக்கிலே போயிருப்பாரு. அந்த அம்மாளைப் பார்த்ததும் வெக்கமாயிருந்ததோ என்னவோ . . . எங்கே போயிடுவாரு? தானே வந்திடுவாரு. சும்மா நீ வதைச்சுக்க வாண்டாம்."

அவர் வீட்டுக்குப் போனதும் ஆப்பமும் தேநீரும் காத்துக் கொண்டிருந்தன. சாப்பிட்டுவிட்டு விடைபெற்றுக் கொண்டான். பெரிய அண்ணியை எப்படிப் பார்க்கப் போகிறோம் என்று படபடத்துக்கொண்டே நடந்தான். திருவாசகத்தை மனதிற் குள்ளேயே முணுமுணுத்துக்கொண்டே போனான். அதுகூட மனதுக்குச் சிரமமாயிருந்தது. கடவுளே, நீதான், கடவுளே,

நீதான் என்று மூன்றே வார்த்தைகளை மனதிற்குள்ளேயே சொல்லிக்கொண்டு நடந்தான்.

வீட்டுக்குள் நுழைந்ததும், புவனா புருவத்தைத் தூக்கிக் கொண்டே, "என்ன?" என்றாள். நிலை மறைவில் சின்ன அண்ணி வந்து கவலையுடன் நின்றாள்.

"அங்கே வல்லியாம்," என்று தணிந்த குரலில் சொன்னான் அவன்.

பெரிய அண்ணியும் பார்த்துக்கொண்டே நின்றாள்.

"எங்கடா போயிட்டான் பின்னே?" என்று கூனி உட்கார்ந் திருந்த அம்மா தலையை மட்டும் உயர்த்தினாள்.

"நேத்து யார் ஊட்டுக்கு அழைச்சிட்டுப் போனாங்க அவங்களை?" என்றாள் பெரிய அண்ணி.

"தெரிஞ்சவங்க வீட்டுக்கு."

"இந்த ஊர்க்காரங்கதானே?"

"பின்னே?" என்று வெட்கத்தில் என்ன சொல்வது என்று தெரியாமல் பதிலுக்கு ஒரு கேள்வியைப் போட்டான் சட்டநாதன்.

"எங்க இருக்கிறாங்க? நான் போய்ப் பார்த்திட்டு வரேன்."

"அண்ணனைத் தெரியாது அவர்களுக்கு. எனக்குத்தான் தெரியும்."

"இருக்கட்டும். நான் போய்ப் பார்த்தா தெரியுது."

"ப்ஸ . . . அவங்களும் நம்ம மாதிரிதான் ஒண்ணும் புரியாம முழிக்கிறாங்க. அவங்களைப் போய்க் கேட்டு என்ன தெரியப் போவுது?"

பெரிய அண்ணி அவனைச் சிறிது நேரம் கண் கொட்டாமல் பார்த்தாள். சற்றுக் கழித்துக் குழந்தைகளின் துணிகளை எடுத்துக்கொண்டு துவைப்பதற்காகக் கொல்லைப் பக்கம் நடந்தாள்.

முற்றத்தைக் கடந்து அப்பால் போனதும் அவள் முணு முணுப்பது காதில் விழுந்தது. "எருமை எங்க கிடக்கும்? சேத்திலே தான் படுத்திருக்கும்."

சட்டநாதன் காதில் விழ வேண்டும் என்றுதான் தெளிவாக, தணிந்த, ஆனால் அருகே கேட்கும்படியான குரலில் சொல்லிக் கொண்டே போனாள்.

யார் எருமை? எந்தச் சேற்றிலே கிடக்கும்?

சட்டநாதனுக்கு ஒரு பக்கம் நெஞ்சு குளுகுளுவென்றது. இன்னொரு பக்கம் கழுத்தை நெரிக்கப் போகிற கோபமாக வந்தது. பெரிய அண்ணனை நினைத்தான். சேண்டப்பிரியர் சொன்னது தானாக நினைவில் வந்தது. "உடம்பு சுத்தம்தான். ஆனால் இந்த உடம்பின் வெறியைத் தணிக்க அண்ணன் உயிரைத்தான் விட வேண்டும். அந்த வெறிதான்" என்று என்னமோ தோன்றிற்று. பெரிய அண்ணியின் அழுத்தமான தசைகளும் மினுமினுப்பும் அவன் கண் முன் ஆடின. ஒரு வயதுப் பேதமோ, முப்பது வயதுப் பேதமோ இளையாள் இளையாள்தான் என்று ஊஞ்சலில் உட்கார்ந்துகொண்டான். உடம்பு சுத்தம்! குளித்துவிட்டு ஈரத்துணியோடு சுத்தமாகக் கோவிலுக்குப் போய், வாயில் வைக்க வழங்காத சோற்றை வடித்துச் சாமிக்குப் படைக்கிற குருக்கள் எதிரே நடப்பது போல் ஒரு தோற்றம். கர்ப்பக்கிருகக் கதவைத் தடாமுடா என்று திறந்து, சோற்றுத் தட்டை டமார் என்று வைத்து, சாமி தலையில் லொடலொடவென்று தண்ணீரைக் கொட்டி, அழுக்குத் துணியை விலக்கிச் சாமிக்குக் காட்டிவிட்டு மூடி...

அடுக்களை நிலையிலிருந்து, 'பலகாரம் சாப்பிட வரலாமா?' என்று புவனா ஜாடை காட்டுவது தெரிந்தது. அவளுக்குப் பயம் – எல்லாரும் வேதனைப்படுகிற நேரத்தில் அவனைச் சந்தோஷமாகப் பலகாரத்திற்கு அழைப்பது யார் காதிலாவது விழுந்துவைத்தால்..?

"ஆகிவிட்டது" என்று ஜாடையாகவே விடை கொடுத்து விட்டான்.

"என்ன சித்தப்பா?" என்று அவனையும் அடுக்களை நிலையையும் மாறி மாறிப் பார்த்தது பெரிய அண்ணனின் கடைசிப் பெண்.

"உன்னைச் சாப்பிடக் கூப்பிடறாங்களே சித்தி. இட்டலியா, தோசையா?" என்று உள்ளே பார்த்துக் கத்தினான் சட்டநாதன் மலர்ச்சியுடன்.

"இட்டலி," என்று நிலைக்கு வந்து கத்தினான் இரண்டாவது பையன்.

"ஓடு ஓடு," என்று குழந்தையை உள்ளே தள்ளிவிட்டான் சட்டநாதன். அது சிரித்துக்கொண்டே ஓடிற்று.

கடைக்குப் போவதா வேண்டாமா என்று புரியவில்லை சட்டநாதனுக்கு. போலீஸில் எழுதி வைக்கலாமா என்று சிறிது நேரம் யோசித்தான். பெரிய அண்ணி சொல்லிப் போன வார்த்தைகளைக் கேட்ட பிறகு, அண்ணன் அவள்

கையில் பந்தாக அல்லாடுகிறார் என்று தோன்றுகிறது. வெட்கம் பிடுங்க, அருவருப்புப் பிடுங்க அவர் எங்காவது போய் உயிரை மாய்த்துக்கொண்டிருந்தால் . . ?

அவனுக்குத் தோலெல்லாம் சிலந்தி வலை நெளிந்தது. உட்கார முடியவில்லை. ஊஞ்சலை விட்டு எழுந்து முன் அறைக்குப் போனான். பீரோவைத் திறந்தான். பழுக்கா டப்பாக் களையும் பழைய தஸ்தாவேஜுகளையும் பார்த்துக்கொண்டு நின்றான். கதவைச் சாத்தி ஜன்னல் வழியே வாசலைப் பார்த்து நின்றான். கூடத்தில் ஏழெட்டுத் தடவைகள் அங்குமிங்குமாக நடந்தான். இரண்டாம் கட்டுக்குப் போக முடியவில்லை. பெரிய அண்ணி அங்கு குளிக்கப் போயிருக்கிறாள். துண்டை எடுத்துக்கொண்டு ஆற்றங்கரைக்குப் போனான். படித்துறை யில் ஏகக்கூட்டம். சலவைத் துறை மாதிரி ஒரு ஐம்பதுபேர் மாற்றி மாற்றித் துணியால் படிக்கட்டை அறைந்துகொண்டிருக் கிறார்கள். சந்தனமும் குங்குமமும் கலந்தாற்போல் ஒரு மாதிரிக் காவியும் கலங்கலுமாக, நுரைப் பத்தைகள் மிதக்க ஆறு ஓடிக் கொண்டிருந்தது. ஒரு பத்தைமீது தும்பி ஒன்று வெயிலில் இறக்கை மின்ன உட்கார்ந்து சவாரிசெய்துகொண்டிருந்தது. நுரைக்குள் ஏதாவது குச்சி இருக்கும், இல்லாவிட்டால் தும்பி அமுங்கியிருக்குமே என்று மிதப்பையே கண்ணால் தொடர்ந்து கொண்டிருந்தான்.

“சௌக்கியம்தானே?” என்று குரல் கேட்டு விழித்தான். நாட்டு மருந்துக் கடை சுந்தரம் பிள்ளை திருநீற்றாலேயே செய்தது போன்ற நெற்றியுடன், குளிப்பதற்காகத் தயாராக இடையில் மேல் துண்டைக் கட்டிக்கொண்டு புன்சிரிப்புடன் நின்றார்.

“சௌக்கியம்தான்.”

வியாபாரத்தைப் பற்றி நாலு வார்த்தை விசாரித்து விட்டு, “நேத்து அண்ணனைப் பார்த்தேனே, திருவாலூர் ரோட்லே தனியாப் போயிட்டிருந்தாங்களே . . . தினம் இப்படி மூணு நாலு மைலா உலாவப் போவாங்க?”

“எங்க பார்த்தீங்க?”

“பாட்டாகுடி வாய்க்கால் தலைப்பு மதகுகிட்டப் பார்த்தேன். அவங்க பாட்டுக்கு நடந்து போயிட்டு இருந்தாங்க. நான் வண்டியிலே வந்துகிட்டு இருந்தேன். எனக்கும் பழக்கம் இல்லியா? ஏதோ உலாவத்தான் போறாங்க போலிருக்குன்னு வந்திட்டேன்.”

“எத்தினி மணி இருக்கும்?”

“வெயில் மறையற நேரம்தான் போலிருக்கு.”

சட்டநாதன் எல்லாவற்றையும் மறைத்துக்கொண்டு ஒரு புன்சிரிப்புச் சிரித்தான். “அதான் ரொம்ப நேரம் கழிச்சு வந்தாங்க நேத்து, நடைக்கு அஞ்ச மாட்டாங்க. நானெல்லாம் அவரோட ஓடினாத்தான் உண்டு,” என்று என்னமோ சொல்லிக் கொண்டு குளிப்பதற்குப் படிக்கட்டில் இறங்கினான்.

○

நவராத்திரி தொடங்கி இரண்டு நாள் கழித்துத் திடீரென்று ஒரு கடிதம் வந்தது. பெரிய அண்ணனே மதுரையிலிருந்து போட்டிருந்தார். வியாபார விஷயமாக ஒரு நண்பரைப் பார்க்க வந்திருப்பதாகவும் கவலைப்பட வேண்டாம் என்றும் விரைவில் வந்து விடுவதாகவும் எழுதி இருந்தது.

கடைக்கு வந்த கடிதத்தை எடுத்துக்கொண்டு வீட்டுக்கு விரைந்தான் அவன். பெரிய அண்ணியிடம் செய்தியைச் சொன்னான்.

“மதுரையிலேர்ந்து வந்திருக்கா? சிதம்பரத்திலேர்ந்து வந்திருக்கா?”

“மதுரையிலிருந்துதான்.”

“உள்ள மதுரைன்னு போட்டிருக்கு. சரி, கவர் மேலியும் மதுரை முத்திரை குத்தியிருந்தாச் சரி,” என்றாள் பெரிய அண்ணி.

‘இவ்வளவு கசப்பையும் சந்தேகத்தையும் வளர்த்துக் கொண்டிருக்கிற ஒரு ஜீவனுடன் எப்படிக் காலந் தள்ளுகிறீர் கள் அண்ணா?’ என்று தனக்குள்ளேயே கேட்டுக்கொண்டான் அவன். பேசாமல் அந்த இடத்தைவிட்டு அகன்றான்.

தாயாரிடமும் செய்தியைச் சொல்லி விட்டுக் கடைக்குத் திரும்பினான்.

நவராத்திரி செம்பானூர்க் கடைத் தெருவில் அமளிப் பட்டது. பழக்கடைகள் இரண்டு சட்டநாதனின் கடைக்கு அருகிலேயே பொம்மைக் கடைகளாக மாறியிருந்தன. காலை பத்துமணிக்குத் தொடங்கி இரவு ஒன்பதுமணிவரையில் பழக்கடை பக்கிரி வஸ்தாது, மல் ஜிப்பாவும் நெற்றியில் காலணா அகலக் குங்குமப் பொட்டும் வலது மணிக்கட்டில் தங்கச் சங்கிலியுமாக உற்சாகமாப் பொம்மைகள் ஏலம் விட்டுக்

கொண்டிருந்தார். அவர் கடைக்கு முன்னால் ஒரு நூறு ஜனம் கூட்டம். பக்கிரி வஸ்தாது கையைக் காலை ஆட்டுவதையும் சிரிப்பதையும் ஓயாமல் பேசிக்கொண்டிருப்பதையும் தூரத்திலிருந்து பார்க்கும்போது பெரிய ஆத்மீக விஷயங்களை அறியாக் கூட்டத்திற்கு உபதேசம் செய்வது போலிருந்தது. ஜனங்களிடையேயும் இரண்டு நிமிஷத்திற்கு ஒரு தடவை கரையோரத்தில் கடலலைகள் மோதுகிற மாதிரிச் சிரிப்பு எழுந்து எழுந்து அடங்கிற்று. ஒரு ஓரமாகப் பெண்கள் கூட்டம் வேறு. ஊர்க் குடும்பம் ஒன்று மீதியில்லை. பக்கிரி வஸ்தாதின் பேச்சை ஒரு நாளாவது கேட்காத குடும்பம் செம்பானூரில் இல்லை. சட்டநாதன் வீட்டிலிருந்துதான் யாரும் வரவில்லை.

சின்ன அண்ணன் இறந்துபோனதை நினைத்து வீடு துக்கம் கொண்டாடிக்கொண்டிருந்தது. பெரிய அண்ணி குழந்தைகளை முன்பே தயார்செய்துவிட்டாள். "ஏம்மா கொலு வைக்கலே?" என்று அழுத கடைசிக் குழந்தைக்குச் சித்தப்பா செத்துப்போனதைச் சொல்லிச் சமாதானம் செய்தாள்.

அது வெறுமே சமாதானம் அடையவில்லை. "சித்தப்பா செத்துப்போனா கொலு வைக்கக்கூடாதா? ஏன்? சாமி கண்ணைக் குத்துமா? எதுக்கு? எப்படிக் குத்தும்? ஊசியாலியா? கம்பியாலியா? அப்பறம் கண்ணு தெரியாமப் போயிடுமா? நான் செத்துப்போனா கொலு வைக்கலாமோ? பாட்டி செத்துப்போனா..?" என்று வாய் வலிக்க, காது வலிக்கக் கேள்வி கேட்டுவிட்டு ஒரு தள்ளையும் 'சனி'யனையும் வாங்கிக் கொண்டு சிணுங்கிக்கொண்டே அப்பால் போயிற்று குழந்தை. அதைப் பார்த்த மற்றக் குழந்தைகள் மருண்டு நாக்கு சுருண்டு அடுத்த அண்டை வீடுகளிளெல்லாம் புகுந்து புகுந்து புறப்பட்டுக் கொண்டிருந்தன.

தி. ஜானகிராமன்

21

அன்று வெள்ளிக்கிழமை. துக்கத்தை ஒன்பது நாளும் கொண்டாட வேண்டாம் என்று புவனா தகப்பனாரை அழைத்து வந்து, தேவிக்கு பூஜை செய்யச் சொல்லி வடையும் பாயசமுமாகச் சமைத்துப் படைத்தாள். சண்பகவனமும் அவர் மனைவியும் சாப்பிட்டுவிட்டு விடைபெற்றுக் கொண்ட பிறகு, சட்டநாதன் சற்று இளைப்பாறிக் கடைக்குப் போகும்போது நான்கு மணி ஆகி விட்டது.

பக்கிரி வஸ்தாதின் கடை முன் திரளாகக் கூட்டம் கூடியிருந்தது. ஒரு செட்டுப் பொம்மையை ஏலம் விட்டு, மணியின் நாக்கை ஒரு தடவை ஆட்டிவிட்டு, சோடா குடித்துக்கொண்டிருந்தார் வஸ்தாத். அவர் குடித்து முடிக்கும் வரையில் கூட்டம் அவரையே பார்த்துக்கொண்டிருந்தது. சட்டநாதனும் அவரைக் கண் கொட்டாமல் பார்த்தான். கறுத்த அகல முகம், அசாதாரணப் பருமன், அத்தனை பூதாகாரமும் பலம். நெற்றியில் ரூல் கழி முனையால் வைத்ததுபோன்ற குங்குமம். சற்றைக்கொரு தடவை பத்ரகாளிக்கு ஜே போடுவார் அவர். கூட்டமும் சேர்ந்து ஜே போடவேண்டும். நடுநடுவே பராசக்திக்கும் பாரதமாதாவுக்கும் ஜே போடுவார். வந்தே மாதரம் போடுவார். அல்லாஹு அக்பர் போடுவார். ஒரு சமயம் அரசியல் கூட்டம் மாதிரி இருக்கும். ஒரு சமயம் சமயக் கூட்டம் மாதிரி ஒரு தோற்றம். வஸ்தாத் நிற்கிற கடை மேடைக்குக் கீழ் ஒரே குழந்தைகளின் கூட்டம். கீச்சுமூச்சுக் குரலில் அதுகளும் நடுநடுவே விஷயம்

புரியாமல் நாலே காலணா, அஞ்சணா என்று ஏதாவது கத்தும்.

"கபர்தார்!" என்று கத்துவார் பக்கிரி. "யாய், நீ ஏலம் கேட்டா உனக்கே விட்டிடுவேன். ஆமாம், மூச்சுப் பறியக் கூடாது. வாயைத் தைச்சுப்போட்டு வேடிக்கை பார்க்கணும் – பத்ரகாளிக்கு . . ."

"ஜே" – குழந்தைகள்தான்.

சட்டநாதன் அவருடைய சவடால்களைக் கேட்டுக் கொண்டே ரோக்காவும் எழுதிக்கொண்டிருந்தான். நடுநடுவே பெரிய அண்ணன் நினைவு வந்தது. அவர் கவலையைத் தவிர, மற்றபடி ஒரு சந்தோஷம்தான் மனதை அங்குமிங்குமாகப் பிய்த்துக்கொண்டிருந்தது. பக்கிரி வஸ்தாதைப் பார்க்கும்போது கடல் கரையைப் பார்க்கும் நினைவு வருகிறது. கவலை எல்லாம் ஓடிவிடுகிறது. ஒரு புதுத் தெம்பு துளிர்க்கிறது. இந்த ஜன்மத்தில் எதையும் சாதிக்க முடியும், எதையும் வசப்படுத்த முடியும் என்ற ஒரு தைரியமும் நம்பிக்கையும் பிறக்கின்றன. ஒரு வரம்பு வரையில் கேட்டுவிட்டு, பிறகு பின்னுக்கு இழுத்துக்கொண்டு நிற்கிற ஏலங்கோரிகளை வஸ்தாத் நையாண்டிசெய்வார்; தட்டிக்கொடுப்பார். தாஜா பண்ணுவார். 'போனா வராது' என்று பயமுறுத்துவார். 'இதுதான் இந்த ரகத்திலே கடைசி' என்பார். அவர் சொல்வது அரைமணிவரை சரியாகவே இருக்கும். அரைமணிக்குப் பிறகு அதே மாதிரி இன்னொரு பொம்மை வரும். "நல்ல வேளையா இன்னும் மூணே மூணு பாக்கி. ஏய் அறியா முண்டம்! இது இருக்குன்னு ஏண்டா அப்பவே சொல்லலே? எத்தினி பேரு காத்துகிட்டு இருந்து, சரி இது இல்லேன்னாவுடனே வேறு மனசுக்குப் பிடிக்காததை வாங்கிட்டுப் போனாங்க?" என்று கடை ஆட்களில் ஒருவனைப் பார்த்துக் கத்துவார்.

நேரமாக ஆகக் கூட்டம் நெறித்தது. புஸ்ஸென்று நாலைந்து காஸ் விளக்குகள் வந்து தொங்கின. வேர்வை பளபளக்க, சிவ கணங்களில் ஒன்று வந்து நிற்கிறாற்போலக் காட்சி அளித்தார்.

ஏழெட்டுப் பையன்கள் கூட்டத்துக்கு வெளியேயிருந்து உள்ளே போக முயன்றுகொண்டிருந்தனர். நிற்பவர்களின் பெரிய வட்டத்தை வெளிப் பக்கமாகவே சுற்றிச்சுற்றி வந்து கொண்டிருந்தனர். நுழைய இடுக்கே இல்லை. தலையை இழைய வாரிக்கொண்ட இரண்டு மூன்று பெண் குழந்தைகள் வேறு வெளியே இப்படித் திணறிக்கொண்டிருந்தன.

பெரிய அண்ணன் குழந்தைகளும் சின்ன அண்ணன் குழந்தையுமே அப்படித் திணறுவது போலிருந்தது அவனுக்கு. ஒன்றுக்குத் தகப்பனில்லை. மற்றவற்றுக்குத் தகப்பனைக் காண வில்லை. ஒரு நாளைக்காவது அதுகளைக் கடைத்தெருப் பக்கம் இழுத்து வந்து வேடிக்கை காட்டினால் என்ன? கட்டாயம் செய்திருக்க வேண்டியதைத் தவறவிட்டுவிட்டதுபோல அடித்துக்கொண்டது அவனுக்கு. பக்கிரி வஸ்தாதின் முன் சற்று நிறுத்தலாம். சிறிது நேரமாவது சிரிக்குங்கள். காமேச்வரய்யர் கடைக்கு அழைத்துப் போய் ஏதாவது தின்ன வாங்கிக் கொடுக்கலாம்.

குழந்தைகளை நினைத்து நினைத்து அவன் நெஞ்சு வேதனைப் பட்டது. ஆதரவில்லாததுகளைத்தான் ஏதோ வேலை, கடை என்று ஏதேதோ சொல்லிப் புறக்கணித்துவிட்டது போல் உறுத்துகிறது. ரோக்கா எழுதக்கூட முடியாமல் ஒரு கணம் அந்தக் குறுகுறுப்பு கையை அசக்குகிறது. இப்பொழுதே போய் அழைத்து வந்துவிடுகிறது என்று காலைமாற்றிக் கீழே இறங்கிச் செருப்பை மாட்டிக்கொண்டான். ஆட்களிடம் கடையைக் கவனித்துக்கொள்ளச் சொல்லிவிட்டுக் கிளம்பி விட்டான்.

கடைத்தெரு அமளிப்பட்டுக்கொண்டிருந்தது. இரவு சண்பகவனேசர் பவனிவரப்போகிறாரோ என்னவோ! முனிசிபல் தண்ணீர் – மோட்டார், கடைத்தெருவோடு தண்ணீரை முத்துமுத்தாக இறைத்துக்கொண்டு போயிற்று. கோவில் யானை ஆற்றிலிருந்து இரண்டு குடம் தண்ணீரைச் சுமந்துகொண்டு போயிற்று. பொம்மை, புடவைக் கடைக் கூட்டங்கள் – பக்கத்து ஊர்களிலிருந்து வந்திருக்கிற நவராத்திரிக் கூட்டங்கள்.

குழந்தைகளைக் கட்டாயம் அழைத்துத்தான் வர வேண்டும் என்று நினைத்துக்கொண்டே, தெரு அமளி உராய நடந்தான், சட்டநாதன்.

ரகுராயர் தெரு பூவும் பட்டும் புதுமையும் நகையுமாக நடமாடிக்கொண்டிருந்தது. கால்வைத்த இடமெல்லாம் மாக்கோலம். ஒரு ஜீவன் செத்துப்போனதற்காக எத்தனை காலம் துக்கம் கொண்டாடுகிறது? அதுவும் குழந்தைகளுக்கு எதற்கு இந்த மூட்டமும் இருளும்? குழந்தைகளுக்கும் துயரத் திற்கும் என்ன தொடர்பு? பேசாமல் இந்தக் கொலுவை வைத்துத் தொலைத்திருந்தால் என்ன?.. அடுத்த வருஷம் அம்மா கண்ணை மூடினால் இன்னும் ஒரு வருஷம் குழந்தை களுக்கு அழாத பிலாக்கணமா... ஒரு நாலைந்து கணம்

அம்மா இல்லாதது போலவே இருந்தது. யார் போனதற்காக எது நிற்கிறது..? சட்டநாதனுக்குச் சுரீர் என்றது. வாசலில் முகப்பில் ஏறியதும் முதலில் அவன் கண்ணில் பட்டது அவன் தாயார்தான். ஒட்டுத்திண்ணையில் முதுகு வளைவைக் கிடத்திப் படுத்திருந்தாள் அம்மா.

அருகில் சென்று பார்த்தான். கண் மூடியிருந்தது. நெஞ்சுக் குழி பாம்புச் சட்டைத் தோலுடன் பிக்பிக்கென்று ரத்த ஓட்டத் திற்குச் சரியாக ஏறி இறங்கிக்கொண்டிருந்தது. அயர்ந்து உறங்கு கிறாள். அந்தி வேளையில் என்ன தூக்கம் என்று குழந்தைகள் படுத்தாலே முனகுகிறவள். களைப்பு மேலீடு. சுமக்க முடியாத மூப்பு.

செருப்பை நடையில் கழற்றி, "பாப்பா!" என்று கூப்பிட்டுக் கொண்டே உள்ளே நுழைந்தான். பதில் இல்லை. குழந்தை களின் அரவமே இல்லை. அடுக்களையைப் பார்க்க நடந்தான். அங்கும் யாரும் இல்லை. அந்த நிலையைக் கடந்து சென்றதும் கிணற்றங்கரைத் தாழ்வாரத்தில் உட்கார்ந்து சின்ன அண்ணி தலையை வாரி முடிந்துவிட்டு, சீப்பைத் தட்டிச் சரிசெய்து கொண்டிருந்தாள்.

"பாப்பா!" என்றான் அங்கு நின்று அவன்.

"எல்லோரும் கோயிலுக்குப் போயிருக்காங்க," என்று எழுந்து நின்றாள்.

"எப்ப?"

"இப்பதான். தெருமுனைதான் தாண்டி இருப்பாங்க. இதோ வந்திட்டேன்." உள்ளே ஓடினாள்.

கிணற்றடியில் முகம், முதுகை எல்லாம் கழுவிக் கொண்டான். துண்டால் துடைத்துக்கொண்டே அடுக்களைப் பின் நிலையைத் தவிர்த்து, வாசலுக்கு நேருள்ள நடை வழியாகக் கூடத்திற்கு வந்தான். சின்ன அண்ணி அதற்குள் சேலை மாற்றிக்கொண்டு முன் அறையிலிருந்து தாழ்வாரம் வழியாக நடந்துவந்துகொண்டிருந்தாள்.

"புவனாவும் போயிருக்காளா?"

"புவனா, பெரிய அண்ணி, குழந்தைங்க, வீட்டுக்காரங்க, எல்லாம் போயிருக்கு."

"குழந்தைகளைப் பொம்மைக் கடைக்கு அழைச்சிட்டுப் போகலாம்னு வந்தேன்."

தி. ஜானகிராமன்

“இன்னிக்கி எல்லாம் ஒண்ணைப் பார்த்தாப்லே புறப்பட்டுப் போயிடுச்சி,” என்றாள் அவள். முகத்தில் ஒரு குறும்பு ஓடிற்று.

“சரி, அப்ப நான் வரேன்,” என்று நடந்தான் அவன், நடை நிலையை நோக்கி.

“இதோ வந்திட்டேன்,” என்று அடுக்களைக்குள் மறைந்து விட்டாள்.

நிற்கக் கொள்ளாமல் அங்குமிங்கும் நடந்தான். வாசல் முகப்புப் பக்கம் போனான். அம்மா தூங்குகிறாள். அங்கு சற்று உலாவினான். சின்ன அண்ணியின் உருவம் வந்து கூடத்து நிலையில் எட்டிப் பார்த்தது. உள்ளே சென்றான்.

“மத்தியானம் வடை தட்டினதைத் தயிர்லே போட்டு வச்சிருக்கு. ரண்டே ரண்டு எடுத்துக்கிட்டுப் போகலாம்னு தான் இருக்கச் சொன்னேன்.”

“மத்தியானம் சாப்பிட்டதே இன்னும் தெளியலே. அதனாலெதான் இன்னும் காபிகூடச் சாப்பிடலே. தயிராவது, வடையாவது!”

“காப்பி சாப்பிடலேன்னா இதோ கலந்து தாரேன்.”

“வாண்டாம்.”

“இன்னிக்காவது சாயங்காலக் காபி வீட்டுக் காபியா இருக்கட்டுமே. க்ளப்புக் காபிதான் இருக்கவே இருக்கு . . . இதோ வந்திடறேன்,” என்று மீண்டும் சிறு ஓட்டமாக ஓடினாள் அவள்.

“எனக்கு நேரமாச்சு.”

“பரவாயில்லெ” என்று அடுக்களை நிலைக்கு வந்து பதில் சொல்லிவிட்டு மறைந்தாள் அவள். “குழந்தைகளை அழச்சிட்டுப் போகத்தானே வந்துதாம். அவங்க திப்புனு கிளம்பி இருப்பாங்களா சொன்னவுடனே?” என்று முகம் தெரியாத விடையாக அடுப்படியிலிருந்து வந்தது.

சற்றுக் கழித்து, “கலந்தாச்சு, சாப்பிட்டுப் போயிடுங்க” என்று சின்னக் கூப்பாடாக வந்தது.

போனான் அவன். அடுக்களைக்கு வெளியே நின்றான். அடுக்களைக்கு நடுவில் சாப்பிடும் இடத்தில் காபி வைத்திருந்தது. எடுத்துக்கொண்டு வெளியே வந்தான்.

“அப்பப்பா என்ன பயம்டாப்பா!” என்று சின்ன அண்ணியின் குரல் பின்னாலேயே வந்தது.

அவனுக்குக் கை நடுங்கிற்று.

“இப்படி பயந்து செத்துப் போறவங்களுக்குக் கடைத் தெருவிலே எப்படி இருக்க முடியுது?” என்றாள் அவள். மறுபடியும் ஊஞ்சல் அருகில் உள்ள தூண் ஓரமாக வந்து நின்றாள்.

“எனக்கு என்ன பயம்?”

“அப்படீன்னா அங்கியே உக்காந்து சாப்பிட்டிருக்கலாமே?”

“. . .”

“என்னைக் கண்டு அப்படி ஒரு பயம் வந்திருக்காப்பல இருக்கு.”

“. . .”

“ஆனா, நீங்க வருவீங்கன்னு நினைச்சேன்,” என்றாள் அவள்.

நிமிர்ந்து பார்த்தான் அவன்.

“இல்லெ, நீங்க வரப்படாதான்னு நினைச்சேன்.”

“அப்படீன்னா?”

“அப்படீன்னா! அப்படீன்னா! உங்களுக்கு ஒண்ணுமே புரியாது. புரியாத மாதிரி நடந்து நடந்துதான் நான் இப்படி நிக்க முடியுமா ஆச்சு. நான் எங்கப்பாகிட்ட தைரியமா ஒரு வார்த்தை சொல்லலேங்கறதுக்காக, இப்படியே ஆயுசு மட்டும் புரியாத வேஷமே போட்டுக்கிட்டிருக்கணும் நீங்க . . . இல்லியா?” என்றாள். அடுத்த கணம் அவள் முகச்சதையெல்லாம் கோணிற்று. கண்ணில் நீராகத் துளித்து நிரம்பிற்று. வாயை மூடிக்கொண்டு மௌனமாக அழுகை.

“அண்ணி, அண்ணி!” என்று அடித்தொண்டையில் யாரும் கேட்காத குரலில் கத்தினான் அவன். “யாராவது வரப்போறாங்க பேசாமெ இருங்க.”

“ஒருத்தரும் வரதுக்கில்லே இப்ப.”

“அம்மா ஏந்துகிட்டு வருவாங்க.”

“வரட்டுமே. ஒருத்தருமில்லாத நேரமாப் பார்த்து வந்தீங்கன்னு உங்களை நெனச்சிருவாங்களா?”

ஊஞ்சலில் உட்கார்ந்திருக்க அவனுக்கு மனமில்லை. தான் உட்கார்ந்திருப்பதும் அவள் தூணோரமாக அருகில் நிற்பதையும் பார்த்தால் . . . என்ன விகாரம்!

எழுந்துகொண்டான். "நான் கடைக்குப் போய்ட்டு வரேன்."

"தாண்டவ வாத்யார் வீட்டுக்கு வந்ததெல்லாம் உங்களுக்கு ஞாபகமே வரதில்லையா?"

"வந்து என்ன பண்றது? அதுக்காக அந்த ஞாபகமே வராம பார்த்துக்கறேன்."

"எனக்கு மட்டும் வந்துகிட்டே இருக்கே!"

"வந்து என்ன பண்றது?"

"எனக்குச் செத்துப் போகணும் போலிருக்கு. அதுக்காவது ஒரு வழி சொல்லிட்டாச் சரி."

"உடம்பு நம்ம இஷ்டதுக்குச் சாவாது. ஆனா இந்த மாதிரி மனசைச் சாக அடிச்சிப்பிடலாம் – மனசோட இந்தப் பாசத்தைச் சாக அடிச்சிப்பிடலாம்."

"நெசம்மா?"

"முடியும், எல்லாரையும் உங்க குழந்தைங்கன்னு நினைச்சா."

"நான் என்ன நூத்துக் கிழவியா? லோகமாதாவா? பள்ளிக் கூடத்திலே சட்டநாதனோட படிச்ச குஞ்சம்மா நான்."

"அதெல்லாம் இறந்த காலம். இறந்தே போயிடிச்சுன்னு நினைச்சுக்குங்க."

குஞ்சம்மா புன்சிரிப்புடன் அவனையே பார்த்தாள். சற்றுக் கழித்துச் "சரி, நினைச்சுக்கறேன்" என்றாள்.

"நீங்களும் அவங்களோட கோயிலுக்குப் போயிருக்கலாம்."

"எனக்குக் கோயிலும் வாண்டாம், குளமும் வாண்டாம். நீங்க போய்ட்டு வாங்க" என்று குமைந்தது அந்தக் குரல்.

"நான் வரேன்" என்று நடந்தான் அவன்.

சட்டென்று தோளைத் தள்ளுவது போலிருந்தது.

"செத்துப் போன கட்டையா இருந்தாலும் அதையும் ஒரு தடவை அணைச்சுச் சீராடறதுண்டு," என்று அவனை இழுத்து அணைத்துக்கொண்டாள் அவள். "நான் சாகற வரைக்கும் இது போதும். இதை யாரு கிட்டவும் பேத்திக்கிட்டுக் கிடக்க வேண்டாம். என் நெஞ்சு அத்தனை சின்ன சமாசாரம் இல்லெ . . ."

"புவனேஷ்வரி அம்மாள்!" என்று வாசலில் சத்தம் வந்தது. விறுக்கென்று அடுக்களையைப் பார்க்க நடந்தாள் சின்ன அண்ணி.

சட்டநாதன் நடுங்கியவண்ணம் செருப்பை மாட்டிக் கொண்டே, "யாரு?" என்றான். குரல் தெரியும், இருந்தாலும் கேட்டு வைத்தான்.

"குட்மார்னிங் ஷார்! முதலாளி இருக்காவளா. இன்னிக்கி நவராத்திரி வெள்ளிக்கிழமை. வடை பாவாஷம் எல்லாம் ஏறுபடியாமில்ல? பெரியம்மா சொல்லிச்சு, நாக்கிலே வேக்குது. வந்தேன்."

"வாங்க, வாங்க – கிஷ்டம்மா வந்திருக்காங்க," என்று அடுக்களையைப் பார்த்துக் கத்தினான்.

"யாரு?"

"கிஷ்டம்மா!"

"எங்க சின்னம்மா இல்லியா?"

"வாங்க வாங்க. எல்லாரும் கோயிலுக்குப் போயிருக்காங்க. வந்திடுவாங்க, வாங்க," என்று சிரித்துக்கொண்டே வரவேற்றாள் சின்ன அண்ணி.

சட்டநாதன் வெளியே வந்தான். அம்மாவிடம் மீண்டும் வந்து பார்த்தான்.

"யாரு?" என்று குரல் கேட்டது.

"நான்தான்ம்மா, சட்டம். குழந்தைகளைக் கடைத் தெருக்கு அழச்சிட்டுப் போகலாம்னு வந்தேன். எல்லாம் கோயிலுக்குப் போயிருக்காம். திரும்பிப் போறேன்."

"வெள்ளிக் கிழமையாச்சே. போயிட்டு வாங்களேன்னு நான்தான் சொன்னேன். எல்லாம் படையாப் போயிருக்கு. உள்ர யாரோ போனாங்களே!"

"கிஷ்டம்மா . . . போயி ஏதாவது கொடு திங்கிறதுக்கு. நான் வரேன் நேரமாச்சு" என்று மேலே பேசக் காத்திராமல் கிளம்பினான்.

உள்ளே போகவும் பயமாயிருந்தது. சிறிது நின்று பேசிவிட்டு, இரண்டு நிமிஷம் கழித்து விடைபெற்றுக்கொண்டான்.

இதற்காக நடுக்கம் நின்று விடவில்லை. தெருவில் போகும் போது காய்ச்சல் வந்த சூடாக உள்ளுக்குள் சுட்டது. எங்கேயோ மறைந்துவிட்ட சின்ன அண்ணனை உள்ளுக்குள்ளேயே வணங்கி னான். "நான் இல்லை. நான் இல்லை" என்று உள்ளுக்குள்ளேயே குழறிற்று.

ஒரு நிமிஷம் ஒன்றும் புரியவில்லை. 'சீ' என்றது மனது. அது சின்ன அண்ணிக்கும் அல்ல; தனக்குமல்ல. சின்ன அண்ணியும் தவறு செய்யவில்லை. தானும் செய்யவில்லை. எதன் மீதோ அந்த 'சீ' போய் விழுந்தது.

"குஞ்சம்மா, நீ ஒன்றையும் ஒளிக்கவில்லை. உண்மையாகவே நீ நல்லவள்தான்," என்று சின்ன அண்ணியை நினைத்துக் கொண்டே போனான்.

கடை வாசலில் கூடைக்காரன் வைத்திருந்த பொம்மை களைப் பார்த்துக்கொண்டே ஒரு சின்னக் கூட்டம் நின்றது. புவனாவும் பெரிய அண்ணியும் ஒரு ஓரமாக நின்று பக்கிரி வஸ்தாதின் ஏலத்தை வேடிக்கை பார்த்துக்கொண்டிருந் தார்கள்.

"என்ன?" என்று அவர்கள் அருகில் சென்றான். "நான் வீட்டுக்குப் போனேன்..." என்று தொடங்கி, குழந்தைகளுக் காகப் போய்வந்ததைச் சொன்னான்.

"நல்லவேளை, இன்னிக்கி இருந்திட்டாங்க, அன்னக்கி நான் வந்தபோது இல்லை. இன்னிக்கும் காணுமேன்னு நினைச்சுக்கிட்டே இருந்தேன். நல்ல வேளை" என்று பெரிய அண்ணி புவனாவிடம் சிரித்துக்கொண்டே சொன்னாள்.

குழந்தைகள் வந்து அவன் காலைக் கட்டிக்கொண்டன. பக்கிரி வஸ்தாத் மூன்றாவது மணி ஒன்றை அடித்துக் கொண்டிருந்தார்.

22

“சித்தப்பா, எனக்குக் காராபூந்தி, முட்டாயி, பலூனு, ரப்பர் கிளி, சாவி குடுக்குற மோட்டாரு எல்லாம் வாங்கித் தரணும் இப்ப,” என்று நிமிர்ந்து முகத்தைப் பார்த்து வேட்டியை இழுத்தான் பெரிய அண்ணனின் குழந்தை.

“ஆரம்பிச்சாச்சா?” என்று உருட்டி விழித்தாள் பெரிய அண்ணி.

“சித்தப்பா, சித்தப்பா!” என்று எப்பொழுதும் போல அதைப் பொருட்படுத்தாமல் வேட்டியை இழுத்தது அடுத்த குழந்தை.

“முதுகிலே வப்பேன் ரண்டு.” – பெரிய அண்ணி.

“சும்மா இருங்க அண்ணி,” என்றாள் புவனா.

வீட்டுக்காரர் சம்சாரம் பட்டுக் கொள்ளாமல் புன்சிரிப்புச் சிரித்துக்கொண்டு நின்றாள்.

“வாங்க – எல்லாம் வாங்கித் தாரேன்,” என்று சின்ன அண்ணன் குழந்தையையும் பெரிய அண்ணன் கடைசிக் குழந்தைகள் இரண்டையும் அழைத்துக்கொண்டு, “இருங்க இங்கியே – இதோ வந்திடறேன்,” என்று சொல்லிவிட்டு நடந்தான் சட்டநாதன்.

பெரிய குழந்தைகள் இரண்டும் அம்மாவுக்குப் பயந்து நின்றுவிட்டன. கூப்பிட்டும் வரவில்லை.

“நானும் போய்ட்டு வந்துடறேன். இல்லாட்டி இந்த யமனுங்கள்ளாம் பாடாப் படுத்தும்,” என்று பெரிய அண்ணியும் கூடவே வந்தாள். புவனாவும்

மற்றவர்களும் கடைக்கருகிலேயே நின்றுவிட்டார்கள். நாற்பது ஐம்பது கடைகள் தள்ளி, ஒரு கடைக்குள் புகுந்து, குழந்தைகள் கேட்டவற்றை எல்லாம் வாங்கி வாங்கித் திணித்தான் அவன். விளையாட்டுச் சாமான்கள், பொம்மைகள், இனிப்புகள், எழுது கோல், வர்ணச் சாமான்கள் ...

பெரிய அண்ணி கூடவே நின்று குழந்தைகளைத் திட்டிக் கொண்டிருந்தாள். ஒவ்வொரு சாமான் வாங்கும்போதும் அவள் கண்ணின் பளபளப்பும் முகத்தின் ஜொலிப்பும் ஒரு திருகு கூடிக்கொண்டே இருந்தன. குழந்தைகளோடு சிரித்துக் கொண்டிருந்த சட்டநாதனுக்குக்கூட அதைப் பார்த்துத் தான் சிரிப்பது குற்றம் போல் பட்டது. குழந்தைகள் ஆளுக்கு இரண்டு மூன்று சாமான்களைத் தூக்கிக்கொண்டு புறப்பட்டன. எஞ்சிய வற்றைச் சின்ன மூட்டையாகக் கட்டிக்கொண்டு அவன் வெளியே இறங்கினான்.

திரும்பி வரும்போது நடுக்கடை வீதியிலே காஸ் விளக்கும் தம்பட்டமுமாக அமளிப்பட்டது. கரகம் ஆடிக்கொண்டிருந் தாள் ஒரு பெண். அந்த ஒரு பெண் ஆடுவதற்கு இரட்டை நாயனம், இரண்டு தவில்கள், இரண்டு தப்பட்டைகள், இன்னும் இரண்டு தோல் வாத்தியங்கள். மற்ற சத்தங்கள் அனைத்தையும் முழுக அடித்துக் கடைத்தெரு முழுவதையும் இந்த வாத்தியங் கள் தாமே வியாபித்துக்கொண்டு பரந்துகொண்டிருந்தன. பேசுவது கேட்கவில்லை.

பெரிய அண்ணனின் சின்னக் குழந்தையும் தாளத்துக்கேற்ப ஒரு குதி குதித்து ஆடிற்று. மற்ற குழந்தைகளும் நின்றன. சட்டநாதனும் நின்றான். இரைச்சல் காது, உடம்பு, தலை எல்லாம் மோதி மூச்சை முட்டிற்று.

"எங்களாலே உங்களுக்கு ரொம்ப கஷ்டம்" என்றாள் பெரிய அண்ணி.

"எனக்கு என்ன கஷ்டம்?"

"ஆமாம், அஞ்சாறு ரூபா செலவு. சோத்தைத் தின்னுட்டுக் கிடக்கிறது போதாதுன்னு இது வேற."

"நீங்க சொல்றது ஒண்ணும் புரியலே எனக்கு. நான் எல்லாம் ஒண்ணுன்னு நெனச்சிக்கிட்டு இருக்கேன். நீங்க ஏன், 'நீ, நாங்க'ன்னுட்டெல்லாம் பிரிச்சுப் பிரிச்சுப் பேசறீங்கன்னு புரியலெ."

"பிரிச்சுப் பேசாமெ என்ன பண்றதாம்?" என்று கண் ஜொலிக்க எங்கேயோ பார்த்தாள் பெரிய அண்ணி.

செம்பருத்தி

சட்டநாதன் ஒன்றும் புரியாமல் அவளைப் பார்த்தான்.

"நாங்க இருக்கிறது உங்களுக்குக் கஷ்டமாத்தான் இருக்கு. அண்ணனைப் போகச் சொன்னப்பறம் எங்களுக்கு மட்டும் இங்க என்ன வேலை?"

சட்டநாதன் சற்றுப் புரியாமல் அவளையே பார்த்தான். "என்ன சொல்றீங்க அண்ணி?"

"பெரிய அண்ணன் திடீர்னு போறதுக்கு என்னா வந்திட்டுது இப்ப? யாருமில்லாதப்ப நீங்க வீட்டுக்கு வந்து வந்து பண்ற அலங்கோலத்துக்கெல்லாம் அவங்க இருக்கறது இடைஞ்சல்னுதானே வீட்டிலே இருக்க ஒட்டாம போக வச்சிட்டீங்க."

"யாருமே இல்லாதப்ப நான் வீட்டுக்கு வந்து அலங்கோலம் பண்றனா! என்ன இது?"

"அதை உங்க சின்ன அண்ணியைக் கேட்டால்ல தெரியும்? எங்க வெளியே கூப்பிட்டாலும் என்னமோ வாசப்படியைக் கண்டே பயப்படறாப்பலல்ல அவ நடுங்கிச் சாவறாளேன்னு பார்த்தேன். இப்பதான் அண்ணன் வீட்டைவிட்டுத் திடீர்னு ஒருத்தர்கிட்டவும் சொல்லிக்காம கொள்ளாம போன வயணம் புரியுது. அவங்க எப்படி இருப்பாங்க, இந்தப் பூனைக் கும்மாளத்துக்கு நடுவிலே? பார்த்தாப் பசு மாதிரி இருக்கு. அப்பா அப்பா அப்பா!" என்று ஒரு தடவை சிலிர்த்துக்கொண்டாள் பெரிய அண்ணி.

நடுங்கிக்கொண்டே நின்றான் அவன். ஒரு திகைப்பைத் தவிர வேறு ஒன்றுமே அவன் நெஞ்சிலும் இல்லை. உடம்பிலும் இல்லை.

தவிலும் தப்பட்டையும் காதைத் துளைத்தன. ஆனால் அது இப்பொழுது எங்கேயோ தூரத்தில் எங்கோ கேட்பது போல் இருந்தது. நீஈஇஇ என்று காதிற்குள் ஒற்றைக் கோடாக ஒரு ஐந்தாறு கணம் கீச்சிட்டது. அந்த மலைப்பும் மரப்பும் தெளியச் சிறிது நேரம் பிடித்தது.

இந்தத் தம்பட்ட இரைச்சல்தான் கரகக்காரியோடு இவளையும் சேர்த்து ஆட்டுகிறதா? இந்த ஓசை வெறியில்தான் இவளுக்குப் பிதற்றத் தோன்றுகிறதா?

மரப்புக்கூட இன்னும் முழுவதும் கரையவில்லை. அப்படியே மனிதர்களையும் விளக்குகளையும் இனம் புரியாமல் வெறித்துப் பார்த்துக்கொண்டு நின்றான். கால் லேசாக ஆடிற்று.

தாளம் வேகப்பட்டது. அவன் காலில்கூட ஒரு வேகம் குதிக்கத் தொடங்கிற்று. ஒரு அசாதாரண பலம் கையில் ஊர்வது போலிருந்தது. நெஞ்சு பொருமிக் கொண்டு வந்தது. இந்தத் துடிப்பில் பக்கிரி வஸ்தாதைக்கூடக் கீழே தள்ளிவிட முடியும். பெரிய அண்ணியைப் பார்க்கும்போது அப்படித்தா னிருந்தது...

அந்த இரைச்சலுக்கு நடுவில் அவன் மனது அரற்றிக் கொண்டே இருந்தது. 'நீ சொல்வது உண்மைதான். ஒரு துளி உண்மை இருக்கிறது. ஆனால் அதற்கும் எனக்கும் சம்பந்தமே இல்லை. நீ சொல்வது போல் சின்ன அண்ணியைக் கேட்டால் தெரியும். ஆனால் முழு உண்மையும் தெரியாது. சின்ன அண்ணியை மூலையில் நெருக்கிக் கேட்டால் அவள் உண்மை என்றுதான் சொல்லப் போகிறாள். ஆனால் நான் நான்..? என்ன சொல்லப் போகிறேன்?'

அவன் பேசவில்லை. மண்டைக்குள்ளே இரைச்சலோடு இரைச்சலாகச் சொற்கள் குதித்துக்கொண்டிருந்தன. அந்த இரைச்சல்கள் அனைத்தும் சேர்ந்து அவனையும் வேறு எங்கோ கொண்டு போய்விட்டது போலிருந்தது. தனியாகத் தான் ஒதுங்கி நின்று பார்ப்பது போலிருந்தது. சட்டநாதன் யார்? அவன் யார் யாருக்குத் தம்பி? அவன் யார் யாருக்குத் துரோகம் செய்தான்? எழுத்தும் அறிவும் சொல்லிக் கொடுத்த தாண்டவ வாத்தியாருக்குத் துரோகம் செய்யவில்லையே! அவர் பெண்ணைச் சில காலம் மனதில் வைத்துக் கும்பிட்டுக் கொண்டிருந்தது துரோகமா? பெரிய அண்ணன்மீது எல்லை இல்லாத பாசத்தால் அலைந்தது துரோகமா? அவர்களைக் கொண்டு வைத்துக் காப்பாற்றுவது கபட வேஷமா? இத்தனைக் கும் நடுவில் புவனாவை மணந்துகொண்டது ஆஷாடபூதித் தனமா? மாமனாரிடம் பிச்சை வாங்கிக் கடை நடத்துவதன் விளைவா இதெல்லாம்?

இந்தப் பேச்செல்லாம் அவன் மண்டைக்குள்ளேயே கத்திக் கொண்டிருந்தது. ஒரு கணம் கையை மேலே வீசிச் சிரித்துச் சிரித்துக் குதிக்கத் தோன்றியது. வாய்விட்டு இரைந்து அழ வேண்டும் போலிருந்தது. கண்கூட மங்கிற்று.

சட்டென்று ஒரு மௌனம். அத்தனை இரைச்சலும் நூறு வெறிக் குதிரைகளைச் சட்டென்று நிறுத்தினாற்போல நின்று விட்டது. ஓரிரண்டு கணம் மௌனம். முறுக்குத் தளர்ந்த கூட்டம் சலசலவென்று கலைந்து நடந்தது. சத்தங்கள் செத்துக் கிடந்தன. என்றும் பிழைத்திருக்கும் இளிச்சவாயனைப்போல்

ஒத்து மட்டும் இப்போது கலைசலுக்கும் சுதி போடுவதுபோல் முனகிற்று.

“பார்த்தாச்சா? எப்படி இருந்தது ஆட்டம்?” என்று ஒரு கணம் எல்லாவற்றையும் ஒதுக்கிவிட்டுக் கேட்டான் சட்டநாதன்.

“நல்லாயிருந்தது” என்று மட்டும் சொல்லிற்றுப் பெரிய அண்ணன் குழந்தை.

“நானும் ஊட்டுக்குப் போயி தலையிலே சொம்பை வச்சிகிட்டு ஆடப் போறேன்,” என்றது சின்ன அண்ணன் குழந்தை பாப்பா.

“ம், உளுந்து நசுங்கும், சித்தி குடுப்பாங்க நாலு முதுகிலே,” என்றது பெரிய குழந்தை.

“இந்தக் குழந்தைகளை வச்சுகிட்டுக் காப்பாத்தறதும் பெரிய பாரம்தான். அதுக்காகத்தான் தனி வீடாகப் பார்த்துகிட்டுப் போயிடணும்னு சொன்னேன் அவங்க கிட்ட. எந்த வேளையிலே சொன்னேனோ, ஆளையே காணும் அப்பறம்” என்றாள் பெரிய அண்ணி.

”உனக்கு என்ன, பைத்தியம் பிடித்திருக்கிறதா?” என்று ஒரு அதட்டல் போட வேண்டும்போல் இருந்தது அவனுக்கு. அதட்டல் நெஞ்சுக்குள்ளேயே எழுந்து அங்கேயே ஓடிந்து விட்டது.

திடீரென்று உடலில் இருந்த வலுவெல்லாம் கீழே ஓடி விட்டாற் போலிருந்தது. நடக்க முடியாமல் நடந்தான் அவன்.

“வெறுப்பை இப்படி வளக்கலாமா? இங்கே யாரும் எந்த நிமிஷமும் அப்படி நடந்துக்கலியே!” என்று தாழ்ந்த குரலில் தடுமாறினான் அவன். “வெறுப்பு நம்மையே சாப்பிட்டுப்பிடுமே ரொம்ப ஆபத்தான விரோதி அதுதான். அதை மட்டுமே அண்ட விடப்படாது.”

“நான் என்ன எல்லாரையும் வெறுத்துக்கிட்டா இருக்கேன்? நான் கபடம் தெரியாம இருக்கிறதுதானே எல்லாருக்கும் பெரிய சுவர் நிற்கிற இடைஞ்சலா இருக்கு. உங்கம்மா மாதிரி, மாமனார் மாதிரி எது நடந்தாலும் சாச்சாப்பல இருக்க முடியுமா எனக்கு?” என்று சாவதானமாக, தழைந்த குரலிலேயே சொல்லிக்கொண்டு வந்தாள் பெரிய அண்ணி.

“ஏனடா பேசிக்கொண்டே இருக்கிறாய் மடையா?” என்று ஒரு குரல் கேட்பது போலிருந்தது. மனதுக்குள் எழுந்த அதைக்

கேட்டுப் பணிந்து வாயை மூடிக்கொண்டு நடந்தான். இனிமேல் எது சொன்னாலும் வாயைத் திறப்பதில்லை என்று.

அத்தனை வெளிச்சமும் ஒரே இருளாகத் தோன்றிற்று. கலகலப்பெல்லாம் தனிக் கூட்டு அழுகையாகக் கேட்கிறது.

கடை நெருங்கியதும் குழந்தைகள் புவனாவை ஓடிக் கட்டிக்கொண்டன. 'இதோ ஊதல், எனக்கு ரயில் வண்டி, காரு, ஆடற குரங்கு' என்று எல்லாம் அவளிடம் பண்டங்களை நீட்டின.

"எத்தினி சாமானுங்கடா விளையாடறதுக்கு? இன்னும் நாலு நவராத்திரிக்குக் காணும் போலிருக்கே!" என்று புவனா ஒவ்வொரு குழந்தையாகக் கையால் தடவிக் கொண்டிருந்தாள்.

"இந்த மாதிரி பட்டாளம் இருந்தா, நவராத்திரி எல்லாம் சிவராத்திரி ஆக வேண்டியதுதான். இருக்கிற காசையெல்லாம் ஒழிச்சிட்டுத்தான் மறு வேலை பார்க்கும்" என்றாள் பெரிய அண்ணி.

"என்ன அண்ணி இது?" என்று உதட்டைப் பிதுக்கினாள் புவனா. அவளை ஒரு தடவை பார்த்தாள். "அப்ப நாங்க கோவிலுக்குப் போயிட்டு வீட்டுக்குப் போகலாமா?" என்று சொல்லிக்கொண்டாள்.

"சரி" என்றான் சட்டநாதன்.

போகும்போது புவனா ஒரு தடவை சிறிது தூரத்திலிருந்து அவனைத் திரும்பிப் பார்ப்பது தெரிந்தது.

எதையும் அறிவோடு பார்க்க முடியவில்லை. பார்வையில் ஒரு சூன்யம்தான் விரவிக் கிடந்தது. ரோக்கா எழுத முடியவில்லை. கூட்ட முடியவில்லை. கடையைக் கட்டிவிடலாம் என்று கல்லாவை இழுத்து நோட்டுக்களை எண்ணத் தொடங்கினான். எண்ண முடியவில்லை. நடுவில் நடுவில் எண் மறந்து கொண்டே இருந்தது. பிறகு எண்ணிக்கொள்ளலாம் என்று எல்லாவற்றையும் முரட்டுத் துணிப் பையில் போட்டுக் கயிற்றை இறுக்கி முடிந்தான்.

"டேய், பூ வாங்கிட்டுவா... கல்பூரத் தட்டை எடு."

"கடை கட்டணுங்களா?"

"ஆமா."

"சாமி பார்க்கப் போறீங்களா?" என்று மட்டும் கேட்டுவிட்டு, தட்டையும் கற்பூரத்தையும் எடுத்துக் கொடுத்தான் ஒருவன்.

செம்பருத்தி 229

பூ வந்துவிட்டது. சாத்திவிட்டு, பரமசிவனுக்கும் லட்சுமி சரஸ்வதிக்கும் முன்பு கற்பூரத்தையும் எடுத்துக் காட்டினான்.

"ஏ பரமேச்வரா! இன்னும் ஏதாவது என்னை இப்படிப் பண்ணினே, நேரா உன்கிட்டேத்தான் வரப் போறேன்! நீ எப்பவும் குடியிருக்கிறேன்னு சொல்றாங்க பாரு, காசி! அங்க வருவேன். உன்னை ஒரு தடவை பார்ப்பேன். கங்கைக்கு வருவேன் – இருட்டினப்பறம், தண்ணீரிலே இறங்கிக்கிட்டே இருப்பேன் – இறங்கிக்கிட்டே இருப்பேன். இறங்கிக்கிட்டே இருப்பேன் . . ."

தட்டைக் கீழே வைத்ததும் ஆட்கள் அவனை வெறித்துப் பார்த்துக்கொண்டு நிற்கிறார்கள்.

"தலை கிலை வலிக்குதுங்களா," என்றான் பெரிய ஆள்.

"இல்லியே."

"பெரிய அண்ணனைப் பத்திக் கவலைப்படறீங்களாங்காட்டி யும்னு தோணுது. வந்திருவாங்க."

"வராங்க – வரலே – போயேன். கடையைக் கட்டு. நேரமாச்சு."

கடையைப் பூட்டி ஆட்கள் சாவிக் கொத்தைக் கொடுத்து விட்டு உத்தரவு பெற்றுக்கொண்டார்கள்.

கருங்கல் ஒட்டிலேயே சிறிது உட்கார்ந்திருந்தான் சட்ட நாதன். கடை மூடினாலும் பக்கத்திலிருந்தும் எதிரேயிருந்தும் வெளிச்சத்துக்குப் பஞ்சமில்லை. பெரிய காஸ் விளக்கை வைத்துக் கடைக்கு அருகில் உட்கார்ந்திருந்த பொம்மைக்காரன், ஏலம் கூறும் பக்கிரி வஸ்தாதையும் தன் கடையையும் மாறி மாறிப் பார்த்துக்கொண்டிருந்தான்.

பசி இல்லை. தாகமில்லை. எப்போதும் இந்த வேளைக்குக் கவாங், கவாங் என்று பசிக்கும். இன்று எல்லாம் கட்டையாகக் கிடக்கிறது. கட்டைக்கு மேல் ஒரேயடியாக என்னமோ தீயில் வதங்கிக்கொண்டிருந்தது.

எங்கே போகலாம் என்று புரியவில்லை.

சிறிது யோசித்துவிட்டு மாமனார் வீட்டை நோக்கி நடந்தான், வாசல் கதவை இடித்தான், மாமியார் வந்து திறந்தாள்.

அவர் பூஜை அறையில் இருக்கிறார் என்று தெரிந்தது. காலைக் கையைக் கழுவிவிட்டு உள்ளே நடந்தான்.

"பேஷ், பேஷ். நல்ல சமயத்துக்கு வந்தீங்க!" என்று சொல்லி விட்டுச் சண்பகவனம் அபிஷேகக் குண்டத்தில் கிடந்த

பிள்ளையார், சாலிக்கிராமம், பாணம், ஸ்படிகம், லிங்கம், விக்கிரகங்களை ஒவ்வொன்றாக எடுத்துத் துடைத்து வஸ்திரம் கட்டி, சந்தனமிட்டு, குங்குமமிட்டுப் பூஜைப் பீடத்தின் மீது வைத்தார். ஜாதிப்பூ குவிந்திருந்த தட்டை மடியில் வைத்து, கண்ணை மூடியவாறு, அர்ச்சனை செய்யத் தொடங்கினார்.

சட்டநாதன் கண்ணை மூடிக்கொண்டான். அவர் ராகம் போட்டு அர்ச்சனைசெய்துகொண்டிருந்தார். மனம், இதயம் எல்லாம் ஒட்டிக்கொண்ட ஒரு ஒப்படைப்பு அந்தக் குரலில் ஒரு தனி உருக்கத்தையும் இதுவரை கண்டிராதது போன்ற ஒரு தனிமையையும் ஏற்றியிருந்தது.

சட்டம் கண்ணை மூடிக்கொண்டுவிட்டான். தன் துக்கத்தை நினைத்தே அவனுக்கு அழுகை வந்தது. ஒரு பொட்டுக் கண்ணீரோடு, அதைப் பல்லைக் கடித்து அடக்கிக்கொண்டான்.

பூஜை முடிந்த பிறகுதான் அவர் பேசத் தொடங்கினார்.

"கடை சீக்கிரம் கட்டியாச்சா?"

"ஆமா,"

"ஏன்?"

"என்னமோ மனசு சரியில்லே."

"என்ன?"

"ஒண்ணுமில்லே, மனுஷனுக்குத் துக்கம் வராமலிருக்க என்ன செய்யணும்?"

சண்பகவனம் சிரித்தார். பிறகு சிரிப்பு மறைந்தது. அவனை உற்றுப் பார்த்தார். "துக்கம், சுகம் எல்லாம் வரது போறதுமாத் தான் இருக்கும். அதைத் தடுக்கிறதுக்கில்லே. அதுகளைத் தாங்கிக்கிறதுக்குத் தயார் பண்ணிக்கிட்டா, அதுகள் வரதை யும் போறதையும் உடம்பு கலையாம பார்த்துக்கிட்டு நிக்கலாம்," என்றார் அவர். பிறகுதான், "புவனா வல்லியா?" என்று கேட்டார்.

"எல்லாரும் கோயிலுக்குப் போயிருக்காங்க."

"ம்... ஏன் இப்படி மனசுக்கு – கடையிலே யாராவது ஏதாவது செய்தானா?"

"அதெல்லாம் ஒண்ணும் இல்லெ. என்னமோ எனக்குத் தான் திடீர்னு ஒரு துக்கமா வந்தது. கடையைச் சீக்கிரமே கட்டிட்டு இங்கே வந்தேன். இப்ப தேவலை."

"இப்ப தேவலையில்ல?"

செம்பருத்தி 231

“இப்ப சரி ஆயிடுத்து.”

“புவனேச்வரிதான் காப்பாத்தணும். மனுஷங்க வருத்தத்தை யும் கொடுக்கிறாங்க. கொடுக்க அவங்களுக்கு இடங்கொடுக்காம நடந்துக்கிட்டா சரியாப் போயிடும். முதல்லெ கேட்டீங்களே, துக்கம் வராம இருக்கிறதுக்கு என்ன வழின்னு, அதுக்குப் பதில் சொல்றேன். ஆனா, காரணமில்லாம கஷ்டத்தைக் கொடுப்பவங்களை என்ன செய்ய முடியும்? கஷ்டத்தைத் தாங்கிக்கணும். அவங்களுக்கு நல்ல புத்தி வரணும்னு ஆண்டவனைத்தான் கேக்கணும். பொதுவாச் சொல்றேன். எங்கிட்ட சொல்லக்கூடிய சமாசாரமா இருந்தா சொல்லலாமே.”

“அப்படி ஒண்ணுமில்லே.”

“புவனா ஏதாவது”

“புவனா ஒண்ணுதான் தைரியமா இருக்கக் கை கொடுக்குது.”

“மனசுக்கு இடைஞ்சலா ஒண்ணும் பேசறதில்லையே அது?”

சட்டம் சிரித்தான். “பேசறதுக்கு நேரம் இருந்தாத்தானே அதுக்கு?”

“சில சமயம் உஷ்ணத்தினாலே இப்படி ஒரு மாதிரியா, சோர்வா, ஒண்ணும் பிடிக்காம இருக்கும். எண்ணெய் தேய்ச்சுக் கிட்டா சரியாப் போயிடும். இல்லாட்டி வேடிக்கையா பயாஸ் கோப் கொட்டாப் பக்கம் போயிட்டு வாங்களேன்” என்று மருந்து சொன்னார் அவர்.

சட்டநாதன் சிரித்துக்கொண்டான்.

அன்றிரவு பயாஸ்கோப்புக்கும் போகவில்லை அவன். அறையில் விழித்துக்கொண்டு படுத்திருந்தான். புவனாவிடம் நடந்தது எல்லாவற்றையும் சொன்னான்.

புவனா விழித்து உத்தரத்தைப் பார்த்துக்கொண்டே படுத்திருந்தாள்.

“பேசேன் புவனா.”

“ம்?”

“ஏதாவது சொல்லேன்?”

“பெரிய அண்ணி இஷ்டப்படி விடறதுதான் நல்லதுன்னு தோணுது. அவங்க தனி வீட்டிலேயே இருக்கிறதுன்னா போயி இருக்கட்டும். அவங்களுக்கு என்னைக் கண்டா கோபம் கோபமா வருது. கூடத்திலே உட்கார்ந்து பேசிக்கிறப்ப கொஞ்சம் தண்ணி

குடிச்சிட்டு வரேன்னு உள்ள போறாங்க. சட்சட்னு பாக்கு வெட்ற நேரத்திலே பாலையும் டிகாஷனையும் கலந்து சர்க்கரை யைப் போட்டு ஆறக் காபியைக் குடிச்சிட்டு, தண்ணிக் குடத்தை ஓசைப்படுத்திட்டு வராங்க. திடீர்னு திடீர்னு வலை பீரோவைத் திறந்து பார்த்தா கெட்டி நெய்யிலே பெரிய விரல் பதிஞ்சு கிடக்கு. ராத்திரிக்கு வச்சிருக்கிற வெள்ரிப் பிஞ்சுங்கள்ள திடீர்னு நாலு முறத்திலே காண மாட்டேங்குது. பொட்டுக் கடலை, வெல்லம்லாம் நாலு விரல் குறைஞ்சு போயிடுது. நெய்யை யாரு எடுத்துத் தின்னாங்கன்னு கேட்டேன். இந்தப் படை பட்டாளம்தான் தின்னிருக்கும். பெரிய அண்ணி இத்தனை பெரிய விரலான்னு கேட்டேன் தெரியாம. அப்படின்னா நானா எடுத்தேன்னு ஒரு முழி முழிச்சாங்க. அன்னி முழுக்க சோறு திங்க வல்லெ. அள்ளிக்கட்டிக் கால்லெ கையிலே உழுந்து சாப்பிட வச்சோம். நேரமானதையும் சேத்து வச்சு ...”

சட்டநாதன் சிரித்தான். எதையோ பெரிதாகச் சொல்லத் தொடங்கிய விஷயத்தை அவள் இப்படி அற்பத்தில் கொண்டு போய்விட்டது அவனுக்குச் சிரிப்பாக வந்துவிட்டது.

“நான் என்னமோ சொல்றேன், நெய்யி, பொட்டுக் கடலேன்னு ...”

“அவங்களுக்குப் பசியும் ஜாஸ்திங்கிறதுக்காகச் சொன்னேன். பெரிய சமாசாரத்தையே சொல்லி துக்கப்பட்டுக்கிட்டே எத்தனை நாழி இருக்கிறது? சின்னதை நினைச்சு கொஞ்ச நேரம்தான் சிரிச்சா என்னவாம்?” என்றாள் புவனா.

“உனக்கு பயமா இல்லையா, நான் சொன்னதை யெல்லாம் நினைச்சு?”

“இங்கே சரியாயிருந்தா எனக்கென்ன பயம்?” என்று அவனைத் தழுவிக்கொண்டாள் அவள்.

சற்றுக் கழித்துச் சொன்னாள், “பெரிய அண்ணி தனியாத் தான் இருப்பேன்னா இருக்கட்டுமே – சின்ன அண்ணியைப் பத்தி எனக்குப் பயமில்லே,” என்றாள் அவள். எப்படி இவ்வளவு கவலையே படாமலிருக்க முடிகிறது இவளால் என்று அவள் தூங்கிய பிறகும் ஜன்னலில் மங்கித் தெரிந்த நட்சத்திரங்களைப் பார்த்துக்கொண்டே படுத்திருந்தான் சட்டம்.

இரண்டாம் பாகம்

1

ரத்தத்தைக் கொதிக்க வைக்கும் மனிதர்கள், சொற்கள், நிகழ்ச்சிகள் என்று பலவற்றைப் பற்றிப் புவனாவிடம் சட்டநாதன் சொல்லிக் குமுறிய துண்டு. அவள் எல்லாவற்றையும் கேட்டுக்கொண்டு, அவனோடு சற்றுக் குமுறுவது போலவும் அழுவது போலவும் செய்துவிட்டுக் கடைசியில் அன்று சொன்ன மாதிரி ஒரு அற்ப விஷயத்தைச் சொல்லிச் சிரிப்பில் கொண்டு முடித்துவிடுவாள்.

பெரிய அண்ணி பகீர் பகீர் என்று வயிறு கலங்கும்படியாக அபாண்டமாகச் சொல்லிக் கொண்டே இருப்பாள். இரண்டு மூன்று மாதங்களுக்கு ஒன்று என்ற விகிதத்தில் அந்த அபாண்டங்கள் முதலில் வரத் தொடங்கி, மாதாந்தரமாகி, பிறகு வாராந்தரமாகப் பல்கிவிட்டன. கத்துவதற்கு என்ன சாக்கு அகப்படும் என்று அவள் காத்துக் கொண்டிருப்பது போலிருக்கும். ஒரு குழந்தை பால் குடிக்க அடம்பிடிக்கும். “சர்க்கரை போடு சர்க்கரை போடு,” என்று கத்தும். ஒரு முட்டை சர்க்கரை போட்டுத் தீர்த்துவிடுகிற செய்தி, அவள் வாயில் சம்பிரமமாக நுழைந்து உருப்பெருத்து, கை, கால், கண், மூக்குடன் வெளியே புறப்படும்.

“ஏண்டி பழிகாரி! இது நம்ம வீடுன்னு நெனச்சியா? இல்லே, உங்கப்பா சம்பாதிக்கிறாப்பல நினைப்பா? சர்க்கரையும் கிடையாது, கிக்கரையும் கிடையாது. குடிக்கிறதுன்னா குடி இல்லே முளியைத் தோண்டிடுவேன் . . . இந்த வீட்டிலே நடக்கிற அலங்கோலம்லாம் பத்தாதுன்னா நீ வேற கிளம்பி இருக்கே! நீயும் பூனை பூனையா சந்தடி பண்ணாம என் வயிற்றெரிச்சலைக் கொட்டிக்கலாம்னு

பாக்கிறியா? என் வாயை ஏன் இப்படிக் கிளப்பறே? எனக்கும் கெட்ட பேரு வாங்கி வைக்கிறதுக்கா? ஓசைப்படாம இருந்து இருந்து என்ன வாயாடியா ஆக்கிட்டு..."

அவள் என்ன சொல்கிறாள், யாரைச் சொல்கிறாள் என்று புரியாமல் எல்லோரும் தவிப்பார்கள். கொல்லைக்கட்டு வீட்டுக்காரரின் குடும்பத்தினரில் ஒரு நபர் வாசலில் அங்காடியையோ, எதையோ கூப்பிடப் போவதைப்போல் கன காரியமாக நடந்து போவது தெரியும். ஆனால் முகம் மட்டும் இந்தக் கூச்சலை நாம் எதற்குக் கேட்க வேண்டும் என்று, கண்ணுக்குத் தெரியாத ஒரு மூடியால் காதை அடைத்துக் கொண்டு போவது போல் இருக்கும்.

பெரிய அண்ணி வையும்போது வார்த்தைகளும் கற்பனைகளும் அனாயாசமாக வரும். சில சமயம் அந்தச் சொற்கோவைகள் பட்டிக்காட்டு வளத்தோடு சிறிது அழகாகக்கூட இருக்கும். உண்மையாகத் தன் கோபத்தில் ஒரு நம்பிக்கை அவளுக்கு இருக்க வேண்டும். மேலுக்காக, பொய்க்காகக் கோபப்பட்டால் இவ்வளவு அழகாக, இவ்வளவு கூராக, இவ்வளவு அமைப்போடு சொல்கட்டு வராது என்று சட்டநாதனுக்குத் தோன்றியது. அதை நினைத்து அவள்மீது பரிதாபமாகவும் இருந்தது. தானே பகைகளைக் கற்பனைசெய்துகொண்டு இப்படிக் குமைகிறாளோ என்று சில சமயங்களில் கசிந்து போவான்.

புவனா ஒருத்தியிடம்தான் அவனுக்கு எதையும் மனம் விட்டுப் பேச முடிந்தது. அதுவும் இரவில் அந்த முன் அறையின் படுக்கைமீதுதான்.

"இங்கே நடக்கற அலங்கோலம்லாம் பத்தாதா பத்தாதாதுன்னு குழந்தைகிட்ட சொல்றாங்களே – குழந்தையைப் புள்ளையாராப் பிடிச்சு வச்சுகிட்டு மத்தவங்களுக்கெல்லாம் அது மேலே அர்ச்சனை பண்றாங்களே – நீ எப்படிக் கேட்டுக் கிட்டு இருக்கே – இதெல்லாம்?" என்று கேட்டான் அவன் புவனாவிடம்.

"நான் இன்னும் என்னென்னமோல்லாம் கேக்கறேனே!"

"அப்படீன்னா?"

"நீங்க ஆம்பிளைங்கறதுக்காக அவங்களுக்கு உள்ளார இருக்கிற பொம்பிளை கூச்சப்படுது. நீங்க அந்தாண்டை போனப்பறம்ல தெரியும்."

"என்ன?"

"குழாச் சண்டையிலே வர்ற வார்த்தைங்கள்லாம் ரண்டு மூணு வரும்."

"என்னவாம்?"

தி. ஜானகிராமன்

“தெரிஞ்சுதான் ஆகணுமா?”

“சொல்லேன்.”

“சொல்றதுக்கில்லே. பயாஸ்கோப்பு கொட்டகை, இல்லேன்னா ரயிலடிக்கும் போய், புருஷர்கள்னிட்டுப் படம் போட்டிருக்குமே, அந்த உள்ளே போய் சுவரிலே எழுதி இருக்கி றதைப் பார்த்தாத் தெரியும். இல்லேன்னா ஹைஸ்கூலுக்குப் பக்கத்திலே ஒரு சந்து இருக்கே, அந்தச் சுவரைப் போய்ப் பாருங்க.”

சட்டநாதன் சிரிக்கத் தொடங்கினான். “அப்படி யெல்லாம் கூடவா பேசுவாங்க?”

“அதைக் கேட்டா சின்ன அண்ணிக்குச் சிரிப்பா வரும். நான் கண்ணைக் காட்டி அடக்கிவைப்பேன்... அப்புறம் சில நாளைக்குப் பெரிய அண்ணனுக்குச் சாதம் போட்டுகிட்டே இருப்பாங்க பெரிய அண்ணி. இல்லே டிபன் கொடுத்திட்டு இருப்பாங்க. என்ன சொஜ்ஜியான்னு சொல்லிக்கிட்டே சாப்பிடுவாங்க அண்ணன். ஆமா, இன்னிக்கு வெள்ளிக்கிழமைம் பாங்க பெரியண்ணி. ஓகோன்னு சொல்லிட்டுச் சாப்பிடுவாங்க அண்ணன். அப்பறமும் திருப்பித் திருப்பி ‘இன்னக்கி வெள்ளிக் கிழமை, இன்னக்கி வெள்ளிக்கிழமை’ன்னு ஒரு ரண்டு நிமிஷத் துக்கு ஒரு தடவை சொல்லுவாங்க பெரிய அண்ணி. சரி சரி சரிம்பாங்க அண்ணன். ஒரு தடவை இப்படியே சித்தெ நேரத்துக்கு ஒருக்க ‘இன்னிக்கி வெள்ளிக்கிழமை, இன்னிக்கி வெள்ளிக்கிழமை’ன்னு சொல்லிக்கிட்டே இருந்தாங்க. அண்ணன் பேசாமெ கேட்டுக்கிட்டே இருந்தாங்க. கடசீலே அவங்களுக்குத் தாங்கலே போலிருக்கு. ‘வெள்ளிக்கிழமைங்கள்ளதான் திண்ணை யிலே படுக்கிறதில்லையே. உள்ளதானே படுக்கறேன். ஏன் சும்மா சும்மா தொணதொணத்துக்கிட்டே இருக்கே என்னிட் டாங்க. நானும் சின்ன அண்ணியும் அப்பல்லாம் கிட்டக்கவே இருக்க மாட்டோம். கூடத்திலியோ கொல்லையிலியோ இருப்போம். அன்னக்கிக் கூடத்திலே இருந்தோம். பெரிய அண்ணிக்கு ரொம்ப கோவம் வந்திரிச்சு. ‘ம்க்கும்! ரொம்ப சின்ன வயசுன்னு எண்ணம் போலிருக்கு. கோயிலுக்குப் போவணும்கறதுக்காகச் சொல்றேன். இந்த வேர்வை நாத்தத் துக்கு ஏங்கிக்கிட்டுத்தான் கூப்பாடு போட்டேன்ற நினைப்புப் போலிருக்கு. இந்தக் கோணப் புத்திக்கு வேற என்ன தோணும்’னு பல்லைக் கடிச்ச மணியமா ஒரு பாட்டு விட்டாங்க. அப்பறம் டக்குனு காபி டபராவை வைக்கிற சத்தம் கேட்டுது. சின்ன அண்ணி வயித்தெப் பிடிச்சுக்கிட்டே முன் உள்ளுக்குப் போய்ப் புடவையைக் கடிச்சிட்டே சிரிக்கத் தொடங்கிட்டுது... போதுமா?” என்று நிறுத்தினாள் புவனா.

சட்டம் நினைத்து நினைத்துச் சிரித்தான். 'இன்னிக்கி வெள்ளிக்கிழமை, இன்னக்கி வெள்ளிக்கிழமை' என்று அதை நினைத்து நினைத்துச் சொல்லிப் பார்த்துக்கொண்டான். புவனா அவன் மனதைக் கோபத்திலிருந்து திசைதிருப்பிவிட்டாள் என்று சிறிது நேரம் கழித்துத்தான் புரிந்தது அவனுக்கு.

கடையில் வராத நிலுவை, சாமான்கள் வருவதில் தாமதம், தட்டுப்பாடு, யுத்தம் யுத்தம் என்று சாக்குச் சொல்லிக்கொண்டு சர்க்கார் பண்ணுகிற கெடுபிடிகள், கேட்கிற கணக்குகள், எங்கோ நடக்கிற யுத்தத்துக்குக் கிட்டி கட்டிக் கேட்குற நிதி, வாடிக்கைக்காரர்களைத் திருப்தி பண்ணுவதற்காகக் கிடைக்காத சாமான்களையெல்லாம் புலிக் கொம்பு பாடுபட்டுக் கொண்டுவர அலையும் அலைச்சல்கள் – இத்தனை அன்றாட உளைச்சல் களுக்குப் பிறகு அந்த முன்னறையின் படுக்கைதான் அவனுக்குப் புகலாக இருந்தது. புவனாவிடம் ஒன்றுவிடாமல் சொல்லி விடுவான். அதுவரையில் சுமையை இறக்கினாற்போலவே இராது அவனுக்கு. அவளுக்கும் கேட்கிற சக்தி இருந்தது. எந்த விஷயம்னாலும் அவள் கேட்கிற ஆர்வத்தையும் நுட்பத்தை யும் பார்க்கும்போது அவனுக்கும் மேலும் மேலும் சொல்ல வேண்டும் போலிருக்கும்.

அவளால் எதையும் கேட்க முடிகிறது; புரிந்துகொள்ள முடிகிறது; சொல்லுகிறவர்கள் விரும்பியபடியே புரிந்துகொள்ள முடிகிறது. மனிதர்களைப் பற்றி, கடை விபரங்கள் பற்றி, மனதில் உள்ள போராட்டங்கள் பற்றி, அவன் சொல்லுவதை எல்லாம் அவள் மனதில் ஆழப் பதித்துக்கொண்டாள். அவன் எவ்வெப்பொழுதோ சொன்ன சிறிய செய்திகள்கூட, போகிற போக்கில் சொன்ன ஒரு ஹாஸ்யம், ஒரு அபிப்பிராயம், ஒரு குறும்பு – எல்லாம் அவளுக்கு ஞாபகமிருக்கும்.

"நீங்ககூடச் சொன்னீங்களே, முன்னே ஒரு தடவை. அன்னிக்குக்கூட மழை பேஞ்சு அப்பத்தான் வெக்காளிச்சிருந் தது மானம். நீங்க அடுக்களையிலே கதவிலே ஒரு கையை வச்சுக்கிட்டே சொன்னீங்க. நீங்க அப்படி நிக்கிறதே அழகா இருந்தது. சொல்லிட்டுக் குனிஞ்சுக்கிட்டீங்க – நீங்க சிரிக்கிறதை நான் பார்க்கக் கூடாதுங்கறதுக்காக..." என்று எப்போதோ சொன்னதை அப்படியே படம்பிடித்தாற்போல் அவள் சொல்லும்போது அவனுக்கு வியப்புக்கு மேல் வியப்பாக வரும். சொன்ன சொல், அதன் யதார்த்தமான கருத்து – இவற்றோடு சொன்ன சமயம், சூழ்நிலை, அன்று வீட்டில் நடந்தது, வானம் இருந்த நிலை – எல்லாவற்றையும் சேர்த்துத் தான் சொல்லுவாள். யார் யார் அவ்வமயம் எங்கே நின்று கொண்டிருந்தார்கள், யார் யார் புரிந்துகொண்டார்கள், அன்று என்ன சமையல் – இந்தச் செய்திகள்கூடச் சேர்ந்து வரும்.

தி. ஜானகிராமன்

சில சமயம் அந்த ஞாபக சக்தி அவனைத் தூக்கி வாரிப் போடும். கற்பனை செய்கிறாளா என்று தோன்றும். அந்தக் கணமே திருத்திக்கொள்வான். அவளுக்கு அப்பட்டமாக உண்மை தெரியும். இல்லாததைச் சொல்லவோ, இருப்பதான பிரமை யிலோ, கற்பனை செய்தோ அவளால் சொல்ல இயலாது. அவள் உடம்போ மனமோ எந்தப் பொய்க்கும் வார்த்ததில்லை என்று பதினைந்து வருஷம் அவனுக்குக் காண்பித்து விட்டிருக் கிறது. பத்திரிகைகளில் பெண் மந்திரி, கல்லூரித் தலைவிகள், தேசத் தலைவிகள் என்றெல்லாம் பெயர் அடிபடுகிறது. இவள் மட்டும் படித்திருந்தால்!

அதை அவளிடமே அடிக்கடி சொல்லுவான்.

"ம், படிச்சிருந்தா என்ன ஆகுமாம்?" என்று மல்லாந்து படுத்தவாறே கேட்பாள் அவள்.

"நீதான் சொல்லேன்."

"ஏதாவது ஹைஸ்கூலுக்கு எட்மாஸ்டராப் போயிருக்கலாம்; இல்லாட்டி காலேஜுக்கு, இல்லாட்டி லேடி டாக்டரா. அதுவும் நல்லதுதான்; ஆனா கலியாணம் பண்ணிக்கிறதா வாண்டாம் மான்னு யோசிச்சுக்கிட்டே வருஷக்கணக்கா போயிருக்கும். அப்படி நாள் கழிச்சுப் பண்ணிக்கிட்டு இருந்தா ஒரு ஒரு புள்ளையும் வயித்தைக் கீறிக் கீறி எடுக்கும்படியா ஆயிருக்கும். அஞ்சு தடவையும் அந்த மாதிரிக் கீறிப் போட்டிருந்த புள்ளைங்க தான் எப்படி இருந்திருக்குமோ? நான்தான் எப்படி இருந்திருப்பேனோ?"

"பார்த்தியா, என்னமோ சொல்ல ஆரமிச்சா எங்கியோ கொண்டு போறியே!"

"நான் சரியாப் பேசலியா? நீங்க வேற என்ன சொல்லணும்னு நினைக்கிறீங்க, படிச்சா ஆம்பிளைங்க மாதிரிச் சம்பாதிக்கலாம். எத்தனையோ பேரோட பழகலாம். நாலஞ்சு ஊரு பார்க்கலாம். லேடி டாக்டர்ங்க மாதிரி எரிஞ்சு எரிஞ்சு விழலாம். கலியாணம் பண்ணிக்காத வாத்யார்ச்சியா இருந்து, உள்ர இருக்கிற வெறி எல்லாத்தையும் குழந்தைங்க மேல கொட்டிக் கத்தலாம்."

"பெரிய அண்ணி மாதிரியா?"

"பெரிய அண்ணி கலியாணம் பண்ணிக் குழந்தைங்க பிறந்தும், கலியாணம் ஆகாத மாதிரி இருக்காங்க. நான் ஒத்தத் தெரு பொம்பிளை ஹைஸ்கூல்லே படிச்சேன். அங்க இருக்கிற வாத்யாரம்மால்லாம் எப்ப பார்த்தாலும் சள்ளு புள்ளுனு விழுந்துகிட்டே இருப்பாங்க. கோடி ரூவா கொடுத்தாலும் சிரிப்பு வராது. எப்ப பார்த்தாலும் அதட்டி உருட்டின மணியமாத்தான் இருக்கும். அதுவும் பள்ளிக்கூடத்திலே குழந்தை

களைச் சேர்க்கறதுக்காக அம்மா அக்கா வராம, அப்பா அண்ணன்னு யாராவது ஆம்பிளை வந்தாங்களோ போச்சு. ஹ்ம்ஹ்ம்னு, என்ன ஆம்பிளை வாடை அடிக்குதுங்கறாப்பல சணப்பிக்கிட்டே இருப்பா எங்க ஹெட்மாஸ்டரு."

"உங்க ஹெட்மிஸ்டரஸா?"

"ஆமாம், நான் ஹெட்மாஸ்டர்னு சொல்ற பழக்கம். என்னமோ ஊரிலெ இருக்கிற ஆம்பிளைங்க எல்லாம் இவங் களைக் கொத்திகிட்டுப் போறதுக்காகப் பள்ளிக்கூடத்தை வளைச்சுக்கிட்டாப்பல இருக்கும் எங்க டீச்சரம்மா மூஞ்சி எல்லாம் பார்த்தா. அப்பாகிட்ட ஏன் இப்படீன்னு ஒரு நாளைக்குக் கேட்டேன். கொஞ்ச நேரம் யோசிச்சிட்டு, 'பாவம், கலியாணம் பண்ணிக்கிட்டா சரியாப் போயிடும்'ன்னாங்க. அது வந்து இப்ப இப்பதான் புரியுது எனக்கு . . . பாவம்."

புவனா பேச மாட்டாள். ஆனால் இரவில் அவளை இப்படி ஏதாவது பேசவைத்துக்கொண்டிருப்பான் சட்டநாதன். சில நாள் இரவு முழுவதும் அவனே பேசுவான். அவன் பேச்சை முடித்துவிடாமல் இருக்க என்ன சொல்ல வேண்டுமோ, அதை மட்டும் ஒரு வார்த்தையாகவோ கேள்வியாகவோ போட்டுக்கொண்டே இருப்பாள் அவள். அவள் மாதிரிக் கேட்கிற ஆளே கிடையாது என்று தோன்றிற்று அவனுக்கு. அப்படி முழுமனதோடு எல்லாப் புலன்களையும் குவித்துக் கேட்டு, அப்படியே ஒன்றுவிடாமல் பதித்துக்கொள்கிறதைக் கண்டு . . .

"உன்னைக் கண்டா சில சமயம் எனக்குப் பொறாமையா இருக்கு. இப்படி ஞாபகம் வச்சிக்கிட்டு சமயத்திலே அதிலேருந்து எடுத்து எடுத்து . . ."

"உங்களைக் கண்டாத்தான் எனக்கு பொறாமையா இருக்கு. அநாவசியமெல்லாம்கூட ஞாபகம் வர்றப்ப எவ்வளவு சங்கடமா இருக்கு தெரியுமா?"

அவளே ஒரு வியப்பாகத் தோன்றும் சட்டநாதனுக்கு. அவள் படுத்திருக்கும்போது பார்ப்பான். நடக்கும்போது பார்ப்பான். சில சமயம் பரிதாபமாக இருக்கும். குழந்தைகள் எல்லாம் எந்தக் காரியத்திற்கும் அவளிடம் போய் நின்றன.

கலியாணம் ஆனபோது அவள் தோன்றிய தோற்றம் இன்னும் அப்படியே இருப்பதுபோல் தோன்றிற்று. ஐந்து குழந்தைகளைப் பெற்று வளர்த்த மாறுதல் அப்படிக் கவனிக்கும் படியாக அவளிடம் தெரியவில்லை. இடைகூடச் சிறுத்துத்தான் இருக்கிறது. கன்னம் கழுத்து எல்லாம் இன்னும் சற்று திரண்டு இருக்கிறது.

உளைச்சலுக்கு மருந்தாக நடமாடுகிறாள் அவள். அவளிடம் ஒரு நாள் பேசாவிட்டால் . . ?

பேச முடியாத காலம் எத்தனையோ இருந்திருக்கிறது. முதல் பிரசவத்திற்கு அவள் தந்தை வீட்டில் இருந்தாள். நாலு மாதம். இரண்டாவது பிரசவமும் அப்படித்தான் ஆயிற்று. மூன்றாவதிலிருந்து மிஷன் ஆஸ்பத்திரி. அது பதினைந்து நாள் தான். பிறகு சண்பகவனத்தின் வீட்டில் ஒரே மாதம்.

முதல் இரண்டும் பெண்கள்; நடு இரண்டும் பிள்ளைகள்; கையில் ஒரு பெண் குழந்தை – பெரிய அண்ணன் குழந்தைகள் நான்கு, சின்ன அண்ணன் பெண் எல்லாம் எதற்கெடுத்தாலும் அவளைத்தான் சுற்றிச் சுற்றி வரும். பெரிய அண்ணன் தனிக் குடித்தனம் செய்கிறார். ஆனாலும் தினமும் இரண்டு தடவை தம்பி வீட்டுக்கு வராமல் போவதில்லை. குழந்தைகளும் பள்ளிக் கூடம் போகும்போது வீட்டுக்கு வந்து விட்டுத்தான் போகும். பெரிய அண்ணன் ஜாகை எதிரே உள்ள குளத்தங்கரையின் வடகரையில் இருக்கிறது. சட்டநாதன் இருப்பது கீழ்க்கரை.

பெரிய அண்ணன் அந்தக் காலத்தில் மதுரையிலிருந்து கடிதம் போட்டவர் சொன்னபடியே இரண்டு மூன்று நாட்களில் இல்லாவிட்டாலும் இரண்டு வாரங்களுக்குள் வந்துவிட்டார். பெரிய அண்ணி அவர் திரும்பிவந்ததிலிருந்தே தனி ஜாகை தனி ஜாகை என்று அரற்றிக்கொண்டிருந்தாள். ஆனால், பத்து வருடம் அப்படி அரற்றிவிட்டு, பதினோராவது வருடம்தான் போனார்கள். இந்த ஏற்பாடு நடந்து நான்கு வருஷமாகிவிட்டது. ஆனால் குடும்பச் செலவு அதற்காகக் குறையவில்லை. அந்த வீட்டுக்கு வாடகை, வேலைக்காரி என்று வேறு இன்னும் சட்டநாதனுக்குச் செலவு கூடத்தான் கூடிற்று. குடித்தனத்திற்கு வேண்டிய சாப்பாட்டுச் சாமான்கள், பெரிய அண்ணனுக்கு வேட்டி சட்டை, அண்ணிக்கும் குழந்தைகளுக்கும் உடுப்புகள் எல்லாம் இங்கிருந்துதான் போய்க்கொண்டிருக்கின்றன.

பெரிய அண்ணனுக்கு இன்னும் நல்ல காலம் பிறக்க வில்லை. முப்பது வருஷம் வாழ்ந்தவனும் கிடையாது, முப்பது வருஷம் கெட்டவனும் கிடையாது என்பார்கள். அதற்கு என்ன அர்த்தமோ? ஆனால் நொடித்துப் பதினைந்து வருடமாகியும் அண்ணன் இன்னும் நிமிர்ந்தபாடில்லை. ஒரு சமயம் பழமொழிக் கணக்குப்படி இன்னும் பதினைந்து ஆண்டுகள் காத்திருக்க வேண்டும் போலும். முன் மாதிரி எதிலும் நாட்டம் இல்லாமல் மனத்தை எங்கோ செருகிக்கொண்டு நிற்கவில்லை அவர். திண்ணையில் உட்கார்ந்து புரோ நோட்டுகள் எழுதிக் கொடுக்கிறார். சின்ன வழக்குகள் தீர்த்து வைக்கிறார். அவ்வப் போது வைரப் பரீட்சை செய்கிறார்.

யுத்த காலத்தில் வைரம் அதிகமாக வராவிட்டாலும் மனிதர்களுக்குக் ‘கௌரவம்’ போய்விடவில்லை. கலியாணக் காலங்களில் செகிண்ட் ஹாண்ட் தோடுகளாவது கைமாறிக் கொண்டுதான் இருக்கின்றன. ஆனால் இத்தனை செய்தும் அவருக்குச் சாதாரணக் கூலிகூடக் கொடுக்க வேண்டும் என்று யாருக்கும் தோன்றாததுதான் ஆச்சரியம். தனிக்கடை வைத்துக் கொடுப்பதாகச் சட்டநாதன் ஆன மட்டும் சொல்லிப் பார்த்தும் பயன் இல்லை.

“உனக்குப் பதினாலாயிரம் கடன் வச்சது போதும். கடை வேற வைக்க வேண்டாம். நீ சொல்றது எனக்குப் புரிகிறது. ஆனால் கடை வைச்சு நடத்தற சாமார்த்தியம் எல்லாம் மலையேறிப் போயிட்டுது. நான் இன்னும் இருக்கப் போறது கொஞ்ச வருஷம். இந்தப் புள்ளைங்க ஆளாகிப் பொண்ணுங்க ரண்டுக்கும் தாலியைக் கட்டிட்டா, நான் உடனே புறப்பட்டுப் போகத் தயார். அதுகூட நம்ம இஷ்டம் இல்லே. இருந்தாலும் சொல்றேன். என்னமோ நம்ம இஷ்டத்துக்கு நாம எல்லாம் செய்துக்கறாப்பல சில சமயம் தோணுதில்ல? அதுக்காகச் சொல்றேன். ஒரு வியாஜ்யம் தீர்த்துவைக்க ஆயிரம் ஐந்நூறு வாங்கினதுண்டு. அதே மாதிரி வியாஜ்யத்துக்கு அஞ்சு பத்து ரூபா கொடுக்கிறதுக்கே மல்லாட்டமாயிருக்கு ஜனங்களுக்கு இப்ப. என் மூஞ்சியிலே சம்பாதிக்கிற களை செத்துப்போச்சுன்னு தானே அர்த்தம் அதுக்கு . . !” என்று நீளப் பேசிக்கொண்டே இருந்தார்.

அவர் பிள்ளைகள் இரண்டுபேரும் இப்பொழுது படித்து முடித்துவிட்டார்கள். பெரிய பையன் பள்ளிப்படிப்பை முடித்து இரண்டு வருஷம் சும்மா இருந்துவிட்டு இப்போது மீரத்தில் ராணுவக் கணக்கு அலுவலகத்தில் வேலை பார்க்கிறான். சிறியவன் இப்பொழுதுதான் முடித்திருக்கிறான். வேலைக்குப் போகவேண்டும். பெரியவன் முதல் மாதச் சம்பளத்தில் பாதியை அனுப்பினானாம். பிறகு சம்பாத்தியம் அவன் செலவுக்கே போதவில்லை என்று தெரிந்தது. பத்து ரூபாய் மாதா மாதம் இப்போது அனுப்புகிறானாம். அதையும் பெரிய அண்ணி வாங்கிவைத்துக்கொண்டுவிடுகிறாள்.

இப்பொழுது அம்மா கூட இல்லை. சர்க்கரை, மண்ணெண்ணெய், அரிசி என்று தொட்டதற்கெல்லாம் தட்டுப்பாடு வருவதற்கு ஆறு மாதம் முன்னமேயே அவள் ஒருநாள் கண்ணை மூடிவிட்டாள். அப்போதுதான் வீட்டுக்குப் ‘பெரிய’ இடத்தை யார் பிடித்துக்கொள்வது என்று போட்டி மூண்டதோ என்னவோ? சின்ன அண்ணியோ புவனாவோ அதற்கு ஆசைப்பட்டதாகத் தெரியவில்லை. ஆனால் பெரிய

அண்ணி அப்படி நினைத்துக்கொண்டு சிரமப்பட்டுக்கொண்டு இருந்தாள். வாசலில் கீரைக்கட்டு வாங்குவதுமுதல் தீபாவளிக்குப் புடவை எடுப்பதுவரையில் அவள் சொல்லுவதுதான் நிற்க வேண்டும். அவள் இஷ்டப்படிதான் எல்லாம் நடந்துகொண் டிருந்தது. ஆனால் குழந்தைகள் என்ன செய்யும்? கடையிலிருந்து வருகின்ற ஆட்கள் என்ன செய்வார்கள்? வீட்டு வேலை செய்கிற பெண்பிள்ளை என்ன செய்வாள்? அவர்களுக்கு என்னமோ புவனாவைத்தான் அணுகத் தோன்றிற்று.

யாராவது வீட்டுக்குள் ஆள் வந்தால் உடனே புகையத் தொடங்கும்.

"யாருப்பா?" – பெரிய அண்ணி.

"அம்மா இல்லீங்களா?"

"எந்த அம்மா?"

"நம்ப அம்மாதான்."

"நம்ப அம்மாதான்னா யாரு?"

"சின்ன அம்மாதான்."

"எந்த சின்னம்மா?"

"என்னங்க இது?" என்று முகத்தில் அறைந்தாற் போல் நிற்பான்.

"முதலாளி அம்மாதான்."

"முதலாளி அம்மா இல்லை."

அவன் நம்பாமல் சற்று நிற்பான்.

"என்ன சமாச்சாரம்?"

"ஒண்ணுமில்லீங்க."

"ஒண்ணுமில்லீங்கன்னா என்னாத்துக்கு நிக்கறே? ஒண்ணு மில்லாத சமாச்சாரத்தை யார்கிட்டே சொன்னா என்ன? என்னய்யா முறைக்கிற?"

"என்ன அண்ணி?" என்று குரல் உயர்வைக் கேட்டு இரண்டாம் கட்டிலிருந்து புவனா பெருநடையாக வருவாள்.

"முதலாளி அம்மாகிட்ட சமாச்சாரம் சொல்லணுமாம். மத்தவங்ககிட்ட சொல்லப்படாதாம். சொல்லுய்யா ரகசியத்தை – நல்லாப் போச்சு!" என்று எழுந்து அடுக்களைவழியாக இரண்டாம் கட்டுக்குப் போவாள் பெரிய அண்ணி.

செம்பருத்தி

2

பெரிய அண்ணியைத் திருப்திப்படுத்த ஒரு பெரிய குடும்பம் முழுவதுமே கச்சை கட்டி முனைந் திருந்தது போலத் தோன்றிற்று. யார் வந்து, எதைக் கேட்டாலும், ‘பெரியம்மாவைக் கேட்டுச் சொல்ல ணும்’ என்று இரண்டாம் கட்டுக்கோ வாசல் முகப்பிற்கோ ஓடுவாள் புவனா. கோவில் குளத் திற்குப் போகிறது, எப்பொழுதாவது தகப்பனாரின் வீட்டிற்குப் போகிறது, வாசலில் சாமான் ஏதாவது வந்தால் வாங்குகிறது, குழந்தைகளுக்குச் சிறிய நகைகள் செய்கிறது, செருப்பு, சட்டை வாங்குகிறது. பள்ளிக்கூடச் சம்பளம் கொடுத்தனுப்புகிறது – எதுவும் பெரிய அண்ணி தலையாட்டினால்தான் நடக்கும் என்று ஒரு மரபை முளையடித்துவிட்டாள் புவனா.

ஆனால் பெரிய அண்ணியைப் பற்றிய வரையில் அந்த அதிகாரப் பதவி விக்ரமாதித்தன் சிங்காதனம் புதைந்த கொல்லைப் பரணாக, சித்த மும் பித்தமுமாக மாறிக்கொண்டே இருக்கும். எப்போது சுடும் எப்போது குளிரும் என்று சொல்ல முடியாத குழப்பம். ஆனால் எப்போதும் குளிர்ந்த நிலையில் இருப்பதாகவே எல்லோரும் நடந்து கொண்டார்கள். அவள் வாயைத் திறந்து கத்தாம லிருந்தால் போதும். கையை வீசிவீசி, மூக்குப் பளபளக்க, முகம் மின்ன, இல்லாததை இருப்பதாக வும் நடக்காததை நடந்ததாகவும் கற்பனையும் புளுகுமாக ஜோடித்துக் காற்றில் பரப்பாமல் இருந்தால் போதும் என்று குஞ்சு குழந்தைகள்கூடப் பயந்து ஒடுங்கி, விலகி ஒதுங்கிப் பின்வாங்கின.

கடைசியில் அவளுக்கே தாங்கவில்லைபோல் இருக்கிறது. பெரிய அண்ணனை ஒருநாளைக்கு கண்ணில் விரலைக் கொடுத்து ஆட்டினாள். எங்கேயோ வெளியில் போய்விட்டு உச்சி வெயிலில் பசியும் வேர்வையுமாக 'அப்பாடா' என்று வந்தவரை, உள்ளே நுழைந்ததும் நுழையாததுமாக அலகு குத்தி இழுக்கத் தொடங்கினாள்.

"அப்பாடா என்ன அப்பாடா! எத்தினி நாளைக்கு இன்னும் பிச்சைச் சோறு தின்னுக்கிட்டு இருக்கிறதாக நினைப்பு? சொந்தமாகச் சம்பாரிச்சுப் போட வக்கில்லேன்னா, நீங்க பட்டினி கிடந்து சாகுங்கன்னு பொண்டாட்டிப் புள்ளைக் குட்டிகளைப் பார்த்துச் சொல்லிரணும். சத்திரத்துச் சாப்பாடு மூணு நாளைக்கு. முப்பது வருஷம் சத்திரத்துச் சாப்பாடாவே தானும் திங்கணும் பொண்டாட்டி புள்ளைங்களும் திங்கணும்னு எந்தக் கையாலாகாதவனும் செய்ய மாட்டான். நினைக்க நினைக்க என் நெஞ்சு மண்டையெல்லாம் வேகுது. இந்த நொடியே இங்கிருந்து கிளம்பறதுக்கு ஏற்பாடு செய்யணும். இல்லே, இந்தப் பண்டாரப் பொழைப்புதான் எனக்குப் பிடிச்சிருக்குன்னு சொல்லிரட்டும். நான் எம் பிள்ளைகளை அழச்சிட்டு எங்கயாவது போறேன்." என்று ஒரு கத்துக் கத்தி விட்டு ஏதோ ஒரு அலமாரியில் இருக்கிற சாமான்களை எடுத்துக் கீழே வைத்துத் தட்டித் துடைத்து அடுக்கத் தொடங்கி னாள் பெரிய அண்ணி. அவளுக்கு ஆவேசம், கோபம் வரும் போதெல்லாம் அதுதான் வழக்கம். அவ்வளவு பெரிய வீடும் முழங்கக் கத்திவிட்டு, துணிகளை எடுத்து அடுக்குவாள், துடைப்பத்தை எடுத்துக் கூடத்தைப் பெருக்குவாள். இல்லா விடில் ஒரு மூலையில் படுத்துக்கொண்டுவிடுவாள்.

சட்டநாதன் அப்போது கடையிலிருந்தான். பெரிய அண்ணன் வேர்வையைத் துடைக்கப் போன கை அப்படியே நிற்க, அவ்வளவையும் கேட்டுவிட்டு, அதே நிலையில் திரும்பி, நேராகக் கடைக்கு வந்தார். அந்த வேளையில் அவரைப் பார்த்துச் சிறிது பிரமித்துவிட்டான் சட்டம்.

"என்ன அண்ணா?" என்றான்.

அவர் பேசாமல் நின்றார். பேசினால் நாத் தளதளக்குமோ என்று பயப்படுவது போலிருந்தது. சிறிது நேரம் கழித்து, "என்னோடு கொஞ்சம் வறியா?" என்றார்.

சட்டம் இறங்கி நடந்தான்.

நடந்தது அத்தனையும் சொன்னார் அவர் – கடைத் தெருவில் நடந்துகொண்டே. "நான்தான் புளிய மரத்திலே

ஏறி உட்கார வேண்டியிருக்கு? நீ ஏன் நடு வீட்டிலே புளிய மரத்தை வச்சிக்கணும்? புளிய மரமே போகணும் போகணும்னு சொல்றப்ப விட்டிடேன் அதை. இப்பவே பிடுங்கி வேற எங்கே யாவது நட்டிடணும். நீ சிரமத்தைப் பார்க்காம வா," என்று மெதுவாகச் சொன்னார்.

இடம் ஒரு மணி நேரத்தில் அருகேயே கிடைத்துவிட்டது. அப்போது ஒரு ஜப்பான் குண்டுக்காகச் சென்னையையே காலி செய்வதுபோல் நாலா பக்கமும் சின்ன ஊரும் பெரிய ஊருமாகப் பார்த்துக் குடியேறிய வீர மக்களில் சிற்சில வீராதி வீரர்கள் பயம் தெளிந்திருப்பதைக் கண்டு மீண்டும் சென்னைக்கே திரும்பிப்போய்க்கொண்டிருந்த சமயம். எதிர்க் குளத்தின் வடகரையில் ஒரு சின்ன வீடு நான்கு நாட்களுக்கு முன்புதான் ஒழிந்திருந்தது. அதற்கு முன்பணம் கொடுத்துவிட்டுத்தான் சாப்பாட்டிற்கு வந்தான் சட்டநாதன். அண்ணனோடு சேர்ந்தே சாப்பிட்டான். மாலை ஐந்துமணிக்குள் புது வீட்டிற்குள் பெரிய அண்ணன் குடும்பம் புகுந்தது. வாசல் முகப்பில் உட்கார்ந்து சம்பாதித்தச் சில்லறைகளில் தனக்காக இரண்டு பெரிய கருங்காலி பெஞ்சுகளை வாங்கியிருந்தார் பெரிய அண்ணன். புதிய வீடு மிகவும் சிறியது. அகலக்கட்டை இரண்டு பெஞ்சுகளையும் வாசலில் போட இடமில்லை.

"இடமிருக்காது போலிருக்கே!" என்றார் பெரிய அண்ணன்.

"ஆமாமா – அப்புறம் பார்த்துக்கலாம். இங்கதான் இருந்திட்டுப் போகட்டுமே" என்று பெரிய அண்ணி அந்த இரண்டையும் விட்டுப் போனாள். அப்போது குளிர்ந்திருந்த நேரம் போலிருக்கிறது.

நான்கு குழந்தைகள் இல்லாததால் வீடு சற்று வெறிச் சோடிற்று. அண்ணன் இல்லாத முகப்புக்கூட வெறிச்சிட்டுத் தான் தோன்றிற்று. ஆனால் வெகுகாலமாக இருண்டுகிடந்த அறையின் கதவுகளைத் திறந்துவிட்டாற்போல ஒரு புது வெளிச்சமும் காற்றோட்டமும் இப்போது விரவி, பளிச்சென்று இருந்தது. ஒட்டடையையும் தூசி தும்புகளையும் தட்டிவிட்டாற் போலிருந்தது. வீட்டில் சிரிப்பொலி கேட்கத் தொடங்கிற்று. குழந்தைகள் கூடத்தில் ஓடத் தொடங்கின. சட்டத்தின் பெரிய பிள்ளை ஊஞ்சலில் எல்லோரையும் – சின்ன அண்ணி, புவனா, பாப்பா, தன் தம்பி தங்கைகள் எல்லாரையும் உட்காரவைத்து – இந்த உத்தரத்திற்கும் அந்த உத்தரத்திற்குமாக ஆடிக்கொண்டிருந் தான். திருவிழாவில் இரைகிற குடை ராட்டின ரகளை போல் கூடம் ரகளைப்படத் தொடங்கிற்று. பள்ளிக்கூட நேரம் போக மற்ற நேரங்களில் அதே இரைச்சலும் அமளியும்தான். அண்ணன்

குடும்பம் அகன்ற மறுநாள் காலையிலேயே இதைப் பார்த்த சட்டத்திற்குச் சற்று நேரம் திகைப்பாகப் போய்விட்டது. வீட்டில் இத்தனை காலமாக இருந்தது எத்தனை பெரிய புளியமரம் என்று இப்போதுதான் புரிந்தது.

நான்கு வருடங்களாக இந்த அமளி நீடித்துக் கொண்டு தான் இருக்கிறது.

அதற்கும் முன்னால் பதினொரு வருடங்கள் எப்படி இந்தப் புளிய மரத்தைப் பொறுத்துக்கொண்டிருந்தோம் என்று அவனுக்குச் சில சமயம் புதிராக இருக்கும். ஆனால் பொறுத்ததோ பொறுக்கவில்லையோ, எப்படியோ அத்தனை ஆண்டுகளும் ஓடிவிட்டன.

உலகம் கண்ட அமளியையும் அல்லோலகல்லோலத்தையும்விட இந்தச் சிறிய வீட்டில் நிகழ்ந்த இந்த மாறுதல்தான் பெரிய யுகப் பிரளயம் போலத் தோன்றிற்று. கடந்த நான்கு வருடங்களாக உலகமே மாறிவிட்டாற் போன்ற ஒரு வறட்சி. எங்கு போனாலும் இல்லை, இல்லை என்றே ஒலிக்கிற காலம். துணியில்லை, அரிசியில்லை, ரயிலில்லை. இருக்கிற ரயிலில் இடமில்லை. பெட்ரோல் இல்லை. ஓடுகிற இரண்டு மூன்று பஸ்ஸிலும் மரக்கரியைப் போட்டுக் கைப் பிடியைத் திருகித் திருகி, பிரயாணிகளையே தள்ளும் சிப்பந்திகளாகப் பயன் படுத்திக்கொண்டிருக்கிறார்கள்.

அந்தி மயங்கினால் தெருவில் விளக்கில்லை. செம்பானூர் கடைத் தெரு, ரயிலடி, பஸ் ஸ்டாண்டு, தபாலாபீஸ், மருத்துவச் சாலை – எங்கு பார்த்தாலும் மணல் மூட்டைகளைப் போர் போராக அடுக்கிவைத்திருக்கிறார்கள். மருத்துவமனைகளில் மருந்தில்லாமல் பலர் செத்துக்கூடப் போய்விட்டார்கள். கடைத்தெருவில் இரண்டு கடைக்காரர்களுக்கு அந்தக் கதி நேர்ந்துவிட்டது. இரண்டுபேருக்கும் மார்ச்சளிக் காய்ச்சல் வந்து இரண்டு நுரையீரல்களையும் தாக்கி, புதிதாகக் கண்டு பிடித்திருக்கிற பெனிசிலின் ஒரே குழாய்தான் இருந்ததால், அவ்வளவு அவசியமான உயிர்கள் இல்லை என்று அதைக் கொடுக்க மறுத்து, இருவரையும் சாக அடித்துவிட்டார்கள். அதே காய்ச்சல் வந்து போலீஸ் சர்க்கிள் இன்ஸ்பெக்டருக்கு அந்தக் குழாய் கொடுக்கப்பட்டு அவர் உயிர் இந்த உலகத்தி லேயே இருக்க அனுமதி பெற்றது. முக்கியமான ரகசியக் கேஸ்கள் சிலவற்றின் விவரங்களைத் தாளில் கூட எழுதாமல் அவர் மண்டைக்குள்ளேயே வைத்துக்கொண்டிருந்தாராம். அதனால் அவரை எப்படியாவது காப்பாற்றிவிட வேண்டு மென்று உதவி கலெக்டர் முதல் பெரிய போலீஸ் அதிகாரிகள்

வரை எல்லோரும் துடித்துக் கடைசியில் காப்பாற்றிவிட்டார்
கள் — அந்த மருந்துக் குப்பியை அவருக்கு மட்டுமே ஒதுக்கி,
கடைக்காரர்கள் இருவரும் யம லோகம் போக வேண்டி
இருந்தது.

இருவரும் சட்டநாதனுக்குத் தெரிந்தவர்கள். ஒருவர் சற்று
வியாபார விஷயமாக நெருங்கிப் பழகியவர் என்றுகூடச்
சொல்ல வேண்டும். உயிருக்கு அந்தக் கடம்பநாதன் மன்றாடிக்
கொண்டிருந்தபோது வெளியே நண்பர்கள் அந்த மருந்தை
வாங்கப் போராடிக்கொண்டிருந்தார்கள். கலெக்டரின் சிபாரிசுக்
காகச் சட்டநாதன்கூட தேச பக்தர் வெங்கடய்யாவைச் சுற்றிச்
சுற்றி வந்தான். ஆனால், தேச பக்தர்களுக்கு மவுசான காலமாக
இல்லை அப்போது. நாற்பத்திரண்டாம் வருடம் எல்லோரை
யும் சிறையில்பிடித்துப் போட்டுவிட்டார்கள். வெங்கடய்யா
மட்டும் சிறிது காலம் இருந்துவிட்டு உடல் நிலை சரியில்லா
மல் பரோலில் இரண்டுமுறை வந்துவிட்டு, கடைசியில்
எப்படியோ விடுதலையும் பெற்று வந்துவிட்டார்.

நாற்பத்தொன்றாம் வருடம் தனிநபர் சத்யாக்கிரகம் நடந்த
போது செம்பானூரிலிருந்து முதல்முதலாகச் சிறை சென்றார்
வெங்கடய்யா. பெரிய மிராசு என்ற முறையிலும் மொத்த
இரும்பு - பெயிண்ட் கடை முதலாளி என்ற முறையிலும்.
அவருக்குச் சுமாரான செல்வாக்கு உண்டு. அந்தச் செல்வாக்கும்
சிபாரிசும்தான் அவர் தனிநபர் சத்யாக்கிரகம் செய்தபொழுது
ஜில்லா போலீஸ் தலைவரையே செம்பானூருக்கு வரவழைத்து
அவருக்கு உபசாரமாகச் சலாம் போட்டு மாலையும் கழுத்து
மாகப் போலீஸ் வண்டியில் ஏற்றிப் போகச் செய்தன.

அதே வெங்கடய்யா, பெனிசிலினுக்காகக் கலெக்டருக்கு
ஒரு சிபாரிசுக்குப் போனபோது பூசி மெழுகி ஏதோ சொல்லி
அனுப்பிவிட்டார். அவர் சொன்னால் நடந்திருக்கலாம்! சொல்ல
மறுத்துவிட்டார். உயிருக்கு உதைத்துக்கொண்டு கிடந்த
கடம்பநாதன் இரண்டு வருட காலம் தலைமறைவாயிருந்த
ஒரு பயங்கரவாதியை வீட்டில் வரவேற்று ஒளித்துக் காப்பாற்றிய
தாக வதந்தி. வெங்கடய்யா உள்ளுக்குள் உதறியடித்துக்கொண்டு
வெளியே அதைக் காட்டாமல் மெழுகி மறைத்துவிட்டார்.
கடைத் தெரு உறவு, தொண்டனுக்குச் செய்த உதவி — ஒன்றுமே
அவர் மனதில் உறைக்கவில்லை. சர்க்கார் அதிகாரிகளுக்கு
மட்டும் கடம்பநாதனின் உயிர் மண்டையில் ரகசியங்களைக்
காப்பாற்றிய போலீஸ்காரன் உயிரைவிட எப்படிப் பெரிதாகத்
தோன்றும்?

கடம்பநாதன் செத்துப் போன நிகழ்ச்சி சட்டநாதன்
வாழ்க்கையில் பெரிய நிகழ்ச்சி அல்ல. இருந்தாலும் அவன்

போன விதம் சட்டநாதனைச் சற்றுக் குமுறத்தான் வைத்தது. உயிர்களுக்குள் எத்தனை பட்சபாதம் என்று நினைக்கும்பொழுது ஒரு இரண்டுநாள்வரை எதிலும் பிடிப்பும் நம்பிக்கையும் இல்லாமல் வறண்டு போயிற்று. காலம் காட்டிய எத்தனையோ வறட்சிகளில் அதுவும் ஒன்று.

பத்துப் பன்னிரண்டு வருடங்களுக்கு முன்பு கொடி ஏந்தி ரத்த விளாறாக அடி வாங்கிய தேச பக்தர்கள் இப்பொழுது முடங்கிக்கிடக்கிறார்கள். கோவிந்தசாமி தபால் ஆபீசை எரித்ததாகக் குற்றம்சாட்டப்பட்டு, சிறைப்பட்டு, சிறையில் குன்மம் வந்து, ஆஸ்பத்திரியில் சேர்க்கப்பட்டு, அங்கேயே செத்தும்போய்விட்டான். கடைத் தெருவில் சோம்பேறியாகத் திரிந்துகொண்டிருந்த நாலைந்து ஆட்கள் இப்போது பட்டாளத் திற்குப் போய்விட்டார்கள். வெகுகாலமாகக் கருச்சிதைவே செய்து பரோபகாரம் செய்துவந்த டாக்டர் ஜெயராமன் எல்.எம்.பி. இப்போது ராணுவத்தில் காப்டனாகி எங்கோ வடக்கே இருக்கிறாராம். செம்பானூர் டவுன் பாங்கியில் கணக்கனாக இருந்து நாலாயிரம் கையாடியதற்காக நீக்கப் பட்ட அகோரமய்யர் இப்போது ஜபல்பூருக்கு அருகே எங்கோ ஒரு ராணுவ டிப்போவுக்குத் தலைமை குமாஸ்தாவாகி, அண்மை யில் லெப்டினன்ட்டாக ஆகியிருக்கிறாராம். இந்தச் சிறிய செம்பானூரிலேயே இப்படிப் பல மாற்றங்கள் நிகழ்ந்துவிட்டன. அந்நிய ஆட்சியின் ராணுவ தர்மம் வழங்கிய கருணையால் உள்ளூர்ச் சோம்பேறிகளுக்கு நல்ல காலமும் தேச பக்தர்களுக்கு முடக்கமும் பொதுமக்களுக்குத் தொட்டதற்கெல்லாம் பற்றாக்குறையுமாக மாறிவிட்டிருக்கிற காலத்தை நினைத்துப் பார்த்துக்கொண்டிருந்தான் சட்டநாதன். கடையில்கூட வியாபாரம் மந்தம். சரக்கு இருந்தாலல்லவா விற்க?

கண் விழுந்த இடமெல்லாம் அறிவிப்பும் எச்சரிக்கையுமாக ஒட்டியிருந்தது. ‘வம்பு பேசாதே. கள்ள மார்கெட்காரர் பொது ஜன விரோதி நம்பர் ஒன். பதுக்கிவைப்பவர்களையும் கொள்ளை லாபம் அடிப்பவர்களையும் உடனே அறிவியுங்கள்’ – இப்படிப் பலப் பல. ஆனால் வெங்கடய்யா முதல் கடைத் தெருவில் பாதிப்பேருக்குமேல் அதைத்தான் செய்து கொண்டிருக்கிறார்கள்.

இப்படி முடக்கமும் சூன்யமுமாக உலகமே கிடக்கிற வேளையில் சட்டநாதனுக்கு வீடு ஒன்றுதான் நிரம்பி வழிந்தது. அமளியும் இரைச்சலுமாகச் சின்ன அண்ணனின் மகள் புதிதாகத் தோன்றியுள்ள ஐந்து உயிர்கள் – எல்லாம் சேர்ந்து கொட்டமடித்துக்கொண்டிருந்தன. இப்பொழுதெல்லாம் கடைக்குப் போவதைவிட வீட்டில் இருக்கும் துடிப்புதான்

ஓங்கியிருக்கிறது. அவன் வீட்டில் இல்லாத சமயத்தில் புவனா கூட, எப்போதோ மறந்த குழந்தைத்தனத்தை மீண்டும் வருவித்து, ஊஞ்சலில் படை சூழக் காலை விந்தி ஆடிக்கொண்டிருக்கிறாள்.

ஒருநாள் இடைகழியில் செருப்பைக் கழற்றிவிட்டு உள்ளே வந்தவன் வந்த ஊஞ்சலாட்டத்தைப் பார்த்துக் கூடத்தில் வந்து நின்றான். ஆட்டம் தெறித்தாற் போல் நின்றது.

"யம்மாடி, இத்தினி நாளாக் காத்துக்கிட்டு இருந்தியளா, எப்படாப்பா வெளியே போப்போறா, இந்த மாதிரி ஓர்ப்படியாளுவ குஞ்சு குளுவான் குண்டாந்தடி எல்லாம் சேந்துகிட்டுக் கொட்டமடிக்கலாம்னு! நான் இருக்கிறவரைக்கும் என்னமோ யார் வீட்டிலியோ புள்ளை பொறந்தாப்பலன்னு சொல்லுவாங்களே, அந்த மாதிரி அளூது விடிஞ்சுக்கிட்டு, உம்முனு மூலைக் கொண்ணா குந்தி இருந்தீங்க. நான் போனப்பறம் எல்லாம் வந்தது – சிரிப்பு, கும்மாளி எல்லாம்! நான் அத்தினி பொல்லாதவளாப் போயிட்டேன். நான் இருக்கறப்ப சிரிக்கக் கூடப் பயமாயிருந்திச்சு இல்லே! – வாயத்தொறந்து பதில் சொல்லுங்கடி, நீலியுவளா" என்று சட்டநாதன், முகம் பளபளக்கக் கண்ணை உருட்டி, கையைத் தாறுமாறாக வீசி, உள்ளங்கால் பதியப் பதிய நிற்பது போல நினைத்துக் கொண்டு ஒரு கத்து கத்தினான்.

சின்ன அண்ணி அதைக் கேட்டுத் தலைப்பால் வாயை மூடிக்கொண்டு அடுக்களைக்குள் சிரிக்க ஓடினாள். புவனா அவன் முன்னே வந்து, "தெரியாம செஞ்சுட்டோம் அண்ணி; இனிமே நீங்க இருக்கறப்பகூட இப்படியே ஊஞ்சலை ஆட்டிக் கிட்டுச் சிரிச்சுக்கிட்டே இருக்கோம்" என்று சொல்லிக் கொண்டே நின்றாள். பிறகு "ஹப்பா! அப்படியே ஒரு நிமிஷம் பெரிய அண்ணியை உரிச்சுவச்சிட்டிங்களே. மூஞ்சி, கண்ணு, குரல், கை எல்லாம் அப்படியே ஆயிரிச்சு. இடுப்பு மட்டும் கொஞ்சம் பெரிசா ரண்டு பிராக்கெட்டைச் சேர்த்துப் போட்டாப்பல நீங்க நின்னு ஒரு புடவையும் கட்டியிருந்தீங் களோ, நிசமாவே புளியமரம் மறுபடியும் வந்திட்டுதுன்னு பயந்திருப்பேன்" என்றாள் புவனா.

"ஆமாம்பா. அப்படியே அச்சா இருந்திச்சி" என்று மூத்த பெண் அவன் கழுத்தைக் கட்டிக்கொண்டு தொங்கிற்று.

மற்ற குழந்தைகள் ஒன்றும் புரியாமல் விழித்துக்கொண்டு நின்றன. சின்ன அண்ணனின் மகள் பாப்பா சந்தோஷம் தாங்க முடியாமல், "ஆமாம் சித்தி! அசல் பெரீம்மா! பெரீம்மா!" என்று புவனாவைக் கட்டி ஒரு தடவை தூக்கிக் கீழே நிறுத்தினாள்.

"ஏய் ஏய், கீள போட்டிராதே," என்று நகர்ந்தாள் புவனா.

சட்டம் இப்போது பாப்பாவைப் பார்த்துக்கொண்டு நின்றான். எத்தனை உயரமாக வளர்ந்துவிட்டாள்! பதினெட்டு வயதாகிவிட்டது என்று நம்ப முடியவில்லை. சின்னக் குழந்தையா யிருக்கையில் அம்மா அவளைச் சதாசர்வ காலம் குப்புறப் போட்டு முதுகைத் தட்டித் தூங்கப் பண்ணிக்கொண்டிருப்பாள். தூங்கினாலும் தூங்காவிட்டாலும் தட்டிக்கொண்டேயிருக்க வேண்டும். நேற்று மாதிரி இருக்கிறது. இப்போது எத்தனை உயரம்? புவனாவைவிட ஒரு பிடி உயரம். சின்ன அண்ணியை விட இரண்டு மூன்று விரல் அதிக உயரம்! குழந்தையாக இருந்தபோது மாநிறம், இப்போது வயதும் பருவமும் ஒரு வெண்மையும் பொலியும் நீரோடும் மேனியாக்கியிருக்கிறது.

"ஏதாவது சந்தோஷம் வந்தா தூககத தூக்கல்ல கிளப்பிடுது இது; ரொம்ப உசரமா – பெரிசாப் போயிட்ட பெருமை போலிருக்கு. முன்னாலே வாட்ட சாட்டமா ஒரு மாப்பிள்ளை யைப் பிடிச்சி வந்து தாலியைக் கட்டச் சொல்லட்டும். அப்புறம் அவரைத் தூக்கிட்டு நிக்கலாம்" என்றாள் புவனா.

"அடுத்த சித்திரைக்கு மாப்பிளை வரத்தான் போறான்."

"சித்திரை என்ன? இப்பவே பார்க்கட்டும். என்னை நாளைக்குத் தூக்கிக் கீளேயே போட்டு உடச்சிரும் போலிருக்கு இது. படிப்புத்தான் முடிஞ்சுபோச்சு. அப்புறம் என்ன?"

"சொன்னியோ, மறுபடியும் தூக்குவேன்," என்று சிரித்துக் கொண்டே தூக்க வந்தாள் பாப்பா.

"மேற்கே சண்டை முடிஞ்சு போச்சு. கிளக்கேதான் பாக்கி. அதுவும் ஒரு வருஷத்துக்குள்ளார முடிஞ்சிரும் போலிருக்கு."

"அந்தச் சண்டைக்கும் கலியாணத்துக்கும் என்னவாம்?"

"கலியாணம்னா சர்க்கரை, வெல்லம், ஏலக்கா, ஜாதிக்கா – பாப்பா கலியாணம் என்ன, கோவில்லே நடக்கிற கலியாணமா? கடைத் தெருவெல்லாம் கூடும். அது ஒரு கலியாணம்தானா? அண்ணன் மகள்லாம் இருக்கு. எல்லாத்துக்கும் இந்தச் சண்டை சமயத்திலே சாமான் சஜ்ஜாவுக்கு எங்க போறது? கொஞ்சம் பொறுத்துக்க."

"அதுவரைக்கும் என்னைத் தூக்காம இருக்கச் சொல்ல ணும்," என்று உதட்டைப் பிதுக்கினாள் புவனா.

"வாங்கடா, சீராளா, சிவம், கலியாணி, காமகோடி எல்லாருமா சேந்து சித்தியைத் தூக்குவம்," என்று பாப்பா பயமுறுத்தவே புவனா அடுக்களையைப் பார்க்க ஓடினாள்.

குழந்தைகள் அவளைத் துரத்திக்கொண்டு ஓடின.

“சித்தப்பா, கலியாணம் கலியாணம்னு கிடந்து பறக்கறாங் களே, சித்தி, இப்பதானே நாலு வருசமா புளிய மரம் இல்லாம சம்பரத்தம் செடியை மட்டும் பார்த்துக்கிட்டு நிக்கிறேன். நாலு நிமிஷம் மாதிரி இருக்கு. கலியாணம் பண்ணி அனுப்புங்க. ஆமடையானைத் தூக்கிட்டு நிக்கிறேன்,” என்று உதட்டைப் பிதுக்கினாள் பாப்பா.

சின்ன அண்ணனே அச்சாக இருந்தது அப்போது அந்த முகம். பழைய நினைவுகள் வந்து தொட்டுத் தொட்டு மோதத் தொடங்கவே சட்டநாதன் பேச முடியாமல் தவித்தான்.

“பாப்பா, உங்கப்பா என்மேலே உசிரை வச்சிருந்தான். உன் கழுத்திலே தாலி ஏர்றப்ப அவன் எங்கேர்ந்தோ பார்த்துக் கிட்டு ஆனந்தக் கண்ணீராகச் சொரிவான்,” என்று என்னவோ சொன்னான்.

பிறகு குழந்தையிடம் எதையோ சொல்லி உணர்ச்சி வசப்படு கிறோமா என்று தோன்றிற்று.

பதில் வந்ததைப் பார்த்து அவனுக்கு இன்னும் திகைப்பாக இருந்தது. ஒரு அலுப்போடு வந்தது அதுவும். “ம்க்கும்! அப்பாவை எனக்கு ரொம்ப ஞாபகம் இருக்கு..!” என்று சொல்லிக் கொண்டே உள்ளே போனாள் பாப்பா.

இவளா குழந்தை? பதினைந்து வருடங்களல்லவா ஓடியிருக் கின்றன! பேச்சில் எவ்வளவு நிச்சயம்!

சட்டையைக் கழற்றி, வேர்வையைத் துடைத்து, கால் கை கழுவி, முன் அறையில் இருந்த பீரோவின் கண்ணாடி முன் நின்றான் சட்டநாதன்.

உருவம் முழுதும் தெரிந்தது. இந்தக் கண்ணாடி பீரோகூடச் சென்ற வருடம் வாங்கியதுதான். பதினாலாயிரம் கடன் தீர்ந்த பிறகு வாங்கின முதல் மரச் சாமான். பளபளவென்று கண்ணாடி துல்லியமாக அவனைக் காட்டிற்று. பதினைந்து வருட வளர்ச்சியை, நாற்பத்திரண்டு வயதை, முகத்தில் கூடின சதையை, உடலில் லேசாகக் கூடின உருட்சியை, மெருகைக் காண்பித்தது.

பாப்பாவுக்கு இந்த பீரோவைச் சீராகக் கொடுக்க வேண்டும் என்று தோன்றியபோது சின்ன அண்ணனை நினைத்து நெஞ்சு நெகிழ்ந்தது. அந்த அண்ணனுக்காக எதைத்தான் கொடுத்தால் என்ன?

3

பீரோ கண்ணாடி முன் நின்று தன்னையே பார்த்துக்கொண்டிருந்தான் சட்டநாதன். இந்த மாதிரிப் பெரிய கண்ணாடி முன் நின்று பார்த்துக் கொண்டதேயில்லை. தலைவாரிக்கொள்ள, நெற்றிக்கு இட்டுக்கொள்ள, சவரம் செய்துகொள்ள, எப்போதாவது முகத்தில் எண்ணெய் வழிந்தால் புவனாவின் பவுடர் டப்பாவை எடுத்துவந்து முகத்தில் லேசாகப் பூசித்துடைத்துக்கொள்ள – இவற்றுக்கெல்லாம் அம்மா காலத்திலிருந்து இருந்து வருகிற சின்ன மரக் கண்ணாடிதான். அம்மா எப்போதோ திருச்செந்தூரில் வாங்கிவந்த கண்ணாடியாம் அது. அவனுக்கு விவரம் தெரிந்த நாளாக – கிட்டத்தட்ட முப்பதைந்து ஆண்டு களாக – வீட்டில் இருக்கிற கண்ணாடி. அது இப்பொழுது ரசமிழந்து அரைப் பொட்டையாகி விட்டாலும், முற்றத்தை ஒட்டிய தூணில் மாட்டிய வாறு குழந்தைகள், பெரியவர்கள் எல்லோருக்கும் அழகு காட்டிக்கொண்டிருக்கிறது. புதுக் கண்ணாடி ஒன்று வேண்டும் என்று யாருக்கும் தோன்ற வில்லை – கேட்கவும் இல்லை. பெரிய அண்ணிக்குக் கூடத் தோன்றாததுதான் ஆச்சரியம். அழகு காட்டும் அதைப் பார்த்து, அவள் கோபித்துக்கொள்ளாமல் எப்படி இருந்தாள் என்று நினைக்கும்போது வியப் பாகத்தான் இருந்தது. கத்துவதற்கு இதைவிடவா வேறு சாக்கு வேண்டும்? எப்படி அவள் சும்மா இருந்தாள்?

சட்டத்திற்குத் தன் முகம் வசீகரமாகத்தான் தோன்றிற்று. இருபத்தைந்து, முப்பது, முப்பத்தைந்தை விட நாற்பது வயது மேனியும் வழவழப்புமாகக்

களைகட்டித்தான் இருக்கிறது. தலைமயிர்கூட மெலியாமல் அடர்ந்து கறுத்து ... பழைய சுருள்களை மட்டும் இப்பொழுது காணவில்லை. முன்னங்கையில் கழுத்துப் பட்டையில் தெரியும் பள்ளம் எலும்பு எல்லாம் இப்போது அமுங்கி, பூசினாற் போல் இருக்கிறது உடம்பு. கண்ணாடி வாகுதான் போலிருக் கிறது. எந்த நேரம் வந்து நின்றாலும் அப்போதுதான் குளித்து முகம் உடம்பெல்லாம் துடைத்துவிட்டாற் போன்ற ஒரு மெருகு.

லேசாக நிழலைப் பார்த்துச் சிரித்தான் அவன். அப்படியே கட்டில்மீது உட்கார்ந்துகொண்டான். காலை நீட்டிப் படுத்தான். படுத்த முழு உருவமும் கண்ணாடியில் தெரிந்தது. என்னென் னவோ நினைவுகள் வந்து, அவனையறியாமல் ஒரு புன்முறுவல் தவழ்ந்தது. பதினைந்து வருடங்களுக்கு முன்னால் இந்தக் கண்ணாடி பீரோவை வாங்கியிருந்தால்..?

இப்போதும் ஒன்றும் குறைந்துவிடவில்லை. நினைத்துப் பார்க்கும்போது ... புவனாவை நேற்றுத்தான் மணந்துகொண்ட மாதிரியிருக்கிறது. பதினைந்து வருடங்கள் ஆகிவிட்டதற்காக அவள் எந்த மரியாதையையும் குறைத்துவிடவில்லை ... எந்த வரம்பையும் மீறிவிடவில்லை ... தன்னுடைய குழந்தைகள் இருந்தால்கூட அவனுக்குச் சமமாக உட்காருவதில்லை; படுத்துக் கொண்டு விடுவதில்லை. பேச்சிலோ பார்வையிலோ ஒரு சின்ன அசட்டை, அலட்சியம்கூடக் காட்டியதில்லை. பதினோரு வருஷம் பெரிய அண்ணி வீட்டில் உட்கார்ந்துகொண்டு அடித்த கூத்திற்கும் போட்ட கத்தல்களுக்கும் இந்த வீட்டில் அத்தனை பேரும் மனம் ஒடிந்து, ஒன்று அவளைக் கொன்றிருப் பார்கள்; அல்லது வெளியே ஓடிப் போய் மாய்த்துக்கொண்டிருப் பார்கள். மிகையான எண்ணம் இல்லை.

பெரிய அண்ணி திடீர் திடீரென்று வீசுகிற அபாண்டங்கள் அப்படி நிலைகுலைய வைக்கக் கூடியவைதான். ஆனால், குடும்பத்தில் எந்த ஆபத்தும் நேராமல் இருந்ததற்குப் புவனா ஒருத்திதான் காரணம் என்று தோன்றிற்று. மனைவி என்பதால் அதிகமாகப் பீற்றிக்கொள்கிறேனோ என்று ஒரு கணம் தன்னையே கேட்டுக்கொண்டான் அவன். சற்று எட்ட நின்றும் பார்த்தான். மிகையில்லை. புவனா ஒருத்தியால்தான் குடும்பம் கடையாணி கழலாமல், அச்சுத் தெறிக்காமல் ஓடிக்கொண்டிருக் கிறது.

பதினாலாயிரம் ரூபாய் கடன், மைத்துனன், பெரிய அண்ணி, சின்ன அண்ணி, பத்துக் குழந்தைகள். கடை ஆட்கள், ஒரு எருமை, ஒரு பசு, ஒரு வாடகை வீடு. இத்தனையையும் அவள் கட்டி மேய்த்துக்கொண்டு, உடம்பும் மனசும் அலுங்கா மல், புடவை தலைப்புக்கூடக் கலையாமல் இருக்கிறது ஒரு

சாகசமாகத்தான் அவன் மனத்துக்குத் தோன்றிற்று. பெரிய அண்ணி அன்றாடம் ஆடுகிற ஆட்டம்கூட வெளியில் யாருக்கும் தெரியாது. கொல்லைக்கட்டு வீட்டுக்காரர்களுக்குத் தெரியும். ஆனால், அவர்களை என்னவோ பொடி தூவி வெளியே யாருக்கும் தெரியவிடாமல் கட்டிப்போட்டிருந்தாள் அவள். இத்தனை மேய்ப்பையும் தான் செய்யாதது போலவும் சட்ட நாதனும் பெரிய அண்ணியும் தான் செய்வது போலவும் அவள் காண்பித்துக்கொண்டிருந்ததுதான் வேடிக்கையாக இருந்தது. இவள் இருக்கிறவரையில் எந்தத் தீயும் மூட்ட முடியாது என்று சளைத்துப் போய்த்தான் பெரிய அண்ணி ஒதுங்கிவிட்டாளா?

"நான் என்ன அசட்டு முண்டம்தானே, கெட்டிக்காரத் தனம் எல்லாத்தையும் முழுங்கிப்பிட்டு, பூனை மாதிரி இருக்கிற கல்லுளிமங்கத்தனம் இருந்திருந்தா நான் எப்படியோ இருந்திருப் பேன்," என்று சில நாட்களில் ஒருக்களித்துப் படுத்து அரற்றிக் கொண்டிருப்பாள் பெரிய அண்ணி.

அவளுக்குக்கூடத் தன்னைப் பற்றிய உண்மை நிழலாடுவ துண்டு. அந்த வர்ணனை தன்னைப் பற்றித்தான் என்று புவனா வுக்குத் தெரியும். ஆனால், அதற்குப் பதில் சொல்லமாட்டாள் போலிருக்கிறது. வழக்கம்போல் படுக்கை அறையில்தான் சட்டத் தின் காதில் விழும் செய்தி. அப்போதெல்லாம் இந்தக் கண்ணாடி இல்லை. இருந்திருந்தால், "பெரிய அண்ணி சொன்னது உண்மை தான்!" என்று அவளை இறுக அணைப்பதை அது காட்டி யிருக்குமோ என்னவோ?

இப்பொழுதுகூட அவளை அணைத்துக்கொள்ள வேண்டும் போல்தான் இருக்கிறது. ஒரு டம்ளர் தண்ணி கொண்டா என்று சத்தம் போட்டால் நிறைவேறிவிடும். ஆனால், தண்ணீருக் காகச் சத்தம் போடவில்லை. அவன் நினைவின் சுழலிலேயே அந்த ஆசையும் நிறைவேறிவிட்டதோ என்னவோ... ஐந்து குழந்தைகளைப் பெற்று, இத்தனை கலாட்டாக்களையும் சமாளித்துக்கொண்டு அவள் உடம்பு இன்னும் இளமையும் கட்டும் அகலாமல் பெட்டியை மூடினாற்போல இருந்தது தான் அவனுக்கு இன்னும் பெரிய சாகசமாகத் தோன்றிற்று. கலியாணத்திற்கு முன் பார்த்த தோற்றம்தான் இன்றும். இத்தனை வீட்டு வேலைகளையும் புடவைகூட அதிகமாகக் கசங்காமல், மடிப்பு விழாமல் அவள் செய்வது சின்ன அண்ணிக்கு நேர் எதிராக இருந்தது.

சின்ன அண்ணிக்குச் சிறிது பெரிய உடம்பு, சற்று வாட்ட சாட்டம். பெரிய அண்ணி மாதிரி இல்லாமல், சற்று ஒழுங்கான

அமைப்பான வாட்ட சாட்டம். அந்த உடம்பை வைத்துக் கொண்டு அவள் கறிகாய் நறுக்குவதே களேபரம். நாலுபேருக்குக் காபி போட்டால்கூட உட்கார்ந்துகொண்டு சுற்றிலும் சின்னதும் பெரியதுமாக டம்ளர்கள், டவராக்கள் – எல்லாவற்றையும் பரத்திக்கொள்கிற வழக்கம் அவளுக்கு. அவள் சமைக்கும்போது அடுக்களையில் ஜாக்கிரதையாக நடந்து போக வேண்டும். காலில் என்ன இடறுமோ! புவனாவைப் பார்த்துப் பார்த்து அவளுடைய பரத்தல்கூட இப்போது ஒடுங்கி ஒரு அடக்கமாகி விட்டது. ஆனால், புவனா யாரைப் பார்த்து இந்த ஆட்சியைக் கற்றுக்கொண்டாள்? அவளுடைய அம்மாவையா? அம்மா விடம் கற்றிருக்கலாம். ஆனால் இப்படிக் கட்டி மேய்க்கிற வித்தையைப் பெரியவரிடம்தான் கற்றிருக்க வேண்டும்.

சண்பகவனத்திற்கு இப்போது வயதாகிவிட்டது. பதினைந்து ஆண்டுகளுக்கு முன்பு அந்த உடம்புவாகைப் பார்த்தவர்கள் வயதான காலத்தில் இன்னும் பருத்துத் தொளதொளவென்று தாங்கலாடுவார் என்றுதான் எதிர்பார்த்திருப்பார்கள். அதற்கு நேர்மாறாக அவர் இப்போது குச்சி மாதிரி ஆகிவிட்டார். அத்தனையும் இப்போது எலும்போடு ஒட்டிக்கொண்டு விட்டாற் போலிருந்தது. ஆனால் எலும்பு தெரியவில்லை. சரியப் போகிறேன் என்று சூசகம்செய்துகொண்டிருந்த வயிறுகூட உள்ளே அடங்கிவிட்டது. இன்னும் சட்டநாதன் அவரிடம் பாடம் கேட்டுக்கொண்டிருக்கிறான். ஆனால் வாரத்துக்கு ஒரு நாளாகக் குறைந்துவிட்டது. பாடம் கேட்டதைத் தனிமையில் ஒருமுறை பார்த்துப் பார்த்துப் படித்துப் பார்க்கக்கூட அவனுக்கு நேர மில்லை. கடை விட்டு வந்து சாப்பாடு முடிந்ததும், குழந்தை களோடு கொம்மாளம் அடித்துவிட்டுப் புவனாவிடம் பேசிக் கொண்டிருப்பதே பெரிய புத்தகம் படிக்கிறது போலிருந்தது அவனுக்கு. அப்படிப் படித்துப் பார்க்க வேண்டிய அவசியத்தை யும் அவர் வைக்கவில்லை. ஏதாவது ஒரு புத்தகத்தை – ராமாயணம், யோகவாசிட்டம், தேவாரம், பிரபந்தம் என்று தொடர்ச்சியாகச் சொல்லிக்கொண்டே இருப்பார். திடீரென்று ஒருநாள் புத்தகம் மாறும்.

“படிக்கத்தான் டயமில்லே,” என்பான் அவன்.

“கேக்கறதே போதும். புத்தகத்தைப் புரட்டிப்புரட்டிப் படிச்சாதானா என்ன? ஏதோ எனக்குச் சொல்லணும்போல இருக்கு. சொல்றேன். நீங்களும் கேக்கறீங்க. எல்லாவற்றையும் படிச்சு என்ன பண்றது? கொஞ்சமாவது நடவடிக்கையிலே வரணும். அறிவு வேண்டியதுதான். புதுசு புதுசா உலகத்தைப் பத்தித் தெரிஞ்சுக்க வேண்டியதுதான். ஆனால் அதைவிட

முக்கியம் பொய் சொல்லாம, ஏமாத்தாம நாம நினைக்கிற பொய், தப்பு எல்லாம், நியாயம்னு நாமே சமாதானம் பண்ணிக்காம இருக்க வேண்டியது. பொதுவா மனுஷங்க எல்லாருக்குமே சுபாவம் – ஒவ்வொருத்தனுக்கும் சுபாவம் – தான் பண்றது எப்பவும் நியாயமாத்தான் இருக்கும். பிறத்தியார் பண்றது அவ்வளவு நியாயமா சரியா இருக்காதுன்னு ஒரு அபிப்பிராயம். இந்த எண்ணத்தை ஜயிக்கிறது ரொம்ப கஷ்டம். பகவான்கிட்டே சரணாகதி பண்ணிட்டா, நிஜமா ஆண்டவன் தான் பெரியவன்னு நம்பிக்கையோட சரணடைஞ்சா இந்த அபிப்ராயம் கொஞ்சம் கொஞ்சமா நீங்கறதுக்கு உதவி பண்ணும். அப்புறம், நம்மால பிறத்தியாருக்கு முடிஞ்சா ஏதாவது நல்லது செய்யணும். இல்லேன்னா கெடுதல் ஏற்பட வழியில்லாம பார்த்துக்கணும். பிறத்தியார் மனம் நோகாம பேசணும் நடந்துக்க ணும். இதுகளைவிட மனுஷன் என்ன பெரிய விஷயங்களைக் கத்துக்கப் போறான்? இத்தனை படிக்கிறதும் இதுகள்ல கொஞ்சம் வராதான்னு பார்க்கறதுக்காகத்தானே? சும்மா புஸ்தகத்தைப் புரட்டிப் புரட்டி என்ன பண்றது? சும்மாச் சும்மாச் சீட்டாடற கதைதான். அதனாலே படிக்க நேரம் இல்லையே அப்படி, இப்படின்னு நீங்க குறைப்பட்டுக்க வாணாம். இதையெல்லாம் ஞாபகப்படுத்திக்க மாத்திரம் ஆனிக்கு ஒருக்க, ஆடிக்கு ஒருக்க ஏதாவது புத்தகத்தைப் புரட்டினாலே போதும். அதுகூட வாணாம், நினைவை லேசாப் புரட்டினாலே போதும். என்னமோ மாப்பிள்ளைக்குச் சவரணையா பேசறானோன்னு நினைக்க வாணாம். நெசம்மா, மனப்பூர்வமா சொல்றேன், நீங்க இத்தனை பெரிய சந்தைக் கடையை – நம்ப குடும்பத்தைத் தான் சொல்றேன் – நிர்வாகம் பண்றதே பெரிய படிப்பு. புவனா கூடச் சொல்லும் உங்களைத் தவிர வேறு யாராவது இருந்தா பைத்தியம் பிடிச்சுப் போயிருக்கும்னு."

அவர் சொல்லும்போது சட்டம் உடல் குறுகினான்.

"நான் ஒண்ணும் பண்ணலியே, கல்லுப் பிள்ளையார் மாதிரி உட்கார்ந்திட்டேன்."

"கல்லுப் பிள்ளையாரா ஆகறதுதான் நம்ம லட்சியம். போதுமா? இதே மாதிரி இருங்க. பொறுமையை மட்டும் கை விட்டிராதீங்க. நாலாவது மாடிச் சுவருக்குச் சாரம் கட்டிக்கிட்டு வெள்ளை அடிக்கிறவன் அடி தவறி வைக்கிறாப்பல, பொறுமை இழக்கிறது..."

ஒரு கணம் தலை கிறங்குகிற உயரத்தில் ஒற்றை மூங்கில் சாரத்தில் நிற்பது போலவே சட்டநாதனுக்கு நடுங்கிற்று.

செம்பருத்தி

இந்த மாதிரி சண்பகவனம் ஏதாவது நடுநடுவே சொல்லிக் கொண்டிருப்பார். பெரிய உபதேசம் போலிருக்கும். ஆனால், குறுக்கே பேச மனமில்லாமல் உட்கார்ந்திருப்பான். அவர் பேச்சில் ஒரு குழைவும் ஒரு வார்த்தையைக்கூடத் தவறவிடக் கூடாது போன்ற ஒரு அனுபவமும் ஒட்டுறவும் ஆறுதலும் இருப்பதை அவனும் நெஞ்சில் வாங்கி அனுபவித்துக் கொண்டிருப்பான்.

அவரையும் பெரிய அண்ணி விட்டு வைக்கவில்லை என்று தெரிந்தது. நாலைந்து மாதம் முன்பு கிஷ்டம்மாள் கடை வாசலில் வந்து நின்றவள், வாடிக்கைகள் இல்லாத இடுக்காகப் பார்த்து என்னமோ சொன்னாள்.

"மாப்ளே ஷார்! நம்ம பெரிய அண்ணி, ஏன் யாரைக் கேட்டாலும் இப்படி வெந்துக்கிஷ்டிருக்கா ஹ! நான் கோவில்லே நேத்துக் கண்டேன். அதான் நம்ம மாளிகைக் கடை ஆஷாட பூதிக்குப் பொண்ணு கொடுத்திருக்குறானே, அவன்தான். இந்த ஊர்லெ பண்டாரப் பய வேற யாரு இருக்கிறான்? அப்படீன்னு சிரிச்சா. அவ பல்லை நொறுக்கிப் பாடையிலே வைக்க. 'ஏண்டி! செக்கொலக்கை, என்னா ஷொன்னே?'ன்னு ஒரு சத்தம் போட்டேன், மகிஷாசுர மர்த்தனி கணக்கா. கோவில் தெக்குச்சுத்துப் பூராவும் கும்கும்னிச்சு. அப்படியாப்பஷ்ட சத்தமால்ல போஷ்ட்டேன்! அவளுக்குச் சங்காதோசமாயிருந்தா எனக்கென்னா? நாப்பது சங்காதோசக்காரியோட குரல் எனக்கு இருக்கு. பேசாம நடையைக் கட்டிட்டா அவ. மேலச்சுத்துத் திருப்பம் போனவுடனே திரும்பிப் பார்த்தா. 'என்னாடீ திரும்பிப் பார்க்கிறே?' டாம் – நான்ஷென்ஷ். யூ டெவில் – டெமன் – கபதார்' அப்படீன்னு இன்னொரு கூச்சல் போஷ்ட்டேன். பிடிக்கப் போறாப்பல ஒரு துள்ளும் துள்ளினேன் அனுமார் சாமிக்கணக்கா. அப்படியே கம்பி! இன்னமே என்னை எங்கியா வது பார்த்தா அவ பக்கத்துச் சந்திலே நொளஞ்சு ஓடிப் போயிருவா. சந்து இல்லேன்னா பொந்து, இல்லேன்னா சாக்கடை, அதுவுமில்லேன்னா பூமியையாவது வராக சாமி மாதிரிப் பிராண்டி பள்ளம் பண்ணிகிஷ்ட்டுப் பதுங்கிக்கணும். இப்பவே அவமேல் அறம் பாடுவேன். பஷ்பமாக்குவேன். பாடஷ்டுமா?

புவனாவின் ஓர்ப்படியா
பீப்பாய்க்குச் சரியாவா
யமனாருக் கிரையாவா
சவமாவா, சூன்யமாவா
சாம்பலாகிக் கிடக்க ஷ்வாஹா! ஓம் ஷ்வாஹா!

மரி மரி ஷ்வாஹா! மங்கைப் பேயை
மாரய மாரய ஷ்வாஹா!

அப்படிப் பாடுவேன். அந்த க்ஷணமே பஷ்பம், பீப்பாய் பஷ்பம்! ஓர்ப்படி பஷ்பம்! ஒண்ணுக்கும் உதவாத நச்சு பஷ்பம்!"

"போதும் கிஷ்டம்மா," என்று சட்டநாதன் காதைப் பொத்தி இடை மறித்தான். "பெரியவர்கிட்ட இத்தினி வருஷமாப் பழகறே. இந்த மாதிரி ஆத்திரம், வெறுப்பு பகையெல்லாம் வரலாமா?"

"மிஷ்டேக் மாப்ளே ஷார்! மிஷ்டேக்! பெரியவர்கிட்ட சொல்லப்படாது – நான் இதெல்லாம் சொன்னேன்னிட்டு. நான் பைத்யம்னு அவங்க நினைச்சது போயி துஷ்டைன்னு நெனச்சுக்குவாஹ – வாணாம். நான் இப்ப பாடினது வேடிக்கை. நெசமில்ல, சொல்லாதீங்க."

"சொல்லல."

"குட்நைட்! ஒரு ஏலஷ்க்கா கொடு தம்பி. நாத்தம்லாம் பேசிட்டேன். ஏலஷ்க்கா கடிக்கறேன்." என்று ஒரு காயை வாங்கிக்கொண்டு போயிற்று கிஷ்டம்மா.

கண்ணாடியில் தன் பருத்து நீண்ட உருவத்தைப் பார்த்தான் சட்டநாதன். திடீர் என்று ஒரு திகைப்பும் சிரிப்புமாக வந்தது. "என்ன இது? ஏன் ஒரு பெண்பிள்ளையைப் பற்றி நினைத்து நினைத்து இப்படிப் புலம்பிக்கொண்டேயிருக்கிறேன் . . . இப்படியா ஒரு மனிதனை ஆட்டிவைப்பாள் ஒருத்தி? யார் மேல் கோபம் அவளுக்கு? எப்படியிருந்தாலும் நான் ஏன் இப்படி அரற்ற வேண்டும்?" என்று கேட்டுக்கொண்டான். அந்த நினைவில் பெரிய அண்ணிமீது ஒரு பாசம்கூடக் கிளர்வது போல் இருந்தது. அப்பா! எவ்வளவு சுகமாக இருக்கிறது! பகை, கோபம் இல்லாமலிருந்தாலும், எத்தனை லேசாக இருக்கிறது? அடிபட்ட முட்டி எலும்பில் வலி முற்றிலும் நீங்கும் கணத்தில் வரும் சுகமாக அந்த உணர்வு வந்து அவனை அணைத்துக்கொண்டது.

சிறிது நேரம் கண்ணை மூடிப் படுத்திருந்தால் மனத்தில் நினைவு இல்லாத வெறும் சூன்யமாக, நிறைவு நிலையாக இருந்தது. ஒரு ஐந்து நிமிஷம் அப்படியே கிடந்தான்.

"பெரியண்ணன் வந்திருக்காங்க" என்று குரல் கேட்டது. கண்ணாடியில் புவனாவின் உருவம் தெரிந்தது. சொல்லிவிட்டு நகர்ந்துகொண்டது. கோபாலு உள்ளே வந்தார்.

"என்ன சட்டம் படுத்திருக்கே?"

"ஒண்ணுமில்லேண்ணா – சும்மாத்தான்" என்று பரபர வென்று நிமிர்ந்து கட்டிலிலேயே இடம் கொடுத்தான் அவன்.

"இப்பத்தான் வறீங்களா?"

"நான் வந்து அரை நாழியாச்சு. உள்ர போயி ரண்டு அப்பளம், காபி எல்லாம் சாப்பிட்டு, சீராளனோட ரண்டாங் கட்டிலே அரட்டை அடிச்சுட்டு வரேன். நீதான் ஒரு மணியாத் தூங்கிட்டு இருந்தியாமே!"

"நான் தூங்கலியே."

"என்னமோ புவனா சொல்லிச்சு. நான்தான் எழுப்ப வாணாம்னு சொன்னேன்."

கோபாலு பேசாமல் உட்கார்ந்திருந்தார். இப்பொழுதெல் லாம் அவருக்கு அது ஒரு பழக்கமாகிவிட்டது. ஒரு மணி, இரண்டு மணி என்று பேசாமல் உட்கார்ந்திருப்பார். சட்ட நாதனும் பேசாமல் உட்கார்ந்திருப்பான். பல நாட்களில் இப்படியே எந்தப் பேச்சும் இல்லாமல் உட்கார்ந்துவிட்டு விடைபெற்று எழுந்து போய்விடுவார் அவர்.

"சும்மா வேலையில்லாம உட்கார்ந்திருக்கேனேன்னு நெனச்சுக்காதேடா, சட்டம்."

"என்னண்ணா பேச்சு இது?"

"நீ நினைச்சுக்க மாட்டே. நான்தான் சொல்றேன். எனக்கே ஏண்டா இப்படி உட்கார்ந்துக்கிறோம்னு தோணறதில்லே சில சமயம்."

"நீங்களே சந்தேகம் – நீங்களே சமாதானம். என்னண்ணா இது?" என்று சிரித்தான் அவன்.

"இல்லெடா, எனக்கு என்னமோ இங்கு வந்து உட்கார்ந்தா நிம்மதியா இருக்கு. ஒரு கவலையுமில்லாம மெத்தையிலே படுத்திருக்காப்பலே ஆயிடுது மனசு. புள்ளீங்கயோடெல்லாம் பேசறேன். விளையாடறேன். உள்ர போயி . . . புவனாகூடப் பேசறேன், குஞ்சம்மாவோட பேசறேன். எல்லாம் சரி, இருந்தா லும் நீ இருக்கறப்ப உன்கூட, அதுவும் பேசாம உட்கார்ந்திருந்தா எப்படியிருக்கு தெரியுமா? நீ ஏதாவது உபாசனை பண்றியாடா? சண்பகவனம் ஏதாவது சொல்லிவச்சிருக்காரா? ஹம்! என்ன இப்படிச் சுகமா இருக்கு உன்கிட்ட வந்து உட்கார்ந்தா. எனக்கு ஒன்றுமே புரியலியே. சும்மாச் சொல்லு, உங்க மாமனாரு ஏதாவது சொல்லி வச்சிருக்கிறாரா?"

“அதெல்லாம் ஒண்ணும் இல்லேண்ணா.”

“பின்னே ஏன் இப்படி?”

“உங்க பிரியம்தான்னு நினைக்கிறேன்.”

“அதெல்லாம் இல்லேடா, உங்கிட்ட என்னமோ இருக்கு. நீ சொல்ல மாட்டேங்கற.”

“ஒண்ணும் இல்லேண்ணா.”

“சரி, சொல்லாட்டிப் போ.” முகத்தில் லேசாக ஒரு புன்முறுவல். அப்பா! பெரிய அண்ணனின் புன்சிரிப்புத்தான் என்ன அழகு! குறும்பாக ஏதாவது சொல்லிவிட்டு, நமுட்டுச் சிரிப்புச் சிரிக்கிற குழந்தை மாதிரி!

இன்று அவர் ஏதோ சொல்ல வந்திருந்தாற்போல் தோன்றிற்று.

“ஏதாவது கேஸு கீஸு வருதாண்ணா?”

“ஏதோ வரது போயேன்.”

அவர் பதில் சொல்லி முடிப்பதற்குள் ஒரு பெரிய தட்டில் உரித்த ஆரஞ்சுச் சுளைகள், மாதுளை முத்துக்கள், பிஸ்கட்டுகள் எல்லாவற்றையும் கொண்டு வைத்தாள் புவனா.

“அண்ணா வாங்கிட்டு வந்திருக்காங்க.”

“ஆமா – அண்ணா வாங்கிட்டு வந்திட்டாரு” என்று குறுக்கே விழுந்து சிணுங்கினார் பெரிய அண்ணன்.

“ரண்டு டஜன் ஆரஞ்சு – ரண்டு பெட்டி பிஸ்கத்து – அரை டஜன் மாதுளம் பழம் – பாதாம் பருப்பு போதுமா?”

“என்னாத்துக்கு அண்ணா?”

“அட சும்மா இர்றா, கிடக்கு.”

பெரிய அண்ணனுக்கு ஏதோ நூறு நூற்றைம்பது வந்திருக்க வேண்டும். அப்படி வந்தால் அவர் கையை விட்டுப் போகிற வரையில் தூக்கம் வராது. பழங்கள், பிஸ்கோத்துகள், துணிமணிகள், குழந்தைகள், (பெரிய அண்ணிக்குக்கூட) சினிமா. அறுபது நாழிகைக்குள் அத்தனையும் பொடி ஆக வேண்டும், மறு நாளைக்கு பழையபடி பஞ்சம். வீட்டிற்குள் இரைச்சல், வற்றல் குழம்பு, வேப்பம்பூ ரசம் . . .

புவனா உள்ளே போய்விட்டாள்.

“வாசல்லெதான் உட்கார்ந்து பேசுவமே” என்று தட்டை அவர் எடுத்துக்கொண்டார்.

முகப்பிற்கு வந்தார்கள் இருவரும்.

“என்னண்ணா?”

“வள்ளியும் யசோதையும்தான்.”

“எனக்குக் கவலையில்லாம இல்லேண்ணா, பாப்பாவுக்கும் சேத்து வச்சு, சீயாழியிலே அக்கா மக இருக்கு – எல்லாத்துக்கும் ஒரே பந்தலிலெ கலியாணத்தை முடிச்சிடலாம்னு யோசிக்கிறேன். ஆனால், சாமான் சரக்கு ஒண்ணும் கிடைக்கல்லே. இந்தச் சண்டை அடங்கட்டுமேன்னு பார்த்தேன்.”

“அது சரி, அதுக்குள்ளார என் மண்டை வெடிக்காம இருக்கணும்” என்று ஒரு சிரிப்புச் சிரித்தார் பெரிய அண்ணன். அது சிரிப்பாக இல்லை. நாய் வாய் அகட்டினால் சிரிக்கிறாற் போல் தோன்றுமே, அந்த மாதிரி ஒரு சிரிப்பு.

அவரே சொல்லட்டும் என்று பேசாமலிருந்தான் அவன்.

“பெரிய அண்ணி இப்ப ரொம்ப சத்தம் கூச்சலல்லாம் போடலே” என்றார் கோபாலு.

“நெசமாவா?”

“ஆமா, குடும்பத்துக்காக ரொம்ப உழைச்சு, உறவு ஜனங்களையெல்லாம் பராமரிச்சு சம்சாரச் சுமையெல்லாம் ரொம்பத் தாங்கியாச்சுல்ல இத்தினி நாளா? இப்ப சளைச்சுப் போய் விரதம், பூஜை அப்படி இப்படின்னெல்லாம் திரும்பியிருக்கிறா.”

“என்ன அண்ணாது! நெசம்மாவா?”

“அட கேள்றா, விரதம் பூஜையெல்லாம் பண்ணி வைக்க புரோகிதர் இல்லாம நடக்குமா? ஒரு பஞ்சாங்கக்காரன் வந்துக்கிட்டிருக்கான். பயலுக்கு நாப்பது வயசிருக்கும். ஆனா சொட்ட வாழக்குட்டி மாதிரி இருக்குறான். உன்னை விட உசரம். வாட்ட சாட்டமா படுகை மூங்கில் மாதிரி இருக்குறான். பளபளன்னு இருக்குறான். கடுக்கன். கையிலே ரண்டு மோதிரம். பஞ்சகச்சம் கட்டிக்கிட்டு வர்றான். உடம்பு நல்ல அழுத்தம். மேலே போத்திக்கக்கூடமாட்டான். சும்மா ஒரு நாலு முளத்தைத் தோள்ளே தொங்கப் போட்டுக்கிட்டு வர்றான். மாரு ரண்டும் ரண்டு பட்டம் வச்சு தைச்சாப்பலே இருக்கு. கையி, ஆடு சதையெல்லாம் கண்டு கண்டா நல்ல அழுத்தம். நல்ல எடுப்பான

ஆளு. நான் ஆந்திராவுக்கெல்லாம் போயிருக்கேன். அங்கெல்லாம் புரோகிதன் நாலைஞ்சுபேரை இப்படிப் பார்த்திருக்கேன். தாண்டு தீண்டுனு ஓங்கோல் காளை மாதிரி இருப்பான்க."

பெரிய அண்ணன் அவன் உடம்பையே வர்ணித்துக் கொண்டிருக்கிறார். அதைக் கடந்து உள்ளே போகிற வழியாக இல்லை.

சட்டத்திற்கு இனம் தெரியாமல் வயிற்றை ஒரு தடவை கலக்கிற்று.

"ஆளு ரொம்ப அழகு போயேன்."

"சரி"

"சரின்னுதான் நானும் சொல்றேன். எனக்கு அசிகைப் படற காலம்லாம் போயிடிச்சு இப்ப."

"என்னண்ணா இது?" என்று எரிந்துவிழுந்தான் சட்டம்.

திரும்பி அவனை இரண்டு மூன்று கணம் ஏறிட்டுப் பார்த்தார் அவர்.

"நான் இருக்கறப்ப சாதாரணமா இருக்கும். அதாவது அவன் புரோகிதர் மாதிரி அதைக் கொண்டா இதைக் கொண்டான்னு உத்தரவு கொடுப்பான். அவளும் பயபக்தியோட எடுத்துக்கிட்டு வருவா. ஆனா சில வேளையிலே அவனைப் பார்த்து அவ முகத்திலே வர்ற வெளிச்சம் இருக்கு பாரு . . . ப்ஸ. அவனுக்கும் அதைப் பார்த்து ஒரு புன்சிரிப்பு . . . அவனுக்கே அடக்க முடியலே . . . என்ன செய்வான்?"

சட்டத்திற்கு வயிறு எரிந்தது. "அண்ணா! நீங்கள் ஏன் பிறந்தீர்கள்!" என்று அந்தத் தீக்குள்ளேயே ஒரு பேசாத கேள்வியைப் போட்டான்.

4

பெரிய அண்ணனின் முகத்தில் உணர்ச்சி விகாரங்கள் ஏதுமில்லை. தலைக்கு மேல் போனால் சாண் என்ன, முழம் என்ன என்று சொல்வது போலிருந்தன, அவர் குரலின் வெறுமையும் முகத்தின் நிதானமும்.

"அவனுக்கு ரொம்ப உபசாரம் நடக்குது. வரப்பல்லாம் காபி பலகாரம் அப்படி இப்படின்னு அநேகமா நான் வெளியே போயிட்டு வரப்போல் லாம் அவன் உள்ளே உட்கார்ந்து பேசிட்டிருக்கான்; பஞ்சாங்கக்காரனோட அப்படி என்ன பிரமாதமாப் பேசறதுக்கிருக்கு? விரதம், நோன்பு இதுகளைப் பத்திப் பேசட்டும். ஆனா ரண்டு நாளுக்கு ஒருக்கவா வரும் அதெல்லாம்? சரி, எதுவானாலும் பேசிக்கட் டும். ஊரு பேசக் கிளம்பறதுக்கு முன்னாலெ, கல்யாணத்தைப் பண்ணி இந்த ரண்டையும் அனுப்பிச்சிட்டா, எனக்குக் கொஞ்சம் உசிரு வரும்."

"யாரு அவன்? பேரென்ன?"

"சபாபதி சர்மாவாம். கதவு மூலையிலே வெளக்குமாறு உந்தி, எத்துரா—ன்னு தெலுங்கு பேசறவன். இப்படி வாசலோட போவான், எப்பவா வது, நீ பார்த்திருப்பே."

சட்டநாதன் கடுக்கன், கச்ச முகங்களை ஞாபகப்படுத்திப் பார்த்தான், வரவில்லை.

"அவன் இருக்கறப்போ, எனக்குச் சொல்லி அனுப்புங்களேண்ணா."

"போதும், நீ வராம இருக்கறப்பவே உன் மண்டை உருளுது, வந்து வேறு உருட்டிக்க வேணாம். முன்னாடி கல்யாணத்துக்கு ஏற்பாடு பண்ணு. அதைச் சொல்றதுக்குத்தான் நான் வந்தேன் இப்ப. நீ வேற ஒண்ணும் கேக்கவும் வாணாம். விசாரணை யெல்லாம் பண்ணிட்டிருக்க வாணாம். கலியாணம் முடியற வரைக்கும் எது செய்தாலும் கலாட்டாவிலே வந்து முடிஞ்சிரும். நான் சுருக்குப் படுத்துறதுக்காக உன் காதிலே போட்டு வச்சேன், நான் வர்றேன்."

சொல்லிக்கொண்டே எழுந்தார் கோபாலு. வெளியே நடந்துவிட்டார்.

இப்பொழுது வருகிற கோபம் பெரியண்ணி மீதா அண்ணன் மீதா என்று புரியவில்லை. ஒரு மணி நேரம் முன்புதான் எல்லாப் பகைகளும் கோபங்களும் தீர்ந்துவிட்ட நிறைவு கிடைக்கிறது. அதை அண்ணனே வந்து குலைத்து விட்டுப் போகிறார்.

ஆடிக் காற்று ஹால் ஹால் என்று முகப்புக்கு முன்னுள்ள தகர எரப்பில் ஓசையிடுகிறது. முகப்பில் அடிவைத்தால் உடலெல் லாம் கூசுகிறது. அப்படித் தூசு சுமந்து படிந்து கிடக்கிறது இந்த ஆடிக் காற்றைக் கேட்கும்போதெல்லாம் பழைய ஞாபகம் சுற்றிச் சுற்றி வந்துகொண்டேயிருக்கிறது. பதினைந்து ஆண்டு களுக்கு முன்னால் பெரியண்ணன் தந்தி அடித்து, செய்தி என்னவென்று தெரியாமல் வயிற்றில் நெருப்பைக் கட்டிக் கொண்டு ரயிலில் சிதம்பரம் போன நாளின் நினைவு. அன்று மேல்காற்று ரயிலையே கவிழ்த்துவிடுகிறாற்போல மோதி மோதி வீசிற்று. பரங் பரங் என்று ஓயாத சத்தம். என்ன சேதியோ என்ன சேதியோ என்று வயிற்றில் நமநமப்பு! அது முதல் இந்தக் காற்றைக் கேட்டாலே அந்த ஞாபகம்தான். அதே கிலி, அதே பயம்! எந்தக் கஷ்டமும் நினைவில் இனித்துப் போகும் என்று சொல்வார்கள். உண்மை. ஆனால் கஷ்டத்தைக் கடந்தால்தானே இனிப்பு! இவனுக்கு இனித்துத்தான் விட்டது. அண்ணனுக்கு? அண்ணா, நீங்கள் இன்னும் என்னவெல்லாம் படப்போகிறீர்கள்?

அசைப்பில் காலைக் கீழே வைத்துவிட்டு, நரநரப்பு கூச, உள்ளங்காலை உள்ளங்காலாலேயே அடிக்கடி துடைத்துக் கொண்டிருந்தான், சட்டம்.

'சபாபதி சர்மா... வெளக்குமாறு சர்மா...'

ஒரு பெண் பிள்ளைக்கு இந்த வயதிலா இப்படியெல்லாம் தோன்றும்..? இல்லை, தப்பு தப்பு. வயதிற்கும் சபலத்திற்கும்

செம்பருத்தி

எந்தத் தொடர்பும் இல்லை. இருக்கிறது. வயதாக ஆக, சபலம் அதிகமாகும். வயதாகவில்லை என்றும் நிரூபிக்க வேண்டும், வயதின் ஜம்பம் என்னிடம் சாயாது என்று வெற்றி நாட்டவும் வேண்டும்!

புவனாவிடம் சொல்லலாமா? உவா என்று ஒக்காளிப்பாள். இரண்டு மூன்று முறை அந்த மாதிரி அருவருப்பை அவளிடம் கேட்டிருக்கிறான். இல்லாவிடில் ஏதாவது ஒரு கதை சொல்லி அவன் கோபத்தையெல்லாம் சிரித்து அவிக்கப் போகிறாள். அவளுக்குத் தெரிந்து என்ன ஆக வேண்டும்?

... ஆனால் அவளிடம்கூட எப்படிச் சொல்லாமலிருப்பது? 'ஸ்திரீ புத்தி; பிரளயம் கரீ' என்று மாமனார் ஒரு கதைகூடச் சொல்லியிருக்கிறார். "எனக்குக் குழந்தை பிறக்கப் போகிறது. யாரிடமும் சொல்லாதே, பரம ரகசியம்," என்று ஒரு ஆண் பிள்ளை தன் மனைவியிடம் சொல்லி வைத்தானாம். "என் அகமுடையானுக்குக் குழந்தை பிறக்கப் போகிறது." என்று அவள் தன் அருமைச் சிநேகிதியிடம் சொல்லி ... கடைசியில் ராஜா இது ஏதோ தனக்கு வந்த உத்பாதம் என்று எண்ணி அந்த ஆண் கர்ப்பிணனை விலங்கிட்டு இழுத்துப் போய், பிறகு பெண்மையைப் புரிந்துகொண்டானாம். மாமனார் சண்பக வனம் சொன்ன கதை. ஏதோ புராணக் கதை போலிருக்கிறது. அவருடைய பெண்தான் புவனா. அத்தனையும் பொய்யாக அடிக்கப் பிறந்தவள். அவளிடம் சொல்லிவிட்டால் பாறாங் கல்லைப் போட்டு மூடினாற்போல.

அண்ணன்தான் எதையாவது தவறாகப் புரிந்துகொண்டு மயங்கிவிட்டாரா?

கடையில் போய் உட்கார்ந்து இதையெல்லாம் மறந்திருக்க லாம். ஆனால், இன்று கடை கிடையாது. கோவில் ஆறு என்று எங்காவது போகலாம் என்று அப்படியே துண்டைத் தோளில் போட்டுக் கொண்டு வாசலில் இறங்கினான். ஆற்றங் கரைப் பக்கம் நடந்தான்.

பதினெட்டாம் பெருக்கு இன்னும் தணியவில்லை. நாலு நாளாகியும் நுரையும் பத்தையும் கலங்கலுமாக வெள்ளம் ஊர்ந்து கொண்டிருந்தது. அன்று மரச் சப்பரமும் சிறு தேர்களு மாக அமளிப்பட்டது. இன்று யாரையும் காணவில்லை. படித்துறை மூலையில் வாடிய பூமாலைகளும் கொர்ணாப் பட்டைகளும் அக்ரஹாரத்துப் பெண்டுகள் சாப்பிட்ட இலைக் கிழிசல் சருகுகளும் குவிந்துகிடந்தன. முனிசிபாலிட்டிக்காரன் என்னமோ இவற்றை அள்ளிய பாடில்லை. யுத்தத்துக்கு நிதி சேர்ப்பதில் முனைந்திருக்கிறார்கள். வாரத்துக்கு ஒரு தடவை

கவனித்தால் போதும் என்று விட்டுவிட்டார்கள் போலும். கிறிஸ்தவப் பள்ளிக்கூடத்துப் பையன்கள் ஆறுபேர் கத்திக் கொண்டே படகு விடுகிறார்கள். கத்தி போன்ற படகு, கிழித்துக்கொண்டே போகிறது. இந்தப் படித்துறையில்தான் அண்ணன் காணாமற் போனபோது வந்து தேடியது. நாட்டு மருந்துக் கடைக்காரர் பெரியண்ணனைப் பற்றி விசாரித்தார் ... என்னடா இது? இங்குமா அண்ணனின் நினைவு.

பொறுக்க முடியாமல் சண்பகவனேசர் கோவிலுக்குப் போனான் சட்டம். பாடமாயிருந்த தோத்திரங்கள் அனைத்தையும் சொல்லிக்கொண்டே எங்கும் நிற்காமல் வெளிச்சுற்று, இடை, உள்சுற்றுகள் அத்தனையையும் பொட்டைச் சாரை மாதிரி திரும்பிப் பாராமல் சுற்றினான். வீட்டுக்கு வந்தான். குழந்தைகளோடு அமர்ந்து சோற்றைத் தின்றான். அவன் சிரித்த சிரிப்புக்கூட 'உளுவாக் கட்டி'க்கு என்று புரிந்து கொண்டது போலக் குழந்தைகள் தங்களையே அடக்கிக் கொண்டன. அதெல்லாம் இல்லை என்று காட்டிக்கொள்ள இன்னும் சற்று உரத்துச் சிரித்தான் அவன். சை! சிரிப்பில் கூடவா பொய் – அதுவும் குழந்தைகளிடம். அதுகளிடமிருந்து தான் தப்ப முடியவில்லையே! ஏன் இந்தப் பொய்?

கை கழுவிவிட்டு ஊஞ்சலில் உட்காராமல் அவன் நேராக முன் அறைக்குப் போய்க் கட்டிலில் படுத்ததைப் பார்த்துக் குழந்தைகள் பேச்சை அடக்கிக் கிசுகிசுக்கத் தொடங்கின. வெற்றிலைத் தட்டைப் பாப்பா கொண்டு வைத்தது. வைத்து விட்டு உடனே போகவில்லை. சுண்ணாம்பிட்டு ஏழெட்டு வெற்றிலைகளைக் கிள்ளி வைத்தது. பாப்பாவா இது? எத்தனை உயரம்! காலிலும் கையிலும் கன்னத்திலும் என்ன பொலிவு? கன்னத்தில் பூனை மயிர் லேசாக மின்னிற்று.

"எத்தனை வெத்திலை! ரண்டே ரண்டுதான் நான் போட்டுப்பேன்."

"துளிரு சித்தப்பா!"

"சரி! நாலு வை. ஏன் அடுக்கிக்கிட்டே இருக்கே, ஏழு எட்டுன்னு!"

"சித்தப்பா, நீங்க ரொம்ப சுயநலம்."

"என்னது!"

"ஆமா, சாப்பிட்டதும் சாப்பிடாததுமா வந்து படுத்திட்டீங்க. உங்களுக்குக் களைப்பா இருக்காப்பல இருக்கு. தூங்கிப் போயிடுவீங்க. அப்புறம் யாரு மடிச்சுக் கொடுப்பாங்க சித்திக்கு?"

"என்ன சொன்னே? உன்னை உதைக்கப் போறேன் இப்ப" என்று சாய்மானத்திலிருந்து எழுகிறாற்போல எழுந்தான் அவன்.

"அம்மாடி!" என்று எழுந்து ஓடிற்று பாப்பா.

சட்டம் அதை நினைத்துச் சிரித்துக்கொண்டான். எப்படி ஒன்றிக் கிடக்கிறது இந்தக் குழந்தை! அதற்கிடையே எத்தனை குறும்பு. எத்தனை மரியாதை, எத்தனை புரிந்துகொள்ளுகிற அறிவு, எத்தனை சுவாதீனம்?

"ஐயோ, சிரிப்பைப் பாரு! சித்தின்னு சொன்னா ஆனந்தம் பொத்துக்கிட்டு வருது" என்று குரல் கேட்டது. நிமிர்ந்தான். நிலையண்டை கன்னத்தின் பூனை மயிர் விளக்கில் பிலுபிலுக்கக் குறும்பு லேசாகச் சிரித்துக்கொண்டிருந்தது.

"வாயாடி! இரு இரு, ஆவணி மாசம் வரட்டும். எட்டுக்குப் பதினாறு வெத்திலையை மடிச்சு, ஒரு பிடிக் களிப் பாக்கையும் வச்சு உன் வாயிலே திணிக்கச் சொல்றேன் உங்கள் ஆமடையானை!"

"ம்! திணிப்பான் திணிப்பான்!"

"நீ பாரேன். இன்னும் சரியா ஒரு மாசம்!"

"போங்க, சித்தப்பா!"

"கலியாணப் பேச்சை எடுத்தா இப்படிச் கோச்சுக்கற பொண்ணுங்க ஆயிரம் பார்த்திருக்கேன்!"

"ஆமாமா, என்னை வெரட்டிரணும் உங்களுக்கு."

"நானா வெரட்டணும்? ஆடி மாசம் வெரட்டுது."

"சரி, வெரட்டட்டும். அடுத்த ஆடி, அதுக்கும் அடுத்த ஆடின்னு வந்துகிட்டே இருப்பேன். ஆடிக்கு ஒண்ணா ஒரு குழந்தையை உங்கள் மடியிலே விட்டுட்டுப் போனா என்ன பண்ணுவீங்களாம்? சித்தி மணிக்கு ஒரு வேட்டியா தோச்சுப் போட்டுக்கிட்டே இருக்கணும்..."

"என்னா சண்டை அமர்க்களம்?" என்று கேட்டுக் கொண்டே ஒரு ஆரஞ்சுப் பழத்தை எடுத்து வந்தாள் புவனா.

"அவ்வவ்வ! சண்டைக்கு நான் ஒண்ணும் இழுக்கலெ, நீயே போட்டுக்க," என்று சொல்லிவிட்டுக் கூடத்திற்குப் போயிற்று. பாப்பா.

"கண்ணா ஒண்ணு பெத்து, பார்க்கக் கொடுத்து வைக்காம போயிட்டான் பாரு!" என்று நெகிழ்ந்துவிட்டான். சட்டம். பிறகு சற்று நிதானித்து, பாப்பா பேசினதையெல்லாம் அவளிடம் சொன்னான்.

“எவன் கொடுத்து வைச்சிருக்குறானோ!” என்றாள். புவனா. சொல்லும்போது அவள் முதுகு ஒரு முறை சொடுக்கிற்று.

“கட்டாயமா கொடுத்து வச்ச பயலாத்தான் இருக்கணும் அவன். ஆனா, இதுக்குக் கலியாணம்னா என்ன கோபம் வருதுங்கறே?”

“என்ன செய்றது? எனக்குக்கூடத்தான் அதை விட்டு எப்படிராப்பா பிரியப் போறோம்னு அடிச்சுக்குது. பொட்டைப் பிறப்பெல்லாம் அப்படி ஒரு தடவை உருக்கி உலுக்கிட்டுத் தான் பிரியுது. என்ன செய்ய? நம்மதா இருந்தாலும் சரிங்கலாம்.”

“நம்மதா இல்லாம?”

“அது சரி, அது நம்ம நினைப்பு. ஊர் உலகத்துக்கு? அண்ணிக்கு அதுக்குச் சுருக்க கலியாணத்தைப் பண்ணிப் பார்க்கணும்னு இருக்கு இப்பல்லாம்.”

“ஏதானும் சொன்னாளா?”

“அப்படி ஒண்ணும் வேகமாகச் சொல்லிடலே. போன மாசம் வெங்கலக் கடைக்குப் போனப்ப, நாலு அன்ன விளக்கை எடுத்து வச்சாங்க. எதுக்கு அண்ணின்னேன். பாப்பாவுக்கு விளையாட்டுச்சீரா வைக்கலாம்னு ரண்டு ஜோடியை எடுத்துக் கிட்டு வந்தது. இப்பல்லாம் கடைத் தெருவுக்குப் போறப்பல்லாம் பாப்பா சீருன்னு ஏதாவது ஒண்ண வாங்காம இருக்கிறதில்லே.”

“சரி சீக்கிரமே முடிச்சிரலாம். அதைப் பத்தித்தான் முக்கியமாச் சொல்லியாகணும் உங்கிட்டே. வேலையைச் சீக்கிரமே முடிச்சிட்டு வா” என்றான் அவன்.

“வரேன். அதுக்குள்ளியும் மடிச்ச பாக்கி நாலையும் மென்னு தின்னிடவாணாம்” என்று சொல்லிக்கொண்டே உரித்த சுளைகளைத் தட்டில் வைத்துவிட்டு நகர்ந்தாள் புவனா.

“நான் வாணா சமைய உள்ளை அலம்பி விடட்டா? சும்மா ஹெல்புக்கு?” என்று கத்தினான் சட்டம்.

“சொன்னதே போதும்” என்று பதில் தேய்ந்தது.

கடைத் தெருவில் சரக்குத் தட்டுப்பாடு, அரசாங்கத்தின் கெடுபிடிகள், யுத்த நிதிப் பிடுங்கல்கள், வீட்டுக்குள் சந்தோஷ அமளி, அண்ணனுக்கு வந்திருக்கிற புதிய சந்தேகம் – எல்லா வற்றையும் நினைத்து அசைபோட்டுப் படுத்திருந்தான் சட்டம். புளிய மரம் பெயர்ந்தும் இருந்த பள்ளம் தூரவில்லையே என்று நெருடல். வள்ளி, யசோதை, பாப்பா, அக்கா மகள் சுசீலா நால்வருக்கும் மனதில் யோசித்து வைத்திருக்கிற

பிள்ளைகள், அவர்களுடைய படிப்பு, சொத்து, சுதந்திரம், அண்ணன் சொன்னாற்போல விறுவிறு என்று கலியாணத்தை முடிப்பதற்கு வழிகள் – இப்படி மனது முனைந்து கொண்டிருக் கிறது. 'நாளைக்கே புறப்பட்டுவிட வேண்டும். வள்ளிக்குத் தஞ்சாவூர்ப் பையன் – தஞ்சாவூர் ஒரு பயணம், யசோதைக்கு உள்ளூரிலேயே பையன். பாப்பாவுக்குத் திருச்சிராப்பள்ளிப் பையன். அவன் மெடிக்கல் கல்லூரியில் பட்டணத்தில் படிக்கிறவன். அவனைப் பார்க்கச் சென்னைக்கு ஒரு பயணம். பெற்றோரைப் பார்க்கத் திருச்சிக்கு ஒரு பயணம். அக்கா மகளுக்கு அய்யம்பேட்டைப் பையன். அக்காளின் புருஷனுக்கு உறவுக்காரக் குடும்பம். அதற்கு அய்யம்பேட்டைப் பயணம். எல்லாவற்றையும் ஒரே வாரத்தில், ஒரு மூச்சாக முடித்துவிட வேண்டும். பிறகு கலியாணச் செலவுக்குப் பணம். நான்கு கலியாணத்தை ஒரே பந்தலில் நடத்துவதென்றாலும் சம்பந்திமார் களுக்குத் தனித்தனி வீடு – அத்தனைபேருக்கும் சாப்பாடு. நாம் கள்ளச் சந்தையில் விற்காவிட்டாலும் அங்குதான் வாங்க வேண்டும். வெள்ளைச் சந்தையில் ஏதும் கிடைக்கிற வழியாக இல்லை. மகாத்மா காந்தி மாதிரி ஆசிரமத்தில் கலியாணம் நடத்தலாம். பதினைந்து வருடமாகக் கடைத் தெருவில் கடை வைத்துக் கொட்டை பரப்பியதன் பயன் அதற்குத் தைரியத்தை இழந்ததுதான். ஒரு ஒலிபெருக்கியினையும் மேசை நாற்காலியை யும் வைத்து சூனா மானாத் திருமணமாகக்கூட நடத்திவிடலாம். இந்தப் பஞ்சத்தில் எதற்கும் தயார். ஆனால் கலியாணிக்கோ, காமகோடிக்கோ கலியாணமில்லை. வள்ளிக்கு, யசோதாவுக்கு, பாப்பாவுக்கு, சுசீலாவுக்கு. ரேஷன் பாஷன் என்று சொல்லிச் சிக்கனமாகவும் நடத்த முடியாது. ஏற்கெனவே பண்டாரப்பயல், ஆஷாடபூதி, படிக்கிறது ராமாயணம் இடிக்கிறது பெருமாள் கோவில் என்று பெரிய அண்ணி அர்ச்சனை பாடிக்கொண் டிருக்கிறாள். "அவன் பெண்ணு கலியாணமா இருக்கட்டும் . . !" என்று சந்துச் சுவர் பாஷையில் ஆரம்பித்துவிடுவாள்.

புவனா பெரியண்ணியின் திட்டுக்களை வர்ணித்த நினைவு வந்தது. சிரித்துக்கொண்டான் சட்டம்.

அடியோசை லேசாகக் கேட்கிறது. ஜாதிப் பூவின் மணம் வருகிறது. கண்ணாடியில் பார்க்கும்போது புவனாவின் தலை நிமிர்ந்து செம்பருத்தியும் ஜாதிச் சரமுமாகக் கதவை மெதுவாகச் சாத்துவது தெரிந்தது.

கட்டிலில் இடம் விட்டு நகர்ந்துகொண்டான் அவன். ஒரு கையிலிருந்து தண்ணீர்ப் பாத்திரமும் அதற்கு மேல் பால் டம்ளரும் ஜன்னல்மீது உட்கார்ந்துகொண்டன.

"இன்னும் தூங்கலியா?"

“இன்னமே ஏது தூக்கம்? பெரியண்ணன் டஜன் டஜனாப் பழமாக் கொண்டு வந்தாங்க. உள்ளுக்குள்ளார அத்தனையும் கொட்டை – அடி நாக்கு வரைக்கும் கசக்குது.”

“கொட்டையும் இனிச்சா, அப்புறம் பழம், கதுப்பு, சுளையெல்லாம் எதுக்கு? .. அப்படி என்ன கசக்குது இப்ப?”

“சபாபதி சர்மான்னு ஒரு பஞ்சாங்கக்கார அய்யனாமே?”

“அண்ணன் சொன்னாங்களா?”

“அண்ணன்னு ஒரு கட்டை சொல்லிச்சு!”

“நல்லதாப் போச்சு.”

“எது?”

“கட்டையா இருக்கறது! ராமய்யங்காரைப் பத்தி ஒண்ணும் சொல்லலியே?”

“என்னது!”

“அவங்க குடியிருக்காங்களே அந்த வீட்டுக்குச் சொந்தக் காரன்.”

“என்ன புவனா?”

“அவன் வீட்டுக்கே போயிட்டிருந்தது புளிய மரம். வெள்ளையடிக்கச் சொல்லணும், கொல்லைக் கதவுக்கு அடிப்பக்கம், தண்ணி பட்டுப் பட்டு இத்துப் போச்சு, வேற போடச் சொல்லணும்னு ஏதாவது சொல்லிக்கிட்டு அங்க போயிட்டிருந்தது. அதுவும் ராமய்யங்கார் வூட்லே ஆத்தங் கரைக்குப் போயிருக்கிற சமயம் பார்த்து. அந்தப் பாப்பாத்தி எங்கிட்டவந்து அழுதுது, அதைத்தான் நீங்கள் பார்த்திருக்கீங் களே – சேப்பா திருச்சூர்ணம் இட்டுக்கிட்டு, காதிலே ப்ளூஜாக ரும் அலை அலையா சுருட்டை மயிரும், மஞ்ச உடம்புமா – பூமாதேவி மாதிரி இருக்கும். எனக்கு வயிறு எரிஞ்சுது . . .”

சட்டம் திரும்பிப் பார்த்தான். புவனாவா இப்படிப் பேசுகிறாள்?

புவனா அந்த வியப்பைக் கவனிக்காததுபோலப் பேசிக் கொண்டிருந்தாள்.

“இந்தப் புளிய மரத்துக்குத்தான் புத்தியில்லே. அந்த ஆம்பிளைக்கு ஏன் கண்ணு பொட்டையாகணும்? உவா . . . சனியன்க? நான் கவனிக்கிறேம்மான்னு அந்தப் பூமாதேவியை அனுப்பிச்சிட்டு அப்பாகிட்ட போய்ச் சொன்னேன். அப்பா அவங்க வீட்டிற்குப் போனாங்க போலிருக்கு. என்ன சொன்னாங்களோ! புளிய மரம் அங்க போச்சாம். படார்னு அந்த அம்மா கதவைச் சாத்திட்டு உள்ள போயிட்டாங்களாம்

இது படியேர்றப்ப, புளிய மரத்துக்குக் குறுகுறுக்கிற நெஞ்சில்ல? புரிஞ்சு போச்சு, பேசாம வந்திருச்சு, இப்ப இந்தப் பஞ்சாங்கக் காரன் வளையவறான். பெரியண்ணனுக்கு அது தெரியாமலே போச்சு. இது தெரிஞ்சிருக்காக்கும்?"

"நீ சொல்லவேல்லியே இத்தினி நாளா?"

"பெரிய அண்ணிகிட்டே அது மாத்திரம் இருக்கும்னு நீங்க நெனச்சிட்டிருந்தீங்க. தீவட்டிக் கொள்ளைக்காரன் பூணல்னு ஏதோ கதை சொன்னாருன்னு சொன்னீங்களே முன்னே! அதோட உடம்பு சுத்தம்னு ஏதோ சொன்னாருன்னும் சொன்னீங்க. அதுவும் இல்லேன்னு எனக்குத்தான் தெரிஞ்சுது. உங்களுக்கும் ஏதுக்குத் தெரியணும்னு பேசாம இருந்திட்டேன். இப்பதான் அண்ணனே சொல்லிட்டாருங்கிறீங்க."

"உனக்கு எப்படித் தெரியும்?"

"வள்ளி வந்து ஒருத்தருக்கும் தெரியாம கிசுகிசுன்னு சொல்லிக் கண்ணாலே ஜலம் விட்டுது – நாலு நாள் முன்னாலே. அதுக்காகத்தான் கலியாணப் பேச்சைப் போற போக்கிலே சொல்றாப்பல சொன்னேன். சாயங்காலம்... அண்ணன் என்ன சொன்னாங்க?"

"ஒண்ணும் இப்ப விசாரிக்கக் கிளம்பாதே. குழந்தைங் களைக் கலியாணத்தைப் பண்ணி அனுப்புங்கன்னாங்க."

"பெரியண்ணன் தகப்பனாருக்குச் சமானம். உடனே செய்யுங்க. ஆவணி மாசம் முதல் தேதி முகூர்த்தம் இருந்தாலும் சரி. ஆடி அரவட்டையோட இந்தப் பயம் ஒழியட்டும் அண்ணனுக்கும். புள்ளைக்குழந்தைகளைப் பத்திக் கவலை யில்லை."

"இத்தனை பயம் இருக்கிறப்ப நீ எப்படி சொல்லாம இருந்தே?"

"எனக்கும் ஒரே குழப்பம், கொஞ்சம் பதறல், சொல்லவும் கூச்சம்."

"சின்ன அண்ணன் ஒண்ணும் அனுபவிக்காம செத்தான். பெரிய அண்ணன் சிம்மாசனத்திலே இருந்திட்டு முப்பத்திரண்டு படியிலேயும் உருண்டு விழுந்து ஏந்துக்க முடியாம இப்படி மிதியும் பட்டுக்கிட்டு ..."

"சரி, சரி, இந்த அழுகைக்கா முக்கியமான சமாசாரம்னு கூப்பிடணும்? அந்த வெத்திலை எங்கே, பாப்பா மடிச்சது?" என்று ஒரு கையில் உந்தி எழுந்துகொண்டாள் புவனா. எடுத்துக் கொடுத்தான் அவன்.

"அப்பன் பண்டாரப் பய. ஆமடையான் ஆஷாடபூதி. கொழுந்தன் கொழுக் கொம்பு. கொழுவுக்குக் கொடி புளிய மரம். என்ன அதிர்ஷ்டம்டாப்பா!" என்று தலையிலிருந்து ஜாதிச் சரத்தைப் பிடுங்கி அவன் மூக்கில் வைத்தாள் அவள்.

"இது சாமிக்கு வைக்கிற பூவில்ல? இது என்னத்துக்கு இப்ப?"

"இடக்கரடக்கல்."

இந்தக் கொள்ளை நிறைவுக்கு நடுவில் பெரியண்ணன் நினைவு வராமல் எப்படி இருக்கும்? அண்ணா! நீங்கள் ஏன் பிறந்தீர்கள்!

அவனுடைய உள் மனம் அரற்றிற்று.

"தூங்குங்களேன்." அந்தக் கையின் ஸ்பரிசத்தைப் புரிந்து கொண்டுதான் அவள் அதைச் சொல்லியிருக்க வேண்டும்.

"தூக்கம் வரலியே!" என்றான் சட்டநாதன்.

"பெரியண்ணன் படற கஷ்டத்தைப் பார்த்துத் தூக்கம் வரலியாக்கும்" என்று புவனா அவனைப் பார்த்துச் சிரித்தாள்.

"என்ன சிரிப்பு இப்ப?"

"இப்படிப் பெண்டாட்டியாத்தா பெரியாத்தான்னு இருக்காங்களேன்னுதான் சிரிப்பு வருது."

"சிரி சிரி; ஆனா, இந்த வீட்டிலே நடக்கிறது எல்லாத் துக்கும் உன்னைத்தான் ஜன்னலா வச்சிட்டிருக்கேன்."

"ஜன்னல்லே ஒட்ரப்புள்ளி, தூசி ஒண்ணும் இருக்காதுன்னு உங்களுக்கு நம்பிக்கை, இல்லே?"

"என்னது? என்னமோ கண்ணைக் கட்டறே?"

"நான் கட்டலே. நீங்களே கட்டிக்கிட்டிருக்கீங்க. அதைத் தான் இன்னிக்கி முழுசா வேடிக்கை பார்க்கணும்னு பார்த்தேன்."

சட்டநாதன் ஒன்றும் புரியாமல் படுத்திருந்தான்.

"மேலே என்ன கேக்கலாம்னு தோணலியாக்கும்?" என்றாள் அவள்.

"நீதான் மேலமேல கேக்கறியே."

"உங்க அண்ணன் பஞ்சாங்கக்காரனைப் பத்திப் பேசினதை நம்பினீங்க. அப்பறம் நான் ராமய்யங்காரைப் பத்திச் சொன்னதை யும் நம்பினீங்க. வள்ளி வந்ததாக நான் சொன்னதையும் நம்பினீங்க. இந்த ஜன்னல் வழியா தெரியறது அத்தனையும் உண்மை உங்களுக்கு இல்லையா?"

அப்பொழுதும் அவனுக்குப் பதில் சொல்ல இயலவில்லை.

"நான் சொன்னது அத்தனையும் பொய்யி."

"என்னது ?"

"ஒரு வார்த்தைகூட நெசமில்லே."

"என்ன புவனா இது ?"

"உங்க அண்ணன் சொன்னதை அப்படியே நம்பி, மூஞ்சியைத் தொங்கப் போட்டுக்கிட்டு அதை எங்கிட்ட சொன்னீங்க. உங்ககிட்ட பேசறதுக்கு முன்னாலெ என்கிட்ட வும் அண்ணன் அந்தச் செய்தியைக் கோடி காட்டினாங்க. எனக்கு அப்பவே படபடன்னு சொல்லணும் போல இருந்தது. சின்ன அண்ணியும் குழந்தைகளும் வந்துகிட்டிருந்தாங்க. பேச்சை மாத்தினேன். சீராளன் வந்தப்பறம் பேச்சு வேற எங்கெங்கியோ போச்சு. நல்ல வேளையா நீங்க நான் உள்ள வந்ததும் வராததுமா சபாபதி சர்மாவைப் பத்தி ஆரம்பிச்சதும் எனக்கு உங்களை வேடிக்கை பார்க்கணும்னு தோணிச்சு. நீங்களும் அதுக்கு மேல இருக்கீங்கன்னு இப்பதான் புரிஞ்சுது. பெரிய அண்ணி எது செய்தாலும் அண்ணனுக்குப் பிடிக்கற தில்லே. இருபது வருஷமா அப்படிப் பழகிப் போச்சு. இனிமே அதை மாத்தவோ திருத்தறத்துக்கோ இல்லை. அது பெரிய அண்ணியாலேதான் வந்தது. ஒருத்தொருக்கு ஒருத்தர் பிடிக்கலே. ஆனா குடும்ப கௌரவம்னு ஒரே கூண்டிலே ரண்டையும் அடைச்சுப் போட்டு வச்சிருக்கு. அப்படி வச்சிருக்கறதனா லேயே பகையும் வளர்ந்துகிட்டே வருது. ஒருத்தரைப் பார்த்து ஒருத்தர் சிரிச்சே எத்தனையோ வருஷம் ஆயிட்டுது. பெரியண்ண னாச்சும் இங்க வந்து சிரிக்கிறாரு. வெளியிலே அஞ்சாறு சிநேகிதங்க இருக்கிறாங்க, எப்பவாவது சிரிச்சுப் பேசறதுக்கு. பெரிய அண்ணி என்ன செய்வாங்க? இங்க வரப் பிடிக்கலை. குணமும் குடோர குணம். கடைசியிலே யாரோ ஒருத்தன் வந்துகிட்டிருக்கான். அவனோட கொஞ்சம் உட்கார்ந்து பேசினா அவங்களுக்கு நிம்மதியாயிருக்கு. அவன் வாட்ட சாட்டமா அழகாயிருந்தா அதுக்கு யார் என்ன பண்ணுது? சில பேருக்குச் சில பேரைப் பார்த்தா பிடிச்சுப் போவுது, அதுக்காக இதெல்லாம் என்ன பைத்தியக்காரச் சந்தேகம்? இப்ப மறுபடியும் சொல்றேன். சேண்டப்பிரியர் சொன்னார்னு சொன்னீங்களே. பதினைஞ்சு வருஷம் முன்னாலே. அவர் எப்படித்தான் சொன்னாரோ! படி சர்க்கரை போடணும் அந்த வாய்க்கு. அவர் சொன்னது தான் சரி. பெரிய அண்ணிக்கு உடம்பு சுத்தம் ஒண்ணுதான் சொத்து. வேற ஒண்ணும் அவங்களுக்குப் பெரிசில்லை. ஆமடையானைக் குத்திக் குத்தி இழுப்பாங்க. நாலு பேர் தெரிய அவமானப்படுத்துவாங்க. ஒவ்வொரு நொடியும் நரகமா யிருக்கும்படியா ஏதாவது சொல்லிக்கிட்டே இருப்பாங்க, செஞ்சுக்கிட்டேயிருப்பாங்க. ஆனா . . ."

“என்ன பெரிய ஆனாவா விழுது?”

“பெரிய ஆனாத்தான், உடம்பு சுத்தம்தான் அவங்களுக்கு உசிரு.”

“உனக்குப் பிரியமா நான் ஒண்ணும் செய்ய மாட்டேன். ஆனா, நீ இந்த உடம்பிலேதான் விழுந்து புரளணும், அப்படித் தானே?”

“ஆமாம்.”

“இது மிருகத்திலேயும் பொல்லாத மிருகம்.”

“முட்டாள் மிருகம்னு சொல்லுங்க. என்ன செய்யறது? அப்படி ஒரு படைப்பு. அதுதான் விரதம் பூஜைன்னு பஞ்சாங்கக் காரன் வந்தவுடனே அவனுக்கு ஏகப்பட்ட உபசாரம், நல்ல வார்த்தை, கூலி, பலகாரம். அண்ணனுக்கு இது புரியலே.”

“அவருக்கு அசிகைகூட இல்லியாம்” என்றான் சட்டநாதன்.

“அசிகைகூட இல்லாத அளவுக்கு விட்டுப் போயிருக்கு. இப்ப அவங்களுக்கு நல்ல பேர் ஒண்ணாவது மிஞ்சட்டும்னு தான் கவலை. ஆனா அதுக்காகப் பெரிய அண்ணியைப் பத்தி இப்படித்தான் தப்பும் தவறுமா நினைக்கவும் வாண்டாம், பேசவும் வாண்டாம். ஜாக்கிரதை பண்ணி வையுங்க.”

“பத்திரிகையிலே போடறானே அந்த மாதிரித் திடீர்னு என்ன இப்படிக் குட்டிக் கரணம் போடறே நீ? நீ இப்ப சொல்றது நெசமா? முன்னாடி சொன்னது நெசமா?”

“இப்ப சொல்றதுதான். எப்பவும் கடைசியாய்ச் சொல்றது தான் நெசம்.”

“வள்ளி வந்து கண்ணாலெ ஜலம் விட்டுச்சுன்னியே?”

“அது பொய்.”

“வள்ளி சொன்னது பொய்யா?”

“வள்ளி இங்கே வரவும் இல்லே . . . ஒண்ணும் சொல்லவும் இல்லே.”

“யே அப்பா!”

“என்ன யே அப்பா! அண்ணன் சொன்னவுடனே அவரை என்ன ஏதுன்னு கேக்காமெ நீங்களும் அதுக்கு மேலே அதை நம்பி, இடிஞ்சுபோய் எங்கிட்ட சொன்னீங்களே, அதுதான் எனக்குக் கஷ்டமாயிருந்தது. அதுதான் கொஞ்ச நேரம் இன்னும் கொஞ்சம் திரிச்சு விட்டேன். இனிமே இந்த மாதிரியெல்லாம் அண்ணனைச் சொல்லச் சொல்லாதீங்க. இதிலே அண்ணி

மாத்திரம் மாட்டிக்கலே, ஒரு அப்பாவி பஞ்சாங்கக்காரனுக்கு மில்ல பேர் கெட்டுப் போவுது? இதெல்லாம் என்ன பேச்சு?"

"அப்படீன்னு சொல்லிட்டே, நீ ராமய்யங்காரையும் இழுத்து விட்டியே?"

"தப்புதான், வேடிக்கைக்காக என்னமோ சொல்லிவச்சேன், உங்களைக் கொஞ்ச நேரம் ஆட்றதுக்காக. ராமய்யங்காருக்குப் பொதுவா அந்த மாதிரி கொஞ்சம் பேர் எல்லாம் உண்டு. அவரும் வீட்டுக்குச் சொந்தக்காரராயிருக்கிறது பொருத்தமா யிருந்தது. சொல்லி வச்சேன். அதையும் மறந்திடுங்க."

"மறந்து போறேன். ஆகக்கூடி என்ன ஆச்சு? அண்ணனுக் கும் எனக்கும் அதிக வித்தியாசமில்லே. ஆட்டி வைக்கிற விதம்தான் வேறயா இருக்கு."

அதைக் கேட்டதும் அவனுடைய முகத்தைத் தடவினாள் அவள்.

"பெரிய அண்ணியைப் பத்தி அதை மட்டும் சொல்ல வாண்டாம். என்ன? அண்ணன்கிட்ட சொல்லுங்க."

"எத்தனை தடவை சொல்லுவே? பொம்பிளைக்குப் பொம்பிளை விட்டுக் கொடுப்பீங்களா?"

"பார்த்தீங்களா? அப்படின்னா நான் சொன்னது நம்பிக்கையாயில்லையா?"

"அப்படியே நம்பறேன் புவனா. ஆனா இதைக் கேக்கற போது இன்னும் பயமாயிருக்கு. பெரிய அண்ணி ஒரு கலம் ஊசிப்போன குழம்பையும் நைஞ்ச சோத்தையும் வச்சு பிரசாதம் பிரசாதம்னு சாப்பிடச் சொல்லிப் பெரிய அண்ணன் வாயிலே திணிக்கிறாப்பல இருக்கு."

"அதேதான்."

"அதனாலே பெரிய அண்ணனை நினைச்சா இன்னும் கஷ்டமாயிருக்கு."

"பேசாம சிரிச்சிட்டுப் போங்க – தீவட்டிக் கொள்ளைக் காரன் பூணலைப் போட்டுக்கிட்டிருந்த கதையைக் கேட்டாப் பல . . . சரி, இனிமே நீங்க தூங்கலாம். நான் பின் தூங்கி முன்னாலே எழுந்துக்கணும். தூக்கம் வருது" என்று புவனா அவன் கண்களை மூடினாள்.

ஆனால் அவளை முன் தூங்கவிட்டு விழித்தவாறு கலியாண ஏற்பாடுகளை நினைத்துக்கொண்டிருந்தான் சட்டநாதன்.

5

மறுநாள் காலை ஒருவிதப் பீதியுடன் விடிந்தது. வாசலிலும் கடைத்தெருவிலும் கூடிக் கூடிப் பேசிக்கொண்டிருந்தார்கள். ஜப்பான் நாட்டில் ஹிரோஷிமா நகரத்தின்மீது அணு குண்டை வீசிவிட்டுப் போயிற்றாம் ஒரு விமானம். அந்த ஒரே குண்டு பல்லாயிரக்கணக்கான மக்களைக் கொன்றுவிட்டிருக்கும் என்று செய்தித் தாள்கள் ஒருவித அச்சத்துடன் அரற்றியிருந்தன. கடைத்தெருவில் ஒரு இரண்டு மணி நேரத்துக்குத் தொழிலே நடக்கவில்லை. கடைக்குக் கடை கும்பலாக நின்று தாங்களே அந்தக் குண்டைத் தயாரித்துப் போட்டுவிட்டதுபோல் மக்கள் உற்சாக மாகப் பேசிக்கொண்டிருந்தார்கள். சண்டைப் படம் பார்த்துவிட்டுச் சிறுவர்கள் பேசிக் கொள்வதைப் போல அமெரிக்காக்காரன், ஜப்பான் காரன் என்று அரற்றல். ஆயுதங்களைப் பற்றி அரற்றல். ரங்கூனிலிருந்து நடந்து வந்த மேனா ஆனா ரூனா கடைக் கணக்கர் சம்பங்கி ஐயங்கார் சாய்வு மேசைக்குப் பின் அமர்ந்து ஒரு பெரிய கும்பலுக்கு முன் வெள்ளைக்காரனுக்குச் சொல்லா லேயே பொன்னபிஷேகம் செய்துகொண்டிருந்தார். அதேபோல நீடுர் ரஜாக்கு பாயின் தையற்கடைக்கு முன்பும் ஒரு கூட்டம். “சோப்புத் தண்ணியில்லே, சோப்புத் தண்ணி, அதைக் குடிக்கச் சொல்லி அடிச்சிருக்கான் பாரு ஒரு சார்ஜண்டை என்ன சார்ஜண்ட் – இங்கிலீஸ்கார சார்ஜண்ட். பாவம், என்னாத்தை மறச்சானோ அடிச்ச அடியிலே முளிரண்டும் வெளி வந்திருச்சு. உசிரையும் காணும்.

ஈந்தியாக்காரண்டு சொல்லியிருந்தா பொளச்சிருப்பான். எப்படிச் சொல்ல முடியும்? தோலுதான் வெள்ரிப் பழத்தை நறுக்கி வச்சாப்பல இருக்கே. ஈண்டியான்டா நம்பிருவானா? நான் ரண்டு மூணு வாட்டி பொளச்சிருக்கேன். சந்துப் பக்கம் போகணுண்டு வெளியே வந்தேன். புடிச்சிக்கிட்டான். ஈண்டி யாண்டு சொல்லி தப்பிச்சுக்கிட்டேன்," என்று ரஜாக்கு பாயி பேசிக்கொண்டேயிருக்கிறார்.

அதைத் தொடர்ந்து ஜப்பான்காரன் சித்திரவதைக் கிரமங்களை அங்கங்கே கேட்டவர்கள் சொல்லத் தொடங்கி னார்கள்.

"அதெல்லாம் சரிய்யா, ரஜாக்கு பாயி. வார் எப்ப முடியும்? அதைச் சொல்லும்யா?" என்று பூக்கடைக்காரர் துரிதப்படுத்தி னார்.

"அது போயிட்டே இருக்கும். ஜப்பான்காரன்டா லேசுப் பட்டவனா?"

சட்டநாதன் அங்கிருந்து நகர்ந்தான். ஒவ்வொரு கும்பலாக நின்று காலையிலிருந்து வேடிக்கைப் பார்த்துப் பார்த்து நகர்ந்து கொண்டிருந்தான். மூச்சை முட்டின இந்தத் திணறலில் கல்யாணக் கவலை சிறிது நேரம் மறந்தே போய்விட்டது.

அன்று மாலையிலேயே திருச்சிக்குப் பயணமானான். வரும் வழியில் தஞ்சாவூருக்கும் அய்யம்பேட்டைக்கும் வந்து விட்டு வந்தான். அய்யம்பேட்டைக்காரர் ஊரில் இல்லை. விடியற்காலையில் பஸ் ஏறி, பின்னொரு பஸ்ஸூம் மாறி, செம்பானூர் வந்து சேரும்பொழுது மணி ஒன்பதாகிவிட்டது. மூன்று நாளைக்கு முன் இருந்ததைவிட இன்னும் கலகலப்பா யிருந்தது. இரண்டாவது அணு குண்டு ஜப்பான்மீது விழுந்து விட்டதாம்; யுத்தம் முடிந்துவிட்டதாம். செய்தியைக் கேட்டதும் கலியாணத்திற்காகவே யுத்தம் நின்றுவிட்டாற் போலப் பரபர வென்று வீட்டை நோக்கி நடந்தான். தஞ்சாவூரிலும் திருச்சி யிலும் கல்யாணப் பேச்சுக்கள் பேசியாகிவிட்டது. நிச்சயம் செய்ய வேண்டியதுதான். அய்யம்பேட்டைப் பேச்சுதான் இன்னும் நடக்கவில்லை. பெரிய அண்ணனிடம் செய்தியைச் சொல்லிவிட்டுக் குளித்துவிட்டுக் கடைக்குப் போய்க் காலைத் தட்டிவிட்டு உட்கார்ந்ததும், "எங்கடா சட்டநாதா, காணவே காணும் உன்னை? உனக்காகன்னா காத்திண்டிருக்கேன்" என்று அண்ணாக்குட்டி கணீர் என்ற குரலில் கத்திக்கொண்டு நின்றார். மாமனாரின் நினைவு சிறிது வந்தது சட்டநாதனுக்கு. அவரைப் போன்ற உடல்வாகுதான் இதுவும். வயது எழுபத் தைந்தைக் கடந்துவிட்டதோ என்னவோ, உடலில் எலும்பும்

தோலும்தான் தெரிகின்றன. இணைப்பு முன்னைக்கு இப்போது கடுமை. வெகுகால உண்ணாவிரதம் போல வயிறு எக்கிக் கிடக்கிறது. பேசும்போது மூச்சு வாங்குகிறது. கழுத்து, நாளம் எல்லாம் இரைக்கிறது. ஆனால் குரலின் கணிப்போ தாங்க முடியவில்லை.

"ரண்டு மூணு தடவை வந்து பார்த்துட்டுப் போயிட்டேண்டா" என்றார் அண்ணாக்குட்டி.

"என்ன சேதி?" என்று கடையாட்களைப் பார்த்து ஒரு புன்சிரிப்பு.

"என்ன சேதியா? நீதான் கேக்கறியா? ரண்டு அணு குண்டைத் தூக்கி அப்பளாத்து உண்டையை வீசறாப்பல வீசிட்டுப் போயிட்டான். என்ன என்ன சேதிங்கறே? க்ஷவரம் பண்ணிண்டு வந்து நிக்கறேனே, தெரியலியா?" என்று மாலையாகப் போட்ட கிழிசல் ஆறு முழத்தை இரண்டு கையாலும் பிடித்துக்கொண்டு நீளப் பற்கள் அத்தனையும் தெரிய, பாதிச் சிரிப்புடன் நின்றார் அண்ணாக்குட்டி.

சட்டநாதன் பார்த்தான். முகத்தில் மயிர்க் காடு இல்லை. வழவழவென்று சிரைத்து முகச் சுருக்கங்கள் தெரிந்தன. மார்பிலும் வயிற்றிலும் அதே மாதிரி சவரம் செய்து அங்கு மிங்குமாக மயிர்த் துணுக்குகள் ஒட்டிக்கொண்டிருந்தன. மயிர் கத்தரித்துவிட்ட மணிக்கட்டுகளையும் ராயசமாகப் பார்த்துக்கொண்டார் அவர்.

"யார் பண்ணிவிட்டாங்க?" என்று கேட்டான் அவன்.

"அட போடா! நான் என்னமோ சொல்றேன். நீ என்னமோ கேட்டுண்டிருக்கியே. நம்ம அய்யாவுதான். பை அப்பாயண்ட்மெண்ட் டு ஹிஸ் மெஜஸ்டி. நான் இப்ப அதையா கேக்கச் சொன்னேன் உன்னை? ஏன் க்ஷவரம் பண்ணிண்டேன்னு கேப்பியோன்னு பார்க்கறேன். என்னத்தையோ சொல்லிண்டு உக்காந்திருக்கியே. உங்க அண்ணா முத்துச்சாமின்னா டாண்ணு சொல்லியிருப்பான். பிரம்ம தண்டத்தைத் தலையிலே வச்ச மாதிரி."

"இன்னிக்கு நல்ல நாளுன்னு பண்ணிட்டீங்களாக்கும்."

"கிட்டத்தட்ட வந்துவிட்டே பாயிண்டுக்கு. இன்னிக்கித் தான் நல்லநாள். அணுகுண்டு எப்ப விழுந்ததோ, அது நல்ல நாள் இல்லியோ? ஏண்டா, என் எம்பையர் அத்தனையும் பஞ்சாமி கடை அல்வாத் துண்டு மாதிரி முழுங்கினானே இந்த அகஸ்தியன்லாம் சேர்ந்துண்டு. இப்ப என்ன ஆச்சு?

ஆக்னேயாஸ்திரம் வாயு அஸ்திரம் எல்லாம் போயி, இப்ப பிரும்மாஸ்திரம் மாதிரி சர்வ நாசாஸ்திரமே தலையிலே வந்து விழுந்தது. இதோ சர்ரண்டர்னு என் காலைப் பிடிச்சிண்டு விட மாட்டேங்கறான் ஜப்பான்காரன். இத்தனூண்டு பசங்க! அட, போனாப் போறதுன்னு நானும் விட்டுண்டே இருந்தேன். எத்தனை வருஷம் பொறுத்துக்க முடியும்? காலைப் பிடிச்சிண்டு கெஞ்சறான். சே, போன்னு கிடுகிடுன்னு போயி க்ஷவரத்தைப் பண்ணிண்டேன். இன்னிக்கி மத்தியானமே கேபிள் வந்தாலும் வரும், உடனே வரச் சொல்லி. வந்தப்பறம் தாமசம் பண்ணப் படாதுன்னு க்ஷவரத்தைப் பண்ணிண்டேன். உங்கிட்ட சமாசாரத்தைச் சொல்லணும்னு வந்தேன்."

"எப்ப புறப்படப் போறீங்க?"

"மத்யானம்."

"கப்பலா, ப்ளேனா?"

"என்னடா கேள்வி? ராயல் ஏர்போர்ஸ் என்னத்துக்கு இருக்கு? அய்யாவு மாதிரி க்ஷவரம் பண்ணவா? ஒரு மாசமே புடிச்சி சொல்லிக்கிட்டிருக்கான்டா சர்ச்சில், ஸ்டாலின் எல்லாரும்... ரெடியா இரு, ரெடியா இருன்னு. என்னத்துக்குடா இப்படிப் பூடகமாச் சொல்லிண்டிருக்கானுகளேன்னு முழிச்சிண்டே இருந்தேன். இப்பன்னா சமாசாரம் புரியறது."

சட்டநாதனுக்கு யுத்தம் முடிந்த செய்தியைக் கேட்டு வந்த விடுதலையில் அண்ணாக்குட்டியோடு அவருடைய உலகத்திலேயே சிறிது நேரம் சஞ்சரிக்க வேண்டும் போலிருந்தது. ஒரு மணி நேரம் அதற்காகவே செலவிட்டான். கடை வாசலில் நின்று எக்கின வயிற்றில் பஞ்சகச்சம் நழுவ, உத்தரீயத்தைக் கையால் பற்றிக் கடைத் தெருவில் மேற்கேயும் கிழக்கேயுமாகத் திரும்பித் திரும்பி அவர் குதியும் துள்ளலுமாகப் பேசிக்கொண்டேயிருந்தார். நேரம் ஆக ஆகக் குரலும் உயர்ந்துகொண்டே இருந்தது. நடுவில், "ஏண்டா பிரகஸ்பதி! இத்தனை நாழியாகக் கத்தறேன். ரண்டு சீனாக் கல்கண்டு கொடுத்து வாயிலே போட்டுக்கச் சொல்லாமெ ஈன்னு இளிச்சிண்டு நிக்கறேளே என்ன?" என்று கடையாட்களைப் பார்த்து ஒரு கத்துக் கத்தினார் அவர்.

"கொடுடா, டேய்," என்றான் சட்டநாதன்.

"உனக்கு என்ன பண்ணணும், சொல்லு. ஏதாவது காரியம் இருந்தா இப்பவே சொல்லிவிடு, நான் புறப்பட்டுப் போனப்பறம் ஒண்ணையும் கவனிக்க முடியாது."

“எனக்கு ஒண்ணும் வாண்டாம். ஆவணியிலே கலியாணம்.”

“யாருக்கு ?”

“எங்க சின்ன அண்ணன், பெரிய அண்ணன் பொண்ணுங்க எங்க அக்கா மக.”

“போடு !”

“ஆவணியிலே நடக்கும். நீங்க போயி சாம்ராஜ்யத்தை ஏத்துக்கிட்டாலும் அவசியமா கலியாணத்துக்கு மட்டும் வந்துட்டுப் போயிடணும்.”

“இதுதானே? வந்துட்டுப் போறது. ராமராஜ்யமடா இது. ராமன் எவ்வளவு பெரிய சக்கரவர்த்தியாயிருந்தார்! ஆனா ஒரு ஏழை வீட்டுக் கலியாணத்துக்குக்கூடப் போகாம இருக்க மாட்டார்டா, அந்த மாதிரிதாண்டா நானும். என்னமோ அப் ஸ்டார்ட்டுன்னு நினைச்சினுடாதே, பிரம்மாஸ்திரத்துக்கு மேலே ஆத்மாஸ்திரம் போட்டுன்னா ஜெயிச்சிருக்கேன். என்ன முழிக்கறே? ஏ.டி.எம்.ஓ.வைத்தான் ஏ.டீ.ஓ.எம்.னு மாத்திப்பிட்டான். இவங்க எப்படித்தான் எம் பேரைச் சொல்லப் போறானுங்களோ? அண்ணாக்குட்டியை ஆனா கூட்டின்னு சொல்லி.”

மேலும் ஒரு அரை மணி நேரம் அதைக் கேட்டுக்கொண்டே இருந்தான் சட்டநாதன். ஏழெட்டுப் பேர் அதை வேடிக்கை பார்த்துக்கொண்டு நின்றுகொண்டிருந்தார்கள். கடைத் தெருவே அப்பாடா என்று பெருமூச்சு விட்டுக்கொண்டிருந்த அந்த நேரத்தில், இந்த ஒரு மணி வீண் என்று அவனுக்கும் தோன்றவில்லை. யாருக்கும் தோன்றவில்லை. அந்த விடுதலையிலும் சுமை இறங்கின மதிப்பிலும் கடைத் தெருவே பச்சைக் குழந்தை மாதிரி தவித்துக்கொண்டிருந்தது. யாரும் வேலை செய்வதில் முனைப்பாகத் தெரியவில்லை. காபிக் கடைக்கு நடந்துகொண்டிருந்தார்கள். வெற்றிலைச் சீவலைப் போட்டு மென்றார்கள். கலியாணம் விசாரிப்பதுபோல் விசாரித்துக்கொண்டிருந்தார்கள். கவலைப்பட ஏதுமில்லாமல் கட்டு விட்டும் செய்வதறியாமல் உலவிக்கொண்டிருந்தார்கள்.

வீட்டில்கூட அன்று பாயசம் வைத்திருந்தாள். புவனா. சண்டை முடிந்ததுதான் காரணம். சட்டநாதனுக்கு ஒரு நிமிஷம் ஒன்றுமே புரியவில்லை.

“புவனா! சீதாபதிகிட்ட இன்னிக்கு இதைச் சொல்லப் போறேன்.”

“சொல்லூங்களேன்! முதிர்ச்சியில்லாதவள் என்று சொல்லப் போகிறார் உங்கள் சுகவாசி சீதாபதி” என்று கொச்சையை விட்டுவிட்டுப் புத்தக பாஷையில் சொன்னாள் புவனா, “நீங்ககூட அந்த மாதிரி நெனச்சிருப்பீங்க,” என்றாள் தொடர்ந்து.

சீதாபதி கடைக்கு வருகிற நண்பர்களில் ஒருவர். ஏராள பூ சொத்து எல்லாவற்றையும் குத்தகைக்கு விட்டுவிட்டு ஹாயாகச் சாப்பிட்டுக்கொண்டு கம்யூனிசமும் கடவுளில்லா வாதமும் பேசிக் கொண்டிருப்பவர் அவர். படிப்பு அவருக்கு வியாதி. குளிப்பது, சாப்பிடுவது, படிப்பது, கடைத் தெருவில் நாளுக்கு ஒரு கடையாக உட்கார்ந்து தத்துவ அரட்டை அடிப்பது, இரவு போய்ப் படிப்பது என்று அவர் காலம் போய்க்கொண்டிருக்கிறது. முதிர்ச்சியில்லாதவர்கள் என்று அடிக்கடி எல்லாரையுமே கேலி செய்கிற வழக்கம் அவருக்கு. ஒரு பழக்க வழக்கம், கட்டுப்பாட்டிலும் நம்பிக்கை கிடையாது அவருக்கு. தான் எட்டிப் பாராத அந்தப் பூ சொத்திலிருந்து வரும் பணத்தில்தான் அவருக்கு நம்பிக்கை. திடீர்த் திடீரென்று, “ஜிச்லூ ஹேஸான் என்ற ஒரு ஐஸ்லாண்டுக்காரன் ஒரு புத்தகம் எழுதியிருக்கான்” என்று ஏதாவது பெயரைச் சொல்லி விட்டுப் போவார். புவனாவுக்குக் கடைத் தெருவில் அவர் பேசுகிற பொன்மொழிகள் சட்டநாதன் வாயிலாக வருவதுண்டு.

“நீங்க சீதாபதிகிட்ட சொல்லப் போறேங்கறப்பவே இப்படித்தான் நினைச்சிருப்பீங்கன்னு தோணித்து. சண்டை நின்னுதுன்னா சந்தோஷம், சந்தோஷம் வந்துதுன்னா பாயசம் வச்சுச் சாப்பிட வேண்டியது. அவ்வளவுதான். உங்க சிநேகிதர் பிறத்தியார் சந்தோஷமாயிருந்தா அழுவாரு. அழுதா சிரிப்பாரு. அவர் பண்றதுதான் அவருக்கு முதிர்ச்சி. அந்தத் துக்கிரி நாக்கைப் போய்ப் பெரிய சாமியார் மாதிரி நினைச்சு நீங்களும் அது பேச்சைக் கேட்கறதுதான் வேடிக்கை” என்று படபட வென்று பேசினாள் புவனா.

சட்டநாதன் சிரித்தான்.

“நீங்களும் என்ன அவர் மாதிரியே சிரிக்கிறீங்க?”

“சீதாபதி பேரைச் சொன்னா ஏன் இவ்வளவு கோபம் உனக்கு?”

“பின்னே என்ன? ஒரு வேலை கிடையாது. அம்பது வேலிக் குடித்தனம். அதையும் போய்ப் பார்க்கறது கிடையாது. அதையும் குத்தகைக்கு விட்டுட்டு, குறைப்பட்டுப் போனவ, வாழாவெட்டி இவங்க மாதிரி ஜீவனாம்சம் வாங்கிச் சாப்பிடறது,

புஸ்தகத்தைப் படிச்சிட்டு வேலையா இருக்கிறவங்க நேரத்தையும் கெடுத்து எத்தையாவது போற போக்கில் சொல்லிட்டுப் போறது... இது என்ன ஆளு? இன்னும் கொஞ்சம் பாயசம் போட்டுக்குங்க," என்று மேலும் ஊற்றினாள்.

பாயசம் அற்புதமாகத்தான் இருந்தது. சட்டநாதனுக்குச் சற்று நெகிழ்ச்சியாகக்கூட வந்தது. இவர்களா வீட்டுக்குள் கிடப்பார்கள்? எங்கோ நடந்த சண்டை நின்ற செய்தியைக் கேட்டு அடுக்களைக்குள் இனிப்பாகப் பெருக்கி...

சின்ன அண்ணி புரிந்ததும் புரியாததுமாகப் புவனா பேசுவதைக் கேட்டுச் சிரித்துக்கொண்டு நின்றாள்.

சட்டநாதனுக்கு ஒரு புதிய பலம் வந்துவிட்டாற் போலிருந்தது. அந்தப் புஷ்டியோடுதான் மறுநாள் காலை அய்யம்பேட்டைக்குப் புறப்பட்டான்.

இந்தப் பயணங்களும் கலியாண நிச்சயங்களும் முடிய மூன்று வாரங்களாயின. கூடிய மட்டும் அவனோடு பெரியண்ணனும் அலைந்துகொண்டிருந்தார்.

வீட்டில் குடும்பம் குடும்பமாக உறவினர்கள் வந்து கூடிக்கொண்டிருந்தார்கள். சகோதரிகளின் குடும்பங்கள், ஒன்று விட்ட அத்தைகள் என்று முதலில் வீடு பெருகத் தொடங்கிற்று. நாலு கலியாண சம்பந்திகளும் தொட்டுத் தொடர்ந்து பார்க்கும் போது தூர உறவினர்கள். அதைச் சொல்லிக்கொண்டு மேலும் மேலும் மூட்டையும் ட்ரங்குமாகப் புதிய மனிதர்கள் வந்து கொண்டேயிருந்தார்கள். வீடு நிரம்பி வழிந்தது.

சீர்காழிக்குப் போன சட்டநாதன் ஆண்டாளையும் அழைத்து வரச் சிதம்பரத்துக்குப் போனான். அவளைப் பார்த்து நான்கு வருஷமாகிவிட்டது. அதற்கு முன்பு வருடத்திற்கு ஒரு முறை இரண்டு முறை சிதம்பரம் போகும்போது பார்க்கிற வழக்கம். பிறகு இரண்டு மூன்று தடவை அவள் ஊரில் இல்லாததால் பார்க்க வாய்ப்பில்லை. அப்படியே நான்கு வருடங்கள் ஓடிவிட்டன. கலியாணத்திற்கு அழைக்கப் போனபோது ஏற்பட்ட மாறுதல் அவனை ஒரு கணம் திகைக்க அடித்துவிட்டது. முக்கால் நரையும் வெள்ளை மாறிப் பழுத்த வண்ணம் சதை வற்றின மெலிவுமாக அவள் அவனை வரவேற்றாள். கூடவே இருந்த அவள் தம்பி காலமாகி ஆறு மாதமாகிவிட்டதாம். சாப்பாடே ஒரு பிரச்சனையாக இருக்குமோ என்று தோன்றிற்று. அவள் முகத்தையும் வீடு இருந்த வெறிச்சையும் பார்க்கும்போது கிளறிக் கிளறிக் கேட்டதில் அது உண்மை என்று தெரிந்தது. ஏதோ சமயத்தில்

செம்பருத்தி 285

வாங்கி வைத்த நிலம் ஒன்பது மாதம் சாப்பாடு போட்டு வந்தது. மற்றச் செலவுகளுக்குச் சிறிய தம்பி மாதா மாதம் ஏதோ அனுப்பிக்கொண்டிருக்கிறானாம்.

"கலியாணத்துக்கு நீங்க வந்துதானாகணும்," என்று ஆரம்பித்தான், சட்டம்.

"வந்துதானாகணும். சரிதான். ஆனா வராப்பல இல்லை; கலியாணம் ஆனப்பறம் வள்ளியையும் யசோதையையும் கலியாண கோலத்திலே போட்டோ எடுத்திருந்தா எனக்கு அனுப்பிச்சு வையி," என்று உள்ளே எழுந்து போய் இரண்டு ஜோடி தங்க வளையல்களைக் கொணர்ந்து கொடுத்தாள் அவள்.

"அண்ணிக்குத் தெரிய வாண்டாம், யார் கொடுத்தாங்கன்னு அண்ணனுக்கு மட்டும் தெரிஞ்சாப் போதும். ஆளுக்கு ஒரு ஜோடியா குழந்தைங்க கையிலே போட்டுடு. அப்படியே போட்டாலும் சரி, வேற பண்ணிப் போட்டாலும் சரி, இதுக்கு மேல செய்யலாம். நொண்டிக்கு ஆசைக்கு என்ன பஞ்சம்?" என்றாள் அவள்.

வற்புறுத்தி அழைக்க ஒரே பதில்தான் வந்தது. விடை பெற்றுக்கொள்ளும்போது கண்ணீர் கலந்த மலர்ச்சிதான் விடை கொடுத்தது. ஒன்றும் பேச முடியாமல் சட்டநாதன் வெளியே வந்தான்.

பூஜையெல்லாம் நின்றுபோய் வேடிக்கைப் பொருளாக நிற்கும் பழங்காலக் கோயிலை விட்டு வருவது போலிருந்தது.

6

ஆண்டாள் தான் வராத குறையைத் தீர்த்துக் கொள்வதுபோல் தன் சித்தப்பாவின் புதல்வர்கள் இரண்டுபேரை அனுப்பிவிட்டாள். அந்த இரண்டு பையன்களும் வெறுமே வரவில்லை. நாகஸ்வர வாத்தியத்தோடு வந்தார்கள். இரண்டு தவுல்காரர் களையும் ஒத்துக்காரரையும் அழைத்துக்கொண்டு வந்தார்கள். ஒரு பையனுக்கு இருபத்து நான்கு இருபத்தைந்து வயதிருக்கும். தம்பிக்கு இருபது இருபத்திரண்டு இருக்கும். அண்ணன் கறுப்பு, தம்பி சிவப்பு. அண்ணனுக்கு அமர்ந்த, அடக்கமான தோரணை. தம்பிக்குச் சிறிது பரபரப்பு; குறுகுறுப்பு.

“ஆண்டாளத்தை அனுப்பிச்சாங்க கலியாணத் துக்கு – இரண்டுபேரும் அவசியம் போய் வரணும்னு,” என்று நின்றுகொண்டே சட்ட நாதனைக் கும்பிட்டான் பெரியவன்.

“அத்தை இன்னொண்ணு சொன்னாங் களேண்ணே!” என்று அண்ணனைப் பார்த்தான் தம்பி.

“சொல்லேன்.”

“ராமா லக்ஷ்மணா விச்வாமித்தரரோட போயி சேவகம் பண்ணாங்கள்ள – அந்த மாதிரி பண்ணணும்டா புள்ளைங்களான்னாங்க. அத்தை சாதாரணமாப் பேச மாட்டாங்க. அநாவசிய மாவோ அதிகமாவோ பேச மாட்டாங்க. ஆனா உங்களைப் பத்திப் பேச ஆரமிச்சா இந்த மாதிரி ரொம்ப நேரம் யோசிக்கும்படியா ஏதாவது

சொல்லாம இருக்கிறதில்லே. நாங்க பதிலே பேசலே. வாத்தியத் தோட வந்திருக்கிறோம்" என்று நிறுத்தினான் தம்பி.

சிறிது நேரம் பேச முடியாமல் நின்றுவிட்டான் சட்டநாதன். தலையைக் குனிந்து நடுக்கத்தைச் சமாளித்துக்கொள்ள மூன்று நிமிஷம் பிடித்துவிட்டது. வீட்டை நிறைத்திருந்த விருந்தினர் களில் இரண்டுபேரும் நாலைந்து குழந்தைகளும் முகப்பின் ஓரத்திலிருந்து இதை வேடிக்கைபார்த்துக்கொண்டிருந்தார்கள்.

"ஏதாவது சாப்பிடக் கொண்டாங்க," என்று பேசாமல் ஜாடை காட்டினான் அவர்களிடம்.

இரண்டுபேரும் உடனே உள்ளே போனார்கள். குழந்தை களில் ஒன்றும் போயிற்று. ஏதோ குறுகுறுப்பைத் தேய்த்துக் கொள்வதுபோலக் கண்ணோரத்தை விரல் நுனியால் தேய்த்து விட்டுக்கொண்டான் சட்டநாதன்.

"உங்களைப் பார்த்தாலே ராம லக்ஷ்மணா மாதிரிதான் இருக்கு," என்றான்.

"நான் மட்டும் மாநிறமா இருக்கேங்கறதுக்காகச் சொல்றீங்க. ஆனா அத்தை உங்களைத்தான் ராம லக்ஷ்மணங்கன்னு சொல்ற பழக்கம் . . . உங்க அண்ணனையும் உங்களையும்."

"தம்பிகிட்ட வாயைக் கொடுத்து மீள முடியாதுங்க," என்று பெரிய பையன் குறுக்கிட்டான்.

"அத்தை சொல்றது உண்டா இல்லியா?"

பையன்களின் பேச்சு மட்டுமில்லை; வாத்தியமும் அப்படித் தான் இருந்தது, பல நிலை மிஞ்சிக்கூட இருந்தது. அன்று மாலை சீவாளியைக் கிளறிவிட்டு இசைக்கத் தொடங்கியவர்கள் வேறு நினைவின்றி முழுகிவிட்டார்கள். சட்டநாதன் திணறிக் கொண்டிருந்தான். வாத்தியத்தின் ஒலியை முதலில் கேட்ட கணமே அவனுக்குச் சின்ன அண்ணனின் உருவம் கண்முன் வந்துவிட்டது. முட்டி முட்டி வரும் நினைவுகளைக் கட்டி ஆளத் திராணியில்லாமல் ஒரு தவிப்பு அலைக்கத் தொடங்கிற்று. அர்த்தமில்லாமல் அங்கும் இங்குமாக அலைந்தான். நின்றான். புவனாவைப் பார்க்க வேண்டும் போலிருந்தது. பாப்பாவைப் பார்க்க வேண்டும் போலிருந்தது. அவர்களை எங்கே கண்டு பிடிக்க?

கூட்டம் நிறைந்து வழிந்தது. நாட்டுக்கோட்டை செட்டியாரின் வேத பாடசாலை கலியாண வீடாகத் திகழ்ந்தது. அது பாடசாலை மட்டுமில்லை. ஆடி, துலா என்று யாத்திரைக்கு

வருகிற நகரத்தார்களுக்குத் தங்கும் விடுதியாவும் பயன்பட்ட சத்திரம். பெரிய வாழைத் தோட்டத்திற்கும் மாஞ்சோலைக்கும் நடுவில் எழுந்திருந்த கட்டிடம், முகப்புக்கு முன்னால் பெரிய கொட்டகை, ஏழெட்டுப் பெண் மாப்பிள்ளைகளை வைத்துக் கலியாணம் நடத்துகிறாற் போன்ற கலியாணக் கூடம், பின்னால் சாப்பாட்டுக் கூடம், கசாலை, கிணற்றுக்கட்டு, நந்தவனம் என்ற பின் தெருவரை போய்க்கொண்டேயிருந்தது. அதே அளவுக்கு மாடியிலும் கூடமும் அறைகளுமாக வீசிப் பரந்திருந்தது.

நான்கு சம்பந்திகளின் உறவினர்களும் விருந்தினர்களும் சிறிய தலைமுறைகளுமாகச் சத்திரம் அடைந்து கலகலத்துக் கொண்டிருந்தது. கூடத்திலும் சாப்பாட்டுக் கூடத்திலும் பூச்சரத் தலைகளும் ஜரிகைப் புடவைகளும் குங்குமப் பொட்டுகளும் உப்பின கன்னங்களும் பூக்கன்னங்களும் முற்றிய கன்னங்களும் மெல்லிடைகளும் பேரிடைகளும் தோடுகளும் நகைகளுமாகத் தான் தென்பட்டன. புவனாவையும் பாப்பாவையும் தேடித்தான் காண வேண்டும் போலிருந்தது.

புதிதுபுதிதாக, மாலை ரயிலிலும் பஸ்களிலும் வரும் குடும்பங்கள் வேறு. பலபேர்களை யார் என்று தெரியாமல் வரவேற்று வரவேற்று நகர்ந்து உலாவிக்கொண்டிருந்தான் சட்டநாதன். முகப்புக்கு வெளியே கொட்டகையில் மணலை மறைத்துப் பரப்பியிருந்த விரிப்பின் மீதும் கும்பல் கும்பலாக உட்கார்ந்து நாயன ஒலியை எதிர்த்துக் குரலை உயர்த்திப் பேச முயன்றுகொண்டிருந்தார்கள்.

ஒரு ஓரமாகச் சண்பகவனம் உட்கார்ந்து வரவேற்றுக் கொண்டிருந்தார். பெரியவர் பெரியவர் என்று அவரை முதலில் சந்திப்பதும் நகர்வதுமாக விருந்தினர்கள் நடமாடிக்கொண்டிருந் தார்கள். பெரிய அண்ணன் இன்னது செய்வது என்று தெரியா மல், "சட்டம்! சட்டம்!" என்று தம்பியைப் போகிற நிற்கிற இடமெல்லாம் தொடர்ந்து தொடர்ந்து நின்று கொண்டிருந் தார். இத்தனை இரைச்சலையும் சட்டை செய்யாமல் தங்கள் வாத்தியமே சரணமாக இழைந்து ஒன்றிப்போயிருந்த ராம லக்ஷ்மணர்களைப் பார்த்துச் சற்று நின்று நின்று பார்த்து விட்டுப் போவான் சட்டநாதன். சற்றுக்கூட உட்கார்ந்து அவர்களுக்காகவாவது ரசித்துத் தலையாட்ட வேண்டும் என்று தோன்றும். அந்த நினைவு வருவதற்குள் ஒரு கூப்பாடு, உள்ளே ஓடுவான். இல்லாவிட்டால் மாமனாரிடம் ஓடி எதையோ கேட்பான். கிணற்றங்கரைக் கோட்டையடுப்பண்டை ஓடுவான். பெரிய சமையல்காரரிடம் எதையோ கேட்பான்.

செம்பருத்தி

மீண்டும் வாசலுக்கு வரும்போது குறுக்கே வருகிற குழந்தை மீது முட்டி அதைத் தள்ளிவிடாமல் தன்னையே பிடித்து நிறுத்திக்கொள்ளும் ஆயாசங்கள். இப்படி ஓடி ஆடினால்தான் சின்ன அண்ணனை மறக்க முடியும் என்று தோன்றிற்று. சிறிது சிறிதாக அந்த உருவமும் அவன் நடையையோ நினைவுகளையோ தடுக்காமல், நிறுத்தாமல் வந்து வந்து போகவும் கற்றுக்கொண்டது. பெரிய அண்ணன் எதிர்பாராத இடங்களில் எல்லாம் நின்று நின்று அவனைப் பார்த்துக் கொண்டிருப்பார். "என்ன வேணும்?" என்று அவனைக் கண்டதும் ஓடி வருவார். அவரால் அவ்வளவுதான் முடிந்தது. ஒரு முறை சற்று ஒதுப்புறமாக நின்றவனிடம் வந்து நின்றார் அவர். "எப்படிடா சமாளிக்கப் போறே, சட்டம்?" என்றார்.

"எப்படிச் சமாளிக்கப் போறோம்னு கேளுங்கண்ணா!" என்று சிரித்தான் அவன். சிரிப்பை அடக்க முடியவில்லை.

"போறோம் என்ன? மலைச்சு நிக்கத்தான் தெரியுது எனக்கு."

"உங்களைப் பாக்கறப்ப பாக்கறப்பதான் எனக்கும் தெம்பா இருக்கு ... நீங்க எதுக்காக அலையணும்? உட்கார்ந்துக்குங்க ளேன்."

பெரிய அண்ணன் கேட்கவில்லை. தாயின் புடவையைத் தொட்டுக்கொண்டு கூடக் கூட ஓடும் குழந்தையாகிவிட்டார் அவர்.

சபாபதி சர்மாவின் நெடிய உருவம், அவருடைய உதவி யாளரோடு புவனாவும் பெரிய அண்ணியும் இருக்குமிடத் திற்கும் உக்ராண அறைக்கும் கல்யாணக் கூடத்திற்குமாக மாறிமாறி நடந்துகொண்டிருந்தது. சண்பகவனம் இருந்த இடத்திலிருந்தே அவர்களுக்கு என்னென்னவோ சொல்லி அனுப்பிக்கொண்டிருந்தார்.

கெட்டி மேளமும் சீவலும் பழமுமாக, வெற்றிலையும் பாக்கும் பூக்களுமாகக் கலியாணப் பிள்ளைகளை வரவேற்று முதல் சடங்குகள் எல்லாம் முடிந்தன. சாப்பாட்டு சம்பிரமம் முடிந்து சோர்வு இடுப்பைத் தள்ளிற்று. தூக்கம் முகப்பிலும் கொட்டகையிலும் மாடியிலுமாக எல்லோரையும் மடக்கிப் போட்டது; நீட்டிப்போட்டது. மின்சார விளக்குகளுக்கு நடுவில் கூடத்தில் ஒன்று, முகப்பில் ஒன்று, கொட்டகையில் ஒன்று என்று ஒவ்வொரு இடமாக காஸ் விளக்கு தூங்குகிறவர்களைப் பார்த்துப் புஸ்ஸிட்டுக் கொண்டிருந்தது. சீர்காழி அக்காளின் சம்பந்திகளை மட்டும் சத்திரத்து மாடியில் இறக்கியிருந்தது.

தி. ஜானகிராமன்

மற்ற மூன்றுபேருக்கும் அதே தெருவில் மூன்று வீடுகளை அமர்த்தியிருந்தான். எல்லா வீடுகளுக்கும் போய்த் தூங்குகிறார் களா என்று விசாரித்துவிட்டுத் திரும்பி வந்தான் சட்டநாதன்.

“கொஞ்சம் படுங்களேன் மாப்ளே!” என்று முகப்பிற்குள் அவன் அடிவைக்கும்போது குரல் கேட்டது. நாலைந்து பேருக்கப்பால், சுவரோரமாக முழங்கையைத் தலையணையாக வைத்துப் படுத்திருந்த சண்பகவனத்தைப் பார்த்தான் சட்டநாதன்.

“ஒருமணி நேரமாவது கண் அசர வாணாமா? மணி ரண்டடிச்சிட்டாப்பல இருக்கே. முகூர்த்தம் ஒன்பது மணிக்கு மேலதானே!” என்றார் அவர்.

“படுக்கறேன்,” என்று நின்றவனிடம் எழுந்து வந்தார் அவர்.

“நீங்க ஏன் எழுந்து வந்தீங்க?”

“இல்லாட்டி நீங்க படுக்க மாட்டீங்க போலிருக்கே.”

“நகையும் நட்டுமாப் போட்டுக்கிட்டு நெடுக அசந்து கெடக்கு எல்லாம். எப்படித் தூங்கறதாம்?” என்று மெதுவாகச் சொன்னான் அவன்.

“வெங்குவும் சீனுவாசனும் என்னாத்துக்கு வந்திருக்கானு வன்னு நெனைச்சீங்க? வெங்கு ரிவால்வர் வச்சிட்டில்ல சித்தைக் கொருக்க ரோந்து சுத்திக்கிட்டிருக்கான்,” என்றார் சண்பகவனம்.

“என்னது, ரிவால்வரா?”

“ஆமா, அவங்கப்பா ரிவால்வர்.”

“என்ன இது?”

“அவங்கப்பா எங்கிட்ட படிச்சதுக்கு ஏதாவது செய்யணு மில்ல? ரண்டு பசங்களையும் அனுப்பிச்சிருக்காரு.”

“லைசென்ஸ் அவர் பேர்லெ! அதுக்காகத்தான் வெளியிலே தெரியாம கமுக்கமா சுத்திட்டிருக்கான் ரண்டுபேரும்.”

“ஒரு ராம லக்ஷ்மணன்தான் நாயனம் வாசிக்க வந்திருக்காங் கன்னு நெனச்சேன். இப்படி ஒரு ஜோடியா?” என்று, ஆண்டாள் பையன்களை அனுப்பிய கதையைச் சொன்னான்.

“அப்படியா! அப்படியா!” என்று பெரிய வியப்பாக அவர் முகத்தில் படர்ந்தது. “அவங்க அனுப்பிச்சிருக்காங்கன்னு சொன்னீங்க. சரி இப்படியா சொல்லி அனுப்பிச்சாங்க.”

“சாயங்காலமே உங்ககிட்ட சொல்லணும்னு துடிச்சேன்.”

“அடேயப்பா!... என்ன வார்த்தை! என்ன வார்த்தை! எத்தனை சமஸ்காரம் இருந்தா இப்படி சொல்ல வரும்!” என்று சிறிது நேரம் அதே நிலையில் நின்றார் சண்பகவனம், “இப்போர்ப்பட்டவங்க கலியாணத்துக்கு வர வாண்டாமோ?” என்றார் சற்றுக் கழித்து.

“கூப்பிட்டேன், வரலியே. வரத்துக்கில்லேன்னு சொன்னப்பறம் அடிச்சுச் சொல்லவும் துணியலெ எனக்கு.”

“சரி, அவங்க மனசிலெ என்னவோ? சரி... நீங்க ஒண்ணும் கவலைப்பட வாண்டாம். படுங்க. புவனா, அண்ணி குழந்தைங்க எல்லாம் மாடியிலே தென்னண்டை ரூம்லெதான் படுத்திருக் காங்க... அலாரம்கூட வச்சிருக்காப்பலருக்கு.”

“சரி, நான் இப்படியே படுக்கிறேன்” என்று சொல்லி உள்ளே நடந்தான் சட்டம். மாடி ஏறிப்போன போது கோடியறை யில் குடும்பம் அத்தனையும் படுத்து உறங்கிக் கிடந்தது. புவனா வும் பெரிய அண்ணியும் பக்கத்தில் பக்கத்தில் படுத்திருந்தார் கள். அறையை எட்டிப்பார்த்துவிட்டு அப்படியே நடந்து, திறந்த மாடியிலிருந்த புகை போக்கிக்குப் பக்கத்தில் சற்று நின்றான். கதகதவென்று அடுப்படிக் காற்று லேசாக வீசிற்று.

கிழக்குத் தொடுவானத்திற்கு மேலே கிருத்திகைக் கூட்டம் எழுந்திருந்தது. சிறிது குளிராகக் காற்று வீசிற்று. பொங்கும் கண்ணுக்கு இதமாயிருந்தது. பனியனிலும் முன்கையிலும் சந்தன மணம் தவழ்ந்தது.

சளசளவென்று இரைச்சலுக்கும் நாயன இசைக்கும் பாதி கேட்டதும் கேட்காததுமான மந்திரங்களுக்கும் நடுவில் சட்ட நாதனின் நெஞ்சு முக்கியமான கணத்தை எதிர் நோக்கிப் பொங்கிப் பொங்கி எழுந்தது. பஞ்சாங்க அய்யர் சொன்னபடி பாப்பாவின் கையைப் பிடித்து மணமகனின் கையில் கொடுத்தான். புவனா பார்த்துக்கொண்டிருந்தாள். எல்லா வற்றையும் நடத்துகிறவன் என்றோ என்னவோ, கூடத்திலிருந்து அத்தனை முகங்களும் மற்ற மணமக்களை விட்டு இங்கேயே கவனிப்பது போலிருந்தது. இந்தக் கலியாணம்தான் எல்லோருக் கும் முக்கியமாகப்பட்டது.

கையைப் பிடித்துக் கொடுக்கும்போது பாப்பா அவனைச் சற்று லேசாக நிமிர்ந்து பார்த்துப் புன்னகை செய்து, நாணத் துடன் குனிந்துகொண்டது. அது புன்னகை போலுமிருந்தது; பத்தொன்பது வருட நன்றிப் பெருக்கு உடைத்துக்கொண்டு

வருவதை அழுத்தி அடக்கும் சிரமமாகவும் இருந்தது. புரோகிதர் சொல்லுகிற ஸம்ஸ்கிருதச் சொற்களின் கருத்துப் புரிவது போலிருந்தது சட்டநாதனுக்கு. புவனாவைப் போல, இந்தக் குழந்தையைப் போல என்னால் இருக்க முடியவில்லையே என்று தத்தளித்தான். மந்திரத்தைச் சொல்ல முடியவில்லை. பேசாமல் புரோகிதரையே பார்த்துக்கொண்டிருந்தான்.

"சொல்லுங்கோ," என்றார் புரோகிதர்.

"சொல்லுகிறேன்" என்று தலையை மட்டும் ஆட்டினான் அவன். சொல்ல முடியவில்லை.

அவர் மெதுவாகச் சிரித்து, தானே சொல்லிக்கொண்டு போனார் – ரண வைத்தியம் செய்கிறவன்போல.

அவனால் கடைசியில் அடக்க முடியவில்லை. கண் துளிர்த்து வழிந்தது. ஓமப் புகையினால் என்று காட்டுவது போல் கண்ணை அகட்டியும் இறுக்கியும் கரிப்பைத் துடைத்துக் கொண்டான். ஆனால் கழுத்து நாளங்களும் மேவாயும் உதடு களும் அவனுக்கு அடங்கவில்லை. புவனாவின் கை அப்போது லேசாக அவன்மீது உராய்ந்தது. திரும்பினான். புன்னகைத் தான். சின்ன அண்ணியின் முகமும் தென்பட்டது. கண்ணீரும் புன்னகையுமான வானவில் வானமாகியிருந்தது அது. எல்லோரும் அவனைத்தான் பார்த்துக்கொண்டிருந்தார்கள்.

தாலி முடிச்சு ஏறியதும், "நீங்க ரெஸ்ட் எடுத்துக்கலாம்," என்று சட்டத்திடம் சொன்னார் புரோகிதர்.

தாம்பாளங்களுக்கும் பாத்திரங்களுக்கும் இடையில் காலை வைத்து நடந்து மணமக்களின் பின்னால் உட்கார்ந்து சுவர்மீது சாய்ந்து கொண்டான் சட்டம். எப்போதோ தொடங்கின பிரயாணம் முடிந்துவிட்டாற் போலிருந்தது அவனுக்கு. இனிமேல் செய்வதற்கு ஒன்றுமில்லை. சட்டென்று ஒரு வெறுமை. சின்ன அண்ணனின் உருவம்கூட உத்தரவு பெற்று அகல்வது போலிருக் கிறது.

மற்ற கலியாணங்களை வேடிக்கை பார்த்துக்கொண்டு உட்கார்ந்திருந்தான். அக்காள் மகளுக்கும் வள்ளிக்கும் மாங்கல்ய தாரணம் முடிந்துவிட்டது. யசோதைக்குக் கட்டுவதற்காகத் தாலிச் சரட்டுடன் அந்த மாப்பிள்ளை தயாராகக் குனிந்து நின்றுகொண்டிருந்தான். சட்டநாதனுக்கு எழுந்திருக்கத் திராணி யில்லை. அசப்பில் பெரியண்ணியின் உருவம் பார்வையில் பட்டது. சட்டென்று எழுந்து அங்கு போய் நின்றுகொண்டான். பெரிய அண்ணி ஆனந்தக் கண்ணீர் வடித்துக்கொண்டு நின்றாள்.

செம்பருத்தி

இயற்கையாக ஒரு களை உண்டு, அவள் முகத்திற்கு. அதைச் சதா மறைத்துக்கொண்டிருந்த ஒரு குறையும் ஜொலிப்பும் வெளிச்சத்திற்குப் பயப்படுகிற மிருகம்போல இப்பொழுது தலையை உள்ளுக்குள்ளே இழுத்துக்கொண்டிருந்தன.

சடங்குகள் முடிந்த பிறகு, "முதல்லே சித்தப்பாவை விழுந்து கும்பிட்டு வாங்க." என்று இரண்டு பெண்களையும் மாப்பிள்ளை களையும் தள்ளிக்கொண்டு வந்தாள் அவள். பெண்கள் கும்பிட்டு எழுந்து நகர்ந்தனர்.

"என்னடி அப்படியே போறீங்க? அவங்க காலைத் தொட்டுக் கண்ணில் ஒத்திக்கிங்கடி!" என்று சிரித்தவாறு அதட்டினாள் அவள். பெரிய அண்ணன் நின்று அதைப் பார்த்துக்கொண்டிருந்தார்.

"நானும் தொட்டு ஒத்திக்கிற காலுதான். அண்ணியா யிருக்கேன். வயசும் நாலு கூட, கொடுத்துவைக்காததுக்கு ஒரு காரணம்!" என்று கணவனிடம் சொல்லிக்கொண்டிருந் தாள் பெரிய அண்ணி. அவர்கள் அப்பால் நகர்ந்ததும் புவனா அவனைப் பார்வையாலேயே ஒரு தடவை அணைத்து, முத்தமிட்டுச் சாப்பிடுவது போலிருந்தது. எட்டி நின்ற சட்டத் திற்குத் தோலில் அது ஊர்ந்தது.

தி. ஜானகிராமன்

7

இரண்டாவது பந்திச் சாப்பாடு நடக்கும் பொழுது புவனா மாடிக்குப் போவதைப் பார்த்துக் கூடவே சென்றான் அவன். உள்ளே போனதும் "பணம் எத்தனை பாக்கி இருக்கு? பார்த்துச் சொல்லு," என்றான்.

பெட்டியைத் திறந்து எண்ணி, "எண்ணூத்துச் சொச்சம்!" என்றாள் அவள்.

"மீதி ?"

"மீதி ஏது? நீங்க கேக்றப்பல்லாம் எடுத்துக் கொடுத்திட்டிருக்கேன்," என்று ஒரு ரோக்காவைக் காண்பித்தாள் புவனா. ஒரு வாரக் கணக்கு அதில் இருந்தது. தேதி, கொடுத்த மணி, அல்லது வேளை போட்டு 150, 200, 1400 என்று வரிசையாக அன்று காலை 11 மணிவரை எழுதியிருந்தது. 6.9.45, காலை பலகாரம் ஆனதும் என்று ஒரு தொகை, 6.9.45 பகல் 3 மணி என்று ஒரு தொகை.

"மீதி எண்ணூத்துச் சொச்சம்னா நாளைக்கு? நாளானிக்கி? இத்தனை பேரையும் ஊருக்கு அனுப்பிச்சாகணும் . . ."

"ஆமா . . ." என்றாள் புவனா.

சிறிது நேரம் நின்றாள். இருப்புப் போக ஏழாயிரம் கலியாணச் செலவுக்காகக் கடன் வாங்கியாகிவிட்டது. அதில் மிச்சம் எண்ணூற்றுச் சொச்சம். இன்னும் யார் கடன் கொடுப்பார்கள்? தாவுத் பாச்சாவின் மகன் ஒருவனைத்தான்

இன்னும் அணுகவில்லை. சரக்குப் போட அவ்வப்போது கடன் கொடுப்பவன் அந்தப் பையன்தான். கலியாணத்திற்காக அவனிடம் கடனுக்குப் போகவில்லை. ஒரு வருடமாகவே அவனிடம் வாங்குகிற அவசியமும் நேரவில்லை.

"அப்பாவை..?" என்று தொடங்கினாள் புவனா.

"வேற ஒரு இடத்திலே பார்க்கிறேன். நிச்சயமாக் கிடைக்கும். ஆள் ஊர்லெ இல்லேன்னாத்தான் யோசிக்கணும்" என்று கீழே இறங்கி வாசலில் கொட்டகை ஓரமாக நிறுத்தியிருந்த ஒரு சைக்கிளை எடுத்துக்கொண்டு தைக்காத் தெருவை நோக்கி விரைந்தான் சட்டம்.

வாசலில் மாடிப்படி போல இரட்டைப் படிக்கட்டு வைத்துக் கட்டியிருந்த வீடு அது. தெருமட்டத்திற்கு மேல் இரண்டு ஆள் உயரத்துக்கு இருந்தது கடைசிப் படி. உள்ளே புதிய மோஸ்தரில் ஒரு தோட்டம். நடுவில் வீடு. ஒரே குரோடன்ஸாக அணி வைத்திருந்தது. வீட்டின் முகப்பிற்குப் போய்ச் சேர ஒரு நீண்ட கொட்டகை போட்ட நடைபாதை. தோட்டத்தில் இனாமல் வெள்ளி பூசிய நான்கு நிர்வாணப் பெண் சிலைகள். கொட்டகையில் ஒரு பெஞ்சுமீது தாவுது பாச்சாவின் நான்காவது மகன் சூம்பிய கால்களுடன் படுத்திருந்தான். அவனுக்கு இளம்பிள்ளை வாதம்.

"அண்ணன் இருக்காங்களா?"

"இருக்காங்க. பெல்லை அமுக்குங்க. வருவாங்க." என்றான் பையன்.

பித்தானை அமுக்கியதும் ஒரு ஏழு வயதுப் பெண் குழந்தை, நூலாக எச்சில் வழிய முகப்பின் இரும்புக் கதவில் எட்டிப் பார்த்தது. நல்ல சிவப்பு. நீலக் கண். நீலச்சட்டை, நீலப் பாவாடை. பார்வை மட்டும் ஒரு வயதுக்குக் குழந்தைப் பார்வை. ஒரு ஓரமாகத் திறந்த வாயிலிருந்து சர்க்கரைப் பாகுபோல எச்சில் கம்பிகட்டிக்கொண்டே இருக்கிறது. சட்டத்தையும் பார்த்துச் சிரித்தது அது.

"நீ ஆஹுா!" என்றது.

சட்டம் சிரித்தான்.

"அப்பா இருக்காங்களா?"

"வாப்பா ஊ!" என்று புகை பிடிப்பதுபோல் ஜாடை காட்டி என்னவோ முக்கியமான காரியத்தை அவர் செய்து கொண்டிருப்பதுபோல் தன் முகத்திலிருந்து சிரிப்பை அகற்றிக் கொண்டது குழந்தை.

“வாங்க, வாங்க!” என்று சொல்லிக்கொண்டே வந்தான் சுலைமான்.

“உக்காருங்க. நான் சாயங்காலம் வரதாக இருக்குறேனே கலியாணத்துக்கு. என்னாத்துக்கு நீங்க வரணும்?” என்று முகப்பிலிருந்த சோபாவைக் காட்டி அதிலேயே ஒரு பக்கத்தில் உட்கார்ந்துகொண்டான். முப்பது வயதிருக்கும் சுலைமானுக்கு, தாவுத் பாச்சாவின் இரண்டாவது மகன் அவன். அந்த நாளில் பெரிய அண்ணனின் கடனைத் தீர்க்க அலைந்தபோது தாவுத் பாச்சாவின் கிராமத்து வீட்டுக்குப் போகும் வழக்கம். அப்போது சுலைமான் பள்ளிக்கூடத்தில் ஒல்லியாகப் படித்துக்கொண்டிருந் தான். இப்பொழுது சிவந்த உருண்ட மேனியும் பளபளவென்ற முழங்கைகளில் அடர்ந்த கருமயிரும் பெரிய கண்ணும் பேச்சின் இனிமையும் மென்மையுமாக ஆணழகனாக நின்றான் அவன். இடுப்பில் வெள்ளை மல். மேலே கழுத்திலிருந்து கீழ்க்கோடி வரை ஸிப் போட்ட குட்டைச் சட்டை. முழுக்கைச் சட்டை. சிங்கப்பூர் சட்டை போலிருக்கிறது.

“அஞ்சரை மணி ஆறு மணி சுமாருக்கு வரலாம்னுதான் இருக்கேன்!” என்றான் உட்கார்ந்ததும்.

“நீங்க வருவீங்கன்னு தெரியும். அதுக்குள்ளியும் ஒரு அவசர மாகப் பார்க்க வந்தேன்” என்று இரண்டாயிரம் கடன் வேண்டும் என்பதைச் சுருக்கமாகச் சொல்லிவிட்டான் சட்டம்.

“போதுமா?”

“அவ்வளவு தேவையில்லை. இருந்தாலும் அவசரத்துக்குத் தவிக்கப்படாதுன்னுதான் அவ்வளவு கேட்டேன்.”

மூன்று நிமிடங்களுக்குள் பணம் வந்துவிட்டது.

“நாலு கலியாணத்தை ஒரே நாள்ளே ஒரே இடத்திலே நடத்துறதுன்னா – அப்படி இருக்கறப்ப ஒரு ரோக்கா கொடுத்தனுப்பிச்சிருந்தா இதைக் கொடுத்துப் போட்டிருப் பேனே! இதுக்காகவா ஓடி வந்தீங்க?”

“உங்களையும் பார்த்தாப்பல ஆச்சு – அதனால என்ன இப்ப?”

மாப்பிள்ளைகளைப் பற்றி விசாரித்துச் சிறிது பேசிக் கொண்டிருந்தான் சுலைமான்.

சட்டநாதன் விடைபெறும்போது “ஆறு மணிக்கு வரேன்” என்று இன்னும் ஏதோ சொல்லப்போகிற குரலில் நிறுத்தி னான் சுலைமான்.

சட்டநாதன் நின்று அவனைப் பார்த்தான்.

"ஒரு முக்கியமான சமாச்சாரம் சொல்லணும். ரொம்ப நாளா தள்ளிப் போட்டுக்கிட்டே வருது. இந்தக் கலியாணத் துக்கு முன்னாலேயே நான் சொல்லியிருக்கலாம்னு சில சமயம் தோணுது. சில சமயம் அப்பறமே சொல்றதுதான் நல்லதுன்னு தோணும், எப்படியோ ஒத்திப் போயிரிச்சு."

"என்ன? என்ன?" என்று சட்டநாதன் பரபரத்தான். உடனே அவனுக்குப் பெரிய அண்ணி – பெரிய அண்ணன். அவளைப்பற்றி அவர் சொன்னது – இப்படிக் கலவர நினைவு களே வந்து அரிக்கத் தொடங்கிவிட்டன.

"இப்ப கலியாணச் சந்தடியிலே சொல்ற சேதி இல்லீங்க. கூட்டம் எல்லாம் கலையட்டும், நீங்களும் எல்லா அலமலப்பும் ஒஞ்சி – ஓய்வா இருக்கறப்ப சொல்லணும்."

"என்ன, என்ன?"

"அதான் சொல்றனே . . ."

"வியாபார விஷயமா இல்லே காங்கிரஸ் எலெக்ஷன் – அப்படி . . ?

"அதெல்லாம் ஒண்ணும் இல்லீங்க. நீங்க ஏன் இப்படி ஒரேயடியாக் களைச்சுப் போறீங்க? நல்லசேதிதான், ஆனா ரொம்ப ரகசியம். ரசசியம்னா பெரிய ரகசியம். இது மட்டும் ஞாபகத்தில் இருந்தாப் போதும். நான் நிதானமா, நேரத்திலே தான் சொல்றேன்."

சட்டநாதனுக்கு அதைக் கேட்டு முதல் திகைப்பு நீங்கிற்று. இருந்தாலும் ஆவல் தீரவில்லை.

"சரி, சொல்லுங்க. இன்னிக்கிச் சாயங்காலமேகூடச் சொல்லலாம்."

"தோது இருந்தாச் சொல்லிடறது. நீங்க கிளம்புங்க, சாப்பிட்டாச்சா இல்லையா?"

"இதோ – போய்த்தான். நீங்களும் ராத்திரி சாப்பாட்டுக்கு இருக்கறாப்பல வரணும்."

"சாப்பாட்டுக்கு இல்லாம, ரொம்ப நல்லாருக்கே!"

சட்டநாதன் சைக்கிளை அமுக்கிக்கொண்டு விரைந்தான்.

வீட்டுக்குப்போனதும் அந்த ஆவல் அரிப்பு எல்லாம் மறைந்துவிட்டன. கூட்டத்திலும் பந்தி விசாரணையிலும்

முனைந்துவிட்டான். புவனாவிடம் பணத்தைக் கொடுக்கும் போது மட்டும் சற்று ஞாபகம் வந்தது. இரண்டு நிமிஷத்திற்குப் பிறகு கீழே வந்ததும் முற்றிலும் மறைந்துவிட்டது.

மாலையில் கடை வீதியே திரண்டு வந்தது. அந்தந்த மணமக்களுக்கு வருகிற பரிசுகள் மாறிக் கலந்துவிடாமல் தனித்தனி ஆட்களாகப் போட்டிருந்தாள் புவனா.

சுலைமான் ஜரிகைக் கம்பி மாலைகள், பச்சை ஜாதிக் காய்கள், உலர்ந்த பழங்கள், கொட்டைகள், ஆப்பிள்கள், திராட்சைகள் என்று ஒவ்வொரு தட்டாக ஒவ்வொரு மணமக்க ளிடமும் வைத்து, நூறு நூறு ரூபாயாக வைத்துவிட்டு நாயனம் கேட்க உட்கார்ந்துகொண்டான்.

சட்டத்திற்கு ஒன்றும் புரியவில்லை.

அவனுக்குப் பக்கத்தில் உட்கார்ந்துகொண்டான். அவன் ஒன்றும் சொல்கிற குறியாக இல்லை. ஏழரைமணிவரையில் இருந்து சாப்பிட்டு வெற்றிலையை மெல்லும் போதும் வேறு ஏதோ பேசிவிட்டு விடைபெற்றுக் கொண்டான்.

"நான் மத்தியானம் சொன்னாப்பல இந்த அமக்களம் எல்லாம் ஓயட்டும். அப்பறம் சொல்றேன்," என்று காரில் ஏறிக்கொண்டான் சுலைமான்.

கலியாணம் முடிந்து சம்பந்திகள் ஊருக்குப் போகிற வரையில் அத்தனை வேலைகளுக்கு நடுவில் சுலைமானின் நினைவு மனதின் விளிம்பில் நின்று எட்டிப் பார்த்துக்கொண்டே யிருந்தது. தலையில் கும்பத்தை வைத்துக்கொண்டு ஆடுகிற நாட்டியக்காரி அத்தனை ஆட்டத்திற்கு நடுவிலும் தலைக்குடத் தில் ஒரு கண்ணாகவே இருப்பாளாம். இதுவும் மாமனார் சொன்னதுதான். வேலைகளையும் விடாமல், கடவுளையும் அறாமல் நினைக்கும் பக்தர்களைப் பற்றி அவர் எடுத்துக் காட்டிய வர்ணனை அது. அந்த மாதிரி அல்லவா சுலைமான் தலையில் உட்கார்ந்திருக்கிறான் என்று வியப்பாக இருந்தது அவனுக்கு. 'அரே அல்லாஹ்!' என்று முணுமுணுத்துக் கொண்டான்.

8

சம்பந்திகள் ஊருக்குப் போனார்கள். மற்ற உறவினர்களும் விடைபெற்றுக்கொண்டு நகர்ந்ததும் வீடு பழைய நிலைக்கு வந்தது. ஒரு வாரம் கழித்து, குழந்தைகளை மாமனார் வீட்டில் விட்டு, புவனா வோடும் சின்ன அண்ணியோடும் பாப்பாவைத் திருச்சியில் மாப்பிள்ளை வீட்டில் கொண்டு விட்டு வந்தான் சட்டநாதன். பெரிய அண்ணனும் அண்ணியும் உள்ளூரில் செட்டித் தெருவில் உள்ள சம்பந்தி வீட்டுக்கும் அய்யம்பேட்டையில் உள்ள இன்னொரு சம்பந்தி வீட்டுக்குமாகப் போய்ப் போய் வந்துகொண்டிருந்தார்கள். திருச்சிக்குப் போன சட்டநாதனையும் புவனாவையும் ஒரு வாரம் இருந்து போகலாம் என்று சம்பந்திகள் வற்புறுத்திக்கொண்டிருந்தார்கள். தட்டவும் முடியாமல், இணங்கவும் முடியாமல் இரண்டு நாள் இருந்துவிட்டுச் சின்ன அண்ணியை மட்டும் அங்கு விட்டுவிட்டு புவனாவோடு திரும்பி வந்தான் சட்டம்.

ரயிலில் இறங்கி, நேராக இருவரும் வீட்டுக்கு வந்து சேர்ந்தார்கள். கொல்லைக்கட்டில் இருந்த வீட்டுக்காரர்கள் விசாரித்துவிட்டுத் திரும்பிப் போனார்கள். அடுக்களையை மட்டும் திறந்து ஒரு கூஜாவை எடுத்துக் கிணற்றிலிருந்து தண்ணீர் மொண்டு திரும்பிக் கூடத்துக்கு வந்தாள் புவனா. சட்டம் ஊஞ்சலில் உட்கார்ந்திருந்தான்.

கூஜாவை வைத்துவிட்டு அடுக்களைப் பக்கம் திரும்பியவளைக் கூப்பிட்டான் சட்டம்.

தி. ஜானகிராமன்

“வந்ததும் வராததுமாக உள்ளே போறியே! என்ன வேலை இப்ப. கொஞ்ச நேரம் உட்கார்ந்துக்கவேன்.”

“வேலை ஒண்ணும் இல்லே. ராத்திரி சமையல்தான். புள்ளைங்கள்ளாம் வந்திரும்.”

“மணி மூணரையாகுது, சமையலுக்கு இப்ப என்ன?”

புவனா தூண் பக்கமாக வந்து நின்றாள்.

“உட்கார்ந்துக்கவேன்.”

புவனா தூணில் சாய்ந்து உட்கார்ந்ததைப் பார்த்தவன் அப்படியே பார்த்துக்கொண்டிருந்தான். வாசலில் தெருவுக்கப்பாலுள்ள மரத்திலிருந்து ஒரு தனிக் காக்கை கரைந்துகொண்டிருந்தது.

குழந்தைகள் இல்லை. பாப்பா இல்லை. சின்ன அண்ணி இல்லை. வீடே பண்டங்களைக்கூட அகற்றிவிட்டாற்போலக் காலியாகக் கிடந்தது. இருவரையும் ஒரு தனிமை சூழ்ந்து ஒதுக்கியது போலிருந்தது. பறிக்க முடியாத எதையோ பறிகொடுத்துவிட்டது போல் இருவரும் உட்கார்ந்திருந்தார்கள். கன வேகமாக ஒரு எலி அடுக்களையிலிருந்து கூடம் முழுவதும் சுவரோரமாக ஓடி நடையைப் பார்க்க ஓடிற்று.

உடலும் மனமும் துவண்டு துவண்டு சொல்லையும் இழந்து சோர்ந்து கிடந்தன.

சட்டம் எழுந்து எதிர் அறையைத் திறந்து, ஜன்னலின் ஒரு கதவை மட்டும் திறந்து, ஒரு பாயை விரித்துப் படுத்தான். புவனா வாசல் முகப்பைத் தாழிட்டு வந்து சுவரோரமாக உட்கார்ந்துகொண்டாள்.

“அப்பறம் என்ன செய்யணும்?” என்று சிறிது நேரத்திற்குப் பிறகு கேட்டான் சட்டநாதன்.

“ம்...” என்று இழுத்தவள் அதோடு நின்றுவிட்டாள்.

“அப்பறம் கலியாணிக்குக் கலியாணம், காமகோடிக்குக் கலியாணம், அது ரண்டும் போகும். என்ன இது!” என்று மோட்டுவளையைப் பார்த்தான் அவன். “இப்படி ஒண்ணொண்ணா அனுப்பிச்சிட்டு, தனியா வந்து உட்கார்ந்துகிட்டு! இதெல்லாம் எதுக்காக? என்னத்துக்கு இதெல்லாம் செஞ்சுகிட்டிருக்கோம்? நானும் யோசிச்சு யோசிச்சுப் பார்க்கறேன். எனக்கு ஒண்ணும் புரிய மாட்டேங்குது.”

இந்த மாதிரி சமயங்களில் புவனா குறுக்கே பேசுவதில்லை. பேசாமல் கேட்டுக்கொண்டே உட்கார்ந்திருப்பாள். சட்டநாதன் பேசிக்கொண்டிருந்தான்.

"நாலு, அஞ்சு, ஏழுன்னு பெண்ணையும் பிள்ளையையும் பெத்தவங்களும் இதையேதானே செஞ்சுக்கிட்டிருக்காங்க. ஒரு ரண்டு மணி நேரம் சந்தோஷமா இருக்கிறது. ஒரு கண்கொட்டு நேரம் பல் கிட்டிச்சுப் போகும்படியா பரவசமா ரண்டுபேர் ஒண்ணாவே போயிடறாப்பல ஆகி!... இத்தனை சந்தோஷமா உங்களுக்குன்னு ஏதோ ஒண்ணு பயமுறுத்தி, 'இந்தா'ன்னு ஒரு உசிரைத் திருட்டுத்தனமா வெச்சிட்டுப் போயிடுது. முதலாவதிலே சந்தோஷம்; ரண்டாவது, மூணாவதிலே கூடச் சந்தோஷம். மூணு பிறந்தப்பறம் நாலாவது அஞ்சாவதுக்கெல் லாம் மோசம் போயிட்டாப்பல ஒரு ஏமாத்தம், கவலை. அப்பறம் அதுகளை வளர்த்துக் கலியாணம்! வெளியே அனுப்பறது! கடையிலே சம்பாதிக்கிறது! செலவழிக்கிறது! கடன் வாங்கறது! அடுத்ததுக்குச் சம்பாதிக்கிறது! என்ன செஞ்சிட்டிருக்கோம் நாம? யாருக்கு என்ன உபயோகம்?"

"வேற என்ன உபயோகம் வேணும்? கலியாணம் பண்ணிக் கிட்டுக் குடியும் குடித்தனமுமா இருக்கிறவங்க வேற என்னத்தைச் செய்யணும்? நம்மைச் சுத்தியிருக்கிறவங்க வகையில்லாதவங் களா இருந்தா நம்மாலே முடிஞ்சதைச் செய்யணும். அப்புறம், நமக்குத் தெரியாம நம்மை ஏமாத்திட்டுப் பொறக்குதுன்னு சொன்னீங்களே, அதுகளும் சந்தோஷமா இருக்கும்படியா செய்யணும். வேறு என்ன செய்ய இருக்கு? சந்நாசியா இருந்தா, மேலே ஏதோ இருக்குன்னு நெனச்சிட்டுக் கண்ணை மூடிக் கிட்டு அது கையிலே அகப்படறவரைக்கும் உட்கார்ந்துகிட்டே இருக்கலாம். பத்துப் பேரைச் சேத்துகிட்டு, காலிலே விழுந்து கும்பிடச் சொல்லி நாமளும் ஒரு குட்டிச் சாமின்னு நினைச்சுப் பூரிச்சுக்கிட்டிருக்கலாம். குடியும் குடித்தனமுமா இருக்கறவங்க என்ன செய்யிறது?"

அதைக் கேட்டுச் சட்டநாதன் பேசாமல் மேலேயே பார்த்துப் படுத்திருந்தான். புவனா மேலும் கேட்டாள்.

"நீங்க சக்கரையை வச்சுகிட்டு இல்லேன்னு சொன்ன துண்டா?"

"இல்லே"

"இருக்கறப்ப, ஒண்ணுக்கு மூணு விலையிலே வித்ததுண்டா?"

"இல்லே."

"வேற எந்தச் சாமானையும் ஒளிச்சு வச்சதுண்டா?"

"இல்லே."

"மொத்தமா சாமானை ஒண்ணுக்கு மூணா வித்து அதிலே வந்ததை மூணிலே ஒண்ணு எடுத்து இடிஞ்ச பிள்ளையார் கோவிலைப் புதுப்பிச்சதுண்டா?"

"இல்லே."

"பாங்கிலே எண்ண முடியாத பணம் இருக்கா?"

"இல்லே."

"ஓவர் டிராப்ட் எத்தினி இருக்கு?"

"நாலாயிரம்."

"வீடு வாங்கினதுண்டா?"

"இல்லே."

"நிலம்?"

"இல்லே."

"பதினஞ்சு வருஷம் கடை நடத்தினதிலே என்ன மிச்சம்?"

"பாங்கிலே நாலாயிரம், முதலியார்கிட்ட மூவாயிரம், சுலைமான்கிட்ட ரண்டாயிரம் – ஒன்பதாயிரம் கடன் வாங்கியிருக்கு."

"சந்தோஷப்படறதுக்கு இதைவிட வேறு என்ன வேணும்..? இதை அடைக்கிறதுக்கு இன்னும் ரண்டு மூணு வருஷம் ஆகுமா?"

"ஆகலாம்."

"அதுக்குள்ளார கல்யாணி பெரிசாயிருக்கும். காமகோடியும் வளர்ந்துகிட்டு இருக்கும். அதுங்க கலியாணம் வரும். என்னமோ எல்லாம் முடிஞ்சு போயிட்டாப்பல பேசினா என்ன செய்யறது?" என்று புவனா கேட்டுவிட்டு மறுகணமே பிடிக்காமல் ஏதாவது பேசிவிட்டோமோ என்று நினைப்பது போல் அருகில் நகர்ந்து வந்தாள். "வீட்டிலே ஒருத்தரும் இல்லே. குழந்தைங்க இல்லே. சின்ன அண்ணி இல்லே. ஊருக்குப் போய் வந்த களைப்பு வேற. எல்லாம் சேர்ந்துதான் இப்படி ஏக்கமாய்ப் பிடுங்குது. குழந்தைகளை அழச்சிட்டு வந்தா எல்லாம் சரியாப் போயிடும்" என்று அவனுடைய கன்னங்களையும் மார்பையும் தடவினாள் அவள். "பதினஞ்சு வருஷம் கடை நடத்தி ஒரு குழி நிலம் வாங்கலே. நமக்குன்னு ஒரு குச்சுகூட வாங்கலேன்னா, இதை விட நிம்மதியா, சந்தோஷமா இருக்கிறதுக்கு என்ன இருக்கு? உங்களுக்கு அப்பறம் ஷாப்புக் கடை வச்சவங்க ரண்டுபேரும் வீடு வாங்கி, நிலம் வாங்கிட்டாங்க. புதுசு கிடைக்கலேன்னு பழங்காரா இருந்தாலும் பரவாயில்லேன்னு வாங்கி வச்சிக் கிட்டாங்க. சீராளனுக்கு ஒரு சைக்கிள் வாங்கிக் கொடுக்கக் கூட நம்மாலெ முடியப் போறதில்லை. இதைவிட என்ன பெருமை வேணும்?"

அதைக் கேட்டு அவளை இழுத்து அணைத்துக்கொண்டான், சட்டம். "நான் ஒரு படி தாண்டினா, நீ ரண்டு படி தாண்டி முன்னாலே போய் நிக்கிறியே," என்று இறுக்கிக்கொண்டான்.

"இந்த சமயம் பார்த்துத்தான் வீட்டுக்காரங்க காபிப் பௌடர் கடன் கேக்க வருவாங்க" என்று அவனுடைய கையை மெதுவாக விலக்கிவிட்டு, புவனா எழுந்து போய் ஒரு விசிறியை எடுத்து வந்து அவன்மீது மெதுவாக விசிறத் தொடங்கினாள்.

"காத்து வாங்கறப்ப சுகமாத்தான் இருக்கு. அதுவும் இன்னொருத்தர் விசிர்றப்ப அது இன்னும் சுகமாயிருக்கு" என்று சட்டநாதன் ஆரம்பித்தான். பாதியில் அவள் குறுக்கிட்டாள் – "நெசமாவா?" என்று.

"நெசமாவான்னா – யோசிச்சுத்தான் பதில் சொல்லணும்... ஆமாம், நீ விசிர்றப்ப தாங்கிக்க முடியுது. ஆனா வேற யாராவது விசிறினா, சீராளன் விசிறினால்கூட நான் என்னமோ தப்பு பண்ணாப்பலத்தான் தோணுது" என்று தன்னைத்தானே திருத்திக்கொண்டான் அவன். ஒவ்வொருத்தரும் தன் வேலையைத் தானேதான் செய்துக்கணும். தன் சிரமத்தைத் தானே போக்கிக்கணும். பெண்டாட்டி விஷயம் மட்டும் ஒரே ஒரு விலக்கு. இவனை அவளுக்காகவும் அவளை இவனுக்காக வும் வச்சிருக்கிறதனாலே இவனுக்கு அவசெய்தா தாங்கும். அவளுக்கு இவன் செய்தாலும் தாங்கும். மத்தபடி வேற யார் கிட்டவும் வேலை வாங்கப்படாதுன்னுதான் தோணுது. யாரா வது நமக்காகச் சிரமப்படறப்ப, உடம்பெல்லாம் கூனிக் குறுகிப் போவுது. நாம என்னமோ தப்புப் பண்றாப்பல நோய் நொடின்னு முடியாதவங்களானா சரி, இன்னொருத்தர் செய்றதை ஏத்துக்கலாம்" என்று விசிறியை வாங்கித் தானே விசிறிக்கொண்டான் அவன். "நான் வாகா விசிறிக்கிறேன், அதுக்குத்தான்" என்று தொடர்ந்து சொன்னான்.

"என்ன இன்னிக்கு என்னென்னமோ பேசிக்கிட்டிருக்கு?"

"என்னமோ போலத்தான் இருக்கு... வீட்டிலே ஒருத்தருமே இல்லாதது – ரயில்லே வந்தது – இதனாலெயும் இருக்கலாம். ஆனா இப்படி வெறிச்சின்னு இருக்கறதே என்னத்தையோ இடிச்சுக் காமிக்கறதுக்காகவே ஏற்பட்டாப்பல இருந்தா? எனக்கு என்னமோ அப்படித்தான் தோணுது. இத்தனை ஆர்ப்பாட்டமா கலியாணம் பண்ணினோம். நகை நட்டெல்லாம் பண்ணிப் போட்டோம். சீரெல்லாம் செஞ்சோம். நம்ம கடையிலே வேலைசெய்யற நாலு ஆளும் என்ன நினைச்சுப்பாங்கன்னு நினைக்கிறப்ப வேதனையாயிருக்கு. சிங்காரமும் மாணிக்கமும் பதினெட்டு இருபது வயசிலே கடை ஆளா வேலைக்கு வந்தவங்க.

இப்ப அவர்களுக்கு முப்பத்து மூணு முப்பத்தஞ்சு வயசாவுது. இன்னும் அப்படியே புளியும் வெல்லமும் நிறுத்துக் கொடுத்துக் கிட்டேதான் இருக்காங்க. இன்னும் கையிலே பிசுக்கு இருந்து கிட்டேதான் இருக்கு. சின்ன அண்ணி நிலத்திலே வேலை செஞ்சிட்டிருக்கானே மைக்கேலு, அவன் பதினஞ்சு வருஷமா வேலை செஞ்சுகிட்டேதான் இருக்கான். அவன் அப்பன் பாட்டன் நாளிலேர்ந்து நம்ம நிலங்களைத்தான் செய்நேத்தி செஞ்சுகிட்டே இருக்கான். இன்னும் அப்படியேதான் செஞ்சு கிட்டே இருக்கான். எனக்கு இதெல்லாம் பார்க்கிறப்ப வெக்கமா யிருக்கு. கடையிலே உட்கார்ந்திருக்கிறப்ப, போன வாரம் கடைத் தெருவுக்குப் பழைய கப்பியைச் சுரண்டிட்டுப் புதுக்கப்பி போட்டு ஜல்லி போட்டுக்கிட்டேயிருந்தாங்க. எனக்கு அப்ப கடையிலே உட்கார்ந்திருக்கவே கூச்சமாயிருந்தது. சனிக்கிழமை பிச்சைங்க வரப்பவும் அதே மாதிரி வெக்கமாயிருக்கு. இன்னிக்கு ரயில்லே பாடிக்கிட்டுப் பிச்சை கேட்டான் பாரு ஒருத்தன், அவனைப் பார்க்கறப்பவும் அப்படியேதான் வெக்கமாயிருந்தது. இப்பல்லாம் கடையிலே உக்காந்திருக்கறப்ப, கல்லாவிலே மாணிக்கம், சிங்காரம் உட்காரப்படாதா, நாம சாமான் எடுத்துக் கட்டிக்கொடுக்க மாட்டோமான்னு தோணுது. கலியாணத்திலே கோட்டையடுப்புகிட்ட நின்னு சமைச்சாங்க பாரு, வேத்துவடிய அண்ணாசாமியும் பெருமாளும் – அப்ப கூட நாம்தான் அங்க நிக்கப்படாதான்னு தோணிச்சு ரண்டு மூணு தடவை. நாம் என்ன பண்றோம் பெரிசா? சாமானை இங்க வாங்கி அங்க கொடுக்கிறது – இதைத் தவிர வேற என்ன செய்யறோம்? கடம்பநாதனும் அதைத்தான் செஞ்சிக்கிட்டிருந் தான். ஆனா அதுக்கும் பின்னாலே ஏதோ முக்கியமா ஒரு காரியத்தைச் செய்துகிட்டேயிருந்தான். ரண்டு அண்டர் கிரவுண்ட் ஆளை வீட்டிலெ பதுக்கிவெச்சு சோறு போட்டான். தேசத்துக்காக வெடிவச்சவனுக்கு அவன் சரணம் கொடுத்தான். அதுக்காக மருந்துகூடக் கிடைக்காம கடைசியிலே உசிரை விட்டான். கோவிந்தசாமிகூடத் தபாலாபீசை எரிச்சிட்டு ஜெயிலுக்குப் போய்ச் செத்துப்போனான். நாம என்ன சொல்லிக் கிறதுக்கு இருக்கு? கடை நடத்தினோம், கடனை அடைச்சோம், கலியாணம் பண்ணினோம், கடன் வாங்கினோம் . . .”

“ஒருவேளை கலியாணம் பண்ணிக்காம தனிக்கட்டையா இருந்தா நீங்களும் ஏதாவது கடம்பநாதன் மாதிரி செய்து, நிம்மதியா இருந்திருப்பீங்களோ என்னவோ . . ! முன்னாலெ நினைச்சாப்பல சின்ன அண்ணியை அப்பவே கலியாணம் பண்ணிக்கிட்டு அண்ணியாக ஆகாமலே செஞ்சிருந்தா நிம்மதியா இருந்திருப்பீங்களோ என்னவோ . . .” என்றாள் புவனா.

சட்டநாதன் திரும்பிப் பார்த்தான்.

"கோபமா?" என்றான்.

"எனக்கு என்னத்துக்குக் கோபம்?"

"குஞ்சம்மாவைக் கலியாணம் பண்ணிக்கிட்டிருந்தா ஒரு திருப்தி இருந்திருக்கலாம். வாஸ்தவம், ஆனா அதனாலே நான் இப்ப படற வெக்கமும் கூச்சமும் வராம இருந்திருக்குமா? அப்பவும் இப்படியேதானே இருக்கும்?"

"கல்லாவில் உட்காராம, சாமான் நிறுத்துப் போட்டா மட்டும் நிம்மதி வந்துடுமா? அவன் படிக்கலே, புத்தியும் பத்தலே. பொட்டலம் கட்டறான். படிச்சு புத்தியோடவும் இருக்கிறவங்க, பொட்டலம் கட்டறவன் வேலை செஞ்சா மூளையைச் சிரமப்படுத்த விரும்பலே, சோம்பலடிக்கத்தான் இஷ்டம்னு ஆயிடாதா?" என்று புவனா எழுந்துகொண்டாள்.

"என்ன எழுந்துகிட்டே?"

"பேசிட்டே இருக்கு ரொம்ப நேரமா. தொண்டை உலந்து போயிருக்கும். டிக்காஷனைப் போட்டு மாடு கறக்கப் போகணும்."

சட்டம் பேசவில்லை.

"சரி..." என்று இழுத்தான் சற்றுக் கழித்து.

"இப்படி அரை மனசா இழுத்தா..."

"சரி... முழு மனசா 'சரி!' போதுமா?"

"டிக்காஷன் போடறேன். அதுக்குள்ளார எழுந்துக்க வாண்டாம். கொஞ்சநேரம் தூங்கட்டும்" என்று சொல்லி விட்டு நகர்ந்தாள் அவள்.

சட்டத்திற்குப் படுக்கை கொள்ளவில்லை. கொல்லையில் போய் எருமைக்கும் பசுவுக்கும் வைக்கோலைப் பிடுங்கிப் போட்டான். திரும்பிவரும்போது வீட்டுக்காரர் மனைவி, "மறந்தே போயிட்டேன். தைக்காத் தெருவிலே யாரோ சிநேகிதங் களாமே. அவங்ககிட்டேர்ந்து ஒரு பையன் வந்தான், உங்களைத் தேடிக்கிட்டு, ரண்டு தடவை வந்தான். நீங்க வந்தவுடனே சொல்லணும்னு நெனைச்சிட்டே இருந்தேன். மறந்து போச்சு," என்று செய்தி சொன்னாள்.

"எப்ப வந்தான்?"

"நீங்க போன மறுநாளே வந்தான். அப்புறம் முந்தாநாளு கடையிலே விசாரிச்சானாம். நேத்து இங்க வந்தான்."

சட்டநாதன் உள்ளேவந்து செய்தியைச் சொன்னான். புவனா பரபரவென்று வெந்நீர் அடுப்பை விசிறினாள். சமையல் அறையிலேயே உட்கார்ந்துகொண்டான் அவன்.

306 தி. ஜானகிராமன்

“அப்படி என்ன பரம ரகசியம்” என்று கேட்டாள் இவள்.

“சிதம்பர ரகசியம் என்னான்னு சிதம்பரத்துக்குப் போனால்ல தெரியும்.”

“அதுவும்தான் தெரியலியே!” என்றாள் புவனா.

“எது ?”

“அதுதான், ஆண்டாள் ஏன் கலியாணத்துக்கு வரலே? முன்னே வந்தவங்கதானே? அண்ணன் அன்னிக்கி காணாம போய் ரண்டு மூணு வாரம் கழிச்சு வந்தாங்களே, அப்பறம் அவங்க எங்க வந்தாங்க? நானும் பார்க்கலெ. ஏன் வரலே அவங்க? இந்தப் பக்கம் தலைவச்சே படுக்க வாண்டாம்னு இருக்காங்களா? கலியாணத்துக்குக்கூட வர முடியாம அப்படி என்ன நடந்திருக்கு . . ? நீங்களும் அப்பறம் எத்தனையோ தடவை சிதம்பரம் போய் வந்தாச்சு. இது இன்னம் தெரியலே.”

அதைக் கேட்டுச் சட்டநாதனுக்கு நினைவு மீண்டும் பழைய சுவடுகளில் ஓடிற்று. ஆண்டாள் ஏன் இவ்வளவு பிடிவாதமாக இருக்க வேண்டும்? ஏன் இந்தப் பக்கம் எட்டிக் கூடப் பார்க்க மறுக்க வேண்டும்?

சுலைமான் ஆள் அனுப்பிய செய்தியிலும் ஆண்டாளின் நினைவிலும் இத்தனை நேரமாக அலைந்து, ஏக்கம், தனிமை பயனில்லாத வெறுமை, சுமை – எல்லாம் கரைந்து போய் விட்டன. காப்பிக்காகக் காத்து உட்கார்ந்திருப்பதே தாமதம் செய்வது போலிருந்தது. இப்போது சுலைமானிடம் போகவும் தைரியம் இல்லை. போகாமல் இருக்கவோ தாமதம் செய்யவோ துணியவுமில்லை.

கொல்லைக்கட்டுக்காரர்களிடம் இருக்கிற சிறிது பாலை வாங்கிக் காப்பியைக் கலந்து கொடுத்தாள் புவனா.

“இந்த மாதிரி தனியா உங்கிட்டே காப்பியே சாப்பிட்ட தில்லே. கலியாணம் ஆகிப் புதுசா தனிக்குடித்தனம் வச்சாப்ப லல்ல இருக்கு,” என்று காப்பியைச் சிறிது ஊற்றிக்கொண்டான்.

“இப்பதான் கலியாணம் ஆனாப்பல இருக்கட்டுமே.”

“எப்பவும் அப்படித்தான் இருக்கு. ஆனா இன்னிக்கி மாதிரி யாருமே இல்லாமெ இருந்ததில்லெ.”

“அப்படி ரொம்ப நேரம் இருக்கப்படாதுன்னுதான் சாயபு பார்த்து வரச் சொன்ன சேதி வந்திருக்காப்பல இருக்கு.”

காபியைச் சாப்பிட்டவுடன் சட்டநாதன் கிளம்பிவிட்டான்.

9

சுலைமான் அப்பொழுதுதான் ஏதோ கடைகளைப் பார்த்துவிட்டுக் கிளப்புக்குப் போக ஆயத்தம் செய்துகொண்டிருந்தான். சட்டநாதனைப் பார்த்ததும் வெளியே போகிற யோசனையை விட்டு விட்டு அவனை மாடியில் உள்ள தன்னுடைய அறைக்கு அழைத்துப் போனான்.

உள்ளே கால் வைக்கவே கூச்சமாயிருந்தது. அவ்வளவு துப்புரவாக இருந்தது அறை. வேறு எங்கும் பார்க்கிற அறையாக இல்லை. கீழே பாய் தைத்திருந்தது. சுவரில் இரண்டு சிறிய ஓவியங்கள்; ஒன்று ஒரு மலர்ச்செடி; இன்னொன்று ஒரு மாலைக் காட்சி. அறையின் சுவர்களெல்லாம் மரத்தாலேயே செய்தது போலிருந்தது. இருக்கிற இரண்டு ஜன்னல்களையும் சாத்தி, குளிர்ப் பெட்டி சுருதி போட்டுக்கொண்டிருந்தது. கதவை மூடியதும் வெளிச்சத்தம் ஏதும் கேட்காமல் ஒரே நிசப்தமாக இருந்தது. ஓரத்தில் இரண்டு மூன்று திண்டுகள். ஒரு அடி உயரத்திற்கு ஒரு சதுர மேசை. வேறு எந்தப் பொருளும் இல்லை. குளிர்ப் பெட்டியின் முனகலைத் தவிர வேறு எந்தச் சத்தமும் இல்லை. அதுவும் எங்கோ தொலைவில் கேட்டது.

இருவரும் கீழே உட்கார்ந்துகொண்டார்கள்.

“ரண்டு தடவை யாரோ வந்தாங்களாமே?”

“ஒரு தடவை நானே வந்தேன்.”

“அடடே, எங்க அண்ணன் மகளைக் கொண்டு விடறதுக்காகத் திருச்சி போயிருந்தோம். வந்து ரண்டு மணி நேரம்தான் ஆகியிருக்கும்.”

"ரெஸ்ட் எடுத்துக்கிட்டு மெதுவா வந்திருக்கலாமே."

"ரண்டு தடவை ஆள் வந்ததுன்னவுடனே, என்ன அவசர மோன்னு புறப்பட்டு வந்தேன்."

"அவசரம் ஒண்ணும் இல்லே. அவசரம்னு சொல்லப் போனா, ஏழெட்டு வருஷம் முன்னாலேயே அவசரப்பட் டிருக்கணும். ஆனா எனக்கு மட்டும் அவசரம். அவசரம்கிற நினைப்பு மட்டும் போனதில்லே," என்று சுலைமான் புன்முறுவல் செய்தான்.

"என்ன?"

"சொல்றேன்," என்று தீப்பெட்டியைக் கையில் வைத்துத் திருப்பிப் பார்த்துக்கொண்டேயிருந்தான் அவன். "நான் சொல்லப் போறதிலே மத விஷயம் ஒண்ணும் இல்லே. அதனாலே நீங்க எங்கப்பாவைத் தவறா எண்ணக்கூடாது."

சட்டநாதனுக்கு ஒன்றும் புரியவில்லை.

சுலைமான் சொன்னான்: "எனக்கு ஒண்ணும் தீவிரமா ஆசாரம், சடங்கு, அப்படின்னு பழக்கம் எல்லாம் கிடையாது. பெரும்பாலும் எல்லாரும் இருக்காப்லதான் நானும் இருக்கறவன். கடவுள்கிட்ட திடமா நம்பிக்கை உண்டு. அதுக்கு மேலே ரொம்ப விவரங்கள்ள போகமாட்டேன். அப்படியெல்லாம் ரொம்பக் கட்டுப்பாடா ஆசாரமா இருக்கறதுக்கெல்லாம் நம்ம பிசினெஸ், போக்குவரத்து எல்லாம் இடம் கொடுக்கிற தில்லே. அத்தனையும் வச்சுக்கிட்டு, ஒரு ஆசாரத்தையும் விடாம இருக்கறவங்களும் இருக்கலாம். அதெல்லாம் அவங்க அவங்க மனசு, பிடிவாதம் இதுகளைப் பொறுத்திருக்கு."

சட்டநாதனுக்குக் கண்ணைக் கட்டிக் காட்டில் அழைத்துப் போவது போலிருந்தது. அறையின் புதுமை, வெளியுலகே தொடர்பற்றுப் போனதுபோல் உள்ள அதன் நிசப்தம், தனிமை எல்லாம் எங்கோ இருக்கிற அந்த உணர்வின் விந்தையை இன்னும் தீட்டிவிட்டிருந்தன.

சுலைமான் சொன்னான்: "ஒவ்வொரு மதத்துக்கும் ஒரு நம்பிக்கை உண்டு. எங்களுக்கு விக்கிரக ஆராதனையிலெ நம்பிக்கையில்லே. உங்களுக்கு உண்டு. எங்கள்ள பல பேருக்குக் கோபம்கூட வரும். எனக்கு அப்படிக் கோபம் வர்றது கிடையாது. அவங்க திடமா நம்பினா எதுவும் சரிதான். எதுக்காகச் சொல்றேன்னா, எங்கப்பாவை நினைச்சு நான் கோபமும் படலே. நான் என்னமோ பெரிய தியாகின்னு என்னைப் பார்த்தும் சந்தோஷப்பட்டுக்கத் தயாரில்லே."

செம்பருத்தி 309

சட்டநாதனுக்குக் காரைக்காலில் உள்ள தன் உறவினர் ஒருவரின் ஞாபகம் வந்தது. அவர் ஒரு விஷயத்தைச் சொல்லத் தொடங்கினால், தொடங்காமலேயே இப்படிப் பேசிக் கொண்டிருப்பார். மனிதர்களில் இரண்டே ஜாதிதான் என்று அவரைப் பார்க்கும்போது தோன்றும். மூக்கை நேராகத் தொடுபவர்கள், சுற்றித் தொடுபவர்கள் என்று இரண்டே ஜாதிதான் இருக்க முடியும்.

சுலைமானைப் பார்த்தால் அப்படியும் தோன்றவில்லை. அவனுடைய தோற்றத்தில் கவர்ச்சி இருந்தது. அறையை வைத்திருக்கிற எளிமையையும் அழகையும் பார்த்தாலே அவன் எவ்வளவு உணர்வு மிக்கவன் என்று புரிந்துகொள்ள முடிகிறது. ஒவ்வொரு கணமும் நினைத்துக்கொண்டேயிருக்கிற அபூர்வ மான சில பிரகிருதிகளில் ஒருவன் என்றும் தோன்றுகிறது. எந்தக் கணமும், எதைப் பார்த்தாலும் கேட்டாலும் செய்தாலும் மேல் மட்டத்திலிருந்து இறங்கி யோசிப்பவர்கள் எத்தனை பேர் இருக்கிறார்கள்? சுலைமானின் முகத்தில் அந்த ஓயாத சிந்தனைப் பழக்கம் எழுதி ஒட்டியிருக்கிறது. அவன் சுற்றி வளைப்பதைப் பார்த்தாலே அவன் சொல்ல நினைத்ததை மீண்டும் புதிதாக அடியிலிருந்து நினைக்கத் தொடங்கியிருப்பது போலிருந்தது.

பெரிய விஷயம் எதையோ சொல்லப் போகிறான் என்ற நிச்சயம் சட்டநாதன் மனத்தில் உறுதிப்பட்டுக்கொண்டே யிருந்தது.

"எங்கப்பா நிலம் வாங்கினாங்கள்ள உங்ககிட்ட?" என்றான் சுலைமான்.

"ஆமா."

"எத்தனை வருஷமாச்சு?"

"அது என்ன பதினாலு, பதினைஞ்சு வருஷம் இருக்கும்."

"கரெக்டா பதினஞ்சு வருஷம்தான்."

"ஆமாம்."

"வித்தது உங்க பங்கும் உங்க பெரியண்ணன் பங்கும்."

"ஆமாம்."

அப்பொழுது கதவு திறந்தது. ஒரு பையன் தட்டில் க்ரீம் போட்டு மூடிய பழ சாலடைக் கொண்டு வைத்தான்.

"சாப்பிடுங்க" என்றான் சுலைமான்.

10

சுலைமானுக்கும் சாலடு வந்திருந்தது. இருவரும் பேசாமல் சாப்பிடத் தொடங்கினார்கள். சுலைமான் சாப்பிடுவது போலவே இல்லை. ஒரு ஸ்பூன் சாப்பிட்டுவிட்டு, தரையைத் துளைத்துப் பார்த்தவாறு உட்கார்ந்திருப்பான். ஸ்பூனால் கிணி கிணி என்று கண்ணாடியை லேசாக ஒரு தட்டுத் தட்டுவான். இப்பொழுதுதான் இத்தனை நெருக்கமாக உட்கார்ந்து அவனைப் பார்க்கிறான் சட்ட நாதன். உடம்பில் ஒரு தனி மெருகு. கால், கை எல்லாம் கரவு சரிவு மட்டுமில்லை. அப்பொழுது தான் சோப்புப் போட்டுக் கழுவித் துடைத்து விட்டாற்போன்ற ஒரு தூய்மை, நகங்களில் ஒரு பளபளப்பு. நக இடுக்கில் துளி அழுக்கில்லாமல் இப்பொழுது ஒதுங்கின கிளிஞ்சல் போலிருக்கிறது. எங்கே ஊடுருவி நினைக்கிற அந்தக் கண்ணுக்குக் கீழே வெகுலேசாக ஒரு புன்முறுவல். ஆனால், அது சந்தோஷப் புன்முறுவலாக இல்லை. புரியாத விந்தைகளைக் காண்கிற வியப்பாக இருந்தது.

பழ சாலடு முதல், சட்டநாதனுக்கு எல்லாமே இங்கு புது உணர்வாகத்தான் இருக்கிறது. எத்தனையோ வருஷங்களுக்கு முன்னால் சரக்குப் போடப் போனபோது சென்னையில் ஒரு ஹோட்டலில் சாப்பிட்ட நினைவு. அதே நினைவில் விருதுநகருக்கு ஒரு தடவை போனபோது பழ சாலடு கொண்டுவரச் சொல்லி அது புளிப்பும் பனிக்கட்டித் தூளுமாக வாயையும் பல்லையும் சோதித்துவிட்டது. இப்பொழுது க்ரீமும் பழங்களும் ஒரு தனி அயல் மணமாக, இதமாக மணத்தது.

அறையின் துப்புரவு வேறு. வெறும் வானில் சுக்ரனும் குருவும் புள்ளி வைத்தாற்போல இரண்டு சின்ன ஓவியங்கள். அவையும் மாலைக் காட்சி, ஒரு மலர் என்னவோ சட்டநாதன் நினைவு அந்த நாட்களை நினைத்து ஓடி, வரப்பில் சிரிக்கும் குறும் பூக்களைப் பார்த்தது . . .

சுலைமான் சொன்னான். "காரண காரியத்தோடதான் எல்லாம் நடக்கிறதாகப் பல பேர் சொல்றாங்க. அது ஒண்ணும் கிடையாது. உலகமோ ஏதோ குருட்டாம் போக்கிலே, தற்செயலாகப் போயிக்கிட்டிருக்குன்னு சொல்றவங்களும் உண்டு. இதுகள்ளெ மனசைச் செலுத்தினா, வேற வேலை ஒண்ணும் செய்ய முடியாது. ஏதோ ஆண்டவன்னு ஒருத்தன் இருக்கான்னு குரங்குப் பிடியாக நம்பிக்கிட்டு போறதுதான் எனக்குச் சுகமாகத் தோணுது. அப்படி நினைக்காம ஏதோ என்னமோ நடக்குது. நாம பாட்டுக்கு நம்ம இஷ்டத்துக்கு இருப்போம். காரியங்களைச் செஞ்சுகிட்டுப் போவோம்னு இருக்கறதுக்கு எனக்குத் தெம்பு கிடையாது. அதாவது நம்ம அறிவை மட்டும் நம்பிகிட்டு நடக்குற தெம்பு கிடையாது. என் தம்பிக்கு இளம்பிள்ளை வாதம் வந்துது. பதினாயிரக்கணக்கிலே செலவு பண்ணியாச்சு. ஒண்ணும் நடக்கலெ. என் மகளைப் பாத்தீங்கள்ள, வரப்ப? வயசு ஏழாவுது. மூளையே அதுக்கு வளரலே. கைக்குழந்தை மாதிரி இன்னும் எச்சிலை வழிய விட்டுக்கிட்டுக் கபம் கபமாகச் சிரிச்சுக்கிட்டே நிக்குது. இதெல்லாம் அததுகளோட விதியாலே. இருக்கட்டும் ஆனா இந்த வீட்டிலே அதுக பொறந்து, நானும் அதைப் பார்த்து, கஷ்டப்படறதுன்னு சொன்னா நாமும் இந்த அனுபவத்திலே சேர்ந்தவங்க. நமக்கு ஏதோ ஒரு பங்கு அதிலே உண்டுன்னுதானே நினைக்க வேண்டிருக்கு? சேதியைச் சொல்லிடறேன். உங்ககிட்ட நிலம் வாங்கின நாலைஞ்சு வருஷத்துக்கெல்லாம், அதிலே கிணறு போடலாம்னு நாலஞ்சு இடத்திலே பள்ளம் போட்டாங்க அப்பா. ஊத்துக் கண் எங்கியும் சரியா இல்லே. நாலாவது பள்ளம் போடறப்ப டம்முடம்முன்னு சத்தம் கேட்டுது. சுத்தியும் மண்ணைத் தோண்டித் தளர்த்திப் பார்த்தப்ப, பன்னண்டு விக்ரகங்கள் கிடைச்சுது. ராம லட்சுமணங்க, சீதை? அநுமார் ஒரு செட்டு போலிருக்கு. ஒரு கிஷ்ணர் செட்டு – புல்லாங்குழல் வாசிக்கிறாப்பல . . . ஒரு மாடு வேற இருந்தது. அதனாலெ கிஷ்ணர்னு நினைக்கறேன். அது ஒரு நாலு. அப்பறம் ஒரு பரமசிவன் செட்டு, புள்ளியார், சுப்ரமண்யரு, பார்வதியோட. அது ஒரு நாலு. இதைத் தவிர இன்னும் என்னென்னமோ இருந்திருக்கு. அப்பா கன ஜாக்ரதையா ஓசைப்படாம வீட்டிலே கொண்டாந்து வச்சாங்க. உங்ககிட்டெ சொல்லியிருந்தா நீங்க கலியாணத்துக்குக் கடன்

வாங்கறாப்பல, கோவில் கட்டி கும்பாபிஷேகம் பண்றதுக்கு ஒரு நோட்டீசை அடிச்சு வசூலுக்குக் கிளம்பியிருப்பீங்களோ என்னவோ, நான் அப்பதான் காலேஜிலெ படிச்சு முடிச்சிருந் தேன். அப்பாவை எதித்துக்கிட்டு ஒண்ணும் சொல்லவும் முடியலெ. அப்பாவுக்கு முன்னாலெ நின்னெ பேசமாட்டோம். பிள்ளைங்களோட குலாவறது சிரிச்சு விளையாடறது – இதெல் லாம் அப்பாவுக்கு எப்பவுமே கிடையாது. விளையாடறதுக்கு ஏக சாமான்களை வாங்கிப் போடுவாங்க. போர் போரா உடுப்பைக் கேக்காமலே வாங்கியாந்து போட்டுப் போட்டுப் போயிடுவாங்க. மத்தபடி நின்னு சிரிச்சு சிரிச்சுப் பேச மாட்டாங்க. புள்ளைங்களுக்கு நிறையத் துணியும் மணியும் தீனியும் வாங்கிப் போட்டுட்டா அவங்க ரொம்ப செல்லமா, அன்பா இருக்காங்கன்னு அர்த்தம். பயந்துகிட்டுப் பேசறது, மரியாதையாப் பேசறது – இதுதான் எங்களுக்குத் தெரியும். அப்படியே எட்டி நின்னே எங்களையும் பழக்கிட்டாங்க. ஒண்ணும் பேச முடியலெ. சில்லறையாக் கிடச்ச சிலைங்கள் ளாம் வெட்டி உருக்கினப்ப எனக்குத் தூக்கிவாரிப் போட்டுது. விக்ரகமோ, எதுவோ மனுசன் பண்ணினதுதானே? ரொம்ப அழகாப் பண்ணியிருந்தான். என் முகத்தைப் பார்த்துத்தானோ என்னவோ, அவங்க பெரிய செட்டெல்லாம் அப்படியே தூக்கிட்டு மெட்ராசுக்குக் கொண்டு போனாங்க. அங்கே ஒரு செட்டை வித்துப் போட்டு மீதியைக் கோலாலம்பூர் கொண்டு போயிட்டாங்க. அப்படியே இண்டோ சைனாவுக்குக் கொண்டு போய் பிரஞ்சுக்காரங்கிட்ட வித்தாங்களாம். எத்தனைன்னு தெரியலே. ஆனா அம்பது அறுபதாயிரத்துக்கு மேல கிடைச்சிருக்கும்போல இருக்கு. அண்ணன் சொன்னதைப் பார்த்தா வாங்கினவங்க அதை எங்கு கொண்டு போனாங் களோ, எத்தனைக்கு வித்தாங்களோ? வெட்டி வித்திருக்க மாட்டாங்க நிச்சயமா! வெறும் பண்டத்துக்கு விலைன்னா சேமக்கலத்துக்கும் வெந்நீர் தவலைக்கும் உபயோகப்படுத்தற பண்டம்தான் – செம்பு, பித்தளை, ஈயம், தங்கம், வெள்ளி, தவலையைவிட, அண்டாவைவிட ஒஸ்திதான். தங்கம், வெள்ளி யெல்லாம் சேர்ந்திருக்குமே. ஆனா உள்ள இருக்கிற உசிரு விலை சொல்லி முடியாது. இதைத்தான் சொல்லணும் சொல்லணும்னு நினைச்சுக்கிட்டிருந்தேன். இப்ப சொல்லிட் டேன்," என்று சுலைமான் மீதிவைத்திருந்த சாலடை முழுவதும் வேகமாகச் சாப்பிட்டு வாயைத் துடைத்துக்கொண்டான். சட்டநாதன் அப்போது சாப்பிட்டாகிவிட்டது.

சட்டநாதனுக்கு என்ன சொல்வதென்று புரியவில்லை. ஏதோ கதையில் கேட்கிறாற்போல இருக்கிறது என்பதைத்

தவிர வேறு ஒன்றும் அவன் மனதில் உறைக்கவில்லை. சுலைமான் போட்ட நீண்ட பீடிகையும் ஞாபகத்திற்கு வரவில்லை. விக்ரகங்கள் எப்படியிருந்திருக்கும் என்று மட்டும் தில்லைவிளாகம் ராமன், வடுவூர் ராமன், சண்பகவனேசரின் உற்சவ விக்ரகங்கள் – என்று தான் பார்த்த சிலவற்றை மட்டும் நிழலோட்டமாக நினைத்துக்கொண்டு உட்கார்ந்திருந்தான்.

"அப்பாகிட்ட அதைப் பத்திப் பேசவே முடியலெ," என்றான் சுலைமான். "தம்பிக்கு இளம்பிள்ளை வாதம் வந்தது. ஏகப்பட் செலவு ஆச்சு. ஒண்ணும் சரிப்பட்டு வரலெ. அப்பாகிட்ட சொல்றதுக்குப் பயந்துகிட்டுக் கோலாலம்பூர் போயிருந்தப்ப அண்ணன்கிட்ட சொன்னேன். சட்டநாத பிள்ளைகிட்ட நிலம்தான் வாங்கினோம். நிலம் நெல்லுதான் கொடுக்கும். பண்ணிவச்ச பொம்மைகள்ளாம்கூடக் கொடுக்குமான்னு கேட்டேன். அண்ணன் ரொம்ப நேரம் யோசிச்சிட்டு அப்பா கிட்ட சொல்லிப் பார்க்கலாம்னாரு. அப்புறம் அதைப் பத்திப் பேசவே இல்லெ. ஆறு மாசம் கழிச்சுக் கேட்டேன். அப்பா கிட்ட சொன்னதுக்கு அப்புறம் யோசிச்சுச் சொல்றேன்னாங் கன்னு சொன்னாரு அண்ணன். எனக்குக் கலியாணம் ஆச்சு. குழந்தைங்க பொறந்தது. சண்டை வந்துது. அப்பா வந்தாங்க. அண்ணன் இன்னும் வந்தபாடில்லெ. இப்பதான் இருக்கேன்னு லெட்டர் வந்திருக்கு. அப்பாகிட்ட ஒரு நாளைக்குச் சொன்னேன். 'நீ எதுக்கு இதிலெ தலையிடறே?'ன்னு ஒரு வார்த்தைதான் சொன்னாங்க அப்பா.

'என் குழந்தைக்குப் புத்தியில்லே. பேச வரலெ,' அப்படீன்னு சொல்லலாம்ன்னு பார்த்தேன். நான் இதை நினைச்சு கஷ்டப் பட்டுகிட்டிருக்கேன்னு அவங்களுக்குத் தெரியும். அப்பா என்ன, புத்தியில்லாதவங்களா, என்னைப் புரிஞ்சுக்காம இருக்கறதுக்கு? அவர் தலையெடுத்து எத்தனை லட்சம் மிச்சப்படுத்தியிருக் காங்க! எத்தனை லட்ச லட்சமா வரவு செலவு பண்ணியிருக் காங்க! ரொம்ப சூட்சுமமா, வேளை தெரிஞ்சு, மனுஷங்களைப் புரிஞ்சுக்கிட்டுத்தானே இத்தனையும் செய்திருக்காங்க? நம்ம மூஞ்சியிலே பூசியிருக்கற கறுப்பு மட்டுமா அவர் புத்திக்கு எட்டாம போயிடும்? ஆனா நீ எதுக்குத் தலையிடறேன்னு என்னமோ எனக்கு ஒண்ணுமே சம்பந்தமேயில்லாம கேட்டப்பறம்தான் எதுக்காகப் பேசணும்? தலையிடற காலம் வர்றப்ப பேசிக்கலாம்னு பேசாம இருந்திட்டேன். இப்ப அப்பா இல்லெ. அண்ணனையும் கேக்க வேண்டியது அவசியம் இல்லெ. தலையிடலாம்னு முடிவுக்கு வந்திட்டேன் . . ." என்று சுவரில் இருந்த பித்தானை அமுக்கினான் சுலைமான். "உங்களுக்கு என்ன தோணுது?" என்றான் பிறகு.

“எனக்கும் ஒண்ணும் தோணலெ. நீங்க சொல்றீங்க கேட்டுக்கிட்டிருக்கேன்.”

“இந்தச் சேதியைக் கேட்கறப்ப வேடிக்கையா இல்லே?”

“வேடிக்கைதான். ஆனா இந்த மாதிரி நாலஞ்சு கேட்டிருக்கேன். கதையிலே கேட்டிருக்கேன்.”

“துவாபர யுகம் – கலியுகம் – அந்தக் கதை?”

“ஆமாம். ஆனா அவ்வளவு தூரம் எதுக்குப் போகணும்? எங்க ஊர்லெ சேண்டப்பிரியர்ன்னு இருக்காங்க. கடைத் தெருவிலே பத்துப் பன்னண்டு மனையிருந்துது. அப்படியே முந்நூறு முந்நூறுன்னு அத்தனையும் வித்துப் போட்டாங்க. அப்புறம் எட்டு வருஷத்துக்குள்ளார, வாங்கினவன் ஒவ்வொரு மனையையும் நாலாயிரம் நாலாயிரம்னு வித்துப் போட்டதை, அவர் கண்ணாலேயே பாத்தாரு. இப்ப இன்னும் ஆயிரம் விலைகூடியிருக்கு அதுக்கு. அதே மாதிரி இதுவும்,” என்றான் சட்டம்.

“சர்க்கார் சட்டம் எல்லாம் ஒரு தினுசா இருக்கும். ‘பதினஞ்சு மடங்கு லாபமா? எனக்குக் கொஞ்சம் கொடு’ன்னு வாங்கிட்டுப் போயிரும். அடிமட்டத்துக்கு வித்துப்பிட்டு வாயிலே விரலை வச்சிட்டிருக்கிறவனைப் பார்த்து அதுவும் சிரிக்கும். வாங்கிக்கிட்டவனும் சிரிப்பான். ஆனா புதையல் கிடைச்சா மட்டும் எங்கிட்டவே கொடுத்துப் போடணும்னு சர்க்கார் ரூல் போட்டு வச்சிட்டிருக்கு. அப்பா அதனாலேதான் அதையும் ஏமாத்திட்டாங்க போலிருக்கு . . . சும்மா பேச்சுக்குச் சொல்றேன் . . . ஆனா அப்பா ஒரு சுகத்தையும் கண்டதாகத் தெரியலெ. வெத்திலை விக்க ஆரமிச்சு சோப்பு, சீப்பு, பேனா, பப்பர்முட்டுன்னு ஷாப்புக் கடை வச்சு, கடசீலே அம்பது லட்சத்திலே வந்து முடிஞ்சாங்க. நல்லா சாப்பிட்டாங்க. ஓயாம வேலையும் செஞ்சாங்க. பள்ளிக்கூடம், மசூதி, வார் பண்டு – அதுஇதுன்னு கொடுக்கவும் கொடுத்திருக்காங்க. ஆனா உங்க விஷயத்திலே மட்டும் தலையிடணும்னு ஏன் தோணலியோ தெரியலெ.”

சட்டம் பதில் பேசாமல் உட்கார்ந்திருந்தான். உட்கார்ந்து உட்கார்ந்து லேசாக இடுப்பு வலித்தது. சற்று நகர்ந்து சுவரோரமாகச் சாய்ந்துகொண்டான். சட்டென்று நீளத் திண்டு ஒன்றை எடுத்துக் கொடுத்தான் சுலைமான். தானும் ஒன்றை எடுத்து அதை மடியில் போட்டுக் குனிந்துகொண்டான்.

சட்டத்திற்கு இன்னும் ஒன்றும் புரியவில்லை. எதற்காக இதையெல்லாம் நம்மிடம் சொல்ல வேண்டும் என்று நினைக்கிற

அளவுக்குச் சிறிது பொறுமையும் நழுவிக்கொண்டிருந்தது. அவன் காலையும் கையையும் மடக்குவதைப் பார்த்துச் சுலைமான், "சிரமமாயிருந்தா கொஞ்சம் நீட்டிப் படுத்துக்குங் களேன்" என்றான்.

"பரவாயில்லெ."

"நானும் ரொம்ப நேரமாப் பேசிட்டிருக்கேன் போலிருக்கு."

கதவு திறந்தது. பையன் வந்தான், "முத்துவையர் கடையிலே போய் காப்பி வாங்கிட்டு வா," என்றான் சுலைமான். "ஒரு நிமிஷம்" என்று பிறகு எழுந்து, அவனோடேயே அறையிலிருந்து வெளியே போனான். அறைக் கதவு மெதுவாகச் சாத்திக் கொண்டது.

சட்டநாதனுக்கு ஏதும் யோசிக்க முடியவில்லை. வெறும் மனதுடன் அறையை நோட்டம்விட்டுக்கொண்டிருந்தான். அந்த இரண்டு ஓவியங்களையும் பாயையும் மேஜையையும் திண்டுகளையும் தவிர ஏதும் பார்ப்பதற்கில்லை. மாலை ஓவியம் ஐப்பசி அந்தி வேளை போலிருந்தது. நீலம் லேசாகக் கலந்த தங்க வானம். இரண்டு மூன்று தென்னைகள். ஒன்றின் உச்சிக் கீற்றில் ஒரு ஒற்றைப் பறவை. அதையே பார்த்துக் கொண்டு உட்கார்ந்திருந்தான் அவன். நடுநடுவே சுலைமானின் வழவழவென்று சத்தமான பாதமும் கையும் கிளிஞ்சல் நகங்களும், மெள்ள மெள்ளப் பேசுகிற பேச்சும் கண்ணில் வந்துகொண்டேயிருந்தன.

கதவு திறந்து ஒரு தோல் கைப்பையோடு உள்ளே நுழைந்தான் சுலைமான். உட்கார்ந்துகொண்டான்.

"அப்ப ஒரு ரூபான்னா இப்ப ரண்டு ரூபாய்க்குச் சமானம். இருந்தாலும் நான் வியாபார முறையிலும் பேசலெ. உங்களை யும் அதிகமாகக் கூச்சப்படவும் செய்யலே. இது உங்களோட திருப்திக்காகவும் செய்யலே. என் கண்ணிலே விழுந்து மூடவும் முடியாம திறக்கவும் முடியாம தொந்தரவு பண்ணுது ஒரு சின்னத் தூசு. அதை எடுக்கறாப்பலத்தான் இதைச் செய்யறேன்," என்ற கட்டுக் கட்டாக ரூபாய் நோட்டுகளை எடுத்தான், சுலைமான்.

"நீங்க கலியாணத்தன்னிக்கு வந்தீங்கள்ள? அதுக்கு மறுநாளே பாங்கியிலேர்ந்து இந்த அறுபதினாயிரத்தையும் எடுத்து வச்சேன். நானே கொண்டு கொடுக்கணும்னு நினைச்ச துண்டு. ஆனா இந்த ரூம் மாதிரி தனி இடம் ஒண்ணுமே கிடையாது. எங்கப்பாவுக்கு விக்ரகம் அகப்பட்டதுன்னு நாலஞ்சு பேருக்குத் தெரிஞ்சதுக்கு மேல தெரியவாண்டாம்னு நெனச்சேன்.

அதனாலெதான் உங்களை இங்கே கூப்பிட்டுக் கொடுத்திட லாம்னு கொடுக்கறேன். இந்தப் பைகூட அதுக்காக வாங்கி வச்சேன். அறுபதாயிரம் இருக்கு. நீங்க மறு பேச்சு பேசாம வாங்கிட்டுப் போயிடணும்," என்று சப்பணம் கொட்டி உட்கார்ந் திருந்த சட்டநாதனின் மடிமீது பையை வைத்தான். சுலைமான்.

சட்டநாதன் புன்சிரிப்புடன் உட்கார்ந்திருந்தான். நன்றி என்று சொல்லி ஏற்றுக்கொள்கிறதா, தேவையில்லை என்று ஏதாவது சொல்லி மறுத்துவிடுகிறதா என்று இரண்டும் புரியாமல் வேறு எங்கேயோ மனதை ஒட்டியிருந்தான்.

இது பெரிய ஆச்சரியமாகத் தோன்றவில்லை அவனுக்கு. நினைக்கிற மனிதர்கள் உலகத்தில் எத்தனையோ பேர் இருக்கிறார்கள். ஒரு ஒழுங்குக்கும் கட்டுப்பாட்டுக்கும் கடுமை யாக ஆட்படுத்திக்கொள்பவர்களும் இருக்கிறார்கள். அவனே பலபேரைப் பார்த்திருக்கிறான். சுலைமானும் அவர்களில் ஒருவன். வியப்பதற்கு ஒன்றும் இல்லை. பார்க்கப் போனால் வியக்கும்படியாக எதுவுமே உலகத்தில் இல்லை. இலைகளையும் பூக்களையும்விட வியக்கத்தக்க பொருள்களும் நிகழ்ச்சிகளும் ஏதும் இருக்க முடியாது. ஆனால், புவனாவிடம் எதையோ பேசிக்கொண்டிருந்தோம். உடனே இப்படி ஒன்று தொடர்ந் திருக்கிறதுதான் அவனுக்கு ஆச்சரியமாகப் பட்டது.

"நீங்க ஒண்ணுமே சொல்லலியே?" என்றான் சுலைமான்.

"நல்லா உழச்சு உழச்சு சேத்திலும் வெய்யிலிலும் வேலை செய்யறவங்களைப் பார்த்தா வெக்கமாயிருக்கு. நாம பாட்டுக்குக் கல்லாவிலேயே உட்கார்ந்திருக்கிறோமேன்னு வீட்டிலே சொல்லிக்கிட்டேயிருந்தேன். நான்குமணி நேரத்துக்குள்ள இந்தப் பை என் மடியிலே வந்து உட்கார்ந்திருக்கு. அதைத்தான் நினைச்சு திகைச்சுப்போய் உட்கார்ந்திருக்கேன் . . . உங்களோட மேலே பேசலாம்னும் ஒரு யோசனை. இதை எடுத்துக்கிட்டுப் போறதா, இல்லே, வேற ஏதாவது சொல்றதா?"

"நீங்க எடுத்துக்கிட்டுத்தான் போகணும். நீங்க என்ன செய்யப் போறீங்கன்னு நான் கேக்கப் போறதில்லே. இது சர்க்கார் மான்யம் இல்லே – செலவுத் திட்டம் கேக்க!" என்று கொஞ்சம் உரக்கச் சிரித்தான் சுலைமான். அந்தச் சிரிப்பில் தான் காரியத்தைச் சாதித்துவிட்ட வெற்றி தொனித்தது.

"நிச்சயமா நான் எடுத்துக்கிட்டுத்தான் போகணுமா?"

"அதுதான் உங்க திருப்திக்காகக் கொடுக்கலேன்னு சொல்லிட்டேனே. இன்னொண்ணும் சொல்லிடறேன். என் தம்பி உடம்பையும் மக புத்தியையும் இதோடு பிணைக்கவும்

அப்படி முழுக்க விரும்பலே நான். அது சந்தேகம். இதுனாலே யும் இருக்கலாம், வேற எதனாலேயும் இருக்கலாம். ஆனா அதுக்கெல்லாம் ஒரு அர்த்தம் இருக்காப்பல நான் நினைக்கி றேன். எல்லாம் தற்செயல்னு நினைச்சிட்டா ஒரே குப்பையும் கூளமுமால்ல போயிடும். அதெல்லாம் போகட்டும், நான் இதை உங்ககிட்டே கேக்கணும்னு நினைச்சேன். இன்னைக்கோ நேத்தோ நினைக்கலே. நாலஞ்சு வருஷமாவே ரொம்ப முனைப்பா நினைச்சிருக்கேன். நீங்க சரக்குப் போடக் கடன் கேட்க வரும்போதெல்லாம் தோணும். எனக்கோ எங்க அப்பாவைப் பத்தியும் தப்பா ஒரு எண்ணத்தை ஏற்படுத்த வேணுமான்னு தோணும். உங்களைப் பார்க்கறப்பல்லாம் அவங்க நினைப்பும் வரும். பேச வாய் வராது. எப்படிப் பேசறதுன்னு துணியாம தவிச்சுக்கிட்டே இருந்தேன். ஒரு மாசம் முன்னாலே எங்க சித்தப்பாவுக்கு மச்சான் ஒருத்தரு சாப்பிட்டுக் கை கழுவிட்டு வந்தாராம். வெத்திலைப் பெட்டியை எடுத்தான்னு ஹால்லே வந்து ஈசி சேர்லே சாஞ்சாரம். வெத்திலைப் பெட்டியை எடுத்து வந்திருக்கான் மகன் – சின்னப் பையன். அவர் தலை தொங்கலிட்டிருந்திச்சாம். அவ்வளவுதான்; ஆள் இல்லை. பண்டாரவாடையிலேதான் இருந்தாங்க. நான் போனேன் பாக்கறதுக்காக. அவரு என்னென்னமோ யோசனையெல்லாம் செஞ்சுக்கிட்டிருந்தாராம் – அதைச் செய்யணும், இதைச் செய்யணும்னு. ஏதோ உயிலைக்கூட மாத்தி எழுதணும்னு ரிஜிஸ்டர் பண்ணாமலே வச்சுக்கிட்டிருந்தாப்போல இருக்கு. என்ன யோசனைங்க எப்படி மாத்த நினைச்சாரு – ஒண்ணும் புரியலே. சரியாப் போச்சு. திரும்பிவர்றப்ப எனக்கு இந்த ஞாபகம் வந்தது. ஏண்டா இன்னுமா சும்மா உட்கார்ந்திருக் கேன்னு யாரோ சொல்றாப்பல இருக்கும். அதுக்கப்பறம் சரி, அததுக்கு வேளை உண்டுன்னு வேற தோணும் . . . இன்னிக்கித்தான் வேளை வந்துது" என்றான் சுலைமான்.

"ரொம்ப நன்றி உங்களுக்கு!" என்று சொன்னான் சட்ட நாதன். "நீங்க இவ்வளவு சொன்னப்பறம் இந்த உபசாரத்தைத் தவிர வேறு என்ன சொல்றதுன்னுதான் எனக்குப் புரியலெ."

"உபசாரம் சொல்லத்தான் வேணும். ஆனா நான் உங்களுக்குத் தர்ம சங்கடமா ஏதாவது செஞ்சிட்டேனோ?" என்று கேட்டான் சுலைமான்.

சட்டநாதன் பேசவில்லை.

"ம்?"

"தர்ம சங்கடம் என்ன? நீங்க கொடுக்கணும்னு பிடிவாதமா நினைச்சாப்பல நானும் வாங்கிக்கிறது அவசியமில்லேன்னு

பிடிவாதமா நினைச்சா உங்க மனசுக்குச் சிரமம்; என் மனசுக்கும் சிரமம்."

"ஆமா."

"அதனாலே நான் இதை ஏத்துக்கப் போறேன்."

சுலைமான் அவனைப் பார்த்துக் கண்கொட்டாமல் ஒரு பத்து வினாடி புன்சிரிப்புச் சிரித்தான். சற்றுக் கழித்து, "எனக்குச் சாதாரண ஆனந்தமா இல்லே இப்ப," என்று சட்டத்தின் கையைக் குலுக்கிப் பற்றுவதுபோல் பற்றி அழுத்தினான் அவன். கை சில்லென்று ஆலிலைப் பின்புறத்தைத் தொடுவது போலிருந்தது.

காப்பி வந்தது. இருவரும் சாப்பிட்டார்கள்.

"இது யாருக்கும் தெரிய வாண்டாம்," என்றான் சுலைமான்.

எழுந்து விடைபெறும்போது சுலைமான் அவனைத் தழுவிக் கொண்டு விடை கொடுத்தான். அப்போதுதான் அவன் தன்னை விடப் பத்துப் பன்னிரண்டு வயது சிறியவன் என்று ஞாபகம் வந்தது அவனுக்கு.

கதவைத் திறந்தான். குப்பென்று சூடாக வெளிக்காற்று மேலே வந்து உராய்ந்தது. நீலப் பூக்கள் பூத்த சீமை வேம்பு மாடி ஓரமாகக் காற்றில் அசைந்தது. ஓவியம் மறைந்தது. அறை மறைந்தது. அந்த நிசப்தமும் மறைந்து, வெளி அரவங்கள் காதில் புகத் தொடங்கின. 'சேனை, சேனை, மலபார் சேனை' என்று வாசலில் யாரோ காய்கறிக்காரன் சத்தம் போட்டுக் கொண்டு போனான்.

கூடவே வந்தான் சுலைமான்.

வாசலில் பெஞ்சில் படுத்திருந்த, சுலைமானின் தம்பி "புறப்பட்டாச்சா?" என்று கேட்டான்.

"ஆச்சு... வரட்டுமா?"

"அதுக்குள்ளாரவா?"

"நான் வந்து ரொம்ப நேரமாச்சே."

"அண்ணனோடதானே பேசிட்டிருந்தீங்க? என்னோட தான் இரண்டு மணி நேரம் பேசிக்கிட்டிருந்தீங்களோன்னு சந்தேகமாப் போயிடுச்சி."

சுலைமான் அவன் உடம்பைப் பற்றியும், செய்த வைத்தியங் களைப் பற்றியும் சொன்னான்.

செம்பருத்தி

“நான் இன்னும் மருந்து சாப்பிட்டுக்கிட்டே வரேன். நாட்டு வைத்யம் பாத்தாச்சு, இங்கிலீஸ் வைத்யம், யுனானி வைத்யம் பாத்தாச்சு. இன்னமே மந்திர மாயம்தான் பாக்கி,” என்றான் சுலைமானின் தம்பி. “அது மட்டும் என்ன செஞ்சிடப் போவுது.”

“இப்ப தேவைவலையா?”

“நீங்கதான் பார்க்கிறீங்களே!”

மனிதர்கள் இல்லாமல், யாராவது பேச அகப்படமாட்டார் களா என்று பையன் ஏங்குவது போலிருந்தது.

“தம்பி கணக்கெல்லாம் ரொம்ப நல்லா எழுதுவான். அப்பறம் பட்டம் – காத்தாடியெல்லாம் ரொம்ப ஜோராப் பண்ணுவான். காலையிலே வந்து பார்த்தால்ல தெரியும்! பள்ளிக்கூடத்துப் பசங்க அவனை வந்து முற்றுகை போட்றதை! உட்கார்ந்த இடத்திலேர்ந்தே ஒரு மைலுக்குப் பட்டம் விடுவான். வீட்டிலே அவன்தான் எல்லாம் கவனிச்சுக்கிறது.”

சிறிது நேரம் அவனோடு உட்கார்ந்து பேசிவிட்டு சுலைமான் கொண்டுவந்துகொடுத்த வர்ண வழவழக் காகிதத்தில் பையன் செய்து கொடுத்த ஒரு பூவை வாங்கிக் கொண்டான் சட்டம். கை கன சுருக்கு! விரல் எண்ணத் திற்குப் பேசிற்று. இப்படி அப்படி என்று சுருட்டி மடித்து இரண்டு தடவை கையாலேயே கிழித்து, ஒரு பெரிய மலர்ந்த பூ மாதிரி செய்துவிட்டான்.

“இது கிரைசாந்திமம் – இந்த மாதிரி ஒரு பூ ஹாங்காங், கோலாலம்பூர் எல்லாம் வளர்ப்பாங்களாம்,” என்று சட்டத் திடம் கொடுத்தான் பையன்.

அதை வாங்கிக்கொண்டு நடந்தான் சட்டம். மாமனாரின் வீட்டுக்குப் போக வேண்டும் போலிருந்தது. கடைக்குப் போக வேண்டும் போலிருந்தது. இரண்டு எண்ணங்களையும் உதறி விட்டு, தீனி தின்ன விரைந்த வண்டி மாடுபோல புவனாவைப் பார்க்க விரைந்தான் அவன்.

11

ரட்டம் தெருவுக்குள் நுழையும்போது அந்தி நரையில் கருமை கவிழ்ந்து வானில் ஆங்காங்கு தெரிந்தும் தெரியாததுமாகத் தங்கப் புள்ளிகள் முளைத்துக்கொண்டிருந்தன. தெருவில் நடப்பது இப்பொழுதெல்லாம் அவ்வளவு பாடாக இல்லை. யுத்தம் விளக்குகளுக்குப் போட்டிருந்த முகமூடி களை அகற்றிவிட்டார்கள். ஆனால் வாசல்களில் போட்டிருந்த வெள்ளை மாக்கோலங்களையும் இருளையும் எடுத்துக்காட்டத்தான் அந்த வெளிச்சம் பயன்படுகிறது. ஸ்தல ஸ்தாபனம் என்று பெயர் வைத்தாலே அழுமூஞ்சித்தனம் வந்துவிடும் போலிருக்கிறது. ஆனால் சுயராஜ்யம் வரும்போது அந்தப் பேரொளியில் இந்த அழுகை அமுங்கி விடும். சுயராஜ்யம் அவ்வளவு சீக்கிரம் வரப் போகிறதா என்ன? இத்தனை அடி விழும்போதே சண்டித்தனம் பண்ணியவர்கள், இப்போது வெற்றி வேறு அடைந்துவிட்டார்கள். இனிமேலா வளையப் போகிறார்கள்? இன்னும் எத்தனை வருடங்களுக்கு இந்த முனிசிபாலிடி விளக்கு அழப்போகிறதோ..! கோலம் ஒவ்வொன்றும் ஒரு மாதிரியாக இருப்பதைப் பார்த்துக்கொண்டே நடந்தான் அவன். இத்தனை வீட்டு வேலைகளுக்கு நடுவில் இதைக் கடனுக்காகச் செய்யாமல் அழகும் சிக்கலுமாக, சற்று நின்று பார்க்கும்படியாகப் போட்டிடும் பெண்வர்க்கத்தை நினைத்து உள்ளுக்குள் ஒரு சிரிப்பு. பாய் பின்னினாற் போன்ற ஒரு கோலம். சரடுகள் மறைவதையும் வெளிப்படுவதையும் எப்படி ஞாபகமாய்ப் போடு கிறார்கள் ..?

அவன் வீட்டு முகப்புக்குள் ஏறும்போது வடவண்டை மாடத்தில் அகல் விளக்கு எரிந்துகொண்டிருந்தது. கூடத்தில் பூஜை அலமாரியில் விளக்கை ஏற்றித் தூண்டிக்கொண்டிருந்தாள் புவனா. குழந்தைகள் இன்னும் வந்ததாகத் தெரியவில்லை.

எண்ணெய் பட்ட விரலைத் தலையின் வலப்பக்கத்தில் தேய்த்துக்கொண்டே அவன் வருவதைக் கேட்டுத் திரும்பினாள் புவனா. சற்று மறந்திருந்த பை ஞாபகம், அவள் பார்க்கும் போதுதான் வந்தது அவனுக்கு. அதையும் மீறி அவளைத்தான் பார்த்தான் அவன். குளித்திருக்கிறாள் போலிருக்கிறது. பளிச்சென்று முகம், பளிச்சென்று புடவை, ரவிக்கை, இழைந்த தலைவாரல், பின்னால் இரண்டு செம்பருத்தி. அவன் பார்ப்பதைப் பார்த்து, 'என்ன' என்று லேசாகச் சிரித்தாள் அவள். கேட்கும்போது லேசாக ஒரு குலுங்கல். அவளைப் பார்க்கும்போது கையில் இருந்த பை பாரமாக இருந்தது. கோவிலுக்குப் போகிற ராஜா சட்டை, செருப்பு, நகைகள், கிரீடமெல்லாம் அணிந்து போனானாம்! அவளை அணைத்துக்கொள்ளக்கூடச் சற்றுக் கூச்சமாக இருக்கிறது. இறுக அணைத்துக்கொள்ள வேண்டும், 'நீ கொள்ளை கொண்டு போகிறாய்' என்று சொல்ல வேண்டும். அப்படியே ஒருவருக் கொருவர் விழுங்கிக்கொண்டு பார்க்க வேண்டும்...

இத்தனை சங்கல்பமும், "என்ன செய்திட்டிருக்கே?" என்ற ஒரே பட்டைக் கேள்வியாகத்தான் வெளிப்பட்டது.

"சமையல் ஆச்சு. சாமிக்கு விளக்கேத்தினேன்."

"வேற ஒண்ணும் வேலை இல்லியே?"

"ஏன்?.. என்ன இது? போறப்ப வெறுங்கையோடு போனீங் களே..." என்று பையைத் தொட்டாள் அவள்.

"காமிரா உள்ளே போய் இதைத் திறந்து பாரு."

பேசாமல் அவனை ஒரு தடவை பார்த்துவிட்டு அவள் பையையும் விளக்கையும் எடுத்துக்கொண்டு எதிர் அறைக்குள் போனாள்.

கிணற்றங்கரையில் கால் கைகளைக் கழுவித் துடைத்துக் கொண்டே அறை நிலையில் நின்றான் அவன்.

"என்னது இது? ஒரே பணமா இருக்கு!"

"எண்ணிப் பார்த்தியா?"

"ஒரு கட்டை எண்ணினேன். அறுபது நூறு இருக்கு!"

“எல்லாக் கட்டையும் எண்ணலியா?”

“ஒரே சீராகத்தானே இருக்குப் பத்தும்.”

“அப்ப எத்தனை மொத்தம்?”

“அறுபதாயிரம்.”

“மானத்திலேர்ந்து குதிச்ச சொத்து!”

“என்னது?”

“இல்லை. வயல்லெ உழுத சொத்து.”

“நல்லாச் சொல்லட்டுமே. யாருது? என்ன? எங்க வைக்கிறது? பத்திரமா எப்படி வைக்கிறது? பார்த்தாலே பயமாயிருக்கு.”

“பயமாயிருக்கா?”

“ஆமா... இதை யாரு வச்சுக் காப்பாத்தறது?”

“வேற யாருதுமில்லே, நம்முதுதான்!” என்று நிலையைக் கடந்து உள்ளே போனான் அவன். “அப்பா செய்ததுக்குச் சுலைமான் செஞ்ச பிராயச்சித்தம். அப்படியும் சொல்றதுக்கு மனசு வரலே. அவன் தங்கமான ஆளு. இதையெல்லாம் பிராயச்சித்தம்னு நினைக்கிற பாமரன் இல்லை அவன். என்னமோ தோணிருக்கு; செஞ்சிருக்கான். அதுக்கு மேல விசாரிக்கிறதிலே பிரயோசனமில்லை.”

புவனா விழித்தாள். முணுமுணுவென்று தணிந்த குரலில் நடந்தது அனைத்தையும் சொன்னான் அவன்.

“என்ன மனுஷன்!” என்றாள் அவள்.

“அப்படீன்னா?”

“அப்பா சொத்துக்கு ஈடுன்னும் நினைக்கலே, ஈடில்லைன் னும் நினைக்கலே. என்னமோ அரிச்சுக்கிட்டே இருந்திருக்கு. கொடுத்திட்டாரு. உங்களையும் நோகப் பண்ணாம நைச்சிய மாகப் பேசி... தேர்ந்த மனுஷன்தான். அன்னைக்கே பார்த்த போது அவன் காலைப் பார்த்தேன். கறுப்பா பளபளன்னு செருப்பு போட்டுகிட்டு வழவழன்னு இருந்தது. இத்தனை லட்சணமாயிருக்கானே, அத்தனை புத்திசாலியாவும் இருப்பா னான்னு ஒரு நொடி நினைச்சுப் பார்த்தேன்.”

“அப்படியா நினைச்சே?”

“அப்புறம் நெரிசல்லே அத்தோட போச்சு அது.”

“இதுவும் இத்தோட போகணும்.”

“என்ன ?”

“யாரு காதுக்கும் சேதி விழக் கூடாது. முன்னாடி தாவுத் பாச்சா சர்க்காருக்குச் சொல்லாதது தப்பு. அவரோ காலமா யாச்சு. குப்பையைக் கிளறிக் குழப்பிக்க வாண்டாம்னு நம்ம கிட்ட கொடுத்திருக்கான் பையன்.”

“நான் யார்கிட்ட சொல்லப் போறேன் ?”

“அப்ப உள்ள எடுத்து வை.”

“யார் பங்கிலே அந்தச் சிலையெல்லாம் கிடைச்சுதாம்? பெரியண்ணன் பங்கிலியா? நம்ம பங்கிலியா?” என்று கேட்டாள் புவனா.

சட்டநாதனுக்குத் திடுக்கென்றது. ஐந்தாறு கணம் சமைந்து போய்விட்டான். பிறகு, “எனக்கு அதைக் கேக்கவே தோணலியே!” என்று வியப்பும் திகைப்புமாக நின்றான். தான் சிரிக்கிறோமா, வேறு யாராவது சிரிக்கிறார்களா என்று ஒரு பிரமை. ஆனால் காதில் மிகத் தெளிவாக ஒரு சிரிப்பு கேட்பது போலத்தான் இருந்தது அவனுக்கு.

“பக்கத்திலெ பக்கத்திலெ இருந்தாலும், பாகமான சொத்து தானேன்னு சொன்னேன்,” என்று தான் ஞாபகப்படுத்தியது அநாவசியமோ என்று நினைப்பதுபோலச் சொன்னாள் அவள்.

“நெஜமா புவனா, எனக்கு அதைக் கேக்கத் தோணாமலே போச்சு. அவன் என்னமோ நான் ஆச்சரியப்படப்படாது, திகைக்கப்படாதுன்னு சுத்திச் சுத்திப் பேசி என்னைத் தயார் பண்ணித்தான் கொடுத்தான். இருந்தாலும் எனக்கு ஒரே பரபரன்னுதான் இருந்தது. வெளியிலே காமிச்சுக்காம இருந்தேனே ஒழிய, பையை மடியிலே வச்சுதும் படபடன்னு தான் இருந்தது எனக்கு, சமாளிச்சுக்கிட்டு ஏதோ பேசிட்டே இருந்தேன். அதனாலெ வாயார உபசாரமாச் சொல்லக்கூட முடியலெ. அந்தச் சுழல்லே யார் பங்குன்னு கேக்கவே மறந்து போச்சு. என்ன பித்துக்குளித்தனம்?”

புவனா ஒன்றும் பேசாமல் பீரோவைத் திறந்து, அதிலுள்ள டிராயரைத் திறந்து, பையை வைத்துப் பூட்டினாள். பூட்டும் போது அவன் சொன்னான், “வரும்போது நான் என்ன நினைச்சிட்டு வந்தேங்கறதையும் சொல்லிவிடறேன். நமக்கு அதை எடுத்துக்கணும்னு நினைக்கவே இல்லே. நான் பெரியண்ணனுக்குப் பாதி, சின்ன அண்ணிக்குப் பாதியாகக்

கொடுத்திடறதுன்னுதான் தீர்மானம் பண்ணிக்கிட்டே வந்தேன்."

"சின்ன அண்ணி பங்கை விக்கவே இல்லியே. அவங்க நிலம் வாய்க்காலை ஒட்டி அரசம்பாடி எல்லைக்குள்ளல்ல இருக்கு! இந்த ஊரைச் சேத்தியே இல்லே. அது இன்னும் அவங்க கையிலேதான் இருக்கு. அவங்களுக்கும் இதுக்கும் என்ன சம்பந்தம்?"

"என்னமோ நான் அப்படி ஒரு தீர்மானத்துக்கு வந்தேன்," என்று பதில் சொல்ல வழியில்லாமல் அதையே சொன்னான் சட்டம்.

"காரணமில்லாம எப்படிக் கொடுக்கறது?"

"நம்ம பாதியைக் கொடுத்திடறது."

"நம்ப பங்கிலே அது இருந்தாத்தானே? அண்ணன் பங்கிலே இருந்தா?"

"அப்ப பெரியண்ணனுக்குத்தான் சேரும்."

இருவரும் பேசாமல் நின்றுகொண்டிருந்தனர்.

"இன்னும் கடைக்குப் போகலியா?"

"இல்லை. சுலைமான் வீட்டிலேர்ந்து நேரே இங்கதான் வரேன்."

"கடைக்குப் போகப் போவுதுல்ல?"

"போகணும்."

"சமையல் சூடாயிருக்கு. சாப்பிட்டுப் போகலாமே."

சாப்பிடும்போது இருவரும் அதைப் பற்றிப் பேசவில்லை. கையலம்பிய கையோடு சட்டையை மாட்டிக்கொண்டு நேராக சுலைமான் வீட்டுக்குத்தான் போனான் சட்டம். சுலைமான் கிளப்புக்குப் போய்விட்டதாகத் தெரிந்தது. டவுன் கிளப்பில் ஒரு மூலையில் உட்கார்ந்து சதுரங்கம் ஆடிக்கொண்டிருந்தான் அவன், சட்டத்தைப் பார்த்ததும் எழுந்து வந்தான். இருவரும் ஒதுப்புறமாக வந்ததும், "ஒண்ணு கேக்க மறந்திட்டேன்..." என்று இழுத்தான் சட்டம்.

"என்ன?"

"அதுங்க கிடைச்சது எந்த வயக்கடைன்னு தெரிஞ்சுக்க லாம்னுதான் வந்தேன்."

செம்பருத்தி

“ஒண்ணும் தெரிஞ்சுக்க முடியாது இப்ப. எனக்குச் சிலைங்க வந்ததுதான் தெரியும். உங்ககிட்ட வாங்கின நிலம்னு தெரியும். அவ்வளவுதான். எந்த வயக்கடைன்னு தெரியாது. அப்பா சொல்லலே. அதையெல்லாம் நோண்டப் போனா தலைவலி. ஏன்?”

“ஒண்ணுமில்லே, சும்மாத்தான் கேட்டேன்.”

“அதைத் தெரிஞ்சுகிட்டு என்ன ஆகணும் இப்ப?”

“இல்லே ... அது பெரியண்ணன் பங்கா இருக்குமோன்னு ஒரு சந்தேகம் ...”

“அந்தச் சந்தேகத்தை நீக்க முடியும்னு தோணலே எனக்கு. இதைப்பத்தி மறுபடியும் பேச வாண்டாம்னு நினைச்சேன் நான். இந்தச் சங்கதியை நினைக்கிறப்ப எனக்குத் தலையிலே முணுக்குனு ஒரு வலி வந்திரும். இன்னை சாயங்காலத்தோட அது தீந்துபோச்சுன்னு நெனச்சேன் ...”

சுலைமான் அந்த வாக்கியத்தின் இன்னொரு பகுதியை அப்படியே தொங்கவிட்டுவிட்டான். புருவம் மிக லேசாகச் சிணுங்கிற்று.

“நான் கேட்டதிலே உங்களுக்குத் தொந்தரவு கொடுத்து விட்டேனா?” என்றான் சட்டம்.

“தொந்தரவு இல்லை. முடிச்சிட்டோம்னு நினைக்கற காரியம்கூட முடிய மாட்டேங்குதேன்னுதான்.”

சட்டத்திற்குப் பயமாக இருந்தது. சுலைமானின் முகம் புறத்தில் அமைதியாக இருந்தாலும், ஏதோ சூடிழுப்பைப் பல்லைக் கடித்துப் பொறுத்துக்கொண்டிருப்பதுபோல அவனுக்குத் தோன்றிற்று.

“மன்னிக்கணும். நான் வரேன்,” என்று சொல்லிக்கொண்டு நகர்ந்தான் சட்டம்.

சுலைமான் பதில் சொல்லவில்லை. சட்டம் கடைக் கண்ணால் பார்த்துக்கொண்டே போனான். வாசலுக்குப் போகும்வரையில் திரும்பிப் பார்க்கவில்லை. ஆனால் சுலைமான் அப்படியே பார்த்துக்கொண்டு நிற்கிறான் என்று தான் தோன்றிற்று.

கடைக்குப் போய், இரண்டு மூன்று நாள் விற்றுமுதல் கணக்குகளையும் வரவுகளையும் கேட்டுச் சரி பார்த்துப் பூட்டிக் கொண்டு வீடு திரும்பும்போது மணி ஒன்பதரை அடித்து விட்டது.

வழியெல்லாம் சுலைமானிடமிருந்து கத்தரித்துக்கொண்டு வந்த அந்தக் கணம்தான் அவனை அழுத்திக்கொண்டே வந்தது! இவ்வளவு பீடிகை போட்டுக்கொண்டு ஒரு பெரிய காரியத்தைச் சின்னக் காரியமாகக் காட்டப் படாதபாடு பட்டவனை ஏன் மீண்டும் ஏதோ ஞாபகப்படுத்தித் துன்புறுத்தி னோம் என்று வேதனைப்பட்டுக்கொண்டே நடந்தான் அவன். தன் மனசிலுள்ள நோவை அவன் மறைக்க முயன்றதும், முகத்தில் படர்ந்த அந்த நோவின் நிழலும் ...

வீட்டுக்குள் வந்ததும் குழந்தைகள் இன்னும் வரவில்லை என்று தெரிந்தது. சுலைமான் சொன்னதைப் புவனாவிடம் சொன்னான் சட்டம்.

"கடை வச்சு நடத்தறவங்களுக்கு இது தெரிய வாண்டாமா?" என்று சிரித்தாள் அவள்.

"என்ன?"

"கடையில் கொடுத்த சாமானைத் திருப்பி எடுத்துக்கறது உண்டா? தலைவலி உங்களுக்கு இருக்கட்டும்னுதானே கூப்பிட்டுக் கொடுத்திருக்காரு அவரு. திருப்பிக் கொடுக்கப் போனாப்பலே ஆயிருக்கு நீங்க மறுபடியும் போனது."

அவள் வேடிக்கையாகச் சொன்னாளோ என்னவோ; ஆனால் தலைவலியாகத்தான் இருந்தது அது. இரவு சரியாகத் தூக்கம் வரவில்லை. வெகுநேரம் கழித்து வந்த தூக்கமும் கலைவதும் வருவதுமாக மாறிமாறிப் பாச்சை காட்டிக் கொண்டிருந்தது.

தூங்குவதற்கு முன், "நீ ஏதாவது திட்டம் பண்ணி வச்சிருக்கியா?" என்று கேட்டான் அவன்.

"எதுக்கு?"

"பணத்தைச் செலவழிக்கத்தான். வீடு, நிலம், நகை நட்டு – அப்படி இப்படின்னு?"

புவனா பதில் பேசவில்லை.

"என்ன?"

"..."

"காதிலே விழலியா?"

"..."

"கோபமா?"

"எதுக்கு?"

"நான் கேட்டதிலே?"

"எனக்கு ஏன் கோபம் வரணும்? தர்மசங்கடமா என்னத்தையோ பண்ணி வச்சிருக்கே இந்தப் பையின்னு யோசனையா இருக்கு."

இருவருக்குமே இரவு சரியாக உறக்கம் கொள்ளவில்லை.

சட்டநாதனுக்குச் சிரிப்பும் வேதனையுமாக இருந்தது. காலையில் எழுந்தவுடன் பெரிய அண்ணனைப் போய்ப் பார்க்க வேண்டும், எப்படி அவரிடம் செய்தியைச் சொல்லுவது, என்ன ஏற்பாடு செய்வது என்று மண்டையைக் குழப்பியவாறு படுத்திருந்தான்.

சுலைமான் அன்று மாலை பேசிய பேச்சுதான் அலை அலையாகச் சுழன்றுகொண்டிருந்தது. உலகில் எல்லாம் தற்செயலாகவா நடக்கின்றன? காரண காரியத் தொடர்போடா? தற்செயலுக்குத்தான் வலு அதிகமோ என்று தோன்றுகிறது! உலகம் என்ற கந்தரகோளத்தில் மனிதன்தான் ஏதோ ஒரு ஒழுங்கை அமைக்கப் பாடுபட்டுக்கொண்டிருக்கிறான் போலும்! கிருஷ்ண ஜயந்தி உறியடி போலத்தான் அந்த ஒழுங்கையும் அமைக்க விளக்கெண்ணெய் வழவழப்பில் அவன் சறுக்கியும் ஏறியும் கொண்டிருக்கிறான். இந்த அறுபதாயிரம் ரூபாய் எப்படிப் 'பாழ்' போனால் என்ன? இதைப் பற்றி ஏன் இப்படிச் சுயவதை செய்துகொண்டிருக்க வேண்டும்?

புவனா ஒரு தடவை அசைந்து கொடுப்பது தெரிந்தது. தொண்டையை 'ஹர்ர்ர்' என்று இழுத்துத் தெளிவுபடுத்திக் கொள்ளும் ஓசை கேட்டது.

12

சட்டநாதன் சிறிது நேரம் புவனாவையே பார்த்துக்கொண்டிருந்துவிட்டு அவளை அழைத்தான். "புவனா!"

"ம்?"

"தூங்கலே?"

"தூங்கிட்டுத்தான் இருந்தேன். சட்டுனு முழிப்புக் கொடுத்துது. கண்ணை மூடி மூடிப் பார்க்கறேன். தூக்கம் வரலெ."

"பண ஞாபகமோ?"

"என்னவோ!"

"திட்டம் போட்டிருக்கியோன்னு நான் அப்ப கேட்டதுக்கு?"

"பதில் பேசலே. இப்ப சொல்லட்டுமா? நான் என்ன செய்திருப்பேன் தெரியுமா, சுதந்திரம் இருந்தா? அப்படியே வெந்நீர் அடுப்பிலே போட்டிருப்பேன்!"

"ஒரு டம்பளர் வெந்நீருக்கு அறுபதினாயிரமா செலவழிக்கணும்?"

"பின்னே என்ன? பிடுங்கிகிட்டே இருக்கு. நாளைக்குப் பெரியண்ணனைக் கூப்பிட்டுச் சொல்லணும். அவங்க பெரியண்ணிக்குத் தெரியாம

இருக்கணும்னா அவங்ககிட்ட சொல்லப்படாதுன்னு நினைப் பாங்க. ஆனா பெண்டாட்டிக்குக்கூடத் தெரியாம காரியம் நடத்தினா, அது எதிலே சேர்த்தி? சொன்னாலும் கஷ்டம், சொல்லாட்டியும் கஷ்டம்!"

"நீ அவங்களைச் சமாளிச்சிடேன்" என்றான் சட்டம்.

"எளிதாச் சொல்லியாச்சு."

புவனா உத்தரத்தைப் பார்த்துப் படுத்திருந்தாள். சற்றுக் கழித்துக் கண் அயர்ந்தாள்.

இப்படியே இருவரையும் கிள்ளியும் ஆட்டியும் விட்டுக் கொண்டு இரவு நகர்ந்தது. கடைசியில் ஒருவாறாக நரைத்து வெளுத்து மறைந்தது.

சட்டநாதன் குளித்துவிட்டுப் பலகாரத்திற்கு உட்காரும் போது பெரிய அண்ணனே வந்துவிட்டார். பலகாரத்துக்குக் கூட உட்கார்ந்துகொண்டார்.

"புவனா கையாலே சாப்பிட்டு எத்தினி நாளாச்சு!"

"சம்பந்தி விருந்தாவே நடந்துகிட்டிருக்கு அண்ணாவுக்கு. காலைப் பலகாரத்துக்கே சொஜ்ஜி, நெய் ஊத்தப்பம் – இப்படியே நடந்துக்கிட்டிருக்கும். இங்க தேங்காயெண்ணெய் போட்டு ஊத்தினதுதான் – வெந்தயத் தோசை!" என்றாள் புவனா.

"அதுக்குத்தானே இங்க வரேன் நான். எள்ளுப் போட்டு அரைச்ச தோசையும் கத்திரிக்கா கொத்சும் உன் மாதிரி யாருக்குக் கை வரப்போவுது?" என்று சிரித்தார் அண்ணன்.

கலகலவென்ற சிரிப்பு. அண்ணன் இந்த மாதிரிச் சிரித்து எத்தனை வருஷமாகிவிட்டது? பழைய அண்ணனாக மாறிக் கொண்டிருக்கிறாரா என்று ஒரு வியப்பு முட்டிக்கொண்டு வந்தது சட்டத்திற்கு. அப்படித்தான் இருக்கும்; பணம் வந்ததை யும் யோசிச்சால், குப்புற விழுந்தவர் எழுந்துகொண்டிருக் கிறார் என்றுதான் தோன்றுகிறது.

மாப்பிள்ளை சம்பந்திமார்களைப் பற்றி விசாரித்தான் சட்டம்.

"எல்லாம் நல்லவங்கதான்."

"உள்ளூர் சம்பந்தியைத்தான் நமக்குத் தெரியுமே."

"அய்யம்பேட்டை சம்பந்தியும் அப்படித்தான். எனக்கு இப்ப இதெல்லாம் ஆச்சரியமாப் படலேடா சட்டம். உங்க அண்ணிதான் பெரிய ஆச்சரியமா இருக்கா இப்ப."

தி. ஜானகிராமன்

சட்டம் புவனாவைப் பார்த்தான். அவள் வேண்டும் என்றே அவனைப் பார்க்காமல் காப்பிக்கு அடுப்பில் வைத்திருந்த பாலைக் கிளறிக்கொண்டிருந்தாள்.

"திடீர் திடீர்ன்னு தீ மாதிரி ஒரு வார்த்தை ரண்டு வார்த்தை வந்து விழுமே, அது ஒண்ணைக்கூடக் காணும். நான் வீட்டுக்குள்ர நுழையரப்பல்லாம் இன்னிக்கு என்ன இரைச்சலோ, அடாவடியோ, ஆவேசமோன்னு பயந்துகிட்டில்ல போவேன்! இப்ப என்னோட சிரிச்சுக்கூடப் பேச ஆரமிச்சிருக்கா. சில சமயம் இதெல்லாம் என்னாத்துக்கோன்னு பயமாயிருக்கு. இப்படியே தொடர்ந்து இருக்கணும்."

"அவங்க ரொம்ப நல்லவங்கதான். சந்தேகம் என்ன? கொஞ்சம் முன்கோபம். தான் சொல்றபடியே எல்லாரும் கேக்கணும், எதிர்த்து ஒருத்தரும் பேசக்கூடாது. நாலு மனுஷங் களைப் பார்த்துப் பழகினால் சரியாயிடுது."

"புவனாவே தீர்ப்புச் சொன்னப்பறம் வேற என்ன பேச இருக்கு?" என்றார் கோபாலு.

"அப்படீன்னா அவங்க கிட்டவும் சொல்லலாம் போலிருக்கே!" என்று புவனாவைப் பார்த்தான் சட்டம்.

"என்ன?" என்று இருவரையும் மாறி மாறிப் பார்த்தார் கோபாலு.

"முதல்லே இவங்ககிட்டே சொல்லிட்டு அப்பறம் அதைப் பத்தி யோசிப்பமே," என்றாள் புவனா.

"என்னடா சட்டம்?"

"முப்பது வருஷம் வாழ்ந்தவனும் கிடையாது, விழுந்தவனும் கிடையாதுன்னு சொல்ற வழக்கம்."

"என்னைச் சொல்றியா? நான் ஒரு தடவைதானேடா விழுந்தேன். அப்புறம் எப்படா விழுந்தேன்? இல்லே, படுத்துத் தான் கிடந்தேனா? தம்பியாண்டான் தோள்மேல உட்கார்ந் துல்ல கருட சேவை மாதிரிச் சவாரி பண்ணிக்கிட்டிருக்கேன் பதினைஞ்சு வருஷமா! உன் கழுத்தில்ல இத்தினி நாளா கனம் தாங்காம புடைச்சு வீங்கிட்டுக் கிடந்தது?"

புவனா சிரித்தாள். சட்டமும் சிரித்தான். அண்ணன் குரலில் ஒரு கனமும் ஏறியிருக்கிறது.

"இருக்கறதைச் சொல்லத்தானடா வேணும்?"

"சரி. அப்படியே இருக்கட்டும். இப்ப உங்களை என் கழுத்திலேர்ந்து இறக்கிவிட்டிருக்கான் ஒருத்தன். அதைத்தான் வீட்டுக்கே வந்து சொல்லலாம்னு நெனைச்சேன். நீங்களே வந்திட்டீங்க."

"என்னது; நான் வந்து உன் கழுத்தை விட்டு இறங்கிட்டேனா? என்னடாது! உங்க அண்ணியைவிட ஆச்சரியமான சேதியாயிருக்கே!"

"நம்ம தாவுத் பாச்சா மகன் இல்லே, சுலைமான் – பாச்சாவோட ரண்டாவது மகன்?"

"தெரியும் தெரியும். அதான் கலியாணத்துக்கு வந்திருந்தானே."

"அவன் வந்து . . ."

செய்தியைச் சொல்லி முடித்தான் சட்டம்.

"என்னது! என்னது!" என்றார் கோபாலு. இரண்டு தடவை இல்லை; நாலு தடவை இல்லை. 'என்னது! என்னது!' என்று வெதறினார்; திகைத்தார்; கண்ணை அகட்டினார்; பொடியைப் போட்டுக்கொண்டார்.

"பணத்தையாவது கொடுக்கவாவது? இப்படியாப்பட்ட சும்பனையா சாமி படைச்சு அனுப்பிச்சிருக்கான் இந்தக் காலத்திலே! என்னடாது?"

"ஆமாண்ணா!" என்று புவனாவைப் பார்த்துத் தலையை அசைத்தான் சட்டம். புவனா காமரா அறையைப் பார்க்க நடந்தாள்.

இருவரும் கையை அலம்பிவிட்டு வருவதற்கும் தோல்பை வருவதற்கும் சரியாக இருந்தது. தோல் பையைத் திறந்து பத்துக் கட்டுக்களையும் அவர்முன் வைத்தான் சட்டம்.

"என்னடாது! சுத்தப் பைத்தாரப் பயலா இருக்கான்! எப்படிக் கொடுத்தான்? முகத்தை நல்லா பாத்தியா? பளபளன்னு இல்லியே? பைத்தாரப் பயலுகளுக்கெல்லாம் மூஞ்சி திடீர்னு பளபளக்கும்! நல்லா கவனிச்சீல்ல? அப்புறம் ஏதாவது பொடிபோட்டு அபேஸ் பண்ணிட்டான்னு கோர்ட்டிலே போய் நிக்கப் போறான்?"

புவனா சிரித்தாள். சட்டமும் சிரித்தான். சிறிது நேரம் உலகமே பைத்திய விடுதி மாதிரி ஆகிவிட்டதோ என்று சட்டத்திற்குத் தோன்றிற்று – தன் சிரிப்பைக் கேட்டு, மற்ற

சிரிப்புகளையும் கேட்டு, பிறகு வருத்தமாயிருந்தது. இந்தச் சிரிப்பு சுலைமானுக்கு எவ்வளவு அவமானம்! அவன் காதுக்கு இது எட்டினால்..?

சட்டென்று புவனாவுக்கு வந்த சந்தேகத்தையும் தான் மீண்டும் சுலைமானிடம் போய்வந்ததையும் சொன்னான் சட்டநாதன்.

கோபாலுவின் மூக்குப் புடைத்துகொண்டது. சிரிப்பு இல்லை. "பைத்தியத்தோட பேசிட்டு வந்தப்புறம் உனக்கும் பைத்தியம் பிடிச்சிட்டுதுன்னு சொல்லேண்டா. எனக்குக் கொடுக்கணும்னு என்னடா முடை இப்ப? பதினைஞ்சு வருஷம் கருடவாகனமா இருந்ததுக்கு ஈடுகூட வாண்டாமா உனக்கு? அது சரி. இதை ரொம்ப முடையா எங்கிட்ட ஏன் சொன்னே இப்ப? சோதனை பண்றியா, பெரியண்ணன் தகல்பாஜியா, நன்றியுள்ளவனா, மனுஷனா, ஒட்டகமான்னு தெரிஞ்சுக்கப் பாத்தியா? பாலையிலே நடக்கற ஒட்டகத்துக்குப் புத்தியும் பாலையா இருக்குமாம். ஆயிரம் வருஷம் பழகினாலும் எசமானை அடையாளம் கண்டுபிடிச்சுக்க முடியாதாம். அவன் மேல பிரியமா ஒரு மூச்சுக்கூட விடத் தெரியாதாம். காவேரித் தண்ணியைக் குடிச்சு, பச்சையிலே புரள்றவனுக்குக் கூடவா இந்த மாதிரிப் புத்தி வரும்..? இத பாரு, முதல்லே பையை எடுத்து உள்ர வையி. எனக்குச் சொன்னது போதும். பெரியண்ணியும் வாண்டாம், சின்ன அண்ணியும் வாண்டாம். யாருக்கும் தெரிய வாணாம். பேசாம பாங்கியிலே போடு. இல்லாட்டிக் கடையைப் பெரிசு பண்ணு" என்று காபியைச் சாப்பிட்டார் கோபாலு. "ம், எடுத்து வையேன் உள்ளார" என்று தணிந்த குரலில் அதட்டினார். புவனாவைப் பார்த்து "என்னது! எடுத்து வையிங்கறேன். பேசாம நிக்கிறயே என்ன!"

புவனா பேசாமல் நின்றுகொண்டிருந்தாள்.

"நான் தொட மாட்டேன்!" என்றார் கோபாலு.

"நான் சொல்றதைக் கேளுங்கண்ணா."

"அட போடா."

"அண்ணா!"

"முடியாது."

"சரி, நீ உள்ர கொண்டு வையி. யாராவது வந்து வைக்கப் போறாங்க. அப்பறம் பேசிப்பம்," என்றான் சட்டம்.

“அப்பறம் என்னத்தைப் பேசிக்கறது அப்பறம்! இத்தினி நாளா நான் பட்டதும் போதும். நீ பட்டதும் போதும். வந்த வுடனே வாரி நாலா பக்கமும் இறைக்க வாணாம். நான் சொல்றதைக் கேளு. பேசாம கொண்டு வையி.”

புவனா கொண்டு வைத்தாள்.

“பதினாலாயிரம் கடனை அடச்சு, பதினோரு வருஷம் ஆறுபேருக்குச் சோறு போட்டு, அப்பறம் ரண்டுக்குக் கலியாணம் பண்ணி வச்சிருக்கேடா, பைத்தாரா சும்ம இரு. எவனாவது கேட்டா வழிச்சுக்கிட்டுச் சிரிப்பான்.”

அதைக் கேட்டுப் புவனா சிரித்துக்கொண்டே வந்தாள்.

“அப்ப பெரியண்ணிகிட்ட கொண்டு நான் கொடுத்திட றேன்” என்றாள் புவனா.

பெரியண்ணன் முறைத்து அவளைப் பார்த்தார். சிறிது நேரம் அப்படியே பார்த்தார். அவள் பாத்திரங்களை எடுத்துக் கொண்டு நடப்பதைத் தொடர்ந்து பார்த்துக்கொண்டேயிருந்தார்.

‘அப்படியா?’ என்ற பாவனையில் புவனாவின் புன்முறுவலைப் பார்த்துத் தலையை வேறு அசைத்தார்.

புவனா தெரிந்து சொன்னாளா, தெரியாமல் சொன்னாளா என்று புரியவில்லை. ஆனால் பெரிய அண்ணனின் முகத்தில் ஓர் அச்சம் புகுந்துவிட்டது. சட்டநாதன் அதைப் பயன்படுத்திக் கொண்டான். அவனுக்குள்ளேயே புரண்டு அமைதியைக் குலைத்துக்கொண்டிருந்த ஒரு அவசர உணர்வும் அவனை உந்திக்கொண்டிருந்தது. எப்படியாவது இதை இப்பொழுதே தீர்க்கப் போகிறாயா இல்லையா என்று அடிவயிற்றில் அரித்துக் கொண்டிருந்த அந்த நிம்மதி கலைந்த சலனம் கேட்டுக் கொண்டேயிருந்தது. கடைசியில் ஒருவாறாக அதை வாய்விட்டுச் சொல்லியும் விட்டான்.

“அண்ணா, இது விளையாடற சமாசாரமில்லே!” என்று ஊஞ்சலில் உட்கார்ந்தவாறு சொன்னான்.

“நான் விளையாடலியே!” அவர் குரல் படிந்திருந்தது. அவருடைய கலவரத்தையும் அவர் புரிந்துகொண்டுவிட்டாற் போலிருந்தது.

“நான் என்னமோ பெரிய தியாகம் செய்யப்போறாப்பல வந்ததாகவும், நீங்க அதைத் தடுக்கணும்னு நான் விரும்புவதாக வும் நீங்க நினைக்கப்படாது.”

“நான் அப்படியெல்லாம் நினைக்கலியே.”

“கொஞ்சம் கேளுங்களேன். நீங்க நடுவிலே நடுவிலே பேசினா, எனக்குச் சொல்ல வேண்டியது மறந்து போயிடுது.”

“பேசலெ.”

“நான் ஒரு தீர்மானத்துக்கு வந்திட்டேன் – இதிலே பாதிப் பணம் உங்களுக்குத்தான் சேரணும்னு. இதை நீங்க மாத்திட்டா எனக்கு அப்புறம் எத்தனையோ காலத்துக்கு ஒரு வேலையும் ஓடாது. இதையே நினைச்சுக்கிட்டு உட்கார்ந்திருப்பேன். மனசிலே பலம் இல்லாத போயிட்டா, அப்புறம் எந்த வேலையைச் செய்ய முடியும்? எப்படி நிம்மதியா இருக்க முடியும்? மனசார உங்களுக்குத்தான் இது சேரணும்னு நினைச்சேன. காரணம் ஒண்ணுமில்லே. பேசாம சரின்னு சொல்லுங்க.”

“சரி!” என்று உடனே சொல்லிவிட்டார் கோபாலு.

“மீதிப் பணத்தை என்ன செய்யலாம்னு நீங்கதான் சொல்லணும். நான் யோசிச்சிருக்கறதையும் சொல்லிடறேன். நாம இன்னிக்குச் சுமாரா தலை நிமிர்ந்து நிக்கறதுக்குக் காரணம் சின்ன அண்ணன்தான்” என்று சமையலறையைப் பார்த்தான் சட்டம். பிறகு கிராம்பு எடுத்துவருவதுபோல அங்கேயே நடந்தான். காப்பிப் பாத்திரங்களை எடுத்துப்போய், புவனா கிணற்றங்கரையில் கழுவிக்கொண்டிருந்தது தெரிந்தது.

சட்டென்று கிராம்பை எடுத்துக்கொண்டு கூடத்துக்கு வந்தான்; அண்ணனிடம் ஒன்று கொடுத்தான்.

“அண்ணா. நான் பீத்திக்கிறதாகவோ, இடிச்சுக்காமிக்கற தாகவோ நினைச்சுபிடாதீங்க. புவனா ஒருத்தியாலேதான் நான் ரொம்பக் கீழே போயிடாமே சாதாரண மனுஷனா நிக்க முடிஞ்சிருக்கு, இத்தனை வருஷமா . . .”

“அதிலெ என்ன சந்தேகம்? அவ மாதிரி பெண் பிறவியைப் பார்க்கவே முடியாதுரா சட்டம்.”

“இருங்கண்ணா – சின்ன அண்ணனுக்கு எப்படித்தான் தோணிச்சோ, அவன் செத்துப் போறதுக்கு முன்னாலேயே, எனக்கு அவளை நிச்சயம் பண்ணிட்டுப் போயிட்டான். அந்த ஒரு காரியத்துக்காகவே. அவன் குடும்பத்துக்கு நான் – எனக்கு என்ன சொல்றதுன்னு தெரியலே. ரூபாயைக் கொடுக்கறது பெரிய காரியமில்லெ. இருந்தாலும் இப்ப எனக்கு வேற என்ன செய்யறதுன்னு தெரியலெ.”

"எனக்கு அது புரியறதுரா சட்டம். ஆனாலும் எல்லாருக்கும் நியாயமாப்படற காரியத்தைத்தான் செய்யணும். கலியாணத்துக்கு ஒன்பது ரூபா கடனாக வாங்கியிருக்கே. கலியாணச் செலவு வேற ஆயிருக்கு. அதனாலெ நீ பாதியை வச்சுக்கிட்டு, மீதிப் பாதியைக் குஞ்சம்மாட்ட கொடுத்துப் போடு. உனக்குக் கடனை அடச்சாகணும். சும்மாப் பேசிகிட்டே இருக்காதே!" என்று அவசர அவசரமாகச் சொன்னார்.

"அப்படியா சொல்றீங்க?" என்று, கழுத்தில் அவர் கையைக் கொடுத்து அமுக்கிவிட்டதுபோல் சற்று வேகம் அடங்கியவாறு கேட்டான் சட்டம்.

கோபாலு ஊஞ்சலைவிட்டு எழுந்துகொண்டார். "தீர்மானம் பண்ணியாச்சு. வெறுமே தொணதொணத்துக்கிட்டேயிருக்க வாணாம். நான் சொல்றதுதான் நியாயம். வாங்கிக்கறவங்களும் எதுக்காகன்னு நினைக்கப் படாது. நாமளும் தன்னையே அழிச்சு அதிலே பெருமைப்படறோம்னு பிறத்தியாருக்கு ஒரு நினைவை உண்டாக்கக்கூடாது. அழிச்சுக்கறது நமக்கு சுபாவமாகவே இருக்கலாம். ஆனா நாம பெருமைப்படறதாத்தான் ரொம்பப் பேருக்குத் தோணும். அதனாலெ நான் சொல்றபடியே இருக்கட்டும். நான் வரட்டுமா?" என்று நகரத் தொடங்கினார் அவர்.

சட்டநாதன் வேகமாகக் கிணற்றடிக்குப் போனான். புவனாவை அழைத்துக்கொண்டு வந்தான். பெரிய அண்ணன் சொன்னதைச் சொன்னான். கையை முந்தானையில் துடைத்துக்கொண்டே அத்தனையும் கேட்டாள் புவனா.

"யார் இப்படிச் சொல்லப் போறாங்க?" என்று விளக்கைத் தூண்டிவிட்டாற்போல் கணவனையும் கோபாலுவையும் பார்த்தாள். சட்டத்தின் தலை லேசாக அசைந்தது. உடனே உள்ளே போய்ப் பையுடன் திரும்பி வந்தாள்.

"அண்ணா கையாலேயே கொடுக்கட்டும். வாங்கிக்குங்க!" என்று கோபாலுவின் கையில் கொடுத்தாள்.

"உள்ளே போயிடுவமே" என்று காமிரா அறைப் பக்கம் நடந்தார் கோபாலு. இருவரும் தொடர்ந்தார்கள்.

கட்டுகளை எடுத்தார். "மறந்து போச்சு. ஒவ்வொரு கட்டிலேயும் எத்தனையிருக்கு?"

"ஆறாயிரம்."

ஐந்து கட்டுகளை எடுத்துச் சட்டத்தின் கையில் கொடுத்தார். அவன் அதை மீண்டும் புவனாவிடம் கொடுத்தான். புவனா

கீழே விழுந்து பெரியண்ணனை வணங்கினாள். அதைப் பார்த்துச் சட்டமும் விழுந்து எழுந்தான்.

சிறிது நேரம் யாரும் பேசவில்லை. கடைசியில் கோபாலு தான் பேசினார். "நீங்க ரெண்டுபேரும் என்னைப் பெரியவ னாகப் பண்ணணும்னு படாத பாடு படறீங்க. நான் என்ன செய்யறது? எல்லாருக்கும் அது முடியாதுடா சட்டம். ஆலை யிருக்கிற ஊரிலே இலுப்பப் பூ எப்படிச் சர்க்கரையா இருக்க முடியும்? நீ எங்கியோ பிறந்து எப்படியோ இருக்க வேண்டியவன். மளிகைக் கடைக்காரனா நீ உட்கார்ந்திருக்கும்படியா ஆயிடுத்து. அதனாலேதான் முக்காவாசி டயம் எனக்குச் சாமி கீமின்னு மரியாதை, நம்பிக்கையெல்லாம் போயிடுது."

"எதாயிருந்தா என்ன அண்ணா?"

"அதுசரி, உன் மாதிரி இருக்கிறவன் எங்கேயிருந்தா என்ன? எனக்குத்தான் வித்தியாசம் எல்லாம் படுது. நல்ல வேளையா கசாப்புக் கடைக்காரனா இல்லாம இருக்கீல்ல? அதை நினைச்சா சாமிபோல நம்பிக்கை வந்திருது."

"அதுவும் குறைச்சல் இல்லை!" என்றான் சட்டம்.

"சரி சரி; அதுதான் முன்னாலேயே சொல்லிட்டனே. நான் வரேன்," என்று நகர்ந்தார் அவர்.

சட்டம் மூட்டை மீதிருந்த பையை எடுத்து அவர் கையில் கொடுத்தான்.

"இப்பவே எடுத்துக்கிட்டுப் போகணுமா?"

"ஆமாண்ணா."

பையை எடுத்து மேல் வேட்டிக்குள் வைத்துக்கொண்டு நடந்தார். அவர் தலை, தரையைப் பார்த்துக் கொண்டிருந்தது. முகத்தில் கவலை கவிந்திருந்தது.

குளித்தவுடனே வந்த கடை ஆளிடம் சாவியைக் கொடுத்துத் திறக்கச் சொல்லிவிட்டுச் சட்டம் முதல் காரிய மாகக் கலியாணத்திற்குக் கடன் கொடுத்தவர்களைக் காணச் சென்றான். ஒரு மாத வட்டியைப் போட்டுப் புரோநோட்டு களைக் கிழித்துத் திருப்பி வாங்கிக்கொண்டுதான் கடைக்குப் போனான். இரண்டாயிரம் ரூபாயை ஒரு கவரில் வைத்துச் சுலைமானிடம் கொடுத்துவரச் சொல்லிக் கடையாளிடம் கொடுத்து அனுப்பினான். அவன் திரும்பி வந்த பிறகு ஏதோ சந்தேகம் வந்து வீட்டை நோக்கி நடந்தான்.

"சுலைமானுக்கு ஆள்மூலமே கொடுத்தனுப்பிட்டேன்" என்று செய்தியைப் புவனாவிடம் சொன்னான். "மறுபடியும் போய்ப் பார்க்க என்னமோ போலிருந்தது. அவனும் ரசீது கொடுத்தனுப்பிட்டான் பெத்துக்கிட்டதாக."

"அப்புறம்?" என்பதுபோல் பார்த்தாள் புவனா.

"மத்த கடன்களும் தீர்த்தாச்சு."

"இதைச் சொல்லவா இந்த வெயில்லே புறப்பட்டு வரணும்?"

"இல்லே. பணம் வந்ததிலேர்ந்து அப்பாகிட்ட ஒண்ணுமே சொல்லலியே."

"அவங்ககிட்டே எதுக்காகச் சொல்றது? அண்ணன் குழம்பினது போதாதா?"

"சொல்லாம இருக்கலாமா?"

"சின்ன அண்ணி வரட்டும். அதையும் கொடுத்திட்டு அப்பறம் எப்பவாவது சொல்லிக்கலாம்."

"அப்பாவைப் பார்த்தா எப்படிச் சொல்லாம இருக்க முடியும்?"

சட்டத்தைச் சற்றுக் கண்கொட்டாமல் பார்த்தாள் அவள்.

"அவ்வளவு அவசரமா இருந்தா, நான் போய்ச் சொல்லிட்டு அப்படியே குழந்தைகளையும் அழச்சிட்டு வந்திடறேன்."

"எனக்குப் பெரிய பாரம் குறையும்" என்று முகத்தை அப்பால் திருப்பிக்கொண்டான் சட்டம்.

13

பல சரக்குக் கடைக்காரனுக்குப் பைத்தியம் பிடித்த மாதிரி என்று எந்தப் புத்திசாலி சொல்லி வைத்தானோ! அதை நினைத்துத் தனக்குள்ளேயே சிரித்துக்கொண்டான் சட்டநாதன். இரண்டு மாதங்களாக உடம்போடு மனமும் அலை அலையாக அலைந்து விட்டு, இப்பொழுதுதான் நாலுநாளாக ஒரு நிலைக்கு வந்திருந்தது. வெகு நாள் கடையைப் பூட்டி இன்றுதான் திறந்தாற் போலிருந்தது அவனுக்கு. படிந்து அமர்ந்த மனத் துடன் கடை வீதியைப் பார்த்துக்கொண்டிருந் தான் அவன். வழக்கம்போலப் பழைய வாழ்க்கை மீண்டும் தொடங்கிவிட்டது. காலையில் எழுவதும், குளிப்பதும், கடை வீதிக்கு வருவதும், சாப்பிடு வதும், மீண்டும் வருவதுமாகப் பழைய செக்கிற்குக் கழுத்தை நீட்டியாகிவிட்டது. சுலைமானின் பணம் வந்ததைப் பார்க்கும்பொழுது அவனுக்குக் கடவுளை நம்புவதா வேண்டாமா என்று புரியவில்லை. காரணத்திற்குக் காரியம் வருவதும் கடவுளின் செயலாக இருக்கலாம். ஒன்றுமே இல்லாத கந்தர கோளமான தற்செயல்கூடக் கடவுளின் சித்தமாக இருக்கலாம். எப்படி வேண்டுமானாலும் இருக்கட் டும். அவரைப் பற்றி நினைத்து என்ன ஆகப் போகிறது? அவருக்குப் பக்தி செய்து என்ன ஆகப் போகிறது? இத்தனை ஜனங்கள் கஷ்டப்படும் போது நமக்கு மட்டும் இந்தப் பணத்தைத் திடீரென்று கொடுத்தவர் கடவுளானால், அவர் ஏன் அப்படிக் கொடுத்தார்?

எதிர் சரகத்துத் தையற்கடையில் உள்ளே உட்கார்ந்து காஜா போட்டுக்கொண்டிருந்த பையன் எழுந்து இஸ்திரிப் பெட்டியை விசிறத் தொடங்கினான். சின்னப் பையன். எட்டு வயதிருக்கும். சாயபு அவனுக்கு மாதம் ஐந்து ரூபாய் சம்பளம் கொடுக்கிறாராம். இன்னும் குறைந்தது ஏழெட்டு வருஷத்துக்குப் பையனைத் தையல் மிஷினண்டை விட மாட்டார் சாயபு. தொழிலும் தானாகச் சொல்லிக்கொடுக்க மாட்டார். அவனாகப் பார்த்துப் பார்த்துக் கற்றால்தான் உண்டு. அவருக்கு மனம் வந்து கற்பிக்கத் தொடங்கும் கணம் வரையில் அந்தக் குழந்தை பித்தானுக்குத் துளையும் இஸ்திரிப் பெட்டிக்கு விசிறியும் போட்டுக்கொண்டுதான் உட்கார்ந்திருக்க வேண்டும். அவருக்குக் காப்பி வாங்கிவர வேண்டும். வீட்டி லிருந்து சோறு கொண்டுவர வேண்டும். பகல் வேளையில் அவர் கத்திரிப் பலகையைத் தலைக்கு உயரம் வைத்துச் சற்று உள்ளே தள்ளினாற்போல் தூங்கும்போது அவருக்கு விசிற வேண்டும். கால் பிடிக்க வேண்டும். முதுகு பிடிக்க வேண்டும். வாடிக்கைக்காரர்களின் வீட்டுக்கு ஓட வேண்டும்.

இந்தப் பையன் மட்டும் இல்லை. செம்பானூர்க் கடை வீதியில் இந்த மாதிரி அநேகமாகக் கடைக்கு ஒரு பையனைக் காண முடியும். மளிகைக் கடை, இரும்புக் கடை, பூக்கடை, கருமார் – தட்டார் பட்டறைகள், ஜவுளிக் கடை, தகரக்கடை, வளைக்கடை, படக்கடை – எங்கு போனாலும் இரண்டு அல்லது ஒரு பையனையாவது காணாமலிருக்க முடியாது. மளிகைக் கடைக் குப்புசாமி நாயக்கர், ஏதோ எண்ணெய்யைக் கொட்டி விட்டான் என்று ஒரு பகல் முழுவதும் ஒரு பையனை வெயிலில் நிறுத்தியிருந்தார். பக்கத்துக் கடைக்காரர்கள் முதலில் சிரித்தார் கள். பிறகு அவன் அழுவதைப் பார்த்துவிட்டுச் சிறிது நிழலில் நிற்கச் செய்ய நாயக்கரிடம் சிபாரிசுக்குப் போனார்கள். சார்ப்பு நிழல் கிடைத்தது. ஆனால் இரவு ஒன்பதுமணிக்குக் கடை கட்டுகிறவரையில் நிற்கத்தான் வேண்டியிருந்தது. மறுநாள் பையனைக் காணவில்லை. காய்ச்சலாம். ஒரு வாரம் கிடந்து விட்டுத் தாயாரோடு திரும்பி வந்தான் பையன். தாயார் மன்றாடுவதற்காக வந்தாள். மீண்டும் அவனுக்கு வேலை கிடைக்க வில்லை. எண்ணெய்க் காசைக் கழித்துக் கொள்ளாமல் ஒரு வாரச் சம்பளத்தை மட்டும் பிடித்துக் கொண்டு கணக்குத் தீர்த்துவிட்டார் நாய்க்கர்.

சட்டநாதன் சற்றுக் கலங்கி உட்கார்ந்திருந்தான். இவர்கள் பையன்கள் இல்லை; குழந்தைகள்.

கடைத் தெரு அனைத்தும் சேர்ந்து எடுத்துக் கொடுத்துக் கொள்கிற அந்தக் குழந்தை ரத்தத்தில் தனக்கு ஒரு கை உண்டு

என்று தோன்றிற்று அவனுக்கு. காலை ஏழுமணிமுதல் இரவு ஒன்பதுமணிவரையில் உட்காரக்கூட நேரமில்லாமல், அனுமதியில்லாமல் நின்றுகொண்டிருக்கிற இத்தனைக் குழந்தை களின் மத்தியில் இது என்ன கடை; இது என்ன கல்லா? இது என்ன உட்காரல்! நாம் எதற்காக இப்படிச் சப்பளிக்க உட்கார்ந்திருக்கிறோம்?

திடீரென்று அவனுக்குக் கடையாட்களின் நினைவு வந்தது. அவர்கள் கண்ணில் தெரியும்போதே, அவர்களை நினைத்துக் கொண்டான். சுலைமான் கொடுத்த பணத்தைப் பற்றி ஏன் அண்ணனிடம் சொன்னோம். அவரை அள்ளிக் கட்டி ஏன் பாதியைக் கொடுத்தோம்? பதினைந்து வருஷமாக விடிந்தது முதல் படுக்கிறவரையில் நின்றுகொண்டிருக்கிற இந்தக் கடையாட்களுக்குப் பிரித்துக்கொடுக்க வேண்டும் என்று ஏன் தோன்றவில்லை?

அவனுக்குச் சற்று வியப்பாக இருந்தது. இவர்களைப் பற்றிய நினைவே வராமல் எப்படி இருந்திருக்கும்? காசு கிடைத்த கணமே அண்ணன், அண்ணி என்று ரத்த உறவு மட்டும் முண்டிக்கொண்டு நினைவுக்கு வருவானேன்? சுலைமானுக்கும் நிலத்தின் பழைய சொந்தக்காரர்களின் நினைவுதானே வந்தது? உடைமைக்கும் ரத்த உறவுக்கும் நினைவை இப்படி நெரித்துப் பிடிக்கும் மோகினித்தனம் ஏன்? புவனாவுக்குக்கூட அது தோன்றாததுதான் புரியவில்லை.

அண்ணனிடமும் அந்தப் பணத்தைத் திருப்பி வாங்கி எல்லாவற்றையும் கடை ஆட்களுக்குப் பிரித்துக் கொடுக்கிறது போலச் சூன்யத்தில் கண்டுகொண்டிருந்தான் சட்டம். மனக் கோட்டை. இப்பொழுதைவிட ஆயிரம் மடங்கு நிம்மதி கிடைக்கும்.

மனம் நனவுலகிற்கு வரும்போதுதான் இந்த நினைவெல் லாம் என்ன பைத்தியக்காரத்தனம் என்று உணர்வுண்டா யிற்று. அண்ணனிடம் கொடுத்ததைத் திருப்பி எப்படிப் பெற முடியும்? பெற முடியுமானால்கூட எப்படிக் கேட்க முடியும்? அண்ணிக்குக் கொடுக்கப் போவதை அவளிடம் ஏதாவது சொல்லி, வைத்துக்கொள்ளத்தான் எப்படி முடியும்? அண்ண னும் சேர்ந்து தீர்மானமான செய்தி அது.

பிறந்தது முதல் எல்லாவற்றையும் தாமதமாகவே செய்வதும் சமயத்தில் கோட்டை விட்டுவிட்டுத் தவிப்பதுமாகவே தான் வாழ்ந்துவிட்டதுபோல் தோன்றிற்று அவனுக்கு. பிறந்ததும் கடைசிப் பிள்ளையாக, பள்ளிக்கூடத்துக்குப் போய்ப் படிக்கத் தொடங்கியதும் மற்றவர்களைவிடத் தாமதமாகத்தான். அவன்

செம்பருத்தி

பார்த்துக்கொண்டிருக்கும்போதே ஆசைப்பட்டுக்கொண்டிருந்த ஒரு பெண் அண்ணியாகிவிட்டாள். எதையும் உரிய காலத்தில் செய்ய முடியவில்லை. சின்ன அண்ணன் உயிரைக் காக்க முடியவில்லை. பெரிய அண்ணனின் சொத்தைக் காக்க முடிய வில்லை. ஆண்டாள் திடீரென்று வராமல் நின்றுவிட்டதைத் தடுக்க முடியவில்லை . . .

மாமனாரிடம் படித்ததெல்லாம் நினைவுக்கு வந்தது. ஆனால் ஒரு புத்தகத்தில்கூட இந்தக் கடைத்தெருக் குழந்தை களைப் பற்றிச் சொல்லவில்லை. கடை ஆட்களைப் பற்றிக் கூறவில்லை. ஆனால் எல்லாம் பொய் பேசாமல் இருக்கச் சொல்கிறதுகள். எல்லாம் தர்மம் செய்யச் சொல்கிறதுகள்! எல்லாம் எப்படித் துன்பத்திலிருந்து சுழல வேண்டும் என்று சொல்கிறதுகள்!

தன் கையாலாகாத்தனத்தை நினைத்துச் சற்று வெட்கமாக இருந்தது அவனுக்கு. மேலே என்ன செய்யலாம்? இப்படியே கடையில் எத்தனை காலம் உட்கார்ந்துகொண்டிருக்கிறது?

வெயிலில் தூங்குகிற வியாபாரத்தை யாரோ தட்டி எழுப்பு வது போலிருந்தது. ஒரு பதினைந்து வயதுப் பையன் ஒரு பட்டியலைக் கொண்டு நீட்டினான். து.பருப்பு, கொ.மல்லி, வ.மிளகாய், ந.எண்ணெய் என்று பையன் பட்டியலை வாசித்துச் சொல்லச் சொல்ல எழுதத் தொடங்கினான் சட்டம்.

அதை எழுதி முடித்துச் சாமான்களை ஒவ்வொன்றாகக் கடை ஆட்களிடம் சொல்லத் தொடங்கும்போது இன்னொரு பையன் வந்து நின்றான்.

“சட்டநாதப் பிள்ளை யாருங்க . . ?” என்றான். பையன் ஒரு வெள்ளைச் சட்டை, காக்கி நிஜார்.

“என்னப்பா?”

“நீங்கதானா?”

“ஆமாம்.”

“நான் தேவராஜ் டாக்டர் ஊட்லேர்ந்து வரேங்க. டாக்டர் உங்களைக் கூட்டியாரச் சொன்னாங்க” என்றான்.

“தேவராஜ் டாக்டரா?”

“ஆமா.”

“வடக்கு வீதியிலே இருக்காரே?”

“ஆமா.”

“எதுக்காக?”

“என்னமோ கையோட கூட்டியாரச் சொன்னாங்க.”

"தேவராஜ் டாக்டர் என்னை எதுக்காகச் கூப்பிட்டனுப்பிக்க ணும்?"

"என்னமோங்க."

சட்டம் ஒன்றும் புரியாமல் திகைத்து விழித்தான். வழக்கம் போல வயிற்றில் அச்சம் விழுந்தது. தேவராஜுக்கும் தனக்கும் என்ன சம்பந்தம்? அவர் குடும்ப மருத்துவர்கூட இல்லை. யாராவது கடையில் சாமான் வாங்கிக் கொண்டுபோய் அதைச் சமைத்துச் சாப்பிட்டு ஏதாவது கோளாறு வந்துவிட்டதா?

"நல்லா விசாரிச்சியா, யாரு என்னான்னு?"

"நல்லா விசாரிச்சுக்கிட்டுத்தாங்க வரேன். மளிகைக் கடை சட்டநாதப் பிள்ளை, பக்கிரி வஸ்தாது கடைக்கு ரண்டு கடை தள்ளின்னு இத்தினி அடையாளம் சொல்லியிருக்காங்க."

"என்னடாது இது?" என்று திகைப்புக்கும் குழப்பத்துக்கும் நடுவில் அலுத்துக்கொண்டான் சட்டம். கடை ஆட்களைப் பார்த்து, தான் பயப்படவில்லை என்று காட்டிக்கொள்வதற் காக ஒரு சிரிப்புச் சிரித்தான். அந்தச் சிரிப்பு ஐயோ வரவேண்டி யிருக்கிறதே என்று அழமாட்டாக் குறையாக வந்தது.

"சரி, சாமானைப் போடுங்க பார்த்திட்டு வரேன்" என்று கல்லாவை மூடிவிட்டுக் கீழே இறங்கினான்.

பாதி கடைகளில் வெயிலுக்காகச் சாக்குப் படுதாக்கள் தொங்கவிடப்பட்டிருந்தன. புரட்டாசி வெயில். மழைதான் வரப்போகிறது. போகிறபோக்கில் சும்மாப் போவானேன் என்று தெற்கே போகிற சூரியன் கண்ணைப் பறித்துத் தோலை உரித்தது. முத்து ஐயர் கடைக்குப் பால்கறக்க நடந்த மாடுகளும் நாலைந்து பார வண்டிகளும் இரண்டு லாரிகளும் கடைத்தெரு மண்ணைக் கிளப்பிவிட்டவாறு நகர்ந்துகொண்டிருந்தன. சட்டம் வேகமாக நடந்தான்.

பெரிய கோவில் வடக்கு வீதியில் டாக்டரின் வீட்டுக்குப் போக கிட்டத்தட்ட அரை மைல் நடக்க வேண்டியிருந்தது. வேர்வையைத் துடைத்துக் கொண்டே படியேறினான் சட்டம்.

டாக்டர் நோயாளியைப் பார்க்கிற அறையில் இல்லை. மாடியில் இருந்தார். பையன் சட்டத்தை அங்கு அழைத்துப் போனான். தேவராஜ் சாய்வு நாற்காலியில் சாய்ந்து ஏதோ படித்துக் கொண்டிருந்தார். நோயாளிகளைப் பார்க்கும்போது அணிகிற கால்சட்டை, சட்டை இல்லை. ஒரு பைஜாமாவும் பனியனும் அணிந்திருந்தார்.

"வணக்கம்."

"வாங்க வாங்க, சட்டநாதப் பிள்ளை?"

"நான்தான்."

"உட்காருங்க... நீ போடா கீழே" என்று பையனை அனுப்பிவிட்டார் டாக்டர்.

"நல்ல வெயில். நடந்து வந்தீங்களா?"

"ஆமாம்."

"மன்னிக்கணும். இப்ப விட்டா அப்பறம் டயம் கிடைக்காது. அதுக்காகத்தான் கையோட கூட்டிவரச் சொன்னேன்."

"என்ன சேதி?"

"ஒண்ணுமில்லே. உங்கண்ணா கோபாலசாமிப் பிள்ளையைப் பத்தித்தான்."

அண்ணனைப் பற்றியா? இந்தச் சமயம் மட்டும் ஏன் அண்ணன் நினைவு வரவில்லை?

"என்ன?"

"அவரைக் கொஞ்சம் கோபத்தை அடக்கிக்கொள்ளச் சொல்லணும் நீங்க."

"என்ன?"

"பொண்டாட்டிகிட்ட யாருக்கும் கோபம் வரது சகஜம் தான். வாழ்க்கையிலே ஒரு தடவையாவது சாப்பிடறத் தட்டை தூக்கி எறியாதவன், பெண்டாட்டி மூஞ்சியிலே பாதி குடிக்கிற காபியை வீசிக் கொட்டாதவன் ஒரு ஆம்பிளையா? சோறு வாண்டாம்னா பாதியிலே இலையைவிட்டு எழுந்துக்கிட்டுப் போகாத புருஷன்தான் ஒரு ஆம்பிளையா?" என்று சிரித்தார் தேவராஜ் டாக்டர். அவருக்கு வயது நாற்பது நாற்பத்திரண்டு இருக்கும். முகம் வழவழவென்று இருந்தது. அடர்ந்து கருகரு வென்ற தலைமயிர், மெல்லிய, தணிந்த குரல், சிரிப்புகூடக் கதவிடுக்கிலிருந்து எட்டிப் பார்ப்பது போல்தான் வந்து கொண்டிருந்தது. வயதுக்கு மீறிய ஒரு அடக்கம், அழுத்தம்.

"என்ன சார் ஆச்சு?"

"ஒண்ணும் ஆயிடலெ. இன்னும் கொஞ்சம் தப்பியிருந்தா உங்கண்ணன் போலீசிலேதானே போய் கொலைபண்ணிட்டேன்னு சரண்டர் பண்ணியிருக்கணும். சம்சாரம் கழுத்தைப் பிடிச்சு அப்படி நெருக்கியிருக்காரு."

"என்னது! அண்ணனா?"

"ஆமாம். உங்ககண்ணன்தான்" என்று மீண்டும் ஒரு கதவிடுக்குச் சிரிப்பு.

தி. ஜானகிராமன்

14

"அண்ணியை அதட்டிக்கூடப் பேச மாட்டாரே எங்க அண்ணன்" என்றான் சட்ட நாதன்.

டாக்டரின் சிரிப்பு மறைந்து முகம் சாதாரண நிலைக்கு வந்தது. "அதட்டக் கூடமாட்டாரா?"

"ரொம்ப மரியாதையா இருப்பாரு. அவங்க கிட்ட இரைஞ்சோ, அதட்டியோ அவர் பேசிப் பார்த்ததில்லை நான்."

"அதட்டி அடக்கலியேன்னு அவங்களுக்குக் குறையோ என்னவோ" என்று கையை விரித்தார் டாக்டர்.

"அண்ணன் அதட்டவே வாண்டாமே. சும்மா இருக்கிறபோதே அண்ணி புகைஞ்சு குமுறிக்கிட்டே இருப்பாங்க, அதட்ட வேற வேணுமா?"

"அட, அதுவும் அதட்டி ஆளலியேங்கற ஏக்கமாத்தான் சார் இருக்கும்."

"அது என்னமோ. அண்ணிக்குக் கோபம் வராத நாள் எது? குறையில்லாத நாள் எது? ஒரு ரண்டுநாள் சிரிச்சுப் பேசிக்கிட்டிருப்பாங்க. மூணாவது நாளைக்கே. ஐயையோ என்னமோ மாதிரி ஆயிட்டோமேன்னு மறுபடியும் மூஞ்சியிலே கோவம் குறை எல்லாம் வந்திரும்..."

"இயற்கையான நிலைக்கு."

"ஆமா. அதனாலெ அவங்க சந்தோஷமாயிருந் தாலே பயமாயிருக்கும் எனக்கு. இல்லேன்னா,

உலகம் அன்னிக்கு ஏதோ ரொம்ப அசாதாரண சொர்க்கமா யிருக்கணும் – அவங்களையே சந்தோஷப்படுத்தறாப்போல"

டாக்டர் சிறிது நேரம் பேசாமல் இருந்தார். பிறகு சொன்னார்: "நம்ம பாக்டரியிலெ செய்யற சரக்குகள்ளாம் தரக்குறைவா இருக்குன்னு சொல்றாங்கள்ள, வெளிநாட்டுச் சாமான்களைப் பார்த்து? அதே மாதிரிச் சொர்க்கத்தில் இருக்கிற ஓர்க்ஷாப்பும் அடாசுன்னுதான் தோணுது எனக்கு. கல்யாணங்க ளெல்லாம் சொர்க்கத்தில் செஞ்சு அனுப்பிச்சதுன்னு நம்பறாங் களே, அதைச் சொல்றேன்."

சட்டநாதன் பேசாமல் இருந்தான்.

"எத்தனை ஆமடையான் பெண்டாட்டிங்க சந்தோஷமா யிருக்காங்க, மனசு ஒத்து, உணர்வு ஒத்து? லட்சம் ஜோடிகளோட ஜாதகங்களை வாங்கிப் பாருங்க – ஏதாவது மூணு ஒத்திருந்தா நான் இந்தத் தொழிலை விட்டுவிடறேன் . . ."

"ஜாதகத்தை ஏன் பார்க்கணும்? நேர பார்த்தாலே தெரியுமே."

"இல்ல சார். ஜாதகம் பார்த்துப் பொருந்தினாத்தானே கலியாணம் பண்றாங்க உங்களவங்க."

"ஜோஸ்யர் கடவுளுக்குப் பிரதிநிதி. மொட்டைத் தலைக்கும் முழங்காலுக்கும் மூட்டுப் போடணும்னு கடவுள் சொல்லி அனுப்பிச்சிருக்கிறப்ப, ஜோஸ்யர் அதை நிறைவேத்தாம சும்மா இருப்பாரா?"

"அப்படிச் சொல்லுங்க. நீங்களும் நம்ம பக்கமாத்தானே பேசறீங்க. எல்லாம் அழகா, மூடி திருகினாப் போலப் பொருந்திட்டா அப்பறம் கடவுளுக்கு என்ன வேலை? யோக நித்திரை பண்ணவா இருக்காரு அவரு? சிக்கல்லாம் பண்ணி விட்டு, சண்டை மூட்டி, பாவம் பண்ணச் சொல்லி, அதுக்குத் தண்டனை கொடுத்து, புண்யத்துக்கு ப்ரைஸ் கொடுத்து – இல்லாட்டி யாரு அவரை நினைச்சுக்கிட்டிருப்பான்? கோயில் கட்டணும், கொத்தனாருங்க பிழைக்கணும், பூசாரிங்க பிழைக்க ணும், டாக்டருங்க பிழைக்கணும், மகான்கள் பிழைக்கணும், குருமார்கள் பிழைக்கணும். லட்சத்திலே மூணு ஜோடி ஜாதகத் திலே நீங்க ஒண்ணா இருக்காப்பல, லட்சமும் இருந்திட்டா, கடவுளுக்கு வேலையில்லாம உட்கார்ந்து உட்கார்ந்து டயபிடீஸில்ல வந்திடும்."

சட்டநாதன் சிரித்துக்கொண்டே அவரைப் பார்த்தான். அவர் சொன்னார். "அதையும் உங்க அண்ணன்தான் சொன்னார். உங்க சம்சாரமும் நீங்களும் ரொம்ப ஒத்துமைன்னு ரொம்ப நேரம் சொன்னார். அதுக்காகவே உங்களைப் பார்க்க

லாம் போலிருந்தது . . . எப்படி? நீங்க உங்க சம்சாரத்துகிட்ட சரணாகதியா, உங்க சம்சாரம் உங்ககிட்ட சரணாகதியா?"

"மாறி மாறி."

"பேஷ்! . . . உங்கண்ணன் வீட்டிலே அண்ணன் சரணாகதி பண்ணிக்கிட்டிருப்பார் போலிருக்கு . . ."

"அண்ணி பண்ண மாட்டாங்க . . ."

"ஏன்?"

"சுபாவம்."

"சுபாவ துர்ப்பாவம். வசதியுள்ள குடும்பத்திலேர்ந்து வந்தவங்களோ! ஆமடையானைவிட அப்பா மாசம் எட்டணா கூடச் சம்பாதிச்சாலே, கையாலாகாதவன் வீட்டிலெ வந்து மாட்டிக்கிட்டதாக நினைப்பாங்க, ரொம்ப பொம்பிளீங்க."

"அதுவும் இல்லே. பெரியண்ணி பிறந்த வீட்டிலெ சாப்பாடே பிரச்னை. அதனாலெ பெரியண்ணனும் ரண்டாந்தாரமாக் கட்டிக்கிட்டாங்க."

"ஓ! இளைய சம்சாரம்?"

"வயசிலே வித்தியாசம் அதிகம் கிடையாது."

"இல்லாட்டா என்ன? இளையா இளையாதான்."

"சரி, டாக்டர். அண்ணன் ஏன் அப்படிச் செஞ்சாங்க?" என்று குறுக்கிட்டான் சட்டநாதன். பேச்சு சம்பந்தமில்லாமல் வளர்கிறதோ என்று சந்தேகம் வந்துவிட்டது அவனுக்கு.

"அது என்னமோ? ஏதோ சண்டை. தாங்க முடியாத கோபத்திலே கழுத்தை நெரிச்சிருக்காரு இவரு. முழிபிதுங்க றாப்பல ஆயி, அந்த அம்மா கீழே விழுந்திட்டாங்க. பயந்து போயி தண்ணியெக் கிண்ணியைத் தெளிச்சிருக்காரு. கொஞ்சம் கண்ணைத் திறந்திருக்காங்க. கழுத்து மெருகிக் கிடந்திருக்கு. அவர் பையன் வந்து அவசரமாக் கூப்பிட்டான். போனேன். உங்க அண்ணன் தனியா சமாசாரத்தைச் சொன்னாங்க. மிஸ்டேக் ஒண்ணுமில்லே. உங்ககிட்ட வந்து சொல்றதுக்குச் சங்கோசம். பையன் மூலமாகவும் உங்களுக்குச் சொல்லியனுப்பக் கூச்சப்பட்டுக்கிட்டு எங்கிட்ட சொன்னாரு . . ."

டாக்டர் இரண்டு தடவை இருமிவிட்டு, "இதோ வந்துட்டேன்" என்றார்.

மாடிப் படிக்குப் போனதும், "காப்பி சாப்பிடறீங்களா?" என்று மறைவிலிருந்து இவர் குரல் வந்தது.

"வாண்டாம், டாக்டர்."

“பரவாயில்லே சார். நான் சாப்பிடற நேரம்” என்று கீழே போனார்.

ஜன்னல் பக்கம் நின்றதும் பெரிய கோவில்முன் கோபுரமும் கர்ப்பக்கிரக விமானமும் தெரிந்தன. டாக்டர் சொன்னது போல மூன்று குறையை மூன்று லட்சம் ஒவ்வாத கலியாண ஜோடிகளை வேடிக்கை பார்ப்பதற்காக இரண்டு கோபுரங்களும் வளர்ந்திருப்பது போலிருந்தது. விவாகரத்து மலிந்திருக்கிற தேசங்களில் கலியாணங்களைச் சொர்க்கத்திலா செய்து அனுப்புகிறார்கள்? இல்லை, விவகாரத்துகளையும் மறுமணங்களையும் சேர்த்தே செய்து அனுப்புகிறாரா கடவுள்?

அண்ணன் படும் பாடுகளைப் பற்றி நினைத்துக்கொண்டே நின்றான் சட்டம். ஒரு நல்ல பிறவியின் வாழ்க்கையை அன்றாடச் சித்திரவதையாக்கவே ஒரு பெண்ஜன்மம் வந்து தோன்றிற்றே என்று அங்கலாய்த்துக்கொண்டே இருந்தான் அவன். அவர் அப்படி என்ன செய்துவிட்டார்? அவரைப் பிடிக்கவில்லை என்றால் அவள்தான் அவரை விட்டுப் போய்த் தொலையக் கூடாதா?

புவனா சொன்னது ஞாபகம் வந்தது அவனுக்கு. உடம்பு சுத்தம். இவர்கள் பதிவிரதை இனத்தைச் சேர்ந்தவர்கள். உடம்பை மட்டும் மாசுபடுத்திக்கொள்ள மாட்டார்கள்! அதனால்தான் கணவனை விட்டுப் போகவும் அச்சமா! மாமனார் சொல்வது தான் ஞாபகம் வருகிறது. பெண்கள் பூனைகள், அடிக்கக் கூடாது. பூனையின் ஒரு உரோமம் உதிரச் செய்தால்கூடப் பாவம். ஆனால் அது மட்டும் இஷ்டத்திற்குப் பாத்திரங்களை உருட்டும். பண்டங்களைச் சூறையாடும். நாசப்படுத்தும். எஜமானிடமோ, அவன் சுற்றத்திடமோ எந்தவிதப் பாசமுமில்லாது, ஆனால் அதுக்கு வேண்டிய அத்தனை நாசூக்குகளையும் கோரும்.

“மன்னிக்கணும் சார்” என்று ஈரக்காலுடன் கையைத் துடைத்துக்கொண்டே வந்தார் டாக்டர்.

“உங்க அண்ணன் பெரிய கடை நடத்திக்கிட்டிருந்தாராமே சிதம்பரத்திலெ?” என்று கேட்டுக்கொண்டே நாற்காலியில் உட்கார்ந்தார் அவர்.

“சாதாரணமாயில்லெ, டாக்டர், நெல்லு கலம் ஒண்ணு ஒண்ணு ஒண்ணேகால் ரூபா வித்தப்ப மாசம் ஐயாயிரம் ஆறாயிரம் சம்பாதிச்சுக்கிட்டிருந்தவங்க” என்று பெரியண்ணன் வாழ்ந்ததையும் வீழ்ந்ததையும் சொன்னான் சட்டம்.

“அது வேற கோபமா இருக்கும் உங்க அண்ணிக்கு.”

“கோபப்படறவங்களுக்குக் காரணமா வேணும்?”

“அது சரி நீங்கதான் சொன்னீங்களே, அவங்களுக்கு ஒரு நாள் கோபமில்லாட்டா இருப்புக் கொள்ளாதுன்னு. கோபம் வரதுக்குச் சாக்கு இல்லேன்னா எதையாவது பழசை நினைச்சுக் கிட்டுக் கத்துவாங்க. குழந்தைகளைப் போட்டு மாட்டை அடிக்கிறாப்பல சாத்துவாங்க . . .”

“கரெக்ட். டாக்டர்.”

“கத்தறதைக் கேட்டு யாராவது சும்மா இருந்தா அதுவும் பிடிக்காது. அவங்கள்ளாம் பில்லி சூன்யம் வைக்கிறவங்க மாதிரி, நெஞ்சழுத்தம், கபடம் எல்லாமே உருவம் எடுத்து வந்த மாதிரின்னு தோணும்.”

“ஆமாம், குதிரை கீழே தள்ளினப்புறம் குழி பறிக்க வேண்டியதுதானே? டாக்டர், இவ்வளவு புள்ளியடிச்சாப்பல சொல்றீங்களே!”

“உங்க அண்ணனைச் சொல்லலெ சார். எங்க குடும்பத்திலே யும் இந்த மாதிரி ஒண்ணு இருக்கு. எங்க தாயாருக்குத் தம்பி சம்சாரம். அது இப்படித்தான். காளி, வலிய சாமுண்டி. அது இப்படிதான் அவரை ஒரு பத்து வருஷம் ஆட்டிவச்சிட்டு நல்ல வேளையாச் செத்தது. அதுக்கு ரகசியம் பஹிரங்கம்னு வித்யாசமே கிடையாது. எல்லாமே பஹிரங்கம்தான். அதை நல்லா பார்த்திட்டுத்தான் சொல்றேன், ஒவ்வொரு குடும்பத்திலி யும் இந்த மாதிரி ஒண்ணு கட்டாயம் இருக்கும். ஆனா வேளா வேளைக்கு எல்லாப் பசியும் அடங்கிடறதனாலெ சும்மா இருக்கு. ஏதாவது ஒரு பசிக்குப் போடாம நிறுத்தி வச்சாத் தெரியும் அப்ப.”

“என்ன டாக்டர்? பெண் வர்க்கத்தை இவ்வளவு தாழ்வா பேசலாயிடுத்து நாம.”

“ஐயையோ. பெண்களைப் பத்திப் பேசலெ சார். அம்மாவைப் பத்திப் பேசறேன் – இயற்கைத் தாயார் – இயற்கைத் தாயாரைப் பத்திச் சொல்றேன் – ஆம்பிளைங்களும் அந்த அம்மா குழந்தைங்கதான். ஆனா அவங்களுக்குச் சமாளிச்சுக்க வாய்ப்பு இருக்கு. வசதி இருக்கு. பொம்பிளைக்கு முன்னாலெ ஆம்பிளை படிச்சிட்டான். புஸ்தகம் எழுத ஆரமிச்சிட்டான். நீ பதிவிரதையா இருக்கணும்னு சொல்லித் தடவிக் கொடுத்து, அர்ச்சனை பண்ணி, பட்டுப்புடவை நகையெல்லாம் வாங்கிக் கொடுத்து, நீ பரதேவதை அவதாரம்னு சொல்லி, குஷி பண்ணி, தாஜா பண்ணி, விழுந்து கும்பிட்டு, ‘நீ என் நினைவா இருக்கணும் தெரியும்ல’ன்னு சொல்லி வடைபாயசம் போட்டு, குங்குமம்

இட்டு, வாய் சிவக்க வெத்திலை பாக்குப் போட்டுக்கச் சொல்லி வச்சிருக்குறான். இத்தினி லஞ்சம் வாங்கிட்ட அப்பறமும் அது ஆடுமா? பேசாம இருக்கு ... இதிலே ஏதாவது ஒரு உபசாரத்தை நிறுத்திப் பாருங்க... மன்னிக்கணும், நான் சிகரெட் குடிக்கலாம்ல? உங்களுக்குப் பிடிக்கலேன்னா கீழே போய்க் குடிச்சிட்டு வரேன்."

"பரவால்லெ சார்."

டாக்டர் சிகரெட்டைப் பற்ற வைத்தார். அந்தச் சந்தோஷத்தில் அவருடைய பேச்சுக்கூடச் சிறிது நேரம் நின்றுவிட்டது. பிறகு கடையைப் பற்றிக் கேட்கத் தொடங்கினார். வெள்ளை மார்க்கெட்டையும் கறுப்பு மார்க்கெட்டையும் பற்றிப் பேசினார். இன்னொரு சிகரெட்டை எடுத்துப் பற்ற வைத்தார்.

"சார்" என்று குரல் வந்தது, மாடிப்படியில்.

"வாங்க வாங்க" என்று கத்தினார் டாக்டர்.

பெரிய அண்ணன்!

"குட் மார்னிங் சார் ... அட!" என்றார் அவர், சட்டத்தைப் பார்த்து. அவர் முகத்தில் லேசாக வெட்கம் படர்ந்ததைக் கவனித்தான் சட்டம். டாக்டரும் கவனித்தாரோ என்னவோ – வந்தவர் பேசுவதற்கு முன் கடகடவென்று பேசினார். "உட்காருங்க சார்! நல்ல வெயில். அடுத்த மாசம் போனா இதே வெயில் உணக்கையா இருக்கும்? சாப்பிட்டாச்சா? சாப்பாடில்லை; ரெண்டாம் வேளை காபி. அதுவும் ஆயிட்டா லும் பையன் வாங்கியாரப் போயிருக்கான். அம்மாவுக்கு எப்படி இருக்கு உடம்பு?"

"தேவலாம்."

"நடமாடறாங்கள்ள?"

"நடமாட்டத்துக்கு என்ன?"

டாக்டர் இத்தனையும் கேட்டுக்கொண்டே ஒரு சட்டையை எடுத்துப் போட்டுக்கொண்டார். கால் சட்டையையும் போட்டுச் சட்டையை உள்ளுக்குள் விட்டுக் கொண்டார். பித்தானைப் போட்டுக்கொண்டார். சட்டம் அதைப் பார்த்துச் சற்று வியந்து கொண்டிருந்தான். இந்த உடுப்பு அணிந்துகொள்ள வெகு நேரமாகும் என்று அவனுக்குச் சந்தேகம். இப்போது இரண்டு மூன்று கேள்வி கேட்பதற்குள் வெகுவேகமாக ஆகிவிட்டது எல்லாம். கையில் ஸ்டெதாஸ்கோப்பையும் எடுத்து அடக்கிக் கொண்டார் டாக்டர்.

“கொஞ்சம் பேசிட்டிருக்கீங்களா? மேலத் தெருவிலெ ஒரு பேஷண்ட்டைப் பார்த்திட்டு வரேன். கால் மணியிலே வந்திருவேன். இங்கியே இருங்க. போயிடாதீங்க. உங்களுக்கு ஒண்ணும் அவசரமில்லையே?”

“இல்லை” என்றான் சட்டம்.

“இனிமே கூச்சப்பட வாணாம். தம்பிகிட்ட சொல் விட்டேன். ஒண்ணும் சொல்லலெ. நீங்க இன்னும் பொறுமை யைக் கடைப்பிடிக்கணும்னு. என்னா செய்யறது? வீட்டுக்கு வீடு வாசப்படி. எல்லாம் நல்லபடியிருந்தா சாமி எதுக்கு, சாமியார் எதுக்குன்னு இப்பதான் தம்பிகிட்ட சொல்லிட் டிருந்தேன். பேசிட்டிருங்க. இதோ வந்திடறேன்” என்று சொல்லிக் கொண்டே டாக்டர் கீழே இறங்கிப் போய்விட்டார்

பெரிய அண்ணன் தலையைக் குனிந்துகொண்டே உட்கார்ந்திருந்தார். சிறிது நேரம் பேசவில்லை. சற்றுக் காத்திருந்து விட்டுச் சட்டம்தான் தொடங்கினான்.

“டாக்டர் சொல்லி அனுப்பிச்சாங்க வந்தேன். சாது மிரண்டாப்ல காடு கொள்ளாதுன்னு சொல்றாப்போல . . .”

“ஆமாண்டா சட்டம். நான் எத்தினி நாள்தான் பொறுத்துக் கிட்டிருப்பேன்? இனிமே சாண் போனா என்ன, முழம் போனா என்ன? இந்த முண்டை சொன்னத்துக்காக ஒரு பெரிய தெய்வத்தையே பார்க்கிறதில்லே, பேசறதில்லேன்னு வாக்குக் கொடுத்திட்டு, நரகத்திலேயே இருக்கேன்னு கிடந்தேன். இந்தப் பத்ரகாளிக்கு எத்தினி காவு கொடுக்கறது? கோபத்தைக் கொடுத்தாச்சு. தைரியத்தைக் கொடுத்தாச்சு. சந்தோஷத்தைக் கொடுத்தாச்சு. தெம்பைக் கொடுத்தாச்சு. இத்தினியும் தின்னுட்டு இது என்னமோ சொல்லித்து அன்னக்கி. என் உடம்பெல்லாம் கொதிச்சுது. என்ன செய்யறோம்னு தெரியலெ. கழுத்தைப் போய்ப் பிடிச்சிட்டேன். அது முழி என்னமோ போலப் போனப்பறம்தான் கையை எடுத்தேன். அப்பறம்தான் பயமாப் போச்சு. உங்கிட்ட வரதுக்கும் மூஞ்சியில்லெ. நேர டாக்டர் கிட்டே போயிட்டு வாடான்னு பயலை அனுப்பிச்சேன். அவன் வந்தவுடனே அவர் வந்தாரு. அப்புறம் நான்தான் உன்னை டாக்டர்கிட்டே சொல்லி இங்கே வந்து ஒரு நாளைக்குச் சந்திக்கும்படியா ஏற்பாடு பண்ணனம்னு கேட்டுக்கிட்டேன்.”

“அண்ணி இப்பல்லாம் மாறிப் போயிட்டாங்க, சரியா யிருக்காங்கன்னு சொல்லிட்டிருந்தீங்களேண்ணா.”

“வாஸ்தவம். சபாபதி சர்மா வீட்டுக்கு வரத் தொடங்கினதி லேர்ந்து . . .”

“அண்ணா?”

“கொஞ்சம் இரு. எனக்குத் தெரியும். நீ சொன்னதெல்லாம் ஞாபகம் இருக்கு. தப்பா ஒண்ணும் நடக்கலெ. ஆனா முழுக்க நீ சொன்னாப்பலவும் இல்லெ அது. நிசப்படுக்கையிலேயே படுத்தா என்ன? மனசிலே கட்டில் போட்டுப் படுத்தா என்ன?”

“அண்ணா!”

“அட சும்மா இர்றா – எனக்குத் தெரியும்டா எல்லாம். மூஞ்சி போற போக்கைப் பார்த்தா எனக்கு உள்ள இருக்கிறது தெரியும்டா. சும்மா இரு. துணிஞ்சு செய்றதுக்கும் தைரியம் இல்லே. ஆமடையானைத்தான் எல்லாத்திலியும் குடை சாச்சாச்சு. இதிலியும் விட்டுக் கொடுக்கப்படாதுன்னு ஒரு கவலை. ஒரு பொம்பிளை இப்படிச் செய்யப்படாதுன்னு காலம்காலமாகக் கதை சொல்லி உபதேசம் பண்ணிக்கிட்டு வராங்க. அது வேற ஊறிக்கிடக்கு. அதனாலெ வேற கொஞ்சம் வேதனை. ‘இத்தினி வயசானப்புறம்னு’ ஊரெல்லாம் சிரிக்கும். அது வேற பயம்! எல்லாம் ஊருக்காக வாழறதுதானே. எனக்காகவா? இல்லே, தனக்காகவா? நீ சும்மா இர்றா. கிடக்கு. அவளைப் பார்க்கப்படாது, பேசப்படாது. எந்தச் சம்பந்தமும் வச்சுக்கப் படாதுன்னு சொன்னா இவ. சரின்னு வாக்குக் கொடுத்தேன். எங்கிட்ட அதெல்லாம் வாங்கி வச்சுக் கிட்டு, தானே செய்ய முடியுமா? அந்தப் பயம்தான். மனசிலே உல்லாசம் பண்ணிக்கிறது எங்க வெளியே தெரியப் போவுதுன்னு அது மாத்திரம் நடந்துகிட்டிருக்கு, இதுதான் கற்ற்ற்ற்ற்ப்ப்பு!” என்று பல்லைக் கடித்துக்கொண்டே சற்று நின்றார் பெரிய அண்ணன்.

உன்மத்தப் பளபளப்பாக அவர் முகம் மின்னிற்று. இத்தனைக்கும் அவர் குரலை உயர்த்தவில்லை. மாடிப் படிக்குக் கூடக் கேட்காமல்தான் பேசிக்கொண்டிருந்தார். சட்டம் பதில் பேச முடியாமல் அவரைக் கிலி பிடித்தாற்போலப் பார்த்துக் கொண்டிருந்தான். அவர் எழுந்து சுவரோரமாக மேஜை மீதிருந்த கண்ணாடி ஜாடியை எடுத்து டம்ளரில்கூட விடாமல் அப்படியே தண்ணீரை மளமளவென்று பாதி குடித்தார். முகத்தைத் துடைத்துக்கொண்டு டாக்டரின் சாய்வு நாற்காலி யில் சாய்ந்து பொட்டு இரண்டையும் விரலால் அழுத்திக் கொண்டு, “அம்மா!” என்று பெருமூச்சுடன் சாய்ந்தார்.

15

“தலையை வலிக்குதாண்ணா?” என்று கேட்டான் சட்டநாதன். ‘லேசாக’ என்ற பாவனையில் புருவத்தைச் சிறு சுருக்கமாகச் சுருக்கினார் பெரிய அண்ணன்.

“கொஞ்சம் பேசாம இருங்கண்ணா.”

“பேசறதுக்குத்தாண்டா உன்னை இங்க கூட்டியாரச் சொன்னேன். இத பாரு. நீ என் தம்பி. வயசிலே ரொம்பச் சின்னவன். ஆனா பச்சைக் குழந்தை இல்லே பாரு. நான் இப்ப சிநேகிதன் மாதிரிப் பேசறேன். நான் ரொம்ப ஒழுங்குன்னு சொல்லிக்கலே. போர் போரா சம்பாரிச்சேன். போர் போரா செலவளிச்சேன். அந்தத் திமிர்லெதான் ஆண்டாளைச் சேர்த்துக்கிட்டேன். முதல்லே எனக்குத் தேவடியா வச்சுக்கிற நினைப்புதான், ஆனா பழகப்பழகத்தான் அவ சாதாரண பொம்பிளை இல்லென்னு தெரிஞ்சுது. என்ன செய்யறது? அவளும் அந்த மாதிரி ஒரு இனத்திலே பிறந்துட்டா. பொட்டுக் கட்டிட்டாங்க கோயிலுக்கு. ரண்டு பெரிய மனுஷங்க சம்பந்தமும் ஏற்பட்டுப் போச்சு. ஆனா நான் அடி எடுத்து வச்ச நாளா, எல்லாம் மாறிப்போச்சு. கற்ற்ற்ற்ப்புன்னு இப்ப சொன்னேனே; அது இல்லே அது, சாதாரண, அப்பட்டமான கற்பு. மனுஷத்தனம். அதாவது குறிப்பறிஞ்சுக்கறது, அடக்கமாப் பேசறது. உண்மையை அடக்கமா, இனிமையாச் சொல்றது. அதாவது நான்தான் உண்மை பேசறேன்னு உண்மையைக் கையிலே நீட்டிப் பிடிச்சுக்கிட்டு,

தலையை விரிச்சுக்கிட்டு நடுத்தெருவிலே நின்னு கத்தாம, இனிமையா, அழுத்தமாச் சொல்ற புடம் போட்ட மனுஷத் தனம். பேசற எதிராளிங்ககிட்டே ஒரு கௌரவ புத்தி, தான் பேசறதுதான் நியாயம், தனக்குத்தான் எல்லாம் தெரியும்னு குதிக்காத நெஜமான நாகரிகம், காரியம் செய்யறப்ப அழகு துப்புரவு, திறமை, எப்பப் பார்த்தாலும் தன்னை எல்லாம் ஷொட்டுக் கொடுத்து, தலையிலே தூக்கி வச்சுக்கிட்டே இருக்க ணும்னு நினைக்காம, ஆண்மையோடு நிக்கிற பொம்பிளைத் தனம்.

"அவ என்ன சாதாரண பொம்பளையா? வாயைத் தொறந்து ஒரு வெசவு வெசதுண்டா? கொடூரமா ஒரு வார்த்தை பேசின துண்டா? அவ தம்பீங்கள்ளாம் எத்தனையோ ஏமாத்திருக்கா னுக! ஒரு வார்த்தை கடுமையாச் சொன்னதுண்டா? ரொம்ப நாள் தவம் பண்ணின ஆளுங்களுக்குத்தான் அந்த மாதிரி எல்லாத்தையும் ஜெயிச்சு, அமெரிக்கையா நிக்க முடியும்! ஒரு நாளைக்கு ஏதோ சந்தேகமாக் கேட்டுப்பட்டேன். 'இந்த இடத்தைத் தவிர எனக்கு மனசாலேகூட எதையும் நினைக்க முடியாது' என்று. அதுக்கும் கோபப்படாமத்தான் சொன்னா! எப்படிக் கோபப்படாம சொன்னான்னுதான் எனக்கு அப்பறம் நினைக்க நினைக்க ஆச்சரியமாயிருந்தது ... எத்தனைதான் சொல்றது ..?" என்று சற்றுப் பேசாமலிருந்தார் கோபாலு. பிறகு தழதழப்பை அடக்கிக்கொள்ள முயன்றார்.

"ஆனா என்ன பிரயோசனம்? எல்லாம் தெரிஞ்சு நான் என்ன செஞ்சேன்? இது ஒரு நாளைக்கு ஒரு காளியாட்டம் ஆடி என்னமோ கேட்டுது. வாக்குக் கொடுத்திட்டேன். என்னோட மனுஷத்தனம் எல்லாம் ஒரு நொடியிலே பறி கொடுத்தேன். போலியா ஒரு மானம், ஒரு கௌரவத்துக்குப் பயந்து, இல்லாட்டி இது மான அவமான பயமே இல்லாம வாயிலே வந்ததைக் கத்தும். கத்தித்து. அதுக்காகப் பயந்து கொடுத்தேன். ஆனா அதுக்காக நின்னுதா? ஒண்ணும் நிக்கலே. அதோட மிருகத்தனம் நின்னபாடில்லே. நானும் வெக்கத்திலே யும் அவமானத்திலேயும் உசிரில்லாத பொணமா ஆயிட்டேன். நீ பதினைஞ்சு வருஷம் பொணத்தைத் தூக்கிட்டுக் காப்பாத் திட்டுக் கிடந்தே. நான் வேணும்னு உனக்குச் சிரமம் கொடுக்க ணும்னு கொடுக்கலே. எனக்கு இருந்த சக்தி, புத்தி, துணிச்சல் எல்லாம் வத்திச் சுண்டிப் போச்சு. உனக்குப் பாரமா இருக்கோமேன்னு ஒரு கையாலாகாத நினைப்பைத் தவிர ஒண்ணும் இல்லே. என் உடம்பிலே, என் மனசிலே வெறும் மிருகமா ஆயிட்டேன். அதுவும் வீரமில்லாத, வெறும் பன்னியா

யிட்டேன். முட்டாள்தனமா வாக்கைக் காப்பாத்தினேன் பாரு. அதிலே ஒண்ணுலேதான் மனுஷனாயிருந்தேன். அது மனுஷத்தனமா அது? அதுதான் மிருகத்தனம்! அதுக்குத் தண்டனை என்னென்னமோ கோரமெல்லாம் கேக்கும் படியா ஆயிடுச்சு ... அம்மா, அம்மா!" என்று முனகியவாறே நாற்காலியில் சாய்ந்துகொண்டார் கோபாலு.

"வியாபாரம் முறிஞ்சு போனது எனக்கு நஷ்டமில்லே. கடனாளியானது எனக்கு நஷ்டமில்லே. நான் இந்த மாதிரி ஒரு வார்த்தை சொன்னன் பாரு, அதுதான் நஷ்டம்!" என்று இன்னும் கம்மிய குரலில் சொன்னார் அவர்.

ஒரு மௌனம் நிலவிற்று. வெளியே திறந்திருந்த ஜன்னல் கதவின் மீது ஒரு தும்பி காக்கை 'க்ரா க்ரா' என்று கத்திற்று; ஓயாமல் கத்திற்று.

"த்தா" என்று விரட்டினான் சட்டம்.

"அதை ஏண்டா விரட்றே? இந்தப் புத்திசாலியைப் பார்த்துப் பாடுது அது" என்றார் கோபாலு. காக்கை பறந்துவிட்டது.

"நீ கொடுத்த பணத்திலே ரண்டாயிர ரூவா அவுட்டுடா!" என்றார் கோபாலு.

"அவுட்டா?"

"ஆமாம். சபாபதி சர்மா கிராமத்திலே பிள்ளையார் கோவில் இடிஞ்சு கிடக்குன்னானாம். உடனே எடுத்துக் கொடுத்திட்டா இவ."

"என்னது?"

"ஆமாண்டா. இவ பேரைக்கூட அதிலே எழுதி வைக்கப் போறானாம். மறுநாள் காலமே பணத்தைப் பார்த்தேன். ஒரு கட்டு இளைச்சிருந்தது எண்ணிப் பார்த்தா ரண்டாயிரத்தைக் காணும். கேட்டேன். இந்த மாதிரிப் பிள்ளையார் திருப்பணிக்குக் கொடுத்திட்டேன்னா இவ. என்னை ஒரு வார்த்தை கேக்கப் படாதான்னேன். நீங்க இதுக்குச் சரி சொல்லுவீங்கன்னு நெனச்சு தான் கொடுத்திட்டேன்னு ஒரு சிரிப்புச் சிரிச்சா. அதோடு நிக்கலே. ஏன் கொடுக்கப்படாதா, தெரியாமே கொடுத்திட்டேன். மன்னிச்சிடுங்கன்னு மனசிலே படாம, ஒரு மன்னிப்புக் கேட்டுக் கிட்டா. நான் அத்தோட நிறுத்தியிருக்கலாம். அவளும் நிறுத்தி யிருக்கலாம். மறுபடியும் அவளேதான் பேசினா. பிள்ளையார்

காரியமாச்சேன்னுதான் கொடுத்தேன் இவ்வளவு கோச்சுக்கிறீங்க ளேன்னா. நான் கோவிச்சுகிலியே. என்னை ஒரு வார்த்தை கேட்கப்படாதான்னு சாமாதானமாத்தான் கேட்டேன்னு சொன்னேன். உங்க 'மூஞ்சியைப் பார்த்தா கோச்சுக்கிட்டிருக் காப்பலே இருக்கு. இந்தப் பணம் கன்னாபின்னான்னு வாரி இறையறப்ப ஒரு நல்ல காரியத்துக்குக் கொடுத்தா பாவத்துக்குக் கழிவா இருக்குமேன்னு கொடுத்தேன்னா பாரு அவ. எனக்கு ஒண்ணுமே புரியலெ. நல்லா சொல்லேன்னேன். அவரு வச்சுக் கிட்டாத் தேவலையே, சம்பந்தமில்லாம சின்ன அண்ணிக்கு எதுக்காகக் கொடுக்கணும் பதினைஞ்சாயிரத்தைத் தூக்கின்னு வறட்டுக் குரல்லே சொன்னா. சின்ன அண்ணிக்குக் கொடுக்கறது பாவமான்னு கேட்டேன். 'ஏன் பாவமில்லே?'ன்னு ஆரமிச்சா பாரு. அப்பறம் என்னென்னமோ ரண்டு மூணு சொன்னா. அவ்வளவுதான். எனக்கு எங்கேயிருக்கோம்னே தெரியலே. எதையோ எடுத்து அடிக்கப் போனேன். கையிலே ஒண்ணும் ஆப்பிடலே. கழுத்திலே கையைப் போட்டுட்டேன். போட்டப்பறம் ஐயையோ, உங்களைப் பார்த்தா நரசிம்மம் மாதிரி இருக்குன்னா. நெரிச்சேன், நெரிச்சேன், நெரிச்சேன், அப்படி நெரிச்சேன் . . . அம்மா!" என்று மீண்டும் சாய்ந்துகொண்டார் கோபாலு.

"என்ன சொன்னாங்க அப்படிக் கோபம் வரும்படியா?"

"ம்!" என்று அவனை முறைத்து வெறித்தார் கோபாலு.

"ஏண்ணா!"

"ம்!" மறுபடியும் கண் கொட்டாத பார்வை.

"சொல்லுங்கண்ணா."

"சொல்லணுமா? ஏண்டா, என்னை ஏமாளிப் பயன்னு நெனச்சியா? நல்ல பாம்போடு சேர்ந்தா சாரைப் பாம்புக்கும் விஷம் வந்திரும்னு நெனச்சியா? இது பாரு, டாக்டரோட கத்தி கபடால்லாம் இங்கத்தான் இருக்கு. அத்தனையையும் எடுத்து என்னைக் குத்திக் கிழியேன். சொல்லிடுவேனா பார்க்க லாம். காதிலே ஈயத்தைக் காய்ச்சி ஊத்தினாலும் சொல்ல மாட்டேண்டா, ஞாபகம் வச்சுக்க."

சட்டம் ஜன்னலைப் பார்த்தான். சிறிது நேரம் ஒன்றை யும் நினைக்காமல் அவன் மனம் வெற்றிடமாக இருந்தது. கல்லாங்காய்ப் பட்டுவிட்டோமா, ஒன்றும் உறைக்காத மரப்பாக ஆகிவிட்டோமா என்ற எண்ணம் மட்டும் சற்றுக் கழித்து மனதில் ஓடிற்று.

“சொல்லாம இருக்கறதுக்காகவா என்னைக் கூப்பிட்டீங்க?” என்று கேட்டான். அர்த்தமில்லாத கேள்வி என்று ஒரு உணர்ச்சி, கேட்ட பிறகு உண்டாயிற்று.

“நான் இங்க கூப்பிட்டதுக்குக் காரணம், பணத்தை வாங்கிட்டுப் போன பய நாலு நாளாச்சு, திரும்பியே பார்க்கலை பார்த்தியான்னு நீ நினைச்சுப்பே. எனக்கும் உன்னைப் பார்க்க வெக்கமாயிருந்தது. அவமானமா இருந்தது. இத்தனை உங்கிட்டேர்ந்து அடைஞ்சும், ஒரு நன்னி சொல்லக்கூட வழியில்லே. அதுதான் போகட்டும்னா, நேர் விரோதமாச் சொல்ற ஒரு ஆத்மாவோட இத்தனை காலம் வாழும்படியா ஆயிடுச்சுப் பாத்தியான்னு சொல்ல முடியாத ஒரு சிறுமை, நாணமும் என் தலையைப் பிடிச்சு அமுக்கிடுத்து. நான் இனிமே ஒரு முகமூடி போட்டுக்கிட்டுத்தான் உன்னைப் பார்க்கணும். இல்லாட்டி நீ என் மூஞ்சியிலேர்ந்தே கண்டுபிடிச்சாலும் பிடிச்சிடுவே. இன்னமே ஒண்ணும் கேக்காதே.”

சட்டம் மேலே ஏதோ பேசத் தொடங்கினான். அதற்குள் காப்பி வந்துவிட்டது. வேலைக்காரப் பையன் ஒரு தட்டில் மூன்று கப் காப்பியைக் கொண்டுவந்து வைத்தான்.

“டாக்டர் வல்லியே இன்னும்?”

“வந்திட்டாங்களே. கீழ இருக்காங்க. இதோ வந்திடுவாங்க.”

அவன் கீழே போனதும் டாக்டர் மாடியேறி வந்தார்.

“சாரி, ரொம்ப நேரமாக்கிட்டேனா? இப்ப போய்ப் பார்த்தாத்தான் அப்படி ஒண்ணும் அவசரக் கேஸ் இல்லே. இருந்தாலும் நான் ஒரு தடவை போய்ப் பார்த்திட்டு வந்தா ஆறுதல் அவருக்கு. அதுக்காகக் கையைப் பிடிச்சுப் பார்த்துத் தேறிக்கிட்டிருக்குன்னு சொல்லிப்பிட்டு வந்தேன். பணக்காரங்க. வைத்தியர்க்குன்னு பட்ஜெட்டிலே ஒதுக்கி வெச்சிருக்காங்க. என்ன செய்யறது?” என்று கோட்டைக் கழற்றி மாட்டினார் டாக்டர்.

அன்றிரவு புவனாவோடு வேறு எதைப் பேசுவது? அண்ணனின் வெறி, துன்பம், தோல்வி எல்லாவற்றுக்குமாக அங்கலாய்த்துக்கொண்டிருந்தான் சட்டம்.

புவனா எல்லாவற்றையும் திருப்பித் திருப்பிக் கேட்டாள். பெரியண்ணன் எப்படிச் சொன்னார், எந்தக் குரலில் சொன்னார் என்று ஒரு கணம்கூட விடாமல் துருவித் துருவி

அவள் கேட்டபோதே சட்டநாதனுக்குப் புதிராக இருந்தது. இப்படிக் கிண்டுகிற இயல்பை அவன் இதுவரையில் அவளிடம் பார்த்ததில்லை.

“காதிலே ஈயத்தைக் காய்ச்சி ஊத்தினாலும் சொல்ல மாட்டேன்டான்னாரு!” என்று அவர் சொன்னதை நான்கு தடவை அவன் மீண்டும் சொல்ல வேண்டியிருந்தது. எல்லா வற்றையும் கேட்ட பிறகு புவனாவின் முகத்தில் ஒரு சூன்யம் படர்ந்தது. உறைந்து போனாற்போல மேலே உத்தரத்தைப் பார்த்தவாறு படுத்துக்கிடந்தாள்.

“என்ன புவனா?”

“ம்?”

“ஏன் ஒண்ணுமே பேசலெ?”

“பேசாம தூங்குங்க. மணி ரண்டடிச்சிடுத்து.”

“உனக்குத் தூக்கம் வருதா?”

“ஐயோ, பேசாம தூங்குங்களேன்.”

அதைக் கேட்டுச் சட்டம் ஒரு கணம் திகைத்துவிட்டான். இந்த அலுப்பும் கசப்பும். அதுவும் தன்னிடம் பேசும்போது, இதுவரை கேட்டதில்லை. ஆழத்தில் அவனை ஏதோ மருட்சி ஒன்று தாக்கிற்று.

“ஹப்பா?” என்று பெருமூச்சுடன் திரும்பிப் படுத்தான். மனதைச் சூன்யப்படுத்திக் கொண்டு நீயே சரணம், நீயே சரணம் என்று வெற்று வெளியிடம் வேண்டிக்கொண்டேயிருந் தான். அந்த வெறுமையையும் கலைத்தவாறு ஒரு பயம் அவனை அரித்துக்கொண்டிருந்தது. என்ன பயம் என்று தெரியவில்லை. அசாதாரண முயற்சி செய்துதான் நினைவுகளை அப்புறப்படுத்த முடிந்தது. முழுதும் சூன்யமானதும் தன் நினைவில்லாமலிருந்த பொழுது உறக்கம் வந்து அணைந்துகொண்டது.

இருள் பிரியும்முன் விழித்துக்கொண்டவன் பக்கத்தில் பார்த்தபோது புவனாவைக் காணவில்லை. எழுந்து போய்ப் பார்த்தான். கூடத்தில் குழந்தைகளுக்கருகே படுத்து உறங்கிக் கொண்டிருந்தாள் அவள். சிறு ஒளியில் அருகே நின்று நன்கு குனிந்து அவள் முகத்தைப் பார்த்தான். இமை மயிர் லேசாகப் பளபளத்தது. இரண்டு வரி கண்ணீரின் கறை காய்ந்துகிடந்தது. பேசாமல் அடிமேல் அடி வைத்துத் திரும்பி அறைக்கு வந்தான். கட்டில்மீது படுத்தான்.

முன் இரவில் அவள் எரிந்து விழுந்தது நினைவில் வந்தது. இப்பொழுது நினைக்கும்போது – அந்தக் குரலில் எத்தனை வறட்சி! ஒரு வெறுப்புக்கூடத் தொனித்த நினைவு வருகிறது. புவனாவா அது என்று ஒரு சந்தேகம் வருகிறது. அந்தச் சில கணங்களை நினைத்துப் பார்த்தால், அவனை மிக அற்பப் புழுவாக நினைத்திருந்தால்தான் அவள் அத்தனை கசப்பையும் அலுப்பையும் காட்டியிருக்க முடியும் என்று தோன்றுகிறது. அதை நினைக்கையில் ஏதோ காலின் கீழ் மிதிபடுவதுபோல் ஒரு சிறுமையில் கிடந்து குன்றினான் அவன். சிறிது கோபமும் வந்தது. புவனா, உனக்கு இத்தனை கோபமும் வெறிப்பும் படச் சக்தி உண்டா? எப்படி நேர்ந்தது இது? ஒன்றுமே தெரியாத கட்டாந்தரையில் ஒரு மழை பெய்ததும் குப்பை மேனியும் புல்லும் கலவங்கீரையும் மூக்கரட்டையும் முளைப்பது போல, கோபமும் கசப்பும் சிறுசிறு விதைகளாக உன் மனதில் உறங்கிக்கிடந்தனவா? எந்த மழையில் அவை முளைவிட்டனவோ!

சிறிது நேரம் அதையே நினைத்துக்கொண்டிருந்தவனுக்கு வாழ்க்கையிலேயே எல்லாவற்றையும்விட முக்கியமான கட்ட மாக, மற்ற எல்லாச் சமயங்களிலிருந்தும் பிரிந்தும், எப்போதும் தெரியப் போகிற மறக்க முடியாத ஒரு கட்டமாக, அந்தக் கணங்கள் தோன்றின. எத்தனையோ கட்டங்கள் கம்பம் கம்ப மாக ஒரு ஜன்மத்தில் நிற்கின்றன. பள்ளிக்கூடப் படிப்பு முடிந்து பரீட்சை எழுதிவிட்டுப் பட்ட கணம், ஒரு விடுமுறை, கலியாணம், ஒரு பெண்ணைப் பார்த்து மயங்கிக் கிடப்பது, ஒரு பிரயாணம், கலியாணம்செய்துகொண்டது, பிரிய முடியாதவர்களைப் பிரிவது, ஒரு திருவிழா, ஒரு ஆபத்தில் இரண்டே கணம் சிக்கிப் பிழைப்பது, ஒரு புதிய ஊருக்குப் போய் இருந்தது – இப்படி நினைவில் எத்தனை எத்தனை கட்டங்கள்? தாண்டவ வாத்தியார் வீட்டில் பழகியது, அவர் மகளோடு தன்னைறியாமல் வந்த ஒரு புதிய எண்ணத்துடன் பார்த்துக்கொண்டேயிருந்தபோது பேசத் தடுமாறின தடுமாற்றம், சின்ன அண்ணனுக்குப் பயந்து சில நாள் களஞ்சியத்தின் மறைவில் படித்தது, சின்ன அண்ணனை ஆஸ்பத்திரியில் மரணப் பயணத்தில் பார்த்தது, சாடி மருந்துக் குப்பி இருளில் வீசியெறிய விழுந்தது, புவனாவைக் கலியாணம் செய்து கொண்டது . . . எத்தனையோ கம்பம் கம்பமாக நினைவுகள் நிற்கின்றன. ஆனால் இன்று புவனாவின் குரலில் ஒரு வார்த்தை யில் தெறித்த கசப்பு, வெறுப்பு! அதை நினைக்கும்போது சட்டம் பயந்து முடங்கிக்கொண்டான். எல்லா அலுவல்களை யும் நிகழ்ச்சிகளையும் குள்ளமாக்கி, அது ஓங்கி நிற்கிறது.

கண்ணைத் திறந்து படுத்திருந்தவனுக்கு உடம்பெல்லாம் பாரமாக இருந்தது. வலியன் குருவி கத்தத் தொடங்கிவிட்டது. பண்டாபீஸ் மணி நான்கு அடிக்கிறது. மாடு கறவைக்குக் கத்துகிறது. இந்த ஒலிகளெல்லாம் அவனுக்கு விடியற்காலை அமைதியின் குரல்கள்; நிறைந்து அமர்ந்த உள்வாழ்வின் ஒலிகள். அவையெல்லாம் இப்போது அவனுக்கு எட்டாத ஒலிகளாகி விட்டது போலிருந்தது. உடலோடும் உயிரோடும் ஒட்டிக் கிடக்கும் அந்த ஒலிகள் அவனை உதறிவிட்டு உயரக் கிளையில் உட்கார்ந்துவிட்டது போலிருந்தது.

இத்தகைய விடியற்காலையில், இத்தகைய கலவரத்துடன், சீர்குலைந்து இருந்ததே இல்லை. என்ன இது?

'கடவுளே, நீயே சரணம்!' என்று உள்ளுக்குள்ளேயே பிரலாபிக்கத் தொடங்கினான். ஏதோ வெறி வந்த பிடிப்புடன் அந்த மூன்று சொற்களும் அவன் மனதில் சுழன்றுகொண்டே இருந்தன. கீழே கீழே இறங்கிக்கொண்டேயிருந்தன. கடவுளே, உன்னை நான் பார்த்ததில்லை. ஆனால், இதோ பார்க்கிறேன். உன்னைப் பற்றி எனக்கு ஒன்றும் தெரியாது. ஆனால் இதோ எல்லாம் தெரிகிறது. நீதான் ... நீதான் ... நீதான் ...'

காலில் ஏதோ நெளிவது மாதிரி இருந்தது. வெடுக்கென்று ஒரு உதறு உதறினான். முட்டென்று எதிலோ இடிப்பது போலிருந்தது. சட்டென்று எழுந்தான். புவனா தன் மோவாயைப் பிடித்து அமுக்கிக்கொண்டிருந்தாள்.

"நீயா? என்னமோ நெளிஞ்சது மாதிரி இருந்தது. வெட்டுனு உதறினேன், எங்க பட்டுது?"

"இங்கதான் ... ஒண்ணுமில்லே."

"எங்கே?"

"இங்கே!" என்று அவன் கையை எடுத்து மோவாயில் வைத்துக்கொண்டாள்.

"வலிக்குதா?"

"கொஞ்சம் – அப்பா! நல்ல உதை விட்டுதுடாப்பா!" என்று சிரித்தாள் அவள்.

"ரொம்ப ஓங்கிப் பட்டிடிச்சா?"

"அதெல்லாம் ஒண்ணுமில்லே. நான் சட்டுனு தொட்டிருக்கப் படாது."

முகவாயை அமுக்கிவிட்டான் அவன். தடவிக்கொடுத்தான்.

“ஒண்ணுமில்லே, ராட்சசி மாதிரிப் பேசினேன். சாமியே தண்டனை போட்டுடுத்து. இல்லாட்டி உதைக்குமா இது?” எனறு அவன் பாதத்தை எடுத்துக் கன்னத்தோடு புதைத்துக் கண்ணிலும் நெற்றியிலும் தேய்த்துக்கொண்டாள் புவனா.

“எதுக்கு இப்படியெல்லாம் பேசணும்?”

“என்னை ஒண்ணும் நினைச்சுக்கல்லியே? தாங்க முடியாத கோபம் வந்துது பெரிய அண்ணிமேல. இத்தினி நன்னிகெட்ட ஜன்மமாயிருக்குப் பாத்தியான்னு கொஞ்ச நேரம் வெட வெடத்துப் போயிடுத்து உடம்பு, நெஞ்செல்லாம். அந்தக் கோபத்திலே என்னமோ பேசிட்டேன். பொம்பிளைப் புத்திங்கறது சரியாப் போச்சு. ஒண்ணும் நினைச்சுக்க வேண்டாம்.”

“நான் ஒண்ணும் தவறா நினைக்கவேயில்லே புவனா. ஆனா எனக்குப் பயமாயிருந்தது – இந்த மாதிரி நான் உன்னைப் பார்த்ததே இல்லே.”

“பெரிய அண்ணியைப் பத்திக் கொஞ்ச நேரம் நினைச்சுப் பார்த்தேன்; அது மனுஷ ஜன்மமா, மிருகமா, புழுவா, ராட்சச ஜன்மமா – எப்படியாயிருக்கும்னு அவங்களோட பழகின நாளெல்லாம் நினைச்சுப் பார்த்தேன். தங்கிட்ட இருக்கிற குறையெல்லாம் நினைச்சு வருத்தப்படலாம். இப்படியெல்லாம் இருக்கோமேன்னு கொஞ்ச நேரமாவது தன்னைத்தானே பாத்துக்கலாம். அவளுக்கு அப்படிப் பாத்துக்கறதே தெரியாதா? இல்லே, தெரிஞ்சுதான், அப்படிப் பார்க்கப் பார்க்க, தான் எல்லாரையும்விட உசத்திங்கற எண்ணம் கெட்டிப்பட்டுக் கிட்டே இருக்குதா? தனக்கு வருத்தம் வந்தா அதுக்குப் பிறத்தியார் தான் காரணம். கோபம் வந்தா அதுக்கும் யாரோ காரணம்னு இப்படியே நினைச்சுக்கிட்டு ஒரு ஆயுசு முழுக்கப் போக்கி யிருக்கிறவ மனுஷ ஜன்மமா, சித்தக் கலக்கமா, அசுரப் படைப்பான்னு யோசிச்சுப் பார்த்தேன். எனக்கு ஒண்ணும் விளங்கலெ. கடசியிலெ ஒரு கசப்பா வந்துது. இந்த மாதிரி ஜன்மத்தோட பழகி உறவுன்னு சொல்லிக்கிட்டுக் கூடவே இத்தனை வருஷம் இருந்து குப்பை கொட்டும்படியா ஆயிரிச்சு பாத்தியான்னு ஒரு துக்கமா வந்தது. பெரிய இடத்திலே பிறந்தேன்னு சொல்லிக்கலெ. ஆனா இந்த மாதிரி தான், தான், தான், தன்னோட ஆத்தா, தன்னோட அப்பன், தன்னோட காரியம், தன்னோட எண்ணம் – இதெல்லாம்தான் உசத்தி, நல்லதுன்னு இப்படிக் கூறுகெட்டு மார்தட்டிக்கிற ஜன்மத்தைப் பார்த்ததில்லெ. வாயைத் திறந்து பேசாது, திறந்து நாலு வார்த்தை பேசினா அந்த நாலு வார்த்தைக்குள்ளார எத்தனை அசட்டுத் தனம், எத்தனை பெருமை, எத்தனை மமதை! நினைச்சா

சிரிப்பு வருது! சரி, கிராக்குன்னு தள்ளிடலாம்னா, அதுவும் முடியலெ. ஒரே விஷமாக் கக்குது. அப்படிக் கக்கறதுக்குத் தான் ஜவாப்தாரியில்லே, சுத்தியிருக்கிறவங்கதான்னு புலம்பல்! இதெல்லாம் நினைச்சுப்பார்த்தேன். என்னாலே தாங்க முடியலெ!" என்று மன்னிப்புக் கேட்கிற தோரணையில் புவனா அவனை அணைத்து இறுக்கிக்கொண்டாள்.

"என்ன செய்யிறது புவனா?"

"என்ன செய்யிறது? தலையெழுத்து! இதுக்குத்தான் கலியாணம் பண்றதுன்னா அம்மாவைப் பாரு, அப்பனைப் பாரு, பாட்டனைப் பாரு, பாட்டியைப் பாரு, குலம் கோத்திரம் பாருன்னு சொல்றாங்களோ என்னமோ! உங்க குடும்பத்துக்குள்ற எப்படி இந்த மாதிரி ஒரு மட்டம் வந்து புகுந்திச்சு – பழத்திலே புழு வச்சாப்பல? இப்பவும் நினைக்க நினைக்கக் கோபம் கிளைச்சுக்குது எனக்கு. இனிமே அவளைப் பார்க்கக்கூடப் பிடிக்காது போலிருக்கு!" என்று புவனா புலம்பிக்கொண்டே இருந்தாள். மீண்டும் அவனிடம் மன்னிப்புக் கேட்டுக்கொண்டாள். "இந்தச் சனியனை நினைச்சு எனக்கும் கொஞ்ச நேரம் புத்தி கலங்கிப் போச்சு!" என்று அவன் காலை மீண்டும் அணைத்துக் கொண்டாள்.

சிறிது நேரம் மௌனமாகக் கழிந்தது. பிறகு புவனா சொன்னாள். "நான் ஒன்று கேட்டுக்கிறேன், கோபம் வராதே?"

"என்ன?"

"எனக்கு அப்பாவையும் அம்மாவையும் பார்த்திட்டு வரணும் போலிருக்கு. குழந்தைகளை அழைச்சிட்டு ரண்டு நாள் இருத்திட்டு வரட்டுமா?"

சட்டநாதனுக்கு அதைக் கேட்டுச் சிரிப்பு வந்தது.

"ம். சொல்லட்டுமே," என்றாள் அவள்.

"அவ்வளவு உளைச்சலா இருக்கா?"

"அப்படியும் இல்லே. ரண்டே ரண்டு நாள் இருந்திட்டு வந்திடறேன். அப்பா பூஜை பண்றப்ப கொஞ்ச நேரம் உட்கார்ந்து அதைப் பார்த்துக்கிட்டிருந்தா இந்தக் கசப்பு எல்லாம் சரியாயிடும்."

"ஆல்ரைட்!"

"பெரிய அண்ணிக்கு, அண்ணன் ஆண்டாள் மேல ஆசையா இருந்ததுக்காகக் கோபமா இருக்கலாம். ஆனா

அதுக்காக இத்தனை வருஷம் அவரைக் கதறக் கதற அடிச்சிருக்கா. மன்னிக்கத் தெரியாத ஒரு பிறவி மனுஷப் பிறவியா இருக்க முடியாது. மனுஷன் மாதிரி கை கால் மூளையெல்லாம் இருக்கு. அது என்ன கை காலு? எருமை யோட கை காலு காண்டாமிருக மூளை. இந்தப் பிறவியோட ஞாபகம் வர்றப்ப எனக்குக் கோபம் வருது."

"உனக்கே மன்னிக்க முடியலே."

"அப்படியில்லே. என் மனசுக்குக் கொஞ்சம் அதை யெல்லாம் நினைக்காம இருக்கணும். சமயத்திலே ஜாக்ரதை பண்ணிக்கணும்."

"நீ உடனே போயிட்டு வா," என்றான் சட்டம்.

"ஒண்ணும் நினைச்சுக்கப்படாது."

"சட்."

"சரி, கொஞ்ச நேரம் தூங்கட்டும். நல்லாத் தூங்கறப்ப வந்து எழுப்பிட்டேன்."

"நீ எழுப்பறப்ப நான் தூங்கலெ."

"பரவாயில்லெ. இப்ப தூங்கலாம்," என்று அவன் கண்களை விரலால் மூடி, கண்ணைச் சுற்றி விரலால் மெதுவாகத் தடவத் தொடங்கினாள். சட்டநாதன் புன்சிரிப்புடன் அந்த மென்மையை உணர்ந்துகொண்டேயிருந்தான். கடைசியில் தூக்கம் வந்தே விட்டது.

16

காலையில் காப்பிக்கு நீர் கொதிக்கும் பொழுது புவனா இரண்டு நாட்களுக்குத் தனக்கும் குழந்தைகளுக்கும் துணிமணிகளை எடுத்து வைத்துக் கொண்டாள். பெட்டிகளைப் பூட்டிவைத்தாள். புளி, அப்பளம், பருப்பு என்று சாமான் ஜாடிகளை யும் பாத்திரங்களையும் இறுக மூடி ஒழுங்கு பண்ணி வைத்தாள். பிறை, அலமாரி, பெரிய மாடங்கள் என்று அங்கிருந்த பாட்டில்கள், விளக்குகள் எல்லா வற்றையும் சீர்பண்ணி வைத்தாள்.

“ரண்டு நாளா? ரண்டு வாரமா?” என்றான் சட்டம் சிரித்துக்கொண்டே. “ரண்டு வேளையா இருந்தாலும் இப்படித்தான். எலிக்கும் கரப்புக்கும் பாச்சைக்கும் ஒரு மணி பத்தாதா? பதினஞ்சு வருஷம், இருபத்தஞ்சு வருஷமா வேணும் நாசம் பண்றதுக்கு அதுகளுக்கு?” என்று சொல்லிவிட்டு உதட்டைக் கடித்துக்கொண்டாள் அவள்.

வாசல் முகப்பில் படித்துக்கொண்டிருந்தன குழந்தைகள். சீராளன் ஓடி வந்தான்.

“அம்மா, தம்பு அண்ணன் வருது” என்று கத்தினான்.

பெரியண்ணனின் இரண்டாவது மகன் கூடத்தைக் கடந்து சமையலறைக்குள் நுழைந்தான். முகம், உடம்பெல்லாம் நன்றாக வாடிக் கிடந்தன.

“வாடா தம்பு!” என்று புவனா அவனைப் பார்த்தாள். சமையல் வேலை, வீட்டு வேலைகளை நாலைந்து நாளாக அந்தப் பையன்தான் கவனித்துக்

கொண்டிருக்க வேண்டும் என்று தோன்றுகிறது. சாதாரண நாட்களிலேயே பிள்ளைகளைப் பெரிய அண்ணி கண்ணில் விரல்விட்டு ஆட்டிக்கொண்டிருக்கிற வழக்கம். கடை கண்ணிக்குப் போவது மட்டுமில்லை; புடவைத் தோய்ப்பு, சமையலறைக்குக் கிணற்றிலிருந்து தண்ணீர் கொண்டுவந்து நிரப்புவது, பாதி நாள் இரவு சமையலறையைக் கழுவிவிடுவது ... எல்லாம் பிள்ளைகளின் தலையில் அமருவது உண்டு. பெற்ற தாய்க்குப் பணிவிடை செய்வது நல்லதுதான். ஆனால் செய்யட்டுமே என்று உடம்பில் கட்டு வலிவுடன், நெஞ்சில் ஒரே பொட்டு ஈரத்துடன் மல்லாந்து படுத்திருக்கிற தாயாருக்கு ...

அவள் யோசிக்கும்போது, "என்னடா தம்பு. அம்மாவுக்கு உடம்பு தேவலாமா?" என்றான் சட்டம்.

"இல்லே; அதுதான் சொல்ல வந்தேன்."

"என்ன உடம்பு?"

"நல்லா ஜுரம் அடிக்குது. ஆனா கஞ்சி கிஞ்சி எது கொடுத்தாலும் சாப்பிடறது கிடையாது."

"நீதான் கஞ்சி வக்கிறியா?"

"ஆமா."

"இங்க வந்து வாங்கிட்டுப் போகக் கூடாதா?" என்றாள் புவனா.

அவளை ஒரு முறை நிமிர்ந்து ஒரு வெற்றுப் பார்வையாகப் பார்த்துவிட்டுப் பேசாமல் நின்றான் அவன்.

"ஏன் சாப்பிட மாட்டேங்கறாங்க?"

"என்னமோ எப்பப் பார்த்தாலும் அழுதுகிட்டே இருக்கா. நீங்க வந்து ஒரு தடவை பார்த்து ஏதாச்சிம் சொன்னாத் தேவலாம்னு இருந்தது. அப்பாக்கும் ஜுரம்?"

"அப்பாவுக்கு ஜுரமா?"

"ஆமா, ராத்திரி தலை வலிக்குதுன்னாங்க. மாத்திரை கொடுத்தேன். உடம்பெல்லாம் வலிக்குதுன்னாங்க. தொட்டுப் பாத்தா கடுமையா காய்ச்சல் அடிக்குது ... டாக்டரைக் கூட்டி யாறதா? இல்லே, வண்டியிலே அழச்சிட்டுப் போறதான்னு தெரியலே. காப்பியைப் போட்டுக் கொடுத்திட்டு வந்தேன்," என்று தரையைக் கீறிக்கொண்டே நின்றான் பையன். சற்றுக் கழித்து, "அக்காளைக் கூட்டியாரலாம்னு போனேன். அனுப்பிச் சாங்க, மச்சான். ஆனா அவங்க வீட்டிலேயும் யாரும் இல்லே.

அப்பா அம்மா எல்லாம் ஊருக்குப் போயிருக்காங்க. அவங்க பாட்டி நடமாடாம கிடக்கில்லே? அதுக்குப் பாரிசவாதம்; நடமாட முடியாது. அதையும் அக்கா கவனத்திலே விட்டுப் போயிருக்காங்க. 'நீ பார்த்துக்கடா, நான் அப்பப்ப வந்து பார்த்துக்கறேன்'னு போயிடிச்சு முந்தாநத்து, அவசரமா."

புவனா சிறிது நேரம் யோசித்துக்கொண்டே நின்றாள். "சரி, நான் வரேன் கொஞ்ச நேரம் கழிச்சு, ரண்டு இட்லி சாப்பிட்டுப் போ!" என்று இருவரையும் உட்கார்த்திப் பரிமாறி விட்டு, பயணப் பையிலிருந்த துணிமணி புடவைகளை எடுத்து வெளியே வைத்தாள்.

பையன் போய் இரண்டு நாழிகை கழித்துக் கணவனும் மனைவியுமாகப் பெரிய அண்ணனின் வீட்டை நோக்கி நடந்தார்கள்.

திண்ணையை ஒட்டிய அறையில் பெரியண்ணன் போர்த்திப் படுத்திருந்தார். குறுகிய கூடத்தில் பெரியண்ணி படுத்துக்கிடந்தாள். அவள் முகம் கை எல்லாம் பட்டையாக வெளுத்துக் கிடந்தது.

"என்ன அண்ணி உடம்புக்கு?"

ஒன்றும் பேசாமல் உதட்டைப் பிதுக்கினாள் அண்ணி.

சட்டம் உள்ளே சென்று அண்ணனின் பக்கத்தில் உட்கார்ந்தான்.

"தம்பு வந்து சொல்லிச்சு இப்ப" என்று கூடத்தில் சொல்லிக் கொண்டிருந்தாள் புவனா.

"ராத்திரிலேர்ந்து கண்ணைத் திறக்க முடியலெடா சட்டம்!" என்று பையிலிருந்து ஒரு சின்னக் காகிதத்தை எடுத்து என்னமோ எழுதிக் கொடுத்தார் கோபாலு. சட்டம் வாங்கிப் பிரித்துப் பார்த்தான். பெரிய எழுத்துக்களில் மூன்று வரி எழுதியிருந்தது. 'இந்தத் தடவை கடவுள் நிச்சயமாக என்னை அழைத்துக் கொண்டு விடுதலை தரவேண்டும்' என்று மனதிற்குள் வாசித்து முடிக்கும்போது சட்டென்று அதை வாங்கி மடித்துப் பையில் போட்டுக்கொண்டார் கோபாலு.

சட்டம் தலையை அசைத்தான்.

"அதுதான் என் தீர்மானம்" என்று கூடத்துக்குக் கேட்காமல் முணுமுணுத்தார்.

தி. ஜானகிராமன்

"நான் கஞ்சி போட்டுக் கொண்டாரேன். தம்பு சொல்லிச்சு, நீங்க சரியாச் சாப்பிடறதில்லேன்னு. தகராறு பண்ணாம சாப்பிட்டுடுங்க. தம்பு எப்படிக் கஷ்டப்படுது தெரியுமா?" என்று சொல்லிக்கொண்டிருந்தாள் புவனா.

மறுபடியும் கோபாலு அதே காகிதத்தில் எழுதினார் "தம்பு கஷ்டப்படவில்லை. இந்தத் தாயார் தகப்பனாரிடமிருந்து அந்தக் குழந்தைகள் விடுபட்டால் போதும் என்று நினைக்குதுகள்!" என்று எழுதிக் காண்பித்தார் கோபாலு.

சட்டத்திற்கு ஒன்றும் பேசத் தோன்றவில்லை.

"கவலைப்படாதீங்கண்ணா. டாக்டரைக் கூட்டியாறேன்!" என்று என்னென்னமோ தாழ்ந்த குரலிலும் கூடத்துக்குக் கேட்குமாறும் புலம்பினான். வியர்த்தமாக, நம்பாத, ஏறாத காதுகளுக்குப் புலம்புவது போல் அவனுக்கே தோன்றிற்று.

கால்மணிநேரம் கழித்துப் புவனா வந்து நிலையண்டை நின்றாள். பெரிய அண்ணனையும் விசாரித்துவிட்டு, "போகலாமா?" என்றாள்.

சட்டம் சிறிது உட்கார்ந்துவிட்டு எழுந்தான்.

மீண்டும் அந்தக் குடும்பத்துக்குப் பணிவிடை தொடங்கி விட்டது. கஞ்சியும் மருந்தும் குழந்தைகள் மூலம் போய்க் கொண்டிருந்தன. புவனாவும் குளத்தின் அந்தக் கரைக்கும் இந்தக் கரைக்குமாக அலைந்துகொண்டிருந்தாள். பெரிய அண்ணன் ஒரு வாரத்தில் குணமாகி எழுந்துவிட்டார். ஆனால் பெரிய அண்ணி எழுந்துகொள்வதில்லை என்று ஆணை எடுத்துக்கொண்டது போலிருந்தது.

அவள் சாப்பிட மறுத்துவிட்டாள். கஞ்சியைக் கொண்டு கொடுத்தால் பிறகு சாப்பிடுவதாக வைத்துவிட்டுப் போகச் சொல்லிவிடுவாள். பிறகு சாப்பிட்டாளா கொட்டிவிட்டாளா, தெரியவில்லை. ஆனால் கொட்டுவதற்கு எழுந்து போக வேண்டும். அவளுக்கு எழுந்திருக்க உடம்பில் தெம்பில்லை. புவனாவோ குழந்தைகளோ வந்து பார்த்தால் உணவு அப்படியே இருக்கும். ஒரு கரண்டி அளவு மட்டும் குறைந்திருக்கும். கூட்டுகிற பெண்பிள்ளையிடம் கொடுத்துவிடுகிறாளோ என்னவோ. புவனா குழந்தைகளுடன் நின்று மன்றாடினாள். அதற்குப் பதில் இல்லை. அண்ணி எங்கோ பார்த்துப் படுத்துக் கொண்டிருப்பாள். ஒரு கால்மணி பேசிவிட்டு, கல் சுவரில்

செம்பருத்தி

மோதிக்கொண்டாற் போலப் பயனின்றித் திரும்பி வருவாள் புவனா. சற்று அதிகமாகப் பேசினால் 'பஸ்' என்ற மூச்சுக் கொட்டியவாறு திரும்பிப் பார்ப்பாள் அண்ணி. சாகவேண்டும் என்ற உறுதி அவளைப் பிடித்து ஆட்டிக்கொண்டிருப்பது போலிருந்தது. அண்ணன் கெஞ்சினார், மகள் கெஞ்சினாள், சட்டம் கெஞ்சினான். நடக்கவில்லை.

அவளுடைய உடம்பு மெலிந்து நாராக ஆகிவிட்டது. சதையில் இருந்த அத்தனை அழுத்தம் – இழுத்துக் கட்டின பிடிப்பு – எல்லாம் சுருங்கித் தளர்ந்து, ஊறின கடலைத் தொலியாகக் கிடந்தது. குரல் மங்கிவிட்டது. மருந்தும் சாப்பிட வில்லை. அழிவும் இறக்கமும் அணு அணுவாக, மயிர்க் காம்பு மயிர்க் காம்பாக உட்கார்ந்து இனம் பல்கிக் கொண்டிருந்தன. அவள் பேசவில்லை. திடீர் திடீரென்று கண்ணில் நீர் கரகர வென்று ததும்பிக் கன்னங்களில் வழியும்; தலையணை நனையும்.

நாட்டு வைத்தியர் வந்தார். தேவராஜ் டாக்டர் வந்தார். ஆனால் ஒரு மருந்தும் அவள் உட்கொள்ளத் தயாராக இல்லை. தேவராஜ் என்ன சொல்லப் போகிறார் என்று புவனாவும் சட்டமும் அங்கு வந்திருந்தார்கள். டாக்டர் வெளியே வந்ததும், "இன்னும் நாலு நாள் தரிக்கிறதே ஜாஸ்தி. இருதயம் வீங்கி இருக்காப்போல இருக்கு, அடையாளங்கள்ளாம் அப்படியிருக்கு. எக்ஸ்–ரே எடுத்துப் பார்க்கலாம்னா தஞ்சாவூருக்குத்தான் போகணும். இத்தனாம் பெரிய ஊர்லே ஒரு எக்ஸ்–ரே மிஷின் இல்லாம இங்கிலீஷ்காரன் ராஜ்யம் நடத்திக்கிட்டு வரான். இத்தனைக்கும் தாலுகா என்ன, கோர்ட் என்ன, க்ளப் என்ன – சுயராஜ்யம் வாங்கிட்டு வரப்ப ஒரு எக்ஸ்–ரே மிஷினும் வாங்கிட்டு வந்திரணும். இன்னும் நாலு நாள்ல சுயராஜ்யம் வந்தாத்தான் அண்ணிக்கு இருதயம் நெசமாவே வீங்கியிருக்கான்னு ஊர்ஜிதம் பண்ணி மருந்து கொடுக்கலாம். ஆனா மருந்தோ சாப்பாடோ ஒண்ணும் பண்ற வழியாக் காணும். என்னைக் கேட்டா நாலுநாள் கெடு வைப்பேன். சாமி என்ன நினைச்சிட்டிருக்காரோ?" என்று சொல்லிக் கொண்டே போனார். தெரு திரும்புகிற வரையில் கூடவே போய் அந்தச் செய்தியைக் கேட்டுவிட்டுத் திரும்பி வந்தான் சட்டம்.

புவனா அப்போது பழ ரசத்தை அண்ணியின் முன் வைத்துச் சாப்பிடுமாறு மன்றாடினாள். பயனில்லை. சட்ட நாதன் பார்த்துக்கொண்டு நின்றான்.

புவனா சொன்னாள், "திருவாழத்தான் இருந்தும் கெடுத்தான், செத்தும் கெடுத்தான். இருபத்தஞ்சு வருஷம்

பண்றதெல்லாம் பண்ணிட்டு, இப்ப என்ன பிராயச்சித்தம் பண்ணியாவுதா பட்டினி கிடந்து? இல்லே என்னங்கறேன்?"

சட்டநாதனுக்குப் புவனா பேசுவதைக் கேட்டுத் தூக்கிவாரிப் போட்டது. தம்பு மட்டும் அருகில் நின்றான். அண்ணன் கடை வீதிப் பக்கம் போயிருந்தார்.

புவனா மேலும் சொன்னாள். "கிடைக்க முடியாத ஒரு ஆமடையான் கிடைச்சாங்க உங்களுக்கு. கிடைக்கக்கூடாத இடத்திலெ சம்பந்தம் கிடைச்சுது. இதெல்லாம் நரக வேதனையா இருந்துதாக்கும் உங்களுக்கு? அண்ணன் உங்களுக்கு என்ன அப்படி அநியாயம் பண்ணிட்டாங்க, ஒரு ஜன்மாயுசு முழுக்க அவரைப் புண்ணா அடிக்கிறதுக்கு? ஹூம்! அவங்களோட சந்தோஷமா இருக்கக் கொடுத்து வைக்கலெ. இப்பவும் நேரமாயிடலெ. ஆனா சாமிக்கு முன்னாலெ பிசாசு எப்படி நிக்க முடியும்? அந்த மாதிரி இங்க இருக்கப் பிடிக்கலெ, பட்டினி கிடந்தாவது செத்து ஒழியணும்னு எண்ணம் போலிருக்கு. இதைப் பிராயச்சித்தம்னு நான் எப்படி நினைக்க முடியும்? வயித்தெரிச்சல் கொட்றதிலெ இதுவும் ஒரு தினுசுன்னு தோணுது. வேற என்ன?"

புவனா பொரிந்துகொண்டிருந்தாள். சட்டம் வெலவெலத்து நின்றான். அவள் பேசுவதைக் கண்டு அவனுக்குச் சற்று அருவருப்பாகக்கூட இருந்தது. புவனாவா இப்படிப் பேசுகிறாள்?

"புவனா!" என்று அதட்டுகிறாற்போல அழைத்தான் அவன்.

"ம்?"

"என்ன இது?"

"நான் ஒண்ணும் சொல்லலெ. சோத்துக்கும் மருந்துக்கும் நாள் கணக்கா மன்றாடுறோம், இப்படி நின்னுகிட்டுக் கேக்கலெ. அதனாலெ தாங்க முடியாம சொல்றேன்..." என்று மீண்டும் அண்ணியின் பக்கம் திரும்பினாள். "பாடாப் படுத்தி வச்சாச்சு. ரத்னமா ஒரு புருஷன் கிடைச்சாரு. அது உனக்கு சரகாத் தோணுச்சு. அவரைச் சரகாத்தான் விரலெ வச்சு சுக்கு சுக்காப் பொடி பண்ணினே. இனிமே என்ன? செத்து என்ன, சாகாட்டி என்ன? நீ சாகறதைப் பார்க்கணும்னு எனக்குத் தோணலெ. நான் இனிமே இங்கே உபசாரம் பண்ணிக்கிட்டு நிக்கவும் மாட்டேன். இங்கே நிக்கப் பிடிக்கலே எனக்கு. போறப்ப மட்டும் ஒண்ணு சொல்றேன். பெரியண்ணனைக் கூப்பிட்டு அவர் காலை எடுத்து கண்ணிலெ ஒத்திக்கிட்டு இருபத்தஞ்சு வருஷப் பேயாட்டத்துக்கு நீ மன்னிப்புக் கேட்டுக்காம போனே,

உன் உசிரு இந்த உடம்பைவிட்டு இன்னும் ஒரு இடத்திலெ போய் இப்படித்தான் அல்லாடிக்கிட்டுக் கிடக்கும்! சாறதுக்கு முன்னாலெ அதையாவது செய்யி! செய்வீங்களா? செய்வீங்க ளான்னு கேக்கறேன்!" என்று புவனா அவசரப்படுத்திக் கொண்டே நின்றாள்.

அண்ணன் பாதிப் பேச்சில் வந்து கேட்டுக்கொண்டு இடைகழி நிலையில் நின்றார். தம்பு அழுதுகொண்டு நின்றான். சட்டம் முள்மேல் நிற்பதுபோல் நின்றான். பெரிய அண்ணி புவனாவை வறட்சியாக வைத்த கண் எடுக்காமல் பார்த்துக் கொண்டே குத்திட்டுப் படுத்திருந்தாள். கண் ததும்பி நீராக வழிந்தது.

"செய்வீங்களா மாட்டீங்களா? பேச முடியலெ? தலையா வது அசைக்கட்டுமே" என்றாள் புவனா!

ஒன்றும் அசையவில்லை. ஒரு நிமிஷம் அவளையே பார்த்துக்கொண்டிருந்துவிட்டு, "சரி, நான் வர்றேன்," என்று ஒற்றைக் கையால் பெரிய அண்ணியின் மோவாயில் கையைக் கொடுத்து மெதுவாக வழித்துவிட்டு வெளியேறினாள் புவனா.

சட்டம் பெரிய அண்ணியை வெறித்துப் பார்த்தவாறு நின்றான்.

17

வீட்டுக்கு வந்ததும் முதல் காரியமாகப் புவனாவைப் பிடித்துக்கொண்டான் சட்டநாதன். அப்பொழுது அவள் வாழைப்பூவை ஒவ்வொரு பட்டையாகப் பிய்த்து, பூ வரிசையின் மேல் பகுதியை உள்ளங்கையில் தேய்த்து நடுக்காம்பை ஒவ்வொன்றாக அகற்றிக்கொண்டிருந்தாள். பூவின் பட்டை ஒவ்வொன்றும் சிவப்பும் பளபளப்புமாகக் கீழே கிடந்தது. என்ன சிவப்பு! என்ன வழவழப்பு! ஒரு பட்டையை எடுத்து விரலால் தடவிப் பார்த்துக் கொண்டேயிருந்தான் அவன். கோபம் உள்ளே குமுறிக் கொண்டிருந்தது. அந்த வேகத்தில் பேசுவதற் கும் இஷ்டமில்லை. அடக்கிக்கொள்வதற்காகப் பூவின் உள்ளே வருடினான். அந்தத் தன்மையும் கவர்ச்சியும் அவனைச் சற்றுச் சாந்தப்படுத்துவது போலிருந்தது.

இருவரும் பேசவில்லை.

குருத்துக்கருகில் உள்ள பூவடுக்குகள் வெள்ளை வெளேரென்று புவனாவின் விரலில் சிக்கி அரிவாள் மணையின் கூர்மையில் துண்டு துண்டாகக் குலைந்து விழுந்துகொண்டிருந்தன. புவனாவின் விரல்கள் பூவின்பால் பட்டுக் கறுப்பும் பிசுக்கும் ஏறிக் கிடந்தன.

அழகா பட்டை! என்ன சிவப்பு! என்ன பளபளப்பு! ஆனால் இத்தனையும் கழுநீர்த் தொட்டியில் விழப் போகிறது. பூவின் இதழ்களின் வரிசையை இனிமேல் யாரால் இப்படி அடுக்கி வைக்க முடியும்? அந்த வெள்ளையும் வரிசையும்

வயிற்றுக்குள் விழுந்து அரைபட்டு ரத்தமும் நிணமுமாக ஆகப் போகின்றன! அதை நினைத்து லேசாகச் சிரித்தான். ஒரு அருவருப்பு அவனை ஆட்கொண்டது.

முதலில் பேசவும் அவனுக்கு மனமில்லை. அவள் ஏதாவது பேசத் தொடங்கினால் பிடித்துக்கொள்ளலாம் என்று காத்திருந் தான். அவனுடைய புன்சிரிப்பு சற்று வாய்விட்டு வந்ததைக் கேட்டு, அவளும் நிமிர்ந்து புன்னகை செய்தாள்.

"என்ன?" என்றாள்.

"ஒண்ணுமில்லே. இத்தனை நேரம் அண்ணி உன் வாயிலே கிடந்து அரைப்பட்டாங்க. இப்ப இந்தக் குருத்து உன் கையிலே அறுபடுது. பூ இத்தனை அழகா, இத்தனை சேப்பா, இத்தனை அமைச்சலா இருந்து என்ன? ஒரு பொம்பிளைகூட அதைக் கண்டு இரங்க மாட்டேங்கறா பாரு."

"ஆமா, இப்படியே விட்டா அழுகிப் போயிடும். அழகோ, அடுக்கோ தின்னாவது வைப்பமே. இதுவும் வாயைத் திறக்காம தான் இருக்கு. ஏன் நறுக்கறே, கொலை பண்றேன்னு கேக்கலே. நாம அதைச் சாப்பிடறதிலே அதுக்கே ஆனந்தம். ஆனா அண்ணிக்குக்கூட வாழைப்பூவைவிட புத்தி வந்திரிச்சு. நான் இத்தனை பேசினதுக்கும் வாயைத் திறக்கலெ."

"எப்படித் திறப்பா? இந்த மாதிரி சமயம் தெரியாம, ஒரு ஜன்மம் பேசிக் குதர்றப்ப, அவ பதிலா சொல்லிக் கிட்டிருப்பா?" என்றான் சட்டநாதன்.

புவனா தலையை நிமிர்த்தி அவனைப் பார்த்தாள்.

"நானா சமயம் தெரியாமெ பேசினேன்?" கோபத்தில் ஒரே கணம் ஜொலித்துவிட்டு அவள் கண் மீண்டும் பழைய நிலைக்கு வந்தது.

"இதுவா சமயம், இப்படிப் புண்ணிலே கோலை விட்டு நெரட? பட்டினியிலே ஒரு உடம்பு செத்துக்கிட்டுக் கிடக்கு. இன்னைக்கோ நாளைக்கோ இப்பவோ, அப்பவோ உசிரு இழுத்துக்கிட்டுக் கிடக்கு. இதுதான் சமயமா இப்படி சூடிழுக்கிறதுக்கு?"

"இதுதான் சரியான சமயம். அவளுக்கு யாரு எப்ப இதெல்லாம் சொல்லப் போறாங்க? இத்தனை நாளா அடக்கு வாரில்லாம தலை விறைச்சுக்கிட்டு நின்னிருக்கா அவ. தான் என்னென்ன பண்ணியிருக்கோம்னு உணர்ந்துக்காமலே இருந்திருக்கா. சாறதுக்கு முன்னாலாவது அவ கண்ணைத் திருப்பி அவ பண்ணியிருக்கிறதையெல்லாம் காமிச்சுத்தானே ஆகணும்!"

“அதாவது கடவுள் ஸ்தானத்திலே இருந்து இதைச் செஞ்சேன்னு சொல்றே!” என்று சட்டம் அவளையே பார்த்தான்.

“நான் இப்ப அப்படியெல்லாம் சொன்னேனா?”

“நீ சொல்லலெ. ஆனா நீ செய்தது அந்த மாதிரி நினைப்பிலே தான். உசிருக்கு மன்றாடறவங்களை இப்படியெல்லாம் குதர்றது மனுஷத்தனமில்லே. மனுஷங்க யாரும் இப்படிச் செய்ய மாட்டாங்க, அதனாலெ கடவுளாத்தான் நீ உன்னை நெனச்சிட்டிருக்கணும்.”

“அதாவது கடவுள்னா ராட்சசின்னு அர்த்தமா?”

“இவ்வளவு புத்திசாலித்தனமா பதில் சொல்லத் தெரியுது. எவ்வளவு பெரிய தப்பு பண்ணியிருக்கோம்னு உணரத் தெரியலியே உனக்கு?”

“நான் பண்ணினது தப்பா இருக்கலாம். ஆனா இதுவரை அவ மனுஷத்தனமா நடந்துக்கலேன்னு உசிரு போறதுக்கு முன்னாலெ அவ உணரணும்தான் நான் அந்த மாதிரி பேசினேன்.”

“அதுக்காக நீயும் மனுஷத்தனத்தை மறந்துவிட்டே இல்லியா?”

புவனா தலையக் குனிந்து, “ஆமா” என்றாள்.

“ஆமான்னா?”

“ஆமா . . . நான் மனுஷத்தனமா நடந்துக்கலேன்னுதான் சொல்றேன்.”

“நீ செய்தது எனக்குப் பிடிக்கவே இல்லெ.”

புவனா நிமிர்ந்து அவனைப் பார்த்தாள்.

“இந்த மாதிரி ஒரு குணம் உங்கிட்ட இருக்கும்னு நான் நினைக்கவே இல்லெ.

“. . .”

“நீ அங்க பேசிட்டிருக்கிறப்ப, எனக்கு அங்க நிக்கவே முடியலெ. எனக்கே என்னை நினைச்சு வெக்கமாயிருந்துது. இந்த மாதிரி ஒரு குரூரத்தனத்தை நான் பார்த்ததே இல்லே. ஒரு ஆம்பிளையாலெ இந்த மாதிரி நடந்துக்க முடியுமா நடந்துப்பானான்னு நான் குழப்பிக்கிட்டே நின்னேன்.”

“என்னைத் தடுத்திருக்கப் படாதா?”

“உன்னை ஒரு அதட்டல் போட்டேன். ஆனா நீ கேக்கலெ. நீ பாட்டுக்குப் பேசிக்கிட்டேயிருந்தே. உன் மனசிலே ஏற்பட்டிருக்கிற குடோரம் குப்பையெல்லாம் வெளியிலே கொட்ற வரைக்கும் நீ அடங்கமாட்டே போலிருந்திச்சு.”

புவனா மறுபடியும் நிமிர்ந்து அவனைப் பார்த்தாள்.

"இத்தனையும் பண்ணிட்டுத் தப்பா இருக்கலாம்னு சொல்றியே தவிர, தப்புன்னு நீ உணர்ந்ததாத் தெரியலெ" என்றான் சட்டம்.

"ஆமாம்" என்று புவனா மேலும் சொன்னாள். "நான் உங்களுக்குத்தான் தப்புன்னு சொல்லணும். நான் செய்தது தப்புன்னு எனக்கு இன்னும் தோணலே. பின்னாலே எப்பவாவது தோணுமோ என்னமோ, அப்ப தோணலெ. இப்பவும் தோணலே. அவளை நான் பெரியண்ணன் மாதிரி கழுத்தை நெரிக்காம வந்ததுதான் தப்புன்னுகூடச் சில சமயம் தோணுது" என்று சொல்லிக்கொண்டே இருந்தவளின் குரல் படபடத்தது. தழதழத்தது. கண்ணில் கண்ணாடியில் நீர்விழுந்ததுபோல கண்ணீர் ததும்பி நின்றது. வழிந்தது. புறங்கையால் துடைத்துக் கொண்டே மணையை விட்டுச் சற்று நகர்ந்தாள். அழுது கொண்டே சொன்னாள், "நீங்கதான் ஒரு வழி சொல்லுங்க. எனக்கு அவ மேல அத்தனை வெறுப்பா இருக்கு. இந்த மாதிரி வெறுக்கப்படாதுன்னு தெரியுது எனக்கு. இருந்தாலும் என்னாலே அதை அடக்க முடியலெ. அவளை நினைச்சா சில சமயம் மண்டையைக் கொதிக்குது. மனசெல்லாம் இருட்டிப் போவுது. எப்படி வெறுக்காம இருக்கறது? அதுக்கு ஒரு வழி சொல்லட்டும்" என்று தேம்பினாள் அவள். சட்டம் அவளைச் சட்டென்று நகர்ந்து அணைத்துக்கொண்டான்.

"புவனா, புவனா, சும்மா இரு. சும்மா இரு" என்று ஒரு கையால் அவள் தோளை அழுத்திக்கொண்டான். "ப்ளீஸ் ப்ளீஸ் – சும்மா இரு. ப்ளீஸ் – அழாதே புவனா!"

"இல்லை" என்ற பாவனையில் தலையை அசைத்துத் தலைப்பால் கண்ணைத் துடைத்துக்கொண்டாள் அவள்.

"இந்தக் குடும்பத்திலெ வந்து வாழ்க்கைப்படவே லாயக்கில்லாதவ அவ. களை மாதிரி வந்து ஒரு நல்ல குடும்பத்திலே புகுந்து எத்தனை பேரை நோக அடிச்சிருக்கான்னு அடிக்கடி நினைச்சு நினைச்சு என் நெஞ்சம் புண்ணாயிடுத்து. இத்தனையும் பண்ணிட்டு அவ ஓசைப்படாமெ செத்துப் போயிடறதான்னு ஒரு ஆத்திரம் வந்தது. அவளைப் பார்க்கறப்ப, உசிருக்கு மன்றாடறதைப் பார்த்தா ஒரு பக்கம் இரக்கமாகத்தான் இருந்தது. சோறு திங்காம உடம்பு இப்படி நாராயிருக்கிறதைப் பார்த்து மனசுக்குக் கஷ்டமாகத்தான் இருந்தது. ஆனா ஆத்திரம் மட்டும் போகலெ. வேணும்னு சோறு திங்கமாட்டேன்னு அடம் வேற பண்றப்ப எனக்குத் தாங்க முடியலெ. ஒரேயடியா, அடக்க முடியாம கொட்டிட்டேன். இத்தனை பேரைக் கஷ்டப்படுத்தினவ

கொஞ்சம் நெருப்பிலே வதங்கிட்டுத்தான் போகட்டுமேன்னு எனக்கும் மேல மேல குமைஞ்சுக்கிட்டே வந்துது. நான் இந்த மாதிரிப் பேசினதில்லே. இத்தினி பேருக்கு நடுவிலே இந்த மாதிரி பேசினதில்லே. நான் பொம்பிளைதானே; அப்புறம் தான் தெரியுது" என்று விக்கினாள் அவள்.

சட்டம் கடைசி வார்த்தைகளைக் கேட்டு உள்ளுக்குள் சிரித்துக்கொண்டான்.

"நீங்க என்னைக் காப்பாத்திடுங்க."

"எதுக்கு?"

"இந்த மாதிரி குமைச்சலும் ஆத்திரமும் வராம."

"நான் என்ன செய்ய முடியும் புவனா? நீதான் அதை மாத்திக்கணும். அவ நினைவு வர்றப்ப வேறு ஏதாவது நினைச்சுக்க. வெறுப்புக்கு மட்டும் இடம் கொடுக்கவே படாது. அது ராமபாணம் மாதிரி நம்ம உள்ளெல்லாம் துருவித் துருவிச் சாப்பிட்டுப் பொசுக்கிடும்."

"தெரியுது. நான் இந்த மாதிரிப் பேசுவேன்னு நினைக்கலெ. அண்ணன்கூட வந்து நின்னுக்கிட்டிருந்தாங்க. தம்பு அழுதான். அண்ணன் ஏதாவது நினைச்சிட்டிருப்பாங்களோ?" என்று தீனமாகக் கேட்டாள் புவனா.

"இப்ப சத்தியமா அண்ணன் சந்தோஷம்தான் பட்டிருப்பாங்க, நீ பேசறதைக் கேட்டு. தம்புவைப் பார்த்தாத்தான் எனக்குச் சங்கடமாயிருந்தது. என்ன இருந்தாலும் அவனுக்கு அம்மா இல்லையா?"

புவனா பேசாமல் தரையைப் பார்த்துக்கொண்டிருந்தாள். சற்றுக் கழித்து, "நான் போய் மறுபடியும் அண்ணியைப் பார்த்துச் சொல்லிவிட்டு வந்திரட்டுமா?" என்று நிமிர்ந்தாள்.

"நீ செஞ்சதுதான் தப்புன்னு எண்ணம் வல்லேங்கிறியே உனக்கு?"

"அவளைப் பத்தி நினைக்கிறது தப்பில்லேன்னுதான் தோணுது. ஆனா நான் அவளை அவ இருக்கிற நிலையிலே சொன்னது தப்புதானே? அதுக்காக மன்னிப்புக் கேட்டுக்க வேண்டியதுதானே."

"புவனா" என்று அப்போது கூடத்தில் குரல் கேட்டது.

"சின்ன அண்ணியில்ல!" என்று புவனா பரபரவென்று எழுந்து கண், முகம் எல்லாம் நன்கு துடைத்துக் கொண்டாள். சட்டமும் பரபரவென்று எழுந்தான்.

செம்பருத்தி

சின்ன அண்ணி கையில் ஒரு தூக்குக் கூடையுடன் நின்று கொண்டிருந்தாள். வண்டிக்காரன் பெட்டியையும் இரண்டு மூட்டைகளையும் ஊஞ்சல்மீது வைத்துவிட்டு நகர்ந்தான்.

"எப்ப வந்தீங்க அண்ணி?"

"இப்பதான் புவனா."

பிரயாணத் தலையாக அவள் தலை லேசாகக் கலைந் திருந்தது.

"ஸ்டேஷன்லேர்ந்து ஒண்டியாவா வறீங்க?"

"ஒண்டி என்ன? வண்டி வச்சுக்கிட்டு வந்தேன். எங்க பாப்பா, சீராளன், கலியாணி, காமகோடி எல்லாம்?"

"பள்ளிக்கூடம் போயிருக்கு. பாப்பா தாத்தா வீட்டிலெ இருக்கு. வரேன்னு ஒரு லெட்டர் போடக் கூடாது? ஸ்டேஷ னுக்கு வந்திருப்பாங்கள்ல?"

"ம்க்கும். அதுக்கு இருக்கிறவங்களை எல்லாம் அலைக்கழிக்க ணும்?"

"பாப்பா எல்லாம் சௌக்யமா? மாப்ளே, சம்பந்திங்க எல்லாரும்?" என்றான் சட்டம்.

"எல்லாரும் சௌக்யம். பெரியண்ணிக்கு உடம்பு சரியில் லேன்னு தம்பு எழுதியிருந்தான்; நேத்து கடுதாசி வந்துது. உடனே கடுதாசி எழுத முடியலெ. என்ன உடம்பு?"

"போறதுக்குத்தான்" என்று புவனா உதட்டைப் பிதுக்கினாள்.

"என்னது?"

"ஆமாண்ணி . . . உடம்பு ஜாஸ்தியாயிருக்கு."

"அப்படி என்ன திடீர்னு?"

"ஹிருதயம் வீங்கியிருக்காம். சோறு கிடையாது. கஞ்சி தான்னா அதையும் சரியாச் சாப்பிடறது கிடையாது. இருக்கறவங் களை ஆட்டி வச்ச வதையெல்லாம் உள்ளுக்குள்ள போட்டு அறுக்குது. அது வேற."

"புவனா!" என்றான் சட்டநாதன்.

"இல்லே" என்று லேசான சிரிப்பும் வேதனையுமாக அவனைப் பார்த்தாள் புவனா.

"முதல்லெ கொஞ்சம் காப்பி சாப்பிடுங்க. அண்ணி குளிக்கலியே இன்னும்?"

"இல்லெ."

“வாங்க. காப்பியைச் சாப்பிட்டு அப்பறம் குளிக்கலாம்,” என்று உள்ளே போனாள் புவனா. உள்ளே தொடர்ந்த சின்ன அண்ணி, “பாப்பா எப்படியிருக்கு?” என்று சட்டம் கேட்டதும் நின்றாள்.

“நல்லா இருக்கு.”

“மாப்ளே எப்படியிருக்கான்?”

“ஒரு வாரம்தானே இருந்தாங்க். லீவு இல்லேன்னு பட்ணம் போயிட்டாங்க. முந்தாநத்துக்கூட லெட்டர் வந்திச்சு.”

“என்ன?”

“பட்ணத்திலேயே சின்னதா குடித்தனம் வைச்சுக்கலாமான்னு கேட்டிருக்காங்க.”

“எப்படி?” என்று குரல் உரக்கச் சிரித்துக்கொண்டே கேட்டான் சட்டம்.

“ஆமா. ஹாஸ்டல்லெ இடமில்லேன்னு ரூம் வச்சுக்கிட்டு ஹோட்டல்லெ சாப்பிடறாங்க போலிருக்கு.”

“கலியாணந்தான் ஆயிடிச்சு. பொண்டாட்டியோடு சேர்ந்து படிக்கலாம்னு . . .”

குஞ்சம்மா சிரித்தாள். சமையலறையை ஒரு தடவை பார்த்துவிட்டு அவனை விழுங்கிவிடுவது போல் பார்த்தாள்.

சிறிது நேரம் பார்த்துக்கொண்டேயிருந்தாள். பிறகு தலையைக் குனிந்து தரையைக் கால் விரலால் கீறினாள்.

“இனிமே அவங்க சொத்து அது. எப்படியாவது செஞ்சுக்கட்டும்” என்றான் சட்டம்.

“ஜாகைகூடப் பார்த்திருக்காங்களாம். திருவல்லிக்கேணியாமே. அங்க நல்ல வீடா இருக்காம். பார்த்திருக்காங்களாம். அதை விட்டா வேற அந்த மாதிரி வசதி கிடைக்கிறது கஷ்டமாம். அதனாலெ உடனே பதில் எழுதணும்னு கேட்டிருக்காங்க.”

“எப்படி?”

“இவங்களும் சரி, பேசிருன்னு எழுதிப் பணமும் அனுப்பிச்சிட்டாங்க முந்தாநத்தே.”

“சம்பந்தியா?”

“ஆமாம்.”

“வீட்டு வாடகைக்கா?”

“ஆமா.”

“அப்ப பாப்பா மெட்ராஸ்காரியா ஆகப் போவுதுன்னு சொல்லுங்க.”

“ஆமா”

“எப்ப போகப் போவுதாம்?”

“அடுத்த வாரம். என்னையும் வரச் சொல்றாங்க. பட்ணம். ஒண்டியா இருக்க முடியாது பாப்பாவாலெ. நீயும் கூட இருக்கணும்னு பிடிவாதம் பண்றாங்க.”

“நீங்களுமா?”

“அப்படின்னு சொல்றாங்க.”

“புவனா” என்று குரல் கொடுத்தான் சட்டம்.

“வறேன்.”

“கேக்குதான்னேன்!”

“கேட்டுக்கிட்டேயிருக்கே” என்று சொல்லிக்கொண்டே நிலையண்டை வந்தாள் புவனா.

“ஆச்சரியப்படலியா?”

“எதுக்காக?”

“அண்ணி பட்டணத்து அண்ணி ஆகப்போறாங்களேன்னு.”

“ஆச்சரியமா இல்லே.”

“பின்னே?”

“வருத்தமாயிருந்தது.”

“என்ன வருத்தம்?”

“ஒரு அண்ணி வைகுண்டத்தண்ணியாகப் போறாங்க. இன்னொரு அண்ணி பட்டணத்து அண்ணியாகப் போறேன்னா, நான் ஒண்டியா இருந்துக்கிட்டு என்ன செய்யப் போறேனோன்னு திகைப்பா இருந்திச்சு.”

“அதெல்லாம் ஒண்ணும் இல்லே. அவங்க சொல்றாங்க ஒரு மரியாதிக்கு. உடனே, அங்க மூட்டையைக் கட்டிக்கிட்டுப் போயிடறதா?” என்றாள் சின்ன அண்ணி. “போயும் போயும் மக வீட்டிலெதான் இருப்பாங்க போயி. நல்லாத்தான் இருக்கு!”

“அப்படிச் சொல்லுங்க” என்று புவனா உள்ளே போனாள். குஞ்சம்மாளும் கிணற்றங்கரைக்குச் சென்று, கால் கை கழுவி விட்டு அடுக்களைக்குள் நுழைந்தாள்.

18

காப்பி சாப்பிட்டதும், "அண்ணியைப் பார்த்திட்டு வரலாமா?" என்றாள் குஞ்சம்மாள்.

"போகலாம். சாப்பிட்டப்பறம் போனால் போச்சு" என்றாள் புவனா. சட்டம் ஊஞ்சலில் உட்கார்ந்திருந்தான்.

"நான் போய் ஏதாவது செய்து போட்டுக் கிட்டிருக்கேனே."

"நியாயம்தான். ஆனா நம்மைக் கண்டாத்தான் பிடிக்கலியே அவங்களுக்கு."

"அதுக்காக?"

"இங்கேர்ந்துதான் சாப்பாடு, கஞ்சி எல்லாம் போவுதே. அப்பறம் என்ன?"

"இருந்தாலும்கூட ஒருத்தரு இல்லேன்னா? பொண்ணுங்களும்தான் வரலேங்கறீங்க."

"அதுகள்ளாம் இன்னிக்கி வந்திரும். உள்ளூர்லெ இருக்கிறது இன்னிக்குச் சாயங்காலம் வரும்" என்றாள் புவனா. சொல்லிவிட்டு அண்ணியைப் பார்த்தாள். "உங்க மனசு கிடந்து அடிச்சுக்குது எனக்குத் தெரியுது. ஆனா அவளுக்கு உங்களைக் கண்டாத்தான் பிடிக்கலையே" என்று வறட்சியாகச் சொன்னாள்.

சட்டம் ஊஞ்சலில் இருந்தபடியே அப்பொழுது புவனாவைப் பார்த்தான். அவள் முகம் பட்ட துயரமும் வேதனையும்!

"அதுக்காக என்ன செய்யறது? எல்லாத்தையும் கட்டி வச்சிட்டு, நாம பாட்டுக்குப் போக வேண்டியதுதான், செய்ய வேண்டியதுதான்" என்றாள் குஞ்சம்மா.

"நான் கடைக்குப் போயிட்டு வரேன்" என்று எழுந்தான் சட்டம்.

"சமையலாயிடிச்சு, சாப்பிட்டுப் போயிடலாமே."

சாப்பிட்டுவிட்டுக் கடைக்குப் போனான் சட்டம். ஆனால் அங்கு இருப்பாக இருக்கவில்லை. அண்ணன் வீட்டைச் சுற்றிச் சுற்றி வந்தது நினைவு. பிற்பகல் காப்பியைச் சாக்கிட்டுக் கொண்டு வீட்டுக்கு வந்தான். குழந்தைகள் வரவில்லை.

"எப்படியிருக்கு அண்ணிக்கு உடம்பு?"

"நான் சொன்னதுதான் சரி" என்றாள் புவனா.

"என்ன ?"

"நம்ம மேலவாவது கொஞ்சம் பூனைக்குட்டிப் பிரியம் உண்டு அண்ணிக்கு. சின்ன அண்ணிக்குத்தான் அதுகூட கொடுக்க மாட்டாங்களே அவங்க."

"என்ன ஆச்சு சொல்லேன்."

"ஒண்ணும் ஆகலெ. சாப்பிட்டப்பறம் ரண்டு பேரும் போனோம். டாக்டர் வந்திருந்தாரு. என்னமோ கோமாவாம். கண்ணே திறக்கலெ. ஒரே மயக்கமாய்க் கிடந்தாங்க. நடுநடுவிலே முனகறாங்க. கண்ணைத் திறந்தால்லெ சின்ன அண்ணி வந்திருக்கிறது தெரியும்!"

"கோமாவா ?"

"ஆமாம்."

"டாக்டர் என்ன சொன்னாங்க?"

"எழுபத்திரண்டு மணி நேரத்துக்கப்பறம்தான் எதுவும் சொல்ல முடியுமாம். அப்பறம் மூர்ச்சை தெளிஞ்சாலும் தெளியுமாம்; இல்லாட்டியும் இல்லையாம். நிச்சயமா ஒண்ணும் சொல்றதுக்கு இல்லேங்கறாங்க."

குஞ்சம்மாவின் கண்ணில் நீராக வழிந்தது. "பார்த்து ரண்டு வார்த்தை பேசலாம்னு அவசர அவசரமா ஓடியாந்தேன். வந்தவுடனேயாவது போய்ப் பார்த்திருந்தா . . ."

"நான்தான் தடுத்தேன். இப்படி ஆகும்னு நான் நினைக்கலே" என்று சொல்லி புவனா விட்ட பெருமூச்சு உண்மையா போலியா என்று புரியாமல் விழித்தான் சட்டம்.

"இனிமே நினைவே வராதா" என்றாள் சின்ன அண்ணி.

"டாக்டர்தான் சொன்னாரே."

அண்ணனைப் பார்த்துவிட்டுக் கடைக்குத் திரும்பினான் சட்டம்.

இரவு அவன் வீட்டுக்குத் திரும்பி வந்தபொழுது, "அண்ணிக்கு மூர்ச்சை தெளிஞ்சிரிச்சு" என்று ஆச்சரியத்தோடு வரவேற்றாள் புவனா.

"அப்படியா?"

"தம்பு வந்து, ஏழரை மணியிருக்கும், சொன்னான். உடனே ரண்டுபேரும் ஓடினோம் – அண்ணி கண்ணைத் திறந்துகிட்டிருந்தாங்க. சின்ன அண்ணியைப் பார்த்து எப்ப வந்தேன்னு கேட்டாங்க. பாப்பா எல்லோரும் சௌக்கியமான்னு கேட்டாங்க. அப்பறம் சின்ன அண்ணி ஒரு வாய் கஞ்சி கொடுத்ததும் வாங்கிச் சாப்பிட்டாங்க. பொண்ணுங்க ரண்டும் வந்திருக்கு. அய்யம்பேட்டை மாப்பிள்ளையும் வந்திருக்காங்க. அப்பறம் ரண்டுபேரும் ஊட்டுக்குப் போய்ட்டு வரோம்னு சொல்லிக்கிட்டோம். சின்ன அண்ணி இருக்கட்டும்னு சொன்னாங்க. சரின்னு நான் வந்தேன்."

"நெசமாவா?"

"பின்னே பொய்யா? நான் காதாலே கேட்டேன். வந்தேன். குழந்தைகளுக்குச் சாப்பாட்டைப் போட்டுப் படுக்க வச்சேன்."

"சரி, நானும் பார்த்து வரேன்," என்று அவசர அவசரமாகச் சாப்பிட்டான் சட்டநாதன். பாதிச் சாப்பிடுவதற்குள் குஞ்சம்மாள் திரும்பி வந்துவிட்டாள். அவளைக் கொண்டு விட்ட தம்பு, "மறுபடியும் நினைவு தவறிவிட்டது" என்று செய்தி சொல்லிவிட்டுப் போனான்.

"நினைவு வந்திட்டுது, போய்ப் பார்க்கலாம்னு நினைச்சேன். மறுபடியும் தவறிட்டுதா?" என்றான் சட்டம்.

"சும்மாச் சும்மாப் பார்த்து என்ன புவனா ஆகப் போவுது? ஏதோ போக வேண்டிய உடம்பு. அத்தோட விட வேண்டியது தான்" என்று சின்ன அண்ணி உள்ளே போய்விட்டாள்.

சட்டம் புவனாவைப் பார்த்தான்.

"சின்ன அண்ணி என்ன திடீர்னு மாறிட்டாங்க உன் கட்சிக்கு" என்று கிசுகிசுவென்று கேட்டான்.

புவனா வாயை விரித்தாள்.

அண்ணன் வீட்டுக்குப் போய், வந்திருந்த பெண்களையும் மாப்பிள்ளையையும் பார்த்துவிட்டு அவன் திரும்பும் பொழுது நடுநிசி ஆகிவிட்டது.

புவனா கதவைத் திறந்தாள்.

படுத்தவுடன் புவனா உள்ளே வந்தாள்.

"சின்ன அண்ணிகிட்டே மன்னிப்புக் கேட்டுக்கிட்டாங் களாம் அண்ணி" என்று சொல்லிக்கொண்டே மேலே பார்த்தாள் அவள்.

"எதுக்கு?"

"இத்தனை நாளா தூர இருந்தும் படுத்தி வச்சாங்கள்ள, அதுக்கு."

"அவங்களை என்ன படுத்தி வச்சாங்க?"

"என்னமோ மன்னிப்புக் கேட்டுக்கிட்டாங்களாம்."

"சின்ன அண்ணி என்ன சொன்னாளாம்?"

"அதை நான் கேக்கலெ."

இருவரும் சும்மா படுத்திருந்தார்கள். இரவு சுவர்க் கோழியின் இசையில் ஏறி மெதுவாக ஊர்ந்துகொண்டிருந்தது. பெட்ரூம் விளக்கின் நீல ஒளியைச் சுற்றி ஒரு ஈசல் சரசரத்துக் கொண்டிருந்தது.

திடீரென்று கூடத்திலிருந்து ஒரு சிரிப்பு கேட்டது – அந்த இருளிலும் நிசியிலும்.

புவனா சட்டென்று எழுந்தாள். பெட்ரூம் விளக்கை எடுத்துக்கொண்டு விரைந்தாள்.

சட்டம் கட்டில்மீது இருந்தபடியே பார்த்தான். "என்ன அண்ணி?" என்று குஞ்சம்மாளின் பக்கத்தில் உட்கார்ந்து கொண்டே இடது கையில் விளக்கும், வலது கை அவள் தோளிலுமாகக் கேட்டாள் புவனா.

"ம்!"

"ஏன் சிரிச்சீங்க?"

"ம்?"

"தூங்கலெ நீங்க?"

"தூங்கிட்டுத்தான் இருந்தேன்."

"சிரிச்சீங்களே, சொப்பனம் கண்டீங்களா?"

"இல்லே."

"தூங்கலே நீங்க?"

"இல்லே புவனா!" என்று விசித்து விசித்து அவள் அழும் குரல் கேட்டது.

"என்ன அண்ணி இது?"

"ஒண்ணும் இல்லே."

"ஏன் அழறீங்க?"

"பெரியண்ணி இன்னும் செத்துப் போகலெ?"

"என்னது?"

"அவங்க இன்னும் செத்துப் போகலியான்னு கேக்கறேன்."

"நீங்கதான் பார்த்துட்டு வந்தீங்களே!"

"வந்தேன். அதான் இன்னும் செத்துப் போகலியான்னு கேக்கறேன். 'பெரியண்ணன் கையாலேயே செத்துப் போகணும்னு நினைச்சேன்; தப்பிச்சிட்டேன். நீயாவது என் கழுத்தை அமுக்கிட்டுப் போயிடு'ன்னா. நானும் உன் மாதிரின்னு நினைச்சியா. துணிஞ்சு எத்தை வேணும்னாலும் சொல்வேன், செய்வேன்னு நினைச்சியான்னு கேட்டேன். கொஞ்ச நேரம் என்னையே பார்த்துக்கிட்டிருந்தா; அப்பறம் கண்ணு மூடிக் கிட்டது. அதுதான் கேட்டேன் – இன்னும் செத்துப் போகலி யான்னு."

"சரி, பேசாம படுங்க."

"மன்னிப்புக் கேட்கறாளாம், மன்னிப்பு!"

"என்ன நடந்துது? என்ன சொன்னாங்க?"

"அம்!" என்று விழித்துப் பார்த்தாள் குஞ்சம்மா. பிறகு சட்டநாதன் இருக்கும் அறையின் பக்கம் பார்த்தாள். அப்படியே சிறிது நேரம் புவனாவைப் பார்த்தாள் அவள்.

"நான் தூங்கட்டுமா புவனா? ஏதோ கனாதான்" என்றாள் புவனாவைப் பார்த்துக்கொண்டே.

"தூங்கலேன்னீங்களே?"

"அப்படியா சொன்னேன்? தூங்கிட்டுத்தான் இருந்தேன். சொப்பனம்தான்."

"என்ன சொன்னாங்க பெரியண்ணி?"

"ஒண்ணுமில்லே. எனக்குத் தூக்கம் வருது!" என்று போர்வையைத் தள்ளிக் காலை அதற்குள் விட்டுப் படுத்தாள் குஞ்சம்மா.

"நீ போய்ப் படுத்துக்க புவனா."

பூஜை அலமாரியிலிருந்து சிறிது திருநீற்றை எடுத்து அவள் நெற்றியில் விரலால் தேய்த்துவிட்டு, "பேசாம தூங்குங்க," என்று பெட்ரூம் விளக்குடன் உள்ளே வந்தாள் புவனா.

"என்ன?" என்றான் சட்டம்.

"என்னமோ" என்ற அர்த்தத்தில் உதட்டைப் பிதுக்கியவாறு விளக்கை ஆணியில் மாட்டிவிட்டு, "ஈஸ்வரா!" என்று மெதுவாகச் சொல்லி, சிறு பெருமூச்சுடன் கட்டில்மீது படுத்தாள் அவள்.

காலையில் எட்டு மணியிருக்கும். தம்பு ஓடி வந்தான். புவனாவையும் சட்டத்தையும் பார்த்துக்கொண்டே கேவினான். கண்ணைத் துணியால் மறைத்துக்கொண்டான். தாயில்லாக் குழந்தையாகிவிட்டான் அவன்.

19

பதினைந்து நாட்களுக்குப் பிறகு ஒரு வேடிக்கை நிகழ்ந்தது. புவனாவும் குஞ்சம்மாளும் பெரியண்ணன் வீட்டில் காரியங்களைக் கவனித்துக் கொண்டிருந்தார்கள். துக்கம் விசாரிக்க வந்த குடும்பங்களில் இரண்டு எஞ்சியிருந்தன. அவர்களுக்குச் சாப்பாடு பண்ணிவைத்து வழியனுப்ப, பெரியண்ணன் மகள்களுக்கு உதவியாக இருவரும் போயிருந்தார்கள். சட்டத்தின் பையன்கள் மட்டும் வீட்டில் இருந்தார்கள். பெண்கள் இரண்டும் தாத்தா வீட்டில் இருந்தவாறு பள்ளிக்கூடம் போய்க் கொண்டிருந்தன. பணக்காரக் கம்யூனிஸ்ட் அய்யர் கொடுத்த புத்தகம் ஒன்றை இரவு படித்துக் கொண்டிருந்த சட்டம், காலையில் எழுந்ததும் புத்தகத்தின் கவர்ச்சியால் கடைக்கு ஒரு அரை மணி நேரம் தள்ளிப் போவோம் என்று சாவியைக் கொடுத்து அனுப்பிவிட்டுச் சாய்வு நாற்காலியில் அமர்ந்து படித்துக்கொண்டிருந்தான். வாசல் முகப்பில் பையன்கள் இருவரும் படித்துக் கொண்டிருந்தார்கள்.

அவன் படித்துக்கொண்டிருந்தது கதைப் புத்தகம். முக்கியப் பாத்திரம் ஒரு ஐரோப்பிய நிலப்பிரபு. ஏராளமான செல்வமும் பழைய நம்பிக்கைகளும் பக்தியும் நிறைந்த குடும்பத்தில் பிறந்தவன். அவனுடைய விசாலமான மாளிகையைச் சுற்றியுள்ள தோட்டத்தின் ஒரு மூலையில் அடிமை போன்ற நிபந்தனைகளுடன் வாழ்ந்த பல குடியானவர்களில் ஒருவனின் பெண்ணிடம் மனதைப் பறிகொடுத்து, மற்ற பிரபுக்களைப்போல்

அவளைப் போகக் கருவியாக மட்டும் வைத்துக்கொள்ளாமல், கல்யாணம் செய்துகொள்ளும் முடிவுக்கு வந்துவிட்டான். தாயாரின் எதிர்ப்பு. மாமனின் எதிர்ப்பு. உறவினர்களின் எதிர்ப்பு. பெண்ணின் தமையன் அரசாங்கத்திற்கு எதிராக விவசாயிகளின் சுதந்திரத்திற்காகச் சதிசெய்து, ரகசியக் கிளர்ச்சிசெய்துகொண்டிருந்த ஸ்தாபனத்தைச் சேர்ந்தவன். அவனோடு சேர்ந்து பிரபுக்களின் வாழ்க்கையில் குறுக்கிடாத புதிய புதிய புத்தகங்களைப் படித்து தெய்வம், ஆலயம் பழைய நில உரிமைகள், சமூக அமைப்பு – இவற்றின் மீது பகைகொண்டு ஒரு புதிய உலகில் பிரவேசித்துக்கொண்டிருந்தான் இளம் பிரபு. ஒரே பிள்ளை. தாயார் விதவை, சுமாரான படிப்புக்கூட இல்லை. பழைய நம்பிக்கையில் ஊறித் திளைத்தவள். அவளுடைய அண்ணனின் போதனைகள். தெய்வ பக்தி, பிள்ளையின் புதிய வெறி மோகம், அழுதும் கத்தியும் இரைந்தும் பிள்ளையைத் திருப்ப முயன்றுகொண்டிருக்கிறாள். பிள்ளை சொத்தை வாரிவாரி இறைத்துக்கொண்டிருக்கிறான். கடன் கடன் என்று திருப்பிக் கொடுக்கும் எண்ணமில்லாமலே உதவாக் கரைகள் வாங்கிப்போகும் கடன்கள். தினம் பொழுது விடிந்தால் தாயாருக்கும் மகனுக்கும் இடையே கூச்சல், ரகளை ... கதை சுவாரசியமாகப் போய்க்கொண்டிருந்தது.

யாரோ கூடத்தில் நடப்பது போலிருந்தது. நிமிர்ந்த சட்ட நாதன் சின்ன அண்ணி அடுக்களையை நோக்கி நடப்பதைப் பார்த்து மீண்டும் புத்தகத்தில் அமிழ்ந்தான். இரண்டு மூன்று முறை அவள் வாசலுக்கும் காமிரா அறைக்கும் போவது நிழலோட்டமாகத் தெரிந்தது. புத்தகம் அவனை இழுத்துப் பிடித்துக்கொண்டிருந்தது.

"நான் போகப்போறேன்!" என்று ஒரு குரல்.

"படிக்கிறீங்களா?" என்று மீண்டும் அதே குரல் வந்து நிமிர்ந்தான்.

"ம்!"

"நான் போறேன்."

"சமையலெல்லாம் ஆயிடுத்தா அங்கே?"

"ஆயிட்டிருக்கு. நான் அங்கே போகப் போறதைச் சொல்லலே. நான் ஊருக்குப் போகப் போறேன்."

"ஓகோ!" என்று புத்தக நினைவா ஏதோ சொன்னான் அவன்.

"அப்ப நான் இருக்க வாண்டாமா?"

386 தி. ஜானகிராமன்

குரலின் தொனியைக் கேட்டதும்தான் ஏதோ முக்கியமான விஷயம் என்று புத்திக்குப் புலனாயிற்று. பக்கங்களுக்கிடையே விரலைக் கொடுத்து மூடிக்கொண்டே, "என்ன சொன்னீங்க?" என்றான் அவன்.

"நான் இருக்க வாண்டாமா?"

"அப்படீன்னா?"

"நான் போகப்போறேன்னவுடனே சரீன்னீங்களே."

"எங்க போகணும்?"

"நான் பாப்பாவோட போய் இருந்துவிடலாம்னு பார்க்கிறேன்..."

"பாப்பாவோடவா? மதராஸிலேயா?"

"அங்க மட்டுமில்லை. எப்பவும் அவளோட இருந்து விடலாம்னுதான்."

"ஏன்?"

"என்னமோ..."

"போயும் போயும் மக வீட்டிலே போய் இருக்கவாவதுன்னு அன்னிக்கிச் சொன்னாப்பல இருக்கே."

"அன்னக்கி இருந்த மாதிரியேவா இருக்கும் உலகம்?"

"என்ன? என்ன?"

"பரிகாசம் பண்ண வாண்டாம்."

"நானா பரிகாசம் பண்றேன்?"

"எனக்குப் பேசத் தெரியாதுன்னு காமிக்கிறாப்பலதானே இருக்கு, என்ன என்னன்னு ஆச்சரியப்படறாப்பல பாவனை பண்றது?"

"உலகம் அப்படித் திடீர்னு மாறுகிற வழக்கமில்லையேன்னு அப்படிக் கேட்டேன்!" என்று குரலைத் தாழ்த்தி மரியாதை யாகச் சொன்னான் சட்டம்.

அவள் குரலும் தாழ்ந்துதான் இருந்தது.

"கடையிலே இருந்து இருந்து பணம்தான் பெரிசுன்னு தோண ஆரமிச்சிருக்கு. இல்லையா?" என்றாள் குஞ்சம்மா.

"எனக்கா?"

"வேற யாருக்கு?"

செம்பருத்தி

"பணம் பெரிசுதான். ஆனா எனக்காக அதைப் பெரிசாக நினைச்சதில்லையே நான்."

"மத்தவங்களுக்காக நினைச்சா மட்டும்..? நான் பதினஞ்சாயிரம் வேணும்னு கேட்டேனா?"

"யாரு சொன்னாங்க உங்களுக்கு? புவனாவா?"

"ஆமாம். அதைக் கொடுத்து என்னை விரட்டிரலாம்னு தானே எண்ணம்?"

"எனக்கா?"

"..."

"எப்படி இப்படிப் பேசத் தோணுது உங்களுக்கு?"

"பூசி மெழுக எனக்குத் தெரியலெ. என் மனசிலே அப்படிப் படுது!" என்று தழுதழுத்துக்கொண்டே எதிர் அறையில் புகுந்தாள் அவள். சட்டம் பேசாமல் உட்கார்ந்திருந்தான். கண்ணீரும் காரலுமாக உள்ளே மூக்கு உறிஞ்சுவது கேட்டது.

சற்றுக் கழித்து அவள் நிலையில் வந்து கண், முகம் எல்லாம் நன்கு துடைத்துவிட்டுக்கொண்டு கலக்கத்தோடு மட்டும் நின்றாள்.

"அந்தப் பணம் எனக்கு வாண்டாம்!" என்றாள் நிலை ஓரமாக நின்று.

"வாண்டாம்னு எப்படிச் சொல்றது?"

"என் பங்கு விக்கலையே இன்னும்."

"என் பங்கு, உங்க பங்கு – இப்படியா பழகறது இந்தக் குடும்பம்? பாப்பாவுக்காக, உங்களுக்காக வச்சிருக்கற பணம் அது. புவனா தீர்மானம் பண்ணினது..."

"எப்படியிருந்தாலும் சரி. அது வாண்டாம். நானும் போகப் போறேன்."

"இங்கே கஷ்டமாயிருக்கா?"

"இங்கே கஷ்டம். எல்லாருக்கும் கஷ்டம். என்னாலே எல்லாருக்கும் அவப்பேரு."

சட்டம் அதைக் கேட்டுப் பேசாமல் தலையைக் குனிந்து கொண்டிருந்தான்.

"அவப்பேருக்கு நான்தான் காரணம். என்ன பாடுபட்டாலும் என் மூஞ்சி காட்டிக் கொடுத்திருக்கும்... அப்படியே இருந்தாலும் அந்த முண்டைக்கு இதைப் பத்திப் பேச என்ன வாயிருக்கு?" என்றாள் அவள்.

388   தி. ஜானகிராமன்

சட்டம் நிமிர்ந்து அவளைப் பார்த்தான்.

"என்ன இது? செத்துப் போனவங்களைப் பத்தி?"

"சொல்லு எப்படிச் செத்துப் போகும்? அது என்ன சதையா நரம்பா – எரிஞ்சு பஸ்மமாறதுக்கு?"

"சொல்லை மறக்கிறதிலேதான் நம்ம மனுஷத்தனம் இருக்கு" என்று குனிந்துகொண்டான் சட்டம்.

"நான் அத்தினி பெரியவளாகலியே. எப்படி ஆக முடியும்? என்னென்னமோ நினைச்சு எப்படி எப்படியோ முடிஞ்சுது. அப்பவும் இங்கியே இருந்து, பாவம்னு தெரிஞ்சும் துணிஞ்சேன். ஒண்ணும் நடக்கலெ. இருந்தாலும் தினமும் பார்த்துப் பாவம் பண்ணிக்கிட்டு இருந்ததுக்கு எப்படிப் பலன் இல்லாம போகும்? அந்த ராட்சசியும் அந்த மாதிரி எண்ணத்திலேயே இருந்து, ஒண்ணும் பலிக்காதுன்னுதான் பிரிஞ்சு போனா போலிருக்கு."

சட்டம் திடுக்கிட்டு அவளைப் பார்த்தான்.

"திகைச்சுப் போக வாணாம். எனக்கு அப்படி ஒரு சந்தேகத்தினாலெதான் சொல்றேன்" என்றாள் அவள்.

"அவங்களை வெசது பத்தாதா? இது வேறயா?" என்றான் சட்டம்.

சற்றுப் பேசாமல் நின்றாள் அவள், பிறகு, "சம்பந்தி சொல்லிட்டுப் போனாங்க. மாப்பிள்ளையும் பாப்பாவும் ரண்டு வாரம் கழிச்சு வருவாங்க, துக்கம் விசாரிக்க. அப்ப அவங்களோடு சேர்ந்து நீங்களும் பட்டணம் போனாத் தேவலாம்னு சொன்னாங்க. நான் அவங்களோடு போய் அங்கேயே தங்கிடலாம்னு பார்க்கிறேன்!" என்று வறண்ட குரலில் சொன்னாள்.

சட்டம் புருவத்தைச் சுருக்கித் தரையைப் பார்த்தான்.

"நான் போகலாம்ல?"

"நான் போகணும்னு சொல்லலெ."

"போகக்கூடாது, இருன்னு சொல்ல வாய் வரமாட்டேங்குது."

"போறேன் போறேன்னு தானாவே பிடிவாதம் பண்றப்ப நான் என்ன சொல்றது."

"ஆமா. நான் வேற என்ன செய்யறது, பார்த்துப் பார்த்து ஏமாளியாப் போறதைத் தவிர? அப்படி மனசை விடக்கூடாது. தெரியுது. இருந்தாலும் கேக்க மாட்டேங்குது மனசு. புவனா வுக்கும் தெரிஞ்சிருக்கும்."

"தெரியும்."

"எது?"

"எல்லாம் . . ."

"எல்லாம்னா?"

"நடந்தவரைக்கும்."

"எப்படித் தெரியும்?"

"நான்தான் சொன்னேன்."

"நீங்களேவா?"

"ஆமா."

"எப்ப?"

"ரொம்ப நாள் முன்னாலெ."

அவள் முகம் வெளுத்துச் சாம்பிற்று. ஒரு இரண்டு மூன்று நிமிஷம் பேசவில்லை.

"இந்த ஒரு அந்தரங்கம்கூட எனக்கு இருக்கப் படாதா? அதைக்கூட அவகிட்ட சொல்லணுமா?" குரல் உடைத்துக் கொண்டது.

"தெரிஞ்சுருக்கும்னு நீங்களே ஊகம் பண்ணலியா சித்த முன்னே?"

"அது என் தப்பை உணர்ந்து பண்ணினது. அதுக்காக அவகிட்ட போய்ச் சொல்லி என்னைச் சின்னது பண்ணணுமா? நான் இந்த அந்தரங்கத்துக்குப் பாத்யமில்லையா?"

"அதுக்காகச் சொல்லலெ. யாராவது ஒருத்தர்கிட்ட உண்மையைச் சொல்லணும். உண்மையா நடந்துக்கணும். இவகிட்ட அப்படி இருக்கணும்னு தோணிச்சு எனக்கு."

"சட்!"

சட்டம் திகைத்து நிமிர்ந்தான். அவள் விழி உருண்டது. "நீ சுத்த முட்டாள்! உனக்கு உன் பொண்டாட்டி, உன் கடை, உன் நல்ல பேரு, உன் குழந்தை எல்லாருக்கும் செஞ்சிக்கிட்டிருக்கோம்னு ஒரு பகட்டு – ரொம்ப அடக்கம் போல வேஷம் போடறது – இதெல்லாம்தான் உனக்குப் பெரிசு. வேற எதுவும் உனக்கு வாண்டாம். அதனாலேதான் அந்தக் கிராதகியும் உன்னைப் பத்தி இன்னும் என்னென்னலாமோ சொல்லி விட்டுப் போனா. அவ சொன்னதுகூடச் சரின்னுதான் தோணுது. நான் இனிமே இங்கே இருக்கமாட்டேன். நான் போறேன்,

உன் நல்ல பேரு, உன் பொண்டாட்டி எல்லாத்தோடவும் இருந்துக்க!” என்று பத்தடிக்கப்பால் கேட்காத குரலில் பொரிந் தாள் குஞ்சம்மா. விடுவிடுவென்று நடந்தாள். அடுக்களைக் குள்ளிருந்து ஒரு வெண்கலப் பானை, ஒரு கெட்டில் . . . என்று பெரியண்ணன் வீட்டு வேலைக்காக எடுக்க வந்திருந்த பாத்திரங் களை எடுத்துக்கொண்டு அடுக்களைச் சங்கிலியை மேல் கொக்கி யில் மாட்டிவிட்டு வாசலில் விரைந்தாள். சட்டம் அவளைப் பார்த்துக்கொண்டே நின்றான். வாசலில் அவள் இறங்கிப் போனதும் முகப்புக்குப் போய் அவள் தெருவில் நடந்து போவதைப் பார்த்தவண்ணம் நிலத்தில் ஒட்டி நின்றான்.

“யப்பா, மணி என்னப்பா?” என்றான் சீராளன்.

“ம் . . ?”

“மணிப்பா?”

“போய்ப் பாரேன்.”

உள்ளே போய்ப் பார்த்துவிட்டு, “நேரமாச்சுடேய், பஸ்ட் பெல் அடிக்கப் போறான்!” என்று ஓடி வந்து தம்பியை அவசரப்படுத்தினான் அவன்.

“நான் போயிட்டு வறேன்,” என்று நீளமாகக் கத்திக் கொண்டே இரண்டும் செருப்பை மாட்டிக்கொண்டு தெருவில் இறங்கி விரைந்தன.

‘நீதான் டாம்ஃபூல் . . . நீ ஏன் அப்பவே உன் அப்பாகிட்ட முடியாதுன்னு சொல்றதுக்கென்ன? நல்ல பேருக்கு நீ ஆசைப் பட்டியா, நான் ஆசைப்பட்டேனா? நானா முட்டாள்? நீதான்! முட்டாள் மட்டுமில்லை. நீ சாதாரணப் பொம்பிளைகளிலே யும் சாதாரணப் பொம்பிளை. அண்ணனும் வேணும். அப்புறம் தம்பியும் வேணும். நீதான் மிருகம், மிருகமா ஆயிட்டே. கொம்பிலே புல்லைக் கட்டித் தொங்க விட்டாப்பல ஆயிடுத்து உனக்கு. ஒழிஞ்சி போ!’ என்று நெஞ்சுக்குள்ளேயே தாறுமாறாகக் கத்தினான். படபடவென்று உடல் விரைத்தது. எதையாவது வீசி எறிய வேண்டும் போலிருந்தது. ஊஞ்சல் சங்கிலியைப் பிடித்து இறக்கினான். பல நாள் அழுக்கு உள்ளங்கையில் முத்திரை வைத்தது. நகர்ந்தான். எண்ணெய்ப் பிசுக்கு வாடை வீசிற்று. பெரியண்ணனின் வீட்டுக்குப் போய் ஏதாவது கத்த வேண்டும் போலிருந்தது.

அடுக்களையைத் திறந்து சர்க்கரையை எடுத்துத் தின்றான். நெய்யை வழித்து வாயில் போட்டுக் கொண்டான், சம்புடத்தில் இருந்த நாடா பகோடவை எடுத்துச் சிறிது முறித்துத் தின்று

விட்டு, மூடிவைத்துவிட்டு வெளியே வந்தான். இன்னும் வேண்டும் போலிருந்தது. மீண்டும் சம்புடத்தைத் திறந்து ஒரு கை அள்ளி நொறுக்கித் தின்று, தண்ணீரைக் குடித்து விட்டு, வெற்றிலையையும் சீவலையும் சுண்ணாம்பையும் அப்படியே ஒன்றன்பின் ஒன்றாகத் தடவி, கட்டாகச் சுருட்டி வாயில் போட்டுக்கொண்டு, சாய்வு நாற்காலியில் சாய்ந்து கண்ணை மூடிக்கொண்டான்.

கோபம் தணிய வெகுநேரமாயிற்று. புத்தகத்தைப் புரட்டிப் படிக்கப் பார்த்தான். நிறுத்திய இடம் நினைவின்றிப் படித்ததே மீண்டும் மீண்டும் வருவதைப் பார்த்து எரிச்சலாக வந்தது. மூடிவைத்து மீண்டும் கண்ணை மூடினான்.

கோபம் யார்மீது? எதற்காக? குஞ்சம்மாளின் குரலில் நிறைந்து தெறித்த அலட்சியம்தான் நாராசமாகக் கேட்கிறது. காலில் போட்டுத் தேய்க்கிற குரல், அந்தச் சிறுமைதான் அவனைச் சீற அடித்தது. நான் இத்தனை மட்டமாகவா ஆகிவிட்டேன். "உனக்கு உன் பொண்டாட்டிதான் பெரிசு, உன் கடை பெரிசு. உன் நல்ல பேருதான் பெரிசு..." ஆமாம் குஞ்சம்மாளின் வார்த்தை உண்மைதான். சுயநலக்காரனாய்த் தான் இருப்பேன் போலிருக்கிறது. நல்ல பெயர்! நல்ல பெயர்! அது போகட்டும். என்னுடைய தூய்மை, என்னுடைய கண்யம் என்ன ஆயிற்று? ஏன் அதை அவள் பார்க்கவில்லை? புவனா எங்கே? அவளுக்கு என்ன ஆகும்? இது கலியாணமா; சேர்மானமா..? இத்தனை நேரம் பேசினது – அண்ணியா, பெண்ணா..? மனைவி என்றால் என்ன? நான் அவள் சொத்தா? அவள் என் சொத்தா? எனக்குச் சுதந்திரம்? அவளுக்குச் சுதந்திரம்? ஒருவருக்கொருவர் சிறைப்பட்டிருப்பது அவ்வளவு அவசியமா? இது ஆயுள் தண்டனை மாதிரி இருக்கிறது. ஒரு பெண்டாட்டி! ஒரு புருஷன்! ஏழெட்டுச் சாண வரட்டித் தீயின் முன் கைப்பிடித்ததற்காக, ஒரு மூன்றாவது இத்தனை காலமும் தீயில் வெந்திருக்கிறது. இது எந்த தர்மத்தில் சேர்ந்தது? குஞ்சம்மா எதற்கோ பயந்து வேண்டாத மாலைக்குக் கழுத்தை நீட்டிவிட்டாள்! அதற்காக எத்தனை காலம் இந்தப் பொசுங்கல்? உலகம் முழுவதும் நாசமாகிவிடும் என்று இப்படிக் கட்டுப் போட்டு வைத்தான்களா?.. ஆனால் புவனா? அவளுக்கு இதே மாதிரியா தோன்றும்? தோன்றாவிட்டால்...

ஆஷாடபூதியாக ஆகிவிட்டோமோ என்ற சந்தேகம் அரித்துக்கொண்டே இருந்தது அவனை. ஒரே குழப்பமாக இருந்தது. 'மனிதன் சுதந்திரமாக வாழ வேண்டும். தன்னுடைய பொறாமை, அன்பற்ற சுயநலம் – இவற்றுக்கெல்லாம்தான்

தி. ஜானகிராமன்

மனிதத்தன்மை என்று பெயர் வைத்திருக்கிறானா? இந்தச் சுதந்திரத்தை மிருகத்தனம், அநாகரிகம் என்று சொல்லித் தன் கொடும் கட்டுப்பாடுகளைக் காத்துக்கொள்ளுகிறானா? யார் முதலில் கொடுங்கோலன்? ஆணா பெண்ணா? பெண் தனக்கு அடங்கியிருக்க வேண்டும் என்று ஆண் படைத்த கற்பு, அதற்கு வஞ்சம் தீர்த்துக்கொள்ளுவதுபோலப் பெண் ஆணுக்குத் தூய்மையைக் கற்பித்துவிட்டாளா? ஒருவருக் கொருவர் இப்படி நம்பிக்கையோடு இருந்துவிட்டால் நிம்மதி யாகச் சமையலைக் கவனிக்கலாம். கடையைக் கவனிக்கலாம்! கடையும் சமையலும் அவ்வளவு உயர்ந்தவை – காதலைவிட. காதல், அன்பு – இவையெல்லாம் இடைஞ்சல் பண்ணாமல் ஒரு மூலையில் ஒதுங்கி வளர வேண்டிய வஸ்துக்கள்..!'

சட்டநாதனுக்கு ஒரு முறை தோள் உதறிற்று. தலை கீழாக நின்று உலகத்தைப் பார்க்கிறோமா என்று தோன்றிற்று. காய்ச்சலாகக் கிடக்கும்போது உடலிலும் நெற்றியிலும் வீசும் அனலுக்கிடையே தோன்றும் காட்சிகளாக இருந்தது எல்லாம். இதுவரை காணாத புதிய உலகமாக இருந்தது. வீடு, தெரு, அறம், கட்டுப்பாடு, அன்பு, கணவன் – மனைவி, நம்பிக்கை எல்லாம் தாறுமாறாக இடம்பெயர்ந்து கிடந்தன. குதிரைக்கப்பால் தொங்குகிற சவாரிக்காரன் காலும் சுவருக்கு அப்பால் உள்ள மனிதனும் கண்ணுக்குத் தெரிந்த குழந்தைச் சித்திரம் போலிருந் தது. சுவரையும் ஊடுருவிப்பார்க்கிற, மறைவையும் காண்கிற கண் குழந்தைகளுக்குத்தான் இருக்கிறது போலும்!

குஞ்சம்மாளின் முகத்தில் எத்தனை கோபம்? எத்தனை அலட்சியத்தை நினைத்துத்தான் அவனுடைய உள் நெஞ்சு பதறிற்று. 'அவள் என்னைப் பழைய கண்ணோடு பார்க்க வேண்டும். தாய்மையும் பரிவும் கலந்து அதே மயக்கத்தோடு பார்க்க வேண்டும். நான் அவளை எப்படி மீட்கப் போறேன்? முடியுமா? மீட்கலாமா? ஒரு வாழ்நாள் முழுவதும் அருகில் இருப்பதற்காக நெஞ்சில் ஒரு தீயை வளரவிட்டுத் தவித்துக் கொண்டிருக்கிறவள்! இதற்குப் பரிகாரம் செய்வதைவிடக் கண்யம், நல்லபெயர், கடை, தர்மம், படிப்பு, சத்தியம் – இவையெல்லாம் எப்படிப் பெரியவையாகும்? புவனாவுக்கும் இது தெரிந்ததுதானே. அவள் மன்னிக்க மாட்டாளா? குற்றமாக இருந்தால்தானே மன்னிக்க! குற்றத்திற்குப் பதில், பரிவாக, இரக்கமாக நினைத்தால்..? இரண்டுபேரை ஒருவனோ ஒருத்தியோ மனதில் கொள்ள முடியாதா? ஒருவருக்கொருவர் என்பதும் நாமாகக் கட்டிக்கொண்ட விலங்குதானே! புவனா வுக்குத் தெரியாமலே இருந்தால்..? சட்! அதுவும் சரியாக இல்லை. அவளுக்குத் தெரிந்துதானாக வேண்டும்...

பிறகு வந்த எண்ணத்தைக் கண்டு அவனுக்குச் சிரிப்பாக வந்தது. தாசி வீட்டுக்குப் போக மனைவியின் அனுமதி கேட்டாற் போலத் தன்னையே பார்த்துக்கொண்டான் அவன். பயமாக இருந்தது; வெட்கமாக இருந்தது; அருவருப்பாக இருந்தது. ஒரு தவறால் வந்த வினை. அதையும் அவளே செய்துவிட்டு, இன்று நான் சுயநலக்காரனாம், கடைக்காரனாம், கண்யத்திற்குப் பறக்கும் ஆஷாடபூதியாம்!

என்ன உலகம்! எனக்குத்தான் இந்தக் கஷ்டமா? இல்லை, ஒவ்வொரு வீட்டிலும் இப்படி ஒரு நவக்கிரக மேடை இருக்கிறதா?

கடை நினைவு வந்தது. ஆனால் கடையை நினைக்கும் போது வாயில் ஒரு கசப்பு ஊறிற்று. நான் ஒரு முழுக் கடைக் காரனாகிவிட்டேன். சாமான்களை நிறுப்பது, அளப்பது, பணத்தை எண்ணி வைப்பது. அதற்குள் ஒரு நேர்மை, நல்ல பெயர்! ஆனால், ஒரு இதயம் மறந்துபோய்விட்டது. அதைப் புரிந்துகொள்ளும் உணர்ச்சியும் மரத்துவிட்டது. ஒரு தீக்கும் ஒரு தர்மத்திற்கும் அது காவு ஆகிவிட்டது.

அன்றும் மறுநாளும் அதற்கு மறுநாளும் குஞ்சம்மாளைத் தனியே சந்திக்க முயன்றான் அவன். நேரம் கிடைக்கவில்லை. புவனா திரும்பிவிட்டாள். குழந்தைகள் மொய்த்தன. பெண் குழந்தைகளும் தாத்தா வீட்டிலிருந்து திரும்பிவிட்டன. புவனா விடம் அவளைப் பற்றிப் பேசப் பேச வாயெடுத்த போதெல் லாம் உள்ளுக்கு இழுத்துக்கொண்டது. ஏதோ சொல்ல வேண்டும், சொல்ல வேண்டும் என்று தன்னைத் தயார் செய்து கொண்டான். உறுதியும் செய்துகொண்டான். குஞ்சம்மாள் எடுப்பாக, மிக அலட்சியமாக, அவனைப் பார்க்கக்கூடப் பாராமல் வீட்டில் நடமாடியதைப் பார்த்தபோது... ஆமாம்! என் மீதுதான் தவறு!

மூன்றாம் நாள் பட்டணத்திலிருந்து ஒரு கடிதம் வந்தது. பாப்பாவுக்குக் காய்ச்சல். உடனே மாமியை ரயில் ஏற்றி அனுப்பவும் என்றும் தான் எழும்பூர் ரயிலடிக்கு வந்து அழைத்துப் போவதாகவும் மாப்பிள்ளை எழுதியிருந்தான். வரும் வண்டியைத் தந்தியில் தெரிவிக்கவும் என்று கேட்டிருந்தான்.

தி. ஜானகிராமன்

20

சின்ன அண்ணி மறுநாள் மாலை புறப்படப் போகிறாள். பழைய குஞ்சம்மாளாக இல்லை அவள். சட்டநாதன், மைத்துனன் என்ற ஒருவன் அந்த வீட்டில் இருப்பதாக அவள் நினைப்பதாகவே தோன்றவில்லை. துணிமணி, ஊறுகாய்கள், வற்றல்கள் – இப்படி ஒவ்வொரு பண்டமாக நினைத்து நினைத்து எடுத்துவைத்துக்கொள்வதிலேயே நாட்டமாக இருந்தாள் அவள். அவன் வீட்டில் இருந்தால் ஐந்து நிமிஷத்திற்கு ஒருமுறை ஏதாவது சாக்குவைத்துக்கொண்டு அவனை நிமிர்ந்து நிமிர்ந்து, பக்கமும் பார்வையுமாய், கடைக்கண்ணும் வீச்சுமாய், நேர்ப்பேச்சும் மறைப் பேச்சுமாய்க் கவனத்தை எப்படியாவது ஈர்த்துக் கொண்டிருப்பவள் இன்று அவன் ஒருவன் இருப்பதான பிரக்ஞையே இல்லாதவள்போல அவசர நடையும் அகன்ற பார்வையுமாகக் கூடத்திற்கும் அடுக்களைக்கும் எதிர் அறைக்கும் இரண்டாம் கட்டுக்குமாக நடந்துகொண்டிருந்தாள்.

அவன் எது சொன்னாலும் அதற்காக ஒரு தனிச் சிரிப்பு, ஒரு தனி மலர்ச்சி என்று கொட்டுகிற வளின் நடையே இன்று மாறிக் கிடந்தது. முகத்தில் இன்று சிரிப்பில்லை. முக்கியமாக அவன் ஏதாவது சிரிக்கச் சிரிக்கச் சொன்னால்கூட வேண்டும் என்றே சிரிக்கக்கூடாது என்று முகத்தை வைத்துக் கொள்வது போலிருந்தது. சிரிப்பு வந்தாலும் அதை ஒரு புன்சிரிப்பாக அடக்கி உடனே உதட்டைப் பழைய நிலைக்குக் கொண்டுவந்து விடுகிறாள். அவள் உலகமே மாறிவிட்டாற் போலிருந்தது. பெண்

மாப்பிள்ளை, பெண் மாப்பிள்ளை என்று ஒரே ஜபமாகத் தான் இருக்கிறதா அவள் மனம்? நேற்று வந்த மாப்பிள்ளை, அவன் இப்படிப் பேசுவான், அப்படிப் பேசுவான், இப்படிச் சாப்பிடுவான், இது பிடிக்கும், அது பிடிக்காது, அந்த வர்ணத்தில் ஆசை – என்று எந்தச் சாமான் எடுத்துவைக்கும்போதும் அவனைப் பற்றியே பேச்சு: பெண் அவனோடு வெளியே போய்விட்டு வருகிற பேச்சு. திடீரென்று எப்படி இவ்வளவு உறவு, இவ்வளவு பாசமாக வளர்த்துக்கொள்ள முடியும்? நான், புவனா, குழந்தைகள் இத்தனை ஆண்டுகளாகச் சேர்ந்து வாழ்ந்தது, இந்தக் குடும்பம் – இவையெல்லாம் எங்கு போயின? அட, ஒரு பெண் தான் கலியாணம் ஆனதும் பிறந்த வீட்டுப் பாசம் பந்தம் எல்லாம் அலைபட்ட அடிச்சுவடுகளாக ஆழம் தூர்ந்துவிடும். இவளுக்கு என்ன? ஓரக்கண்ணால்கூடப் பார்க்க வில்லை. எது பேசினாலும் காதில் போட்டுக்கொண்டதாகக் கூடத் தெரியவில்லை. காதில் விழுந்தாலும் அவன் சொல்லு கிறானே என்று ஒரு அக்கறை காட்டுவதாகக்கூட இல்லை. வேண்டும் என்றே செய்கிறாளா?

கடையில் உட்கார்ந்திருந்தபோதுகூட அவன் நாட்டமில் லாமல் அவளையே நினைத்துக்கொண்டிருந்தான். ஒருவித ஏக்கம் பொழுதைச் சூழ்ந்துகொண்டிருந்தது. இனி மேல் அவள் இங்கு திரும்பி வரப்போகும் எண்ணத்துடன் புறப்படு வதாகத் தெரியவில்லை. பெண்ணோடுதான் நிரந்தரமாகத் தங்குவதுபோல் நடந்துகொண்டிருக்கிறாள். நான் அவளை அவ்வளவு அலட்சியம் செய்துவிட்டேனா? என் மேல் கோபமா? அல்லது, இனி தன் பெண் உண்டு, அவள் மூலம் வளரப் போகிற புதிய குடும்பம் உண்டு என்று புதிதாக நினைக்கிற சகஜமான பெண் மனப்போக்கா? ஒரே பெண்ணைப் பெற்ற யாருக்காவது இது சகஜமாக இருந்தால்கூட அவனுக்கு என்னமோ இது நன்றியில்லாததுபோல் பட்டது. நன்றி இல்லாமைகூட இல்லை; அன்பில்லாமை. பழையதையெல் லாம் ஒரே நொடியில் துடைத்துவிடுகிற ஈரமில்லாத சுயநலம் போலிருந்தது. நான் என்ன செய்துவிட்டேன்? என்ன தவறு செய்துவிட்டேன்? இத்தனை அலட்சியத்திற்குப் பாத்திரமாகும் படியாக என்ன குறைந்துவிட்டேன்? இவ்வளவு தாராளமாகப் பழகியதால் புளித்துப்போன பண்டமாகிவிட்டேனா? அப்போது கண்டிப்பும் கடுமையும் இல்லாமல் மென்மையும் கீழ்ப் படிவு மாக நடந்துகொண்டதெல்லாம் இளிச்சவாய்த்தனம், ஆண்மை யின்மை என்றுதான் உனக்குப் பட்டதா..?

சின்ன அண்ணியை அகக்கண் முன் நிறுத்தி, கேள்விமேல் கேள்வியாய்ப் போட்டுக்கொண்டிருந்தான் அவன்.

தாண்டவ வாத்தியாரின் வீட்டுக்குப் போகத் தொடங்கிய நாள்முதல் இன்றுவரை ஒரு கணம் மிஞ்சாமல் ஒன்றொன்றாக நினைவில் வந்து நிற்கிறது. பேசுகிறது, நிற்கிறது, போகிறது. காலையில் அவனைத் தூக்கியெறிந்து சூடிமுத்ததெல்லாம் கேட்கிறது! நானா சுயநலக்காரன்? 'நான், எனது' என்று நானா நினைத்துக்கொண்டிருந்தேன்? இந்தக் குற்றச்சாட்டுக் கெல்லாம் என்னையா தேர்ந்தெடுத்தாய்? அளவு மீறிய அன்பே இப்படி ஆத்திரமாக மாறினாலும் நீ எப்படி இந்த மாதிரி வார்த்தைகளைச் சொல்லலாம்? உன் மனதில் ஆழ உறங்கிக் கொண்டிருந்ததுதானே இப்படிக் குடோரமாகக் கொட்டிற்று!

அவளுடைய கோபத்தை நினைத்தால் கோபம் வருகிறது! ஆனால் அவள் இல்லாமல் இந்த வீடு எப்படியிருக்கும்? புவனாவும் குழந்தைகளைக் கடிந்துகொண்டால், அதுகள் அவளிடம் போய் அழும். அவள் மடியில் முகத்தைப் புதைத்துக் கொள்ளும். குழந்தைகளுக்கு ஆகாரம், அலங்காரம் எல்லாம் அவள் பொறுப்பாகவே ஆகிவிட்டது. சில சமயம் யோசித்துப் பார்த்தால் புவனா என்ன செய்கிறாள் என்றுகூடச் சந்தேகம் வந்துவிடும்! சமையல், தண்ணீர் நிரப்புவது, குழந்தைகளைக் கவனிப்பது – எல்லாம் குஞ்சம்மாள்தான் செய்துகொண்டிருக் கிறாள். புவனா என்ன செய்கிறாள்? இவளை ஆட்டி வைத்துக் கொண்டிருக்கிறாளா? மேற்பார்வை பார்க்கிறாளா? யாரோ சிற்பிகளும் ஸ்தபதிகளும் கல்தச்சர்களும் கட்டிய பெரிய கோயிலை ராஜராஜ சோழன் கட்டினான் என்று சாசனமும் வரலாறும் எழுதிவைத்திருக்கிறார்களே – அந்த மாதிரி கதை தான்.

இரவுகூடப் புவனா அவன் பக்கம் வரவே இல்லை. கல்யாணி பால் கொடுத்துவிட்டுப் போயிற்று. புவனா அண்ணி யின் பயணத்திற்கு ஏற்பாடு செய்துகொண்டேயிருந்தாள். உள்ளே இருந்து நெய் வாசனை வீசுகிறது. தேங்காய் எண்ணெய் காயும் நெடி. ஜிர்ஜிர் என்று எண்ணெய்யில் ஏதோ பொரிந்து கொண்டிருக்கிறது.

மணி ஒன்றடிக்கிறது. இன்னும் அடுக்களையில் ஓசை கேட்டுக்கொண்டேயிருக்கிறது. பேச்சு ஒலி வேறு. நடுநடுவே சிரிப்புகள்.

ஓரகத்தியின் பயணத்திற்காகப் புவனா வேர்த்துக்கொண் டிருக்கிறாள். ஓரகத்தி பெண் – மாப்பிள்ளைக்காக வேர்த்துக் கொண்டிருக்கிறாள். தேன்குழல், பர்பி, லட்டு, நெய், எண்ணெய், பெண், மருமகன் – இந்த முக்கியங்களுக்கு நடுவில் நானும் முக்கியம் என்று தோன்றவில்லையா உனக்குக் குஞ்சம்மா? நான் தூங்குகிறேன் என்றா நினைத்துக்கொண்டிருக்கிறாய்?

பட்டணம் போயும் இப்படித்தான் துடைத்துவிட்டு இருக்கப் போகிறாளா? முழுவதுமே கத்தரித்துக்கொண்டு விடப்போகிறாளா? இந்தப் பந்தங்களுக்கெல்லாம் அர்த்தமே கிடையாதா? என்ன பெண்கள், என்ன பெண்மை?

அறியாமல் கண்ணை அயர்த்திற்று. ஒரு முறை விழிப்புக் கொடுத்தபோது அடுக்களையில் இன்னும் பேச்சரவமும் வேலையும் கேட்டன.

ஹ்ம்!

மறுமுறை விழிப்புக் கொடுத்தபோது ஜன்னல் எல்லாம் வெளிச்சமாக இருந்தது. வழக்கமாகப் பார்ப்பதைவிடச் சற்று மங்கலான வெளிச்சம். அதிகம் தூங்கவில்லை போலிருக்கிறது. படுக்கையும் நிலைக்கவில்லை. எழுந்து அறையை விட்டு வெளியே வந்தபோது குழந்தைகள் கூடத்தில் இன்னும் உறங்கிக்கொண் டிருந்தன. குஞ்சம்மா பூஜை அலமாரியின் முன் கோலம் வரைந்துகொண்டிருந்தாள்.

"தூங்கவே இல்லை போலிருக்கே ரண்டுபேரும்."

"கொஞ்சம் நேரமாச்சு. மூட்டையெல்லாம் கட்ட வேண்டி யிருந்தது. பட்சணம் பண்றேன்னிச்சு, பாப்பாவுக்குப் புவனா. அதான்," என்று குனிந்தவாறு சொல்லிவிட்டு, கோல மாவை மாடத்தில் வைத்துவிட்டு உள்ளே போனாள் குஞ்சம்மா.

தனியாகப் பார்க்கும்போது விழுங்குகிற விழுங்கல் – பரபரப்பு, மரியாதை எல்லாவற்றையும் தன் உடம்பிலும் காலிலும் கிடத்திவிடுகிற கொள்ளாமை – ஒன்றையும் காண வில்லை. யாருக்கோ பதில்சொல்வதுபோல சொல்லிவிட்டுப் போகிறாள்.

ஹ்ம்!

சட்டத்திற்குக் கோபம் வந்தது. அதைவிட ஒரு துயரம்.

நீ செய்வது தண்டனையா, வெறுப்பா, விளையாட்டா?

காலையிலிருந்து பொழுது வெகுவேகமாக ஓடிற்று. கடையில் போய் உட்கார்ந்து சிறிது நேரத்திற்குள் உச்சிப் பொழுது தாண்டிவிட்டது போலிருந்தது.

பகல் மூன்று மணிக்கு வண்டி.

சாப்பிட்டுவிட்டுச் சிறிது ஓய்வு எடுத்துக்கொண்டு உடனே ரயிலடிக்குக் கிளம்ப வேண்டும்.

எலும்பு, துடையெல்லாம் தளர்ந்துவிட்டாற்போல உடம்பு பறந்தது. மனது அதைவிடப் பறந்து வெம்பிற்று. ஒருவித வெப்பம் உள்ளெல்லாம் பரவிக் கிடந்தது. கால் இற்றுவிட்டாற்போல ஒரு ஓய்ச்சல் வேறு.

தி. ஜானகிராமன்

சாப்பிட்டு முடிந்ததும் புவனா ஒரு யோசனை சொன்னாள். "பட்டணம் போறது ரண்டே வண்டி. முக்கால்வாசி வண்டியும் பட்டாளத்துக்காரன் கூட்டமாம். இருக்கிற ரண்டு மூணு வண்டிகளிலும் புளியடைக்கிறாப்பல அடைச்சிருக்கும். ஒண்டியா எப்படிப் போவாங்க அண்ணி? கூடவே பட்டணம் வரைக்கும் கொண்டு விட்டு வந்தாத் தேவலாம்னு தோணுது."

"நானா?" என்றான் சட்டம்.

"ம்."

"வாண்டாம் புவனா. அதான் தந்தி கொடுத்திருக்கு. வெறும் தந்தியில்லே. ரட்டை சார்ஜு கொடுத்து அவசரத் தந்தியாவே கொடுத்திருக்கு. ஏத்திவிட்டா நான் போயிடுவேன். என்னத்துக்கு அலையணும்?" என்று அவசர அவசரமாகக் குறுக்கே விழுந்தாள் குஞ்சம்மா.

"அதுக்கில்லேண்ணி..."

"வாண்டாம் புவனா! என்ன பயமா? சாப்பிட்டுப் போயிடப் போறோம்; கூஜாவிலே தண்ணி இருக்கு; எத்தினியோ பேர் போறாங்க. ஸ்டேஷனுக்கு வந்திருப்பாங்க மாப்பிள்ளை யும் பாப்பாவும். அப்பறம் என்ன? ஏதாவது கரடிவிட்டு ஓட்டாதீங்க."

புறப்படுவதற்கு முன், மாட்டு வண்டியில் ஏறுவதற்கு முன், புவனாவையும் ரயிலடிக்கு வரச்சொன்னான்.

"இப்ப சொன்னா என்ன பண்றது? எல்லாத்தையும் பங்கிடுபண்ணிட்டுக் கிளம்பணும்."

குஞ்சம்மாவின் மன்றாடலுக்கும் அதே பதில்தான் வந்தது.

"அப்படின்னா கல்யாணியும் காமகோடியும் வரட்டும்!" என்றாள் குஞ்சம்மா.

புவனா அவனைத் தனியாக அனுப்பக் காத்திருந்தது போல்தான் பட்டது. ஆனால் குஞ்சம்மாள் குழந்தைகளை மல்லுக்கட்டிக்கொண்டிருந்தாள்.

கடைசியில் குஞ்சம்மாளை ஏற்றி, பிறகு காமகோடியை ஏற்றி, ஓரத்தில் உட்கார்ந்துகொண்டான் சட்டம்.

வண்டியில் ஏறுமுன் குஞ்சம்மாளுக்குத்தான் அழுகை அழுகையாக வந்தது. அப்போதுகூட, 'உனக்காக அல்ல!' என்று சொல்வது போலிருந்தது சட்டத்திற்கு.

தெரு முக்குத் திரும்பியதும் வளவளவென்று காமகோடி யோடு பேசிக்கொண்டே வந்தாள் குஞ்சம்மா. நடுவில் நிறுத்தி னால் சட்டம் ஏதாவது பேசிவிடுவானோ என்று பயப்படுவது போல இருந்தது, அவள் மூச்சுவிடாமல் பேசிக்கொண்டிருந்தது.

செம்பருத்தி

கடைப் பையன் முன்னமேயே போய் டிக்கெட்டு வாங்கி வந்து தயாராகக் காத்துக்கொண்டிருந்தான். பிளாட்பாரத்திற்குள் வந்ததும் காமகோடியை அழைத்துக்கொண்டு அந்தக் கோடிக்கும் இந்தக் கோடிக்கும் வேடிக்கை காட்ட அழைத்துப் போய்விட்டான் பையன்.

தனியாக நின்றார்கள் இருவரும்.

“போன உடனேயே லெட்டர் போடுங்க,” என்றான் சட்டம்.

“போடறேன் கட்டாயமா! இல்லாட்டி ரொம்பக் கவலையா இருக்கும்!” என்று எங்கோ தூரத்தில் தெரியும் கைகாட்டிகளைப் பார்த்துக்கொண்டே சொன்னாள் குஞ்சம்மா. முகத்தில் சிரிப்பு இல்லை; குறும்பு இல்லை; வெறும் வரட்டுப் பதில்.

“ஆமா. அவளே சொன்னா, பட்டணம்வரைக்கும் கொண்டுவிட்டு வான்னு. அதையும் உதைச்சாச்சு!” என்றான் அவன்.

“என்ன வார்த்தை இது? உதைக்கறதுக்கு நான் யாரு?”

“போதாததுக்குக் குழந்தையை வேற துணைக்குக் கூப்பிட்டுகிட்டு வந்தாச்சு!” என்று காரமாக அவன் சொல்லும் போது மூக்கு மலர்ந்தது.

“ஆமாம். இத்தினி நாளா இல்லாம, இப்ப என்ன? தனியா இருந்தப்பல்லாம் என்னத்தைக் கண்டேன்? இப்ப மட்டும் என்ன?”

“நான் ஏதோ சொல்லணும்னுதான் நினைச்சேன்.”

“வண்டிக்காரன் இருக்கறப்பவா?”

“ப்ஸ்!” என்று நிராசையுடன் இடுப்பில் கையை வைத்து மூச்சுக் கொட்டினான் அவன்.

“இனிமே என்ன பேசறதுக்கு? பேச வேண்டியதெல்லாம் நானே பேசிட்டேன் நேத்து. ரொம்பக் கோபத்தை உண்டு பண்ணியிருப்பேன். என்னென்னமோ நினைவு வந்துது. தாங்க முடியாம சொல்லிட்டேன். ஒரேயடியாப் போயிடப் போறேனேன்னு ஆத்தாமையாலேதான் அப்படிக் காளி மாதிரி புலம்பிட்டேன் போலிருக்கு?”

“ஒரேயடியான்னா?”

“ஆமா, நான் இங்க இருந்து என்ன பண்ணப் போறேன்?”

“தீர்மானம் பண்ணியாச்சா?”

“பண்ணியாச்சு. புவனாகிட்டவும் சொல்லியாச்சு.”

"நான் என்ன அப்படித் தப்பு பண்ணிட்டேன்."

"தப்பு பண்ணினதா நான் சொல்லலெ. உங்க பெரியண்ணி சொல்லிவிட்டுப் போயிட்டா!" என்று சொல்லும்போது கண்ணில் குளமாகக் கட்டிற்று அவளுக்கு.

"எப்பவும்தான் சொல்லிட்டிருந்தா அவ. என்கிட்டவே முன்னே சொல்லியிருக்கா!" என்றான் சட்டம்.

"அதைச் சொல்லலெ நான்."

"பின்னே ?"

"வாண்டாம்."

"எனக்கு என்னமோ புரியலெ. அண்ணன் அவ கழுத்தை முறிச்சுப் போட்டாரு. ஏன்னு கேட்டேன். சொல்லலே, நீங்களானா இப்படி."

"வாண்டாம்."

"எனக்கும் எங்க அண்ணன் மேலே ஆணை வச்சு என்னன்னு கேட்கணும் போலிருக்கு. அந்த மாதிரிப் பேசறது அநாகரீகமாப் படறதினாலெ பேசாம இருக்கேன்."

"வாண்டாம்."

"ஏன் இப்படி அரையும் குறையுமாச் சொல்லி என்னை எல்லாரும் வதைக்கிறாங்கன்னு புரியலே."

அந்தக் கூட்டத்திற்கு நடுவில் குஞ்சம்மா லாவகமாகக் கண்ணைத் துடைத்து முகத்தைப் பழைய நிலைக்குக் கொண்டுவந்துவிட்டாள்.

சட்டம் சொன்னான், "நான் இப்ப சொல்றேன்; நேத்து முழுக்க, மத்தியானம் முழுக்க, எனக்கு இருப்பா இருக்கலெ. இந்த வீட்டை விட்டுப் போயிடணும்னு எப்படி உனக்கு மனசு வந்ததோ தெரியலே. எனக்கு என்னமோ அதை நினைச்சு நினைச்சு ஏக்கமாயிருந்தது. நான் உதவாக்கரையாக இருந்திருக்க லாம், இத்தனை வருஷமா. ஆனாலும் இந்த வீட்டுக்கு என்னமோ ஒரு களை திடீர்னு கழண்டு போயிட்டாப்பல ஆயிடுத்து எனக்கு ... எனக்கும் என்னென்னமோ சொல்லணும்போல இருக்கு. சொல்லத்தான் முடியலெ. நான் சுயநலக்காரனாத் தான் இருந்திருக்கேன். ஆனா சின்ன அண்ணனையும் ஒரு தட்டிலெ வச்சுப் பாக்கத்தான் வேண்டியிருக்கு. அவன் இல்லாட்டி நான் ஒரு மனுஷனா வாழ்ந்திருக்கவே முடியாது. அத்தனை முன்கோபத்திலேயும் சிடுசிடுப்பிலேயும் அவன் மனசு பாகா இருந்துது. அதுவும் என்னை ஒரு சாதாரண ஆளா நினைக்கலை. நான் என்னமோ பெரிய மேதாவி,

பெரிய புலவன், பெரிய மனுஷன், இன்னும் என்னென்னல்லாமோ நினைச்சுக்கிட்டிருந்தான்."

"எனக்குத் தெரியும். உங்களைப் பத்திப் பேசத் தொடங்கினா ராத்திரி முழுக்கப் பேசிட்டிருப்பாங்க. நானும் கிண்டிக் கிண்டிக் கேட்டுக்கிட்டே இருப்பேன். நான் எப்படிச் சந்தோஷப்படறேன்னு அவங்களுக்குக் கண்டுபிடிக்க முடியலெ. அத்தனை வெள்ளை மனசு. எனக்கு அப்ப கொஞ்சம் பயமாயிருக்கும். நாம் வேற ஏதோ தினுசா கேட்டுக்கிறோமேன்னு . . ."

". . ."

"ஆனாலும் நான் ஒண்டியானப்பறம் எனக்குப் பழைய பழசெல்லாம் சரின்னு பட்டுது. அதனாலெதான் எங்கம்மா எங்களோட வந்து இருன்னு கட்டாயப்படுத்தினதைக்கூடச் சட்டை பண்ணாம இங்கேயே தங்கிட்டேன். நினைவெல்லாம் தப்புதான். இருந்தாலும் மனசு கேக்கலெ. பார்த்துகிட்டாவது இருப்பம்னு இத்தனை வருஷமா உட்கார்ந்திட்டேன். அதுகூடச் சகிக்கலே அந்தப் பாவிக்கு. நல்ல வேளையா அவ சாகக் கிடக்கறப்ப, பாப்பா அவளைப் பார்க்க வராமே இருந்துது. வந்துதோ, அதோட காலிலேயும் விழுந்து, 'உன்னையும் இப்படியெல்லாம் சொல்லிட்டேன்; நீ ஒண்ணும் மனசிலே வச்சுக்காதே. இந்தப் புழுவை மன்னிச்சிடு!'ன்னு கதறி இருப்பா. அதுக்கும் பொறி கலங்கிப் போயிருக்கும். சாறவரைக்கும் ஒரு தைக்காத முள்ளை நினைச்சுக்கிட்டே உட்கார்ந்திருக்கும். நல்லவேளையா அது வராம இருந்துது . . . காமகோடி, ஓடியா. எங்கே சுத்திக்கிட்டேயிருக்கே!" என்று விளம்பரத்தைப் பார்த்துக்கொண்டு நின்ற குழந்தையைக் கூப்பிட்டாள் குஞ்சம்மாள்.

சட்டம் குழம்பிக்கொண்டே நின்றான். அவனுக்கு இப்பொழுது பனி நீங்குவதுபோல் புத்திக்குப் புலனாயிற்று. ஆனால் அருண சூரியன் தெரிவதற்குப் பதிலாக ரத்தத்தில் முழுகிய ஒரு கோளமாக அந்தப் பொல்லாங்கு விழித்தது. வயிற்றைப் புரட்டுவது போலிருந்தது. செத்துப் போன பெரியண்ணியை நினைத்து மீண்டும் குரோதம் பொங்கிற்று. அவளை மறுபடியும் உயிர்ப்பித்துக் கொலை செய்ய வேண்டும் போலிருந்தது. பெரிய அண்ணன் டாக்டர் வீட்டில் குதித்த குதி, படபடப்பு எல்லாம் நினைவில் வந்தன. 'அண்ணா நீ எப்படி இத்தனை காலம் இந்தப் பேயோடு வாழ்ந்து வந்தாய் . . .'

மறுகணம் பெரியண்ணியின் நாராகக் கிடந்த உடலும் கண்ணீரும் வந்து துன்புறுத்தின.

21

சட்டம் தனக்குள் சிரித்துக்கொண்டான். பெரியண்ணியின் இயல்பு இது. எந்தப் பெண்ணைத் தன்னோடு பார்த்தாலும் அவள் இதே மாதிரிதான் பேசியிருப்பாள். பெரிய அண்ணனை அவள் கலியாணம் செய்துகொண்டதுதான் தவறு. எத்தனை முடிச்சுகள் இப்படித் தப்பும் தவறுமாக விழுந்து விடுகின்றன? எந்தப் பொழுதும் வேறு வேலை யின்றி வீட்டிலேயே கிடந்து அவளைச் சுற்றிச் சுற்றிவந்து, அவளுடைய ராட்சத வேட்கைக்குப் பணிந்து கொடுக்கிற ஆண்பிள்ளையாக, அடங்கின ஆண்பிள்ளையாக அவளுக்கு வாய்த்திருக்க வேண்டும். பெரிய அண்ணனை ஆண்டாளிடம் வெருட்டியதே அவளுடைய மிருகத்தனமாகத்தான் இருக்க வேண்டும்! அதற்கு அவளைக் குறை சொல்லி என்ன? அவளுக்கு வேறு சிந்தை எப்படி இருந்திருக்க முடியும்?

ஆனால், சொல்ல மாட்டேன், வாண்டாம், வாண்டாம் என்று பிணங்கிக்கொண்டிருந்த குஞ்சம்மாள் ஏன் இதை இவ்வளவு நுட்பமாக, இவ்வளவு மறந்து போனாற்போல, அசைப்பில் சொல்வதுபோல் சொல்ல வேண்டும்? தன்னுடைய ஆற்றாமைக்கெல்லாம் சேர்த்து, போகிற கணத்தி லாவது வஞ்சம் தீர்த்துக்கொள்ளலாம் என்ற வெறி தானே..! அதை நினைக்கும்போது சின்ன அண்ணி யின் மீது உண்மையாகவே ஒரு கோபம் பொங்கிற்று அவனுக்கு. பெண் வர்க்கமே இப்படித்தான் இருக்கும் போலிருக்கிறது. தங்கள் ஆசைக்குப் பங்கம் வந்துவிட்டால், எப்படி எப்படியெல்லாம்

வஞ்சம் தீர்த்துக்கொள்கிறார்கள்! இதற்கு விலக்கே இராதா? புவனாகூட ஒருக்கால் இப்படித்தான் இருப்பாளா..?

மேடையின் ஓரத்தில் குனிந்து குனிந்து தொலைவில் நாலைந்து குழந்தைகள் பார்த்தவாறு நின்றுகொண்டிருந்தார்கள்.

“வந்திரிச்சு, வந்திரிச்சு! அதோ பார் கறுப்பா!” என்று சத்தம் போட்டான் ஒரு பையன்.

சட்டம் இடுப்பை வளைத்துத் தொலைவில் பார்த்தான். வண்டி புகையும் கறுப்புமாகக் கைகாட்டிக்கப்பால் திருப்பத்தில் திரும்பி விரைந்துகொண்டிருந்தது.

“வண்டி வந்திட்டாப்பலிருக்கே” என்றாள் குஞ்சம்மா.

“ஆமாம்.”

கடைப் பையன் அருகே வருவதற்கு முன், “நான் சொன்னதையெல்லாம் மனசிலெ வச்சுக்கப்படாது, முன்ன மாதிரியே இருந்தாத்தான் எனக்கு மனசு சரியா இருக்கும். இப்ப ஊருக்கு ஏண்டா போறோம்னு இருக்கு எனக்கு. கிளம்பி யாச்சு. அங்கே இருப்பா இருக்காது எனக்கு. ஆனா இங்கே இனிமே இருக்கிறதுக்கும் முடியாது போலிருக்கு!” என்று தழுதழுத்தாள்.

அதற்குள் பையன் வந்துவிட்டான். மூட்டைகளை எடுத்துக் கொண்டான். போர்ட்டரும் அருகில் நின்று சாமான்களைத் தூக்கினான். திடுதிடுவென்று வண்டி விரைந்து வந்து மேடை, உடம்பெல்லாம் அதிர்ந்து அடங்கிற்று.

புளி அடைப்பில் எப்படியோ சாமான்களை ஏற்றி, குஞ்சம்மாளையும் ஏற்றி உட்கார்த்திவைக்க ஐந்து நிமிஷம் ஆகிவிட்டது. ரயிலும் அதற்குள் ஊதிற்று. அவசர அவசரமாக நெருக்கி உடம்பைப் பிசைந்துகொண்டு சட்டமும் பையனும் வெளியே பிதுங்கி விழுந்தார்கள். அழாத குறையாக வெளியே காத்து நின்ற காமகோடிக்கு அப்போதுதான் முகம் மலர்ந்தது.

வண்டி புறப்பட்டது. தலையை அசைத்தாள் குஞ்சம்மா. ஓடும் வண்டியிலிருந்தே கையை நீட்டிக் காமகோடியின் தலையை வருடினாள். முகவாயை வழித்தாள். சட்டத்தின் கைமீதும் அவள் கை பட்டது. பார்த்துக்கொண்டே ஜன்னலில் தலையை நீட்டிக்கொண்டிருந்தாள். இருபது வருடங்கள் பிளாட்பாரத்தை விட்டு, அவனை விட்டு ஓடி மறைந்து புள்ளியாவது போலிருந்தது.

“போ, புகைகூட மறைஞ்சுபூட்டு. இன்னமே காலமே தான் வண்டி!” என்று பிடரியில் இரு கைகளையும் கோத்து வண்டி போன திக்கையே பார்த்து நின்றுகொண்டிருந்த கடைப்

பையன் சொன்னான். இழந்து கிடந்த சட்டத்திற்குத் திடுதிப் பென்று அவன் சொன்னதும் சிறிது தூக்கிப் போட்டது. உடம்பு சுண்டியதை அவன் பார்க்கவில்லை என்று அவனைத் திரும்பிப்பார்த்த பிறகுதான் தெரிந்தது.

“ஆமாம், இன்னமே காலமேதான்!” என்று ஒப்புக்கு அதையே திருப்பிக் கூறிவிட்டு நின்றான் சட்டம்.

“விடியகாலமே மெட்ராஸ் பூடுமாங்க?”

“பொலபொலன்னு போயிடும்.”

சற்று நின்றுவிட்டு, “போகலாங்களா?” என்றான் பையன்.

“நீ போ. ஸ்டேஷன் மாஸ்டரோட பேசி நாளாச்சு. நான் கொஞ்சம் கழிச்சு வரேன். நீ புள்ளையை வண்டியிலே வச்சு வீட்டிலே கொண்டாந்து விட்டுட்டுக் கடைக்குப் போ. காமகோடி, நீ போ. நான் கொஞ்சம் கழிச்சு வரேன்.”

காமகோடி சற்று முரண்டி, உதட்டைப் பிதுக்கிவிட்டுக் கடைசியில் பையனோடு போயிற்று. ஒரு வண்டியைப் பேசி ஏற்றிவிட்டான் அவன். பிறகு உள்ளே வந்து அங்கேயே சுவரோரமாக ஒரு சிமெண்டு பெஞ்சுமீது உட்கார்ந்தான்.

ஸ்டேஷன் வெறிச்சென்று, வெளிச்சமாகக் கிடந்தது. ஸ்டேஷன் மாஸ்டர் அடுத்த ஸ்டேஷனையோ அதற்கு அடுத்த ஸ்டேஷனையோ கூப்பிட்டுப் போனில் ஏதோ சொல்லிக் கொண்டிருந்தார். இறங்கிய பிரயாணிகள் வண்டி பேசிக் கொண்டு போய்விட்டார்கள். வெற்று வண்டிகளாக இரண்டு மூன்று ஊரை நோக்கிப் புறப்பட்டுக்கொண்டிருந்தன. பிளாட் பாரத்தில் ஆள் இல்லை. அரவமில்லை. ஈகூட இல்லை. இரண்டு காக்கைகள் தகரச்சார்ப்புக்குக் கீழே உள்ள இரும்புப் பட்டத் தின் மீது உட்கார்ந்து மாறிமாறிக் கரைந்துகொண்டிருந்தன.

அந்தக் கரையலில் எத்தனை வெறுமை, எத்தனை சூன்யம்? ஸ்டேஷனுக்கு அப்பால் எதிர்ப் பக்கத்தில் தூங்குவதுபோல் நிற்கிற இரண்டு கூட்ஸ் வண்டி. அப்பால் சரக்குகளை வண்டி யில் ஏற்றுகிற மேடை. அங்கே இரண்டே இரண்டு இளம் ஆல மரங்கள். விழுதுவிட இன்னும் எத்தனையோ காலமாகும். பிஞ்சு மரங்கள். அப்பால் ஒரே வெற்றுவெளி. வயல்வெளி. வெயில் கண்ணைக் கூசி, சுள்ளென்று உறைக்கிறது. ரயில் விட்டுவிட்டுப் போய்விட்டது. குஞ்சம்மாள் விட்டுவிட்டுப் போய்விட்டாள். ரயிலுக்கும் பயணத்திற்கும் அவசியமில்லாத, விதியில்லாத காக்கைகளோடு அவனுக்கும் அழ வேண்டும் போலிருந்தது. அந்த ஏக்கம் பிடுங்கும் வெற்று வெளியிலும் ஓய்ச்சலிலும் நிசப்தத்திலும் வெயிலின் களைப்பிலும் காக்கை

களின் கரையல் ஒரு பயனற்ற சூன்யத்தின் புலம்பலாகப் புலம்பிற்று. அவன் உடம்பு, மனம் எல்லாவற்றிலும் வந்து ஒட்டிக்கொண்டது அந்தச் சூன்யம். வயிற்றில் ஒரு கணம்.

எவ்வளவு ஈரமில்லாமல் பிய்த்துக்கொண்டுபோய் விட்டாள்! நாங்களும் உன்னைப் போல்தான் என்று இரண்டு காக்கைகளும் ஒரு சமயம் கத்துவது போலிருந்தது. இன்னொரு சமயம், 'இது எங்கள் இடம்; எதுக்காக இன்னும் குந்திக்கிட்டிருக்கே? வந்த வேலை ஆச்சா, இல்லியா? அப்பறம் என்ன இங்கே உக்காந்துகிட்டு!" என்று கத்துவதுபோல் இருந்தது.

ஸ்டேஷனுக்கு அப்பால் தெரியும் வெற்று வெளியில் சிறிது தூரத்தில் மணல் மேடு தெரிகிறது. பெரிய மணல் மேடு. எத்தனையோ வருடங்களுக்கு முன்னால் காடு போக்கி ஆறு உடைப்பு எடுத்து ஒரே மணலாகக் கொண்டு குவித்ததாம். விவரம் தெரிந்த வயது முதலாக அவன் அதைப் பார்த்திருக்கிறான். அவன் அப்பாவும் அவருக்கு விவரம் தெரிந்தது முதல் பார்த்திருக்கிறாராம். முன்பு ஒரு தென்னை உயரம் இருக்குமாம். வீடு கட்டடச் செம்பானூர்க்காரர்கள் எடுத்து எடுத்துப் பாதி ஆகிவிட்டதாம். கோடையில் மாலையில் பையன்கள் பலிஞ் சடுகுடு ஆட அங்கு வருவார்கள். இன்னொரு ஓரமாகப் பதவியிலிருந்து ஓய்வு பெற்ற மூன்று நாலு கிழவர்கள் உலாவ வந்து மேட்டுச் சரிவில் உட்கார்ந்து பேசிக்கொண்டிருந்து விட்டுப் போவார்கள். இப்போது அதுவும் வெறிச்சென்று கிடந்தது. யாருமில்லை.

உடம்பிலிருந்தே எல்லாம் போய்விட்டது போலிருந்தது சட்டத்திற்கு. அந்த மணலில் கால் கை உடம்பெல்லாம் உராய உட்கார்ந்துகொள்ள வேண்டும் போலிருந்தது. சுடும். ஆனால் மேட்டின் அடியில் ஒரு பெரிய நுணாமரம் இருக்கிறது. அதன் நிழலில் சிறிது உட்காரலாம். அவ்வளவு சுடாது. போகலாம் போகலாம் என்று சொல்லியவாறு வெற்று வானைப் பார்த்துக் கொண்டிருந்தான் அவன். புழுக் கூடுகள் கண்ணுக்கு முன் சங்கிலி சங்கிலியாக இறங்கிக்கொண்டிருந்தன. அவற்றைக் கண்ணால் தொடர்ந்தான். ஒரு சங்கிலி இறங்கியதும் மீண்டும் தலை நிமிரும். இன்னொரு சங்கிலியைக் கண் தொடரும். அந்த வயிற்றுக் கனத்திற்கும் நெஞ்சின் இறுக்கத்திற்கும் இடையே இது வேடிக்கை. பொழுது போவது தெரியாமல் சற்றுப் போயிற்று. நினைவில்லாமல் சற்று இருக்க முடிகிறது.

இப்பொழுது அரக்குநிறப் பட்டுப்புடவையைக் கட்டிக் கொண்டுதான் போகிறாள் குஞ்சம்மா. புஜங்கள் லேசான நீல ரவிக்கைக் கைகளை விதிர்த்துப் பிதுங்கி நின்றன. பதினைந்து

வருஷத் தனிக்கட்டை. பிரம்மசரியம். அவள் உடம்பு இன்னும் கட்டும் அழுத்தமுமாகத் தெறிக்கிறது. சின்ன அண்ணன் இருந்திருந்தால் உமிச் சாம்பல் மாதிரி தலைமயிர் நரை கண்டிருக்கலாம். எலும்பிலிருந்து தசை சற்றுக் கழன்றிருக்க லாம். குங்குமத்தோடு, வெற்றிலைக் காவியோடு, இடுப்பிலும் பின்னாலும் சதை வைத்து அகன்று நடையில் ஒரு கனமும் சோர்வும் தோன்றியிருக்கலாம். ஆனால் குஞ்சம்மா அப்படி ஆகவே மாட்டாள்! அவள் கண்களில் எனக்காக வைத்திருக்கிற தனி விழுங்கல்! என்னுடையவன் என்னுடையவன் என்று அசையாத விழியில் ஓலமிடுகிற உடைமை! நாள் கணக்கில், மாதக் கணக்கில், வருடக் கணக்கில் அந்த ஓலத்தைப் பார்த்துப் பார்த்துப் பார்த்து . . . இதுவா பாவம், இதுவா பறிமுதல்? சின்ன அண்ணனுடையதை நான் எப்படிப் பறித்ததாக ஆகும்? இது எதிலே காண்கிற உண்மை? வருடக்கணக்கில் கண்டிருக் கிற உண்மை. உண்மை எப்படித் தவறாகும்? எப்படித் தீயதாகும்?

காக்கை மீண்டும் கரைகிறது. ஏதோ இடிந்து போனது போலிருக்கிறது. உண்மையை நான்தான் குத்திக் கிளறி உருத் தெரியாது சிதைத்துவிட்டேன். அது ஓடிவிட்டது. திரும்பவே மாட்டேன் என்று ஓடிவிட்டது. 'முட்டாள்! சுய நலமி!' என்று அடிவயிற்றிலிருந்து பதறிவிட்டு ஓடிவிட்டது. நான் மட்டுமா? இதைவிட இழிவாக அவப்பெயரை உனக்குக் கட்டிவிட்ட பெரிய அண்ணியை நினைத்து, கொள்ளாத மகிழ்ச்சி அடைவது போல வெறிகொண்டு சொல்லியும் விட்டுப்போய்விட்டது.

சின்ன அண்ணனை நினைத்தான். நல்ல வேளை என்று ஒரு கணம் நெஞ்சு திடீரென்று லேசாயிற்று.

ஆனால் அந்த வெளியையும் வெயிலையும் பார்க்கப் பார்க்க மீண்டும் பழைய ஏக்கம் வந்து வயிறும் நெஞ்சும் கனத்தன.

கீழே கிடந்த செருப்பை மாட்டிக்கொண்டு எழுந்தான் அவன். சிறிது ஊமை வெயிலாக அடித்தது. நரைநரையாக மேகங்கள் கும்பல் கும்பலாகச் சூழ்ந்திருந்தன. வெயிலில் அவ்வளவு நறுக்கைக் காணோம். நடந்து கீழே இறங்கித் தண்டவாளங்களைக் கடந்து, மேடை ஏறி நடந்தான். வயல் நடுவே செல்லும் மண் வண்டிப் பாதை வழியாக நடந்து மணல் மேட்டை நெருங்கினான் சட்டம். அவன் நினைத்தபடி அவ்வளவு சூடாக இல்லை. நுணாமரம் ஒரு கோணல் வட்டமாக நிழல் பரத்தியிருந்தது. அதில் உட்கார்ந்தான். அயர்ந்து வந்தது. இடது கையை உயரம் வைத்துப் படுத்தான். கண்ணை மூடிக் கொண்டான்.

கண் விழித்தபோது எங்கோ இருப்பது போலிருந்தது. ஐந்து, பத்து நிமிஷங்கள் உறங்கிவிட்டதை உணர்ந்தான் அவன். ஒட்டிக்கொண்டிருந்த நாக்கையும் உதடுகளையும் பச்சென்று திறந்து உமிழ்நீரால் ஈரப்படுத்திக்கொண்டான்.

கைக் கடிகாரத்தில் மணி நாலரை. வயல் வெளியாகத் தெரிந்தது. மேகம் இன்னும் மூண்டிருந்தது. வெறும் மூட்டம். தூறல் மூட்டமில்லை. எழுந்திருக்க வேண்டியதில்லை. ரயில் இருபது மைலாவது போயிருக்கும். குஞ்சம்மாளை விலக்கி விலக்கி, எட்டாத தொலைவுக்குக் கொண்டுபோய்க்கொண்டே யிருக்கும்.

'குஞ்சம்மா, கோபித்துக்கொண்டு போயிருக்கிறாய்! ஆனால் இது என்ன கோபம்? இந்த வீட்டை நினைத்துக் கொண்டுதான் ஒரு ஒரு கணமும்... உனக்கு வேறு போக்கு ஏது? நீ எந்த இடத்தில் இருந்தாலும் இங்குதானே இருக்கப் போகிறாய்? உனக்கு வேறு எங்கு இருக்க முடியும்? கஷ்டப்படு, அவதிப்படு..! ஆனால் அந்த அவதிக்காக இப்படியெல்லாம் உனக்குள் சாக வேண்டிய செய்தியை என் கண்ணில் போட்டு உடைத்திருக்க வேண்டாம்! நினைத்தால் எனக்குக் கண் இருட்டு கிறது! அந்தப் பேய்தான் சொல்லிற்று, உனக்கு எங்கே போயிற்று புத்தி? உன் நெஞ்சுகொள்ளாத ஆசையை அப்படி என் கண்ணில் உப்பை வைத்துத் தேய்ப்பதுபோல் தேய்க்க வேண்டும் என்று எப்படித் தோன்றிற்று உனக்கு? – இனிமேல் நான் யாருக்காகக் கவலைப்பட வேண்டும்? ஒழி! ஒழி! நான் இனி பிறருக்காகச் சம்பாதிக்கப் போவதில்லை. என் குடும்பத் திற்கு, என் மனைவிக்கு, என் குழந்தை குட்டிகளுக்காகத்தான் சம்பாதிக்கப் போகிறேன்! அவர்களுக்கா லட்சம் லட்சமாகச் சம்பாதிக்கப் போகிறேன்? காசில் உயர்ந்து உயர்ந்து, செல்வாக் கில் உயர்ந்து உயர்ந்து நீ, உன் மகள், மருமகன், சம்பந்திகள், இந்தப் பெரியண்ணன், அவன் மகன்கள், மகள்கள் – எல்லாரும் என்னை அண்ணாந்து பார்க்கிற உயரத்திற்கு நான் நிற்கப் போகிறேன். எனக்கு இனி என்ன தர்மம்? இனி என்ன பரிவு? என்ன உறவுப் பிரியம்? இனிமேல் நான்தான். நான்தான். என் பெருமைதான்! இன்னும் இரண்டு கடைகள்; அலைந்து அலைந்து இன்னும் நான்கு பெரிய ஏஜென்ஸிகள்! எனக்கு நீங்கள் யாரும் கை கொடுக்க வேண்டாம்! அருகில் வர வேண்டாம்! சுலைமான் இருக்கிறான். கடைத் தெரு சிநேகம் எல்லாம் இருக்கிறது! எதற்கோ பயந்து இந்தக் கடைத் தெருவைக் கூட நான் வசப்படுத்திக்கொள்ளவில்லை. தனிக் கடையனாக இத்தனை நாள் இருந்தாயிற்று, உங்களுக்காக! இனிமேல்? இனிமேல்? எல்லாரும் நண்பர்களாவார்கள்! வியாபார நண்பர்

களாவார்கள்! கை கொடுப்பார்கள்! பணம் சேர்ந்துகொண்டேயிருக்கும்! நகை, நட்டு, வீடு, நிலம் என்று சொத்து சேர்ந்து கொண்டேயிருக்கப் போகிறது! குஞ்சம்மா, நீ ஒழிந்து விடு! எல்லோரும் ஒழியுங்கள் . . !'

"என்னங்க?" என்று குரல் கேட்டுத் திடுக்கிட்டான் சட்டம். தலையைத் திருப்பினான்.

யார் இது? அடிக்கடி பார்க்கிற முகம், பெயர் ஞாபகம் இல்லை.

"நான்தாங்க சடாட்சரம். தெரியலீங்களா?"

"ஆ! தெரியுது . . .!" அவனை நீ என்று சொல்வதா நீங்கள் என்று சொல்வதா என்று புரியாமல் சற்றுத் தயங்கினான் சட்டம்.

"அதானே பார்த்தேன் . . . எங்கே இப்படி அபூர்வமா? வாக்கிங் வரதுக்கும் நேரமாகலே . . ."

"சொந்தக்காரங்க ஊருக்குப் போனாங்க. ஏத்திவிட வந்தேன் ரயில்லெ. அப்படியே சித்த நாழி உக்காரலாம்னு. நீங்க . . ?"

"நான் ரிலீஸ் ஆகி ரண்டு வாரமாச்சுங்க. மட விளாகம் வாசகச் சாலையிலேகூடப் பாராட்டு நடத்தினாங்க. உங்களைக் கூப்பிடலையா?"

"பரவால்லே! அதனாலே என்ன இப்போ? மூணு வருஷம் ஆயிடிச்சில்லே?"

"ஜெயிலுக்குப் போயா?"

"ம்."

"ரண்டு வருஷம் இருக்குங்க. கேஸ் நடந்து கில்ட்டின்னு தீர்ப்பு கொடுத்தப்பறம் ரண்டு வருஷம் ஆகப் போவுது."

"என்ன கேஸு? சட்டுன்னு மறந்து போச்சு."

"ஆகஸ்டு கலவரம்தாங்க. தாலுக்கா கச்சேரியை எரிச்சேன்னு நாலுபேரைப் பிடிச்சான். நான் ஒண்ணு. எரியறப்ப நான் குளத்தங்கரைப் பக்கமா ஓடி வந்துகிட்டிருந்தேன். நான் ஒருத்தன்னு பிடிச்சுக்கிட்டான். நான் அப்பதான் கந்தசாமி கோயில் தெருவிலே சின்ன மாமியாருக்கு உடம்பு சரியில்லேன்னு பார்த்துட்டுத் திரும்பி வந்துகிட்டிருந்தேன். கச்சேரி எரிஞ்சுக் கிட்டிருந்துது. நமக்கேண்டா சனியன்னு, மேஸ்திரி சந்து இருக்கில்ல, அது வளியாலெ புகுந்து குளத்தங்கரையோட எட்டி நடையைப் போட்டுகிட்டு வந்தேன். வேறு யாருமில்லை அப்ப. தனியா ஓடறதைப் பார்த்து கபால்னு பிடிச்சிட்டான். 'நீயும் எரிச்சவன்லே ஒருத்தன்'னு ரிமாண்டிலே

வச்சான். சார்ஜ் ஷீட் போட்டிட்டான். நானும் கடைத் தெருவிலே நின்னு கலாட்டால்லாம் பண்ணியிருக்கிறது உண்டு. ரண்டு வண்டிக்காரனை அடிச்சேன் ஒரு தடவை. முன்னாடி ஒரு சத்தம் பேசிட்டு அப்பறம் பேச்சை மாத்தினானுக, அதுக்காக. போலீஸ் அதைக் கவனிச்சிருக்கு. பெரிய கோவில் வாசல்லெ நின்னுக்கிட்டு, கொத்து, கூலி வேலைக்கு ஆள் பிடிச்சுக் கொடுப்பேன். சத்தம் போட்டுக்கிட்டிருப்பேன். நான் ஏதோ ட்ரபிள் கொடுக்கிற ஆளுன்னு கணக்குப் பண்ணிட்டானுக போலிருக்கு. போலீசிலெ மடக்கிட்டானுக."

"அப்பறம்?"

"அப்பறம் என்ன? கேசுன்னு என்னமோ நடத்தினான். சாட்சியாவது சைத்தானாவது? வார் டயத்திலே அவங்க வச்சது குடுமி, சரைச்சது மொட்டை. நம்ம உடம்புவேற இப்படி இருக்கா? கொஞ்சம் நடுத்தரமா நெருங்கலா இருந்தாக்கா, தொலைடான்னு விட்டாலும் விட்டிருப்பான். அவங்களுக்குத்தான் யாரையாவது புடிச்சு உள்ள தள்ளணும்னு துடிச்சிக்கிட்டிருந்திச்சே ... ஒரு பாவமும் அறியாமெ ரண்டு வருசம் சிறைவாசம், கேப்பைக் கூளு, செமத்தியா வேலை ..."

"பீ கிளாஸ் கொடுக்கலியா?"

"ம்! 'பீ'ல்ல கொடுப்பான் எனக்கு. நல்லாச் சொன்னீங்க" என்று சிரித்தான் சடாட்சரம்.

சற்று வாட்டசாட்டமான ஆள் அவன். பெரிய தொண்டை, ஆனால் சிரிப்பிலும் சைகையிலும் ஒரு கூழையும் கும்பிடும் விரவிக் கிடந்தன. இவனை எப்படிச் சந்தேகப்பட்டார்கள்? கூழைக் கும்பிடைப் பார்த்துக் கபடஸ்தன் என்று தப்புக் கணக்குப்போட்டிருப்பார்கள்.

"என்னமோ போங்க! வேலூரு, அலிபுரம்னு அப்படி இப்படின்னு ரண்டு மூணு கொட்டடியிலே இளுத்து அடிச்சானுக. கடசீலே ஒரு மாதிரியா வந்தாச்சு. ரொம்ப கஷ்டங்க. ஏ கிளாஸ் பீ கிளாஸுன்னா லீடர்களோடவாவது பேசிக்கிட்டிருக்கலாம். நான் அப்படியும் விடலெ. பெரிய பெரிய தலைவரையெல்லாம் பார்த்துப் பேசிட்டேனுங்க. அதுதான் எப்படிக் கிடைக்கப் போவுது, சொல்லுங்க. நீங்கள்ளாம் குதிச்சிருந்தீங்க ... உங்களுக்குப் புஸ்தகம், ஏ கிளாஸு, அப்படி இப்படின்னு உபசாரமெல்லாம் பண்ணி யிருப்பாங்க. படிப்பு, அந்தஸ்து – இதுங்க இருந்தா எங்கியும் தனிதான்!"

சட்டத்திற்கு அவனைப் பார்த்து வியப்பாக இருந்தது; வருத்தமாக இருந்தது; குழப்பமாக இருந்தது. கரையோரமாக ஊர்ந்துகொண்டிருந்த ஒரு அலை திடீரென்று வந்து சுருட்டி வெள்ளத்தில் சேர்த்துவிட்டது போலிருந்தது. அன்று நாடு முழுவதும் இப்படி ஒரு அதிகார வெள்ளம் பொங்கி எல்லாவற்றையும் அடித்துக்கொண்டு போயிற்று. ஆனால் இவனைப் பார்க்கும்போது சட்டத்தின் நெஞ்சு தத்துவ ஞானத்தைப் புரட்டிற்று. என்ன காலம்? எங்கோ தெருவோடு ஓடுகிறவனைப் பிடித்து இழுத்து, சிறையில் மாட்டி? ஜன்மாந்தர வினையா? என்ன இது? இல்லை, இவன் பயந்து குறுக்கு வழியில் ஓடியது தான் காரணமா? பயத்திற்கு அத்தனை சக்தி உண்டா – ஒரு மனிதனை இப்படி நெட்டித்தள்ளிக்கொண்டு போக?

"ஏதோ காலக் கோளாறு, வேற என்ன சொல்றது" என்றான்.

பிறகுதான் பாராட்டுக் கூட்டம் நடந்ததாகக் கேட்ட நினைவு வந்தது. ஒன்றும் புரியவில்லை. ஆனால் வந்த சிரிப்பைக் கூட அவனைக் கண்ட வருத்தம் அமுக்கிவிட்டது.

"இப்ப என்ன செய்துகிட்டிருங்கீங்க?" என்று விசாரித்தான்.

"ஒரு பழக்கடை வைக்கலாம்னு – மொத்தமா ஆப்பிள், ஆரஞ்சு, திரட்சை – அப்படி இப்படின்னு கொடைக்கானல், பங்களூர், மெட்ராசு – அப்படி இப்படின்னு தருவிச்சு ஏதாவது செய்யணுமில்ல?"

"இங்க எங்க போயிட்டு வறீங்க?"

"ஊருக்குங்க, அதோ பசுந்தலைதாங்க நம்ம ஊரு. அங்க ஒரு முன்னூறு குழி நிலம் இருக்கு. தங்கச்சி புருசன் பார்த்துக்கிட்டிருக்காரு. தினமும் காலமே கிளம்பிப் போய்ப் பார்த்துட்டு, இந்நேரத்திற்குத் திரும்பிடுவேன். அங்க வரப்பவே பார்த்தேன். நம்ம கடை ஐயா மாதிரி இருக்கேன்னு நினைச்சேன். இங்கெல்லாம் வந்து உட்கார மாட்டாங்களேன்னு நினைச்சிக்கிட்டே வந்துகிட்டிருந்தேன் ... ம் ... அப்ப, ஐயாவும் புறப்படறாப்பலயா?"

சட்டம் வயல் வெளியைப் பார்த்தான், மணல் மேட்டைப் பார்த்தான்.

"கொஞ்சம் கழிச்சு வரேன்!"

"சரி, அப்ப நான் வரட்டுங்களா?"

"சரி."

சடாட்சரம் தயங்கினான். இளநகை புரிந்தான். "ஐயாகூட மனசு வச்சா எனக்கு ஒத்தாசை பண்ணலாம் ..."

"என்ன ?"

"ஏதோ கடனா ஒரு நூறு இருநூறு கொடுத்தா ரண்டு மாசத்திலே திருப்பித் தந்திடுவேன். நோட்டு எழுதித் தாரேன். ஒரு ஆளை நிமித்தி நடமாட வச்சாப்பல இருக்கும்."

"அதுக்கென்ன. வாங்களேன் ஒரு நாளைக்குக் கடைப் பக்கம்."

"ரொம்ப சரிங்க! திடீர்னு காண்றதுக்கு முன்னாலே கேட்டுட்டானேன்னு நினைக்கப்படாது."

"பரவால்லே!"

"நான் அப்ப வரேனுங்க."

சட்டம் தலையை அசைத்தான்.

மீண்டும் வயல் வெளி, மணல் மேடு, வெயில். ஆனால் இப்போது சூன்யமாக இல்லை. நெஞ்சில் அத்தனை சுமை இல்லை. சடாட்சரம் உயரமாக, நீண்ட காலை எட்டி எட்டி, நீண்ட கைகளை வீசிவீசி, ஒரு பக்கம் சாய்ந்தவாறு நடந்து கொண்டிருந்தான். அரைக்கைக் கதர் ஜிப்பா அந்த உயரத்திற்குப் பாங்காக இல்லை. முழுக்கையாக இருந்தால் பொருந்தியிருக் கும். "ச—டா—ட்—ச—ரம். ச—ட்—ட—நா—த—ன்" என்று மணலில் பதிந்திருந்த விரல்களை உயர்த்தி எண்ணினான் சட்டம். 'எனக்கும் நாலு அட்சரம், அவனுக்கும் நாலு அட்சரம். அதுதான் இந்தப் பாடா? ஆனால் அவனுக்கு நாற்பத்திரண்டாம் வருஷம் ஆரம்பித்து முடிந்துவிட்டது. எனக்கு இப்போதுதான் ஆரம்பித்திருக்கிறது. இல்லை, இருபது வருஷத்துக்கு முன்னால் ஆரம்பித்து இன்னும் முடியவில்லை. இன்னும் பெருகியிருக்கிறது. உனக்கும் பழக்கடை, எனக்கும் ரண்டு மூன்று கடைகள், பல ஏஜென்சிகள், இனிமேல் எனக்காக என் மனைவிக்காக, என் குழந்தைகளுக்காக – ஆளுக்கு ஒரு கடை – அல்லது ஒரு லட்சம்! குஞ்சம்மா, பெரியண்ணா – நீங்கள் யாரும் கிட்ட வர முடியாது. கொடுத்து, செய்து, தீர்த்தாகிவிட்டது உங்களுக்கு. நான் இனிமேல் எல்லாவற்றையும் மறந்தாக வேண்டும்! குஞ்சம்மா, உன்னை மறக்க வேண்டும். பெரியண்ணியை மறக்க வேண்டும். பெரியண்ணி உன்னிடம் சொன்னதை மறக்க வேண்டும். பேய் மாதிரி வேலை செய்வேன். பணமாக அரித்துக் கொட்டப் போகிறேன். ஆமாம், பணத்தைச் சேர்த்து என் குடும்பத்திற்குக் கொடுப்பேன். ஊருக்குக் கொடுப்பேன். ஊருக்கு வாரி இறைப்பேன். கடை ஆட்களுக்கு வாரி இறைப்பேன். உங்களுக்கு இனி மேல் ஒரு காலணா கிடையாது.

தி. ஜானகிராமன்

இந்த உழைப்பெல்லாம் எனக்கும் ஊருக்கும்தான். நீங்கள் பார்க்கப் போகிறீர்கள்! அண்ணாந்து பார்க்கப் போகிறீர்கள்!

மனம் வேறு தளத்தில் ஏறிக் கிடந்தது அவனுக்கு. ஒரு துயரமும் கோபமும் ஒரு புறம் அழுத்த, அவற்றிலிருந்தும் மனதைப் பிடுங்கி ஒரு விரக்தியில் தூக்கிப் பிடித்துக்கொண்டு எழுந்தான். மணலைத் தட்டிவிட்டு நடந்தான். கடைக்குப் போனபோது பெரியண்ணன் வாசலில் ஒரு ஸ்டூல்மீது உட்கார்ந் திருந்தார்.

"குஞ்சம்மாவை ஏத்திவிடப் போயிருந்தியாமே?" என்றார் அவர்.

"ஆமாண்ணா, காப்பி சாப்பிட்டாச்சா?"

"இனிமேதான்!"

அவரைக் காணக் காண ஏதோ ஒரு வெறியும் குறும்பும் அவனைப் பிடித்து ஆட்டின.

"எனக்கும் சாப்பிடணும்; வாங்க," என்றான்.

முத்து அய்யர் கடைக்குப் போய் அண்ணனுக்குக் கோதுமை அல்வா, நெய் ஊத்தப்பம், டிகிரி காப்பி என்று வாங்கிக் கொடுத்தான். வெளியே வந்து சந்து முனையில் சற்று நடையைக் கட்டுப்படுத்தி நின்றான். திடீரென்று, "சின்ன அண்ணி எங்கிட்ட சொல்லிச்சு!" என்றான் அவரைப் பார்த்து.

"என்ன?"

"நீங்க ஏன் பெரிய அண்ணியைக் கழுத்தை முறிச்சீங்கன்னு!"

"என்ன?" என்றார் அவர்.

"ஆமாண்ணா! பெரியண்ணியே அவகிட்ட சொன்னாங்க ளாம். அதைப் போறப்ப எங்கிட்ட சொல்லிட்டு ரயில்லெ ஏறிப் போயிட்டாங்க சின்ன அண்ணி!" என்றான்.

அவனுக்கு வந்த சிரிப்பு சவம் சிரிக்கறாப்போல வந்தது.

"அடப் பாவி" என்றார் அவர். அவர் முகத்தில் கண்ணுக்குத் தெரிவதுபோல் ஒரு இருள் படர்ந்தது. அவர் உடல் நடுங்கிற்று. சந்துமுனை என்றுகூடப் பாராமல் விழித்தார். உதடு நடுங்க, கன்னங்கள் கோண, தழதழத்தார். "சட்டம், நான், நான் இனிமே இருந்து என்னடா?" என்றார். "ஆனா, நீதான் எனக்கு அண்ணன். நான் உங்க வீட்டு விளக்குமாறு, உங்க வீட்டுப்புழு, ஆமாம்!" என்று கண் கலங்க, கண்ணீரில் வார்த்தை கொள

கொளக்கக் கூறிக்கொண்டே நடந்தார். "நான் வாரேன்," என்று நடந்தார். அவர் நடக்கிறாரா விழுகிறாரா என்று புரியவில்லை. ஆனால் விழாமல் நடந்துகொண்டிருந்தார். விழுவதற்காக நடப்பது போலிருந்தது.

யாரோ தெருவில் போகிற இரண்டு பேர் அவர்கள் இருவரையும் பார்த்து விழித்தார்கள்.

சட்டம் கடைக்குப் போய்விட்டு, இரவு வீட்டுக்குப் போனான். வண்டியில் குஞ்சம்மாவை ஏற்றிவிட்டதைச் சொன்னான். புவனா வழக்கம் போல ஏதேதோ பேசிக் கொண்டிருந்தாள். அவன் பேசாமல் படுத்திருந்தான். "சின்ன அண்ணியைக் கொண்டு விட்டிருந்தா கவலையில்லாமலா இருக்கும்?" என்றாள் நடுவில் அவள்.

"தூக்கம் வருது எனக்கு" என்றான் அவன்.

பெரியண்ணன் சந்து முனையில் அழுததை அவளிடம் சொல்லவில்லை. அந்தக் காட்சியை அவன் மட்டும் பார்த்தும் ரசித்தும் வருந்தியும் மாறிமாறித் திளைத்துக் கொண்டிருந்தான்.

காலையில் பெரியண்ணன் தூக்கத்தை விட்டு எழுந்திருக் கவே இல்லை என்று செய்தி வந்தது. இப்போதும் தம்புதான் ஓடிவந்து அதைச் சொன்னான். "சாப்பாடு வாண்டாம்னு ராத்திரி படுத்திட்டாங்க. அக்கா ஆன மட்டும் சொல்லிச்சு. 'எனக்குப் பசிக்கல்லே. வெறும்மெ என்னைத் தொந்தரவு பண்ணாதீங்க'ன்னு ஒரு கத்துக் கத்தினாங்க. கத்தறாப்பல இல்லெ; அளுவறாப்பலெ இருந்தது. காலமெ எழுந்துக்கவே இல்லை. தேவராஜ் டாக்டரைக் கூட்டியாந்தேன். போயி நாலு மணி நேரம் ஆயிடிச்சேன்னாங்க. மாரடைப்புன்னாங்க. எல்லோரும் போயிட்டாங்களே, அப்பா, அப்பா, அப்பா!" என்று வாயை விட்டுப் புலம்பினான் தம்பு.

சட்டநாதன் நெஞ்சு சந்துமுனையில் செருகிக்கொண்டு நின்றது.

புவனா பிழிந்து பிழிந்து அழுதுகொண்டு நின்றாள். தம்புவை இழுத்து அணைத்துக்கொண்டாள்.

"ஆண்டாளுக்கு ஒரு தந்தி அடியுங்க!" என்று அவள் குரல் கண்ணீருக்குள் சிதைந்தது.

சட்டத்தின் கண்முன் சூன்ய வெளியின் புழுக்கூடுகள் சங்கிலி சங்கிலியாக இறங்கிக்கொண்டிருந்தன.

மூன்றாம் பாகம்

1

சட்டநாதன் மணிக்கட்டைப் பார்த்தார். மணி ஆறரைதான் ஆகிறது. அய்யர் ஆறே முக்காலுக்குத்தான் வருவதாகச் சொல்லியிருக் கிறார். சடாட்சரத்திற்கு நகராட்சி அளிக்கிற தேநீர் உபசாரத்திற்கு இருவரும் சேர்ந்து போகலாம் என்று காலையில் முடிவு செய்திருந்தார்கள். வண்ணான் மடிப்புக்களை எடுத்துப் போட்டுக் கொண்டு ஆறுமணிக்கே தயாராகிவிட்டார் சட்ட நாதன். முக்கால் மணிப் பொழுதைப் போக்க மாடிக்கு வந்தபொழுது விவரம் தெரியாத அலுப் பாக ஒன்று வந்து நெஞ்சைப் பிடித்தது. மேற்கே பார்க்கப் பிரம்பு நாற்காலியில் சாய்ந்தவருக்குச் சடாட்சரம், கூட்டம், உரைகள், ஜாங்கிரி, பட்சணங் கள், சிரிப்புகள் எல்லாம் வெறும் தூசியாக, அநாவசியச் சுமையாகத் தோன்றின. அந்திவேளை அப்படி ஒரு மயக்கத்தையும் அமைதியையும் உண்டு பண்ணிற்று. இரண்டு மாதங்களாகவே இந்த மயக்கம் ஒரு பழக்கமாகிவிட்டது. கார்த்திகை, மார்கழியில் மாலை வானத்தைப் பார்க்கப் பார்க்க உயிராசை பெருகிக்கொண்டே இருக்கிறது. நூறு ஆயிரம் காலம் வாழ வேண்டும். மாறி மாறியாவது பிறக்க வேண்டும்.

மேற்கே இருந்த சின்னமொட்டை மாடிக்குப் போகும் நிலை இப்போது சித்திரமாக மாறியிருந்தது. அடியில் நிழற்படமாக மரங்கள், மரங்களின் தலை களை ஒட்டித் தகதகவென்று செந்தங்கம். மேலே போகப் போக அது சிந்தூரமும் நெருப்பு நீலமாகவும் விசிறிக் கிடந்தது. வரிசை வரிசையாகத் தொலைவில்

காக்கைகள் மௌனமாகப் பறப்பதைப் பார்த்தால் நிலை அசையும் சித்திரமாகத் தோன்றியது.

காக்கைகள் மட்டுமில்லை, நீண்ட இறக்கைகளைத் தொய்யத் தொய்ய ஆட்டிக்கொண்டு ஒரு கொக்கு முக்கோணம் பறந்தது. மேகத்தைக் காணவில்லை. வெறும் தங்கமும் நீலமும் பறவைகளும்தான். காக்கைகள் கூடடையும் கொக்குகளும் மடையான்களும் எதிரே ஒரு மைலுக்கப்பாலிருந்த முத்தாம்பா ஏரிக்கும் போகும். சட்டம் நினைவோய்ந்து உட்கார்ந்திருந்தார். அத்தனை அமைதியையும் நெஞ்சில் அடைக்க முடியாது போலிருந்தது. அறைக்குள் மின்விசிறியின் தண்டுக் கிண்ணத்தில் கூடு கட்டியிருந்த இரண்டு குருவிகள் ஜிர்ஜிர்ரென்று கன்னத்தில் பொட்டிடுவதுபோல் எப்பொழுதாவது கத்தும்.

சட்டநாதன் சிரித்துக்கொண்டார். கவிபாட வேண்டும் போலிருந்தது அவருக்கு. ஒரு தலைமுறைக் காலம் வேசியாக இருந்தவள் பத்தினியாவதற்கு விரதம் எடுப்பது போலிருந்தது அவருக்கு. மளிகை வியாபாரம் – முப்பது வருஷம் அரிசி, புளி, துவரை, எண்ணெய்ப் பிசுக்கு, ரோக்காக்கள், பணங்கள், லாபம், கடைத் தெரு இரைச்சல், கடைத் தெரு புழுதி, கொள்முதல், விற்றுமுதல் என்று முப்பது வருடப் பிசுக்கேறிய இதயத்தில் அந்தியின் வர்ண மயக்கையும் புட்களின் மோனப் பறப்பையும் அமைதி மயக்கத்தையும் பாடத் தோன்றியதைப் பார்த்து வெட்கமாக இருந்தது. நல்லவேளை, எண்ணங்களுக்கு ஒலி இல்லை. இருந்திருந்தால் புவனா கேட்டுச் சிரித்திருப்பாள். ஆனால் நாம் ஏன் வெட்கப்பட வேண்டும்? ஆண்டாள் நினைவு வந்தது. வேசியாகத் தொடங்கிப் பத்தினியாகி, முப்பது வருஷம் அப்படியே இருந்துதான் கண்ணை மூடினாள். பெரியண்ணனின் உடலைத் தழுவிக்கொண்டு ஒரு பகல் இரவு முழுவதும் அவள் உட்கார்ந்திருந்ததைப் பார்க்கப் பயமாகக்கூட இருந்தது. செய்தி கேட்டுக் கூடியிருந்த உறவுக்கார மனைவிகள் கூட்டம் அத்தனையும் அதை மரியாதையோடு அச்சத்தோடுதான் பார்த்துக்கொண்டிருந்தது. அவளை எழுந்து போகச் சொல்லவில்லை. ஜாடை மாடை செய்யவில்லை. அப்பால் போய்க் கிசுகிசுக்கவில்லை. ஆண்டாள் ஸ்தம்பித்துப் போய் உட்கார்ந்திருந்தாள். அவளை அப்படியே விட்டுவிட்டு எல்லோரும் காரியத்தைக் கவனித்துக்கொண்டிருந்தார்கள். நான் கவி பாடினால் என்ன? புளியும் பிசுக்கும் ஒட்டிக் கொண்டா இருக்கும்? விறகுக் கடைக்காரனிடம் பார்ப்பான் ஞானம் கேட்ட கதையை வியாசன் சொல்லியிருக்கிறான். கசாப்புக் கடையின் ரத்தப்பிசுக்கு ஒட்டாமல் ஜீவன் முக்தனாகப்

பெயர் எடுத்திருக்கிறான். நான் சின்னக் கவியாகக்கூட இருக்கக் கூடாதா?

ஆனால் தங்கம் மாற்று இழந்துகொண்டிருந்தது. திருப்தி யடையாத சித்திரக்காரனாக மாலை மேலும் மேலும் எதையோ பூசியிருக்கிற வர்ணக் கலவைகளெல்லாம் மறைந்து வெறும் கருமையாகிக்கொண்டிருந்தது. இன்னும் சிறிதுபோனால் சுத்தக் கறுப்பாகிவிடும். அதற்குள் பாடிவிட வேண்டும்.

'நிலையாயிருந்து நழுவும் ஒளியில்
நிலையிலாப் படமாய் நின்றதெப்படியோ ...'

சட்டத்திற்கு முதுகு குலுங்கிற்று. வேசி பத்தினியாகலாம். சட்டம் கவியாக முடியாது. சடாட்சரம் பணக்காரராக ஆகலாம். பழ வியாபாரியாகத் தொடங்கி, பார்லிமெண்ட் உறுப்பினர் களைக் கையடக்கமாகச் செய்திருக்கிற பெரிய மனிதராகலாம். சட்டத்திற்குக் கவியாக முடியாது. வானத்தில் வர்ணம் வேகமாக மறைந்துகொண்டிருந்தது. சீதாபதி இன்னும் வரவில்லை. கண்ணை இடுக்கி மணிக்கட்டைப் பார்த்தார் சட்டநாதன். மணி ஆறு இருபத்தைந்துதான். அவர் சொன்ன நேரத்துக்கு வருவதானாலும் இன்னும் இருபது நிமிஷம் இருக்கிறது. வந்தா லும் வரலாம். அவரைப் பற்றி எதுவுமே சொல்வதற்கில்லை. நிறைய பொய் சொல்லுவார். ஆனால் யாருக்கும் கெடுதல் விளைவிக்கிற பொய் இல்லை. பள்ளிக்கூடத்திலிருந்து வரும் போது கடைத் தெருவில் புலியைப் பார்த்தேன் என்று குழந்தை கள் சொல்லுகிற பொய்யாகத்தான் இருக்கும். ஒரு சமயம் குழந்தை பார்த்ததாகவே நம்பியிருக்கும். அவர்கூட அப்படித் தான். ஆனால் யாருக்கும் பயமில்லை. தொந்தரவில்லை. அவருக்குக் கோபதாபங்களும் கிடையாது. சட்டநாதன் ஒரு நாள் சூடாக அவரோடு அரசியல், சமூக விசாரம் எல்லாம் பண்ணிவிட்டு, மறுநாள் அவரைப் பொம்மை அய்யர் என்று வரவேற்றார். 'ஒண்ணுமில்லே. பொதுவுடமை அய்யர்னு கூப்பிட லாம்னு பார்த்தேன். பொம்மைன்னு கூப்பிடறது பல்லுக்கு இடைஞ்சல் இல்லாமலிருக்கிறது!' என்று சட்டநாதனே விளக்கி னார்.

"சரி, பொம்மையாகவே இருக்கேனே. போக்கிரியா இருக்கிறதைவிட பொம்மையா இருக்கிறது நல்லதுதானே!" என்று சோடா பாட்டில் மூக்குக் கண்ணாடி வழியாக, கரண்டு கிற குரலில் சிரித்தார் அவர்.

"போக்கிரின்னு யாரை மனசிலே வச்சிட்டு சொல்றாப் லவோ?"

“நீர் வளர்த்த குழந்தையைத்தான். இப்பப் பெரிய தியாகியா, தலைவரா, பெரிய புள்ளியாய் வளர்ந்துகிண்டே இருக்காரே சடாட்சரம் பிள்ளை . . .”

“அவரை நான் எங்கே வளர்த்தேன்?”

“நீர்தானே பழக்கடை வைக்கப் பணம் கொடுத்தீர்? ஆயிரம் இரண்டாயிரம்னு கடன் கொடுத்துப் பணக்காரராப் பண்ணினீம்!”

“அதுக்காக? நான் வளர்த்தேன்னு அர்த்தமா? குழந்தை களுக்குச் சாப்பாடு போடறது நம்ம கடமை. வளர்றது அத்தோட பொறுப்பு! போக்கிரியா வளருதோ, பெரிய மனுஷனா வளருதோ, எல்லாம் அதது சமத்து. நாம என்ன வளர்க்கக் கிடக்கு?” என்றார் சட்டநாதன்.

“அது சரி,” என்று தலையைக் குனிந்துகொண்டு யோசனை யில் ஆழ்ந்துவிட்டார். உடன்பாடில்லாமல் போனால் பேச்சை நிறுத்திக்கொண்டு விடுகிற வழக்கம் அவருக்கு.

சடாட்சரத்துக்கு மூன்று வருடகாலம் சின்னக் கடனும் பெரிய கடனுமாகக் கொடுத்துக் கடையைப் பெரிதுபடுத்த உதவினார் சட்டநாதன். பழக்கடைக்குப் பக்கத்தில் ஒரு துணிக் கடை பிறந்தது. இரண்டும் மொத்தப் பழக்கடையாகவும் மொத்தத் துணி வியாபாரமாகவும் வளர்ந்தன. மில் துணி விற்றாலும் சடாட்சரம் என்னவோ கதர்தான் அணிந்துகொண்டிருந்தார். மொத்தத் துணி வியாபாரியாக மாறியபொழுது உள்ளூர் அரசியல் கட்சிக்குத் தலைவராகவும் ஒரே வருஷத்தில் வட்டாரத் தலைவராகவும் மாறி, நகரசபை உறுப்பினராகவும் தலைவராகவும் பிறகு சட்டசபை உறுப்பினராகவும் ஏறிக் கொண்டேயிருந்தார். ஆனால் இந்த எல்லாவற்றுக்குமே சட்ட நாதன் பணம் கொடுக்கவில்லை. மொத்த வியாபாரியாவதற்குச் சில மாதங்களுக்கு முன்னமே சடாட்சரம் அவர் உதவியை நாடிக்கொண்டு கிடக்கவில்லை. தேசத்திற்குத் தியாகம் செய்ததற் காகப் பத்து ஏக்கரா நிலம் அவருக்கு வந்து சேர்ந்தது.

“மகாத்மாஜி அஹிம்சையை விடாதேன்னுதான் சொன்னாங்க. ஆனா எத்தனை காலம்தான் பொறுத்துக் கிட்டிருக்க முடியும்? ஒரு கூட்டத்திலே அத்தினி பேருமா மகாத்மாவா இருக்க முடியும்? நாயைக்கூட அடிச்சிட்டே இருந்தே, அது எத்தினி நாளிதான் பட்டுக்கிட்டே இருக்கும்? தப்பிச்சுக்க இடமில்லேன்னா, திருப்பிக்கிட்டுப் பாயத்தானே செய்யும்? நானும் அந்தக் கூட்டத்திலே சேர்ந்துகிட்டேன். உள்ளாற இருக்கறவங்கள்ளாம் எரிஞ்சு சாம்பலாகணும்னு

கச்சேரியை எரிக்கலே. ஒரு எதிர்ப்பு, ஒரு அடையாள எதிர்ப்பு. அதுகூட முழுக்க எரியலெ. மொட்டை மாடியிலெ இருக்கிற கீத்துக் கொட்டகைதான் எரிஞ்சுது. அதையும் உடனே அணைச்சிட்டாங்க. ஒரு கடுதாசி, ஒரு தஸ்தாவேஜு கூட எரியலெ. புகையக்கூட இல்லெ. அதுக்குள்ளாற ஆளை அம்மிட்டானுக. ரயிலைக் கியிலைக் கவுத்து நாலு பத்துப்பேர் செத்தாலும் பண்ணினது தப்புதான்னு ஆகும். நல்ல வேளையா அது ஒண்ணும் நடக்கலெ. கச்சேரி முழுக்க எரிஞ்சிருந்துதோ தலைக்கு வந்திருக்கும் . . .” என்று நடுவில் பேச இடம் விடாமல் பேசிக் கொண்டே போனார் சடாட்சரம்.

“நீ என்ன தியாகம் பண்ணிட்டே?” என்று சட்டநாதன் கேட்ட கேள்விக்கு இப்படி முற்றுப்புள்ளி இல்லாத விடை ஒன்று வந்துகொண்டேயிருந்தது.

“ரயிலடி மண்மேட்டிலே நாலஞ்சு வருஷம் முன்னாலெ பார்த்துக்கிட்டமே, ஞாபகமிருக்கா? அப்பதான் நீ ஜெயில் லேர்ந்து வந்திருந்தே. காக்கா உட்கார்ந்து பனம்பழம் விழுந்த கதையா தெருவோடு போய்க்கிட்டிருந்த என்னை இழுத்துக் கிட்டுப் போனாங்கன்னு சொன்னியே!” என்று சொல்ல வேண்டும் போலிருந்தது சட்டநாதனுக்கு. கேட்டால் அவர் மனம் புண்ணாகிவிடுமோ என்று ஒரு சந்தேகம் வந்தது. கேட்டாலும் நிச்சயமாக வேறு பதில் சொல்லியிருப்பார். ஒரு சமயம் புலியைப் பார்த்ததாகச் சொல்கிற குழந்தையைப் போல அவரும் தானே கச்சேரியை எரிக்க முயன்றதாக நம்பிவிட்டாரோ என்னவோ! கற்பனையே நனவாகத் தோன்றும் குழந்தை மனம் சில வளர்ந்தவர்களுக்குக்கூடத் தொடர்ந்து கொண்டேயிருக்கும் – நரம்பு வியாதியோ என்னவோ. அவ்வளவு குழந்தை மனம். வியாபாரத்தில் நெளிவு சுளிவுகளை இவ்வளவு நுணுக்கமாகவும் தந்திரமாகவும் கையாளாதது என்னமோ, பாரதமாதாவின் கடாட்சம் கோபத்தோடு வீசினாலும் மகிழ்ச்சியோடு வீசினாலும் கடைக்கண் கடைக்கண்தானே!

சடாட்சரம் ஊர் மேற்குக் கோடியிலிருந்த புறம்போக்கு நிலங்களைக் கால் விலையும் முக்கால் செல்வாக்கும் கொடுத்து வாங்கி ஒரு பெரிய நெல்லரை இயந்திரம், மாதிரிப் பண்ணை, ஒரு பனியன் தொழிற்சாலை – மூன்றும் வைத்துவிட்டார். பெரிய டிராக்டர் வாங்கி வாடகைக்கு விடுகிறார். சின்ன டிரக்கு ஒன்று அவருடைய பனியன்களைச் சுமந்துகொண்டு ஊர் ஊராய்ப் போய்க்கொண்டிருக்கிறது. அவரே சொந்தத் துக்கு ஒரு சின்ன கார் வாங்கி வைத்துக்கொண்டிருக்கிறார் – உள்ளூரிலும் சுற்று வட்டாரத்திலும் போய்வர. ஆனால்

உள்ளூரில்கூட அவருடைய குழந்தைகளையும் மனைவியையும் தான் அதில் அதிகமாகக் காணமுடிகிறது. சடாட்சரம் முக்கால் வாசி நாள் ஊரிலே இருப்பதில்லை. சென்னை, டில்லி என்று போய்வந்துகொண்டிருக்கவே அவருக்கு நேரம் சரியாக இருக்கிறது. கடந்த பதின்மூன்று வருடங்களாக சட்டநாதன் அவரைப் பார்த்தது முப்பது தடவைக்கு மேல் இராது. இந்தப் பதின்மூன்று ஆண்டுகளுக்குள் பால்புட்டி, சிகரெட்டுகள், மருந்துகள், விவசாய சாமான்கள், பத்திரிகைகள் என்று பல சாமான்களின் ஏஜென்ஸிகளெல்லாம் கைமாறிவிட்டன. அவர்தான் மாற்றிவிட்டார் என்று பறிகொடுத்த வியாபாரிகள் குமைந்துகொண்டிருந்தார்கள். ஓரிரண்டுபேர் அவரிடம் போய் முறையிட்டுக்கொண்டார்கள். "அப்படியா? என்ன இப்படி மோசம் பண்றானுக? சீச்சீ - வரைமுறை இல்லாத காலமால்ல போயிரிச்சு. நான் நாளை ராத்திரி மெட்ராஸ் போறேன். விவரமா எழுதிக் கொடுங்க" என்பார் சடாட்சரம். இந்த மாதிரி எத்தனையோ குறிப்புகள். அவர் ஊருக்கு ஹோல்டாலும் கைப்பையுமாகக் கிளம்பும்போது, அந்தக் குறிப்புகள் எல்லாம் அதில் உள்ளதும் இல்லாததும் கைப்பையைக் கேட்டால்தான் தெரியுமாம்.

"என்ன – இருக்காரா?" என்று கீழே அடித்தொண்டையின் சத்தம் கேட்டது. சட்டநாதனின் நினைவு உடனே அறுந்து பொம்மை அய்யரின் முகம் அகக்கண் முன் நின்றது.

"இருங்க, மாடிப்படி விளக்கை போடறேன்," என்று புவனா சொல்வதும் கேட்டது.

"என்ன பிள்ளைவாள்?" என்று உச்சிப் படியிலிருந்து பொம்மையின் குரல் கரகரத்தது.

"என்ன இருட்டில் உட்காந்துண்டிருக்கீம்?"

"சும்மாத்தான், மானத்தைப் பார்த்துக்கிட்டிருந்தேன்."

"பலே பலே!"

"விளக்கைப் போடறேன் இருங்க" என்று எழுந்து விசையை அழுத்திவிட்டு இன்னொரு பிரம்பு நாற்காலியை நகர்த்தினார் சட்டம்.

சீப்புக்குப் படியாத கிராப்பு. உருண்டை முகம். இரண்டு பளிங்குக் கண்ணாடிகள். ஒரு முழுக்கைச் சட்டை. தோளில் ஒரு பிரித்த ஜரிகை அங்கவஸ்திரம். மொடமொடவென்று வந்து உட்கார்ந்துகொண்டார் சீதாபதி.

“சரியா டாண்ணு ஆறே முக்காலுக்கு வந்திட்டீங்களே!” என்றார் சட்டநாதன்.

“பொம்மைக்கும் கால உணர்வு உண்டு!” என்று கீழே பார்த்தவாறு சிரித்தார் பொம்மை.

“கொஞ்சம் நேரம் முன்னாலெ வந்திருந்தீங்களோ, காலம், ஞாலம் – எல்லா நினைப்பும் அழிஞ்சு போயிருக்கும்.”

“ரொம்ப ‘மிஸ்டிக்’ நிலையிலே இருக்காப்போலிருக்கு” என்று மேற்கு நிலையைப் பார்த்தார் பொம்மை. அவர் முகம் பார்த்துப் பேசுவதில்லை. பழக்கப்படாதவர்களுக்குக் குருடன் பேசுவது போல் தோன்றும்.

“கார்த்திகை மார்கழியிலே சாயங்காலம் மேற்கே பார்த்தா அப்படி உடம்பு உள்ளெல்லாம் அழிஞ்சுதான் போவுது.”

“நல்லவேளை. மார்கழி மாசம் விடிய காலையிலே எழுந்து ஆண்டாள் மாதிரி குளூர்லெ அழிஞ்சு போகாம, சாயங்காலம் அழியறது நல்லதுதான். நானும் புறப்படறபோது வீட்டுக் கொல்லையிலேர்ந்து பார்த்தேன்.”

“இங்கே வந்திருந்தா இன்னும் நல்லா இருந்திருக்கும். எதிரே ஒரே திறப்பு, சோலை, அந்தண்டை வயக்காடு.”

“வந்திருக்கலாம், ரொம்ப நேரம் தூங்கிப் போய்ட்டேன் இன்னிக்கு. அம்மா சிரார்த்தம். மத்யான்னம் மூணுமணிக்குத் தான் சாப்பாடு முடிஞ்சுது.”

“என்னது! சிரார்த்தமா! நீங்களா பண்ணீங்க?”

“ஆமா.”

“உங்களுக்குப் பூணல்கூடக் கிடையாது.”

“இன்னிக்கு வாங்கிப் போட்டுண்டேன்.”

“உங்களுக்குச் சாமி கிடையாது, சாதி கிடையாது . . .”

“எனக்குக் கிடையாது. எங்கம்மாவுக்கு உண்டே!”

“என்னது?” சட்டநாதனுக்கு வியப்பு மட்டும் இல்லை. குழப்பமும் கோபமுமாகக்கூட வந்தது.

“எங்கம்மா செத்துப் போறபோது கேட்டுண்டா, தனக்குச் சிரார்த்தம் பண்ணணும்னு. சரின்னு சொல்லிட்டேன். அடுத்தாப்பல எங்கப்பாவுக்குப் பண்றதில்லையே. அவர் கேக்கலெ. நானும் செய்யலெ!” என்று மீண்டும் நிலைத் திறப்பைப் பார்த்துச் சிரித்தார் பொம்மை.

சட்டநாதன் சற்றுக் குழம்பிவிட்டு, "உங்கம்மா சொன்னதுக்காக நீங்க நம்பாததை ஏன் பண்ணணும்?" என்று கேட்டார்.

"தாயார், ரண்டாவது, செய்யறேன்னு செத்துப் போற போது ஒப்புக்கொண்டது."

"சும்மா! மாஸ்கோவிலேர்ந்து உங்களை டூருக்குக் கூப்பிட்டிருக்கான்னு மூணு வருஷம் புருடா விட்டீங்களே. அந்த மாதிரிதான்" என்று குதறினார் சட்டநாதன். மறுகணமே அந்தப் பொய்யைக் குத்திக்காட்டியது அநாவசியமான குரூரத் தனம் என்று வருத்தம் வந்துவிட்டது அவருக்கு.

"அது பொய்தான்; ஒப்புக்கறேன். கடன் கொஞ்சம் பாக்கி வர வேண்டியிருந்தது. அதுக்காகச் சொல்லி வச்சேன். போயிட்டு வர இருபது முப்பது ஆயிரம் செலவாகும்னு சொல்லி நாலு பேர் கிட்ட பாதிக் கடனை வசூல் பண்ணிட்டேன்!" என்று நகத்தைக் கடித்துக்கொண்டே சொன்னார் பொம்மை. "ஆனா, சிரார்த்தம் பண்ணினதைப் பத்தி எதுக்குப் பொய் சொல்லணும்?"

"உங்க வீட்டிலெ வந்து கேட்கிறேன்."

"உங்க வீட்டிலேயே கேட்கலாம். வடை, அதிரசம், அல்வா எல்லாம் கொண்டு கொடுத்தேன், இப்பதான் உம்ம சம்சாரத்துக் கிட்ட. ரொம்ப நல்லாப் பண்ணியிருந்தா வீட்டிலே. சட்டத்தைப் பார்க்கப் போறேன், கொஞ்சம் கொடுன்னேன். என் சம்சாரம் கொடுத்தா. கீழே கொடுத்திருக்கேன். சடாட்சரம் பார்ட்டியிலே வனஸ்பதியும் கடலெண்ணெயும்தான் சாப்பிடலாம். இது வீட்டிலே கறந்து கடைஞ்ச நெய்யிலே பண்ணினது. இதுக்காகவே எங்க அப்பாவுக்குக்கூட நான் சிரார்த்தம் பண்ணத் தயார். அவர்தான் கேக்காம போயிட்டார் பாவம்..."

"பொம்மை! வாண்டாம்! பெத்த தகப்பனை இப்படியா கேலி பண்றது?"

"கேலி பண்ணலே ஐயா! நிஜமாவே சொல்றேன். மணி என்ன ஆச்சு?"

"ஆறு அம்பது, கிளம்பலாமா?"

"உம்ம இஷ்டம், ரொம்ப நேரமா சட்டைகிட்டை எல்லாம் போட்டுண்டு தயாரா இருக்காப்போல இருக்கே."

"தயாராத்தான் இருக்கேன்."

"நீர்தானே முதல் ராக்கெட்டு சடாட்சரத்துக்கு! இருக்காதா?"

"முதல் ராக்கெட்டுதான். விழுந்திடுத்து. சரியாத்தான் சொல்றீங்க."

"விழாம என்ன செய்யறது. கூடவே நீரும் போக முடியுமா? அப்பறம் அவரும் பெரிய மனுஷனாயிருக்க முடியாது; நீரும் ஆயிருக்க முடியாது; ரண்டு பேரும் பொத்துனு கீழே விழுந்திருக்கணும்" என்று பொம்மை மீண்டும் நகத்தைக் கடித்தார்.

"எழுந்திருக்கக் காணுமே நீங்க?"

"நீர் எழுந்திருக்கலையேன்னு நானும் உட்கார்ந்திருக்கேன்."

"கொஞ்சம் கழிச்சுப் போவோமே. முதல்லே போனா முதல்லே உட்காரச் சொல்லுவாரு சடாட்சரம். அப்பறம் ஏதாவது பேசும்பாரு," என்றார் சட்டநாதன்.

"எனக்கு ஆட்சேபம் இல்லெ. ஆனா தலையைக் காமிச்சுடணும் அவர்கிட்ட; இல்லாட்டா விரை நெல் கொடுக்கமாட்டார்."

"விரை நெல்லா?"

"ஆமாம் புது விரை இப்ப ரட்டை மடங்கு விளையறது. அதை அவர்தான் நாலா பக்கத்திலேர்ந்தும் சேத்து வச்சுக்கறுப்பு விலையிலெ வித்துண்டிருக்கார். நான் தலையைக் காட்டாத போனா அந்த விலைக்கும் கிடைக்காது."

"உமக்கு என்ன அந்தக் கவலை? நீர்தான் சப்ஜாடா நிலத்தையெல்லாம் குத்தகைக்கு விட்டுட்டு வீட்டிலே உட்கார்ந்து பொதுவுடைமை பேசிட்டிருக்கீமே!"

"அப்படி அர்த்தமில்லே பிள்ளைவாள். நான் ஜீவனாம்சம் வாங்கித்தான் சாப்பிடறேன்னு வச்சுக்குமேன். நீர்தான் அடிக்கடி சொல்றீமே. நிறைய விளைஞ்சா அவங்களுக்குத் தானே நல்லது. நான் மணி நெல்லுகூட வாங்கிக்கப் போறதில்லே. ஊருக்கும் சாப்பாடு கொஞ்சம் கூடவே கிடைக்கும். அவங்க போய்க் கேட்டா சடாட்சரம் கொடுக்க மாட்டார். நான் கேட்டா நிச்சயமா கிடைக்கும். நான் 'பொம்மை'ன்னு அவர் கிட்டவும் யாரோ சொல்லி வச்சிருக்காங்க. கொஞ்சம் பயந்துண்டிருக்கார் நம்மகிட்டே. அதை ஆள்களுக்காவது உபயோகப்படுத்திப்போமே."

சட்டநாதனுக்கு அதைக் கேட்டுச் சிரிப்பாக வந்தது. சற்று நெகிழவும் நெகிழ்ந்தார். தங்கமான மனம். புவனாவுக்கு ஏன் இவரிடம் அலட்சிய புத்தி என்றுதான் புரியவில்லை. "எல்லாம் சரி! ஆனா சாமி இல்லேங்கறவங்களை எப்படி நம்பறது?" என்று கணவனோடு தர்க்கம்செய்துகொண்டேயிருப்பாள். அந்த ஒரு வாதம்தான் அவளுக்குக் கடைசிப் பாணம். அவருக்காகப் பரிந்து பரிந்து அவளோடு வெகு காலமாக மன்றாடியிருக்கிறார் சட்டம். 'உங்களுக்கு அவர்

செம்பருத்தி

பெரியவராகவே இருக்கட்டும்; அவரோட சேரப்படாதுன்னு நான் சொன்னேனா? எனக்கு அவ்வளவா பிடிக்காது, சாமி இல்லேங்கறவங்களை. அவ்வளவுதானே?' என்று முடித்துவிடு வாள். அந்த முடிவைக் கேட்டுச் சட்டத்திற்கு 'ஐயோ' என்று பெருமூச்சுவிட்டு மண்டையில் போட்டுக்கொள்ள வேண்டும் போல ஒரு வேகம் வருவதுண்டு.

மாடிப்படிகளில் லேசாக ஓசை. புவனா ஒரு தட்டில் பயறு லட்டு, அதிரசம், வடை, தேங்குழல் என்று கொண்டு வைத்தாள்.

"நீங்க சாப்பிடலியா?" என்றார் பொம்மை கட்டைக் குரலில்.

"கொஞ்சம் மாதிரிப் பார்த்தேன். ரொம்ப நல்லா இருக்கு."

"அம்மா அசல் நெய்யிலே செஞ்சிருப்பாங்க. அய்யர் மாதிரி வேஷம் போட மாட்டாங்க!" என்றார் சட்டம்.

"என்ன?" என்று விழித்தாள் புவனா.

"சாமி கிடையாது. திதி மட்டும் கொடுக்கத் தெரியுது அய்யருக்கு. எல்லாம் வேஷம்."

"நல்லாச் சொல்லும். சாமி இல்லாட்டா என்ன? எங்கம்மா இருந்தாளா, இல்லையா? திதி கொடுக்கிறதை நிறுத்திடாதேன்னு சொன்னதும் உண்டு."

"அப்ப, அம்மா நிர்ப்பந்தத்துக்குத்தான் செஞ்சீங்களாக்கும்?" என்றாள் புவனா.

"என்ன செய்யறது? பூணல்கூடப் போட்டுண்டேன். வர போதுதான் கயட்டினேன்," என்று முறுவலித்தார் பொம்மை.

"பொட்டணம் கட்டிருந்திச்சே, அந்த நூல்தானா?"

"இல்லே. அதாலே கட்டுவாங்களா?"

"காப்பியா? எலுமிச்சம் பழச் சாறா?" என்று கேட்டாள் புவனா.

"பார்ட்டிக்குப் போறோம்" என்றார் பொம்மை.

"அப்பப் பட்சணத்தைக் கொஞ்சமா சாப்பிடட்டும்."

"நீர் மாஸ்கோவிலே கூப்பிட்டுருக்கான்னு புருடா விட்டீர். சடாட்சரம் மாஸ்கோ, பெர்லின் மட்டுமில்லை, லண்டன், நியூயார்க், டோக்கியோவெல்லாம் ஒரு சுத்து அடிச்சிட்டு வந்துட்டாரு. அதுக்குப் பாராட்டும் நடக்குது. நீர் செம்பானூரை விட்டு நகரக் காணும்" என்று பட்சணத்தைத் தின்றுகொண்டே எள்ளினார் சட்டம்.

தி. ஜானகிராமன்

"அதுக்கென்ன? கப்பல்லெ இருக்கிற எலி, கரப்பு, எறும்பு எல்லாம் போகாத ஊரு எது? ஏதோ சடாட்சரம் ஏரோப்ளேன்லி யாவது போய்ட்டு வந்தாரே பாவம்."

சட்டம் சிரித்தார்.

"பையன்கள்ட்டேருந்து லெட்டர் வந்துட்டிருக்கா?" என்றார் பொம்மை.

"வந்துகிட்டிருக்கு. அப்பாவுக்கு அறுபதாம் கலியாணத் துக்குன்னு ஒரு புது பிரசண்டு கொண்டாரச் சொல்லியிருக்கா னாம் சீராளன்; அவன் சிநேகிதன் சீமைக்குப் போயிருக்கானாம்."

"அறுவதாம் கலியாணமா? எப்ப?" என்று திருப்பினார் பொம்மை.

"தை மாசம்" என்றாள் புவனா.

"அறுபது வயசா ஆயிடுச்சு உமக்கு. ஏன்யா?"

"பின்னே! பச்சைப் பிள்ளையா?"

"நான் அம்பது அம்பத்திரண்டு இருக்கும்னு நினைச்சேன்."

"கண்ணு வச்சிடாதீம்யா! அதுவும் பெண்டாட்டிக்கு நேர."

"எனக்குக் கண்ணு இருந்தான்னா வக்கிறதுக்கு? ம்... அப்படியா சங்கதி?"

மூவரும் நாலைந்து கணம் பேசவில்லை.

"என்ன, காலம் இப்படி ஓடிண்டிருக்கு?" என்று பொம்மை நிலையைப் பார்த்தார்.

"நேரம் கூடத்தான் ஓடுது. அப்பறம் விரை நெல்லு கிடைக்காது. கிளம்பலாம். இந்தா, எடுத்து வையி. பாக்கியை ராத்திரி கவனிச்சுக்கலாம்" என்று எழுந்தார் சட்டநாதன். புவனா கீழே இறங்கினாள்.

"அறுபது வயசா? தேவலை! உடம்பைச் சிக்குனுதான் வச்சுண்டிருக்கீர்!" என்றார் பொம்மை மறுபடியும்.

சட்டத்திற்குப் பிள்ளை, பெண்களின் நினைவு வந்து குவிந்தது.

செம்பருத்தி 427

2

அறுபதாம் கலியாணத்திற்காகச் சீராளன் பெரிய பரிசாக வாங்கி வரச்சொல்லியிருக்கிறானாம் சீமையிலிருந்து. என்ன பரிசோ? எதற்குப் பரிசு? செத்துப் போய்விடாமல் மூப்படைந்ததற்கா? நோவு, நொடியில்லாமல் மூப்படைந்ததற்கா? இத்தனை வருடம் வளர்த்துவிட்டதற்கு நன்றியா?

மனத்திற்குள் சிரித்துக்கொண்டே நடந்தார் சட்டம். தன்னுடைய ஆரோக்கியத்தை நினைத்து அவருக்குச் சற்றுச் சிரிப்புக்கூட வந்தது. ரகுராயர் தெருவில் மூன்றாவது வீட்டில் குடியிருந்த பள்ளிக்கூடங்களுக்கான உதவி இன்ஸ்பெக்டர் ஐம்பத்தைந்து வயதில் பதவியை விட்டு விலகினதும், இரண்டு மாதங்களுக்குப் பிறகு படுக்கையில் விழுந்து ஒரே வாரத்தில் கண்ணை மூடிவிட்டார். முப்பத்து மூன்று ஆண்டுக் காலம் ஓயாமல் உழைத்துக்கொண்டிருந்த உடம்பு அந்த ஓய்வைக் கண்டு மிரண்டு, தாள முடியாமல் கிடையாக விழுந்து, கீழே விழுந்த கடிகாரம்போல நின்றே போய்விட்டது... இன்னும் ஏழெட்டுப் பேர் ஞாபகம் வந்தது. மேஜர் பெருமாள் பதவிக் காலம் முடிந்து இரண்டாம் வருடம் பாரிசவாதம் வந்து வலது கையும் வலது காலும் தொங்கிவிட்டன. வாய்வேறு ஒரு பக்கம் இறங்கிவிட்டது. பேச்சில் ஒரு குழறல்; மைதானங்கள் எதிரொலிக்க, பரேடுகள் நடத்திய ராட்சதக் குரல் இப்பொழுது ராம நாமத்தைக்கூடச் சொல்ல முடியாமல் லாம் லாம் லாப் லாப் என்று இஷ்டத் தெய்வத்திடம் மழலை பேசிக்கொண்டிருக்கிறது. வீட்டுத் திண்ணையில்

உட்கார்ந்து தானாகச் சட்டை போட்டுக்கொள்ள முடியாது. பித்தான் போட முடியாது; வேட்டி கட்ட முடியாது. கட்டிவிடப் பெண்டாட்டியும் இல்லை. மருமகள் வந்து வேட்டியைக் கட்டி, அவிழாமல் இருக்க நீரில் நனைத்த ஒரு தடி வாழை நாரைக் கட்டி முடிந்துவிட்டு, மேலே ஒரு ப்ளானல் ஸ்லாக்கை மாட்டிப் பித்தானைப் போட்டு, கையில் தடியைக் கொடுத்து விட்டு உள்ளே போய்விடுகிறாள். அவள் போட்டால்தான் சாப்பாடு. அவள் போட்டால்தான் படுக்கை.

... ஒவ்வொரு மூப்பாக நினைத்துப் பார்த்தார் சட்டம். இதயம் நோயில் பெருத்த மூப்பு, கம்பளிச் சட்டை மூப்பு, எதையோ எதிர்பார்ப்பதுபோல் நாட்டமிழந்து தெருவைப் பார்த்துக்கொண்டிருக்கிற மூப்பு, நீரிழிவு மூப்பு, ரத்த அமுக்க மூப்பு, சுண் சுதை மூப்பு, இருமல் மூப்பு, சித்தம் கலங்கிய மூப்பு ... எல்லாம் கடை வாடிக்கைகளில் பரிச்சயமான மூப்புகள். உதவி கிடைக்காத மூப்புகள். கிடைத்தும் பெற்றுக்கொள்ள முடியாத மூப்புகள் ...

இப்போது தம்மையே கண்ணாடியில் பார்த்துக்கொள்வது போலிருந்தது சட்டநாதனுக்கு. வெடவெடவென்ற உடல். பள்ள வயிறு. மங்காத வண்ணம் முன்னே மட்டும் நரைத்துள்ள தலை முடி. நிமிரல் தொய்யாத உயரம். மேல் கைச் சதை மட்டும் தோள் எலும்புக்கு உள்ளடங்கிவிட்டது. வயதுக்காகக் காட்டிய மரியாதை அது ஒன்றுதான். மற்றபடி உடம்பில் அதிக மாறுதல் இல்லை. போட்ட சோற்றுக்கு நன்றி உணர்வு காட்டிக்கொண்டிருப்பது இந்த உடம்பு ஒன்றுதான் என்று தோன்றிற்று அவருக்கு.

சற்று முன்பு நினைவில் நின்ற மூப்புக் கண்காட்சியின் இடத்தில் இப்போது நன்றிக் கண்காட்சி ஒன்று வந்து நிற்கிறது.

பெரிய அண்ணி கடைசிவரையில் திட்டிக்கொண்டே செத்தாள். பெரிய அண்ணன் ஆண்டாளைப் பார்ப்பதில்லை என்று பெண்டாட்டிக்கு வாக்குக் கொடுத்துவிட்டு, அந்த அதிர்ச்சியிலேயே இயக்கம் நொடித்து, கடைசி வரையில் அந்த நாட்டமுமில்லாமல், ஏதோ ஊக்கம் வந்து இயங்குகிற வேளையில் திடீரென்று தூக்கத்திலிருந்து விழிக்காமலேயே இருந்துவிட்டார். அவருடைய பிள்ளைகள் என்ன காரணமோ கடிதம்கூட எழுதுவதில்லை. கலியாணம் செய்துகொள்ளும் போது கடிதம் எழுதினார்கள். அப்போது ஒரு சந்திப்பு. பிறகு ஒரு பேச்சு மூச்சு இராது. திடீரென்று ‘எனக்கு ஜோத்பூருக்கு மாற்றலாகிவிட்டது’ என்று விலாசம் தெரிவித்து ஒரு கடிதம் வரும்.

மணல் மேடு நினைவுக்கு வந்தது. பெரிய அண்ணனின் ஈமச் சடங்குகளுக்கு வந்த சின்ன அண்ணி, பாப்பா, மருமகன் மூன்று பேரும் மறுநாளுக்கு மறுநாளே புறப்பட்டுவிட்டார்கள். உதவி செய்யக்கூட ஒரு வாரம் இருக்கக் குஞ்சம்மாள் மறுத்து விட்டுப்போன விட்டேற்றியை நினைத்தால் இப்போதுகூடச் சட்டநாதனின் புருவம் சுருங்கிற்று. இழுத்து அணைத்தால் கூடத் திமிறிக்கொண்டு போகிறவர்கள் எதை ஆதாரமாகக் கொண்டு வாழ்கிறார்கள்? அன்பை உதறிவிட்டு, எரிச்சலில் என்ன சுகத்தைக் காண்கிறார்கள்?

“நாளைக்கே போயாகணும் புவனா” என்று முனகிக் கொண்டேயிருந்தாள் அவள். அவள் உட்கார்ந்து சொன்ன அந்தத் தோரணை, “நான் இந்த வீடே இல்லை. இங்கு வந்த விருந்து. இனியும் கால் தரிக்காது” என்று பார்வையும் குரலும் சொன்னதை நினைக்கும்போது . . .

புவனா சட்டத்தைப் பார்த்தாள். சட்டத்தின் தலை அப்போது கடவுளை உள்ளே இறங்கவிடுவதுபோல மெதுவாகத் தழைந்து தரையை நோக்கிற்று.

புவனாவுக்குக் கண் மின்னிற்று. கோப மின்னல் இல்லை. துயர மின்னல். கண்ணீர் வரப்போகிற மின்னல்.

“சின்ன அண்ணியா இப்படிப் பேசறது?” என்று அவள் குரல் நடுங்கக் கேட்கப் போவதுபோல் இருந்தது சட்டத்திற்கு. ஆனால் அவள் கேட்டது வேறு. “அப்படி என்ன அவசரம்? இருந்திட்டுத்தான் போகணும்,” என்று நடுக்கத்தைக் கட்டுப் படுத்திக்கொண்டாள். கண்ணில் கட்டிவிட்ட நீரையும் அப்படியே இன்னும் சுரக்காமல் தடுத்துக்கொண்டாள். சட்டம் மிக அபூர்வமாகக் காண்கிற நிலை இது. புவனாவுக்குச் சாதாரண மாகக் கண்ணீரும் வராது, குரலும் நடுங்காது.

“இல்லே புவனா” என்று குஞ்சம்மா இறுகிக்கொண்டாள்.

பாப்பா ஒன்றும் பேசவில்லை. தாயாரையும் புவனாவை யும் மாறி மாறிப் பார்த்துவிட்டுத் தலைகுனிந்து கொள்வதைத் தவிர வேறு ஒன்றும் செய்யவில்லை. “அம்மா ஒரு தினுசாக இருக்கிறாள் இப்போதெல்லாம்” என்று சொல்வது போல் இருந்தது. மேலும் கணவனோடு தனித்திருக்கிற கணங்களுக்கு ஏங்குகிற பருவம்.

குஞ்சம்மாள் பட்டும் படாமலும்தான் உலாவிக்கொண் டிருந்தாள். காரியங்களைக்கூட, கூடநின்று செய்யவில்லை. ‘நான் விருந்தினள்; உபசரிக்கப்படுவதற்காக வந்திருக்கிறேன்’ என்று சொல்லாமல் சொல்வது போலிருந்தது.

சட்டநாதனுக்கு அதைப் பார்த்தபோது ஒரு கசப்பு, ஒரு விரக்தி, ஒரு கோபம் மூண்டது. இந்த வீட்டை ஒரு மாதத்திற்கு முன்புவரை தாங்கிக்கொண்டிருந்தவள், அவள் கை படாமல் எதுவும் நடந்ததில்லை. சமையலா, காப்பியா, கோவில் குளமா, குழந்தைகளா, சட்டை தைப்பதா, மெழுகலா, பெருக்கலா, வற்றலா – வீட்டுச் சுவர்களின் மண்ணையும் கல்லையும் ஒட்டு கிற நீராக – காரையாக இருந்தவள். திடீர் என்று யாரோ விலைக்கு விற்று இன்னொரு வீட்டுக்கு உடமையாகிவிட்ட பொருள் போல அவள் எல்லாப் பசைகளையும் துடைத்து விட்டு நடப்பதையும் பேசுவதையும் பார்ப்பதையும் பார்க்கும் போது...

சட்டநாதன் வெளியே எழுந்துபோய்விட்டான்.

குஞ்சம்மாள் வாங்கிக்கொள்ளாத பதினையாயிரத்தை அப்போதும் கொடுக்க அச்சமாயிருந்தது. அவர்கள் பிடிவாத மாகப் பகையில்லாமல் ஊருக்குக் கிளம்பினார்கள். பாப்பா மட்டும் வண்டியில் ஏறும்போது ஒரு தடவை இருவரையும் பார்த்து மூக்கு துடிக்க, புருவம் நெருங்க, தலையாட்டிவிட்டு "நான் என்ன செய்ய?" என்று சொல்வதுபோல் வண்டிக்கூண்டில் மறைந்துகொண்டது.

ஒரு வாரம் கழித்துப் பாங்கு ட்ராப்டாக அதை அனுப்பி னான் சட்டம். நான்காவது நாள் அது திரும்பி வந்தது. வெறுமே திரும்பாமல் சிறிது புழுதியையும் ஏற்றுக்கொண்டு வந்தது. கடை விலாசத்துக்கு வந்த அந்தக் கடிதத்தில் மருமகன் ஆங்கிலத்தில் 'டியர் அங்க்கிள்' என்று தொடங்கி சுருக்சுருக் கென்று குத்தி இழுத்திருந்தான். "உங்கள் ட்ராப்ட் வந்தது. மாமி அதைக் கண்டதும் மிகவும் புண்பட்டுவிட்டார்கள். அவர்களுடைய நிலம் விற்கப்படாதபோது பிச்சைக்காரி மாதிரி அவர்களைக் கருதி நீங்கள் அனுப்பியதை நினைத்து அவர்களுக்குச் சொல்ல முடியாத வேதனையும் கோபமும். எனக்கும் அவர்கள் சொல்வது நியாயம் என்று தோன்றுகிறது. சிலர் தங்கள் அறியாமையினால் பிறரைத் தூற்றுகிறார்கள். சிலர் தங்கள் பண்பாட்டினாலும் 'பெரிய மனித'ப் புத்தியாலும் தூற்றுகிறார்கள். அறியாமையால் தூற்றுவதைவிட இது மிகவும் கேவலமானது. ஏனெனில் இந்தத் தூற்றுக்காளானவர்கள் சிறுமைக்கும் ஆளாகிறார்கள். நீங்கள் பாப்பாவுக்காகக் கொடுத்தேன் என்று சொன்னால் அது இன்னும் மோசம் என்று சொல்லுவேன். ஏனெனில் ஒரு பாவமும் அறியாத என்னையும் அது பிச்சைக்கார நிலையில் வைத்துவிடும். எனவே இத்துடன் டிராப்ட்டைத் திருப்பி அனுப்பியிருக்கிறேன். மன்னிக்க வேண்டும்" என்று மருமகன் கடிதத்தை முடித்திருந்தான்.

அதை இரண்டு மூன்று முறை படித்துவிட்டு மேலுதட்டைக் கடித்தவாறு சற்று நிலைகுலைந்து உட்கார்ந்திருந்தான் சட்டம். அன்று வீட்டுக்கு வந்ததும் அதைப் பற்றிப் புவனாவிடம் சொல்லவில்லை. கடிதத்தை மட்டும் அவள் கண்ணில் படும்படியான இடத்தில் வைத்துவிட்டுச் சாதாரணமாக இருந்துவிட்டான். நாலைந்து நாள் கழித்துதான் அவள் கண்ணுக்கு அது பட்டது. பாதி புரிந்தும் புரியாமல் அவனை வந்து நச்சரித்தாள் அவள்.

"எப்ப வந்துது இது?"

"போன வியாழக்கிழமை."

"என்ன எழுதியிருக்கு?"

"நீ வாசிக்கலையா?"

"முழுக்கப் புரியலே. ஏதோ கடுமையா இருக்காப்பல மட்டும் தெரியுது. முழுக்க வாசிச்சுச் சொன்னாப் புரியும். நான் நாலு நாளா மண்டையை உடைச்சுக்கிட்டேன். சரியாப் புரியலை."

பிறகுதான் கடிதத்தை விளக்கினான் சட்டம்.

"இந்தப் பணம் வந்ததிலேர்ந்து கேக்காத வார்த்தையெல்லாம் கேட்டாவுது. புதையல் பணம் – அதுவும் புதைஞ்ச சாமி வெளியே வந்து காசா மாறின பணம். அதுதான் இப்படி ஒரோரு உசிரா வாங்கிட்டு இருக்கு" என்று சட்டென்று கடைசி வாக்கியத்தை நினைத்து நாக்கைக் கடிப்பதுபோல் நிறுத்திக்கொண்டாள் புவனா. பிறகு சொன்னாள்: "சாயபு நல்லது செய்யணும்னு ஒரு பிசாசைக் கொண்டு மடியிலே தள்ளிட்டுப் போய்ட்டாரு. பாங்கியிலே கிடக்கட்டும் கடைக் கணக்கிலே. அதுவும் தனிக் கணக்கா. அப்பறம் பார்த்துக்கலாம்" என்று கடிதத்தை அவனுக்கு முன்பாகவே கிழித்தாள் புவனா. அவள் இதயமும் அந்தக் கடைசி வாக்கியத்தை நினைத்துப் படபடத்துக்கொண்டே, ஒரு நாற்பது நாள் பெரிய கோவிலுக்கு இழுத்துப் போய்த் துர்க்கை அம்மன் சந்நிதியில் அவளை ஒவ்வொரு மணி உட்காரவைத்துவிட்டது.

சின்ன அண்ணியோ பாப்பாவோ மருமகனோ பிறகு இங்கு வரவில்லை. கல்யாணி, காமகோடி இவர்களின் கல்யாணத்திற்கு மட்டும் வந்தார்கள். சம்பந்திகளைப் போல முதல் நாளிரவு வண்டியில் வந்து இறங்கி, கலியாணம் ஆன மறுநாளே மூட்டையைக் கட்டிக்கொண்டார்கள்.

பட்டணத்துக்கு எப்போதாவது போய் வருகிற உறவினர்கள் மூலம் சின்ன அண்ணி பேசுவதெல்லாம் வருகிற வழக்கம்.

"ஏண்டி குஞ்சம்மா. ஊர்ப்பக்கம் வாரதில்லேன்னு கேட்டேன். 'ஏன்? இத்தினி வருசம் ஓடா உழைச்சுத் தேஞ்சது பத்தாதா, கொழுந்தனுக்கும் ஓர்ப்படியாளுக்கும்'னு பொலு பொலுன்னு கொட்டத் தொடங்கினாளே பார்ப்பம்" என்று உறவுக்கார அம்மாள் நடித்துக் காண்பிப்பாளாம்.

புவனா இதைச் சொல்லும்போது சட்டநாதன் ஒரு கையைத் தூக்கி நெற்றியில்பட மடித்து மல்லாந்தவாறு கேட்டுக் கொண்டேயிருப்பான். குஞ்சம்மாள் ஒரு ஆடையுமில்லாமல் நின்றுவிட்டு, உதட்டைக் கோணி அழகு காட்டிவிட்டு ஓடுவது போலிருக்கும். என்ன விகாரம்! . . . விகாரமாகவா இருக்கிறது? ரத்தம் துள்ளுவதுபோல ஒரு சூடு, சை!

"போனாப் போவுது போ. வேற ஏதாவது பேசு" என்பான் சட்டம்.

"எங்கப் பார்த்தாலும் சடாட்சர மயமாகத்தான் இருக்கு" என்று இத்தனை நேரமும் பேசாமல் நடந்துகொண்டிருந்த சீதாபதி வாயைத் திறந்தார்.

சடாட்சரத்தின் பெரிய மில்லை அப்போது இருவரும் கடந்துகொண்டிருந்தார்கள். நெல் புழுக்கும் மணம் வந்து கொண்டிருந்தது.

"ஆமா" என்றார் சட்டநாதன்.

"என்ன யோசிச்சிண்டே வரீம்?"

"ஒண்ணுமில்லையே."

"நான் சடாட்சரத்தைப் பற்றி நினைச்சுண்டு வரேன்" என்றார் பொம்மை.

"அவரைப் பார்க்கத்தானே போயிட்டிருக்கோம். அதுக்கு முன்னாலெ அவரைப் பத்தி என்ன?"

"உம்மைப் பத்தியும்தான் நெனச்சிண்டு வரேன்."

"என்னைப் பத்தியா? எதுக்கு?"

"நீர் பேசவே காணுமே. ஒரு சமயம் அறுபதாம் கலியாணத்தைப் பத்தி யோசிச்சிண்டிருக்கீரோன்னு நினைச்சுண்டு வந்தேன்."

"யோசிக்க என்ன இருக்கு? நாப்பது, அம்பது மாதிரி அறுபது," என்றார் சட்டம்.

"அவ்வளவுதானா?"

"வேற என்ன இருக்கு?"

"அப்படின்னா அதுக்குக் கலியாணம் எதுக்கு? வேலையை விட்டு ஒதுங்கிக்கோன்னு தூக்கிப்பிடிச்சு வெளியிலே அனுப்பறது எதுக்கு?" என்றார் பொம்மை.

"மூப்பு."

"பின்னே நாப்பது, அம்பது மாதிரி அறுபதுன்னு சொல்றீர். நீர் சின்னப் பிள்ளையாகவே இருக்கலாம். எல்லாருக்கும் இருக்க முடியணுமே."

"ஓய் பொம்மை! நீர் என்ன வேணும்னாலும் சொல்லும். கடைசியா மனுஷன் ஒரு முட்டாள். அறுபது வயசு ஆயிடிச்சின்னா என்னவோ ஜாம்பவான் மாதிரி எத்தனையோ யுகம் வாழ்ந்தாப்போலவும் பிரமாதமா சாதிச்சுக் கிழிச்சிட்ட தாகவும் நினைக்கிறான், பாரும். இதைவிடத் தரித்திர புத்தி எப்படி இருக்க முடியும்? வாழ்ந்தா, மாந்தாதா, முசுகுந்தன், தசரதன் - இவங்க மாதிரி வாழ்ந்துகிட்டேயிருக்கணும்."

"அப்பறம் அரிசிக்கு எங்க போறது...? உமக்கு என்ன குறை இப்ப? நீர் ஒண்ணும் குறைச்சலா சாதிச்சாப்பலே நான் நினைக்கலே. ரண்டு அண்ணன் குடும்பத்தைக் கட்டிண்டு அழுதீம். கலியாணத்தையும் பண்ணி வச்சீம். அஞ்சு குழந்தை களைப் பெத்து மூணு பொண்ணுக்குக் கலியாணமும் பண்ணி வச்சாச்சு. ரண்டு பிள்ளையும் வேலைக்குப் போயிட்டான். கடையையும் ஆள்கள் பேருக்கே எழுதிக் கொடுத்துட்டீம். இதைவிட வேற என்ன சாதிச்சுட முடியும்?" என்றார் பொம்மை.

இது முகமனா, இறக்கலா என்று புரியாமல் நடந்தார் சட்டம். பொம்மை பேசுவது கட்டைக் குரல். கரண்டுகிற குரல். அதிலுள்ள உணர்ச்சி என்ன என்று கண்டுபிடிக்க முடியாத ஒரு வறட்டுக் குரல். பொம்மை என்று பெயர் வைத்ததே தான் செய்த ஒரு சாதனை என்று சட்டத்திற்குத் தோன்றிற்று.

"என்ன, ஒண்ணும் சொல்ல மாட்டேங்கறீம்?" என்று மீண்டும் வறட்டுக் குரல்.

"என்ன சொல்ல? மளிகைக்கடை நடத்தி, பணம் பண்ணி, நாலு கலியாணத்தைப் பண்ணினது உமக்குப் பெரிசுன்னு பட்டு முகஸ்துதி பண்ணவும் தோணுது. ஒரு ஆயுள் முழுக்க தேசத்துக்காக அர்ப்பணம் பண்ணியிருக்காங்க. புளிய மிளாராலே அடி வாங்கியிருக்காங்க. பாதி ஆயுசு ஜெயில்லியே முடங்கி இருந்திருக்காங்க. மண்டை உடஞ்சு, பட்டினி கிடந்து, இருக்கிற தெல்லாம் போயி..."

"ஜெயில்லே புஸ்தகம் எழுதறவங்களை விட்டுத்தள்ளும். மத்தபடி அத்தனை பேரும் சும்மாத்தானே உட்கார்ந்திருந் தாங்க. வெளியிலே இருந்தா ஏதாவது வேலை செஞ்சிருக்க லாமா, இல்லியா? ஏதாவது ஒண்ணைச் சொல்லிண்டு

தி. ஜானகிராமன்

ஜெயில்லே போய் உட்கார்ந்துட்டா, பெரிய சாதனையா ஆயிடுமோ? அந்த வீணான நேரம் எல்லாம் எங்கே போச்சு?"

"வேலை செய்யற நேரத்தை ஜெயில்லே கிடந்து சாம்பறதும் தியாகம்தான். சாதனைதான். ஓயாம ஓடியாடி உழைக்க வேண்டிய ஒரு உடம்பை ஒரு நல்ல காரணத்துக்காகக் கட்டிப் போட்டு இயக்கமில்லாம அடிக்கிறது ஒரு சாதனைதான். அது ஒரு தபசு. அடுத்துப் பாய வேண்டியதுக்கு ஒரு பதுங்கல்."

"சடாச்சரப் புலி அப்படிப் பதுங்கித்தான் இப்ப ஒரே பாச்சலாப் பாஞ்சு ஊரெல்லாம் மேஞ்சிண்டிருக்குன்னு சொல்லும்" என்றார் பொம்மை.

சட்டநாதன் சிரித்தார்.

"சிரிக்க வேண்டாம். நான் சீரியஸ்ஸா கேக்கறேன்."

"நான் என்னைப் பத்தித்தான் சொல்லிக்கிறேன். தேசத்துக் காக நாம எவ்வளவோ செஞ்சிருக்கலாம். நமக்கு நிறைய வாய்ப்பு இருந்துது. நான் மளிகைக் கடை வச்சுக் காலத்தைப் போக்கினேன். நீர் நிலத்தைக் குத்தகைக்கு விட்டு, புஸ்தகம் படிச்சிட்டு உட்கார்ந்திருந்தீம். என்னத்தைக் கண்டுட்டோம் நாம ரண்டு பேரும்? என்னத்தைச் சாதிச்சிட்டோம் – ஊருக்காக, ஜனங்களுக்காக?"

பொம்மை வாய் அடைத்து நடந்துகொண்டிருந்தார். காற்று சிலுசிலுவென்று குளிரிற்று. அது ஊர்க் கோடித் தெரு. புதிய தெரு. கடந்த பத்து வருடங்களுக்குள் ஊர்க் கோடியில் ஓடு, திண்ணை, இடைகழி என்று பழைய பசலியின்றி, புதிய தோற்றத்துடன் கட்டப்பட்ட 'எக்ஸ்டேன்ஷன்' வீடுகள். எதிரே ஒரே திறப்பு. சோலைகள், தென்னந்தோப்புகள். சடாட்சரத் தின் மில்லையும் பனியன் தொழிற்சாலையையும் தவிர வேறு கட்டிடங்கள் அந்தச் சாரியில் கிடையாது. வேறு சாரியும் அப்பால் கிடையாது. தோப்புகளுக்கு அப்பால் வயல்கள். அதற்கும் அப்பால் முத்தாம்பா ஏரி. இந்தத் திறப்புக்கும் பச்சைக்கும் ஆசைப்பட்டுத்தான் மேற்குப் பார்த்த வீடாக இருந்தாலும் சட்டநாதன் ஒரு சிறிய வீட்டைத் தேர்ந்து மூன்று ஆண்டுகளுக்கு முன் குடி வந்திருந்தார். செம்பானூரில் இதைப் போலப் பல மாற்றங்கள். கடைத் தெரு இன்னும் ஒரு பர்லாங்கு நீண்டுவிட்டது. ஊரின் கிழக்கிலும் தெற்கிலும் கூட இரண்டு புதிய 'நகரங்கள்' தோன்றிவிட்டன. இரண்டு பெட்ரோல் பங்க்குகள் கூடியிருந்தன. பள்ளிக்கூடத்துப் பையன் கள் இப்போது வேட்டியே கட்டிக்கொள்வதாகத் தெரியவில்லை. குழாய் போட்டுக்கொண்டிருக்கிறார்கள். அரைக் குழாய்,

முழுக் குழாய், முக்காலே அரைக்கால் குழாய், ரவிக்கைச் சட்டை... புதிதாக மேலும் இரண்டு சினிமா கொட்டகைகள்; திரும்பின இடமெல்லாம் டீக் கடைகள்; கேள்விப்படாத பெயருடன் சர்க்கார் அலுவலகங்கள். ஊருக்குள்ளேயே போக பஸ்கள்.

"அப்ப ரண்டுபேருமே உருப்படியா ஒண்ணும் செய்ய லேன்னு சொல்றீர்?" என்றார் பொம்மை சிறிது நேரத்திற்குப் பிறகு. அவருக்கும் அந்த நினைவு கழலவில்லை போலும்.

சட்டநாதன் சற்று யோசித்து அவர் கேட்டதை மனதில் திருப்பிச் சொல்லி அர்த்தத்தை வாங்கிக்கொண்டார்.

"ஒண்ணும் சாதிக்கலே. இழந்திருக்கோம். தலைமயிர், எடை – ரண்டையும்!" என்றார்.

"பெரிய சாதனை பண்ணினால்தான் வாழறதாக அர்த்தமா? நீர் ஏழெட்டுக் கடையா உம்ம மளிகைக் கடையைப் பெருக்கி, நான் ஐம்பதை ஐந்நூறு வேலியாய்ப் பெருக்கினாத் தான் வாழ்ந்ததாக அர்த்தமாக்கும்?"

"அப்படிச் சொல்லலே. எனக்கு ஒண்ணும் சமாதானமா இல்லே. அறுபது வருஷம் வெறும் ஆண் பனையா வளந்தாப்பல இருக்கு. பழமும் கிடையாது, நிழலும் கிடையாது" என்றார் சட்டநாதன்.

"ஆண் பனையாலே உபயோகமில்லேன்னு யாரு கண்டா? அதை வெட்டினப்பறம் வாய்க்கால் பாலம் போடலாம். எரிக்கலாம். அதைச் சொல்லலே நான். அது வெறுமே நின்னாலே தூரக்கேருந்து பார்க்க அழகா இருக்கும். அதைப் பார்த்துப் பார்த்துப் பழகின கண்களுக்கு அதை வெட்டி விட்டா, அந்த இடம் சூன்யமா இருப்பதைப் பார்த்து ஏக்கமா இருக்கும். ஏக்கம் நீடிக்காம இருக்கலாம். ஆனா, நிச்சயமா ஒரு நிமிஷம் சொல்ல முடியாத ஏக்கமாத்தான் இருக்கும். ஈச்வர பக்தி உள்ளவன் உள்ளவன்னு சொல்லிக்கிறீம். நீர் நம்பறபடி ஈச்வரன் உமக்குள்ளேயே இருக்கிறபோது, நான் ஒண்ணும் பண்ணலே பண்ணலேன்னு ஏன் இப்படி உம்மையே வதைச்சுக்கிறீம். இது ரத்தம் இல்லாத தற்கொலை. பெரிசா சாதனை பண்ணினாத்தான் சாதனைன்னு சொல்றதை என்னாலே பொறுக்க முடியலே. அது அனாவசியப் பேராசை. அன்பில்லாததினாலே வர்ற பேராசை."

அவர் சொல்வதைக் கேட்டுச் சட்டநாதனுக்குச் சுருக் கென்றது. "நானா அன்பில்லாதவன்? நானா..." திகைத்துப் போய்த் தன்னையே கேட்டுக்கொண்டார்.

“எறும்பைக் கூப்பிட்டுத் தேக்கங் கட்டையைத் தூக்கச் சொல்ல முடியாது. அதுக்கு யானை வரணும்” என்றார் பொம்மை மேலும்.

அவர் தம்மைப் புண்படுத்துகிறாரா, ஆறுதல் சொல்லு கிறாரா என்று சட்டநாதனுக்குப் புரியவில்லை. சட்டநாதனின் குடும்ப விஷயங்கள் அவருக்குத் தெரியும். அண்டப் புளுகெல் லாம் புளுகும் பொம்மையின் மனதின் பெண்மையைக் கண்டு சட்டநாதன் குடும்ப விஷயங்களை எல்லாம் அவரிடம் சொல்லி யிருந்தார். அவருக்கு நண்பன் என்று இந்த வாழ்க்கையில் உலகில் கிடைத்தது பொம்மை ஒருவர்தான். ஏதோ கிடைக்காத காதல் கிடைத்துவிட்ட மோகத்திலும் பூரிப்பிலும் அவர் தன் மனத்தையெல்லாம் அவரிடம் திறந்து காண்பிப்பது உண்டு.

“ஒவ்வொரு மனுஷனும் உசிரோட இருக்கறதே பெரிய சாதனைதான். பொய் சொல்லாம, திருடாம, ஏமாத்தாம, சின்ன வேலையானாலும் செஞ்சுண்டு வரதே பெரிய சாதனைதான்” என்றார் மீண்டும் பொம்மை.

சட்டநாதனுக்குச் சிரிப்பை அடக்க முடியவில்லை. கதவைத் திறப்பது போல ஒரே ஒரு சிரிப்பை உரக்கச் சிரித்துவிட்டு ஓய்ந்தார்.

“என்ன சிரிக்கிறீர்?”

“பொய் சொல்லலாம்ன்னு சொன்னீரே, பொம்மை. நான் சிரிக்காம அழறதா?”

பொம்மையும் சிரித்தார். “அதுக்காகவா? நான் பொய் நிறையச் சொல்லுவேன். அதைக்கூட விட்டுடணும்னு பார்க்க றேன். ஆனா வந்துடறது – உடம்பிலே காரணமில்லாம அரிக்கிறாப்போல. ஆனா பொய்ச் சாட்சி பொய்க் கையெழுத்து – அப்படி ஒண்ணும் செஞ்சதில்லை. அதுவரை நல்லவன்தான். சரி, வேற ஏதாவது பேசுவம். வர வேண்டிய இடம் வந்தாச்சு.”

நகராட்சியின் பூங்காவில் மரங்களில் வர்ண விளக்கும் போட்டு, நட்சத்திரமாக இருந்தது. நல்ல கூட்டம் போலிருக்கிறது. வெளியே சப்–கலெக்டர், உதவி போலீஸ் சூபரிண்டெண்டெண்ட், சுலைமான் – இன்னும் பலபேர் கார்கள் நின்றிருந்தன. பூங்கா வாசலிலேயே சந்தனம் செண்டு கொடுத்தார்கள். வெள்ளைத் துணிகள் விரித்த மேஜை மயமாக இருந்தது.

“சடாட்சரம் ரொம்ப கையைச் சுட்டுண்டிருப்பார் போலிருக்கே” என்று முணுமுணுத்துக்கொண்டே வந்தார் பொம்மை.

3

ஏதோ வெள்ளைக்காரக் கவர்னருக்கு விருந்து நடப்பது போலிருந்தது. மேஜையெல்லாம் வெள்ளை விரிப்புகள். பீங்கான்கள், முள் கரண்டிகள், ஸ்பூன்கள், சாண்ட்விக்குகள் – பரிமாறுகிறவர்களும் வெள்ளைத் தொப்பி, வெள்ளைக் கால் – கைச் சட்டைகள் அணிந்த பட்லர்கள். செம்பானூரில் எந்தப் பெரிய இடத்து விருந்துக்கும் வருகிற முத்து அய்யரின் கடை ஆட்களையும் பட்சணங்களையும் காணவில்லை. சட்டநாதன் இவற்றை முதலில் கவனிக்கவில்லை. சீதாபதி ஏதோ சொன்ன பிறகு அவர் கண்ணுக்கும் இது பட்டது.

"உட்கார்றதுக்கு முன்னால் சடாட்சரத்தைப் பார்த்துட்டு வந்துடுவோம். அவரும் வெள்ளைக்காரரா மாறியிருப்பாரோன்னு பயமாயிருக்கே" என்று பளிங்கு மூக்குக்கண்ணாடி வழியாகச் சுற்றிலும் நோட்டம் விட்டுக்கொண்டே சொன்னார் சீதாபதி.

அப்போதுதான் சட்டநாதனுக்கு ஒலிபெருக்கியில் வருவது ஐரோப்பிய இசை என்று புலனாயிற்று.

"ஆமாம்" என்றார் அவர்.

யாரும் இன்னும் சாப்பிடத் தொடங்கவில்லை. மேஜைகளைக் கடந்து சீதாபதி நடந்துகொண்டிருந்தார். பிறகு திரும்பிப் பார்த்து, "நீங்களும் வாங்க. நின்னுடாதீங்க" என்று சட்டநாதனைச் சொல்லாலேயே இழுத்துக்கொண்டு சென்றார்.

தி. ஜானகிராமன்

பெரிய பெரிய இலைகளாகக் கொடி படர்ந்த ஆல மரத்தடியில் நீளமாகப் போட்டிருந்த மேஜை வரிசையின் மத்தியில் சடாட்சரம் வீற்றிருந்தார். நகராட்சித் தலைவர், உறுப்பினர்கள், மாவட்டக் கலெக்டர், உதவிக் கலெக்டர், போலீஸ் அதிகாரி, சுலைமான், வேழங்காடு பண்ணை அய்யர், கோவில் ட்ரஸ்டி வேல் படையார், நகைக்கடை பலராம ராஜா – இப்படிப் பெரிய புள்ளிகள் புடை சூழ்ந்திருந்தன.

"என்ன பிள்ளைவாள், டூர் எல்லாம் ஆச்சா?" என்று கரண்டுகிற குரலில் கமறிக்கொண்டே எதிரே நின்றார் சீதாபதி. அவருக்குப் பின்னால் சட்டநாதன் தன் உயரத்தை நினைத்து வெட்கப்பட்டவாறு நின்றுகொண்டிருந்தார். பொம்மையின் தலைக்குக் கீழே ஒளிந்துகொள்ள முடியவில்லையே என்றிருந்தது அவருக்கு.

"நமஸ்காரம்! அடே டே டே டே" என்று பெரிய சிரிப்பாகச் சிரித்துக்கொண்டு எழுந்தார் சடாட்சரம். முதலில் கும்பிட்டார். பிறகு கையைக் குலுக்கினார். பிறகு "வணக்கங்க" என்று சட்டநாதனைப் பார்த்துக் கும்பிட்டார்.

"தெரியறதா? சட்டநாதப் பிள்ளை" என்றார் பொம்மை.

"நல்லாருக்கே!" என்று மீண்டும் பெரிய சிரிப்பு. "எனக்கா சொல்றீங்க?"

சடாட்சரம் ஒன்றுமில்லாததற்கெல்லாம் திடீர் திடீர் என்று சிரிப்பார். அப்போது உள்ளங்கை இரண்டையும் ஒன்றோடொன்று தடவிக்கொள்வார். இரண்டு கைகளிலும் கடைசி விரல்களில் உள்ள நான்கு மோதிரங்களும் அப்போது மினுக்மினுக்கென்று உலாவும். காதுக் கடுக்கன்களும் சேர்ந்து சிரிக்கும். அந்தச் சிரிப்புக்கு என்ன அர்த்தம் என்று கண்டு பிடிக்க முடியாது. யானைக்கு மணி மாதிரி, வண்டுக்கு ரீங்காரம் போல அது அவருக்கு ஒரு அடையாளமாகிவிட்டது. யாரையாவது பார்க்கும்போதும், 'வாங்க' என்று சொல்லும்போதும் அது கேட்கும். துக்க சமாசாரங்களைச் சொல்லும்போதும் கேட்கும்போதும்கூட அது ஒலிப்பது போலப் பிறருக்குத் தோன்றும். கேட்காவிட்டாலும் அவருடைய முக மலர்ச்சியில் தெரியும். பல் சற்றுப் பெரிய பல், ஆனால் விகாரமாக நீட்டிக் கொண்டிராது, வரிசையாக இருக்கும், வெற்றிலைக் காவி இருக்கும், ஆனால் கறையாக இராமல் பழுத்திருக்கும்.

"சௌகர்யமா இருந்ததோல்லியோ, பிரயாணம் எல்லாம்?" என்றார் பொம்மை.

"ரொம்ப. ஒரு நாளைக்கு எல்லாம் சொல்றேன்."

செம்பருத்தி 439

“உபயோகமாக்கூட இருந்திருக்குமே.”

“அதுக்கென்ன சந்தேகம்? அவங்க என்ன சாதாரணப் பட்டவங்களா?”

“அப்படீன்னா ஒரு புஸ்தகம் எழுதுங்க” என்றார் பொம்மை.

சடாட்சரம் இடிஇடியென்று சிரித்தார். பிறகு புன்சிரிப்பாக அது கரைந்து. “அப்படித்தான் சொல்றாங்க எல்லாரும். உங்க மாதிரி நான் படிக்கலியே.”

“இன்னும் விசேஷம்” என்றார் பொம்மை.

அதற்கும் சிரித்தார் சடாட்சரம்.

“ம்” என்று நாலைந்து விநாடி நின்றுவிட்டு, “போய் உக்கார்ந்துக்கறேன். இடம் போயிடப் போறது” என்று நகர்ந்தார் சீதாபதி. முன்னைவிடப் பெரிய சிரிப்பாகக் கேட்டது. “இடமா? நீங்க சரிம்பீங்களோன்னுதான் யோசனை. இல்லாட்டி பெரிய இடமா உட்கார்த்தி வச்சிர மாட்டோம்?” என்று மேலும் அவர் சொல்லும் குரல் கேட்டது. அதற்குள் சீதாபதி திரும்பிப் போய்க்கொண்டிருந்தார்.

சட்டநாதனைப் பார்த்து, “வீட்டிலே எல்லாரும் சௌக்கியம் தாங்களே?” என்றார் சடாட்சரம். அந்தச் சிரிப்புக்குப் பதில் இப்பொழுது சாதாரண மலர்ச்சிதான் தென்பட்டது. அதிலும் ஒரு தொலைவு.

“சௌக்கியம்தான்” என்று சட்டநாதன் சற்று நின்றுவிட்டு, புன்சிரிப்புடனேயே நகர்ந்து சீதாபதியைப் பின் தொடர்ந்தார்.

மூன்று நாற்காலிகள் உள்ள ஒரு மேஜை முன் போய் இருவரும் உட்கார்ந்துகொண்டார்கள். மூன்றாவது நாற்காலிக்கு ஆள் இல்லை.

“மோதிரம், கடுக்கன் எல்லாம் ஊருக்கு வந்தவுடனேயே எடுத்து மறுபடியும் போட்டுனூட்டார் போலிருக்கு சடாட்சரம்” என்றார் சீதாபதி.

சட்டநாதன் ‘ஹூம்’ என்று ஒரு சிரிப்பு முனகலைத் தவிர ஒன்றும் சொல்லவில்லை.

சடாட்சரம் தன்னிடம் பேசும்போது ஏன் அப்படிக் கடகடவென்று சிரிக்கவில்லை, நெருக்கம் காண்பிக்கவில்லை என்று அவர் யோசித்துக்கொண்டிருந்தார். நம்மிடம் உள்ள குறையா? நம்மிடம் யாருமே நெருக்கமாகப் பேசி, பழகிச் செல்வதில்லை. கலகலவென்றிருப்பவர்கள்கூட நம்மைக்

கண்டதும் அடங்கிவிடுகிறார்கள். சிரிப்பையும் சத்தத்தையும் அழித்து அடக்கிவிடுகிற கடுமை ஏதாவது நம் முகத்தில் கூத்தாடுகிறதா? இல்லை. சடாட்சரத்துக்குத் தன்னுடைய பழைய காலம் நினைவு வந்துவிட்டதா? கடை வாசலிலும் வீட்டு முகப்பிலும் வந்து நின்று கடன்கேட்ட ஞாபகங்கள் வந்துவிட்டனவா? சடாட்சரம் அப்போதெல்லாம் வந்தால் உட்கார மாட்டார். நின்றுகொண்டேதான் பேசுவார். நான்கு தடவை சொன்னால்தான் உட்காருவார். இந்தத் தொடர்பு நீடித்த மூன்று வருட காலமும் அதே மரியாதை. சொன்னால் தான் உட்காருவார். உள்ளங்கைகள் மட்டும் தடவிக்கொண்டே யிருக்கும். அப்போதெல்லாம் இவ்வளவு பெரிய சிரிப்பு கிடையாது. பிறகு மூன்று ஆண்டுகள் கழித்து அவர் வருவது திடீரென்று நின்றேவிட்டது. சட்டசபைத் தேர்தலின்போது தான் வந்தார். அப்போதுகூட எல்லா வீடுகளுக்கும் வரும் போது அவர் வீடும் அந்தச் சாரியில் இருந்ததுதான் காரணம். பிறகு இரண்டு வருஷம் வாரத்திற்கு ஒருமுறை கடைத் தெருவில் அல்லது முத்து அய்யர் ஓட்டலில் சந்திக்க நேரும். ஆனால் கடந்த பதின்மூன்று வருடங்களாக வருடத்திற்கு இரண்டு தடவை பார்ப்பதே அரிதாகிவிட்டது.

சட்டநாதன் சடாட்சரத்தின் சிரிப்பை நினைத்துப் பார்த்தார். அந்த ஸ்பூன் ஓசைகளுக்கும் பேச்சு ஒலிகளுக்கும் இசைக்கும் நடுவில் அந்தச் சிரிப்பு நடுநடுவே கேட்டுக்கொண்டும் இருந்தது. இரட்டிப்பு விளைச்சல் கொடுக்கும் விரைநெல்லைக் கறுப்பு விலைக்குக் கொடுக்கும்போது இந்தச் சிரிப்பு வருமா என்று அவருக்கு யோசனை வந்தது. நெடுங்காலமாகப் பத்திரிகை, சிகரெட்டு என்று வைத்திருப்பவர்களின் விற்பனை உரிமைகளைப் பிடுங்கி, தன்னைச் சுற்றி உள்ளவர்களுக்குக் கொடுக்கும்போது இந்தச் சிரிப்பு வருமா? இந்த மனிதன் ஏறின சுருக்கு வெகுவேகம்தான். எத்தனை ஆட்களின் தோள் களில் காலை வைத்து வைத்து ஏறியிருக்கிறார் என்று அவரோடு பார்த்திருந்த இன்னும் சில புள்ளிகளின் நினைவு வந்தது.

சட்டநாதனுக்குத் தம் தோளிலேயே ஏதோ கால் வைத்து அழுத்துவது போலிருந்தது. மனதுக்குள் ஏற்பட்டதுதான்.

அப்போது உண்மையாகவே இரண்டு தோள்களிலும் ஒரு அழுத்தம். சட்டென்று திரும்பினார். சுலைமான் நின்று அவருடைய இரண்டு தோள்களையும் தொட்டுக் கொண்டிருந் தார்.

"எனக்கும் இடம் கிடைக்குமா?" என்றார் அவர் நின்று கொண்டே.

செம்பருத்தி

"உட்காருங்க உட்காருங்க" என்றார் சட்டநாதன்.

"யாரு?" என்றார் பொம்மை.

"சுலைமான் சார்."

"அப்படியே வெளிச்சம் பின்னாலெ இருக்கு. சட்டுன்னு தெரியலெ. வாங்க சார் உக்காருங்க. நீங்க அங்க உக்கார்ந் திருந்தாப்பல இருக்கே?"

"லேடி டாக்டர் மாணிக்கம் வந்தாங்க; அவங்களை உட்கார்த்தி வச்சுட்டு வந்திட்டேன்" என்று உட்கார்ந்து கொண்டார் சுலைமான். "நீங்கதான் நம்மைக் கவனிக்காமலே வந்திட்டீங்க."

"யாரு – என்னைச் சொல்றீங்களா? சட்டநாத பிள்ளையைச் சொல்றீங்களா?" என்றார் பொம்மை.

"ரண்டுபேருந்தான்."

"வந்தா என்ன? இன்னிக்குக் கலியாணப்பிள்ளை சடாட்சரம். இன்னிக்கு இல்லாட்டாலும் என்னிக்கும் ஒரு கூட்டத்திலே அவரோடதான் முதல்லெ பேசுவேன்."

"அது என்னாங்க அது?"

"ஆமா. அவர் எப்பவும் தானேதான் முக்ய ஆசாமியா இருக்கணும், தன்னைத்தான் எல்லாரும் கவனிக்கணும்னு நினைக்கிறவர். கலியாணமா இருந்தா தானேதான் மாப்பிள்ளையா இருக்கணும், மரணமா இருந்தா தானேதான் சவமா இருக்கணும்னு ஆசைப்படறவர் அவர். அவரை விட்டுட்டு உங்களை என்னத்துக்காகக் கவனிக்கிறது?"

"ஸ்" என்று பக்கவாட்டில் பார்த்தார் சுலைமான். "உங்க குரல்தான் தேன் மாதிரி இருக்கே. விஷயம் வேற இப்படித் தேனா இருக்கணுமா?"

"எல்லாருக்கும் தெரிஞ்சதுதானே."

"சரி பேச்சை மாத்துங்க" என்றார் சுலைமான். "இல்லாட்டி லேடி டாக்டரை இங்கே உட்கார்த்தி வச்சிட்டு நான் அங்க போய் உட்கார்ந்திடுவேன்."

"அப்பறம் நீங்க எழுந்து போவானேன்? அதுக்கு நாங்க இருக்கோம். எங்க ரண்டு பேருக்கும் வயசாயிடுத்து ... ஏன், இப்ப டாக்டரோட அவ்வளவு நெருக்கம் இல்லையாக்கும்?"

"பார்த்தீங்களா பிள்ளைவாள்?"

“அவர் என்ன பார்க்கிறது? நான்தான் பார்த்துண்டே இருக்கேனே. நீங்க வாங்கிக் கொடுத்திருக்கிற கார்லெதான் டாக்டர் உள்ளூர் வெளியூரெல்லாம் போயிண்டிருக்கா” என்றார் பொம்மை.

“அது ஆஸ்பத்திரி வாங்கிக் கொடுத்தது ஐயா.”

“ரொம்ப சரி. நான் பேசலெ. நீங்க எழுந்துகிட்டுப் போயிடாதீங்க. நான் சும்மா சொன்னேன். இதெல்லாம் தப்புன்னு சொல்லல்லே நான். உண்மையா எனக்கு இதெல்லாம் ரொம்பப் பிடிக்கிறது. நமக்குத்தான் பொட்டைக் கண்ணும், உருண்டை உடம்பும், கர்த்தபக் குரலுமாயிருந்துது. அதனாலெ பிறத்தியார் சந்தோஷமா இறக்கிறதைப் பார்த்து அனுபவிக்கிறதுன்னு வச்சிண்டிருக்கேன். அது சரி, சடாட்சரம் என்ன சொல்றார்?”

சுலைமான் வந்து உட்கார்ந்தவுடனேயே சட்டநாதனுக்கு மனம் எங்கெல்லாமோ ஓடிற்று. அவர் வீட்டு மாடி அறை, குளிர்ப்பெட்டியின் முனகல், துப்புரவு, தனிமை, பணம், பெரியண்ணன், பெரியண்ணி, சின்ன அண்ணி என்று விட்டு விட்டுத் தாவிற்று.

சுலைமானின் பணம் குடும்பத்தில் வந்து குலைத்த கூளங்கள் ஒவ்வொன்றாக நினைவுக்கு வந்தன.

எதிரே நடந்த பேச்சின் வார்த்தைகள் கேட்டன. பொருள் பதியவில்லை.

“உம்மைத்தானய்யா கேக்கிறார்” என்று பொம்மையின் குரல் கேட்டது. “அவர் எங்கேயோ ஞாபகமாயிருக்கார் சட்டநாத பிள்ளை.”

“என்ன?”

“பையன்கள்ளாம் என்ன பண்ணிண்டிருக்கானுகள்னு கேக்கிறார் சுலைமான்.”

“அதுவா; பெரிய பையன் ஒரு கம்பனியிலே முக்ய என்ஜினீரா இருக்கான். ரண்டாவது பையன் மிலிடரியிலே இருக்கான் – லெப்டினன்டா.”

“பிஸினஸ்ஸிலே யாராவது ஒருத்தரை விடக்கூடாதுங்களா?”

“இருக்கிற பிஸினஸ்ஸையேதான் மூடிட்டாரே.”

“என்னது?”

"ஆமாம். கேளுமேன்."

"கடையையா? நான் ரண்டு மாசம் முன்னாலெ கடைப் பக்கம் போனேன். இருந்திச்சே."

"கடை இருக்கு. அவர் நடத்தலெ. ஆள்கள் பேருக்கே எழுதிக் கொடுத்து விலகினூட்டார்!"

"என்னங்க இது!"

"ஆமா. பையன்களும் இல்லெ. நான் என்ன செய்யப் போறேன்? இத்தினி நாளு சம்பாதிச்சது போதுமே!"

"என்ன அப்படிச் சொல்லீட்டீங்க?" என்றார் சுலைமான்.

"எனக்குப் போதும்னு தோணிச்சு. விட்டாச்சு."

"சம்பாதிக்கிறதிலெ போதும்னு ஒண்ணு இருக்கா என்ன? நீங்க சொல்றது அதிசயமாயிருக்கே?"

"அதிசயம் என்ன? சர்க்கார் வேலை பார்த்து ஓய்வு எடுத்துக்கிட்டா பாதிச் சம்பளத்துக்கும் குறைச்சலாத்தானே பென்சன் கொடுக்கிறாங்க?"

"அது சரி, அது சேவகம் பண்றவங்களுக்கில்லே? சம்பாதிக்கிறவங்களுக்கும் அதை ஒரு சட்டமாப் பண்ண முடியுமா?"

"சம்பாதிக்கிறது எதுக்காக? நமக்குத்தானே? வேணும்கிற மட்டும் சம்பாதிச்சாச்சுன்னா . . ."

"அதை நான் ஒப்புக்க மாட்டேன்" என்றார் சுலைமான்.

"எதை?"

"நாம் நமக்காக மட்டும் சம்பாதிக்கலெ. பொஞ்சாதி புள்ளைங்களுக்கு மட்டும் சம்பாதிக்கலெ. இன்னும் எத்தனையோ பேருக்காகச் சம்பாதிக்கிறோம். நீங்க கடை வச்சது உங்களுக்கும் உங்க பொஞ்சாதிக்கும் புள்ளைங் களுக்குமா? சுத்துவட்டம் எல்லாம் தழைச்சிருக்கே."

"எல்லாம்தான் ஆச்சே. இனிமே என்ன?"

"அங்கதான் நீங்க சொல்றது சரியில்லே. சாறமட்டும் சம்பாதிச்சிகிட்டேதான் இருக்கணும். வந்து கேக்கிறவங்களுக்குக் கொடுத்துக்கிட்டேதான் இருக்கணும். இல்லேன்னா உழைச்சுச் சம்பாரிச்சுக் கொடுக்கணும். ஒருத்தரும் கேக்கலியேன்னு சும்மா உட்கார்ந்திருக்க முடியுமா? தேடிப் போய்க் கொடுக்க ணும். தெருவோடு வயிறு ஒட்ட நடக்கிற நாய்க்குக்கூடக்

கொடுக்கணும். அப்படி ஒரு நாயி வெகுநாள் பட்டினியா அலைஞ்சுது. யாரும் சொட்டுத் தண்ணி கொடுக்கல்லே. கடசிலே ஒரு வேசி பார்த்து அழுதா. கால் செருப்பைக் கழட்டித் தண்ணியிலே நனைச்சு அதைக் குடிக்க விட்டா."

"என்னது?"

சுலைமான் மீண்டும் அதைச் சொன்னார். "இது எங்க புஸ்தகங்கள்ளெ வர்ற கதை. அவளுக்குச் சொர்க்கத்திலே இடம் கிடைச்சுது. தேடிப் பிடிச்சுத்தான் தர்மம் பண்ணணும். பட்டினி, அரைப்பட்டினி எல்லாம் இருக்கிற ஊர்லெ, அதெல்லாம் பழகிப்போயி பட்டினி, அரைப் பட்டினி கிடக்கோமுண்டு ஞாபகமே இல்லாது போயிருக்கும்."

"அதான் சடாட்சரம் பண்ணிண்டிருக்காரேய்யா?" என்று குறுக்கே விழுந்தார் பொம்மை.

சுலைமான் ஒன்றும் சொல்லவில்லை. பொம்மை மளமள வென்று சாப்பிட்டுவிட்டு, காப்பியையும் குடித்துவிட்டு, எழுந்து ஒவ்வொரு மேஜையாக நண்பர்களைப் பார்த்து விசாரிக்கப் போய்விட்டார். சுலைமான் பேசவில்லை. சட்டமும் பேசுவதற்கு ஒன்றும் இல்லை.

"சம்பாதிக்காம இருக்கிறதுன்னா வேலை செய்யாம இருக்கிறதுன்னு அர்த்தம். எப்படி சும்மா குந்திக் கிட்டிருக்க முடியும்?"

"நான் சும்மா இல்லையே. சம்சாரத்தோட பேசிக்கிட்டிருக்கேன். சமையல் பண்றப்ப நானும் உதவி செய்யறேன். அப்பறம் புஸ்தகம் படிக்கிறேன். இல்லாட்டி எதிர்க்க தோப்பு இருக்கு – பார்த்துக்கிட்டு உக்கார்ந்துகிட்டிருக்கேன்."

"அப்படியா?" என்று சும்மா உட்கார்ந்திருந்தார் சுலைமான்.

ஒவ்வொரு மேஜையாகப் பொம்மை நின்று நின்று போவது தெரிந்தது. ஒவ்வொரு இடத்திலும் ஒரு சிரிப்பு. எழுந்து நின்று மரியாதை. இல்லாவிடில் அவர் பேச்சுக்கு ஒரு அதிகப்படி கவனம்.

"வணக்கங்க."

இருவரும் திரும்பினார்கள். சண்முக ஆசாரி பழுப்பேறிய முரட்டுக் கதர் சட்டையும், துண்டும் வேட்டியுமாக வாய்க் கோடியில் சிறிது சோகை வெள்ளையுமாக நின்றுகொண்டிருந்தார்.

"உக்காருங்க உக்காருங்க" என்று சுலைமான் நின்று நாற்காலியைக் காட்டியதும் சண்முக ஆசாரி காலை விந்தி விந்தி நாற்காலியில் வந்து நழுவுவது போல் உட்கார்ந்து கொண்டார்.

ஆசாரியின் தலை வெள்ளை. மெலிந்த உடல். உடம்பில் ஒரு சாம்பல் பூப்போன்ற ஈர வறட்சி.

"சண்முக ஆசாரி. தெரியுமில்ல பிள்ளைவாள்?" என்றார் சாயபு.

"பார்த்திருக்கேன். நேரிலே பழக்கமில்லே."

"இவங்க சட்டநாதப் பிள்ளை . . ."

"பார்த்திருக்கேனே! பேசிக்கிட்டதில்லெ."

"ஆசாரியாரு அஞ்சு தடவை ஜெயிலுக்குப் போய் வந்திருக்காருங்க. உப்பு சத்தியாக்ரகத்திலெ குண்டாந்தடியாலெ முழங்கால் குதிரை எலும்பிலேயே அடிச்சு நொறுக்கினாங்க. நல்ல வேளையா கால் எடுக்கல்லெ – நொண்டலோடு போச்சு."

"அது என்னாத்துக்குங்க இப்ப?" என்று குறுகினார் ஆசாரி.

"இப்பதான் சொல்லணும். அதுவும் இப்ப இந்த நிமிஷத்திலெ சொல்ல வாணாம்? – இந்த விருந்திலே?" என்றார் சுலைமான். பிறகு சட்டநாதனைப் பார்த்தார். "ஆசாரியாரு காலை ஒடிச்சுக்கிட்டது மட்டுமில்லே. காந்தி சொன்ன அன்னையிலேர்ந்து காப்பி குடிக்கிறதில்லெ. புகையிலை, பீடி, சிகரெட்டைத் தொடறதில்லெ. இன்னும் தினம் நாலு மணி நேரம் நூத்துக்கிட்டுதான் இருப்பாங்க. இண்டர்மீடியட் படிக்கிறப்ப திருச்சிலேர்ந்த காலேஜிலே பாதியிலே விட்டுட்டு வந்தாங்க. இவங்கள்ளாம் ஆளாப்படலே யாருக்கும்" என்று சுலைமான் ஒரு ஓரம் மட்டும் புன்சிரிப்பு சிரித்தார். கண்ணில் கோபம் மினுமினுத்தது. பார்க்க மிக அழகாக இருந்தது சட்டநாதனுக்கு. இந்த முகத்தில் இது புது அனுபவம்.

"போனாப் போவுதுங்க" என்றார் ஆசாரி.

"அதான் போயிகிட்டே இருக்கே. மரக்கடை வச்சாங்க. பறி போச்சு. அப்பறம் ஜெயிலே கதின்னு இருந்திட்டாங்க. இப்ப சடாட்சரம் வெளிநாடுகளுக்குப் போயிட்டு வந்த விருந்துக்குத்தான் நாம உட்கார வேண்டியிருக்கு."

"அதுவும் நம்ம குத்தம்தான்னு வச்சுக்குங்களேன். ஜெயிலுக்குப் போனதெல்லாம் சரி. ஆனா நமக்கும் அரசியலுக்கும் சரிப்பட்டு வராதுங்க. அதுக்கு மனசே வேற தினுசா

இருக்கணும். பொறுமை வேணும். எதையும் பொறுத்துக்கணும். ஒண்ணையும் கண்டுக்கப்படாது. ஒதுங்கியாச்சு."

அவர் பையன்கள் கும்பகோணத்தில் ஜவுளிக் கடை தபாலாபீஸில் தந்தியடிப்பு – இப்படி ஆளுக்கு ஒன்றாக இப்பொழுதுதான் வேலை கிடைத்துப் போயிருக்கிறார்களாம்.

சட்டம் ஆசாரியையே பார்த்துக்கொண்டிருந்தார். கதரிலேயே முரட்டு மலிவில் ஒரு சட்டை – வேட்டி. அந்த நரை, மேனியின் சாம்பல் பூப்பு, பொதுவான இளைப்பு, கண்ணில் ஒரு அமைதி, விந்தல் – ஒவ்வொன்றையும் அவர் கண் நின்று நின்று பார்த்தது. அவருக்கு லேசாகக் கண்டம் நெகிழ்ந்தது. துவரை மிலாறு மாதிரி நின்ற அந்த உடல் இனி மேல் எரிவதைத் தவிர வேறு ஒன்றுக்கும் தகுதி இல்லையா? கண்களில் காணும் இந்த அமைதி 'இந்தப் பழம் புளிக்கிற' அமைதியா? உண்மையான அசட்டையும் துறவுமா? ஒன்றும் சட்டென்று கண்டுபிடிக்க முடியவில்லை. ஆனால், அவர் மனம் மட்டும் நழுவி நழுவி நெகிழ்ந்துகொண்டேயிருந்தது.

சுலைமானின் கேள்விகளுக்கு அவர் சுருக்கமாக விடை சொல்லிக்கொண்டு வந்தார். அவருக்கு இப்பொழுது மனைவி இல்லை. பையன்கள் கலியாணம் செய்துகொண்டு வெளியூர்களில் வேலை பார்க்கிறார்கள். தகப்பனார் சிறையில் நினைத்த போதெல்லாம் போய் உட்கார்ந்து கீழ் வாரிசுகளுக்கு ஒன்றும் செய்யவில்லை என்று கோபமாம். அதனால் மனத்தாங்கல். அவர் தனியாகப் பொங்கிச் சாப்பிட்டுக்கொண்டு காசு வந்த போது ஹோட்டலில் சாப்பிட்டுக்கொண்டு... நூற்பில்கூட அதிகமாக வருவதில்லையாம்.

சுலைமான் அவருக்கு வேண்டும்போது ஏதோ கொடுத்துக் கொண்டிருந்தார் என்று ஊகிக்க முடிந்தது.

"இனிமே பாராட்டுரைகளாம்," என்று சொல்லிக்கொண்டே வந்தார் பொம்மை.

"நமஸ்காரம்!" என்றார் ஆசாரி.

"யாரு?"

"நான்தான் சண்முக ஆசாரி."

"ஏது? ஏது? நல்ல ஜோடிகளாத்தான் சேர்ந்திருக்கு. என் நாற்காலியிலே உட்கார்ந்துட்டியா?" என்று அப்பால போய் ஒன்றை இழுத்துவந்து போட்டுக்கொண்டார்.

சடாட்சரம் உலகம் முழுவதிலும் படை எடுத்து வெற்றிகள் கண்டு வந்த அர்த்தத்தில் பேச்சாளர்கள் பேசிக்கொண்டிருந் தார்கள். 'வெற்றி வெற்றி' என்று ஒவ்வொரு வாயும் ஓயாமல் அரற்றிற்று. வெற்றிகரமாகப் பயணம் செய்து வருவது என்றால் என்ன அர்த்தம் என்று சட்டநாதன் தனக்குள் கேட்டுக் கொண்டேயிருந்தார். தடுக்கி விழாமல், விமானம் நொறுங்காமல், அயல்நாட்டு வீதிகளில் மோட்டார் ஏறிவிடாமல், அயல்நாட்டுப் பெண்களிடம் சிக்கிக்கொள்ளாமல் பிழைத்து வருவதா என்று ஒவ்வொன்றாக நினைத்துப் பார்த்தார். 'வெற்றி, வெற்றி' என்ற வெற்றி முழக்கமே எழுந்துகொண்டிருந்தது. யார் மேல் வெற்றி? எதன் மேல் வெற்றி?

திடீர் திடீர் என்று பேச்சு அவர்களுக்கு எட்டாமலே எங்கோ சென்றுவிடும். அவர் சண்முக ஆசாரியையே பார்த்துக் கொண்டிருப்பார். பேச்சு ஒலி மட்டும் எங்கோ தொலைவில் கேட்க அவர் மனம், இதயம் எல்லாம் ஆசாரிமீது லயித்துக் கிடக்கும். பத்து வருடங்களுக்கு மேல் சிறைவாசம். குடும்பத் தொல்லை, கோபம், நிச்சயமில்லாத ஆரோக்கியம். இப்போதும் யாருமே அவரைக் கவனிக்கவில்லை போல்தானிருந்தது. இத்தனை செய்துவிட்டு யாரும் வீண் போவதில்லை – இது போல. இந்த மனிதனிடம் ஏதோ குறை இருக்க வேண்டும். கோபமா? ஒத்துப் போகத் தெரியாததா . . ?

"என்ன செய்துகிட்டிருக்காங்க?" என்று மிகமிக மெதுவாகப் பொம்மையிடம் கேட்டார் சட்டம்.

"யாரு?"

"ஆசாரியார்."

"காத்துக் கிடைக்காத அன்னிக்கு ஆகாரம் சாப்பிடுவார். இல்லாட்டா உம்ம மாதிரி மானத்தைப் பார்த்துண்டு உட்கார்ந் திருப்பார். மேல் மானம் இல்லை. உள்மானம். சங்கோசி. பழசெல்லாம் ஞாபகப்படுத்தி உதவி கேக்கத் தெரியாது, முடியாது."

"இப்படியே எப்படியிருக்க முடியும்?"

"அதான் இருந்திண்டிருக்காரே!"

"எனக்கு ஒண்ணும் புரியலியே?"

"சடாட்சரத்திற்கு எதுக்குப் பார்ட்டின்னு மட்டும் புரிஞ்சு போயிடுத்தா உமக்கு? என்னத்தைப் புரிஞ்சுக்க முடியும் உம்மாலே? கஷ்டப்படறது அவருக்கு சகஜம். பட்டினி

கிடக்கிறது சகஜம். யாரும் கவனிக்காம இருக்கிறது சகஜம். இதையெல்லாம் அவர் யார்கிட்டவும் வந்து சொல்லிக்கலையே ... நீ ஒண்ணும் யோசிக்க வேண்டாம். இவர்களுக்கு எந்த உதவியும் நாம செய்ய முடியாது. நாம வேணுங்கறப்ப நம்ம உதவியை வாங்கிக்க அவங்க இருக்க மாட்டாங்க. உதவி வாங்கிக்கணும்னு நம்மகிட்ட அவங்க வர்றபோது பாதி வழியிலே தடுக்கிவிடும். இல்லாட்டா உசிர் போயிடும் ...”

இரண்டுபேரும் முணுமுணுவென்று பேசிக்கொண்டிருந் தார்கள். ஒலிபெருக்கியில் வந்த சத்தம் பொம்மையின் கரண்டுக் குரலை அமுக்கி அழுத்த ஏற்றதாயிருந்தது.

சட்டத்திற்குப் பெரிய அண்ணன், பெரிய அண்ணியின் நினைவு வந்தது.

ஆசாரியைப் பார்க்கப் பார்க்க வாழ்க்கையே சீவு விளக்குமாறும் ஆவாரம் செடியும் விளைகிற முக்கால் பாலைப் பொட்டல் மாதிரி தோன்றிற்று. பயமாக இருந்தது அவருக்கு, புவனாவையும் பெண்களையும் நினைத்து. அந்த நினைவைப் பசைப்படுத்திக்கொள்ள முயன்றார்.

4

பாராட்டுவிழா முடிகிறவரையில் சட்ட நாதன் சண்முக ஆசாரியையே பார்த்துக்கொண்டு அவர் நினைவாகவேதான் உட்கார்ந்திருந்தார். பாரத நாட்டுக்கும் மற்ற நாடுகளுக்கும் பாலம் அமைத்துவிட்டதாகச் சடாட்சரத்தைப் பற்றி ஒருவர் பேசினார். காந்தியடிகளின் உண்மையான சீடராக அவர் விளங்குவதைப் பற்றி இன்னொருவர் பேசினார். திலகர் உயர்நிலைப் பள்ளியின் தலைமை ஆசிரியர் அவரை மார்க்கோ போலோவுக்கும் திக்விஜயம் செய்த வியாபாரியான ரஸாக்கிற்கும் வெற்றி வீரரான நெப்போலியனுக்கும் ஒப்பிட்டுப் பேசினார். அடுத்துப் பேசின உள்ளூர் கட்சியின் தற்போதையத் தலைவர் நெப்போலியன் செய்தது மறச்சுற்று என்றும் சடாட்சரம் செய்தது அறச்சுற்று என்றும் தலைமை ஆசிரியரைச் சற்று மட்டம் தட்டினாற் போலப் பேசினார். சட்டநாதனுக்கு நடுநடுவே இந்த உரைகள் ஒரு வார்த்தையும் இரண்டு வார்த்தையுமாகக் காதில் விழுந்து கொண்டிருந்தன. அத்தனைக்கும் ஊடே பூங்கா வின் மரங்களிலிருந்து அடங்கிக் கேட்ட சிள் வண்டின் ஊசி இரைச்சலை அவர் வடிகட்டிக் கேட்டுக்கொண்டிருந்தார். அந்த இரைச்சலுக்கும் சண்முக ஆசாரிக்குமாக அவர் நினைவு தாவிக் கொண்டிருந்தது. ஒலிபெருக்கியில் வரும் பேச்சுக்கு இப்போதுமாக அப்போதுமாகத் தணிந்த, கவரும் குரலில் சீதாபதி, 'பேஷ்! பேஷ்!' 'அப்படியா!' என்றும் விமர்சனமுமாகக் குறுக்கு வெட்டுப் போட்டுக்கொண்டு வருவதும் காதில் விழுந்து கொண்டிருந்தது. சுலைமான் கைக்குட்டையால்

வாயைப் பொத்திச் சிரிப்பை அடக்கச் சிரமப்பட்டுக் கொண்டிருப்பது தெரிந்தது.

சண்முக ஆசாரி மேடைப் பேச்சுக்களையெல்லாம் உண்மை என்றே நம்புவது போலிருந்தும் ஒரு அப்பாவிச் சிரிப்பும் மலர்ச்சியுமாக அவர் முகம் வியப்பும் மகிழ்ச்சியும் பட்டுக்கொண்டிருந்தது. சட்டநாதனுக்கு வேறு ஏதோ உலகத்தில் இருப்பதுபோன்ற ஒரு தன்மறதி, மூட்டம், என்னவென்று சொல்ல முடியவில்லை. முக க்ஷவரம் செய்துகொண்டு, ரத்தக் குழாய்கள் தெரியும் கரடுமுரடுக் கைகால்களுடன் பூவும் சேலையும் லோலக்கும் மூக்குத்தியும் கொலுசும் ரவிக்கையும் அணிந்து ஆண் குரலில் கத்தும் அலியின் உருவத்துடன் பூங்கா அவர் முன் நின்று அசைவது போலிருந்து, எல்லாம் பொய்யாகத் தோன்றிற்று. கண்முன் நடப்பதால் மெய்யாகவும் தோன்றிற்று. நேரம் ஆக ஆக அந்த அலியின் உருவம் தெளிவு பட்டுக்கொண்டே அவருக்கு அருகே அருகே நெருங்குவது போன்ற ஒரு அருவருப்பு, கூச்சம். தன்னறியாமல் நாற்காலியின் ஒட்டில் ஏதோ தப்பித்து ஓடத் தயாராயிருப்பது போல் அவர் ஒட்டிக்கொண்டிருந்தார்.

திடீரென்று ஒலிபெருக்கியில் இரண்டு மூன்று குரல்கள் வெவ்வேறு சுருதிகளில் தேசிய கீதத்தைச் சொந்த வேறுபாடுகளுடன் பாடுவது கேட்டது. நாற்காலிகள் நகர்ந்தன; விழுந்தன. மனிதர்கள் ஒவ்வொருவராக எழுந்தார்கள். பாட்டு முடிகிற வரையில் சிலர் எழுந்துகொண்டேயிருந்தார்கள். முடிவதற்காகப் பெருமூச்சுவிட்டுக் கொண்டிருந்தார்கள். ஐஸ்கிரீம் கிண்ணத்தில் ஸ்பூனை விட்டு ஒரு கை கோடுபோட்டுக் கொண்டிருந்தது. கீழே விழுந்த இன்னொருவரின் கைக்குட்டையை எடுத்து ஒரு கை அவருடைய பையில் திணித்தது. மார்பின் மீது கட்டின ஒரு கையின் விரல்கள் தாளம் போட்டுக்கொண்டிருந்தன. சீதாபதி தலையைக் குனிந்து நின்றுகொண்டிருந்தார். உடனே சட்டநாதனும் கண்ணை மூடித் தலையைக் குனிந்து கொண்டார்.

கூட்டம் கலையும் பொழுது விறுவிறுவென்று சண்முக ஆசாரியிடம் சென்று, "ஒரு நாளைக்கு நீங்க வீட்டுக்கு வரணும்," என்று கேட்டுக்கொண்டு, விலாசத்தைச் சொன்னார். சட்டநாதன்.

"வரேன்."

"நிச்சயமா வரணும்."

"அது என்னங்க? எனக்கு என்ன வேலையா வெட்டியா? கூப்பிடாமலே வர்றவன். நாளைக்கே வர்றேன்."

“நாளைக்கே கட்டாயம் வாங்க. நான் எப்பவும் வீட்டிலெ தான் இருப்பேன்.”

தெருவில் நடந்துவரும்போது சீதாபதி, “ஏதோ சன்யாசி யைப் பிச்சைக்கு அழைக்கறாப்பல இருந்துது” என்றார்.

“எது ?”

“நீர் சண்முக ஆசாரியை வீட்டுக்குக் கூப்பிட்டது.”

சட்டநாதனுக்குச் சற்றுத் திகைப்பாக இருந்தது. இந்தப் பொட்டைக் கண்ணை வைத்துக்கொண்டு எவ்வளவு துருவித் துருவிப் பார்க்கிறான் மனுஷன் ?

“அப்படியா கூனிக் குழைஞ்சேன்?” என்று கேட்டார் அவர்.

“குழையலெ. ஒரே முட்டா உம்மைத் தாக்கியிருக்கார் மனுஷன்னு தெரிஞ்சுது, உங்க மரியாதையையும் குரலையும் பார்த்தா ... ஆசாரியும் அதுக்கு ஏத்த மனுஷன்தான். அதனாலெ தான் நான் கடவுளையும் நம்பலெ. இப்ப இருக்கிற ஏற்பாடு களையும் நம்பலெ. இவ்வளவு சிரமப்பட்டிருக்கிற மனுஷனைக் கவனிக்க ஒரு ஜனங்களுக்குத் துப்பில்லேன்னா ...”

கடைசி வார்த்தைகள் சற்று நடுங்கிக்கொண்டே வந்தன. சீதாபதி அப்படியே முடிக்காமல் விட்டுவிட்டார்.

சட்டநாதனுக்கு ஒன்றும் சொல்லத் தோன்றவில்லை. ஆசாரியைக் கைவிட்டவர்களில் தானும் ஒருவர்போல அவர் உள்ளம் குறுகி அறிவின் சுவரில் நாணி ஒண்டிக்கொண்டது. வீடு போகிறவரையில் அவர்கள் பேசவில்லை. தெரு ஓசை அடங்கிக் கிடந்தது. விளக்குகள் பனிப் போர்வை போர்த்தி மங்கிக் கிடந்தன. தூங்கும் எருமைக் கன்றைச் சீண்டும் காக்கை கள் போல் கொசு – விட்டில் மொய்ப்புகள் விளக்குகளைச் சுற்றித்தத்திக்கொண்டிருந்தன.

வீடு வந்துவிட்டது. சட்டம் நின்றார். பேசாமல் வந்த பொம்மை, “நான் செத்துப்போறதுக்குள்ள இதுக்கெல்லாம் ஒரு முடிவைப் பார்த்துட்டுத்தான் போகப் போறேன்” என்று சொல்லிக்கொண்டே நின்றார்.

சட்டம் சற்று யோசித்துக்கொண்டே நின்றார். அந்தக் குரலின் வேதனையைப் பார்த்து அவர் மனமும் சற்றுக் குலைந்தது. அதேசமயம், சாப்பிட்டுவிட்டு வெறுமே பேச்சிலும் புத்தகத்திலும் நேரத்தைக் கடத்திக்கொண்டிருக்கிற பொம்மை எதற்காக இப்படியெல்லாம் பேசுகிறது என்று ஒரு சிரிப்பும் பரிதாபமும் எழுந்தன. இரண்டையும் வெளிக்காட்டாமல் மறைத்துக்கொண்டார்.

"நான் வரேன்," என்று சட்டென்று சொல்லிவிட்டுச் சீதாபதி நகர்ந்துவிட்டார்.

"அப்பறம்...?" என்று சட்டநாதன் கேட்டதற்கு "நாளை நாளன்னிக்குப் பார்த்தாப் போறது," என்று நடந்துகொண்டே அந்தத் தலை திரும்பிப் பதில் சொல்லிவிட்டு மீண்டும் திரும்பிக் கொண்டது.

வாசலுக்கு நேராகக் கூடத்தில் பெஞ்சுமீது உட்கார்ந்திருந்த புவனா, அவரைக் கண்டு எழுந்து வந்தாள். அவர் உள்ளே வந்ததும் கதவைத் தாழிட்டுக்கொண்டாள்.

சட்டையைக் கழற்றிவைத்து முற்றத்து ஓரத்தில் தயாராக வைத்திருந்த வாளியிலிருந்து நீரை மொண்டு முகம், கைகால் கழுவினார். மார்கழிக் குளிரில் நீர் சிர்ரென்று கையைக் குத்தினாலும் நடந்துவந்த சிறு சூட்டுக்கு இதமாக இருந்தது. பக்கத்தில் வைத்திருந்த மரத் தாழைமடலிலிருந்து திருநீற்றைக் குழைத்து நெற்றியில் இட்டுக்கொண்டு அலமாரிக்கு முன்பு போட்டிருந்த பலகைமீது சப்பளம் கட்டி உட்கார்ந்துகொண்டார்.

குத்துவிளக்கு எதிரே எரிந்தது. புவனா ஊதுவத்தி இரண்டைக் கொளுத்திப் பீங்கான் யானைமீது செருகினாள்.

அந்த மணத்தை நுகர்ந்ததும் அவருடைய மனம் சற்றுக் கலைந்தது. அது பூஜை வத்தி இல்லை போலிருக்கிறது. புதிதாக வாங்கி வந்தாளோ என்னவோ? எதோ கலியாண வாடை வீசிற்று. சுகமான மணம்தான். ஆனால், அதில் இழைந்து பரவின நெடியில் அணுகிவரும் போகத்தின் வாடை ஒன்று நெளிந்தது. அவர் புருவம் சுருங்கிற்று. உள்ளுக்குள் ஒரு சிரிப்பும் வந்தது. மாமனார் சண்பகவனத்தின் நினைவு வந்தது. ஏழெட்டு ஆண்டுகளுக்கு முன்னால் தம் வீட்டில் மருமகனை உட்கார்த்தி வைத்துச் சிவதீட்சை கொடுத்த காட்சி வழக்கம்போல் நினைவுக்கு வந்தது. அந்தக் காலத்திற்கும் இந்தக் கணங்களுக்கும் எத்தனை மாறுபாடு! அதைக் கற்றுக்கொண்ட புதிரில் அவர் மணிக் கணக்கில் பூஜை செய்வதும் கண்ணை மூடிக்கொண்டு தியானத் தில் ஆழ்ந்திருப்பதுமாகக் காலம் கழித்துக்கொண்டிருந்தார். கடை நினைவு, சுற்றுப்புற நினைவெல்லாம் அழிந்துகிடக்கும். அவரைப் பார்த்து அவருடைய சின்ன மகனும் கடைசி மகளும் கண்ணை மூடிக்கொண்டு மாடியிலும் காமிரா அறையிலும் உட்கார்ந்திருப்பார்கள். ஆரம்பத்தில் அவர் உட்கார்ந்த வாக்கில் தூங்கியும்விடுவார். திடீர் என்று தலை முன்னுக்குத் தள்ளி நினைவுக்கு வருவார். வெகு ஆழத்தில் அவரைக் கொண்டுவிட்ட மோனத்தில் ஒரு போதையும் மந்தமும் கலந்திருக்கும். அவை தெளியவே மூன்று நான்கு மணி நேரமாகும். ஒருநாள் அவரைப்

செம்பருத்தி

பார்க்க வந்த சண்பகவனம் ஒரு மணிநேரம் மருமகன் கண்ணைத் திறவாமல் ஆழ்ந்துகிடந்ததைப் பார்த்து எழுந்து வந்ததும் "நான் வந்ததே தெரியலே போலிருக்கே," என்றார்.

"ஆமா ஆமா. கொஞ்ச நேரம் கூடிப்போச்சு. இன்னிக்கி மூடினா திறக்க மனசு வல்லெ. எழுந்திருக்க மனசு வல்லெ" என்றார் சட்டம்.

"ம் . . ." என்று சற்று நின்றார் சண்பகவனம். "ஆனா ஒண்ணு. நாமெல்லாம் ஈச்வரனோட லயிச்சு மறைஞ்சு போகத் தான் பிறந்திருக்கிறோம். உண்மைதான். ஆனா நாம துறவி இல்லேங்கறதையும் ஞாபகம் வச்சுக்கணும். நமக்கு ஒரு குடும்பம் இருக்கு. வேலை இருக்கு. கடை இருக்கு. வியாபாரம் இருக்கு. உலக நடவடிக்கை எல்லாம் இருக்கு. இப்படி மணிக்கணக்கா தனக்குள்ளேயே லயிச்சிட்டா, ஒண்ணிலேயும் பிடிப்பு இல்லாம போயிடும். பற்று எல்லாம் அறுந்து போக வேண்டியதுதான். நாமா ரொம்ப பலவந்தமாப் பிச்சுக்கிட்டா சிரமமாயிருக்கும். உலகத்திலே அன்றாடம் செய்ய வேண்டிய காரியங்களை, நுணுக்கமாகவும் ஆற்றலோடவும் செய்ய முடியாதபடி ஆயிடும். மனசை அப்படி ஒரே முரட்டுத்தனமா உலகத்திலேர்ந்து பிடிச்சு இழுக்கக்கூடாது. தாயிகிட்ட முரண்டி முரண்டிக்கிட்டுத் தாவிட்டிருக்கிற கன்னுக்குட்டியைக் கட்டிப் போடறாப்பல அது. கயித்தைக் காலிலே சுத்திக்கும். இடறி விழும். எக்கச்சக்கமா அடிபட்டுக்கும். ஈச்வரனை உபாசனை பண்றது நம்ம புத்தியும் செயலும் கூர்மைப் படறத்துக்கு. மந்தப்படக்கூடாது. துறவிங் கன்னா எப்படி வாணா இருக்கலாம். குடும்பத்தோட இருக்கற வங்க ஒரு அளவு வச்சுக்கிட்டாத் தேவலாம்னு சொல்லுவாங்க, எங்க தீட்சா குரு. நான் என்னமோ ஊக்கத்தைக் குறைக்கிறேன், முன்னேறிட்டு இருக்கிறவங்களைக் கால்லெ வாக்கிங் ஸ்டிக்கை மாட்டி இழுக்கறேன்னு நினைக்கப்படாது" என்று தயங்கித் தயங்கிச் சொல்லி நிறுத்தினார் சண்பகவனம்.

சட்டம் அப்பொழுது பதில் சொல்லவில்லை. அவர் சொல்வதைப் பார்த்துச் சிரிப்பு வந்தது. வெளியில் காட்டா மல் அடக்கிக்கொண்டார். சிறிது அசட்டைகூடத் தோன்றிற்று. உலகத்தில் ஒரு காலும் சொர்க்கத்தில் ஒரு காலுமாக வைத்து நிற்பவனின் கதியைப் பார்த்துச் சிரித்துக்கொண்டார். இரண்டும் விலகிப் போகிற கட்டைகள். நிற்பவன் மடேரென்று நடுவில் விழுந்து, உடல் இரண்டாகக் கிழிந்து . . . அப்படி ஒரு சித்திரம் எழுந்தது.

மாமனார் சொன்னதற்கு மாறாக, பூஜை நேரமும் கண்ணை மூடி உள்ளே வாழ்கிற நேரமும் இரட்டித்தன. மந்தமும்

நாட்டமின்மையும் இன்னும் பெருகின. கடைக் கணக்கில் நாட்டமில்லை. கடைத் தெருவைக் கண்டு சிரிப்பு. வட்டி வாங்குபவர்களைக் கண்டு சிரிப்பு. கடையை இரவு ஒன்பது மணிவரை திறந்துவைத்திருப்பவர்களைக் கண்டு சிரிப்பு. வியாபாரத்தைப் பற்றிக் கண்டிப்பாகப் பேசுகிறவர்களைக் கண்டு சிரிப்பு. நகை நட்டு பற்றிப் புவனா பேசினால் சிரிப்பு; ஒருவித எரிச்சல். ஆத்மிக விஷயங்களைப் பற்றி வேறு யாராவது பேசினால் அதில் குற்றம் கண்டுபிடிப்பது, 'என்னமோ ஏராள மாகச் சாதனை செய்து கண்டுவிட்டதுபோல் பேசுகிறானே' என்று ஒரு ஏளனம். தன் வழியில் ஒரு வெறி. தராசைத் தூக்கிக் கச்சிதமாக முள்ளைப் பார்க்கிற கடை ஆளைப் பார்த்து ஒரு கோபம். "இன்னும் கொஞ்சம் போடுடா, பரவால்லே. என் சாமான்தான் அளியப் போவுது. பயப்படாதே" என்று, அவன் என்னமோ கருமித்தனம் பண்ணுவது போல் அவனிடம் ஒரு ஆத்திரம், நையாண்டி. அவன் அதற்காகச் சற்று அதிகமாக முனைக்க சாமானைப் போட்டுவிட்டால், சொல்லிக்கொள்ள முடியாத ஒரு குமைச்சல். பெண்களின் கலியாணத்திற்காகப் புடவை, நகை என்று புவனா பேச்செடுத்தாலோ ஒரு அலுப்பு. "இந்தப் பார்! நீ என்ன வேணா செய்துக்க. நீதான் எசமானி. உன் குறுக்கே நிக்கிலெ, என் மனசைப் போட்டு இதிலெல்லாம் இழுத்துக் காயப்படுத்த வாண்டாம்!" என்று ஒரு குத்தல்.

புவனா வெகுநாள் பதில் சொல்லாமல் இருந்துவிட்டுக் கடைசியில் ஒருநாள் பொறுக்க முடியாமல், "நானும் பரதேசியா இருந்திட்டா, யார்தான் காரியத்தைக் கவனிக்கிறது?" என்று ஒரு வார்த்தை சொல்லிவிட்டாள்.

அதற்காக மூன்று நாள் அவளோடு பேசவில்லை. வீட்டில் இரண்டு வேளை சாப்பிடவில்லை. அவள் கெஞ்சிக் கண் கலங்கிய பிறகுதான் அவருக்குக் கோபம் தணிந்தது. பிறகு அவளோடு இரவு முழுவதும் முயங்கி முயங்கி . . . இந்தக் கண் மூடலுக்கு அந்தப் பயனும் உண்டு என்று புரிந்தபோது அவருக்கு இப்போது சிரிப்பு வந்தது. கண்ணை மூடி மூடி ஆழ்ந்திருக்க இருக்க, உடலில் ஒரு வெறி. இளமையெல்லாம் அப்படியே திரும்பிவந்துவிட்டதுபோலவே இருக்கும். உடல் முறுக்கேறி, இரவு முழுவதும் மனித புவனேச்வரியை வியாபித்து, அந்த நாட்களில் காணாத புதுமைகளையும் மோகங்களையும் கண்டு, மனிதனுக்கு இரண்டாவது இளமை ஒன்று உண்டா என்று தோன்றிற்று. பிரமிப்பாக இருந்தது. மேனியில் ஒரு புதுப் பொலிவு; வண்ணம். உடலில் சதைகூடக் கூடிற்று.

"என்னய்யா, கன்னத்திலே ரண்டு மாம்பழம் புதுசா வச்சிண்டிருக்கீம்?" என்று ஒருநாள் சீதாபதி கேலி செய்தார்.

சட்டம் ஒரு இளநகை மட்டும் செய்து மௌனம் சாதித்தார் அதற்கு. அந்தப் பெரிய மோனத்தைப் பற்றி இந்தத் தெய்வம் கெட்ட பார்ப்பானுக்குச் சொல்லி என்ன என்று நெஞ்சு சிரித்துக்கொண்டது. சீதாபதியைக் கண்டால்கூட அப்போ தெல்லாம் ஒரு அருவருப்பு; சிலவேளை ஒரு இரக்கம். அவன் சட்டையும் கட்டைமயிரும் மூக்குக் கண்ணாடியும் மாவுமில் குரலும் – சை! நரகத்தின் வடிவம், கடவுள் கைவிட்ட வீழ்ச்சியின் வடிவம்.

சட்டநாதன் மூக்கை உறிஞ்சினார். ஊதுவத்தி கலியாண நெடி நாசியைத் தடவுவது போலிருந்தது. இப்போது அவர் மனம் எதிலும் ஒட்டவில்லை; ஒருமைப்படவில்லை. இதெல்லாம் எதற்கு என்று தோன்றிற்று. புவனாவுக்காகத்தான் இப்படி உட்கார்ந்திருக்கிறோம் என்ற ஒரு பயம். கண்ணைத் திறந்தார் அவர். புவனா குத்துவிளக்கிற்குப் பக்கத்தில் உட்கார்ந்து நோட்டுப் புத்தகத்தில் நுணுநுணுவென்று ‘ஓம் நமச்சிவாய’ எழுதிக்கொண்டிருக்கிறாள். இந்தத் தூரத்திலிருந்து பார்க்கும் போது காசித் துண்டு, வாழைப்பூப் புடவை போல் இருக்கிறது.

நாம் கண் திறந்திருப்பதைப் பார்க்கவில்லை அவள்! தலையில் இரண்டு செம்பருத்தி மலர்கள். லேசாகக் காந்தி அங்குமிங்கும் தழும்பேறியிருக்கின்றன.

என்ன நம்பிக்கையுடன் எழுதிக்கொண்டிருக்கிறாள்? ஐந்து வருஷமாக இதே வேலை அவளுக்கு. நூற்றுக்கணக்கான நோட்டுகள். சரஸ்வதி பூசை அன்று அவள் அவற்றை அடுக்கி, வெண்பட்டைப் போர்த்தி, கழுத்தில் உள்ள சங்கிலிகளை நடுவில் சாத்தி, பவழ மல்லிகைகளைக் கொட்டி, சந்தனம், குங்குமம் பூசி – சிவலோகமே சித்தியானதுபோல் நிற்பதைப் பார்க்க வேண்டும்.

கண்ணை மூட முடியவில்லை அவரால்.

‘இது என்ன கண் மூடல்! என் நம்பிக்கையெல்லாம் என்னைக் கைவிட்டுவிட்டதே . . .’

புவனா இன்னும் எழுதுகிறாள். ஐந்து வருஷ எழுத்து இன்னும் ஓயவில்லை. மாதம் முப்பது நாளும் வருடம் முந்நூற்று அறுபத்தைந்து நாளும் வீட்டு வேலை நேரம் போக, இதே வேலை. வீட்டுக்கு வெளியே விலகுவதும் நின்றுவிட்டது. இல்லாவிட்டால் சிவனுக்கு மூன்று நாள் மாத விடுமுறை கிடைத்திருக்கும்.

சட்டநாதனுக்கு ஐந்து வருடங்களுக்கு முந்திய அந்த நாட்களை நினைத்தபோது உடல் நடுங்கிற்று. வெட்கமாக

இருந்தது. புவனாவை வெட்டிப் போட்டுவிட வேண்டும் என்று உள்ளே புகைந்த காலம். அவளைக் கண்டு பயந்து பயந்து விலகி ஓடின காலம்.

ஒரு நாள் இரவு சிரித்துக்கொண்டே அவள் சொன்னது இன்னும் அதே தாக்குதலுடன், ஏளனத்துடன் நினைவைக் குத்துகிறது. "போதும். அப்பா கண்ணை மூடச் சொல்லிக் கொடுத்தாலும் கொடுத்தாங்க . . ."

மேலே பேசவில்லை அவள்.

"கொடுத்தாங்க. அப்பறம்?"

". . ."

"அப்பறம் என்ன?"

"ஒண்ணுமில்லே."

"ஏன் பாதியிலே சொல்லிவிட்டு நிறுத்தணும்? சொன்னா முழுக்கச் சொல்லணும்!"

". . ."

"நான் சொல்றது காதிலே விழலியா?"

". . ."

"புவனா!"

"என்ன?"

"என்ன சொல்ல ஆரமிச்சே!"

"தெரியலியா, என்னைப் பார்த்தா?"

"என்ன?"

"அதான்!"

"என்ன அதான்!"

"ஆமாம். நான் என்ன சின்ன அண்ணியா, சாறவரைக்கும் குமரியாவே இருக்கறதுக்கு?"

"என்ன!"

"ஆமாம். என்னாலெ முடியலெ."

"அதுக்கு சின்ன அண்ணி பேச்சு எங்கே வந்தது இப்ப?"

"ஆமாம். அவதான் உங்க மேல மோகமாக் கிடந்தா. இப்ப அவ இருந்தா . . . நான் இப்படி அல்லாட வேண்டாம்."

"புவனா!"

"என்ன?"

"நீ என்ன சொல்றே?"

"ஆமா, ஜாடையும் மாடையுமா அவளைப் பாத்துக்கிட்டு நிக்கலாம். கண்ணாலேயே பேசிக்கலாம். இளமை மாறாத சந்தனக் கட்டையா இருக்காளேன்னு மாஞ்சு போயிட்டே இருக்கலாம்."

"புவனா!"

". . ."

"புவனா!"

"என்ன?"

"நீ என்ன சொல்றேன்னு புரிஞ்சுக்கிட்டுத்தான் பேசறியா?"

"நான் என்ன புரிஞ்சுக்கல்லே?"

"நான் அவளைத் திரும்பிக்கூடப் பார்த்ததில்லேன்னு உனக்குத் தெரியாது?"

"என் கண்ணை இப்படியெல்லாம் கட்டிட முடியுமா?"

"புவனா!"

"ஏன் புவனா புவனான்னு புலம்பணும்? இப்படியெல்லாம் திகைச்சு மறைச்சிட முடியுமா?"

"நீ என்னை நம்பலெ?"

"நம்பிக்கிட்டுத்தான் இருந்தேன்."

"அப்படீன்னா?"

"என்னை விடட்டும். என்னாலெ முடியலெ. இப்பகூட அவளையே கொண்டு வச்சுக்கலாம். நான் வாண்டாம்னு சொல்லலெ."

சட்டநாதனுக்குக் கைகளில் வெறி ஓடிற்று. அவள் தோள்களை உலுக்கிப் பிழிய வேண்டும் போலிருந்தது. உடலெல்லாம் சூடு பறந்தது. சற்றுப் பேசாமல் இருந்தார். நெஞ்சில் நோவெடுத்தது.

"நீயா பேசறே புவனா?"

". . ."

"புவனா."

புவனா பேசாமல் எழுந்து உள்ளே போனாள். என்ன அலட்சியம்! என்ன பொல்லாங்கு! எல்லாப் பெண்களும் ஒரு நேரத்தில் பெரிய அண்ணிகளாகத்தான் இருப்பார்கள்

தி. ஜானகிராமன்

போலிருக்கிறது. ஆத்திரம் அடங்காமல் படுக்கையைவிட்டு எழுந்து கூடத்தைப் பார்க்க ஓடினார் சட்டம்.

புவனா ஊஞ்சலில் ஒருக்களித்து இடது கை மீது தலை வைத்துப் படுத்திருந்தாள். அவள் தோளை உலுக்கினார் சட்டம். பதில் இல்லை.

"புவனா!"

". . ."

"புவனா!"

"ம்?"

"பெரிய நெருப்பாப் பத்த வச்சிட்டு, ரொம்ப நிதானமாப் படுத்திட்டிருக்கே நீ."

"நானா பத்த வச்சேன்? எப்பவோ பிடிச்ச நெருப்பு, நான் பத்த வச்சேனாம்?"

"எப்பவோ பிடிச்சதா? எப்பவோன்னா எப்ப?"

"அது உங்க மனசுக்கே தெரியுமே. நான் சொல்லுவானேன்?"

"நானும் சின்ன அண்ணியும் உன்னை ஏமாத்திக்கிட்டே இருந்தோம் – உனக்குத் தெரியும்! அதுதானே சொல்றே?"

"நீங்கதான் சொல்றீங்களே!"

"அப்படீன்னா அவ ஏன் இந்த வீட்டை விட்டுப் போகணும்? இங்கேயே இன்னும் உல்லாசமா இருந்திருக்கலாமே," என்று ஒரு வெறிச் சிரிப்போடு சொன்னார் சட்டநாதன்.

"பதினைஞ்சு வருஷம் ஏமாத்தியாச்சு ஒருத்தியை. இன்னும் ஏமாத்துவானேன்னு போய்ட்டா. பொண்ணுக்குக் கலியாணம் ஆகி, பேரன் பேத்தி எடுக்கிற வயசிலியுமா ஏமாத்தணும்?"

"சரி, நானும் அவளும் உன்னை ஏமாத்தினதாகவே இருக்கட்டும். அவ தொலைஞ்சு போயிதான் ஒரு மாமாங்கம் ஆயிடுத்தே. ஏன், பதிமூணு வருஷம் ஆகப் போவுது. இப்ப என்ன அவளைப் பத்தி?"

"அவளை ஏன் போகச் சொன்னீங்க?"

"நானா போகச் சொன்னேன்? அவளாத்தானே போனா."

"நான் கண்டுபிடிச்சிடுவேனோன்னு பயம். போகச் சொல்லி யாச்சு."

சுவர்மீது முட்டிக்கொள்வது போலிருந்தது சட்டநாதனுக்கு.

செம்பருத்தி 459

“முன்னாலெ அவளா புறப்பட்டுப் போனான்னு நீதான் சொன்னே. அதே வாயாலெ நான் போகச் சொன்னேங்கறே.”

“ஆமா . . . நான் என்னத்தைக் கண்டேன்? நீங்க என்ன பேசிக்கிட்டீங்களோ? அவ போனாப்பல போறதும் நீங்க கடைச்சரக்குக் கொள்முதல் பண்ணப் போறதேன்னு பட்ணம் போறதும் . . .”

“புவனா! நான் அவ பட்ணம் போனப்பறம் நாலே நாலு தடவைதான் அவங்க வீட்டுக்குப் போயிருக்கேன். இந்தப் பதிமூணு வருஷத்திலே.”

“நாலோ, நானூறோ – நானா பார்த்துக்கிட்டிருக்கேன்?”

“நான் சொல்றதையாவது நம்பணும்.”

“நம்பிக்கிட்டுத்தான் இருந்தேன். இப்ப நம்ப முடியலெ.”

“திடீர்னு என் மேலே நம்பிக்கை எப்படிப் போச்சு?”

“திடீர்னு போகலெ.”

“அப்பவே போயிடுத்தா?”

“. . .”

“அப்பவே சொல்லியிருக்கலாமே இதை?”

“அவ போனப்பறமாவது மறந்து போயிடுவீங்கன்னு நினைச்சேன். உங்களுக்கு இன்னும் ஜாஸ்தியாப் போச்சு, அதே நினைவு, அதே ஏக்கம்.”

சட்டநாதனுக்குச் சிரிப்பதா அவளை அடிப்பதா என்று புரியவில்லை; சிரிக்கத்தான் செய்தார்.

அதோடு ஒரு அதிர்ச்சியும் அவரை ஆழ்ந்து உலுக்கி விட்டிருந்தது. புவனா இந்த மாதிரிப் பேசுகிறவளே இல்லையே, அவளுக்கு இருந்த மரியாதை, கௌரவ புத்தி, தன்னோடு பேசுகிறபோது அவள் எப்பொழுதும் காட்டுகிற அடக்கம், நயம் – எல்லாம் எங்கே பறந்துவிட்டன? இத்தனை நாட்களாகவா ஒரு சந்தேகத்தைக் கட்டி வயிற்றில் வைத்துக் கொண்டிருக்கிறாள்?

அவருக்கு அதைப் பற்றிப் பேசாமலும் இருக்க முடியவில்லை; பேசவும் முடியவில்லை. அவளோடு பேசுவதே கம்பவித்தையாக இருந்தது. முன்னுக்குப் பின் முரணாகப் பேசிக் கொண்டே இருக்கிறாள். எதைச் சொன்னாலும் அந்த வார்த்தையைக் கொண்டு அவர் கண்ணையே குத்துகிறாள். சந்தேகம் வந்துவிட்டால் என்ன செய்ய முடியும்?

"ஏன் இப்படிப் பேசணும்னு தோணுது உனக்கு இன்னிக்கி?" என்று பணிவுடன் கேட்டார்.

"எனக்கு ஈடு கொடுக்க முடியலை உங்களுக்கு? யாரையோ நினைச்சுக்கிட்டு எங்கிட்ட வந்தா? உங்களுக்குத் திருப்தி வரல. எனக்கும் முடியலெ. என்னை என்னாகவே நினைச்சிருந்தா, இப்படிச் செய்ய மனசு வருமா?"

மீண்டும் அவர் அறிவின் முன் ஒரு சுவர்தான் எழுந்தது.

"உன் மேலே நான் ரொம்ப ஆசையாயிருக்கிறதுகூட உனக்கு ஒரு குத்தமாகப்படுது..."

"குத்தமாப் படலெ. அதுக்கு என்ன காரணம்னு யோசிச்சேன்."

"வேற யார் நினைவு? உன்னை அவங்களா நினைச்கிட்டு உன்னைப் பயன்படுத்தி வீணாக்கறேன் இல்லையா?"

"அதான் நீங்களே சொல்றீங்களே."

பேச்செல்லாம் பெரியண்ணியைப் போலவே இருந்தது. அதை அடக்க முடியாமல் சொல்லியும் விட்டார்.

"பெரியண்ணி பேசறாப்பலவே இருக்கு இப்ப."

"பெரியண்ணி உங்ககிட்ட இப்படிப் பேச மாட்டா, உங்களைக் கண்டா அவளுக்கு இதமாத்தான் இருந்தது, நடக்கலேன்னுதான் பிராணனை விட்டா."

புவனாவுக்குள் வேறு யாராவது புகுந்துகொண்டு பேசுகிறார்களா என்று பயமாக இருந்தது அவருக்கு. அவளுடைய கண், முகத்தில்கூட அந்தப் பளபளப்பும் பித்துக்களையும் ஏறிவிட்டது போல் தோன்றிற்று.

வெகுநேரம் சும்மா உட்கார்ந்திருந்தார். பேச்சுக் கொடுத்தால் இடக்காகவே வளர்ந்துகொண்டு போகிறது.

ஒரு மூன்று மாதம் இப்படியே போய்க்கொண்டிருந்தது. தினந்தோறும் சின்ன அண்ணியைப் பற்றி அவள் பேசாமல் இருப்பதில்லை. எந்தச் சாக்கிட்டாவது அந்தப் பேச்சைக் கொண்டுவந்து விடுவாள். இடைவிடாத கேள்விகள் – கோணல் விடைகள். அவள் பகுத்தறிவையும் விவேகத்தையும் அடக்கத்தையும் முற்றிலும் இழந்துவிட்டதுபோலிருந்தது.

திடீரென்று "நீங்க முன்ன மாதிரியெல்லாம் இல்லெ இப்ப என்கிட்ட?" என்று ஆரம்பிப்பாள் புவனா.

"எப்படி இருக்கேன்?"

செம்பருத்தி

“என்னைப் பார்த்தா உங்க முகம் கடுகடுன்னு ஆயிடுது. இருக்கிற சிரிப்புகூட மறைஞ்சு போவுது.”

“நான் சாதாரணமாத்தான் இருக்கேன்.”

“சாதாரணமா இல்லெ. முன் மாதிரி இல்லெ. யாரையோ நினைச்சு ஏங்கிக்கிட்டே இருக்காப்பல இருக்கு.”

“சின்ன அண்ணியைத்தானே?”

“நீங்களே சொல்றீங்களே.”

“இல்லவே இல்லை.”

“பின்னே ஏன் எங்கிட்ட வரப்ப எல்லாம் அவிஞ்சு போவுது உங்களுக்கு?”

“அவிஞ்சு போகலெ. நான் ரொம்ப உற்சாகமாத்தான் வரேன். நீதான் அவிச்சிடறே!”

“நானா அவிக்கிறேன்? .. ஆமா எங்கிட்ட என்ன இருக்கு இப்ப? என் அழகு போயிரிச்சு; கட்டு இல்லை; மஸ்து இல்லெ. என்னைப் பார்த்தா அவியத்தான் அவியும்!”

“அதெல்லாம் இல்லை புவனா!” என்று பல்லைக் கடித்துக் கொண்டு உயரும் குரலை வேதனையும் சிரமமுமாகத் தணிக்கப் பெரும் முயற்சி செய்வார் அவர்.

“இல்லேன்னு சொன்னாப் போதுமா? எனக்கு அந்த மாதிரிப் படலியே.”

“ஹம்மா – ஹம்மா” என்று பெருமூச்சு சூடு பறக்க அவருடைய அரற்றல்.

“நான் இப்ப வேண்டாம்னு சொல்லலெ. அவளைக் கொண்டு அழச்சு வச்சுக்கங்க. நான் எங்கியாவது போய் இருக்கேன்.”

“எங்கே போய் இருக்கப் போறே?”

“எங்கியாவது, கண் காணாத இடத்துக்கு. யாரும் பார்க்காத இடத்துக்கு. எனக்கு இனிமே என்ன இருக்கு? என் அழகு போயிடுத்து. இளமை போயிடுத்து. என்னாலெ யாருக்கு என்ன பிரயோசனம்? நான் போறேன்.”

“இளமை எல்லாருக்கும்தான் போவுது. எல்லாரும் பிரயோசனம் இல்லாதவங்களா ஆயிடறாங்களா?”

“ஆமாம், உங்களுக்கு இளமைதான் வேணும். நான் இருந்து என்ன பிரயோசனம்?”

சட்டத்தின் வாய் பேச இயலாமல் அடைத்துக்கொள்ளும். வீட்டில் கலியாணத்திற்கு இருந்த கடைசிப் பெண்ணின் காதில் விழாமல் இவ்வளவும் நடந்துகொண்டிருந்தன. நல்ல வேளை! சின்னப் பையன் இல்லை. அவன் பதினைந்து வயதிலே புனாவுக்கு அருகில் ராணுவப் பள்ளியில் சேர்ந்துவிட்டான். ஆனால் பெண் மட்டும் பெற்றோர்களுக்கிடையே ஏதோ சரியாக இல்லை என்று கவலைப்படுவது தெரிந்தது.

கடையிலிருந்து அவர் வரும்போது புவனா எங்கேயாவது சுவரோரமாகப் படுத்திருப்பாள். அவரைக் கண்டதும் சுருள் கம்பியாகத் துள்ளி எழுந்திருப்பவள், அவரை வேண்டும் என்றே பாராமல் படுத்திருப்பாள்; அல்லது அப்பால் திரும்பிக் கொள்வாள். கூப்பிட்டால் முதல் முறை பதில் வராது. இரண்டாவது கூப்பாட்டுக்கு மெதுவாக, "ம்" என்று பதில் வரும்.

என்ன இது?

சில நாட்களில் வெளியே போய்விட்டு வரும்போது அவள் கண்களில் அழுத சுவடு தெரியும்.

"ஏன் என்னவோ போலிருக்கே?"

"..."

"ம்?"

"ஒண்ணுமில்லை."

"அழுதியா?"

"இல்லே."

"அழுதாப்பல தெரியுதே."

"ஆமாம்."

"எதுக்கு?"

"என்னமோ வருத்தமாயிருந்திச்சு."

"என்ன வருத்தம் இப்ப?"

"என்னமோ."

அவர் பேசாமல் கால் கைகளைக் கழுவிவிட்டுச் சப்பணம் கட்டி உட்கார்ந்து கண்ணை மூடிக்கொள்வார். இரண்டு நிமிஷம் ஆவதற்குள் மூக்கு உறியும் ஓசை... ஹ் என்று வாய்விட்டு வராத, ஆனால் செவிக்கு வருகிற ஒரு மௌன அழுகை. கண்ணை மூடி உட்கார்ந்திருக்கப் படாத பாடுபட்டுக் கடைசியில் எழுந்து வருவார்.

"ஏன் புவனா?"

"என்ன?"

"அழுவறியா?"

"இல்லே," என்று கண்ணைத் துடைத்துக்கொண்டே பதில்.

"சொல்லேன்."

"என்னமோ. நான் அழுதா உங்களுக்கு என்னவாம்? உங்களுக்கு உங்க ஜபம்தான் பெரிசு. நீங்க பரமசிவத்தோட ஐக்கியமாயிட்டு இருங்க."

"உங்கப்பா சொல்லிக் கொடுத்ததுதானே அதுவும்."

"எங்கப்பா உங்களுக்கு நல்ல வழி காமிச்சிட்டாங்க. எனக்குத்தான் ஒண்ணும் காமிக்காம போயிட்டாங்க."

"உனக்கும் நல்ல வழிதான் காமிச்சிருக்காங்க. உனக்குத் தான் திடீர்னு அவநம்பிக்கை வந்திரிச்சு அதிலே."

"எனக்கு ஒண்ணிலியும் நம்பிக்கை இல்லே."

"என்னை நம்ப வேண்டாம். சாமியையாவது நம்பு."

"எதுக்காக நம்பறது? என்னைத்தான் அது கை விட்டிடிச்சே."

"ஏன் அப்படி நினைக்கிறே?"

"ஆமா. என் புருஷனைக்கூட என்னோட இருக்கவிட மனசு வல்லே அதுக்கு."

"அப்படியெல்லாம் சொல்லாதே புவனா. வீணா போட்டுக் குதறிக்கிட்டே இருக்காதே உன்னை. என்னைவிட யார் உங்கிட்ட இப்படி ஒட்டுதலா இருப்பாங்க?"

"ம். தெரியும், தெரியும்."

"அப்படீன்னா?"

"பட்டணத்திலே இருக்காளே, அம்பது வயசிலேயும் அப்சரசு! அவளைக் கேட்டால்ல தெரியும்!"

"மறுபடியும் அவ பேச்சுதானே?"

இந்தப் பேச்சு தாங்க முடியாமல் அவளை ஒரு நாள் ஒரு அடிகூட வைத்துவிட்டார் சட்டம். அந்தக் கோபத்திலே அவள் இரண்டு நாள் சமைக்கவில்லை. வீட்டு வேலை எதையும் கவனிக்கவில்லை. பெண்தான் தவித்துத் திண்டாடத் தொடங் கிற்று. மூன்றாம் நாள் காலையில் எழுந்து வழக்கம்போல் குளித்துவிட்டுச் செம்பருத்தியைத் தலைக்கு வைத்துக்கொண்டு மலர்ச்சியுடன் ஒன்றுமே நடக்காதது போலக் காரியங்களைக்

கவனிக்கத் தொடங்கினாள். சட்டத்திற்கு உயிர் வந்தது. பெண்ணுக்கும் முகத்தில் களை வந்தது.

அன்றிரவு அந்த மகிழ்ச்சியில், "இன்னிக்கி ரொம்ப நல்லாருக்கு, உன்னைப் பார்த்தா!" என்றார் அவர்.

"சின்ன அண்ணி மாதிரி நான் ஆக முடியுமா?" என்று சுருக்கென்று ஒரு ஈட்டி.

சட்டம் உதைபட்டாற்போல் நின்றார்.

"அவ அழகு என்ன? அவ காரியம் என்ன? அந்தச் சமத்து, சாமர்த்தியம், தந்திரம் எல்லாம் எனக்கு வருமா?"

"புவனா!"

"பதினஞ்சு வருஷம்ல ஏமாத்தினா ஒருத்தி. அவளுக்கு இந்தச் சின்ன சமத்தா இருக்கும்? இந்தச் சின்ன அடுப்பாங்கரை அழகா இருக்கும்? அது தெருவிலே போறவங்களையெல்லாம் மயக்கிற அழகில்ல! கடையிலெ நோட்டு நோட்டாப் பணத்தைப் பார்க்கறவங்களையே திருப்பற அழகில்ல!"

"புவனா!"

"ம்?"

"பைத்தியம் மாதிரிப் பேசாதே!"

"என்னைத்தான் பைத்தியமா அடிச்சாச்சே! பைத்தியம் மாதிரி என்ன?"

இப்படி ஒரு மாதம்.

புவனாவின் கற்பனைகள் விரிந்துகொண்டே இருந்தன. எதிர்பாராத கேள்விகளெல்லாம் அவளிடமிருந்து முளைக்கும்.

அந்த நாட்களில் கடைக்கு வந்து, அவரைக் குஞ்சம்மா சந்திப்பது உண்டா இல்லையா?

எத்தனை தடவை இருவரும் சேர்ந்திருக்கிறீர்கள்?

அன்று நான் மார்கழி மாதம் விசுவரூப தரிசனத்துக்குப் போனேனே – அவளை நம்பி விட்டுவிட்டு. அன்று?

ஒரு தடவை கௌரி விரதத்துக்கு முதல் நாள் அம்மாவுக்குக் காய்ச்சல் என்று குழந்தைகளை அழைத்துக்கொண்டு அப்பா வீட்டுக்குப் போனேனே – அன்று என்ன செய்தீர்கள்? ஒன்றும் நடக்கவில்லையா? எப்படி நடக்காமல் இருக்கும்? எப்படி மனசு சும்மா இருக்கும்? எப்படிச் சும்மா இருக்க முடியும்?

புவனா அவரைத் துளைத்துக்கொண்டே இருப்பாள்.

வீட்டுக்கு வருவதே நரக வேதனையாக இருந்தது. வீட்டை நினைத்தாலே நடுக்கமாக இருந்தது. அப்படி ஆடிக்கிடந்தார் அவர்.

"என்னய்யா கன்னத்திலே ரண்டு மாம்பழம் வச்சிண்டிருக்கீம்?" என்று சில மாதங்களுக்கு முன் கேட்ட அதே சீதாபதி, "ஏன் இப்படி என்னமோ போல இருக்கீம்? இளைப்பா இருக்கே," என்று கேட்க ஆரம்பித்தார்.

ஒருநாள் சாயங்காலம் உலாவப் போனபோது அவர் கிண்டிக் கிண்டிக் கேட்டது இதமாக இருந்தது.

"ஒண்ணுமில்லே. வீட்டிலெ என் பேரிலே சந்தேகப்படத் தொடங்கியிருக்கிறா – இத்தினி வயசுக்கு மேல," என்று கோடி காட்டினார்.

"என்ன?"

சட்டம் சிறிது சிறிதாக மனத் திரையை விலக்கிக் காட்டினார். சீதாபதி ஒரு அளவுக்கு மேல் தெரிந்து கொள்ளவும் விரும்பவில்லை என்று தோன்றிற்று. அவருக்கு இத்தகைய விஷயங்களில் சிரத்தையும் கிடையாது; அவசியமும் இல்லை. அவருக்குத் தன்னுடைய ஆட்கள், எங்காவது கூட்டங்களில் பேசுவது, பொதுவுடைமை பற்றிப் பேசுவது – இதற்கே பொழுது சரியாக இருந்தது. இல்லறத்தைப் பற்றி நினைக்கவே நேரம் கிடையாது; அக்கறையும் கிடையாது; அப்படி இருக்கிற துணிவும் உள்ளவர். பெண்டாட்டி முரண்டினால் விட்டுவிட்டு எங்காவது போகக்கூடிய திராணியும் உள்ளவர். பிள்ளை குட்டி இல்லை.

"பேசாமெ டாக்டர்கிட்டக் காமியுமேன்!" என்றார் அவர்.

சட்டத்திற்கு வியப்பிற்கு மேல் வியப்பாக இருந்தது. ஏன் இத்தனை நாளாக ஒரு மருத்துவரிடம் காண்பிக்க வேண்டும் என்று தனக்குத் தோன்றவில்லை? காரணம், புவனாவுக்கு உடம்பில் ஒன்றும் இல்லை. நன்றாகச் சாப்பிடுகிறாள், வேலை செய்கிறாள்; முன்னைவிட அழகு கூடிக்கூட இருக்கிறது.

தேவராஜனிடம் மறுநாள் பொழுது விடிந்தவுடனே போய் நின்றார்.

"என்ன சார் திடீர்னு அத்திப் பூத்தாப்பல?"

"அத்திப் பூத்திருக்கு!" என்றார் சட்டநாதன்.

"சட்."

"என்ன சட்?"

"அதான் சொல்லுவேன். நான் கேட்டா நீங்க உடனே சரின்னு விடறதா?... ஓ அயம் சாரி. மூங்கில் பூத்தாத்தான் அதுக்குச் சாவு. அத்திக்கு அப்படியில்லேன்னு நினைக்கிறேன்... என்ன விசேஷம்? காச்சலா? வயித்து வலியா?"

சட்டநாதன், "எனக்கு ஒண்ணுமில்லே. வயத்தெரிச்சல் தான். அதுவும் எனக்கில்லே. வேற யாருக்கோ!"

"யாருக்கோன்னா?"

"யாருக்கு வரப்படாதோ அவங்களுக்கு."

"அண்ணா, அண்ணி எல்லாம்தான் குளோஸ் ஆயிட்டாங் களே. இப்ப என்ன?"

"சம்சாரத்துக்கு" என்று புவனாவின் ஆகாத்தியங்களை ஒவ்வொன்றாகச் சொல்லத் தொடங்கினார்.

"வயசு என்ன?"

"அம்பத்து நாலு!"

"அவங்களுக்கு?"

"நாற்பத்து நாலு."

"கவலைப்படாதீங்க. அப்படித்தான் இருக்கும். சந்தேகம், கத்தல், ஆமடையான் பிரியமில்லாம இருக்காறப்பல நினைப்பு, அழுகை – எல்லாம் இருக்கில்ல?"

தான் எதுவும் சொல்லாமலேயே அவர் தன் வீட்டில் நடப்பதைக் கிட்டத்தட்ட சஞ்சயன் திருதராட்டிரனுக்குக் கதை சொல்வதுபோல் சொல்வதைப் பார்த்த சட்டத்திற்கு அதிர்ச்சியாக இருந்தது.

"நாளைக்கு அழைச்சிட்டு வாங்க" என்றார் டாக்டர்.

புவனாவிடம் என்னென்னவோ சொல்லி, எங்கோ போவது போல் அவர் வீட்டு வழியாக அழைத்து, நடுவில் ஏதோ ஞாபகம் வந்து அவரைப் பார்க்க நுழைவதுபோல் டாக்டர் வீட்டில் நுழைந்தார் சட்டநாதன். தேவராஜ் டாக்டர், "என்ன? உடம்பு என்னவோ போலிருக்காங்க?" என்று அசைப்பில் கேட்பதுபோல் கேட்டு முழுப்பரிசோதனையும் செய்து மருந்து கொடுத்தார். "நிறைய சாமியை வேண்டிக்கிட்டே இருங்க. அவன்தான் நம்ம உடம்பு, மனசு எல்லாத்தையும் காப்பாத்த றான்" என்று அந்த மருந்தையும் எழுதாமல் எழுதிக் கொடுத்தார்.

செம்பருத்தி

5

புவனாவை வீட்டில் கொண்டுவிட்டு, அன்று மாலை டாக்டர் எழுதிக் கொடுத்த மருந்துகளை வாங்கி வருவதாகச் சொல்லி வெளியே புறப்பட்டார் சட்டம். தேவராஜிடமே கால் இழுத்துக்கொண்டு போயிற்று.

நோயாளிகளைக் கவனித்தவாறே தேவராஜ் சட்டத்திடமும் பேச்சுக் கொடுத்துக் கொண்டிருந் தார். கடைசியில் சட்டத்தின் கவலைகளைத் தாங்க முடியாமல், "மாடியிலே போய் இருங்களேன். கொஞ்ச நேரத்திலே வந்துடறேன்" என்று அவர் யோசனை சொன்னதின் பேரில் சட்டம் எழுந்து மேலே வந்தார்.

உட்காரவும் கொள்ளவில்லை. புவனாவை நினைத்தால் வீட்டுக்குப் போய்விட வேண்டும் போலிருந்தது. ஆனால் அவள் எப்படி இருக்கப் போகிறாளோ! சின்ன அண்ணியைப் பற்றித் தனியாகப் பேசினாலும் ஒருவேளை சகித்துக் கொள்ள முடியுமோ என்னவோ. ஆனால் இருவரை யும் சம்பந்தப்படுத்தியே அவள் பேசும்போது... அதுவும் கண்ணால் பார்த்ததுபோல் விவரங்கள் சொல்லும்போது... கடவுளே! இவளுக்குச் சித்தம் கலங்கிவிட்டதா? சின்ன அண்ணியை மட்டும் இவள் தூற்றிக் காய்ச்சும்போதுகூட அவருக்குக் கோபம் அதிகமாகத்தான் வந்தது. தன்னைச் சம்பந்தப்படுத்திப் பேசும் பொழுதினைவிட இன்னும் அதிகமாகவே அவருக்குக் குமைந்துகொண்டு வரும். எப்பொழுதோ விலகிச் சென்றுவிட்ட ஒருவரைப் பற்றி மன்னிக்க முடியாமல் ஏதும் செய்யாது

விலகிவிட்ட ஒரு ஆத்மாவைப் பற்றி எதற்கு இவ்வளவு அபாண்டம்? புவனா, நீயா இதையெல்லாம் பேசுகிறாய்! இப்படி ஒரு குணம் உனக்கு எங்கிருந்து உண்டாயிற்று? நீயே இதெல்லாம் நடவாது என்று என்னை மலையாக நம்பி இருந்தவள்தானே! கண்ணை எப்படி இவ்வளவு குதறிக் கொண்டாய்? இருபத்தெட்டு வருடங்களாக நான் காணாத இந்தக் குணம் உன்னிடம் எப்படி உண்டாயிற்று? இருந்துதான் என் கண்ணுக்குத் தெரியவில்லையா?

புவனாவைப் பார்க்க வேண்டும் போல்தான் இருந்தது அவருக்கு. ஜன்னல் கம்பியைப் பிடித்து நின்றார் சட்டம். கோவில் கோபுரம் எதிரே தெரிந்தது. சாயும் வெயில் முழுவதும் அதன்மீது விழுந்திருந்தது. மீனாட்சி கலியாணச் சிற்பம் ஒன்றைப் பெரிய கூட்டமாகச் சுதையில் உருவாக்கியிருந்தது அங்கு. சிவகணங்கள், பூதங்கள், ஊர்வசி, குண்டோதரன், பிரம்மா, பல்லக்கில் வருகிற அழகர், மீனாட்சி, சுந்தரேசர், நாரதர், தும்புரு, பார்க்க வந்த கூட்டங்கள் – என்று ஒரு பெரிய கூட்டமே நிறைந்திருந்த அதிசயம். இந்த மாடி அறையிலிருந்து அதை ஒரு அளவுக்குத் தெளிவாகப் பார்க்கலாம். அதைப் பார்ப்பதற்காகவே சட்டம் ஏழெட்டுத் தடவை டாக்டரைப் பார்க்க வருவதுபோல் வந்திருக்கிறார். சோழர் காலத்துச் சுதை. வெறும் ஆபரணங்களும் நகாசுகளும் மட்டுமின்றி ஒவ்வொரு உருவமும் தேர்ந்த அழகுடன் வடித்திருந்த வேலைப்பாடு.

இப்போதும் அது தெரிந்தது; பார்த்துக்கொண்டு நின்றார். குண்டோதரனைப் பார்த்துச் சிரிப்பு வந்தது. குண்டோதரன் என்றாலே பள்ள வயிற்றுக்காரன் என்று அர்த்தம். ஆனால் இந்தக் குண்டோதரன் வண்ணான் சால் வயிற்றுடன் பூதாகார மாக நின்றான். சாஸ்திரப்படி செய்கிற சிற்பி எப்படி இதில் மட்டும் மோசம் போனான்? இவ்வளவு அதிசயமாக. இத்தனை விவரங்களுடன் படைத்த சிற்பிக்கு இந்தச் சாதாரண உண்மை ஏன் தெரியவில்லை? ஒருவேளை சந்தேகமே தோன்றாமல் இருந்துவிட்டதா? இல்லை. ஜனங்கள் நினைத்த கருத்துக்குப் பணிந்து அப்படிச் செய்துவிட்டானா? ஒருவேளை எல்லாம் தெரிந்ததுபோல் நடந்துகொள்கிற ஜனநாயகக் காலத்து மந்திரியைப் போல அந்தக் காலத்துச் சோழ ராஜாவும் பள்ள வயிற்றைப் பானை வயிறாக மாற்றச் சொல்லிவிட்டானா? அப்படி ஒரு கலைஞன் பணிந்திருந்தால் . . .

புவனா, நீ சந்தேகப்படுவது உண்மையா? ஒரு வேளை நான்தான் குஞ்சம்மாளைக் கொஞ்சிக் குலாவி, பிறகு மறந்து விட்டேனா?

புவனாவிடம் நாள் தவறாமல் இந்தக் குற்றச்சாட்டைக் கேட்டுக் கேட்டு, ஒரு கணம் தான் குற்றவாளியோ என்றுகூட ஒரு பிரமை எழுந்துவிட்டது சட்டத்திற்கு.

புவனாவைப் பார்க்கவும் முடியவில்லை; பாராமலும் இருக்க முடியவில்லை. இரவு ஒன்பது மணிக்குப் பிறகு கடையைத் திறந்து வைத்திருப்பவர்களைக் கண்டு சிரித்தவர், இப்போதெல்லாம் பத்தரை மணிக்குக் குறைந்து பூட்டுவதில்லை. எல்லா ஆட்களையும் அனுப்பிவிட்டு ஒரே ஒரு ஆளை மட்டும் இருத்திக்கொண்டு, கணக்கைச் சாவதானமாகப் பார்த்து, பணத்தைச் சாவதானமாக எண்ணி எண்ணி, வேண்டா வெறுப்பாகக் கடையைப் பூட்டிக்கொண்டு வருவார். என்ன வெல்லாம் சொல்லப் போகிறாளோ கோபமோ அழுகையோ என்று நினைத்துக்கொண்டு வருவார். ஆனால் வீட்டுக்குள் அடி வைத்ததும் அன்று பிரமாத வரவேற்பு இருக்கும். புதிய பட்டுப் புடவை, பளிச்சென்று முகம், குங்குமப் பொட்டு, குளித்துத் தலை சீவி, அலங்காரம் செய்துகொண்டு காத்திருக்கிற மெருகு. என்ன இது? உள்ளே நுழையும்போதே அவள் பையை வாங்கி உள்ளே வைத்துப் பூட்டுவாள். கால் அலம்பத் தண்ணீர் எடுத்துக் கொடுப்பாள். தானே காலைத் துண்டால் துடைத்து விடுவாள். அன்றிரவு நல்ல பொழுதாகப் போகும் என்று ஒரு தைரியம். அப்படியே போகும். ஆனால் நள்ளிரவுக்கு மேல் அவருக்குத் தூக்கம் கலைந்து விழித்துப் பார்த்தால் அவள் உட்கார்ந்து அழுதுகொண்டிருப்பது தெரியும்.

“தூங்கலே புவனா?”

பதில் வராது.

ஒன்றும் கிளப்ப வேண்டாம் என்று திரும்பிப் படுப்பார் அவர். சற்றுக் கழித்துப் புவனாவின் கை அவர் தோளை லேசாக உலுக்கும்.

“தூக்கமா?”

“ஏன் புவனா?”

“எனக்குத் தூக்கம் வல்லெ.”

“ஏன்?”

“என்னமோ! நான் தூக்கம் வராம தவிக்கிறப்ப உங்களுக்கு மட்டும் எப்படித் தூங்க வருது?”

என்ன கேள்வி?

“கண்ணை மூடிக்க. தானா தூக்கம் வரும்.”

“வரமாட்டேங்குது.”

“மனசை ஒரு எண்ணமுமில்லாம காலி பண்ணிக்க.”

“எனக்கு முடியலே. எனக்கு ஞாபகங்கள்ளாம் வந்துகிட்டிருக்கு.”

“எந்த ஞாபகம்?” என்று கேட்க மாட்டார் அவர். என்ன விடை வரும் என்று தெரியும்.

“ஞாபகம் வரப்பவே சாமி பேரைச் சொல்லு. திரும்பத் திரும்பச் சொல்லு.”

“நான் எதுக்காகச் சொல்லணும்? அதுதான் என்னை ஏமாத்திரிச்சே.”

முடிவில்லாமல் இப்படிப் பேச்சு நீண்டுகொண்டே போகும். சில சமயம் கிழக்கு வெளுக்கிறவரையில் மீண்டும் மீண்டும் அதே கேள்விகள்: “உண்டா இல்லையா?”

“இல்லை.”

“பொய்!”

அதைக் கேட்டு அவருக்கு ரத்தம் கொதிக்கும். வெறி ஏறும். “என்னையா பொய்யன்னு சொல்றே?”

“நான் அப்படிச் சொல்லலெ.”

“பின்னே இது என்ன?”

“மத்ததிலெல்லாம் சத்யசந்தன்தான். இது மட்டும் நான் நம்பறதுக்கில்லே.”

யாரோ ஆஸ்டிரிய அரசியல்வாதியை ஒழித்துக்கட்ட ஹிட்லர் அவரை ஒரு அறையில் பூட்டி நாலா பக்கங்களிலும் ஒலி பெருக்கிகளை வைத்து ‘இவன் ஒரு முட்டாள், கழுதை, பொய்யன், துரோகி’ என்று மூச்சுவிடாமல் நிந்தனைகளும் குற்றச்சாட்டுகளுமாக மணிக்கணக்கில், நாள் கணக்கில் அரற்றிக் கொண்டே இருக்கச் செய்தானாம். அவற்றைக் கேட்டுக் கேட்டுக் காது, நெஞ்சு, இதயம் எல்லாம் காந்திக் காந்தி உயிர் போய் விட்டதாம். ஒரு காயம், கீறல், ஒரு நோவு நொடி இல்லாத சாவு.

நான் என்ன செய்துவிட்டேன் என்று தனக்குள் அரற்றிக் கொண்டார் சட்டநாதன். அவ்வளவு வெறுக்கத்தக்க பிறவியா நான்? அவ்வளவு மோசமான குற்றவாளியா?

இது எப்படி முடியப் போகிறது?

கோபுரத்தைப் பார்த்துக்கொண்டே நினைவிழந்து நின்றவருக்கு டாக்டரின் நினைவு வந்தது. டாக்டர் சரியாகி விடும் என்கிறார். எவ்வளவு உயர்ந்த மனிதப் பிறவியாக இருந்தாய், புவனா? எவ்வளவு நளினம்! எவ்வளவு அடக்கம்! எவ்வளவு பெண்மை! எவ்வளவு கருணை! எப்படியெல்லாம் வற்றிவிட்டது? போகிற போக்கில் பெரிய அண்ணிதான் எதை யாவது சொல்லிவிட்டுப் போனாளா? இல்லை, உன் தகப்பனா ரும் தாயாரும் எதையாவது கொளுத்திவிட்டுப் போய்விட் டார்களா? நிச்சயமாக அவர்கள் செய்யமாட்டார்கள்! மருமகனைக் காணும்போது, தெய்வத்தைக் கண்ட பரவசத்தை ஒவ்வொரு தடவையும் கண்டு வெட்கியிருக்கிறார் சட்டநாதன்.

"உங்களைப் பார்த்தா கம்பி எண்றாப்பல இருக்கு!" என்று குரல் கேட்டது. தேவராஜ் டாக்டரின் குரல். கூடவே சிரிப்பு, பெரிய சிரிப்பு.

ஜன்னல் கம்பிகளை விட்டுவிட்டு எதிரே சிரித்துக் கொண்டே வந்து உட்கார்ந்துகொண்டார் சட்டநாதன்.

அவர் முகத்தைக் கண்கொட்டாமல் நாலைந்து விநாடி பார்த்த தேவராஜின் கண்களைக் கண்டு அவருக்குத் தலையைக் குனிந்துகொள்ள வேண்டும்போல் இருந்தது.

"சிரிக்கிறீங்க; ஆனா உங்களைப் பார்த்தா பேய் அறைஞ்சாப்பல இருக்கு" என்றார் டாக்டர்.

"அப்படியா?" என்று மீண்டும் சட்டம் சிரித்த சிரிப்பில் ஒரு பயம், வறட்சி.

"சம்சாரத்தைப் பற்றின கவலை, அதுக்கு இப்படியா பயப் படணும்?"

சட்டம் சிறிது நேரம் பதில் பேசவில்லை.

"இது ரொம்ப சாதாரணம் சார். எல்லாப் பொம்பிளை களுக்கும் இந்த வயசிலே மாறுதல் வரது சகஜம். அது சில பேருக்கு ஜலதோஷம் மாதிரி வந்துட்டுப் போயிடுது. சில பேருக்குக் காசம் க்ஷயம் மாதிரி வந்து ஆட்டி வச்சிட்டுப் போவுது. ஆனால் நிச்சயமாப் போயிடும்."

"நீங்க சொன்னா சரி."

"இளமை மாறி நடு வயசு வர்ற காலம் ஒரு பாலம். சில பேருக்கு ஆணி குத்துற பழைய மூங்கில் பாலம். சில பேருக்குக் கான்கிரீட் கர்டர் எல்லாம் போட்ட பாலம்."

“சொத்தைப் பாலமோ நல்ல பாலமோ, இடிஞ்சு விழாதிருந்தா சரி” என்றார் சட்டநாதன்.

“ஆடும் பாலம், கையைப் பிடிச்சுக் கொஞ்சம் அழச்சிட்டுப் போகும்போதும் ‘நான் இருக்கேன். பயப்படாதே’ன்னு சொல்லிக்கிட்டே அழச்சிட்டுப் போயிரணும். யாருக்கு எப்படி வரும்னு சொல்ல முடியாதுன்னு சொல்லுவாங்க. ஆனா உங்க சம்சாரம் எப்படிப்பட்டவங்க! அவங்களுக்கே இப்படி வந்ததுன்னா, எத்தினி பொல்லாத்தனம் பாருங்க!”

“இனிமே இந்த நரகம் வாண்டாம் எனக்கு. நூறு வருஷ அனுபவத்தை நான் இந்த நாலு மாசமா அனுபவிச்சிட்டிருக்கேன்.”

“அது பெருமைப்பட வேண்டிய விஷயமாச்சே” என்றார் டாக்டர்.

சட்டநாதன் விழித்தார்.

“இந்த மாதிரி அனுபவங்கள்ளாம் எல்லாருக்கும் கிட்டாதுய்யா! சில பேருக்குத்தான் வரும். உயிரைப் பத்தி, வாழ்க்கையைப் பத்தி, பெண்களைப் பத்தி தெரிஞ்சுக்க இந்த மாதிரி ஒரு சந்தர்ப்பம் கிடைக்கணுமே. நீர் மளிகைக் கடைக்காரரா இல்லாம ஒரு விஞ்ஞானியா இருந்திருந்தீர்னா, சமூகவாதியா இருந்திருந்தீர்னா, வாவான்னு வாரி அணைச்சுக்கிட்டிருப்பீரு” என்றார் டாக்டர்.

“ஆண்டவன்தான் காப்பாத்தணும்.”

“நான் சொல்றது புரியலியா? விஞ்ஞானி மாதிரி இருந்திரும்யா, தாமரை இலைத் தண்ணி மாதிரி. உங்களவங்க தான் சொல்றாங்க, அப்படி இருக்கணும்னு. ஆனா உங்களவங்க தான் அதை நடைமுறையிலே பழகறதேயில்லை.”

மருத்துவனிடம் எதையும் மறைக்கக்கூடாது என்று தாண்டவ வாத்தியார் காலத்திலிருந்து ஒவ்வொன்றாகச் சொல்லிவிட்டார் சட்டம். தேவராஜிடம் சொல்ல வேண்டும் போலவும் இருந்தது அவருக்கு.

“இதையெல்லாம் உங்க சம்சாரத்துக்கிட்டவும் சொல்லியிருக்கீங்க இல்லையா?”

“அத்தனையும்!”

“ஹ்ம்” என்று சிரித்தார் தேவராஜ்.

“ஏன்?”

"எல்லாத்தையும் சொல்லணும்னு தேவை இல்லே."

"அப்பறம் என்ன ஓட்டு?"

"சரி சரி, காதல் காதல்னா, எல்லாத்தையும் உளறிக் கொட்றதுன்னு எவனோ சொல்லியிருக்கான். ஆனா நீங்க காதலிக்கறது ஆம்பிளை இல்லையேய்யா. அது பொம்பளை யாச்சே! உங்க சம்சாரம் மட்டும் இல்லை அது. அது பொம்பிளை. அதுவும் பாரத தேசத்துப் பொம்பிளை. படிக்காத பொம்பிளை. ஆமடையான் விட்டா சோத்துக்கு மேளம் அடிக்கணும்னு பொம்பிளை பயப்படற தேசம். பொம்பிளை தனியா கால் ஊனிக்கிட்டு நிக்க முடியாத தேசம். அப்பேர்ப்பட்ட ஊர்லே உங்க மனசிலே இருக்கிறதையெல்லாம் சொல்லவாவது?"

"நீங்க சொல்றது சரின்னு ஒப்புக்க முடியாது போலிருக்கே!" என்றார் சட்டம்.

"அப்ப கஷ்டப்படுங்க."

"கஷ்டப்படறது நல்லதுதான். மறைச்சிட்டுப் பயப்படறதை விட, சொல்லிவிட்டுக் கஷ்டப்படறது நல்லது."

தேவராஜ் அவரை மீண்டும் பார்த்துப் புன்னகை புரிந்தார்.

"என்ன?" என்றார் சட்டநாதன்.

"தங்கம் விலை கூடிக் கிடக்கு. இல்லாட்டி உம்மை எடைக்கு எடை தங்கம் நிறுத்து உங்க அறுபதாம் கல்யாணத்துக்குக் கொடுத்திடுவேன். உம்மைப் பார்த்தா குட்டி ஏசுநாதர் மாதிரி இருக்கு. ரொம்பக் கஷ்டங்களைச் சகிச்சிருக்கீரு."

சட்டம் தலையைக் குனிந்துகொண்டார்.

"ஒண்ணும் பயப்படாதீங்க. உங்க சம்சாரத்துக்கு உடம்பு சரியாயிடும். எனக்கு அவங்களைப் பார்க்கறப்ப திகைப்பாத் தான் இருக்கு. பரவாயில்லே. அது உங்க சம்சாரமில்லே. பொம்பிளையோட பேய். ஓடியே போயிரும். நான் எழுதிக் கொடுத்த மருந்தை வாங்கிட்டிங்கள்ள?"

"இனிமேதான் வாங்கப் போறேன்."

"விலை கொஞ்சம் கூட இருக்கும். பரவாயில்லே. வாங்கிக் கொடுங்க. சரியாயிடும். யாருக்குத்தான் நெருக்கடி வரலே? ஆனா சும்மா அதையே நினைச்சுட்டிருக்காதீங்க."

வெளியே வரும்போதுதான் புவனா எத்தனை உறுதி யாகத் தன் நெஞ்சில் குடிகொண்டிருக்கிறாள் என்று புரிந்தது சட்டத்திற்கு.

கடை வீதியில் மருந்தை வாங்கிக்கொண்டு வீட்டுக்கு வந்தார். மருந்து பாட்டில்களைப் பார்த்து உள்ளே இருந்த குறிப்புகளை வாசித்தார். மாத்திரையை எடுத்து புவனாவைக் கூப்பிட்டார்.

இப்போதெல்லாம் அவள் 'ஏன்' என்று உடனே கேட்ப தில்லை. மூன்றாவது முறைதான். "என்ன?" என்று குரல் வரும். அதுவும் "அப்பா கூப்பிடறாங்கம்மா!" என்று பெண் தொண்டைக்குள் கடிந்துகொண்ட பிறகு.

சட்டம் உள்ளே போனார்.

"இதைச் சாப்பிடு"

"எனக்கு எதுக்கு மருந்து?"

"டாக்டர் எழுதிக் கொடுத்தாரு. வாங்கி வந்திருக்கு. அப்பறம் எனக்கு எதுக்குன்னா?"

"டாக்டர்கிட்ட நானா போகணும்னேன்?"

"என்னம்மா இது?" என்றது பெண்.

"நீ பேசாம இருடீ!"

"பேசாம என்னத்துக்கு இருக்கிறதாம்? மருந்து வாங்கி வந்திருக்காங்க சாப்பிடுன்னு கொடுத்தா?"

"என்னடி வாயி ரொம்ப நீண்டுகிட்டே போவுது? மிதிச்சுப் பிடுவேன் கால்லெ போட்டு."

"சண்பகம் நீ பேசாம இரு" என்றார் சட்டம். பெண் எழுந்து கூடத்திற்குப் போய், அங்கிருந்து வாசல் திண்ணைக்குப் போய்விட்டது.

"சாப்பிடு புவனா!"

"எனக்கு வாணாம்!"

"குழந்தை சொல்லிச்சில்ல?"

"குழந்தையா அது? குந்தாணி! அவ ரொம்ப வாயாடக் கிளம்பிட்டா இப்பல்லாம். அவளை அடக்கி வக்யலெ."

"அது கிடக்கு!"

"கிடக்காவது – முன்னாடி கலியாணத்தைப் பண்ணி விரட்டுங்க. அவ அக்காளுக மாதிரியே இவளும் அப்பத்தான் படியுவா."

"அது சரி. இப்ப நீ இதைச் சாப்பிடு."

"எனக்கு என்னத்துக்கு? நானா டாக்டர்கிட்ட போகணும் னேன்? நீங்கதான் என்னை ஏமாத்தி அழச்சிக்கிட்டுப் போனீங்க. எனக்கு உடம்பிலே ஒண்ணுமில்லே. என் மனசிலே கிடந்து தவிக்கிறேன். நீங்க உடம்பு சரியா இல்லேன்னு என்னை ஏமாத்தப் பாக்கறீங்க."

இரக்கத்துடன் அவளை அணைத்துக்கொண்டார் சட்டம். அவர் மார்பில் தலையைச் சாய்த்தவள் கரகரவென்று அழத் தொடங்கிவிட்டாள்.

"சும்மா இரு, புவனா."

"நான் உங்களை ரொம்பக் கஷ்டப்படுத்திட்டேன். ரொம்ப மோசமால்லாம் பேசிட்டேன். இந்த மாதிரிப் பொம்பிளையை எப்படி வீட்டிலெ வச்சிக்கிறது? என்னை எங்கியாவது விரட்டி விட்டிருங்க."

"சும்மா இரு, புவனா."

"நான் பொல்லாதவளாயிட்டேன்னுதான் உங்க எண்ணம்?"

"இல்லவே இல்லை."

"நிஜமா?"

"உன்னைப் பத்தி நான் எப்படி அதெல்லாம் நினைக்க முடியும்?"

"இல்லே. நான் ரொம்ப மோசமாவெல்லாம் உங்களைப் பேசியிருக்கேன்."

"பரவாயில்லெ. நீ இதைச் சாப்பிடு."

"என்னை ஒண்ணும் நினைச்சுக்க மாட்டீங்களே?"

"இல்லெ, புவனா. இல்லவே இல்லெ."

அவரை இறுக அணைத்து, ஒருமுறை விழுந்து அவர் காலைத் தொட்டுக் கண்ணில் ஒற்றிக்கொண்டு மருந்தை வாங்கிச் சாப்பிட்டாள் புவனா.

"இனிமே நான் இந்த மாதிரியெல்லாம் பேசவே மாட்டேன். என்னமோ புத்திக் கெட்டுப்போய் இப்படியெல்லாம் பேசிட்டேன்" என்று ஜபத்திற்குப் பலகை போட்டாள் அவள்.

சட்டம் தேவராஜுக்கு நன்றி செலுத்தினார் உள்ளூக்குள். 'அப்பாடா!' என்று விடுதலைப் பெருமூச்சு ஒன்று வந்தது. அன்றிரவு நன்றாகத் தூங்கினார்.

ஆனால் மறுநாளைக்கு மறுநாள் மீண்டும் அழுகை. அதே சின்ன அண்ணி, குற்றச்சாட்டுகள், சிணுங்கல், நொடிப்பு நெஞ்சில் தழலை ஏற்றுகிற வார்த்தைகள்.

"என்ன புவனா? மறந்திட்டியா!"

"என்னத்தை?"

"முந்தாநாத்தானே சொன்னே! இனிமே இந்த மாதிரி எல்லாம் பேச மாட்டேன்னு?"

"சொன்னேன்."

"சத்யம் பண்ணாப்பலல்ல சொன்னே!"

"நான் ஒண்ணும் சத்தியம் பண்ணலியே."

"நீ சொன்னது அப்படித்தானே இருந்தது."

"நீங்களா அப்படி நினைச்சிட்டீங்க."

"புவனா, நான் சொல்றதை முழுக்கப் பேசாம கேளு! கேக்கிறியா?"

"சொல்லட்டும்."

"நீ நினைக்கறது அவ்வளவும் தப்பு. உன்னைவிட நெருக்கமா எனக்கு யாரும் இருந்ததில்லெ. இருக்கவும் முடியாது. என் மனசை யாரும் அப்படி உங்கிட்டேர்ந்து பிடுங்க முடியாது."

"அப்படீன்னா என்னை ஏன் ஏமாத்தினீங்களாம் ரண்டு பேருமா சேர்ந்துகிட்டு?"

"இல்லேன்னு சொல்றேன்."

"ஆமாமா."

இப்படியே மாறி மாறி, சித்தமும் பித்தமுமாக அவரைப் போட்டு வதைத்துக்கொண்டிருந்தாள் புவனா.

"உங்களுக்கு என்னைக் கண்டாலே பிடிக்கலெ. இல்லாட்டிக் காலையிலே எளுந்திரிச்ச உடனே கடைக்கு ஓடுவீங்களா? நடுநிசிக்குத்தான் கடையைக் கட்டுவீங்களா? நான் என்ன பேயா பிசாசா? என்னைக் கண்டா ஏன் இத்தினிப் பயப் படணும்?"

"நீ எப்ப – என்ன சொல்லப் போறியோன்னு பயமாத் தான் இருக்கு. பொய்யும் அபாண்டமும் பேசறவங்க கிட்டவேயா இருந்திட்டிருப்பாங்க மானமுள்ளவங்க?" என்று சட்டென்று அவர் வாயில் வந்துவிட்டது. பல்லைக் கடித்துக்கொண்டார்.

புவனா கண்ணகி மாதிரி விழித்துக்கொண்டு நின்றாள்.

"நானா பொய் சொல்றேன்? நானா அபாண்டம் சொல்றேன்?"

"ஆமா!"

"அந்தக் குஞ்சம்மாவை நீங்க ஒண்ணுமே செய்யலெ?"

"இல்லெ."

"சத்தியமா?"

"இல்லெ."

"வீணா அந்த வார்த்தையைக் காயப்படுத்தாதீங்க. என்னைப் படுத்தறது போதும்."

"புவனா!"

"அடியுங்க."

ஒவ்வொரு நாளும் ஒவ்வொரு வகையாக, ஒவ்வொரு தோற்றமாக இந்த எரிச்சல் வெடித்துக்கொண்டே இருந்தது.

தேவராஜிடம் வெறுமே வெறுமே ஓடிக்கொண்டிருந்தார் சட்டம். கடைசியில் நல்ல குளிர்ந்திருக்கிற தருணங்களில் புவனாவை டாக்டரிடமே அழைத்துக்கொண்டு போனார் அவர். தேவராஜ் பைபிள் கதைகள் சொல்லத் தொடங்கினார். "எப்படியிருக்கு? இப்ப நல்லா இருக்கீங்களே! ஒரு மாசத்துக்கு இப்ப உடம்பு எவ்வளவோ தேவலாமே! நம்ம மருந்துக்கடை மருந்து மட்டுமில்லெ. ஏசுநாதர் மருந்து ஒருநாள் ஏசு என்ன செய்தாருன்னா..." என்று ஏதாவது கதையைத் தொடங்குவார் அவர்.

தேவராஜின் பொறுமையையும் இரக்கத்தையும் பார்க்கும் போது அந்த அறை, கீழே இருக்கிற நோயாளியைப் பார்க்கிற அறை – எல்லாமே சிலுவையில் செய்யப்பட்டிருந்ததைப் போல் இருந்தன சட்டத்திற்கு.

தி. ஜானகிராமன்

6

இப்படி ஒரு மாதம், இரண்டு மாதம் நாலு ஐந்து மாதம் என்று இரண்டு வருடங்கள் ஓடின. சம்பகத்திற்குக் கலியாணம் ஆயிற்று. மாப்பிள்ளை அவளை அழைத்துக் கொண்டு போனான்.

கலியாணம் முதல் இரண்டு கலியாணங ்களைப் போல அண்ணன், அக்காமார் பெண் களின் கலியாணங்களைப் போலவே கூட்டமும் இரைச்சலும் இசையும் ஆட்டமுமாக அமளிப் பட்டது. அதைப் பார்க்கச் சண்பகவனமும் இல்லை. அவர் மனைவியும் இல்லை. அதைவிடச் சீதாபதி இல்லாதது பெரிய மூளியாகத் தோன்றிற்று சட்டத்திற்கு. சீதாபதி அப்போது பஞ்சாப், உத்தரப் பிரதேசம், வங்காளம் என்று சுற்றுப் பயணம் செய்துகொண்டிருந்தார். அவர் வெளியே சொன்னது அந்த ராஜ்யங்களில் விவசாய முறைகள் நடக்கும் விதங்களைத் தெரிந்துகொள்ள என்று. ஆனால் உள்ளுக்குள்ளே என்னவோ 'இந்தப் பொதுவுடைமைக்காரர்களை என்னவென்று சொல்வது? கழுத்தை அறுத்தாலும் உள்ளே இருப்பது வராது! என்ன மனிதன்! நம்மிடம் சொன்னால் என்ன? இத்தனை பழகிவிட்டு – நட்பைவிடக் கொள்கையா பெரிது?' என்று சட்டம் உள்ளுக்குள் குமுறலும் குழப்பமுமாக உதைத்துக் கொண்டிருந்தார். கலியாணத்திற்கு இரண்டு நாட்களுக்கு முன்பு மொரதாபாத் வெள்ளியில் ஒரு டீ செட்டு, தட்டுகள், டம்ளர்கள், மலர்க் கூம்புகள், வெற்றிலைப் பெட்டி, சிகரெட் பெட்டி, சாம்பல் தட்டுகிற தட்டுமுட்டுகள் – என்று ஒரு

ஐந்நூறு ரூபாய் பெறுமானத்திற்கு ஒரு பெரிய பார்சலாக வந்து இறங்கிற்று. “சம்பகம்! இவன் ரொம்பக் கெட்ட சித்தப்பா. அண்ணன் மகள் கலியாணத்திற்கே வராத சித்தப்பா ஒரு மனுஷனா! கலியாணக் கடுதாசைப் பார்த்ததுமே வேலைகளை அப்படியே போட்டுவிட்டுவர வேண்டும் என்று துடித்தது. ஆனால் ஒரு வாரமாகக் கான்பூரில் இந்த ஆஸ்பத்திரியில் படுத்திருக்கிறேன். பயப்பட ஒன்றுமில்லை. காய்ச்சல். பல ரொட்டிகளைச் சாப்பிட்ட வினை. எனக்கு வயதாகிவிட்டது என்று மறந்து போய்ப் பலவித புதிய உணவுகளைச் சாப்பிட்ட பலன். கிடக்கிறேன். ஒரு வாரம் பதினைந்து நாளுக்கு அதிகம் நடமாட முடியாது போலிருக்கிறது. அதனால உங்கப்பா கண்ணை மூடித் தியானம் செய்கிற மாதிரி இங்கிருந்தே ஞான திருஷ்டியில் உன் கழுத்தில் தாலி விழுவதைப் பார்த்துக் கொண்டிருப்பேன். ‘நான் மறுபடியும் உன்னை மிஸ்டர் சம்பகத் தின் வீட்டில் சந்திக்கும்போது இந்த டீ செட்டிலேயே காப்பி போட்டுக் கொண்டா – இப்படிக்கு உன் சித்தப்பா சீதாபதி.”

பி.கு: உன் புருஷன் சர்க்கார் உத்தியோகத்தில் இல்லை யானால் என் கட்சியில் மெம்பராகலாம். சொல்லிப் பாரு.

பார்சலைப் பிரித்துப் பாத்திரங்களுக்கு மேலே வைத்திருந்த அந்தக் கடுதாசியைப் பார்த்த புவனா கரகரவென்று கண்ணீர் பெருக்கிவிட்டாள். அது எப்பேர்ப்பட்ட கணம்! அன்றிலிருந்து அவள் சட்டத்தைப் படுத்தின பாடெல்லாம் நின்றுவிட்டது. இந்தக் கடுதாசியில் அப்படி என்ன இருக்கிறது . . ?

கலியாணம் நடந்து முடிந்த பிறகு, சண்பகம் ஊருக்குப் போகுமுன் அந்தக் காகிதத்தை வாங்கிக்கொண்டார் சட்ட நாதன். தனியாக உட்கார்ந்து திருப்பித் திருப்பி வாசிப்பார். தாங்க முடியாமல் தொண்டையை அடைத்துக்கொள்ளும். எப்பேர்ப்பட்ட மனிதன்!

புவனாவும் அதை எடுத்து எடுத்துப் படிப்பாள்; இரண்டு பேரும் சேர்ந்து படிப்பார்கள். படித்துவிட்டு வெகுநேரம் பேசாமல் இருப்பார்கள்.

“எப்படி இந்த மாதிரி ஒரு கடுதாசி எழுதத் தோணிச்சு அய்யருக்கு?” என்பாள் புவனா. கடைசியில். “நினைக்க நினைக்க என்னவோ பண்ணுது . . .” என்று சட்டத்தின் கையை அழுத்து வாள். அவர் காலைத் தொட்டுவிட்டுத் தொட்ட விரலை உதட்டில் வைத்துக்கொள்வாள்.

ஓம் நமச்சிவாய எழுதிக்கொண்டிருந்த புவனா பேனாவைக் கீழே வைத்துவிட்டு மாற்றி மாற்றி விரல்களைச் சொடுக்கிக்

கொண்டாள். இரண்டு தடவை கையை உதறினாள். நிமிர்ந்து விரைத்தவாறு கையைத் தூக்கிச் சோம்பல் முறித்துக்கொண்டே சட்டத்தைப் பார்த்துச் சிரித்தாள்.

எவ்வளவு குழந்தைத் தன்மை. இத்தனை வயதுக்கும் முற்றாத மெல்லிய தோல். இப்பொழுதும் இருபத்தைந்து வயது சொல்கிற முகம். முன்னைக்கு இப்பொழுது இன்னும் திரண்டிருக்கிறது. பளபளவென்று பல் வரிசை. குழந்தைச் சிரிப்பு! கெட்டிக்காரக் குழந்தையின் சிரிப்பு.

சட்டநாதனுக்கு இதுவரையில் வந்த கசந்த நினைப்புகள் திரையிட்டாற்போல் மறைந்துவிட்டன. எப்படி இந்த முகம் இவ்வளவு இளமை பொங்குகிறது? மூன்று குடும்பங்களைத் தாங்கி உழைத்து, அத்தனை கவலைகளையும் சுமந்து நின்ற இந்த முகத்தில் இத்தனை இளமை இன்னும் எப்படித் தங்கி நிற்கிறது என்று வியந்துகொண்டிருந்தார் அவர்.

"புவனா!"

"என்ன?' என்ற பாவனையில் சிணுக்சிணுக்கென்று தலையை அசைத்தாள் அவள்.

"கொள்ளையழகா இருக்கு உன்னைப் பார்த்தா!"

சிரிப்பு குறைந்து முகம் சற்றுக் கவிழ்ந்தது – நாணத்துடன்.

ஐந்து வருஷங்களுக்கு முன்னால், இந்த வியப்புக்குச் சின்ன அண்ணி மாதிரி இருக்கும் என்று அவள் பதில் சொல்லி இருப்பாள்; சொல்லியிருக்கிறாள். நல்லவேளை.

அப்படிச் சொல்வது இப்போது அடியோடு நின்றுவிட்டது. இப்போதுகூட அந்த ஞாபகம் அவளுக்கு வந்துவிடுமோ என்று அவருக்கு லேசாக அச்சம் வரத்தான் செய்தது. அத்தகைய சந்தேகம் வரும்போதெல்லாம் அவர் வேறு ஏதாவது மேலே மேலே பேசிக்கொண்டே போவார். அந்தப் பேச்சு அவள் காதில் முழுவதும் ஏறாது. 'என்ன, வேற எங்கியோ இழுக்கிறே?' என்று தும்பின் முனையில் கன்று மிரள்வதுபோல் இருக்கும் அவள் முகத்தைப் பார்த்தால்.

"இன்னிக்கு லட்ச லட்சமா எழுதியிருப்பே போலிருக்கே, சோம்பல் முறிக்கிறதைப் பார்த்தா!" என்றார் சட்டம்.

"நாலாயிரம்தான் முடிச்சிருக்கேன்."

"அதுக்குள்ளாரவா?"

"மத்தியானமே எழுதினேன்! அதைச் சேர்த்து நாலாயிரம்."

"விடாம எழுதிக்கிட்டே இருக்கியே, எப்படி முடியுது?"

"எழுத எழுத பலமாயிருக்கு. சந்தோஷமா இருக்கு."

"இன்னும் எத்தனை நாள் எழுதப்போறே இப்படி?"

"நான் என்ன? முடியறவரையில் எழுதிக்கிட்டேதான் இருக்கணும்."

சட்டத்திற்கு அதைக் கேட்டதும் கரை காணாத பாலையைக் கடக்க நிற்பது போலிருந்தது. லேசாக ஒரு பயமும் பொறாமை யும் எழுந்தன. தன்னை விட்டு அவள் வேறு எதனிடமோ போவதுபோல் ஒரு ஆற்றாமை அவரைப் பயமுறுத்திற்று.

"எப்ப முடியும்?" என்றார்.

"எழுத்துக்கு ஒரு கோடி, அஞ்சு எழுத்துக்கு அஞ்சு கோடி. நாலு கோடிக்கு இன்னும் ஒரு லட்சம் சொச்சம் பாக்கியிருக்கு. இன்னும் ஒரு கோடி சொச்சம் எழுதணும்."

"அப்பறம் பெரிய ஆராதனை பண்ணி, சாப்பாடு போட்டு நிறுத்திடலாம்."

"ஆராதனை பண்ணலாம். சாப்பாடு போடலாம். பூஜை போடலாம். ஆனால், இதை நிறுத்துவானேன்? இது பாட்டுக்கு இருக்கு."

வேண்டாம் என்று சொல்லி அவளை இழுத்து அணைத்துக் கொள்ள வேண்டும் போலிருந்தது அவருக்கு. ஆனால்... ஆனால் அப்படி இஷ்டப்படி அவளிடம் நடந்துகொள்ள இப்பொழுதெல்லாம் முடியவில்லை. அந்தச் சுவாதீனம் அவர் கையை விட்டுப் போய்விட்டது போலிருந்தது. நடுவில் ஏதோ பலகையை வைத்து அவளை அணைக்க முயல்வது போல்தான் இருக்கும். அவளுடைய கூச்சமும் தொலைவுமே அவரைத் தயங்க வைத்தன. அந்த இரண்டு வருட காலம்வரை ஆட்டி வைத்தவள் மீண்டும் பழைய நிலைமைக்கு வந்துவிட்டாலும், அவரை நோகவைத்த குறுகுறுப்பில், அந்த நினைவின் நாணத்தில், அவள் இன்னும் குன்றிக்கொண்டிருப்பது போலவே தோன்றிற்று. முன்னுக்குப் பின் முரணாக எதையாவது சொல்லிக்கொண்டு அவர் சொல்வது எதையும் நம்பாமல் அவரை வதைப்படுத்தி யவள், பிறகு தன்னை நொந்துகொள்வதிலேயே பொழுதைக் கழித்துக்கொண்டிருந்தாள்.

"என்னாலெ உங்களுக்கு ரொம்பக் கஷ்டம் இல்லே?"

"இல்லவே இல்லை புவனா," என்பார் அவர்.

"இல்லேன்னு சொன்னா ஆயிடுமா? நான் ரொம்ப உங்களைக் கஷ்டப்படுத்தியிருக்கேன். ரண்டு வருஷம் முள்ளும் கல்லுமா உங்க நெஞ்சிலே வச்சுத் தேச்சிருக்கேன். எப்படித் தான் சகிச்சுக்கிட்டிருந்ததோ, பாவம்."

"அதையே சொல்லிக்கிட்டிருக்காதே புவனா."

"இல்லே. இருந்தாலும் நினைச்சுப் பார்க்கறப்ப நான் எவ்வளவு பிசாசா இருந்தேன்னு புரியுது. அதையெல்லாம் நினைச்சுப் பார்த்தாலே எனக்கு எங்கியாவது விழுந்து உயிரை விட்டிரலாம் போலிருக்கு."

"சும்மா இரு, புவனா. போனதையெல்லாம் நினைக்கப் படாது. பழசினாலே நமக்கு என்ன லாபம்? என்ன பிரயோசனம்? இப்போ இருக்கிறதைப் பாரு. இனிமே நடக்கப் போறதைப் பாரு."

"நினைவில்லாம போயிடுமா! எல்லாத்தையும் எப்படி மறக்க முடியும்? பழசை நினைக்காம ஏது புதுசு?"

"நான்தான் அப்பவே பிடிச்சுச் சொல்லிக்கிட்டு வந்திருக் கிறேனே, தப்பா எந்த நினைவு வந்தாலும், பிடிக்காத நினைவு எது வந்தாலும் சாமி பேரைச் சொல்லுன்னு."

"நீங்க சொன்னபடி செய்துகிட்டு வர்றேன். இருந்தாலும் அந்த நேரத்துக்கு அது ஒதுங்கி இருக்கும். அவ்வளவுதானே! இதை நிறுத்தினவுடனே அது வரத்தானே செய்யும்?"

"தினம் இப்படி ஒதுக்கிட்டேயிருந்தா, 'சரி நம்பளைக் கண்டா பிடிக்கலே போலிருக்கு'ன்னு வராமலே இருந்திடும்."

"சரி. பார்க்கிறேன்."

இது ஒரு முன்னேற்றம். கடவுளையே அவள் வெய்து கொண்டிருந்தது போக, அப்போது கொஞ்சம் அவருக்கும் இடம் கொடுத்தாற்போலப் பட்டது.

"நிச்சயமாச் சொல்றேன் நம்பு. கடவுளே நீயே கதின்னு சரண் அடைஞ்சுட்டா, நிச்சயமா யார் மேலேயும் கோபம் வராது. வருத்தம் வராது. நான் வேணும்னா சொல்றேன் பாரு. அப்படி ஒரு நிமிஷம் நீயேதான் பாரத்தை அவர் மேலே போட்டுப் பாரு. விசாலமா ஆகாசத்திலே, ஒரு கவலை, ஒரு சிறுமை இல்லாம, மிதக்கறாப்பல இருக்கும். உலகம் முழுக்க ஒரே வர்ண ஜாலமா, ஒரே அழகா மண்டிக் கிடக்கும். ஒரே தென்றலா இருக்கும். மனசு நிரம்பி நிரம்பி சில சமயம் தாங்க முடியாம, ஆனந்தம் தாங்க முடியாம, தொண்டையை

வந்து அடைச்சுக்கும். நம்மை நாமே இல்லாத பண்ணிட்டு, அழிச்சுட்டுக் கரைஞ்சு போனாலே அது வரும். அதுவும் கடவுள் கடல்லெ கரைஞ்சிட்டா அந்த ஆகாசத்திலே மெல்லிசா நெளிஞ்சு கடைசியிலே உருவமில்லாம இழைஞ்சு போற வெள்ளைப் புகை மாதிரி இழைஞ்சிட்டா, ஒரே ஆனந்தமா இருக்கும். நாம வேறே, ஆனந்தம் வேறேன்னு நினைவே அழிஞ்சு போயிடும்."

அதை அன்று கண்ணை அகலத் திறந்து கேட்டுக்கொண்டே இருந்தாள் அவள்.

அதற்கு மறுநாள் கடையிலிருந்து வரும்போது அவர் கையில் ஒரு கன அட்டை போட்ட நோட்டுப் புத்தகத்தைக் கொண்டு நீட்டினாள்.

"என்ன இது?"

"எனக்குக் கரைஞ்சு போறதுக்கு வழி தெரியலே. அதுதான் இப்படி ஒரு வழி பண்ணிக்கிட்டேன்."

அவர் திறந்து பார்த்தார். 'ஓம் நமச்சிவாய' என்று நுணுக் நுணுக்கென்று இருபது பக்கம் எழுதியிருந்தது.

"எழுதிக்கிட்டே வர்றப்ப ஒரு நொடி நீங்க சொன்னாப் பலவே ஆயிடிச்சு. எனக்கு ஒண்ணுமே ஞாபகம் இல்லெ. சிவன்கூட மறைஞ்சு போயிட்டாரு. அப்படியே மிதக்கறாப்பல தான் இருந்துது. ரொம்ப சந்தோஷம் தாங்காம அழணும் போல ஆயிடிச்சு. அழுதே விட்டேன்!" என்றாள் புவனா.

அன்று தொடங்கியவள் விடாப் பிடிவாதமாக எழுதிக் கொண்டே இருக்கிறாள் நாள் தவறாமல், மாலை தவறாமல்.

அவளுக்கு அன்று உபதேசம் செய்ததை நினைத்து இப்போது சற்று நாணமாயிருந்தது சட்டத்திற்கு. என்னுடைய நம்பிக்கை எங்கே போய்விட்டது? யார் என்னுடைய மனதை, உறுதிகளை ஆட்டிவிட்டார்கள்?

அவருக்கு இப்போது நம்பிக்கை குறைந்துதான் விட்டது. குறைந்துவிட்டதா, அற்றே போய்விட்டதா? அற்றுவிட்டதாகச் சொல்வதற்கில்லை. குறைந்துதான் விட்டது. குறைந்ததை அதிகப் படுத்திக்கொள்ள முடியும். ஆனால் அவருக்கு வந்திருப்பது குறைவு மட்டும் இல்லை; சந்தேகம்கூட குறைவது பாதக மில்லை. சந்தேகத்தை என்ன செய்வது?

மிகவும் இரண்டும் கெட்டானாக இருந்தது இந்த நிலை. எதையும் தூக்கி எறியவும் முடியவில்லை; அணைத்துக்கொள்ள வும் முடியவில்லை.

"சாப்பிடலாமா?" என்று கேட்டாள் புவனா.

"எனக்கு ரொம்பப் பசியில்லை. சடாட்சரம் பார்ட்டியிலே சாப்பிட்டது என்னமோ போலிருக்கு. என்ன எண்ணெயோ ..."

"கொஞ்சம் மோர் சாதமாச் சாப்பிடலாமே."

"இப்ப அவசரமில்லே. நீ சாப்பிடு. நீதான் ரொம்ப நேரம் வெறும் வயிறோட இருக்காப்பலிருக்கு. எழுத்து வேற."

"எனக்குப் பரவாயில்லெ. எனக்கும் பசி இல்லெ. அப்பன்னா நீங்க சாப்பிட வர்ற வரைக்கும் இன்னம் கொஞ்சம் எழுதறேன். ஒரு நானூறு ஐந்நூறாவது ஆகட்டும்" என்று பேனாவைத் திறந்து குனிந்துவிட்டாள் புவனா.

அவளைப் பார்த்து இப்போது அவருக்கு ஏக்கமாக வந்தது – தன்னை நினைத்து, இந்த எழுத்தைத் தொடங்கியபோது அவள் சொன்னது நினைவுக்கு வருகிறது. 'என்னை அழித்துக் கொள்ள, கரைந்து போக இந்த வழி' என்று சொன்னாள். அதற்குக் குரு சட்டம்தான். ஆனால் குருநாதர் இப்போது அந்தரத்தில் நிற்கிறார். அவருடைய நம்பிக்கை ஒடிந்த பூங்கிளை யாகப் பெருங்கிளையில் சிறிது ஒட்டிக்கொண்டு ஆடிக் கொண்டிருக்கிறது, 'நானும் கரைந்து கொண்டுதான் இருக்கிறேன் – ஆனால் அவநம்பிக்கையில், சந்தேகத்தில்.'

அதற்குக்கூட அவள்தான் காரணம் என்று தோன்றிற்று அவருக்கு. அந்த இரண்டு வருடம் அவரை அவள் போட்டு வறுத்தெடுத்தபோதுதான் அவருடைய நம்பிக்கை ஆட்டம் காணத் தொடங்கியிருக்க வேண்டும். உட்கார்ந்து கண்ணை மூடியதுமே அழுகை, குறைபாடு, மறைமுகமான குற்றச் சாட்டுகள் . . .

அப்போதெல்லாம் அவர் நெஞ்சு அழும், தன்னை நினைத்து – அவளை நினைத்து. அப்போது அவர் பாடம் சொல்லிக்கொடுத்த சரண் புகலை அவரும்தான் கடைப் பிடித்தார். பாரத்தை அவன் தலையில் போட்டார். ஆனால், ஒன்றும் நடக்கவில்லை. எல்லாம் அதிகமாகிக்கொண்டே இருந்தது. அவருக்குக் கண்ணை மூடி உட்காரும் பழக்கமே சிறிது சிறிதாகப் போயே போய்விட்டது. மற்றவேளைகளில் அவனிடம் ஒப்படைக்கிற மனநிலை போய்விட்டது. எத்தனை தடவைதான் சரணம் பண்ணித் தொலைக்கணும்? தீர வைஷ்ணவர்கள் சரணம் என்று ஒரு தடவை சொன்னாலே போதும் என்கிறார்கள். இரண்டாம் தடவை சொல்வதே குற்றம் என்கிறார்கள். அது கடவுளின் கருணையை, ஆற்றலைச் சந்தேகிப்பதாகும் என்று மூர்த்தண்யமாக நம்புகிறார்கள். அப்படித்

தான் நானும் பண்ணித் தொலைத்ததாக இருக்கட்டுமே என்று குமைந்தார், சட்டம். அவருக்கு உண்மையாகவே கடவுள் தனக்கோ புவனாவுக்கோ சமயத்தில் கை கொடுக்கவில்லை என்று ஒரு தீர்மானம் உருவாகிக்கொண்டே வந்து அவருடைய உறுதியைச் சிதற அடித்திருந்தது.

சிறிதுசிறிதாக அவருடைய பூஜைகள், தியானங்கள் எல்லாம் நின்றுவிட்டன. ஒரு நாள் ஊஞ்சலில் உட்கார்ந்து புவனா எழுதுவதையே பார்த்துக்கொண்டிருந்தார் அவர். சிரிப்பு வந்தது. குருவுக்கு மிஞ்சின மாணவியாகி விட்டாள். குரு இருளில் விழுந்துவிட்டார். அவளைப் பார்த்துச் சிரிப்பு வந்தது. எதற்காக எழுதிக்கொண்டேயிருக்கிறாள் – கை நோக முதுகு நோக? தோசைக்கும் இட்டலிக்கும் அரைப்பது போலத் தானிருந்தது அதுவும். மூளை இல்லாதவர்களுக்கு எதையாவது சொன்னால் எப்படி உடும்புப் பிடியாகப் பிடித்துக்கொள்கிறார் கள்? சரணத்தையும் பக்தியையும் அறிவில்லாதவர்களுக்குச் சொன்னால் இப்படித்தான் மாவரைக்கத் தொடங்கிவிடுவார்கள் போலும்..! இரண்டு மூன்று கணம் கழித்துத் தன்னை உற்று நோக்கிக்கொண்டார் அவர். புவனாவுக்கு அறிவில்லை என்று நினைக்கிறவன் எத்தனை மூடனாக இருக்க வேண்டும்? இவள் சாதாரணப் பெண் பிள்ளையா? இடையில் இவளுக்கு வந்த மயக்கம்கூடக் கூர்ந்த அறிவின் சேஷ்டையாகத்தானே இருக்க வேண்டும்!

"ஏன் சும்மா உட்கார்ந்திருக்கு?" என்று எழுதுவதைச் சற்று நிறுத்திக்கொண்டு கேட்டாள் புவனா.

"என்ன?"

"ஜலம் கிலம் எல்லாம் முழுக்கவே விட்டாயிடிச்சா?"

சட்டம் பதில் சொல்லவில்லை.

"என்ன?"

"என்ன?"

"பதில் சொல்லக் கூடாதாக்கும்?"

"விடலியே!"

"எங்கே விடலெ? நீங்க உட்கார்ந்து பார்த்து எத்தினி காலமாச்சு!"

"நிசமாவா?"

"நீங்களே அப்படிக் கேட்டா? போன மார்கழிக்கப்பறம் நான் பார்க்கலெ. ஒன்பது மாசம் ஆயிட்டுது."

“அப்படியா?”

“ஆமாம். என் மேலே கோபம் இன்னும் போகலியா? நான்தான் அப்ப ஒண்ணும் பண்ண முடியாம துளைச்சு எடுத்தேன். அதிலேர்ந்து சரியாவே நீங்க ஒண்ணும் செய்யலெ. ஆனா நான்தான் இப்போ ஒழுங்கா ஆயிட்டேனே...”

அவள் முகத்தைப் பார்த்தார் அவர். உடனே எழுந்தார், “இதோ... இன்னிக்கு உட்காரட்டுமா?” என்று கொல்லைப் பக்கம் போனார். அவளும் எழுந்து அவசரமாக ஓடி வந்தாள். திருநீற்று மடலை எடுத்து வைத்தாள்.

கால் கை கழுவி, திருநீற்றைப் பூசி உட்கார்ந்தவருக்கு, ரயிலில் இறங்க வேண்டிய இடத்தில் இறங்காமல் வெகு தூரம் தூங்கிவிட்டு விழித்து, எங்கோ இனம் தெரியாத, முகம் தெரியாத பட்டிக்காட்டில் இறங்கி நிற்பது போலிருந்தது. வந்த பெருமூச்சைச் சிறு மூச்சாக அடக்கி அடக்கிவிட்டார்.

அவர் மனம் நிலைக்கவில்லை; உட்காரவும் முடியவில்லை; முதுகு நோவெடுத்தது. கால் மரத்தது. சண்பகவனத்தை நினைத்துச் சிரிப்பு வந்தது. உலகத்தின் கோடானு கோடி மக்களின் பேதைமையைப் பயன்படுத்திக் காலம் போக்கும் குருநாதர்களையும் துறவிகளையும் ஆன்மீகத் தலைவர்களை யும் நினைத்துச் சிரிப்பும் அருவருப்புமாக வந்தது. குருநாதர்கள் பணத்துக்கு ஆசைப்படுவதில்லை. ஆனால் காலடியில் ஆயிரம் ஆயிரமாகத் தலைகளைக் காணத் துடிக்கிறார்கள். அதிகார ஆசையில் இது ஒரு ஆசை. அவர்களுக்கு ஒன்றிலும் ஆசை இல்லை! ஒன்றும் தேவையில்லை! நடுத் தெருவில் நிர்வாண மாக ஆனால் கண்ணை மூடிக்கொண்டு நிற்கும் அழகியைப் பார்ப்பது போலிருந்தது சட்டத்திற்கு. அவள் யாரையும் பார்க்க மாட்டாள்! எதற்கும் ஆசைப்பட மாட்டாள்! யாருடைய ஆசைக்கும் ஆசைப்படமாட்டாள். ஆசைகாட்டி விட்டு, எதுவும் தேவை இல்லை, இல்லை என்றுதான் குருநாதர்களும் புலம்பு கிறார்கள். இவர்கள் யாருக்கு ஆள் சேர்க்கிறார்கள்? தங்களுக்கா, கடவுளுக்கா?

அன்று தொடங்கி வாரத்திற்கு ஒரு முறை அல்லது நான்கைந்து நாட்களுக்கு ஒரு முறை என்று பலகையைப் போட்டு ஜபத்துக்கு உட்காருவார் சட்டம். அதாவது ஒவ்வொரு முறையும் புவனா சொன்ன பிறகு, தாமாக உட்காரத் தோன்ற வில்லை. அவர் உள்மனம் பலகையையும் அந்த நிலையையும் விட்டு எப்பொழுதோ பெயர்ந்துபோய்விட்டது.

பலகை மட்டும் இல்லை. திருவாசகம், தேவாரம், கீதை என்று அந்த ரகத்துப் புத்தகங்கள்கூட அவர் கையை விட்டுப் பெயர்ந்துவிட்டன. இப்பொழுதெல்லாம் அவர் ஐரோப்பா, அமெரிக்கா, ஜப்பான் என்று பல தேசத்து நாவல்களைத்தான் படித்துக்கொண்டிருந்தார். அன்பைப் பற்றி இவை இன்னும் தெரிந்துகொண்டு ஊடாடியதாகத்தான் அவருக்குத் தோன்றிற்று. நாயன்மார்களையும் தத்துவ ஞானிகளையும்விட செக்காவும் தாஸ்தோவிஸ்கியும் ரவீந்திரரும் சரத்தும் மானும் மாபஸா னும் இன்னும் இதயத்தைத் திறந்து ஆழப்படுத்தி, அன்பை மேலும் மேலும் கொட்டிச் சேர்க்க இடம் செய்வதுபோல் தோன்றிற்று. சீதாபதி கட்டுக்கட்டாகப் புத்தகத்தைப் போடுவதும் கொண்டுபோவதுமாக நடமாடிக்கொண்டிருந்தார்.

“இப்பதான் புரிகிறது எனக்கு” என்றாள் புவனா ஒருநாள்.

“என்ன?” என்றார் சட்டம்.

“பூஜை, ஜபம் எல்லாம் காத்திலே போனதுக்குக் காரணம்!”

“என்ன காரணம்?”

“பூஜை வேளையிலெ கரடியை விட்டு ஓட்றாப் போலன்னு சொல்லுவாங்க. பூட்டுக்குச் சாவி போட்டாப் போலல்ல அது பொருந்திப் போச்சு.”

“என்ன, சொல்லேன்.”

“கரடி மாதிரி பரட்டைத் தலையும் இடுங்கின கண்ணுமா இந்த சீதாபதி வந்து நெருங்கிச்சு. உங்க பூஜையும் போயிடிச்சு.”

“புவனா” என்று அவர் தோள் ஒருமுறை குலுங்கிச் சிரித்தது. “இந்தக் கரடி நம்ம குழந்தை கலியாணத்துக்கு ஒரு லெட்டரும் பார்சலும் அனுப்பி வச்சு நம்மை உருக வச்சுது. ஞாபகமிருக்கா?”

“அதுக்காக! சாமியில்லாதவங்களோட சேர்ந்தா இப்படித் தான் நிக்கிற இடம் சரியறாப்பல ஆயிடும். நீங்க அப்படித்தான் ஆயிட்டீங்க இப்பல்லாம்.”

“நான் என்ன செய்யறது? சாமி, குருநாதருங்க, சாமியாருங்க எல்லாத்தையும்விட சீதாபதியைக் கண்டாத்தான் என் மனசுக்குத் தைரியம், நம்பிக்கை எல்லாம் வருது.”

புவனா அதைக் கேட்டுக் கண்கொட்டாமல் அவரைப் பார்த்தாள். சிறிது நேரம் அப்படியே பார்த்துவிட்டு, “சரி” என்று ஒரு இழுப்போடு முடிவு கட்டினாற்போலக் கூறிவிட்டு நகர்ந்தாள். அதுமுதல் நோட்டுப் புத்தகத்திலேயே ஐக்கியமாகி

விட்டாள். சாப்பாடு – சமையல் – வீட்டு வேலை நேரம் போக, வேறு வேலையே அவளுக்கு இருப்பதாகத் தெரியவில்லை. அவருடைய பாவங்களையும் தவறுகளையும் அப்படியே தன் தலையில் ஏற்றுக்கொண்டு அவள் பிராயச்சித்தம் செய்வது போலிருந்தது அந்த முழுமுனைப்பைக் காணும்பொழுது.

எழுந்தவுடனேயே கடைக்குப் போகும் வழக்கம் திடீர் என்று நின்றது. பத்து மணி, பதினோரு மணிக்குப் போய் ஒரு மணிக்கு வந்து சாப்பிட்டு நான்கு மணிவரையில் சிறு தூக்கமும் படிப்பும் மூன்று நாள் நடந்தது.

மூன்றாவது நாள் மாலைதான் புவனா கேட்டாள்.

"கடைக்குக் கணக்குப்பிள்ளை யாரையாவது போட்டிருக்கா?"

"இல்லியே!"

"அப்ப ஏன் இப்படி ஆரஅமரப் போயாவுது?"

"இனிமே போகவே போறதில்லை."

"என்ன!"

"கடையை ஆளுங்க பேருக்கே எழுதிக் கொடுத்திட்டேன்."

"வித்தாச்சா?"

"இல்லை, இனாம் கொடுத்தாச்சு."

"இதுவும் அய்யிரு உபதேசமா?"

"அய்யரு சகவாசம்."

புவனா குழம்பித் திகைத்து ஒரு சிரிப்புச் சிரித்தாள். "அய்யிரு சகவாசமா?"

"க்கும்."

"அவருக்காவது குடியானவங்க ஜீவனாம்சம் கொடுக்கறாங்க. இங்க கடையாளுங்க ஏதாவது அளக்கப் போறாங்களா?"

"குருவுக்கு மிஞ்சின சிஷ்யனாக வாண்டாமா? ஜீவனாம்சம் கிடையாது. இத்தினி வருஷமா நமக்காக உழைச்சிட்டாங்க. காளைப் பருவம் இளமை எல்லாம் நமக்குச் சேவகம் பண்ணி, நம்மை எசமானா வச்சுக் காப்பாத்தறதுக்கே சரியாப் போச்சு, கொஞ்ச நாளு அவுங்கதான் எசமானா இருக்கட்டுமே."

“புவனா அவரையே பார்த்துக்கொண்டு நின்றாள். சற்று வியப்பது போல் நின்றாள். மெதுவாக அருகில் வந்தாள். அவர் மார்பில் முகத்தைப் புதைத்துக்கொண்டாள். கண்ணையும் உதட்டையும் தேய்த்துக்கொண்டாள். பிறகு நகர்ந்து எழுத உட்கார்ந்தாள். அரைமணிகழித்து அவரிடமே நோட்டுப் புத்தகம் வந்தது. ஒரு பக்கம் முழுவதும் ‘ஓம் நமச்சட்டநாதாய’ என்று கம்பளிப் பூச்சி பூச்சியாக நிறைத்துக் கிடந்தது.

“அட நமசிவாய ... சீ, என்ன இது?”

“அதான்!”

“இனிமே ஒரு வரி இந்த மாதிரி பார்த்தேனோ அப்பறம் ...”

“பார்த்தா?”

“சீ என்ன பித்துக்குளித்தனம்!”

என்னவோ, அதற்குப் பிறகு ஏன் பூஜை பண்ணவில்லை, ஜபம் பண்ணவில்லை என்ற குறுக்கு விசாரணைகளை அவள் அறவே விட்டுவிட்டாள்.

இப்பொழுதெல்லாம் அவருக்காகத் திடீர் என்று தோன்றும் “துண்ணூறு கொண்டா” என்பார். “பலகையைப் போடு” என்பார். அதற்காக அவர் கேட்பதற்கு முன்பாகவே அவள் எல்லாவற்றையும் தயார்செய்துவிடுவது வழக்கம். ஆனால் பூசுவதோ உட்கார்வதோ அவர் இஷ்டம்.

உட்கார்ந்துதான் என்ன?

மனம் அலைதான் பாய்கிறது. செக்காவின் செர்ரித் தோட்டம், அந்த நாடகம், இந்த நாடகம் என்று எங்கேயோ ஓடுகிறது!

“ஒரு வா மோர் சாதம் சாப்பிட்டுடலாமே. ரொம்ப நேரமாச்சே. மீட்டிங்கிலே என்ன நடந்ததுன்னு சொல்லலியே.” எழுந்தாள் புவனா. எழுந்து பலகையை எடுத்துச் சுவர்மீது சாய்த்துவிட்டு மோர் சாதத்திற்கு அடுக்களைக்குள் நடந்தார் சட்டம்.

7

சடாட்சர விருந்தின் எண்ணெய்யோ அங்கு கேட்ட மாயா ஜாலங்களின் விளைவோ சண்முக ஆசாரிக்கு நாட்டுச் சுதந்திரம் புரிந்த பந்தி வஞ்சனையோ வீட்டுக்கு வந்ததும் புவனாவைக் கண்டு எழுந்த பழைய நினைவுகளோ – எதுவென்று குறிப்பாகச் சொல்ல முடியவில்லை. ஆனால் எல்லாமாகச் சேர்ந்து சட்டநாதனின் உறக்கத்தைக் கெடுத்துவிட்டாற் போலிருந்தது. கண்ணை மூடிப் படுத்திருந்தார் அவர். ஆனால் தூக்கத்திற்கான களைப்போ துவளலோ உடலிலும் இல்லை; மனத்திலும் இல்லை. பழைய காலத்து நினைவு வந்தது. சண்பகவனம் அவருக்குக் கண்ணை மூடி உள்ளே திளைக்கச் சொல்லிக் கொடுத்த நாட்களில் இரவு வேளைகளிலும் அப்படி ஒரு அரைமணி, முக்கால்மணி உட்கார்ந்துவிட்டு, அதனால் ஒரு புதிய ஊக்கமும் புதுமையும் பெற்று, தூக்கம் வராமல் பல நாள் திண்டாடியிருக்கிறார் அவர். அந்த நினைவு இப்பொழுது அவருக்குச் சிரிப்பை மூட்டிற்று. அது மனம் அடங்கிய புதுமை ஊக்கம் இது? இப்பொழுது மனம் இறக்கை கட்டி, ஜன்னல் கதவு, மொட்டை மாடி, மரக்கிளை, பூமி என்று கத்துகிற காக்கை – குருவிபோல் அவரறியாமல் இடம் மாறித் தத்திற்று.

சண்முக ஆசாரிதான் அவரை அதிகமாக ஆட்டிக்கொண்டிருந்தார். சுதந்திரம் மகாமக அன்னதானம் மாதிரி வந்து சேர்ந்தது. சமைத்தவர்கள், சமைக்காதவர்கள் – எல்லோரும் உரிமையோடு முழங்கை வழிய, வயிறு புடைக்கச் சாப்பிட்டார்கள்.

பந்தியில் உட்கார்ந்து சாப்பிட இந்த பாத்தியக்காரர்களைத் தவிர, வெளியே சத்தமும் கூச்சலும் போட்டவண்ணம், கட்டுக்கட்டாக விழுந்த எச்சில் இலை மிச்சங்களைப் புரட்டிச் சாப்பிட்டு வயிறும் நிறைந்தவர்கள் எத்தனையோ பேர். அந்தப் போட்டியையும் சமாளித்து, இடுக்கில் தத்தித் தத்திப் புகுந்து கொத்திப்போன காக்கைகள் எத்தனையோ. இந்த அமளிக்கு நடுவில் கடைப்படாமல் எலும்பும் தோலுமாக ஒதுங்கி நிற்கும் சொரிநாயாகக் காட்சியளித்தது சண்முக ஆசாரியின் உருவம்.

என்னவோ தெரியவில்லை. அவரைப் பற்றி நினைத்துக் கொண்டேயிருந்த சட்டத்திற்குத் திடீரென்று பெண்பிள்ளைக்கு வருவதுபோல அழுகை வந்தது. கண் நிறைந்து வழிந்தது. கன்னங்களில் ஓடித் தலையணையில் விழுந்தது. இப்படி ஒரு நெகிழ்ச்சி அவருக்கு ஏற்பட்டதில்லை. சண்முக ஆசாரியை மட்டும் நினைத்தா? இல்லை. புவனாவுக்கு வந்த கலக்கம். அவள் படுத்திய பாடுகள், அதனால் அவருக்கே தம்மீது ஏற்பட்ட இரக்கம்; சடாட்சரத்தையும் யுக புருஷன்போல நினைக்கத் தலைப்பட்டுவிட்ட ஊரின் முட்டாள்தனமா – இவையும் சேர்ந்து உண்டாக்கிய ஒரு அலுப்பின், உருக்கத்தின் விளைவா என்று அவருக்குக் கண்டுபிடிப்பது கடினமாக இருந்தது. சண்முக ஆசாரி வெறும் நல்லவராக மட்டும் இல்லாமல் சிறிது பாரம்பரியமும் சந்தர்ப்பமும் சேர்ந்திருந்தால், இன்னொரு காந்தி மாதிரி எல்லோரும் அறியும் ஒரு புகழை அடைந்திருப் பாரா, அல்லது மந்திரி கிந்திரி என்று ஆகியிருப்பாரா? அவருக்கு இவையெல்லாம் வராமல் தடுத்து நிறுத்தியது எது என்று சட்டம் கேட்டு யோசித்துக்கொண்டிருந்தார். நல்லவன் என்றால் இளிச்சவாயன் என்று அர்த்தமில்லை என்பது மட்டும் புரிகிறது. குண்டாந்தடியை எடுத்தவன்கூட நல்லவன் என்று பெயர் வாங்கலாம். தடி எதற்காக எடுக்கப்பட்டது என்பதையும் யோசிக்க வேண்டும்.

சட்டம் யோசித்துத்தான் பார்த்தார். ஒரே குழப்பமாக இருந்தது.

புவனாகூட உலகம் போற்றும் பெண்ணாகத்தான் இருந்தாள். இருக்கிறாள், வெளி உலகத்திற்கு. ஆனால் அவரை அவள் இடைக்காலத்தில் ஆட்டி வைத்தது யாருக்குத் தெரியும்? ஆனால் இப்பொழுதும் அவளைப் போன்ற ஒரு புஷ்பம்கூடக் கிடைக்காது என்றுதான் நினைக்க வேண்டியிருக்கிறது. இடையில் மூக்கைத் துளைக்கும் ஒரு காட்டு நெடி வீசிய மலர் இப்போது மீண்டும் பச்சாதாபத்தில் நனைந்து பழைய இனிமையை நினைவில் தூவத் தொடங்கிவிட்டது.

தி. ஜானகிராமன்

திரும்பிக் கீழே பார்த்தார். மின்சாரப் பச்சை விடிவிளக்கின் ஒளியில் அவள் குழந்தைபோலத் துயில்வது தெரிந்தது. குழந்தைதான். கையில் கண்டதைக் கண் காது தெரியாமல் வீசியெறிந்து, உருண்டு புரண்டு முட்டிக்கொண்டு கத்திவிட்டு, அமைதியாகத் தூங்கிவிடுகிற குழந்தை போலத்தான் இருந்தது.

தான்தான் அவளுடைய கலக்கங்களுக்குக் காரணம் என்று தோன்றிற்று அவருக்கு. அவளை எழுப்பி மன்னிப்புக் கேட்கலாமா என்று தோன்றிற்று. சின்ன அண்ணியை அண்ணன் செத்ததுமே தனியாக வேறு வீட்டில் வைத்திருக்க வேண்டும். பஞ்சைத் தீக்கு அருகில் வைத்ததுபோல் வைத்துக் கொண்டிருந்தோம். ஆனால் தீப்பிடிக்கவில்லையே! எப்படி நான் குற்றவாளி ஆவேன்? யார் பஞ்சு, யார் தீ? நான்தானே பஞ்சாக இருந்தேன். உயிருள்ள பஞ்சாகத் தீ நெருங்கும்போது விலகி விலகிப் பறந்தேன். நீதானே புவனா பார்த்துக் கொண்டிருந்தாய்?

புவனாவைப் பார்க்கப் பார்க்க அவருக்கு இரக்கமாகத்தான் வந்தது. எதற்காக ஒரு பொறியை அத்தனை காலம் சாம்பலாக மூடிவிட்டுத் திடீரென்று தனக்கு வயதாகிவிட்டதோ என்ற பிரமையில் சாம்பலை ஊதி விலக்கிவிட்டாள்?

இப்போது பொறியும் நன்றாக அவிந்துவிட்டது போல்தான் தோன்றிற்று.

தன்னைப் போலவே அவளும் அந்த இடைக் காலத்தில் அளவுக்கு மீறி வதைப்பட்டுத்தான் இருக்க வேண்டும். இரண்டு பேரின் நினைவுதான் அவருக்கு மீண்டும் மீண்டும் வந்து கொண்டிருந்தது.

அவர் நள்ளிரவு கடந்து வெகுநேரம் கழித்து உறங்கின பிறகும் சண்முக ஆசாரியின் உருவம் கனவாக வந்தது. சட்டத்தின் வீட்டுக் கொல்லைப் பக்கத்தின் குப்பைக் குழியின் ஒரு ஓரத்தில் நின்றுகொண்டிருந்தார் ஆசாரி. மேலே ஜிப்பா, கீழே வேட்டி தெரியவில்லை. அதைத் தார்ப்பாய்ச்சிக் கட்டிக், குழியைத் தாண்டுவதற்குத் தன்னைத் தயார்செய்துகொண்டிருந்தார் அவர்.

வேலிக் காட்டாமணிச் செடிக்கருகில் சடாட்சரம் நின்று “ஆசாரியாரே, வாண்டாம்யா. சட்டநாதன் என்கிட்டே சொல்லியிருக்காரு. நானும் சரின்னிருக்கேன். நம்ம மில்லிலே வந்து வேலை செய்யுமேன். நாலு பனியன் தாரேன். அதைப் போட்டுக்கும். உட்கார்ந்து கணக்கு எழுதும்.”

“நான் இதைத் தாண்டியாகணுமே. இப்ப ஏது எனக்கு நேரம்?” என்கிறார் ஆசாரி.

“அதை நாளைக்குத் தாண்டிட்டாப் போவுது.”

“இப்பத் தாண்டியாகணுமே” என்று கவலையும் அச்சமும் தேங்கிய முகத்துடன் அங்கேயே நின்றுகொண்டிருக்கிறார்.

“அட, நான் சொல்றதைக் கேளுங்க சார். இதெல்லாம் உங்களுக்கு என்னத்துக்கு? அப்பறம் நான் கையைப் பிடிச்சு உங்களை இழுத்துகிட்டுப் போயிருவேன்” என்று சடாட்சரத்தின் பயமுறுத்தல். ஆனால் உள்ளங்கைகளைத் தேய்த்துக் கொண்டு அந்தக் குழைந்த சிரிப்பு. வேடிக்கைப் பயமுறுத்தல் தானா? அப்பொழுதுதான் தெரிந்தது குப்பைக் குழிக்கரையில் நிற்பவர் சண்முக ஆசாரி இல்லை என்று. அது சீதாபதி. கட்டைத் தலை மயிரும் சோடா பாட்டில் மூக்குக்கண்ணாடியுமாக நின்றுகொண்டிருக்கிறார். அதே கேலிச் சிரிப்பு; இடுங்கின கண்கள்.

“ஓய், நீர் யானை. நல்ல வேளை சின்னக் கண்ணாப் படைச்சான். பெரிய கண்ணாயிருந்தா யானை இருக்கிற பலத்துக்கு என்னெல்லாம் செய்யுமோ?”

“என்னத்தைச் செய்யும்! முடிந்ததைச் செய்யும். இடுக்கிலே பூந்து விஷமம் பண்ண முடியுமா, பூரான் மாதிரி, தேள் மாதிரி? மொத்துன்னு காலைத் தூக்கி வச்சு நசுக்க வேண்டியது தானே. சடாட்சரமா இஷ்டப்படி ரூபம் எடுக்கறதுக்கு?”

குப்பைக் குழியைக் காணவில்லை. அதற்குப் பதில் ஒரு குளத்தங்கரை. அதன் கரையில் நின்றுகொண்டிருந்தார் சீதாபதி. ஆசாரியும் சடாட்சரமும் போட்டிப் போட்டு நீந்திக்கொண்டிருந்தார்கள். யாரோ கையைக் கொட்டிக்கொண்டிருக்கிறார்கள். சத்தம் எங்கிருந்து வருகிறது என்று தெரியவில்லை. சத்தத்தையே கேட்டபோது கைகொட்டடல் இல்லை. தெருவில் ஒரு குதிரை வண்டி விரைந்துகொண்டிருந்தது. மூன்று மணி ரயிலுக்குப் போகிற ஜட்கா வண்டி போலும். குளம்புகளின் ஒலிதான் அப்படிக் கேட்கிறது. சட்டத்திற்கு அப்போதுதான் விழித்துக்கொண்டுவிட்டோம் என்று தெரிந்தது.

கனவை நினைத்துப் பார்த்தார். மற்ற கனவுகளைப்போல் இல்லை. நன்றாக நினைவு இருந்தது. இன்னும் சற்றுப் போனால் முழுவதும் மறந்துவிடுமோ என்ற பயத்தில் ஒவ்வொன்றாக நினைத்துப் பார்த்தார். அவர் நினைத்தவாறே விவரங்கள் ஒவ்வொன்றாகத் தேய்ந்துகொண்டிருந்தன.

நாளைக்குச் சீதாபதியைப் பார்க்கும்போது அவரிடம் இந்தக் கனவைப் பற்றிச் சொல்ல வேண்டும்.

சட்டத்திற்கு வெகுகாலமாக ஆசை. எங்கேயாவது சுற்றுப் பிரயாணம் செய்ய வேண்டும் என்று. குத்தி, அதோனி பக்கம் எல்லாம் அவர் போனதுண்டு – பருத்திக் கொட்டை, பருப்பு என்று மொத்த வியாபாரம் செய்ய ஆசைப்பட்ட காலத்தில், கடையைக் கொடுத்துவிட்ட பிறகு அந்த ஆசை சற்று வளர்ந்து வந்தது. யாத்திரை மாதிரி போகலாமா? நாசிக், துவாரகை, வடமதுரை, ஹரித்வாரம், பிரயாகை, காசி என்று போக வேண்டும். சீதாபதி போகாத இடம் கிடையாது. ஏதாவது சொல்லி அவருடைய ஆசையைக் கிளப்பிவிட்டுக்கொண்டிருப் பார்.

இப்பொழுது இந்த நிசியில் சட்டத்தைப் பிரயாண ஆசை அழைத்துக்கொண்டிருந்தது. ஆனால் யாத்திரையாகச் செல்ல லாமா? ஆனால் அதை நினைத்ததும் அவருக்குச் சிரிப்பாக வந்தது. அவருக்கு நம்பிக்கை போய்விட்டது. எதிலும் நம்பிக்கை இல்லை. கடவுளிடம்கூட முன்னிருந்த பிடிப்பில்லை. எப்பொழுதோ அவரைச் சரண் அடைந்துவிட்டோம் என்ற நம்பிக்கை ஒருபுறம். பிறகு அவரைச் சரியாக, ஒழுங்காக நினைக்கவில்லை என்று ஒரு சந்தேகம். அப்படி நினைக்க வேண்டுமா? வேண்டாம் என்கிறார்கள். ஆனால் நினைக்கா மல் இருப்பது ஏன்? ஏதோ தவறு போலக் குறுகுறுக்கிறது.

அதுவும் வேண்டாம். சும்மா சுற்றலாம். புவனாவோடும் சீதாபதியோடும் சேர்ந்து ஊர் ஊராகச் சுற்றலாம். சீதாபதி வரமாட்டேன் என்று சொல்ல மாட்டார். மற்ற நிலக்காரர் கள் போல நிலத்தோடு காலாக அவர் விலங்கிட்டுக்கொண்டு அப்பால் இப்பால் போக முடியாமல் சங்கடப்படுகிறவர் இல்லை. உடனே கிளம்புவார். அவர் சம்சாரத்தையும் புவனா வுக்கு ஜோடியாக அழைத்துக்கொண்டு கிளம்பலாம். புவனாவை யும் எங்கேயாவது சிறிது காலம் வெளியே அழைத்துப் போனால் நல்லதென்று தோன்றிற்று. வீட்டுக்குள்ளேயே இப்படி அடைபட்டுப் பட்டுத்தான் அவளுக்கு இந்த மாதிரிப் பயங்கரக் கற்பனைகள் தன்னைப் பற்றித் தோன்றியிருக்க வேண்டும். இரவுகளில் கண்ணை மூடியோ மூடாமலோ ஒரு அறையில் உட்கார்ந்தால் உள்ளத்தின் பிரபஞ்சமே ஆசையும் உருவங்களு மாக வந்து குவிவதுபோல வீட்டுக்குள்ளேயே அடைபட்ட ஒரு உள்ளத்திற்கு இத்தகைய ஆதாரமற்ற கற்பனைகளும் பயங்கரமும் நிராசைகளும் வந்து அச்சுறுத்தத்தான் செய்யும். அதனால் புவனாவை எங்காவது நிச்சயமாக அழைத்துக்

கொண்டு செல்லத்தான் வேண்டும். போகிற போக்கில் மகான்களையும் பார்க்கலாம். இந்தப் பிரயாணத்திற்கு நிச்சயமாகச் சீதாபதிதான் உடன்வர வேண்டும். அவர் பேசுவது புவனாவின் பழமைகளுக்கு ஒரு மாற்றாக இருக்கும். என்னையே மாற்றித் திணற அடித்திருக்கிறவர் ஏன் புவனாவையும் மாற்றக் கூடாது?

புவனாவின் நோட்டுப் புத்தகமும்கூட வருமோ என்னவோ? அதை நினைத்தால் சற்று அருவருப்பாகக்கூட இருந்தது. புவனா அவருக்குச் செய்ய அலுப்புப் படவில்லை. எஞ்சிய வேளைகளில் நோட்டும் பேனாவுமாக உட்கார்ந்திருக்கிறாள். ஆனால் அப்படி எழுதாமல் இருந்தால் இன்னும் தன்னை நன்றாகக் கவனிக்கலாம்.

ஆனால், அவள் தன்னைப் பற்றிய கற்பனை நினைவுகளை மறந்து நோட்டிலேயே முழுகிக் கிடக்க மாட்டாளா என்று அவர் வேண்டிக்கொண்ட காலம் உண்டு. இப்பொழுது அவள் மனம் சரியான பிறகு நோட்டைக் கண்டால் அவருக்குச் சற்று வேதனையாக இருந்தது.

காலையில் எழுந்தவுடனே புவனாவிடம் பிரயாணத்தைப் பற்றிச் சொல்லிவிடுவது என்று முடிவுசெய்துகொண்டார் சட்டம். ஆனால் அதை உடனே தொடங்க முடியுமா? அறுபது அறுபது என்று அறுபதாம் கலியாணம் ஏதோ பெண்ணின் கலியாணம் போலக் காத்துக்கொண்டு நிற்கிறது. பையன்களும் பெண்களும் எழுதுகிற முனைப்பைப் பார்த்தால் தப்பித்துக் கொள்ள முடியாது போலிருக்கிறது . . . ஓ! சட்டம் சிரித்துக் கொண்டார். கலியாணம் ஆனதும் ஆகாததுமாகப் புருஷன் பெண்டாட்டி தனியாக ஊர் ஊராகச் சுற்றுவது இப்போது ஒரு புது நாகரிகம். அவருக்கு அந்தக் காலத்தில் அது கிட்டவில்லை. இப்போதாவது அதைச் செய்துவிடலாம். அறுபதாம் கலியாணம் அதற்கு இசைவாகத்தான் வந்திருக்கிறது.

மீண்டும் கலியாணமா? கூட்டமா? நடத்திய கலியாணம் எல்லாம் போதாதா? மீண்டும் மேளம், கூட்டம், சாப்பாடு, எச்சில் இலைகள் – பிறகு ஒரு ஏக்கம். சட்டத்திற்குத் திடீரென்று ஒரு அயர்ச்சியும் அலுப்பும் வந்து பிடுங்கின. கரப்பான் பூச்சிக்கள் ஏன் அறுபது நாள் விழா கொண்டாடவில்லை? ஈசல் ஏன் அறுபது நிமிஷ விழா கொண்டாடவில்லை? ஏன் இப்படி மனிதர்கள் அறுபது அறுபது என்று பறக்கிறார்கள்? இனிமேல் பெண்டாட்டியோடு தனியாகப் படுப்பதில்லை என்று உலகத்திற்குச் சொல்வதற்கா?

அதைக்கூட அவருக்கு நினைத்துப் பார்க்க வேண்டும் போல்தான் இருந்தது. ஏன் வயது வயது என்று பிராணனை

விடுகிறார்கள் மனிதர்கள்? சாகிறவரையில் ஆசையும் அதை நிறைவேற்றிக்கொள்ளும் ஆற்றலும் எப்படிக் கழன்றுவிடும்? உடலில் வருவதற்கு முன் மனத்தில் ஏன் மூப்பு இவர்களுக்குப் புகுந்துவிடுகிறது? உடலில் மூப்பு வராதவரையில் மன மூப்பு, முதிர்ச்சி வராது என்று ஏன் நினைக்கிறார்கள்? இரவைத் துரத்தும் பகல் இல்லை. மன முதிர்ச்சி . . .

சட்டத்திற்கு இப்போது உண்மையாக அயர்ச்சியாக இருந்தது. தூங்கிவிட்டார்.

காலையில் எழுந்திருக்க நேரமாயிற்று அவருக்கு. கண் விழிப்பின் காரணமாகச் சற்று அதிக அயர்ச்சியாக இருந்தது. கண்ணை மூடியதும் மூடாததுமாக அப்படியே படுத்திருந்தார். மஞ்சள் வெயில் கண்டிருந்தது. மின்சார விசிறியில் கூடு கட்டியிருந்த குருவிகள் 'கிரிச் கிரிச்' என்று அங்குமிங்கும் தத்தி ஓயாமல் அரற்றிக்கொண்டிருந்தன.

புவனா வந்து மெதுவாக எட்டிப் பார்த்தாள்.

"என்ன புவனா?"

"ராத்திரி ரொம்ப நேரம் படிச்சிட்டிருந்ததா?"

"இல்லையே."

"எழுந்துக்கக் காணுமேன்னு பார்த்தேன்."

"என்னமோ ரொம்ப நேரம் தூக்கம் வல்லே."

"ஆமாம், தெரியுது. இன்னும் கொஞ்சம் தூங்கலாம் போலத்தான் இருக்கு."

இதே புவனா ஐந்து ஆண்டுகளுக்கு முன் –

இரவு முழுவதும் அவரைப் பிடுங்கிவிட்டு, அவர் காலை யில் எழ முடியாமல் அயர்ந்து உறங்கும்போது தடார் தடார் என்று எதையோ போட்டுச் சத்தப்படுத்தினாள். புவனா ஒரு நாள் "என்ன மனுஷன்!" என்று சொல்லிக்கொண்டே 'கும் கும்' என்று வேண்டுமென்று அதிர அதிர நடந்துகொண்டிருந்த ஞாபகம் வந்தது.

"என்ன மனுஷன்!"

அப்போது சட்டநாதனுக்கு எழுந்து ஒரு அறை விடலாமா என்று தோன்றிற்று.

இப்போது புவனா, "இன்னும் கொஞ்சம் தூங்கட்டுமே" என்று நகரப் போனாள்.

"மணி என்ன ஆவுது?"

"ஏழே முக்கால்."

"என்னது! ஏழே முக்காலா? வெயிலைப் பார்த்து நான் ஆறு ஆறரை இருக்கும்னு நினைச்சேன்."

"குளுரு வெயிலாச்சே. சரி, இன்னும் கொஞ்சம் தூங்கட்டும்" என்று காலைப் போர்த்திவிட்டாள் புவனா.

"காலையிலே யாரோ வந்தாங்க. சண்முக ஆசாரியாம். கச்சலா நா பிடுங்கினாப்பலே இருந்தாரு."

"சண்முக ஆசாரியா – இருக்காரா?"

"இல்லை. தூங்கிட்டிருக்காங்கன்னு சொன்னேன். அப்பறம் வந்து பார்க்கறேன்னு செருப்பைக்கூடக் கழட்டாமே போயிட்டாரு."

"அடடா . . . என்னை எழுப்பக் கூடாது? நான்தான் வரச் சொல்லியிருந்தேன் அவரை. அவரு நாலஞ்சு தடவை ஜெயிலுக்கெல்லாம் போய் வந்திருக்காரு புவனா. பழைய காலத்து சத்யாக்கிரகி. நேத்து ராத்திரி கூட்டத்திலெ பார்த்தேன். வீட்டுக்கு வாங்களேன்னேன். இவ்வளவு சீக்கிரம் வந்திட்டாரா? என்னை எழுப்பக்கூடாதா?"

"எனக்கு மனசு வல்லெ. காலையிலே தூங்கறதைப் பார்த்தேன். ரொம்பக் களைச்சு தூங்கறாப்பல இருந்துது."

"மறுபடியும் எப்ப வரேன்னாரு?"

"எப்பன்னு சொல்லலெ. அப்பறம் வரேன்னு சொல்லிக் கிட்டே வாசல்லே இறங்கிட்டாரு. நின்னு பதில் சொன்னாத் தானே? யாரா இருந்தா என்ன? அப்பறம்தான் வரட்டுமே. கொஞ்ச நேரம் தூங்கட்டும்" என்று கீழே இறங்கிவிட்டாள் புவனா.

கலைந்த தூக்கம் மீண்டும் வரவில்லை. குருவிகளைப் பார்த்துக்கொண்டே படுத்திருந்தார் சட்டம். பார்த்தால் அழகாகத்தான் இருக்கிறது; ஆனால் மூளையைத்தான் காணோம். ஒரு வைக்கோலைப் பொருத்த முடியாத இடத்தில வைத்துவிட்டுப் போகும் குருவி. அது அப்பால் போனதுமே வைக்கோல் நழுவிக் கீழே விழும். அப்படிப் பலநாள் பல தடவை விழுகிறது. குருவிக்கு அதைச் சரிப்படுத்தவோ அந்த இடம் சரியில்லை என்றோ புலப்படவில்லை.

இரண்டும் அதே ஜோடிபோல் தோன்றுகிறது. இந்த வீட்டுக்கு வந்தது முதல் காணுகிற அதே ஜோடிதானா இவை? இல்லை. அந்த ஜோடியின் சந்ததிகளா? அப்படியானால் தாய், தகப்பன் எங்கே? இந்த விசிறியையே எழுதிக் கொடுத்து விட்டுப் போய்விட்டனவா? அதே ஜோடியாக இருந்தால், ஒரே கணவன் மனைவியாகத்தான் வாழ்கின்றனவா? பருவத் திற்குப் பருவம் ஜோடி மாறாதா?

கண்ணை மூடிக்கொண்டார் சட்டம். சற்றுக் கண்ணை அயர்த்திற்று.

"என்ன?" என்று புவனா கீழே திகிலுடன் கத்துவது போலிருந்தது. "எப்ப?" வேறு யாரோ பேசும் குரலும் கேட்டது. ஆண் குரல்.

"நெசமாத்தானா?"

"ஆமாங்கன்னா!"

"எப்ப?"

"எப்பவோ! காலையிலெ பார்த்தா ரத்த விளாறாக் கெடக்கு."

"அட பாவி! உசிரு போயிடுத்தா?"

"உசிரா! என்னங்க இது?"

"என்ன இது?"

சட்டத்திற்குக் கலவரம் தாளவில்லை. சட்டென்று எழுந்தார். கட்டில்மீது மெத்தையைச் சுருட்டிவிட்டுக் கீழே இறங்கினார். மாடிப் படியின் கீழே இருந்து புவனா ஏறுவது தெரிந்தது.

"எழுந்தாச்சா? இந்த அக்ரமத்தைக் கேளுங்க."

"என்ன புவனா?"

"வரட்டும். எனக்கு வயித்தைப் பிடுங்கிட்டு வருது. நிக்கக் கூட முடியலெ" என்று திரும்பிக் கீழே இறங்கினாள் அவள்.

சட்டம் விரைந்துகொண்டு இறங்கினார்.

"வணக்கங்க" என்று கும்பிட்டார் ஒரு ஆள்.

"அய்யிரு ஊட்லேர்ந்து வந்திருக்காரு."

"சீதாபதி கிட்டேர்ந்தா?"

“ஆமாங்க, அவங்க எங்க இருக்காங்க இப்ப? குத்திப் போட்டுட்டாங்க . . . எங்க மகராசனை . . . வந்து பாருங்க. அவங்க கிடக்கிற கிடையை.”

“என்னது!”

“அய்யிரைக் குத்திப் போட்டிட்டானாம். காலையிலெ படுக்கையிலெ காப்பி சாப்பிடுவாங்களாம் அவங்க. காப்பியை எடுத்துக்கிட்டுப் போனாங்களாம் அம்மா. போனா ரத்த வெள்ளமாக் கிடக்காம் . . . ஐயோ, ஐயோ” என்று வயிற்றைப் பிடித்துக்கொண்டு உட்கார்ந்துவிட்டாள் புவனா.

ஆள் ஏழெட்டு நாள் வளர்ந்த கரு நரை மயிரும் முகமுமாக வயிற்றை எக்கிக்கொண்டு, அழுதுகொண்டே நின்றான்.

“என்னப்பா இது!”

“நீங்க வந்து பாருங்க. கொலை பண்ணிட்டாங்க. உயிரு இல்லை சாமி. எங்க நாராயணன் போயிட்டாரே. பரமாத்மா மாதிரி இருந்தாங்களே! குத்திப் போட்டுட்டாங்களே படுபாவிங்க. எங்க உசிரைல்ல குத்திப்போட்டுட்டான்” என்று கண்ணில் விரலை வைத்து அழுதான் அந்த ஆள்.

“சீதாபதியையா? நல்லாச் சொல்லேன்?”

“நான் என்னத்தைங்க சொல்வேன். நீங்க ஓடியாங்க. அம்மா உங்களைக் கூட்டியாரச் சொல்லிச்சு.”

சட்டம் ஆணியில் தொங்கின சட்டையை எடுத்துக் கொண்டு அப்படியே ஓடினார். “கதவைப் பூட்டிக்கிட்டு வா புவனா” என்று இடைகழியில் நின்று குரல்கொடுத்துவிட்டுச் சட்டையைத் தலையில் நழுவவிட்டுக்கொண்டே வாசல் படியில் இறங்கி விரைந்தார்.

8

கடைவீதி நடுவிலிருந்து மதுக்குளத் தெருவுக்குப் போகிற சந்தில் சிறு நடையும் பெரு நடையுமாக ஜனங்கள் விரைந்து கொண்டிருந்தார்கள். அவசர அவசரமாக சைக்கிளில் ஏறி வேடிக்கை பார்க்கப் போகிற கூட்டம் வேறு.

மதுக்குளத் தெருவில் கும்பல் கும்பலாக ஜனக் கூட்டம் நின்றிருந்தது. சீதாபதி வீட்டுக்கு முன்னாலும் பக்கத்திலும் திண்ணையிலும் குறடுகளிலும் விவசாயக் குடிபடைகள் ஆணும் பெண்ணுமாகச் சுமந்திருந்தன. ஒரு கிழவன் பிழிந்து பிழிந்து அழுது கொண்டிருந்தான். “காளியாயி கொண்டு போக அவனேய். குத்திப்போட்ட பாதகனேய் . . .” என்று இளஞ்சேரியிலிருந்து வந்து கூட்டத்திற்கு நடுவில் ஒரு கிழவி பிலாக்கணம் வைத்துக்கொண்டிருந்தாள்.

சீதாபதி வீட்டுவாசலில் பெரிய அரைக் கூண்டு வண்டியில் வெள்ளையாக எதையோ ஏற்றிக் கொண்டிருந்தார்கள் போலீஸ்காரர்கள். ஏழெட்டுப் பேர் பக்கத்தில் நின்றுகொண்டிருந்தனர். சட்டநாதன் ஏழெட்டு வீடுகளுக்கு முன் போகும் பொழுதே வண்டி வீட்டு வாசலைவிட்டு நகரத் தொடங்கிவிட்டது. திண்ணைகளில் ஆங்காங்கு இருந்தவர்களும் இறங்கி, போலீஸ்காரர்களுக்கு எரிச்சல் ஊட்டாமல் இருக்கச் சற்று விலகி, கூடவே நடக்கத் தலைப்பட்டார்கள். ஒரு நிசப்தம் எங்கும் விழுந்து கிடந்தது. இரண்டு வீடுகளுக்கு முன் சட்டம் நெருங்கும்போது, யாரோ விறுவிறு வென்று நடப்பதை மறிப்பதுபோல் முன்வந்து நிற்பது தெரிந்தது.

“நமஷ்காரம், மாப்ளெ ஷார்.”

சட்டத்திற்குக் கிஷ்டம்மாவைப் பார்த்துச் சற்றுத் தூக்கிவாரிப் போட்டது. பாதி உடம்பாக ஆகிவிட்டாள் அவள். அவளைப் பார்த்து மூன்று நாலு வருடங்கள் ஆகிவிட்டன. நடுவில் சித்தப்பிரமை அதிகமாகி உறவினர்கள் சென்னையில் கீழ்ப்பாக்கம் ஆஸ்பத்திரியில் கொண்டுவிட்டு வந்தார்களாம். எப்பொழுது வந்தாள் என்று தெரியவில்லை. தலையின் பின்னால் கூந்தல் முடிச்சு இல்லை. மொட்டையடித்து மூன்று நான்கு மாதம் ஆன தலைமயிர் போல வளர்ந்து கிடந்தது.

“நீ எப்போ வந்தே?” என்று அவர் பேசத் தொடங்கு வதற்குள், “நான் நிஷ்ச்சயமாச் சொல்லுவேன். யார் கொலை பண்ணினதுன்னு. புள்ளைகுட்டி இல்லெ. அம்பது வேலி சொத்து. தர்மராசா எங்கியாவது காலெஜிக்கு, பள்ளிக்கூடத் துக்கு – இல்லெ, ஆஸ்பத்திரிக்கு எழுதி வச்சிரும்னு பயந்துட்டு வேஷ்டு விட்டிருப்பானுவ. பங்காளிக்கார சனம் எவனாவது. நான் போலீஷ்டேஷன்லே போயி சொல்லப் போறேன். கேக்கலேன்னா முதலமைச்சருக்கு எளுதுவேன். இல்லாட்டிக் கவணரு வீட்டு வாசல்லே நின்னு கத்துவேன்” என்று சொல்லி, “அய்யர்வாள்! நீரு இன்னுமே உம்மைக் கொலை செஞ்சவனைப் பாக்க முடியாது. அவன் நரகத்திலெ இருப்பான். நீர் சொர்க்கத் திலெ இருப்பீங்க . . . பாக்க முடியாது” என்று வண்டி போகும் திசையைப் பார்த்துக் கத்தினாள் கிஷ்டம்மாள், இரண்டு கைகளையும் நீட்டிக்கொண்டு கத்தினாளா, அழுதாளா என்று புரியாமல் இருந்தது, தொண்டை உடைவைப் பார்க்கும்போது.

சட்டம் ஒன்றும் சொல்லாமல் அவளைச் சுற்றிக்கொண்டு சீதாபதியின் வீட்டுக்குள் புகுந்தார். பாராசாரி வீடு. உயரமான கடைவுத் தூண்கள். மேல் ஓட்டு நல்ல உயரம். கோழி முட்டை கலந்து வழவழவென்று தேய்த்துப் பளபளக்கும் காரைச் சுவர்கள். பரம்பரைப் பெரிய மனிதன் வீடு என்று கூடத்தின் நீள அகலம், பெரிய பெரிய ரவிவர்மா, லட்சுமி, சரஸ்வதி, திலோத்தமை, மோகினிப் படங்கள், சீதாபதி பாட்டி – பாட்டனின் பெரிதுப்படுத்தப்பட்ட வண்ணப் புகைப்படங்கள், இரண்டு பேர் தாராளமாகப் படுக்கக்கூடிய ஊஞ்சல், அது மேலிருந்து தொங்கிய உயரம், கூடம் முழுவதும் அங்குமிங்கும் உட்கார்ந் திருந்த மெத்தை கிழிந்த நாற்காலிகள், சோபாக்கள், படிகக் கண்களுடன் விழிக்கும் இரண்டு கிளைமான் தலைகள் – எல்லாம் மனதுக்குள் சொல்வது போலிருந்தது.

சீதாபதியின் மனைவி தலையை விரித்து முழங்காலை நிமிர்த்திச் சுவரில் சாய்ந்து உட்கார்ந்திருந்தாள். பழைய பெரிய

வீட்டு மரபுப்படி மூக்கில் ஒரு புல்லாக்கு; காதிலும் மூக்கிலும் வைரங்கள்; இரவு சுவைத்த தாம்பூலத்தினால் உதடு சிவந்து கிடந்தது. மாநிறத்திற்குக் கூடிய வண்ணம், கன்னத்தில் கண்ணீரின் கறை. நெற்றிப் பொட்டு வட்டம் கலைந்து தாறுமாறாகப் பிசிறிட்டுக் கிடந்தது.

அவளுக்கு முன்னாலும் பக்கவாட்டிலும் உறவுக்காரப் பெண்கள் உட்கார்ந்திருந்தார்கள். எதிர்ச்சுவர் ஓரமாகவும் கூடத்தின் ஒவ்வொரு தூணுக்கு அருகிலும் குடிபடைகளின் பெண்கள்.

சட்டம் சற்று எட்டினாற்போல் நின்றார்.

எங்கேயோ பார்த்துக்கொண்டிருந்த சீதாபதியின் மனைவி அவர் கண்ணில் பட்டதும், "அம்மா" என்று நெஞ்சு வெடித்தது போல் ஒரு குரல் கொடுத்தாள். தெளிவுடன் கணிப்பாக அந்தத் துயரம் கூடம் முழுவதையும் ஒரு விநாடி நிறைத்து விட்டு நின்றது. தோள் சேலையை எடுத்து மூடி, கால் புடவையையும் கீழே இழுத்துவிட்டுக்கொண்டாள்.

"அம்மா" என்று கூப்பிட்டார் சட்டம், பிறகு பேச முடிய வில்லை. வாயை மூடிப் பெருமூச்சு விட்டுவிட்டு அழுகையை நிறுத்தப் பார்த்தார்.

மற்ற பெண்பிள்ளைகள் சற்று விலகி உட்கார்ந்தார்கள். இரண்டு மூன்று பேர் எழுந்து சற்று ஒதுங்கி நின்றார்கள். சட்டம் விசித்து விசித்து அடக்கிக்கொள்ள இரண்டு நிமிஷ மாயிற்று.

"உங்களுக்கு ஆத்மா போயிட்டுது. எனக்கு அத்தனையும் போயிட்டுது" என்று ஒரு கதறு கதறினாள் சீதாபதியின் மனைவி.

வந்த குமுறலைச் சிரமப்பட்டு அவள் அடக்கிக்கொள்ளச் சிறிது நேரம் பிடித்தது. "அப்புறம் இவாளுக்கெல்லாம் வர சொத்தும் போயிட்டுது. இத பாரு, நீதான் முந்திக்கப் போறே. அப்படி ஒரு சமயம் உங்க சாமிக்கு இஷ்டமில்லாமெ நான் தான் முன்னாலே போறதுன்னா உன்னை வயித்திலெ அடிக்க மாட்டேன். உனக்கு இந்த வீட்டையும், ஆறு வேளைச் சாப்பாட்டுக்கும், துணிமணிக்கும் வச்சு, ஆளுக்குப் பதினைஞ்சு பதினைஞ்சு மாவா இந்தப் பசங்க அத்தனை பேருக்கும் எழுதிக் கொடுத்துடப் போறேன்'னு ரண்டு தடவை சொன்னார். நேத்தி மத்தியானம் வக்கீலைக் கூப்பிட்டுப் பேசிண்டிருந்தார். அதுதானோ என்னவோ. இப்ப யாரு கொடுக்கப் போறா இவாளுக்கு?" என்று கூடத்தில் நின்றிருந்த குடிபடைப் பெண்களைக் காண்பித்தாள் அந்த அம்மாள்.

"ஆமாம் – எங்க உசிரே போயிடிச்சி. பங்காவது, பாளாவது!"

"நீங்க சட்டுனு போங்கோ, அப்பறம் முழுசாப் பார்க்க முடியாது. போஸ்ட் மார்ட்டமாம். என்னத்தைக் கண்டுபிடிக்கப் போறா? அவர் தானேயாவா இப்படிக் கொலை பண்ணிப்பார்? அதான் தெரிஞ்சிருக்கே? இனிமே என்னத்தைக் கண்டுபிடிக்கப் போறா? இன்ஸ்பெக்டரோட இத்தனை நாழி மல்லுக்கு நின்னாச்சு. சட்டமாம், அதுக்குத்தான் நீங்க சொல்லியாவது கேப்பாளாக்கும்னு பாத்தேன். அப்பறம் என்னாச்சுன்னு தெரியலெ. கொண்டு போயிட்டாளாம்."

பாதிப் பிரமையும் பாதிச் சித்தமுமாக அவள் பேசுவது போலிருந்தது. ஒரு தடவை அவளுக்கு மயக்கம் போட்டதாம். பக்கத்தில் இருந்தவர்கள் சொன்னார்கள்.

சட்டம் வேகமாகச் சர்க்கார் ஆஸ்பத்திரியை நோக்கி விரைந்தார். வாசலில் புவனா எதிர்ப்பட்டாள்.

"போஸ்ட்மார்ட்டத்துக்கு எடுத்துப் போயிருக்காங்களாம், ஆஸ்பத்திரிக்கு. அம்மா உள்ளார இருக்காங்க" என்று சொல்லிக் கொண்டே நடந்தார். போகும்போது அவளைப் பார்த்துவிட்டு, புவனா அதிர்ச்சி அடையாமல் இருக்க வேண்டுமே என்று திடீர் என்று ஒரு கவலை அவரை மடக்கிற்று. சற்று நின்றார். பிறகு 'கடவுளே நீதான்' என்று சிறிது நேரம் மனதைச் சூன்யப்படுத்திக் கொண்டு நின்றார். 'உன் சம்பரத்தம் பூ நீதான் வாடாம பார்த்துக்கணும்' என்று மனதிற்குள்ளேயே சொல்லிக்கொண்டார். ஆஸ்பத்திரியைப் பார்க்க வேகமாக நடந்தார். மார்கழி வெயில் மங்கி எரிந்தது. செம்பானூர்ப் பன்றிகள் அவருக்கு முன்னால் வாலை வளைத்து வளைத்துச் சொடக்கிக்கொண்டு ஓடின.

தி. ஜானகிராமன்

9

விடியற் காலையில் தூக்கம் கொள்ளாமல் எழுந்து மாடியில் வழக்கமாக உட்கார்கிற இடத்தில் சாய்வு நாற்காலியை நீட்டிச் சாய்த்திருந்தார் சட்டம்.

வழக்கம் போல மொட்டை மாடிக்குப் போகிற நிலைக் கதவு படம் போட்டிருந்தது. பெரிய படம் இப்பொழுது கறுப்பு கறுப்பாக அடியில் மரங்கள். மேலே நட்சத்திரங்கள். ஊர்க் கோயில்களிலிருந்தெல்லாம் ஒலி பெருக்கிகள் திருப்பாவையும் திருவெம்பாவையுமாகப் புலம்பிக்கொண்டிருந்தன. ஒரு கோயிலில் வெங்கடேச சுப்ரபாதம். இன்று மார்கழிக் கடைசி நாள். இதுவரையில் இந்தச் சம்பிரமங்கள் இல்லாத கோயில்கள்கூட இந்தப் போட்டியில் சேர்ந்துகொண்டிருந்ததுபோல் தோன்றிற்று. வழக்கத்தைவிட அதிக ஓசை.

நட்சத்திரப் படத்தைப் பார்த்துக்கொண்டு உட்கார்ந்திருந்தார். வழக்கம் போலக் குளிர். சில்லிப்புக் காற்று.

ஒரு வழக்கத்தைக் காணவில்லை.

'நறநற'வென்று பேசுகிற பொம்மை இல்லை.

ஒரு வாரமாக இல்லை.

இன்று ஏழாவது நாள்

மனிதன் இல்லை.

கிஷ்டம்மா பைத்தியமா, யோகியா என்று தெரியவில்லை. அவள் சொன்னது முக்கால் உண்மை. தாயாதிக்காரனான ராமதுரையைக் கைது செய்து ரிமாண்டில் வைத்திருந்தார்கள்.

ஆனால் அவன் தன் கையால் கொலை செய்யவில்லை. செத்தால் பத்து நாள் தீட்டுக் காக்கிற பங்காளியாம் அவன். ராணுவத்தில் வேலை பார்த்துவிட்டு – அங்கு என்ன செய்தானோ – சீட்டுக் கிழிந்து ஊரோடு வந்துவிட்டான். சீட்டு – குதிரைகளில் இருந்த பன்னிரண்டு மா நிலம் போய் விட்டது. அவன் தூண்டுதலாயிருக்கும் என்று அவனையும் கட்டைத் திருமுட்டம், மும்மதுரஜாக்கு என்ற இருவரையும் கைது செய்திருந்தார்கள். திருமுட்டம் சீகாழியில் வைப்பாட்டி வீட்டில் ஒளிந்துகொண்டிருந்தானாம். நினைத்துப் பார்க்கவே வயிற்றைக் குமட்டிற்று.

சீதாபதியின் மனைவி மீண்டும் மீண்டும் அதைத்தான் சொல்லிக்கொண்டிருந்தாள். அவளுக்கு ஐந்து வேலி நிலத்தை யும் வீட்டையும் எழுதிவைத்துவிட்டு, மீதியை முக்கால் முக்கால் வேலியாக ஆள்களுக்குப் பங்குபோட்டுக்கொடுப்பதாக ஒரு மாதமாகப் பேசிக்கொண்டிருந்தாராம் சீதாபதி. முதல் நாள் வக்கீல் அதைப் பற்றித்தான் பேசிக்கொண்டிருந்தாராம்.

“நல்ல காரியம் பண்றீம். தை பிறந்து பண்ணுமேன் ஸ்வாமி. இது என்னத்துக்கு இந்த மூதேவி மாசத்திலெ?” என்றாராம் வக்கீல் கணேசன்.

“என்னய்யாது? மாசங்களுக்கெல்லாம் மார்கழி நான்னு உங்க பரமாத்மா சொல்லியிருக்காரே. குளிர் நடுக்கத்திலெ அப்படி உளறிவிட்டாரா?” என்று சிரித்தாராம் சீதாபதி.

“அதுக்கில்லையா. உச்ச வரம்புச் சட்டம் வந்திண்டிருக்கு வந்திண்டிருக்குன்னு ஊரிலே இருக்கிற பெரிய மனுஷன்லாம் ரொம்ப தர்ம தாதா மாதிரிக் குடிபடை உறவுக்காரனுக் கெல்லாம் கொடுத்ததாகப் பினாமி சாசனமா எழுதிக் குவிச்சிண்டிருக்கானுகள். குடுமி கையை விட்டுப் போயிடப் போறதேன்னு பத்தாயிரம், இருபதாயிரம் புரோநோட்டு வேற வாங்கி வச்சிண்டிருக்கானுகள் ... நீர் அப்படிச் செய்யாமெ மனசோட தானம் பண்றேன்னு வந்திருக்கீம். நீர் ‘சாமியை நினைக்கமாட்டேன்; வெய்யத்தான் வெய்வே’ன்னு சொன்னா லும் அவன் உன்னை விடமாட்டான்காணும். செய்யற காரியத்தை ஒரு நல்ல நாள்ல செய்வமே. இன்னிக்கு ஒரே மரண யோகமும் தியாஜ்யமுமா இருக்கு. தாரா பலமும் சரியா இல்லெ. உமக்கு நல்ல நாளிலெ நம்பிக்கை இல்லா விட்டாலும் என் நம்பிக்கையை அசட்டை பண்ணலாமோ? நான்தானே வக்கணை எழுதப் போறவன். நாளைக்குத் தகராறிலே வந்து முடியப்படாது பாரும்” என்றாராம் வக்கீல்.

அதைச் சட்டநாதனிடம் சொல்லிவிட்டுச் சிறிது நேரம் பிரமை பிடித்து உட்கார்ந்திருந்தார் வக்கீல். பிறகு சொன்னார்: "நல்லதை நினைச்சதும் செய்யணும் சீதாபதிக்கு. என்னமோ தோணித்தான் அவசரப்பட்டிருக்கான்னு இப்ப எனக்கு நெரடறது. நான்தான் குறுக்கே நின்னேன். ஒரு நல்ல காரியம் நம்மாலெ கெட்டது. நிச்சயமா அவனுக்கு என்னமோ தோணித் தான் அவசரப்பட்டிருக்கான். அவன் என்ன சாதாரண மனுஷனா . . ? இந்தக் குடும்பத்திலெ பிறந்த செல்லப் பிள்ளையா வளர்ந்திருக்காட்டா பெரிய காபினெட் மந்திரியா ஆயிருப் பான். பெரிய மனுஷன் வீட்டிலெ பிறந்து வளர்ந்தது, ஜன ரஞ்சகமாப் பேசக் கீசப் பழகிக்க முடியாம போயிடுத்து அவா ஸர்க்கிள்ளகூட அவனுக்கு மேடையிலே பேசத் தெரியா துன்னு, அவனைப் பெரிய அடிப்படைத் தந்திர நுட்பங்க ளெல்லாம் அமைச்சுக் கொடுக்கிற ஆசார்யன் மாதிரின்னா வச்சிண்டிருந்தாளாம்! இவ்வளவு கெட்டிக்காரனுக்கு இந்த சமாசாரத்தை ரகசியமா வச்சுக்கணும்னு ஏன் தோணாம போச்சு? அதுதான் காலம்."

சட்டநாதனுக்கு அதைக் கேட்டு உள்ளுக்குள் சிரிப்பு வந்தது. சீதாபதியின் அறிவுக்கும் இதற்கும் என்ன தொடர்பு என்று புரியவில்லை. தன் உயிரை அப்படி வெல்லமாக மதிக்கிற ஆளா சீதாபதி?

வக்கீல் மேலும் சொன்னார்: "இப்ப என்ன ஆகப் போறது? கேஸ் நடக்கும். ஒண்ணு, இந்தப் பசங்க தூக்கிலே தொங்குவான் கள். ஆனா சட்டம்தான் உமக்குத் தெரியுமே! கொலை பண்றவன் சாட்சி வச்சுண்டுதான் கொலை பண்ணணும்னு எதிர்பார்க்கிற சட்டம். ஏதாவது இடுக்கை நோண்டிக் கொடுத்துத் தப்பிச்சிண்டு போடா வெளியிலேன்னு கெட்டிக்கார வக்கீலா இருந்தா உயிரைக் கையிலெ கொடுத்துவிடப் போறான். சொத்து அந்தப் பயலுக்கும் அவன் தம்பிக்கும் வரப்போறது. அப்படி வந்தாலும் நிக்கப் போறதில்லெ. கவலைப்படாதியும். உச்ச வரம்புச் சட்டம் லபக்குனு பாஞ்சு பிடிச்சுக்கும். இல்லேன்னா சீட்டும் குதிரையும் இருக்கு. அதையும் தாண்டினா தெய்வம் கொடுக்கிற காலரா, ராஜ சீக்குகள் இருக்கவே இருக்கு."

ஒவ்வொன்றாக நினைத்துப் பார்த்தார் சட்டம். ஏழு நாள் ஓடிவிட்டது. பொம்மை உட்கார்கிற பிரம்பு நாற்காலிக்கு ஆள் இல்லை. ஐந்தாறு நாட்களுக்கு முன் அதை இழுத்துப் போட்டு உட்கார்ந்த புவனா சட்டென்று முள் குத்தினாற் போல் எழுந்துவிட்டாள். கண்ணில் அதைத் தொட்டு ஒற்றிக் கொண்டாள்.

"நான்தான் 'ஜீவனாம்சம் வாங்கித் திங்கறவர், திங்கற வர்'ன்னு பிடுங்கிக்கிட்டே இருந்தேன்..." என்று வேறே நொந்து கொண்டாள்.

இப்பொழுது அந்த நாற்காலி அங்குதான் இருளில் பழுப்பாகச் சூன்யமாக அமர்ந்திருந்தது.

சட்டம் வெளியே பார்த்தார். உலகத்தோடு அவருக்கு இருந்த ஒரே பிடிப்பும் போய்விட்டது. சீதாபதி உலகத்தோடு, மனிதர்களோடு, உழைப்பவர்களோடு ஒட்டிக்கொண்டிருந் தவர். மனிதனிடம் அவர்கொண்ட எல்லையில்லாத அன்பு தான் அவர் மனத்திலிருந்து கடவுளை விரட்டிவிட்டதுபோல் தோன்றிற்று. அவரை எப்படிச் சாக அடிக்கத் தோன்றிற்று ஒரு மனிதனுக்கு? அவன் மனிதனா? உணர்வில்லாதவனா? கேள்விக்கு விடையில்லாமல் தவித்தார் சட்டம்.

அப்படியே சற்று நேரம் உட்கார்ந்திருந்தபொழுது 'கிர்ர்நீர்' என்று முதல் பறவை ஓசை, தோப்பிலிருந்து கேட்டது. வலியன் குருவிக்கு விழிப்புக் கொடுத்துவிட்டது. கீசுகீசென்று ஆனைச் சாத்தன் பாடும் பாட்டு. ஆண்டாள் ஆயிரம் ஆண்டுகளுக்கு முன்னால் கேட்ட பாட்டு. இன்னும் கேட்கிறது. நாளையும் கேட்கும். ஆண்டாள் இல்லாவிட்டாலும் கேட்கும். சீதாபதி இல்லாவிட்டாலும் கேட்கும்.

பார்த்துக்கொண்டே இருந்தவருக்கு ஒரு நட்சத்திரம் அசைவது மாதிரி இருந்தது. பல நட்சத்திரங்களுக்கிடையே புகுந்து அது மெல்ல மெல்ல ஊர்ந்துகொண்டிருந்தது. மூன்று நாட்களுக்கு முன்னால் ஒருநாள், இருட்டி ஒரு நாழிகைக்குப் பிறகு மாடியில் உட்கார்ந்திருந்த சீதாபதி, "அதோ பாரும்யா ஸ்புட்னிக்" என்று இந்த மாதிரி மேற்கிலிருந்து வடகிழக்கே மெல்ல ஊர்ந்துகொண்டிருந்த ஒரு செயற்கைக் கோளைக் காண்பித்தார். "இதுவா! இதுவா!" என்று சட்டம் வியப்போடு அன்று பார்த்தார். முதல் தடவை அப்போதுதான் செயற்கைக் கோளைப் பார்த்தார். அது வானம் முழுவதும் ஓடி வடகிழக்கில் மறையும்வரை இரண்டுபேரும் பார்த்துக்கொண்டு நின்றார் கள். எல்லாவற்றையும் பார்த்துச் சிரிக்கிற சீதாபதி என்னமோ பறக்கும் கந்தர்வனைப் பார்ப்பதுபோல வியப்பும் பெருமிதமு மாகப் பார்த்துவிட்டு, "ம்" என்று ஒரு பெருமூச்சு விட்டுவிட்டு உட்கார்ந்தது இன்னும் ஞாபகம் இருக்கிறது. சீதாபதிக்கு எப்போதும் இந்தக் குழந்தைத்தனம் உண்டு. எத்தனை பெரிய விஷயம் பேசிக்கொண்டிருந்தாலும் மேலே விமானம் பறக்கும் சத்தம் கேட்டால் உடனே எல்லாவற்றையும் அப்படியே விட்டு விட்டு, மொட்டை மாடிக்குப் போய் அது மறையும்வரையில் பார்த்துவிட்டுத்தான் திரும்புவார்.

“எத்தனை நாளுக்குத்தான் இப்படிப் பார்ப்பீர்?” என்பார் சட்டம்.

“என்னமோய்யா. ஏரோப்ளேன் பறந்தா எனக்கு இருப்புக் கொள்ள மாட்டேங்கறது?” என்று சிரித்துக்கொண்டே திரும்பி வருவார். அந்தச் சிரிப்பு அசல் அரிச்சுவடிப் பையன் சிரிப்பாக இருக்கும்.

செயற்கைக்கோளை விடுவாரா அவர்? எல்லாப் பேச்சும் அத்தோடு போய்விடும். சில சமயம் குழந்தை. சில சமயம் பள்ளிக்கூடத்துப் பையன். சில சமயம் பழுத்த கிழம். சில சமயம் பெண்பிள்ளையின் நெகிழ்ச்சி. சில சமயம் கண்டம் பொருமும் ஆத்திரம்.

ஒவ்வொன்றாகச் சட்டத்தின் கண்களுக்கும் காதுக்கும் புலனாகிக்கொண்டேயிருந்தது. இப்போது அவருக்குக் கண்ணீர்விட முடியவில்லை. விட்டுவிட்டுத் தீர்ந்துவிட்டது. ஒரு அமைதிதான் நின்றுகொண்டிருந்தது.

கட்டில் ஓசையிட்டது. புவனா எழுந்து வருகிறாளோ என்னவோ? அவர் திரும்பிப் பார்க்கவில்லை. சற்றுக் கழித்து அவர் மார்பில் புவனாவின் கை வந்து படர்ந்தது. தடவிக் கொடுத்தது. தோளைப் பிடித்துவிட்டது. காலை மெதுவாகப் பிடித்துவிட்டது.

சிறிது நேரம் அவள் பேசவில்லை. அவருடைய நெகிழ்ச்சியில் அவள் புகுந்துகொள்ள முயல்வது மட்டும் அவருக்குத் தெரிந்தது.

சற்றுக் கழித்து அவர் முகவாயைப் பிடித்துத் தன் பக்கம் திருப்பினாள். அப்படியே பார்த்துக்கொண்டிருந்தாள். அந்த முக்கால் இருளில் அவள் கண்கள் அகலமாகப் பெரிதாகத் தெரிந்தன.

“எப்ப எழுந்துகிட்டு வந்துது?”

“ஒரு மணி நேரம் இருக்கும்.”

“என்ன பார்த்துக்கிட்டிருக்கு?”

“ஒரு ஸ்புட்னிக் போச்சு; பார்த்துக்கிட்டிருந்தேன். பொம்மை அதிலே ஏறிக்கிட்டுப் போறாப்பல இருந்துது. ஒருவேளை அவருக்குப் பிடிச்ச ரஷ்யாவிலே போய் இறங்கற ஸ்புட்னிக்கோ என்னவோ? அப்படீன்னா அவரும் போய் அங்கே குதிப்பா ரோன்னு நினைச்சுக்கிட்டே இருந்தேன்” என்று மீண்டும் நட்சத்திரங்களையே பார்த்தார் சட்டம்.

புவனா பேசவில்லை. சற்றுக் கழித்து அவள் மூக்கை உறிஞ்சுவது கேட்டது. திரும்பி அவள் கண்களைத் தொட்டார். நனைந்து கிடந்தது.

பேசாமல் விட்டுவிட்டார்.

கண்ணைத் துடைத்துக்கொண்டாள் அவள்.

"இன்னக்கி போகி" என்றாள்.

"என்ன செய்யணும்?"

"வாசல்லெ கோலம் போட வாண்டாம்னு சொல்லப் போறேன்."

சட்டத்திற்கு உடம்பு ஒரு தடவை சிலிர்த்தது.

"அப்பறம் போகி அன்னிக்குப் பழசையெல்லாம் கொளுத்து வாங்க. நான் கொளுத்தலெ. மூட்டை கட்டி வச்சிடப் போறேன்."

"எதை?"

"இந்த நமசிவாய நோட்டையெல்லாம் லிங்கங்கட்டி மடத்திலெ கொண்டாந்து கொடுத்துடப் போறேன்."

"என்னத்துக்கு?"

"அதுதான் அய்யரைக் காப்பாத்திலையே."

"வாண்டாம் புவனா. நான் நம்பிக்கை இல்லாம அந்தரத் திலெ நிக்கறது போதும்."

"எனக்கு நம்பிக்கை இல்லாம இல்லை. ஆனால் பொம்மை சம்சாரத்தோட போய்ப் பேசிக்கிட்டிருக்கப் போறேன். அவங் களுக்குப் புடவை கிடவை தோச்சுப் போட்டு, காலைக்கீலைப் பிடிச்சு, ஏதாவது செஞ்சாத் தேவலாம் போல இருக்கு. வரக்கு வரக்குன்னு உடைஞ்ச பிளேட்டு மாதிரித் திருப்பித் திருப்பி எழுதறதைவிட அதாவது செய்யலாம்."

சட்டம் பேசாமல் இருந்தார்.

"ஒண்ணே ஒண்ணு மட்டும் எழுதப் போறேன்."

". . ."

"என்னன்னு கேட்கப்படாதா? சின்ன அண்ணியை இங்க வந்து இருக்கச் சொல்லி எழுதப் போறேன்."

"எதுக்காக?" என்று விறுக்கென்று அவள் பக்கம் திரும்பினார் அவர்.

"எழுதப் போறேன்."

"உனக்கு என்ன பைத்தியம் கித்தியம் பிடிச்சிருக்கா?"

"தெளிஞ்சு போச்சு."

"சும்மா இரு!"

"எனக்கு உடம்பு முடியவே இல்லை. துணைக்கும் யாருமில் லாம ஒண்டிமாக் கிடந்துகிட்டுக் கஷ்டமாயிருக்கு."

"துணையில்லாம தனியா இருக்கிறதுதான் நல்லது. அய்யர் போனதுகூட நம்மைத் தனியா விடத்தான்."

புவனா பேசாமல் உட்கார்ந்திருந்தாள்.

பிறகு தலையில் இருந்த இரண்டு செம்பருத்திகளையும் எடுத்து அவர் மார்புமீது வைத்தாள். "இந்த ரண்டும்?"

"அதுகளும் தனித் தனிதான்."

"யாருக்கு இதெல்லாம் வேணும்? நான் ரண்டு ரண்டாத் தான் வச்சுக்கப் போறேன் எப்பவும் போல."

"வச்சுக்க."

'கிர்ர்நீவ்' என்று தோப்பில் ஒரு வலியன் கத்திற்று. அந்த இருளில் இன்னொரு வலியன் அதற்கு 'கிர்ர்நீவ்' என்று விடை கூறிக்கொண்டிருந்தது.

தான் சொன்னது சரிதானா என்று சட்டத்திற்குச் சந்தேகமா யிருந்தது.

எழுந்தார். உட்கார்ந்திருந்த புவனாவைக் கையைப் பிடித்துத் தூக்கினார். அவள் எழுந்து நின்றாள். அவளை இறுக அணைத்துக்கொண்டார். அவளும் அவருக்குள் புகுந்து விடுவதுபோல் ஒட்டிக்கொண்டாள்.

ஒன்றாக முடியவில்லை என்றுதான் இருந்தது அவருக்கு. அணைப்புவிட்டதும் மீண்டும் தனியாகத்தான் இருந்தது.

'ஈச்வரனால்தான் முடியும் போலிருக்கிறது' என்று அவருக்குத் தோன்றிற்று. 'ஈச்வரனுக்கும் முடியாது. ஒரு முலை யும் ஒரு மூக்குத்தியும் ஒரு கொலுசும் நசுங்கிவிடவில்லை. மறைந்து விடவில்லை.'

மீண்டும் ஒரு முறை புவனாவை இழுத்து அணைத்துப் பார்த்துக் கொண்டார்.

"அறுபதாம் கல்யாணம் கிடையாது" என்றார்.

"தெரியும்" என்றாள் புவனா.

செம்பருத்திகளுக்கு நடுவில், யாரும் பாராத வரப்புக் குறும்பூக்களும் அவர் கண்ணுக்குத் தெரிந்தன.

முற்றும்

❀❀❀